சந்தியா
பதிப்பகம்

சஞ்சீவ் சன்யால் கொல்கத்தாவில் பிறந்தவர். டெல்லி ஸ்ரீராம் வணிகவியல் கல்லூரியிலும் ஆக்ஸ்போர்டு புனித ஜான் கல்லூரியிலும் பயின்றவர். இந்தியாவின் முக்கியமான பொருளாதார அறிஞர். மிகச் சிறந்த எழுத்தாளரான இவர் டாய்ச்சு வங்கியின் உலகப் பொருளதார நிலை ஆய்வதிகாரியாகவும் இயக்குநராகவும் பணியாற்றி வருகிறார். நகர்ப்புற பொருளியல்துறையில் தேர்ந்த அறிஞர். இந்திய விடுதலைப் போராட்டத்தில், கல்கத்தாவில் பெரும் பங்காற்றிய குடும்பத்தின் வழித்தோன்றல். இவரது குடும்பத்தைச் சார்ந்த சச்சிந்திர நாத் சன்யால் புரட்சிகர இயக்கத்தை தோற்றுவித்த விடுதலைப் போராளிகளில் ஒருவர்.

'ஏழு நதிகளின் நாடு' என்ற இந்த நூல் சஞ்சீவ் சன்யாலுக்கு ஆங்கில பதிப்புத்துறையில் உலக அளவில் அங்கிகாரம் பெற்றுத் தந்தது. விற்பனையில் ஓராண்டு காலம் தொடர்ந்து முதலிடம் வகித்தது.

இந்திய சரித்திரத்தை இந்திய நில அமைப்பின் – நதிகளின் மலைகளின், தட்பவெட்ப நிலைகளின் போக்குகள் மற்றும் மாற்றங்கள் வாயிலாகவும் அறிவியல் மற்றும் அகழாய்வுக் கண்டுபிடிப்புகள் மூலமாகவும் ஒரு புதிய கோணத்தில் விறுவிறுப்புடன் சஞ்சீவ் சன்யால் எழுதிச் செல்கிறார்.

இரண்டரை ஆண்டு காலம் தனது உயர் பதவியிலிருந்து விடுபட்டு இந்தியா முழுவதும் பயணித்து அகழ்வாராய்ச்சி இடங்களையும் பண்டைய நினைவுச் சின்னங்களையும் கல்வெட்டுகளையும் பார்வையிட்டு தனது தீர்க்கமான

முடிவுகளை முன்வைக்கிறார் சஞ்சய் சன்யால். ஆரிய-திராவிட இனங்களைப் பற்றி இதுவரை சொல்லப்பட்டு வந்த கருத்தாக்கங்களை இந்த நூல் மறுதலிக்கிறது. நதிகளும் மலைகளும் கொண்ட இந்திய நிலவமைப்பு இந்திய சரித்திரத்தில் ஏற்படுத்தியுள்ள தாக்கத்தை வெளிப்படுத்துகிறது. 'இந்தியர்களுக்கு வரலாற்று உணர்வு இல்லை' என்ற பொதுக் கருத்து நிராகரிக்கப்படுகிறது. 7000 ஆண்டுகால இந்திய சரித்திரத்தை இந்திய புவியியலுடனும் அறிவியல் நுட்பத்துடனும் பல்வகை தலைப்புகளில் சுவைபட கூறும் இந்நூலுக்கு இணையில்லை.

ஹரப்பா நாகரிக காலத்திலிருந்து இன்றைய நவீன கணினி யுக இந்தியா வரையிலான காலத்தின் அரசியல் செயல்பாடுகள், அந்நிய ஆட்சி முறைகள், பேரரசுகளின் எல்லை விரிவாக்கங்கள் என பலதரப்பட்ட விஷயங்கள் ஒரு புதிய கோணத்தில் அணுகப்பட்டுள்ளன. ஒரே அமர்வில் படித்து முடிக்கக்கூடிய இந்த நூல் தமிழுக்கு ஒரு புதிய வரவு.

ஏழு நதிகளின் நாடு

சஞ்சீவ் சன்யால்

தமிழில்
சிவ. முருகேசன்

சந்தியா பதிப்பகம்
சென்னை - 83.

ஏழு நதிகளின் நாடு
© சஞ்சீவ் சன்யால்

தமிழில்

சிவ. முருகேசன்

முதற்பதிப்பு: 2016
அளவு: டெமி ● தாள் : 60 gsm ● பக்கம்: 360
அச்சு அளவு: 11 புள்ளி ● விலை: ரூ. 315/-
அச்சாக்கம்: ரெப்ரோ இந்தியா லிமிட்,
சென்னை - 115.

சந்தியா பதிப்பகம்
புதிய எண் 77, 53வது தெரு, 9வது அவென்யூ,
அசோக் நகர், சென்னை - 600 083.
தொலைபேசி: 044 - 24896979

Tamil Translation copyright
Sandhya Publications

ISBN: 978-93-84915-57-5

YEZHU NADHIKALIN NAADU
(Tamil Translation of 'Land of the seven rivers')
Copyright © **Sanjeev Sanyal**
English edition published by Penguin India Ltd., New Delhi

Tamil Translation
Siva. Murugesan

First Edition: 2016 ● Pages: 360

Printed at Repro india Ltd.,
Chennai - 115.

Published by
Sandhya Publications
New No. 77, 53rd Street, 9th Avenue, Ashok Nagar,
Chennai - 600 083. Tamilnadu.
Ph: 044 - 24896979

Price Rs. 315/-

sandhyapathippagam@gmail.com
sandhyapublications@yahoo.com
www.sandhyapublications.com

வருணுக்கும் துருவுக்கும்....
அவர்கள் எங்கிருந்து வந்தார்கள் என்பதை
அவர்கள் அறிந்திருக்கலாம்.

மொழிபெயர்ப்பாளர் குறிப்பு

சஞ்சீவ் சன்யால்–இன் "ஏழு நதிகளின் நாடு" (Land of the Seven Rivers) என்ற புத்தகம் ஒரு வித்தியாசமான புத்தகம். இந்தியாவின் வரலாற்றை அதன் நில அமைப்புடன் தொடர்புபடுத்தி, ஒரு நாட்டின் வரலாறும், நிலவமைப்பும் எவ்வாறு ஒன்றுடன் ஒன்று நெருங்கிய தொடர்பு கொண்டுள்ளன என்பதை சான்றுகளுடன் விவரிக்கிறது இந்த நூல். ஒரு நாட்டின் நில அமைப்பைப் பொருத்தே அதன் வரலாறு உருவாகிறது. சில சமயங்களில் வரலாறு நிலவமைப்பை மாற்றியமைக்கிறது. இதைத்தான் இந்தப் புத்தகம் விளக்குகிறது. சிந்து சமவெளி நாகரிகத்தில் தொடங்கி, இன்று மிகச் சுறுசுறுப்பாக இயங்கிவரும் குர்கான் நகர்வரை நீண்டுள்ள இப்புத்தகத்தின் பயணம் சுவாரஸ்யமானது. ஆசிரியரோடு சேர்ந்து நாமும் பயணம் செய்கிறோம். பல இடங்களைப் பார்க்கிறோம்; பல மனிதர்களை நேரில் சந்திக்கிறோம். ஒரு நாட்டின் வரலாறு எவ்வாறு எழுதப்பட வேண்டும், வரலாற்றை மனதில் பதியும்படி எப்படிச் சொல்லித் தரவேண்டும் என்பதற்கு சஞ்சீவ் சன்யாலின் புத்தகம் ஒரு மிகச்சிறந்த எடுத்துக்காட்டு.

சிந்துசமவெளி நாகரிகம் அழிந்துபோய்விட்ட நாகரிகம் என்று சொல்வது முற்றிலும் தவறானது. ஹரப்பாவில் பயன்படுத்தப்பட்ட மாட்டு வண்டிகளை அதே ரூபத்தில் நாம் இன்றும் இந்திய கிராமங்களில் பார்க்கிறோம். நீளம் ஐந்துபங்கு – அகலம் நான்கு பங்கு என்ற ஹரப்ப கட்டடக்கலை விதிமுறையை, வாஸ்து சாத்திரம் என்ற பெயரால் இன்றும் நாம் பயன்படுத்தி வருகிறோம்; சிந்து சமவெளியில் நடைபெற்ற லிங்க வழிபாடு இந்திய சமய வழிபாட்டில் ஒன்றிவிட்ட ஒரு வழிபாடு. நமக்குத் தெரியாமலேயே இன்றும் நாம் ஹரப்ப நாகரிகத்தின் கட்டமைப்புக்குள்தான் இருந்து

வருகிறோம். சஞ்சீவ் சன்யாலைத் தவிர வேறு எந்த வரலாற்றாசிரியரும் இதை நமக்குச் சொன்னதில்லை.

சிங்கம் ஓர் ஏகாதிபத்திய அரசின் சின்னம் என்று கூறும் சன்யால், மௌரியர் காலம் தொட்டு இன்று வரை அது நம் அரசின் சின்னமாக இருந்து வருகிறது என்றும் குறிப்பிடுகிறார். சின்னத்தில் உள்ள சக்கரம் 'சக்ரவர்த்தி' என்பதைக் குறிப்பதாகக் குறிப்பிடும் சன்யால், சக்ரவர்த்தி என்பவர் சர்வ வல்லமை படைத்தவர், இவ்வுலகை ஆள்பவர் என்றும் விளக்குகிறார்.

இந்தியக் கடல்வர்த்தகத்தைப் பற்றிக் குறிப்பிடும் ஆசிரியர் ஒரிஸ்ஸாவின் "தையல் கப்பல்கள்" பற்றி விவரிக்கத் தவறவில்லை. பலகைகளை ஆணிகள் கொண்டு இணைப்பதற்கு பதிலாக கயிறு கொண்டு தைத்து ஒன்றுடன் ஒன்று இணைத்து கப்பல்களை உருவாக்கினார்கள். இந்தத் தொழில்நுட்பம் இந்தியாவிற்கே உரியது. தையல் கப்பல்களில் நெகிழ்வுத்தன்மை இருந்ததால், அவைகளை கரையில் இழுத்து நிறுத்தி, மீண்டும் கடலுக்குள் தள்ளும்போது உடையாமல் இருக்கும்.

இந்தோனீஷியாவின் 'பாலி' தீவில் இந்தியக் கலாச்சாரம் இன்றுவரை பின்பற்றப்பட்டு வருகிறது என்ற செய்தி மகிழ்ச்சிக் குரியது. நகரங்களை ஒட்டி சேரிகள் உருவாதல், அந்த சேரிகள் மெல்ல மெல்ல முன்னேற்றமடைந்து நகரின் புறநகரப்பகுதிகளாக மாறுதல், பின் அங்கு நடுத்தர வர்க்கத்தைச் சேர்ந்த மக்களும், வசதிபடைத்தவர்களும் குடியேறுதல் போன்றவற்றை எடுத்துக் காட்டுகளுடன் மிக நேர்த்தியாகக் குறிப்பிட்டுள்ளார் சஞ்சீவ் சன்யால். சண்டிகர் நகரை உருவாக்கிய பொறியாளர் லீ கார்பூசியர் இந்தியக் கலாச்சாரப் பெருமையை அதனுடன் இணைக்கத் தவறியதையும், அதற்கு அன்றையபிரதமர் ஜவகர்லால் நேரு அவர்களே காரணம் என்பதையும் சுட்டிக்காட்டியுள்ளார் ஆசிரியர்.

இந்தியாவின் குறுக்கும் நெடுக்கும் மிகக்குறுகிய காலத்தில் ஆங்கிலேயர்கள் இருப்புப்பாதைகளை அமைத்தது மிகவும் பாராட்டுக்குரிய செய்தி. பல பகுதிகளில், பல நிறுவனங்களிடம் பணிகள் ஒப்படைக்கப்பட்டதால் மீட்டர்காஜ் பாதை, அகலப் பாதை, குறுகிய பாதை போன்ற பலவிதமான இருப்புப்பாதைகள் அமைக்கப்பட்டுவிட்டன என்ற செய்தி நமக்குப் புதிது. இப்போது தான் அனைத்துப் பாதைகளையும் அகலப்பாதைகளாக மாற்றும் பணிகள் முடுக்கிவிடப்பட்டுள்ளன.

இந்தியா–பாகிஸ்தான் பிரிவினையின் போது மக்கள் அனுபவித்த துயரங்கள், மன வேதனை போன்றவை உணர்ச்சிப் பெருக்குடன்

வெளிப்படுத்தப்பட்டுள்ளன. அதேபோல் பங்களாதேஷ் உருவான போது மக்கள் அடைந்த வேதனைகளையும் சுட்டிக்காட்டியுள்ளார் ஆசிரியர்.

இந்தியாவின் வரைபடத்தைத் தயாரிக்க இந்திய சுற்றாய்வு நிறுவனம் (Survey of India) எவ்வளவு தூரத்திற்கு இன்னல்களைப் பொறுத்துக்கொள்ள வேண்டியிருந்தது என்பதையும், இமயத்தின் 'எவரெஸ்ட்' சிகரத்திற்கு அப்போதைய சர்வேயர் ஜெனரல் ஜார்ஜ் எவரெஸ்ட் அவர்களின் பெயர் சூட்டப்பட்டதற்கான நியாயத்தையும் மிக நாசுக்காக விளக்கியுள்ளார் சன்யால்.

தேசியம் என்பதைத் தவறாகப் புரிந்துகொண்டு, பாரம் பரியமிக்க இடங்களின் பெயர்களை மாற்றி, அவ்விடங்களுக்கு அரசியல் தலைவர்களின் பெயர்களைச் சூட்டுவது நாகரிகமான தேசியம் ஆகாது என்பதையும், அதுபோன்ற செயல்கள் கலாச்சார சீரழிவிற்கு வழிவகுக்கின்றன என்பதையும், துணிவுடன் எடுத்துக் காட்டியமைக்காக நாம் நூலாசிரியருக்கு நன்றி சொல்லக் கடமைப் பட்டுள்ளோம்.

கோவா, டையூ, டாமன் போன்ற போர்ச்சுகீசியப் பகுதிகள் இந்தியாவுடன் இணைக்கப்பட்ட வரலாறு, ஜுனகர், ஹைத்ராபாத், காஷ்மீர் போன்ற மன்னராட்சிப் பகுதிகள் இந்தியாவுடன் இணைக்கப்பட்ட வரலாறு, சர்தார் பட்டேல் அவர்கள் அதற்காக எடுத்த முயற்சிகள் போன்றவை நாம் அவசியம் தெரிந்துகொள்ள வேண்டியவை. அப்பகுதிகள் இந்தியாவுடன் இணைக்கப்பட்ட போது நடந்த சுவையான செய்திகளை அற்புதமாக விவரித்துள்ளார் சன்யால்.

ஒவ்வொரு இந்தியனும் படித்துப் பயன்பெற வேண்டிய நூல் சஞ்சீவ் சன்யாலின் "Land of the Seven Rivers". தமிழ் வாசகர்கள், குறிப்பாக மாணவர்கள் படித்துப் பயன்பெற வேண்டுமென்ற நோக்கத்திலேயே நூலாசிரியரின் அனுமதியுடன் இந்த நூலை நான் தமிழில் மொழிபெயர்த்துள்ளேன். பல பயனுள்ள நூல்களைப் பதிப்பித்து தமிழ் வாசகர்களின் உள்ளங்களில் நீங்கா இடம் பெற்றுள்ள சென்னை, சந்தியா பதிப்பகம் இந்த மொழிபெயர்ப்பு நூலையும் வெளியிடுகிறது. வழக்கம்போல் இந்த மொழி பெயர்ப்பையும் என்னை ஊக்குவித்த என் பேரக்குழந்தைகளான செல்வி. சிவ. கீதாஞ்சலி, செல்வன். சிவ. யுகேந்திரன், செல்வி. விஜய. சாருமதி, செல்வி. விஜய. தேஜஸ்வினி ஆகியோருக்கு அன்புப் பரிசாக அளிக்கிறேன்.

சிவ. முருகேசன்

ஆசிரியரின் குறிப்புரை

இந்த நூல் இந்தியாவின் நில அமைப்பு பற்றிய வரலாறாக இருந்தாலும், நான் ஒரு வரலாற்றாசிரியனோ அல்லது ஒரு நில நூல் நிபுணனோ அல்ல. இருந்தும் நான் இந்த நூலை எழுதியுள்ளேன். எனது இளமைக் காலம் முழுவதையும் இந்நூலை எழுதுவதில் நான் செலவிட்டிருக்கிறேன். நான் என் மனதில் எங்கோ ஒளித்து வைத்திருந்த கருத்துகளும், உண்மைகளும் இந்நூலை எழுதும்போது துள்ளிக்குதித்து வெளிவந்தன. நூலின் ஒவ்வொரு அத்தியாயத்தை எழுதும்போதும் அச்செய்திகள் வெளிவந்து கொண்டேயிருந்தன. தொழில் முறையில் பார்க்கும் போது நான் ஒரு பொருளாதார நிபுணனாக இருந்தாலும், பழைய தேசப் படங்களைப் பார்ப்பதில் எனக்கிருந்த ஆர்வமும், வன உயிரினங்களின்மீது எனக்கிருந்த ஆர்வமும், இந்தியாவிலும், தென்கிழக்கு ஆசியாவிலும் நான் மேற்கொண்ட நீண்ட பயணங்களும், ஒரு கலவையாக என் எழுத்துப் பணிக்கு உதவின என்றுதான் சொல்லவேண்டும்.

இருப்பினும் நூலை எழுதுவது அவ்வளவு எளிதாக இல்லை. வரலாற்றின் மத்தியகாலத்தைச் சேர்ந்த பல யாத்ரீகர்கள் எழுதி வைத்த, தெளிவற்ற, ஒன்றுக்கொன்று தொடர்பில்லாத குறிப்புகளை, நான் ஊன்றிப் படித்தேன். அவற்றைப் புரிந்துகொள்ள அக் குறிப்புகளை நான் பலமுறை படிக்கும்படி நேர்ந்தது. நான் எடுத்துக் கொண்ட தலைப்பு என்னை மிகவும் ஆட்டிப் படைப்பதாக இருந்தது. என் குடும்பத்தினரும், நண்பர்களும் இதை ஒப்புக் கொள்வார்கள். என் தொழிலை விட்டுவிட்டு இரண்டரை ஆண்டு காலம் இந்தியாவில் பயணம் செய்யும்படி வைத்துவிட்டது நான்

எழுதிய இந்த நூல். நூலுக்குத் தேவையான செய்திகளைத் திரட்டவே நான் அவ்வாறு அலைந்தேன். ஓரிடத்தைப் பற்றி எழுதுவதற்கு அந்த இடத்தை நேரில் சென்று பார்வையிட்டால் தான், எழுதுவது பொருள் பொதிந்ததாக இருக்குமென்பதை நான் கண்டுகொண்டேன். என் நூலைப் பதிப்பித்த பெங்குயின் பதிப்பகத்தார், என் கையெழுத்துப் பிரதியை என்னிடமிருந்து எடுத்துச் செல்லாமல் இருந்திருந்தால் நான் தொடர்ந்து பயணம் செய்து கொண்டுதான் இருந்திருப்பேன்.

இந்நூலின் மின்சாரத்தன்மையைப் பார்க்கும்போது பலருடைய ஒத்துழைப்பும் அறிவுரைகளும் இல்லாமல் இதை நான் எழுதியிருக்க இயலாது என்று புரிகிறது. நூல் எழுதப்பட்ட ஒவ்வொரு கட்டத்திலும், எனக்கு அறிவுரைகளையும், உற்சாகத் தையும் வழங்கிய இரவிசிங், மைக்கேல் டேனினோ ஆகிய இருவரில் தொடங்கி என் நன்றியை அனைவருக்கும் தெரிவித்துக் கொள்ள விரும்புகிறேன். அவர்கள் இருவரும் சேர்த்து வைத்திருந்த பல ஆய்வுக் கட்டுரைகளும், நூல்களும் நான் இப்புத்தகத்தை எழுத மிகவும் உதவியாக இருந்தன. திவ்யபானு சிங் சாவ்தா, விதுலா ஜெயஸ்வால், ஆர். எஸ். பீஷ்ட், பிரதிக் பட்நகர், மகேஷ் ரங்க ராஜன், பார்த்தா மஜூம்தார், மனோஷி லகரி, சுஷூல் மேனன், இராமச்சந்திர குஹா, ஜோஸ் டோமினிக், அப்துல் ஹக்கீம், பால்ஜிசிங், ஜகோப் தாமஸ் போன்றோர் எனக்கு வழங்கிய ஆலோசனைகளுக்காக நான் அவர்களுக்கு நன்றி தெரிவித்துக் கொள்கிறேன். மிசௌரியில் உள்ள “லால் பகதூர் சாஸ்திரி தேசிய நிர்வாகப் பயிற்சிக் கழகம்,” டேராடூனில் இருக்கும் “இந்திய சர்வே நிறுவனம்,” “இயற்கைப் பாதுகாப்பிற்கான சர்வதேச நிதியம்,” “இந்திய புதைபொருள் ஆராய்ச்சி நிறுவனம்,” “மத்தியப் பிரதேச சுற்றுலா வளர்ச்சிக் கழகம்,” “சுஷாந்த் கலை–கட்டுமானப் பணிப் பள்ளி,” “விவேகானந்தா கேந்திரா,” சிங்கப்பூரிலுள்ள “தென்கிழக்கு ஆசிய ஆய்வுக் கழகம்” – போன்ற நிறுவனங்களுக்கும் என் நன்றியை உரித்தாக்கக் கடமைப்பட்டுள்ளேன்.

நான் மேற்கொண்ட பயணங்களின் போது பலர் என்னை உபசரித்து உதவினார்கள். சுரேஷ் நியோதியா, உபேந்திர குப்தா, சஜன் மற்றும் சங்கீதா ஜின்டால், துஷ்யந்த் சிங், அபிஜித் பன்டிட், ஷீலா நாயர், மகராஜ் கன்ஜ் சிங், ரஞ்சித் பர்தாக்கூர், ஶ்ரீராமன், வின்த் சரண், பிரவீன் ரங்கராஜ் – ஆகியோருக்கு எனது நன்றியை இத்தருணத்தில் உரித்தாக்குகிறேன். என் நெருங்கிய நண்பர்களான ஜயன்த் சின்ஹா, பீட்டர் ரூப்ரெக்ட், அசீஷ் கோயல், சித்தார்த்

யோக், அரவிந் சேத்தி – போன்றோர் என் கையெழுத்துப் பிரதிகளைப் படித்துப் பார்த்து, எனது நடை செம்மையாக வருவதற்கு மிகவும் துணைபுரிந்தார்கள். அவர்களுக்கும் என் நன்றி.

என் பதிப்பாசிரியர்களான உதயன் மித்ரா, அமேயா நாகராஜன் ஆகிய இருவரின் சீரிய முயற்சி இல்லையென்றால் இந்த நூல் இவ்வளவு சிறப்பாக வெளிவந்திருக்க இயலாது. அவர்களுடன் சேர்ந்து பணியாற்றுவது ஓர் இனிய அனுபவம். என் குடும்பத்தினருக்கு, குறிப்பாக என் தந்தைக்கு நான் மிகவும் கடமைப் பட்டுள்ளேன். ரிக் வேதத்தின் பொருளைப் புரிந்துகொள்ள நான் அவரிடம் நீண்ட நேரம் விவாதித்திருக்கிறேன். கடைசியாக நான் நன்றி தெரிவிக்கவேண்டியது என் மனைவி ஸ்மிதாவுக்கு. இந்நூலின் பொருட்டு மூன்றாண்டு காலம் தன் வாழ்க்கை முழு வதையும் என் மனைவி எனக்காகவே செலவிட்டிருக்கிறாள். பயணங்களின் போது கூடவே என்னுடன் வந்திருக்கிறாள். இந்நூலை அத்தியாயம் அத்தியாயமாக நான் படிப்பதை முழுவதும் பொறுமையாகக் கேட்டிருக்கிறாள். அவளுக்கும் என் நன்றியை உரித்தாக்குகிறேன்.

அறிமுகம்

இருபத்தியொன்றாம் நூற்றாண்டின் முதல் பத்தாண்டுகள் முடிவுற்று இரண்டாம் பத்தாண்டுகளில் பயணித்துக் கொண்டிருக்கும் இந்தியா மிகப்பெரிய மாற்றங்களை சந்தித்துக் கொண்டிருக்கிறது. எங்கு நோக்கினும் இந்த மாற்றங்களை நம்மால் காணமுடிகிறது. பல நூற்றாண்டுகளாக வீழ்ச்சியடைந்திருந்த இந்தியப் பொருளாதாரம் மீண்டும் எழுச்சி பெறத் தொடங்கி யுள்ளது. இதன் விளைவு, நகர்ப்புறங்களில் கற்பனை செய்து பார்க்கமுடியாத அளவு பெருகியிருக்கும் கட்டடங்கள். ஒரே நாளில் புதிய நகரங்கள் உருவாகின்றன. நான் இப்புத்தகத்தை எழுதும் போது தங்கியிருந்த குர்கான் பகுதியில் வேறெங்கும் காண முடியாத அளவுக்கு கட்டுமானப்பணிகள் நடந்து வந்தது நிதர்சன மான உண்மை. ஆயிரத்து தொள்ளாயிரத்தி தொண்ணூறுகளின் மையகாலம் வரை கோதுமை வயல்களும், கடுகு வயல்களும் நிறைந்திருந்த இடங்களில் இப்போது மிகப்பெரிய வணிக நிறுவனங் களும், அடுக்குமாடி அலுவலகக் கட்டடங்களும், குடியிருப்புப் பகுதிகளும், நெடுஞ்சாலைகளும் காட்சியளிக்கின்றன. இப்புத்தகத்தை எழுதிக் கொண்டிருக்கும்போதே என் கண் முன்னால் ஓர் அடுக்கு மாடிக் குடியிருப்பு எழும்பிக் கொண்டிருப்பதை நான் பார்க்கிறேன்.

திடீரென மலரும் குர்கான் போன்ற நகரங்கள், இந்தியாவில் ஏற்பட்டுவரும் மாற்றங்களின் ஒரு முகம்தான். அலைபேசிகள், செயற்கைக்கோள்வழித் தொலைக்காட்சி, அதிகரித்துவரும் எழுத்தறிவு, பொருளாதார முன்னேற்றம் போன்றவை கிராம மற்றும் சிறு நகரங்களில் வாழும் மக்களின் அபிலாசைகளையும்,

வாழ்க்கைச் செயல்பாடுகளையும் மாற்றியமைத்துள்ளன. விவசாயப் பெருங்குடி மக்களின் குழந்தைகள் இன்று ஆயிரக் கணக்கில் நகரங்களை நோக்கிக் குடிபெயர்ந்து வருகிறார்கள். எப்படிப் பார்த்தாலும், இன்னும் ஒரு தலைமுறைக்குள் நகரங்களில் மக்கள் அதிகம் வசிக்கும் ஒரு நாடாக இந்தியா மாறப்போகிறது. பல்லாயிரக்கணக்கில் தன்னை நோக்கி வரும் மக்களை சமாளிக்கு மளவுக்கு நகரங்கள் தேவையான முன்னேற்பாடுகளை செய்து கொள்ளவேண்டும். இப்போதுள்ள நகரங்கள் இன்னும் விஸ்தரிப் படையப் போகின்றன. புதிய நகரங்கள் உருவாகப் போகின்றன. கிராமங்கள் மாறப்போகின்றன. பழைய வழிமுறைகள் மறையத் தொடங்கிவிட்டன.

பல்லாண்டுகாலமாக வறுமையில் வாடிய இந்தியா போன்ற ஒரு நாட்டில் பொருளாதார வளர்ச்சி வரவேற்கப்பட வேண்டியது தான். ஆனால் மாற்றத்திற்கான விலையை நாம் கொடுத்துதான் ஆகவேண்டும். இயற்கையான வாழ்விடங்கள் தாறுமாறாக மாற்றப்படுகின்றன; சுரங்கங்கள் தோண்டப்படுவதால் அவை அழிக்கப்படுகின்றன. சட்டபூர்வமாகவும், சட்டத்திற்குப் புறம் பாகவும் சுரங்கங்கள் தோண்டும் பணி நடந்து வருகிறது. இன்று இந்தியாவில் 1706 புலிகள் மட்டுமே வாழ்ந்து வருவதாக நான் அறிகிறேன்.[1] நீர்த்தேக்கங்களும், கால்வாய்களும் நமது புனித நதிகளின் எதிர்காலத்தை மாற்றியமைக்கின்றன. தொழிற் சாலைகளும், நகரங்களும், தங்கள் அசுத்தமான கழிவுநீரை நதிகளில் கொண்டுவந்து சேர்ப்பது அவற்றின் எதிர்காலத்திற்கு ஆபத்தாக அமைகிறது. நகரமயமாக்கலும், நவீனமயமாக்கலும் மக்களைக் கடைந்தெடுக்கின்றன. சமுதாயம் சிதறுண்டு போகிறது. நமது பாரம்பரியமான பழக்கவழக்கங்களையும், நீண்டகாலமாக பேசப்பட்டு வந்த வரலாற்று மரபுகளையும் நாம் இழந்து வருகிறோம். நமது நாட்டின் வரலாற்றைப் பறைசாற்றிய பல அமைப்புகள் இன்று புதிய கட்டிடங்களுக்கும், நெடுஞ்சாலை களுக்கும் வழிவிட்டு, அழிந்து வருகின்றன.

மாற்றங்கள் மிகவிரைவாக ஏற்பட்டுவரும் ஒரு காலகட்டத்தில் நாம் வாழ்ந்து வருகிறோம் என்பதை என்னால் உணர முடிகிறது. இருப்பினும் இந்தியா ஒரு புராதன தேசம் என்பதை நாம் நினைவில் கொள்ளவேண்டும். தனது மிக நீண்ட வரலாற்றில் இந்தியா பல திருக்குகளையும், திருப்பங்களையும் சந்திந்துள்ளது. பல நகரங்கள் தோன்றி பின் மறைந்துள்ளன. பொருளாதார, கலாச்சார சாதனைகள் நிறைந்த பொற்காலங்களையும், அதே சமயத்தில் தோல்விகளையும், அவமானங்களையும் வரலாற்றில் இந்தியா

சஞ்சீவ் சன்யால் 13

சந்தித்துள்ளது. பல நூற்றாண்டுகளில், பல குழுவினர் வணிகர்களாகவும், ஆக்கிரமிப்பாளர்களாகவும், அகதிகளாகவும் இங்கு வந்துள்ளனர்; இந்தியர்கள் பலர் வெளிநாடுகளுக்குச் சென்று குடியமர்ந்துள்ளனர். தட்பவெட்ப நிலையிலும், இயற்கை வாழ்விடங்களிலும் பல மிகப்பெரிய மாற்றங்களை இந்தியா தாங்கிக் கொண்டுள்ளது. சுருக்கமாகச் சொன்னால் இதுபோன்ற மாற்றங்களினூடேதான் இந்தியா இருந்து வந்துள்ளது.

இந்த நீண்ட வரலாற்றின் வடுக்களும், எச்சங்களும் இந்தியாவின் நிலப்பரப்பு முழுவதும் சிதறிக்கிடக்கின்றன. அக்கறை எடுத்துக்கொண்டு அவற்றை நாம் பார்த்தால் பிரபலமில்லாத இடங்களிலிருந்துகூட அவை நம்மைத் திரும்பிப் பார்க்கும். இதற்கு இந்தியாவின் தலைநகரான புதுடில்லியே ஒரு நல்ல எடுத்துக் காட்டு. தற்போதுள்ள இடத்தில், வரிசையாக, ஒன்றன்பின் ஒன்று நிறுவப்பட்ட நகரங்களில் கடைசியாக ஸ்தாபிக்கப்பட்டது அது தான். வெறியெழுச்சி கொண்ட நவீன வாழ்க்கைக்கு மத்தியில், பழைய டில்லிகள் (முன்பு ஒன்றன்பின் ஒன்றாகத் தோன்றியவை) இடிபாடுகளுக்கிடையேயும், இடப்பெயர்வுகளுக்கிடையேயும், நகர்ப்புற கிராமங்களுக்கிடையேயும், பழக்க வழக்கங்களுக் கிடையேயும், புனித இடங்களுக்கிடையேயும் இன்னும் வாழ்ந்து கொண்டுதான் இருக்கின்றன. டில்லியைவிடப் பழைமையானது ஆரவல்லி மலைத்தொடர். இன்னும் சொல்லப்போனால் பூமியின் நில அமைப்பு வரலாற்றிலேயே மிகவும் பழமையானது அதுதான்.

இந்திய வரலாற்றைப் பற்றி மிக அதிகமான நூல்கள் எழுதப்பட்டுள்ளன; ஆனால் அவை அனைத்தும் தொடர்ந்து நடைபெற்ற அரசியல் மாற்றங்கள் பற்றியவை. பேரரசுகளின் தோற்றம், வீழ்ச்சி, போர்கள், அதிகாரபூர்வமான பிரகடனங்கள் போன்றவை பற்றிதான் அதிகமாக நூல்கள் எழுதப்பட்டுள்ளன. சந்தேகத்திற்கிடமின்றி அவை அனைத்தும் முக்கியமானவைதான். இருப்பினும் அக்பரின் “மன்சப்தாரி” முறை பற்றியோ அல்லது 1909ஆம் ஆண்டு ஏற்பட்ட மார்லே – மின்ட்டோ சீர்திருத்தங்கள் பற்றியோ முன்பு சொல்லப்பட்டிருப்பவைகளைக் காட்டிலும் அதிகமாக நான் சொல்ல விரும்புகிறேன். என்னதான் இருந்தாலும் வரலாறு என்பது அரசியல் தொடர்பானது மட்டுமல்ல; அது பல சிக்கலான காரணிகளின் கூட்டுச் செயல்பாடு. இக்காரணிகளில் புவியமைப்பு என்பது மிகவும் முக்கியமான ஒன்று. (இந்த இடத்தில் geography என்பதை ‘புவியியல்’ என்று சொல்வது தவறு). வரலாற்றுக்கும்,

புவியமைப்புக்கும் இடையேயான தொடர்பு இருவழிகளிலும் செயல்படுகிறது. புவியமைப்பு எப்படி வரலாற்றை பாதிக்கிறதோ அதேபோல் வரலாறும் புவியமைப்பை பாதிக்கிறது.

இந்தியாவின் புவியமைப்பைப் பற்றி (அல்லது நிலவமைப்பைப் பற்றி) சுருக்கமாகவும், மின்மயமாகவும் ஒரு வரலாற்றை எழுது வதற்கு எடுத்துக்கொண்ட முயற்சிதான் இந்தப் புத்தகம். இந்தியாவின் இயற்கை நிலக்காட்சி, இந்திய மக்களின் வாழ்க்கை – ஆகியவற்றில் ஏற்பட்ட முற்காலத்திய மாற்றங்கள், இந்தியாவுக்கும் மற்ற நாடுகளுக்குமிடையே இருந்துவந்த வணிகத் தடங்கள், கலாச்சாரத் தொடர்புகள், நகரங்களின் எழுச்சி மற்றும் வீழ்ச்சி, மறைந்துபோன நதிகள், அவற்றை இன்றும் வாழவைத்துக் கொண்டிருக்கும் புராணங்கள் போன்றவற்றைக் கூறுவதுதான் இந்தப் புத்தகம். மிகச்சிறந்த மன்னர்களும், மன்னர் பரம்பரைகளும் வரலாற்றுக்கு முக்கியம்தான்; நாட்டின் புவியமைப்பை அந்த மன்னர்கள் எப்படி மாற்றியமைத்தார்கள் என்பதை வைத்துதான் அவர்கள் இன்று நம் நினைவில் நிற்கிறார்கள்.

இந்தப் புத்தகம் சில வித்தியாசமான கேள்விகளை முன்வைக்கிறது. மிகப்பெரிய பிரளயங்கள் பற்றி முற்காலத்தில் ஏற்பட்ட புராணங்களில் கூறப்பட்டிருப்பவை உண்மையா? இந்தியர்கள் தங்கள் நாட்டை 'பாரதம்' என்று ஏன் அழைக்கிறார்கள்? இரும்புக்காலத்தில் வாழ்ந்த இந்தியர்கள் தங்கள் நாட்டின் நில அமைப்பைப் பற்றி எப்படிப் புரிந்துகொண்டார்கள்? அவர்களின் புரிதல் பற்றி இதிகாசங்கள் நமக்கு என்ன கூறுகின்றன? காசிக்கு வெளியே காணப்படும் 'சார்நாத்' என்ற இடத்தில் தன் முதல் பிரசங்கத்தை பகவான் புத்தர் ஆற்றியதற்குக் காரணம் என்ன? ஒரு வணிகக் கப்பலின் இந்தியப் பெருங்கடல் பயணம் கி.பி. ஐந்தாம் நூற்றாண்டில் எப்படி இருந்திருக்கும்? அல்லது குப்தர்கள் காலத்தில், பாடலிபுத்திரத்தில் சுகஜீவியான ஒருவனின் வாழ்க்கை எவ்வாறு இருந்திருக்கும்? முகலாயர்கள் சிங்கங்களை எவ்வாறு வேட்டையாடினார்கள்? ஐரோப்பியர்கள் இந்தியாவின் வரை படத்தை எவ்வாறு தயாரித்தார்கள்? இந்தியத் துணைக் கண்டத்தின் குறுக்கும் நெடுக்கும் பிரிட்டிஷ்காரர்கள் எவ்வாறு இருப்புப் பாதைகளை அமைத்தார்கள்? – போன்றவையே அக்கேள்விகள். மாற்றங்கள் இன்னும் ஏற்பட்டுக்கொண்டுதான் இருக்கின்றன. நகரமயமாக்கல், பொருளாதார வளர்ச்சி போன்றவற்றில் ஏற்பட்டுக் கொண்டிருக்கும் மிகப்பெரிய நிலை மாற்றம் குறித்து இப்புத்தகத்தின் கடைசி அத்தியாயத்தில் நாம் காணப்போகிறோம்.

சஞ்சீவ் சன்யால் 15

இப்புத்தகத்தின் முக்கியக் குவிமையமாக இருப்பது இந்திய நில அமைப்பின் வரலாறுதான். இதற்கு எதிரான ஒன்றும் இந்நூலின் இரண்டாவது பொருளடக்கமாகக் கூறப்பட்டுள்ளது. வேறு விதமாகச் சொல்வதென்றால் இந்நூல் இந்திய வரலாற்றின் நில அமைப்பு, நாகரிகம் போன்றவற்றையும் விவரிக்கிறது. சரஸ்வதி நதி வறண்டுபோன உண்மை, இந்தியப் பெருங்கடலில் வணிகக் கப்பல்கள், பருவக்காற்றுகளின் துணையால் செலுத்தப்பட்டவிதம், தக்காணப்பொறிகள் சிவாஜியின் மறைந்திருந்து தாக்கும் போர் முறைக்கு உதவியது, மிகச் சிறிய நாடான அகோம் மிகப்பெரிய முகலாயர்களை வீழ்த்த பிரம்மபுத்திரா நதி உதவி செய்தது, பிரிட்டிஷ் காரர்கள் தங்கள் குடியிருப்புகளை இங்கே அமைத்துக்கொள்ள முயற்சித்தபோது சதுப்பு நிலங்கள் அவர்களுக்கு விட்ட சவால்கள் போன்றவற்றைத் தெரிந்து கொள்ளாமல் ஒருவர் இந்திய வரலாற்றைப் புரிந்துகொள்ள முடியாது. மேலும் செங்கல் சூளைகள் அமைக்கும் தொழில்நுட்பத்திலிருந்து, கப்பல் கட்டும் தொழில்நுட்பம், வரைபடம் தயாரிக்கும் தொழில் நுட்பம் வரை பல்வேறு தொழில் நுட்பங்கள் இந்தியா பற்றிய நமது சிந்தனையில் எத்தகைய தாக்கங்களை ஏற்படுத்தியுள்ளன என்பதையும் இந்நூலில் காணலாம்.

இந்தியா, அதன் நில அமைப்பு, அதன் நாகரிகம் போன்றவை பற்றிய கருத்துகள் பல நூற்றாண்டுகளாக இருந்து வருகின்றன. பல மாற்றங்களுக்கிடையேயும், பல்லாயிரம் ஆண்டுகளாக, இந்திய நாகரிகத்தின் கூறுகள் இன்றுவரை நிலைத்திருப்பதென்பது ஆச்சரியப்படவைக்கும் ஒரு செய்திதான். ஹரப்பா நாகரிகத்தின் அடையாளங்களான மாட்டு வண்டிகளை இன்றும் நாம் இந்திய கிராமங்களில் காணலாம்; சக்கரங்களில் மட்டும் இன்று ரப்பர் டயர்கள் பொருத்தப்பட்டுள்ளன. நான்கு மில்லியன் ஆண்டு களுக்கு முன் இயற்றப்பட்ட காயத்திரி மந்திரம்[2] இன்றும் பல்லாயிரக்கணக்கான இந்துக்களால் ஓதப்பட்டு வருகிறது. ஒன்றின் நீண்ட ஆயுளைமட்டும் இது குறிப்பதாக இல்லை. பல கருத்துகளின் கலவையை, கலாச்சாரங்களை, வாழ்க்கை முறைகளை அவற்றின் வேற்றுமைகளுக்கிடையேயும் முன்னோக்கி எடுத்துச் செல்லும் நாகரிகத்தின் வல்லமையை இந்த அடை யாளங்கள் காட்டுகின்றன. இருப்பினும், இன்றும் வேட்டையாடிப் பிழைக்கும் சில ஆதிவாசி மக்கள் இருக்கத்தான் செய்கிறார்கள். இந்தியத் துணைக்கண்டத்தில் முதன் முதலில் மனிதர்கள் வந்து சேர்ந்ததிலிருந்து இன்றுவரை அவர்கள் மாறவேயில்லை. வளர்ச்சி ஏற்படவில்லை என்று சொல்வதாக இதை எடுத்துக் கொள்ளக்

கூடாது. அந்தமான் தீவுகளில் வாழும் 'சென்ட்டினிலீஸ்' பூர்வகுடிகள் கற்காலக் கலாச்சாரத்தை இன்னும் விடாப்பிடியாகத் தக்கவைத்துக் கொண்டு வெளியிலிருந்து வரும் தொடர்புகளை எதிர்க்கிறார்கள். அரசு அவர்கள் பொருட்டு எடுக்கும் முயற்சிகள் பலன் அளிக்கவில்லை. அவர்களை நாகரிக மடையச் செய்ய நாம் யார்?

இந்தியர்கள் தங்களை ஒரே நாட்டைச் சேர்ந்த மக்களாக நினைக்கவில்லையென்றும் அதன் காரணமாக தங்கள் வரலாற்றைப் பற்றி அக்கறையெடுத்துக் கொள்ளவில்லையென்றும் ஒரு தவறான கருத்து தொடர்ந்து இந்திய வரலாற்றில் இருந்து வருகிறது. சில அரசியல் காரணங்களால், இந்தக் கருத்து காலனி ஆதிக்க அதிகார வர்க்கத்தால் திரும்பத் திரும்பச் சொல்லப்பட்டது. "இந்தியா பற்றி முதன்முதலாக நாம் தெரிந்துகொள்ள வேண்டியது 'இந்தியா' என்ற ஒன்று இல்லை என்பதுதான்" என்று பத்தொன்பதாம் நூற்றாண்டின் இறுதியில் கூறினார் சர் ஜான் ஸ்ட்ராச்சி. அரை நூற்றாண்டு காலம் சென்று இதே கருத்தை எதிரொலித்தார் வின்ஸ்டன் சர்ச்சில். "இந்தியா என்பது நில அமைப்பைக் கூறும் ஒரு சொல். நிலநடுக்கோட்டைப் போன்றே இந்தியா ஓர் ஒருங்கிணைந்த நாடல்ல" என்பதே சர்ச்சிலின் கருத்து. இக்கருத்தின் பின்விளைவு தான் வேறு ஒரு சிந்தனை. இந்தியர்கள் தங்கள் தேசியத்தைப் பற்றிய விழிப்புணர்வு அற்றவர்களாக இருப்பதால் அவர்கள் தங்கள் வரலாற்றைப் பற்றியோ அல்லது சுதந்திரத்தைப் பற்றியோ அக்கறை காட்டவில்லை என்ற சிந்தனைதான் அந்த பின்விளைவு.

காலனி ஆதிக்க காலத்தில் இருந்து வந்த இந்த சிந்தனை இன்றுவரை உயிருடன் இருப்பது வினோதமாக உள்ளது. மக்களில் சிலர், குறிப்பாக படித்தவர்கள் உட்பட சிலர் இந்தியர்கள், வரலாறற்றவர்கள் என்று கூறி வருகிறார்கள். இக்கருத்து முழுவதும் தவறானது என்பதை நாம் பார்க்கப் போகிறோம். இந்தியர்கள் நீண்ட காலமாகத் தங்கள் வரலாறு பற்றியும், தங்கள் நாகரிகம் பற்றியும் விழிப்புணர்வு கொண்டவர்களாகவே இருந்து வந்துள்ளனர் என்பதற்கு ஏராளமான சாட்சியங்கள் இருக்கின்றன. முற்காலத் திலிருந்தே, இந்தியர்கள் எல்லை மீறிச் சென்று தங்கள் காலம் பற்றியும், தங்களுக்கு முன் இங்கு வந்தோர் பற்றியும், அவர்களுடனான தொடர்பு பற்றியும் செய்திகளைப் பதிவு செய்துள்ளனர். இந்த நாகரிகத் தொடர்புணர்வு மிகவும் வலுவாக இருந்து வந்துள்ளது. ஆங்கிலேயர்கள் உள்ளிட்ட வெளிநாட்டு ஆட்சியாளர்கள் இந்திய நாகரிகத்தை ஆமோதித்துள்ளனர். அதே சமயம் தங்களை உயர்வாக அவர்கள் முன்நிறுத்திக் கொண்டார்கள்.

பிரிட்டிஷ்காரர்கள் இந்தியாவின் கடந்தகால அரசியல் குறியீடுகளைத் திட்டமிட்டுப் பயன்படுத்திக் கொண்டார்கள். புதுடில்லியில் குடியரசுத் தலைவர் மாளிகையின் முன்பு ஓர் உயரமான தூண் உள்ளது; 'ஜெய்ப்பூர் தூண்' என்று அது அழைக்கப்படுகிறது. மணற்பாறையால் ஆன அந்தத்தூணின் உச்சியில் இந்தியாவின் நட்சத்திரம் காணப்படுகிறது. தூணின் அடியில் ஒரு வாசகம் பொறிக்கப்பட்டுள்ளது. இர்வின் பிரபுவும், சர் எட்வின் லட்யன்ஸ் என்பவரும் உருவாக்கிய வாசகம் அது. இதுதான் அந்த வாசகம்: "எண்ணத்தில் நம்பிக்கை / சொல்லில் ஞானம் / செயலில் துணிவு / வாழ்வில் சேவை / எனவே இந்தியா மேன்மையடையட்டும்." இந்தத் தூண் ஜெய்ப்பூர் சமஸ்தானத்தால் பரிசாக அளிக்கப்பட்டது. இருபதாம் நூற்றாண்டின் தொடக்கத்தில் தங்கள் தலை நகரை ஸ்தாபித்தபோது ஆங்கிலேயர்கள் இந்தத் தூணை அது இப்போது இருக்குமிடத்தில் நிலைநிறுத்தியுள்ளனர்.

வெகுவிரையில் இந்தியா சுதந்திரமடையப் போகிறது என்பதை அந்த சமயத்தில் பிரிட்டிஷ்காரர்கள் உணர்ந்திருக்கவில்லை. பழமையான ஓர் ஏகாதிபத்தியத்தின் பாரம்பரியத்திற்குத் தாங்கள் உரியவர்கள் என்ற கனவு அவர்களிடம் இருந்தது. இந்தியாவின் நீண்ட வரலாற்றில் பிரிட்டிஷ் ஆட்சி ஒரு சிறு புள்ளிதான் என்பது அவர்களுக்குத் தெரிந்திருக்கும். எனவே ஓர் உயரமான தூணை நாட்டிவைத்து தங்கள் ஆட்சியின் அடையாளத்தை நிலை நிறுத்தினார்கள். அவ்வாறு செய்ததின் மூலம் கி.மு. மூன்றாம் நூற்றாண்டில் இருந்துவந்த ஒரு பழக்கத்தை அவர்களும் பின்பற்றினார்கள்.

ஏகாதிபத்திய ஆட்சிகளைக் குறிக்கும் பல தூண்கள் டில்லியில் இருக்கின்றன. ஃபெரோ–ஷா–கோட்லாவில் 14ஆம் நூற்றாண்டைச் சேர்ந்த இடிபாடுகளுக்கிடையே ஒரு தூண் நின்று கொண்டிருக்கிறது. இடிந்து கொண்டிருக்கும் பழைய அரண்மனை ஒன்றின் சுவர்களுக்கிடையே இந்தத் தூண் காணப்படுகிறது. பக்கத்திலிருக்கும் கிரிக்கெட் மைதானத்திற்கு வரும் விளையாட்டு இரசிகர்கள் இத்தூணுக்கு எந்த மதிப்பும் அளிப்பதில்லை. சுற்றிலும் காணப்படும் போக்கு வரத்து நெரிசல்களுக்கிடையே இத்தூண் நின்று கொண்டிருக்கிறது. நன்றாக மெருகேற்றப்பட்ட, இந்த மணற்பாறைத் தூண் ஏதோ சமீபத்தில் செய்யப்பட்டது போன்ற ஒரு தோற்றத்தைப் பெற்றுள்ளது. கி.மு. மூன்றாம் நூற்றாண்டில் மாமன்னர் அசோகர் பிறப்பித்த ஆணைகள் இந்தத் தூணில் பொறிக்கப்பட்டுள்ளன. சுல்தான் ஃபெரோஸ்–ஷா–துக்ளக் காலத்தில், அவரால் டில்லிக்குக் கொண்டுவரப்பட்ட இரண்டு அசோகர் தூண்களில் இதுவும்

ஒன்று. ஹரியானா மாநிலத்திலுள்ள அம்பாலாவிற்கு அருகிலிருக்கும் 'டொபாரா' என்ற இடத்திலிருந்து கொண்டுவரப்பட்ட இந்தத் தூண் கி.பி. 1356இல் டில்லியில் நிறுவப்பட்டது. மீரட்டிலிருந்து கொண்டுவரப்பட்ட மற்றொரு தூண் பாரா இந்து ராவ் மருத்துவ மனைக்கு அருகே காணப்படுகிறது. இந்த மருத்துவமனை ஆரவல்லி மலைத் தொடரின் வடபுற முகட்டிற்கு அருகே, டில்லி பல்கலைக் கழகத்திற்கு வெகு சமீபத்தில் உள்ளது.

இந்த இரு மிகப் பழமையான தூண்களும் ஏகாதிபத்திய அதிகாரத்தின் அடையாளங்கள் என்று சுல்தான் உணர்ந்திருக்க வேண்டும். ஃபெரோஸ்-ஷா-கோட்லாவில் உள்ள தூண் மிக்க கவனத்துடன் பருத்தித் துணியாலும், பட்டுத் துணியாலும் சுற்றப் பட்டு, நாற்பத்தியிரண்டு சக்கரங்கள் கொண்ட ஒரு வண்டியில் ஏற்றப்பட்டு, இருநூறு மனிதர்களால் இழுத்து வரப்பட்டு, பின் படகில் ஏற்றப்பட்டு இன்றுள்ள இடத்திற்குக் கொண்டுவரப் பட்டது. அத்தூணில் என்ன எழுதப்பட்டுள்ளது என்பதை அறிந்து கொள்ள சுல்தான் மிகவும் ஆர்வமாக இருந்தார். உள்ளூர் பிராமணர்களை அழைத்து, தூணில் இருந்த பிராமி எழுத்தால் எழுதப்பட்டிருந்த வாசகங்களை மொழிபெயர்க்கச் சொன்னார். பிராமி எழுத்துகள் நீண்ட நாட்களுக்கு முன்பே மறக்கப்பட்டு விட்டதால் அவர்களால் சுல்தானுக்கு உதவி செய்ய முடியவில்லை.[3] அன்றிலிருந்து ஐந்து நூற்றாண்டுகள் சென்ற பிறகுதான் பிராமி எழுத்துகளின் பொருள் புரிய ஆரம்பித்தது.

டில்லியில் ஏகாதிபத்தியத்தின் அடையாளமாக இருக்கும் இன்னுமொரு தூண் இரும்புத்தூண். 'குதுப்மினார்' கட்டிட வளாகத்தில் இந்த இரும்புத்தூண் காணப்படுகிறது. இது சுத்தமான இரும்பினால் செய்யப்பட்டது. இருப்பினும் இன்னும் துரு பிடிக்க வில்லை. பதினைந்து நூற்றாண்டுகளாக வெளிக்காற்று இதன்மீது பட்டுக்கொண்டிருந்தாலும் இரும்புத்தூண் துரு பிடிக்காமல் இருந்துவருகிறது. இதில் காணப்படும் வாசகம் இந்துக்கடவுளான விஷ்ணுவுக்கு சமர்ப்பிக்கப்பட்டுள்ளது. கி.பி. ஐந்தாம் நூற்றாண்டைச் சேர்ந்த மன்னர் சந்திரகுப்த விக்கிரமாதித்தரைப் பற்றியும், அவர் சாதனைகள் பற்றியும் தூணில் குறிப்புகள் உள்ளன. இந்தத் தூண் 11ஆம் நூற்றாண்டின் கடைசியிலோ அல்லது 12ஆம் நூற்றாண்டின் தொடக்கத்திலோ டில்லிக்குக் கொண்டுவரப்பட்டு ஒரு கோயில் வளாகத்தின் மையத்தில் நிறுவப்பட்டிருக்க வேண்டும். 12ஆம் நூற்றாண்டில் துருக்கியர்களின் படையெடுப்பின்போது கோயில்கள் அழிக்கப்பட்டு அந்த இடங்களில் மசூதிகள் கட்டப்பட்டன. இருப்பினும் இந்தத் தூண் மட்டும் விட்டுவைக்கப் பட்டது. இது

ஏன்? காரணம் ஆட்சியாளர்கள் தங்களைப் பழங் காலத்துடன் தொடர்புபடுத்திக்கொள்ள விரும்பியதுதான். இந்தத் தூணின் பெருமையை மறைக்க மற்றொரு தூணை நிறுவ அவர்கள் விரும்பினார்கள். அதனால்தான் கற்களால் கட்டப்பட்ட 'குதுப்மினார்' கோபுரம் இஸ்லாத்தின் வெற்றியைக் குறிக்கக் கட்டப்பட்டது.

நூற்றாண்டுகள் கடந்து செல்லச்செல்ல குதுப்மினார் கட்டப் பட்ட டில்லி இருந்த இடத்தில் பல டில்லிகள் மேலும் மேலும் உருவாக்கப்பட்டன. ஒரு புதிய சகாப்தத்தை ஏற்படுத்துவதாகக் கூறி ஒவ்வொரு பேரரசரும் ஒரு புதிய டில்லியை உருவாக்கினர். இன்று நாம் காணும் டில்லி மாநகர் கி.பி. 1911ஆம் ஆண்டில் அப்போதைய இந்தியப் பேரரசர் ஐந்தாம் ஜார்ஜ் அவர்களால், அதிகாரபூர்வமாக, தலைநகராக அறிவிக்கப்பட்டது. இதற்கான பிரகடனம் நகரின் வடபகுதியில் உள்ள கோரனேஷன் பூங்காவில் வெளியிடப்பட்டது. இதே இடத்தில்தான் இந்தியாவின் பேரரசியாக விக்டோரியா அறிவிக்கப்பட்டார். அந்த நிகழ்ச்சியை நினைவு படுத்தும் விதமாக ஒரு தூண் அங்கே நிறுவப்பட்டது.

ஏகாதிபத்தியக் கனவின் முதல் சாட்சிகளாகத் தூண்கள் திரும்பத் திரும்ப நிறுவப்படுவதை ஆயிரம் ஆயிரம் ஆண்டுகளாக நாம் பார்த்து வருகிறோம். முஸ்லீம்களோ, இந்துக்களோ அல்லது பிரிட்டிஷ்காரர்களோ, இதுபோன்ற அடையாளங்களின் மூலம் தங்களது ஆட்சிகளை பலப்படுத்தியுள்ளனர். நவீன இந்தியாவில் மௌரியர்களின் சிங்கம், தேசிய சின்னமாகவும், தர்ம சக்கரம் ஒரு சக்ரவர்த்தியின் அடையாளமாக தேசியக் கொடியிலும் இருந்து வருகின்றன. இந்தியக் குடியரசின் நிறுவனர்கள், தாங்கள் ஒரு மிகப் பழமையான நாகரிகத்தின் வாரிசுகள் என்பதை நன்றாக நினைவில் கொண்டிருந்தனர்.

ஏகாதிபத்தியக் கனவு என்பது இந்தியாவின் பழம்பெரும் நாகரிகத்தின் சிறப்புமிக்கத் தொடர்ச்சி. இக்கனவுகளில் சில வெளியே தெரிகின்றன; பல மறைந்துவிட்டன. எடுத்துக்காட்டாக 5:4 என்ற விகிதத்தை எடுத்துக் கொள்வோம். அதாவது நீளம் என்பது அகலத்தைவிடக் கால்பங்கு அதிகமாக இருப்பது.

அகலம் ஒரு பங்கு என்றால் நீளம் 1.25 பங்கு. கி.மு. 3000த்தில் ஹரப்ப நாகரிகத்தின் அடிப்படையில் எழுந்த நகரங்கள் வடிவமைக்கப்பட்டபோது இந்த அளவுமுறைதான் பின்பற்றப் பட்டது. உதாரணமாக குஜராத் மாநிலத்தில் உள்ள ஹரப்ப நகரமான "தோலவிரா" என்ற இடம் 771 மீட்டர் நீளமும் 617

மீட்டர் அகலமும் கொண்டதாகக் காணப்படுகிறது. இதற்கு ஆயிரம் ஆண்டுகள் பின் தோன்றிய "ஷதபத பிராமணா" என்ற இந்து சமய நூலிலும், ஷல்ப்ப சூத்திரம் (Shulbha Sutra) என்ற நூலிலும், வேதச் சடங்குகளின்போது கட்டப்படும் ஹோமகுண்டம் அமைக்க இதே அளவுமுறையே கூறப்பட்டுள்ளது.[4]

இதற்குப்பின் ஆயிரம் ஆண்டுகள் சென்று ஏற்பட்ட வாஸ்து சாஸ்திர நூல்களிலும் இதே விகிதம் குறிப்பிடப்பட்டிருப்பதைக் காணலாம். (சீனர்கள் ஃபெங்ஷுயி என்ற சாஸ்திரத்தைப் பின் பற்றுவதுபோல், இன்றும் மேற்குறிப்பிட்ட வாஸ்து சாஸ்திரம் பின்பற்றப்படுகிறது. அகலத்தைவிட 1.25 பங்கு நீளம் அதிகம் இருக்குமாறு மன்னனின் அரண்மனை கட்டப்பட வேண்டு மென்று கி.பி. ஆறாம் நூற்றாண்டைச் சேர்ந்த வராகமிகிரர் என்ற அறிஞர் பெருமகனார் கருத்து தெரிவித்துள்ளார். நாம் முன்பு பார்த்த டில்லியின் இரும்புத் தூண் இந்த விகிதத்தைப் பின்பற்றியே நாட்டப்பட்டுள்ளது. தூணின் மொத்த உயரம் 7.67 மீட்டர்கள். இதில் தரைமட்டத்திற்கு மேல் உள்ளது 6.12 மீட்டர்கள். இது 5:4 என்ற விகிதத்தில்தான் உள்ளது.

இந்த விகிதம் மிகச் சிறப்பு வாய்ந்ததென நீண்டநாட்களாகக் கருதப்பட்டு வருகிறது. எனவே முகலாயப் பேரரசர் ஔரங்கசீப் தன்னுடைய சேவகராக இருந்த மகாராஜா ஜெய்சிங் அவர்களை "சவாய்" என்று பாராட்டினார். (மற்றவரைவிடக் கால் பங்கு உயர்ந்தவர் என்று அதற்குப் பொருள்). இந்தியக் குடியரசில் ஜெய்ப்பூர் அரசு சேரும்வரை ஜெய்சிங்கின் வழித்தோன்றல்கள் அந்தப் பட்டத்தைப் பயன்படுத்தி வந்தார்கள். இன்றும்கூட ஜெய்ப்பூர் செல்பவர்கள், ஜெய்ப்பூர் அரண்மனையில் அரசரின் கொடிக்கு மேல் சிறிய கொடியொன்று பறந்துகொண்டிருப்பதைப் பார்க்கலாம். இதுதான் அதிகப்படியான கால்பங்கு. அந்தக் காலத்து தோலவிரா நகர அமைப்பாளர்களை நினைவுபடுத்தும் ஒரு சின்னம் இந்த சிறியக் கொடி. ஜெய்ப்பூர் நகரை வடிவமைத்த ஜெய்சிங் இன்னும் மக்கள் நினைவில் நிற்பது பொருத்தமானது தான்.

இந்திய வரலாற்றின் அனைத்துத் தொடர் நிகழ்வுகளும் நீளவாக்கில் அமைந்தவையல்ல; சில வட்டமாகவும் உள்ளன. யூதர்கள் இந்தியாவிற்கு வணிகர்களாகவும், அகதிகளாகவும் வந்து தென்மேற்குக் கடற்கரைப் பகுதியில் குடியமர்ந்தனர். கிட்டத்தட்ட இரண்டாயிரம் ஆண்டுகளுக்குப் பின் அவர்களின் வழித் தோன்றல்கள் புதிதாக அமைக்கப்பட்ட இஸ்ரேல் நாட்டுக்குக்

குடிபெயர்ந்து சென்றார்கள். அதேபோன்று அரேபியர்கள் வரலாற்றின் மையகாலத்தில் வணிகநோக்கத்தோடு இந்தியாவுக்கு வந்தார்கள். 1970களிலிருந்து கேரளத்தின் மாப்ளா முஸ்லீம்கள் அதிக எண்ணிக்கையில், தங்கள் ஒன்றுவிட்ட சகோதரர்களுக்கு உழைப்பதற்காக அரபு நாடுகளுக்குச் செல்லத் தொடங்கினர். நமக்கு மிகுந்த ஆர்வத்தைத் தூண்டுவது தைமூரின் வழித் தோன்றல்களுக்கு ஏற்பட்ட கதிதான். நாம், முகலாயர்கள் என்று அவர்களை அழைக்கிறோம். தைமூர் ஒரு நொண்டி. 14ஆம் நூற்றாண்டில் டில்லியைக் கைப்பற்றி நகரமக்களை ஆயிரக் கணக்கில் கொன்று குவித்தான். தைமூரின் கடைசி வாரிசான பகதூர்ஷா ஸஃபார் 1858இல் பிரிட்டிஷ்காரர்களால் பதவியிறக்கம் செய்யப்பட்டார். அவருடைய மகன் மரண தண்டனை பெறுவதை அவர் பார்த்துக் கொண்டிருக்க நேரிட்டது.

இந்தியாவின் நில அமைப்பு, அதன் நாகரிகத்தைவிடப் பழமையானது. இன்னும் சொல்லப்போனால், அது மனித இனத்தின் தோற்றத்தைவிடப் பழமையானது. இந்தியத் துணைக்கண்டத்தின் நில அமைப்பு பல மில்லியன் ஆண்டுகளாக குறிப்பிடத்தக்க ஒன்றாக இருந்து வந்துள்ளது. எனவே, அதைப் புரிந்துகொள்ள நாம் அதன் தோற்றத்தை நோக்கிப் பின்னே செல்லவேண்டும்.

குறிப்புகள்:

1. 2011ஆம் ஆண்டில் எடுக்கப்பட்ட கணக்கெடுப்பின்படி நம் நாட்டில் புலிகளின் எண்ணிக்கை 1706. 2007ஆம் ஆண்டில் 1411 புலிகள்தான் இருந்தன. எண்ணிக்கை உயர்வு, பாதுகாப்பால் ஏற்பட்டதா, அல்லது துல்லியமாக எண்ணப்பட்டதால் ஏற்பட்டதா என்று தெரிய வில்லை.

2. இந்து சமய சம்பிரதாயத்தில் காயத்திரி மந்திரம் என்பது மிகவும் பிரசித்தமானது. இந்த மந்திரம் ரிக் வேதத்தில் வருகிறது. இந்த மந்திரம் பல மொழிகளில் மொழிபெயர்க்கப்பட்டுள்ளது. இதற்கு பல அறிஞர்கள் விளக்கவுரை எழுதியுள்ளனர்.

    "ஓ ஒளிமிக்க சூரியனே! சுவர்க்கத்தையும், பூமியையும் ஒளி மயமாக்கும் நீ எனது மனதுக்கும் ஆன்மாவுக்கும் ஒளியைக் கொடு" – இது என்னுடைய விளக்கம்.

3. 'India, A History', John Keay, Harpercollins, 2001.

4. 'The Lost River: on the Trail of the Sarasvati', Michel Danino. Penguin 2010.

உள்ளே....

இந்தியத் துணைக்கண்டத்தின் மரபியலும், கட்டுமானமும் ☆ 25
தொலைந்துபோன நதிதீரத்து மக்கள் ☆ 56
சிங்கங்களின் காலம் ☆ 93
வணிகர்களின் காலம் ☆ 134
சிந்துபாத் முதல் ஸெங்-ஹி வரை ☆ 170
இந்தியாவின் வரைபடத்தைத் தயாரித்தல் ☆ 214
திரிகோண கணிதமும் நீராவியும் ☆ 255
நவீன இந்தியாவின் புறத்தோற்றம் ☆ 309

1
இந்தியத் துணைக்கண்டத்தின் மரபியலும், கட்டுமானமும்

இந்தியத் துணைக்கண்டம், பூமியில் இப்போது அது இருக்கும் இடத்தில் எப்போதும் பொருந்தி யிருந்ததில்லை. ஒரு சமயம் அது ஆப்பிரிக்கா வுடனும், மடகாஸ்கருடனும் இணைந்திருந்தது. பூமியின் நிலவமைப்புகள் அதன் மேற்பகுதியில் ஏற்படும், செங்குத்துச் சலனங்களின் மூலமாக நிர்ணயிக்கப்படுவதாக இருபதாம் நூற்றாண்டின் ஆரம்ப காலம்வரை எண்ணப்பட்டது. கண்டங் களின் இருப்பிடங்கள் நிலையானவை என்றும் கருதப்பட்டது. இக்கருத்தை 1912ஆம் ஆண்டு ஆல்ஃப்ரெட் வெஜினர் தன்னுடைய 'கண்டங்களின் புடைப்பெயர்வுக் கோட்பாடு' (continental drift hypothesis) என்ற கோட்பாட்டின் மூலம் மறுத் துரைத்தார். இந்தக் கோட்பாட்டை விளக்கி 'கண்டங்களின் தோற்றமும், பெருங்கடல்களின் தோற்றமும்' (Origin of continents and oceans) என்ற நூலை 1915ஆம் ஆண்டு எழுதினார். இப்போதுள்ள கண்டங்கள் யாவும் இணைந்து ஒரே தரைப்

பகுதியாக முன்பு இருந்ததாகவும் பின் பனிப் பாறைகளைப் போன்று புலம் பெயர்ந்து சென்றதாகவும் வெஜினர் தன் நூலில் விளக்கியுள்ளார். ஆர்ட்டீலியஸ் போன்ற வரைபடத் தயாரிப் பாளர்களுக்கு புரியாமல் இருந்த புதிரை வெஜினரின் கோட்பாடு புரியவைத்தது. உலகபடத்தில் காட்டப்பட்டுள்ள தனித்தனியான நிலப்பகுதிகள், குறிப்பாக அட்லான்ட்டிக் கடலுக்கு எதிரேயிருக்கும் நிலப்பரப்புகள் ஜிக்ஸா புதிரைப் போன்று வெகு நேர்த்தியாக ஒன்றுடன் ஒன்று பொருந்தின.

போதுமான அறிவியற் சான்றுகளின் மூலம் ஆதரவு பெறுவதற்கு வெஜினரின் கோட்பாடு அரை நூற்றாண்டு காலம் பொறுத்திருக்க நேர்ந்தது. ஆயிரத்துத் தொள்ளாயிரத்தி ஐம்பது, அறுபதுகளின் பிற்காலத்தில், பூமியின் மேற்பரப்பு ஒன்றுக்கொன்று எதிர் திசையில் நகர்ந்து கொண்டிருக்கும் பல பாறைத் தட்டுகளால் ஆனது என்ற நிலவமைப்பு உண்மை நிரூபிக்கப்பட்டது. இதனால் நவீன 'பாறைத்தட்டுகளின் கட்டுமானக் கொள்கை' (Theory of plate Tectonics) உருவானது. நிலநூலைப் பொருத்தவரை இது ஒரு புதிய கொள்கை; இக்கொள்கை பற்றிய நமது புரிதல் வளர்ந்து கொண்டிருக்கிறது. இருப்பினும் புவியின் மேற்பரப்பு பற்றிய ஒரு பொதுக்கருத்தை நம்மால் புரிந்து கொள்ள முடிகிறது.

ஒரு பில்லியன் ஆண்டுகளுக்கு முன்னால் பூமியின் நிலப்பரப்பு முழுவதும், ஒன்றாக இணைந்த ஒரு மிகப்பெரிய கண்டமாக இருந்தது. அதற்கு ரொடீனியா என்று பெயர். அனேகமாக இது நிலநடுக்கோட்டிற்குத் தெற்கே இருந்திருக்க வேண்டும். இக்கருத்து பற்றியும், அந்த பெருநிலப் பரப்பில் இந்தியா எங்கே பொருந்தி யிருந்தது என்பது பற்றியும் இன்னும் விவாதங்கள் நடைபெற்றுக் கொண்டேயிருக்கின்றன.[1] இந்த பெருநிலப்பரப்பு 750 மில்லியன் ஆண்டுகளுக்கு முன்பு பல்வேறு கண்டங்களாகப் பிரிந்தது. பிரிந்த கண்டங்கள் இடம் பெயர்ந்து சென்றன. இந்த நிகழ்வு எந்தக் காலத்தில் ஏற்பட்டது என்பது சரியாகத் தெரியவில்லை. அனேகமாக இந்நிகழ்வு கேம்பிரிய காலத்திற்கு முன் நிகழ்ந்திருக்கலாம். அச்சமயத்தில் நிலத்தில் பாக்டீரியா போன்ற ஒற்றைசெல் உயிரினங்கள் மட்டுமே வாழ்ந் திருக்க முடியும். இருப்பினும் கேம்பிரிய காலத்திற்கு முற்பட்ட காலம் தொட்டு, இன்று வரை இருந்துவரும் கடந்தகால நினைவுச் சின்னமாக இருப்பது ஆரவல்லி மலைத்தொடர். இன்று இப்புவியில் காணப்படும், அழியாமல் இருந்துவரும் மிகப் பழமையான சின்னம் ஆரவல்லி மலைத்தொடரைத் தவிர வேறெதுவும் இல்லை.

ஆரவல்லிக் குன்றுகள் ஒரு காலத்தில் இமயமலையைப் போன்று மிகப்பெரிய, உயரமான மலைகளாக இருந்தன.

பல்லாயிரம் வருடங்களில் அவை கொஞ்சம் கொஞ்சமாகக் கரைந்து உயரம் குறைந்த குன்றுகளாகவும் பாறை முகடுகளாகவும் மாறிவிட்டன. இப்படி அளவில் குறைந்துவிட்டாலும் இந்திய வரலாற்றில் நடைபெற்ற முக்கிய நிகழ்வுகளுக்கு அவை சான்றுகளாக இருக்கின்றன. ஆரவல்லி மலைத்தொடரின் வட எல்லை டில்லி பல்கலைக் கழகத்தின் அருகே காணப்படும் ஒரு முகடு. இன்று கல்லூரியில் பயிலும் இளம் காதலர்கள் கொஞ்சிக் குலாவுமிடமாக இந்தப் பழம் பெரும் பாறைகள் இருந்து வருகின்றன. வரலாறும், அவ்வழியாகச் செல்வோரும் இப்பாறைகளை ஒரு பொருட்டாக மதிப்பதில்லை. இங்குதான் 1857ஆம் ஆண்டு பிரிட்டிஷ் கோட்டைக் காவல் படை, கலகத்தில் ஈடுபட்ட சிப்பாய்களின் மீது பெரிய அளவில் தாக்குதல் நடத்தியது; ஷாஜஹானாபாத் (பழைய டில்லி) மதிற்சுவர்களை துப்பாக்கிகளால் துளைத்தது. பிரிட்டிஷ்காரர்கள். தங்கள் நிலையைப் பலப்படுத்திக் கொண்டு நகரைக் கடுமையாகத் தாக்கினார்கள். முகலாயப் பேரரசர் பகதூர்ஷா ஸஃபார் பர்மாவுக்கு நாடுகடத்தப்பட்டார். அவருடைய புதல்வர்களுக்கு மரண தண்டனை அளிக்கப்பட்டது. அத்துடன் முகலாய மன்னர் மரபு ஒரு முடிவுக்கு வந்தது.[2]

டில்லியிலிருந்து ஆரவல்லிக் குன்றுகள் ஹரியானா மாநிலம் நோக்கி விரிவடைந்து செல்கின்றன. நான் இந்த நூலை எழுதும் போது குர்கானின் நவீனக் கட்டிடங்களின் தாக்குதல்களுக்கு ஆரவல்லியின் பாறை முகடுகள் பணிந்துபோவதைப் பார்க்கிறேன். இந்தப் புராதனக் குன்றுகள், தாறுமாறான சுரங்கப்பணிகளால் அழிக்கப்படுவது மிகவும் வருந்தத்தக்கது. ஆரவல்லி மலைத் தொடரின் பக்கக்கிளை ஒன்று ராஜஸ்தான் மாநிலத்தின் ஜோத்பூர் பகுதியில் காணப்படுகிறது. இதுதான் மிகவும் அதிகமான அழிவிற்கு ஆளாகிறது. ஜோத்பூரின் புறநகர்ப் பகுதியில் இருக்கும் 11ஆம் நூற்றாண்டைச் சேர்ந்த 'பால் சாமன்ந்' ஏரிக்குச் சென்றால் அது பல நாட்கள் வறண்டு கிடப்பதைப் பார்க்கலாம். அந்த ஏரிக்கு ஆதாரமாக இருந்த நீர்ப் பிடிப்புப் பகுதிகள் முற்றிலும் அழிக்கப் பட்டதே ஏரி வறண்டு கிடப்பதற்கான காரணம்.[3] இந்த ஏரியின் கரையோரமாக பல சதுர கிலோ மீட்டர் இடத்தில் பாறைகள் வெட்டியெடுக்கப் படுகின்றன. சில இடங்களில் அனுமதியுடனும், சில இடங்களில் அனுமதி இன்றியும் கற்கள் வெட்டியெடுக்கப் படுகின்றன. பாறைகளைத் தகர்க்கும் வெடிச்சப்தமும், துளைக் கருவிகளின் சப்தமும் எங்கும் கேட்கின்றன. பாறைகள் வெட்டப் படுவதாலும், கற்களை எடுத்துச் செல்லும் வாகனங்கள் எழுப்பும் புழுதியாலும் வெளிக்காற்றில் தூசி மிகுந்து காணப்படுகிறது.

அந்தப் பாலைவனப் பகுதியில் சுட்டெரிக்கும் சூரிய வெப்பத்திற்கு இதம்தர ஒரு மரம் கூட இல்லை. அந்த இடமே நரகமாகக் காட்சி யளிக்கிறது.

தெற்கே, குஜராத்-ராஜஸ்தான் எல்லையில் ஆரவல்லிக் குன்றுகள் சற்று உயர்ந்து மலைகள் போன்ற தோற்றத்தைக் கொடுக்கின்றன. அபு மலையில், 'குருஷிகார்' சிகரத்தில் ஆரவல்லி மலை கடல்மட்டத்திலிருந்து 1722 மீட்டர் உயரத்தில் காணப் படுகிறது. இந்த இடம் கோயில்களும், புராணங்களும் நிறைந்த ஒரு பகுதி. இங்குதான் மிகப்பெரிய தியாகத் தீயிலிருந்து தங்கள் மூதாதையர்கள் தோன்றியதாக இராஜபுதன வீரர்கள் கூறிக் கொள்கிறார்கள். அபு மலைக்கு அருகில்தான் அழகிய ஏரி நகரமான உதைப்பூர் உள்ளது. ஒரு காலத்தில் இந்த நகர்தான் மேவார் நாட்டின் தலைநகராக இருந்தது. பல சிக்கல்களுக்கிடையே ஆக்கிரமிப்பாளர்களை எதிர்த்து வீரத்துடன் போர் புரிந்த நாடு மேவார். ராணா பிரதாப்பும், அவரது 'பில்' பழங்குடிகளும் வீரத் துடன் போராடி, மொகலாயர்களிடம் சரணடைய மறுத்ததைக் குறிக்கும் பாடல்கள், இங்கு மலைப் பிரதேசங்களிலும், பள்ளத் தாக்குகளிலும், இன்றும் பாடப்பட்டு வருகின்றன. இந்த நிகழ்வுகள் அனைத்தும் நடைபெறுவதற்குப் பலகாலம் முன்பே, புவியில் உயிர்களின் பரிணாமம் ஏற்பட, ஒரு மிகப் பெரிய திருப்பு முனையாக இப்பகுதி இருந்தது என்பதற்கு சாட்சியாக இருப்பது ஆரவல்லிக் குன்றுகள்.

530 மில்லியன் ஆண்டுகளுக்கு முன்பே சிக்கலான அமைப்புடைய பல உயிரினங்கள் இருந்ததற்கான தொல்லுயிர்ச் சான்றுகள் இங்கே கிடைக்கின்றன. இதற்குக் 'கேம்பிரியன் வெளிப் பாடு' என்று பெயர். இது ஏற்பட மேலும் பல மில்லியன் ஆண்டுகள் தேவைப்பட்டன. இந்த வெளிப்பாட்டிற்கு 70-80 மில்லியன் ஆண்டுகளுக்குப் பின் பலவிதமான உயிரினங்கள் தொடர்ச்சியாகப் பரிணமித்தன. இதற்கிடையில் 270 ஆண்டுகளுக்கு முன்பு தனித் தனியாக முன்பு பிரிந்த நிலப்பகுதிகள் மீண்டும் ஒன்று சேர்ந்து 'பேஞ்சியா' என்ற ஒரு மிகப்பெரிய நிலப்பரப்பு உருவானது.[4] நிலப்பகுதிகள் பிரிவதும், ஒன்று சேர்வது மான ஒரு சுழல்முறை மாற்றம் பூமியின் நிலவமைப்பு வரலாற்றில் ஒரு பகுதி என இன்று நம்பப்படுகிறது. 'பேஞ்சியா'வின் வரைபடத்தில் இந்தியாவின் நிலப்பரப்பு, ஆப்ரிக்கா, மெடகாஸ்கர், அண்டார்டிகா, ஆஸ்திரேலியா போன்ற பகுதிகளுக்கு இடையே செருகப்பட்டிருப்பதைக் காணலாம். இந்தப் பேஞ்சியாவில்தான் 230-மில்லியன் ஆண்டுகளுக்கு முன்னர் டைனோசர்கள் தோன்றின. இருப்பினும் பூமி ஸ்திரமற்ற

நிலையிலேயே காணப்பட்டது. 175 மில்லியன் ஆண்டுகளுக்கு முன்னால் பேஞ்சியா பிளவுபட ஆரம்பித்தது. முதலில் அது லாரேசியா என்ற வட பகுதிக் கண்டமாகவும் (வட அமெரிக்கா, ஐரோப்பா, ஆசியா உள்ளடக்கிய பகுதி) கோன்ட்வானா என்ற தென்பகுதிக் கண்டமாகவும் (ஆப்பிரிக்கா, தென் அமெரிக்கா, அண்டார்டிகா, ஆஸ்திரேலியா, இந்தியா போன்றவற்றை உள்ளடக்கிய பகுதி) பிரிந்தது. மத்திய இந்தியாவில் காணப்படும் 'கோன்ட்' என்ற பழங்குடி மக்களின் பெயரிலிருந்தே 'கோன்ட்வான' என்ற பெயர் வந்துள்ளது என்பதை நாம் நினைவில் கொள்ள வேண்டும்.

இதன்பிறகு வரிசையாகப் பல நிலப்பிளவுகள் ஏற்பட்டன. முதலில் 158 மில்லியன் ஆண்டுகளுக்கு முன்பாக இந்தியாவும், மடகாஸ்கரும் ஆப்பிரிக்காவிலிருந்து பிரிந்தன. அதன்பின் 130 மில்லியன் ஆண்டுகள் சென்று அண்ட்டார்ட்டிகா பிரிந்து சென்றது. பின் 90 மில்லியன் ஆண்டுகள் சென்று இந்தியாவும், மடகாஸ்கரும் தனித்தனியாகப் பிரிந்து தொடர்ந்து வடக்கு நோக்கி நகர ஆரம்பித்தன.[5] குஜராத் மாநிலம், பலாசினோர் வட்டம் 'ரையோலி' என்ற இடத்தில் டைனோசரின் தொல்லுயிர் எச்சங்கள் மிக அதிகமாகக் காணப்படுகின்றன. இது 1981இல் கண்டு பிடிக்கப்பட்டது. இந்த கிராமம் டைனோசர்கள் முட்டையிட்டுக் குஞ்சுபொறிக்கும் இடமாக இருந்திருக்க வேண்டும். டைனோசர் முட்டைகள், தொல்லுயிர் எச்சங்களாக இங்கு ஆயிரக்கணக்கில் கண்டுபிடிக்கப்பட்டுள்ளன. மற்ற உயிரினங்களைக் கொன்று தின்னும் உயிரினங்களான சிலவற்றின் எலும்புகள் 20–30 அடி நீளத்திற்குத் தொல்லுயிர் எச்சங்களாக இப்பகுதியில் கிடைத் துள்ளன. டைனோசாரஸ் ரெக்ஸ் என்ற ஒரு விலங்கின் அளவில் மூன்றில் இரண்டு பங்கு மேற்குறிப்பிட்ட எலும்புகள் இருக்கின்றன. அழிந்துபோன அந்த விலங்கிற்கு 'இராஜசாரஸ் நர்மதென்சிஸ்' என்று பெயர் சூட்டப்பட்டுள்ளது. 'Lizard King of Narmada' என்று அதற்குப் பொருள். இந்த இடம் தற்போது பாதுகாக்கப் பட்டு டைனோசர் பூங்காவாக மாற்றப்பட்டுள்ளது.[6]

இந்திய நிலப்பரப்பு ஆசியாவை நோக்கி வடக்கு திசையில் நகரத் தொடங்கியதால் அது மறுசேர்க்கைக்கான பல முக்கியப் புள்ளிகளைக் கடந்து செல்ல நேர்ந்தது. இதனால் எரிமலைக் குமுறல்கள் ஏற்பட்டன. மேற்குத் தொடர்ச்சி மலையில் மும்பைக்கு அருகில் இவை ஏற்பட்டன. இதன் விளைவாக 'தக்காண பொறிகள்' என்ற இடங்கள் தக்காண பீடபூமியில் ஏற்படுத்தப் பட்டன. ஜப்பான் நாட்டில் கூம்புவடிவ எரிமலைகளில் ஏற்படும்

வெளிப்பாடுகள் போன்றவையல்ல நாம் மேலே சொன்ன எரிமலைக் குமுறல்கள். படிப்படியாக, ஓர் அடுக்கின் மேல் மற்றொரு அடுக்கு என்ற முறையில் ஏற்பட்ட எரிமலைக் கசிவுகளே அந்தக் குமுறல்கள். இதனால் தட்டையான மேட்டுப் பகுதிகள் உருவாக்கப்பட்டன. நில நூல் வல்லுநர்கள் இவற்றை 'தக்காணப் பொறிகள்' என்று அழைக்கின்றனர். 17 ஆம் நூற்றாண்டின் இறுதியில் மொகலாயப் பேரரரர் ஔரங்கசீப்பின் படைவீரர்களை மராட்டிய கொரில்லாப் படையினரைப் பயன்படுத்தி, பொறி வைத்துப் பிடிப்பதுபோல், வீரசிவாஜி பிடித்தது இந்த இடத்தில்தான். அதனால் 'தக்காணப் பொறிகள்' என்ற பெயர் மிகப் பொருத்த மாகவே உள்ளது. நாம் மேலே விவரித்த எரிமலைக் குமுறல் நீண்டகாலம் தொடரவில்லை. முப்பதாயிரம் ஆண்டுகள் அதுபோல் தொடர்ந்து நடந்திருக்கலாம். ஆனால் அது ஒரு மிக முக்கியமான நிகழ்வு. டைனோசர்கள் மறைந்துபோனதற்கு இந்த நிகழ்வே காரணமாக இருக்கலாம் என்று சில அறிஞர்கள் கருதுகிறார்கள். 'மதிரான்' என்ற கோடை வாசஸ் தலத்திலுள்ள லார்டு பாயிண்ட் என்ற இடத்திலிருந்து பார்க்கும் போது எரிமலைக் குமுறல்கள் ஏற்படுத்திய மாற்றங்களை நம்மால் தெளிவாகக் காணமுடியும்.

இந்திய நிலப்பரப்பு மேலும் மேலும் வடக்கு நோக்கிய தன் பயணத்தைத் தொடர்ந்தது. 50–60 மில்லியன் ஆண்டுகளுக்குமுன் அது யூரேஷியன் தட்டுடன் மோதியது. இந்த மோதலினால் இமயமலைத் தொடரும் திபெத் பீடபூமியும் உருவாயின. இன்று உயரமாக உள்ள மலைகள் அனைத்தும் ஒரு காலத்தில் கடலுக் கடியில் இருந்தன. அதனால்தான் கடலில் வாழ்ந்த உயிரினங்களின் தொல்லுயிர் எச்சங்கள் இன்றும் இமயமலை போன்ற உயரமான மலைகளில் காணப்படுகின்றன. இந்தியத் தட்டின் நகர்வு இன்றும் தொடர்கிறது; ஆசியாவை இன்னும் மேலே தள்ளிக் கொண்டே யிருக்கிறது. இதன் காரணமாக இமயமலை தொடர்ந்து ஆண்டொன்றுக்கு ஐந்து மி.மீ. உயர்ந்து கொண்டேயிருக்கிறது. ஆனால் மண் அரிப்பு இந்த உயர அதிகரிப்பைக் குறைக்கிறது. எந்த இடத்தில் இந்திய நிலப்பரப்பு யூரேஷியன் தட்டுடன் மோதியதோ அந்த இடம் சிந்து–யர்லங்–சான்ப்போ– பொருத்துவாய் எனப் படுகிறது. இந்த பொருத்து வாய்ப் பகுதியிலுள்ள தொட்டி போன்ற பள்ளமான இடத்தில் தான் மானசரோவர் ஏரி அமைந்துள்ளது. இந்த ஏரியைப் பார்த்துக்கொண்டுதான் கைலயங்கிரி நிற்கிறது. இதுதான் இந்துக்களின் நம்பிக்கையின் படி சிவன் உறையுமிடம். பூமியின் மேற்பரப்பிலுள்ள பாறைத் தட்டுகளின் அபரி மிதமான அசைவால் இமய மலைப்பகுதியில் நில அதிர்வுகள் ஏற்படுவதில்

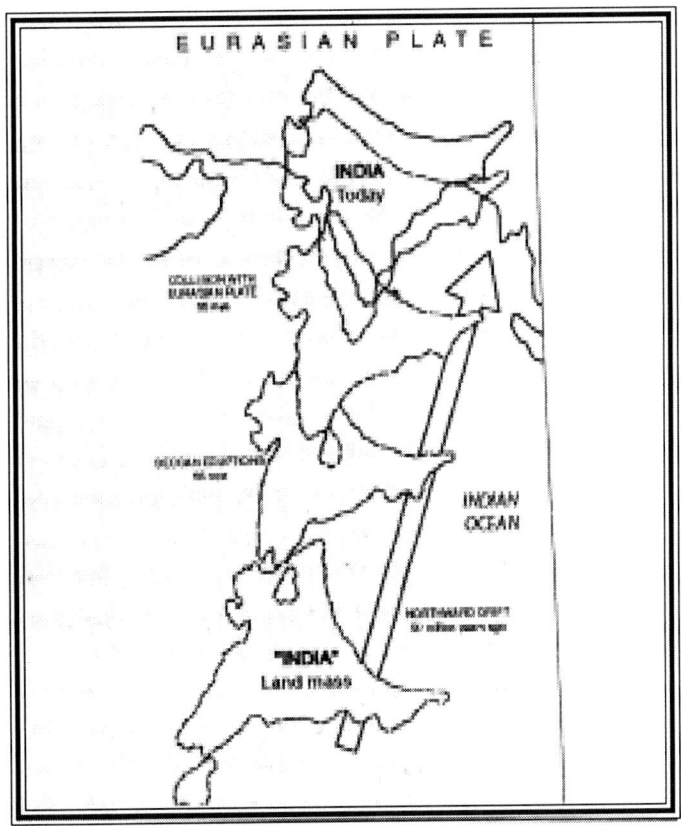

The northward drift of the Indian land mass

வியப்பொன்றுமில்லை. இதனால் அந்த இடத்தில் ஸ்திரத்தன்மை யில்லாமல் அடிக்கடி சக்திமிக்க நில நடுக்கங்கள் ஏற்படுகின்றன. மரம் செடி கொடிகள் அதிகம் இல்லாத லடாக் மேற்சொன்ன நிலவமைப்பு மாற்றங்களைக் காண்பதற்கு ஏற்றதோர் இடம்.

மேலே விவரிக்கப்பட்ட, இந்தியாவின் நிலவமைப்பு வரலாறு பொதுவாக ஏற்றுக்கொள்ளப்பட்டுள்ளது. இருப்பினும் அவிழ்க்கப் படாத புதிர்கள் இன்னும் இருக்கின்றன. பலவிதமான நிகழ்வுகள் மேற்சொல்லப்பட்ட கதைக்குப் பொருந்துவனவாக இல்லை. வஸ்தான் என்னும் ஓரூர் சூரத்திலிருந்து 30.கி.மீ வடக்கேயுள்ளது. கேம்பே வளைகுடா பகுதியில் உள்ள மென் களிமண் அடுக்கு களால் உருவான இடம் வஸ்தான். இங்கு ஏராளமான பழங்காலப் பூச்சியினங்கள் 'ஆம்பர்' எனப்படும் தொல்லுயிர் எச்சங்களாக இன்றும் பாதுகாப்பாக இருந்து வருகின்றன; இது வரை கிட்டத் தட்ட 700 சிற்றினங்கள் அடையாளம் காணப்பட்டுள்ளன. அவை மொத்தம் 55 குடும்பங்களுக்குரியவை. இப்பூச்சியினங்கள் இந்தியாவுக்கு மட்டும் உரியவை அல்ல. ஸ்பெயின் போன்ற ஏனைய நாடுகளிலும் இவைபோன்ற பூச்சியினங்கள் காணப்படுகின்றன. இந்திய நிலப் பரப்பு வடக்கு நோக்கி நகர்ந்து வந்த ஒரு நிலப்பகுதியென்றால், பல மில்லியன் ஆண்டுகளுக்கு முன்பு நம்முடைய இந்தியத் துணைக் கண்டம் தனித்த ஒரு தீவாக இருந்திருக்க வேண்டும். அப்போது தான் நாம் மேலேசொன்ன பூச்சியினங்கள் தோன்றியிருக்கவேண்டும். அப்பூச்சியினங்கள் இந்தியாவுக்குள் எப்படி வந்திருக்க முடியும்? இந்தியாவுக்கு அருகில் வேறு பல தீவுகளும் இருந்திருக்க வேண்டும். அத்தீவுகளில், ஒன்றிலிருந்து மற்றொன்றுக்குத் தாவி, கடைசியாக அப்பூச்சிகள் இந்தியாவுக்குள் வந்திருக்கவேண்டும். இது நம் கேள்விக்கான ஒரு பதில். இந்தியாவும், ஆசியாவும் மோதிக் கொண்டது, நாம் கணித்து வைத்துள்ள காலத்திற்கு முன்பே நடந்திருக்கலாம். இதைப்பற்றி நமக்கு ஒன்றும் தெரியவில்லை.[7]

தொடர்ந்துகொண்டிருக்கும் இந்தியத் தட்டின் வடக்கு நோக்கிய தள்ளுதல், அதை செயல்திறன் பெற்றதாகவே இன்னும் வைத்துள்ளது. இத்தகைய ஒரு செயல்பாட்டினால் ஒரு முக்கிய நதி தன் வழித்தடத்தை மாற்றிக் கொண்டது என்பதையும், அதனால் இந்திய நாகரிகத்தின் வழித் தடமும் மாறியது என்பதையும் நாம் அடுத்த அத்தியாயத்தில் பார்க்கப்போகிறோம். அதுபோன்றதோர் அபாயம் இன்னும் உள்ளது. 2005ஆம் ஆண்டு பாகிஸ்தானிலும், பாகிஸ்தான் ஆக்கிர மிப்பு காஷ்மீரிலும், ரிக்டர் அளவுகோலில் 7.6 வரை சென்ற நில நடுக்கம் 80,000 உயிர்களைப் பலி வாங்கியது. இதைவிட அதிக சக்திவாய்ந்த நில நடுக்கங்களும் இமயமலைத்

தொடர் பகுதியில் பதிவு செய்யப்பட்டுள்ளன. 1950ஆம் ஆண்டு அஸ்ஸாமில் ஏற்பட்ட நிலநடுக்கம் ரிக்டர் அளவுகோலில் 8.6 வரை இருந்தது. இதுவரை பதிவு செய்யப்பட்டுள்ள மிகப்பெரிய நிலநடுக்கங்களில் இதுவும் ஒன்று. அதிஷ்டவசமாக இந்த நில நடுக்கத்தின் மையப் புள்ளி அதிக மக்கள்தொகை இல்லாத ஓர் இடத்தில் அமைந்ததால் உயிர்ச்சேதம் 1500க்குள் மட்டுப்படுத்தப் பட்டது. இதுபோன்றதோர் நிலநடுக்கம் அதிக மக்கள் வாழும் பகுதியில் ஏற்பட்டிருந்தால் பல்லாயிரக்கணக்கான மக்கள் உயிரிழந் திருப்பார்கள். இப்போதுள்ள பூமி மேற்பரப்புப் பாறைகளின் அழுத்தத்தைப் பார்க்கும்போது அடுத்த நில நடுக்கம் எப்போது வேண்டுமானாலும் ஏற்படலாம். அதற்கான காலம் வெகு தொலைவிலில்லை. அதனால்தான் இமயமலைப் பகுதி நீர்த் தேக்கங்கள் கட்டுவதற்கு மிகவும் ஆபத்தான பகுதியாக இருக்கிறது.

இந்திய நிலப்பரப்பு, இமயமலையோடு, ஆசியாவுடன் செருகப்பட்டபிறகு, இந்தியாவில் கங்கை சமவெளியின் உரு வாக்கம் ஆரம்பமானது. இமயமலைத் தொடருக்கும், மிகப் பழமையான விந்திய மலைத் தொடருக்குமிடையே கங்கை சமவெளிப் பிரதேசம் ஆரம்பத்தில் உருவானது. கங்கை நதியிலிருந்தும், அதன் கிளை நதிகளிலிருந்தும் கொண்டுவந்து சேர்க்கப்பட்ட சேற்றுமண் சிறிது சிறிதாகப் பள்ளப் பகுதிகளில் படிந்து வளமிக்க வண்டல் சார்ந்த சமவெளிப்பகுதி உருவாக்கப்பட்டது. இந்த மாற்றம் சமீப காலங்களில் ஏற்பட்டதுதான். அப்போது வாழ்ந்த மக்கள் இந்த மாற்றத்தைக் கண்டிருக்கமுடியும். கங்கை தன்னுடைய ஓடு பாதையை தெற்குநோக்கி அடிக்கடி மாற்றிக்கொண்டிருக்கிறது என்பதை நாம் அறிவோம். இதனால் வண்டியின் பூட்டாங்கயிறு போன்ற U வடிவ ஏரிகள் உருவாகியிருப்பதை நாம் இன்னும் காணலாம்.

விந்தியமலைக்கு அருகேயுள்ள சுனார் (காசிக்கு அருகில்) என்ற இடத்திற்கு அருகில், வளைந்து திரும்பிய போதுதான் கங்கையின் தென்முகப்பயணம் ஒரு முடிவுக்கு வந்தது. இந்த இடம் மலை மீதிருந்து பார்க்கும்போது ஓர் அழகிய காட்சியைக் கொடுக்கிறது. மேலும் இந்த இடம் மிகவும் விரும்பப்படும் இராணுவ முக்கியத்துவம் உடைய ஓர் இடமாகக் கருதப்படுகிறது. சுனார் கோட்டையை யார் தன் கட்டுப்பாட்டில் வைத்திருக்கிறாரோ அவர்தான் இந்தியாவின் தலைவிதியை நிர்ணயிப்பார் என்று முன்பு கூறப் பட்டு வந்தது. சுனார் கோட்டைக்குள் செல்வதென்பது இந்திய வரலாற்றினூடே நடந்து செல்வதற்கு ஒப்பாகும். இக்கோட்டையின் மதிற்சுவர்கள் புராண கால அரசன் விக்கிரமாதித்தியன்,

மொகலாயர்கள், ஷெர் ஷாசூரி, கவர்னர் ஜெனரல் வாரன் ஹேஸ்டிங்ஸ் – போன்றோரின் கதைகளை எதிரொலிக்கின்றன. ஒவ்வொரு சகாப்தத்தையும் நினைவுபடுத்தும் பொருட்கள் இக்கோட்டையினுள் இருப்பதுடன் 18ஆம் நூற்றாண்டைச் சேர்ந்த சூரிய கடிகாரம் ஒன்றும் இங்குள்ளது. கோட்டைச் சுவர்களுக்குக் கீழே மறக்கப்பட்ட ஆங்கிலேய மயானமும் இருப்பதை நாம் மறந்து விடக்கூடாது. ஆங்கிலேயர்களின் கல்லறைகளின் மீது வைக்கப் பட்டுள்ள அறிவிப்புக் கற்பலகைகள், ஆர்வத்தைத் தூண்டும் செய்திகளைக் கூறுகின்றன. கோட்டையின் தென்மேற்குப் பகுதிக்கு அருகில் கி.மு. மூன்றாம் நூற்றாண்டில், மௌரியர்களுக்குத் தேவை யான கட்டுமானக் கற்களை அளித்து வந்த கற்சுரங்கங்களைக் காணலாம். இங்கு வெட்டியெடுத்த கற்களைக்கொண்டே மௌரியர்கள் சார்நாத்தில் உள்ள சிங்கச் சின்னங்களை உருவாக்கினார்கள். அந்த சிங்கச்சின்னம்தான் நம் நாட்டின் அடையாளச் சின்னமாக இன்று உள்ளது. மூன்றாவது அத்தியாயத்தில் அந்தச் சின்னத்தைப் பற்றி விரிவாகப் பார்க்கலாம்.

இந்தியத் துணைக் கண்டத்தில் மக்களின் தோற்றம்

இந்திய நிலப்பரப்பு ஆசியாவுடன் மோதியபோது, உலகின் மற்ற பகுதிகளில் காணப்படும், பரந்துபட்ட இயற்கைச் சூழலோடு அது மறுபடியும் தன்னை இணைத்துக் கொண்டது. இந்தியாவில் காணப்படும் பாலூட்டிகளுக்கும், ஆப்பிரிக்காவில் காணப் படுபவைகளுக்குமிடையே (யானைகள், காண்டாமிருகங்கள், சிங்கங்கள் முதலியவை) உள்ள ஒற்றுமைகளுக்கு இந்தியா ஒரு காலத்தில் ஆப்பிரிக்காவுடன் முன்பு இணைந்திருந்ததே காரண மென்று பலர் நினைக்கிறார்கள். ஆனால் இந்த ஒற்றுமைக்கு இந்தியாவும், ஆப்பிரிக்காவும் முன்பு இணைந்திருந்தது காரணமாக இருப்பதற்கு வாய்ப்பில்லை. ஏனெனில் டைனோசர்களின் காலத்திலேயே[8] இந்தியா ஆப்பிரிக்காவிலிருந்து பிரிந்துவிட்டது. யானைகள், காண்டாமிருகங்கள், சிங்கங்கள் போன்றவை இந்தியா விற்குள் வந்ததற்கான காரணம் இந்தியா மறுபடியும் யுரேஷியா வுடன் இணைந்ததாக இருக்கலாம். வேறு இடங்களில் ஏற்பட்ட தட்பவெப்ப மாற்றங்களால் அந்த விலங்குகள் அங்கிருந்து இந்தியா விற்குப் புலம் பெயர்ந்து வந்திருக்கலாம். 33,000 ஆண்டுகளுக்கு முன்பு சைபீரிய மேமாத் என்ற மிகப்பெரிய யானை போன்றதோர் விலங்கு, சைபீரியாவில் வாழ்ந்து வந்தது. பின் அது அழிந்து விட்டது. அழிந்துபோன அந்த விலங்கின் உடல் பனிக்கட்டிகளில் புதைந்து, கெடாமல் பாதுகாக்கப்பட்டு வந்துள்ளது. இதன் மரபுப்

பண்புகள் பற்றி ஆய்வுகள் மேற்கொள்ளப்பட்டிருக்கின்றன. லீப்ஸிக் என்ற இடத் திலிருக்கும் மேக்ஸ்பிளான்க் ஆய்வுக் கழக விஞ்ஞானிகள் மேற்சொன்ன ஆய்வுகளை மேற்கொண்டனர். அந்த ஆய்வுகளிலிருந்து 'ஸைபீரிய மேமாத்' இந்திய யானைகளுடன்தான் அதிகமாகத் தொடர்புடையதாகத் தெரிகிறது; ஆப்பிரிக்க யானைகளுடன் அல்ல. ஆசிய–ஆப்பிரிக்க யானைகளுக்கிடையேயிருந்த மரபு வழித் தொடர்புகள் ஆறு மில்லியன் ஆண்டுகளுக்கு முன்பே பிரிக்கப்பட்டுவிட்டன. ஆனால் ஆசிய யானைகள் 4,44,000 ஆண்டுகளுக்கு முன்புதான்[9] சைபீரிய மேமாத்திடமிருந்து பிரிந்திருக்கின்றன. இந்த உண்மை மேக்ஸ் பிளான்க் ஆய்வுக் கழக விஞ்ஞானிகளால் வெளியிடப்பட்டுள்ளது.

மேலும் இந்தியாவில் காணப்படும் பல விலங்கினங்கள் துணைக்கண்டத்தின் கிழக்கு திசையிலிருந்து வந்திருக்கின்றன. இதற்கு ஒரு நல்ல எடுத்துக்காட்டு புலி. புலி எங்கே முதலில் தோன்றியது என்பதில் நிறைய கருத்து வேறுபாடுகள் இருக்கின்றன. சில அறிஞர்கள் புலி சைபீரியாவில் தோன்றியிருக்க வேண்டுமென்றும், வேறு சிலர் அது தென்சீனப் பகுதியில் தோன்றியிருக்க வேண்டுமென்றும் கூறுகின்றனர். இரண்டு மில்லியன் ஆண்டுகள் பழமையான, இப்போதுள்ள புலியின் மூதாதையர் களான விலங்குகளின் எச்சங்கள் சைபீரியா, சீனா, சுமத்ரா, ஜாவா– போன்ற இடங்களில் கிடைத்துள்ளன. ஒப்பிட்டுப் பார்க்கும்போது புலி இந்தியாவுக்குப் புதிதென்றே தோன்றுகிறது. மரபியல் புள்ளி விவரங்களின் அடிப்படையிலும், தொல்லுயிர்ப் படிவங்களின் அடிப்படையிலும் பார்க்கும்போது வங்காளப் புலி சமீபத்தில்தான் இந்தியாவுக்கு வந்திருக்க வேண்டும். அனேகமாக 12,000 ஆண்டுகளுக்கு முன்னர்தான் அது இந்தியாவுக்கு வந்திருக்க வேண்டும்.

இவ்வளவுக்குமிடையே மனிதர்கள் எங்கேயிருந்தார்கள்? உடற்கூறு அடிப்படையில் 2,00,000 ஆண்டுகளுக்கு முன் தற்கால மனிதர்கள் ஆப்பிரிக்காவில் தோன்றினார்கள் என்று ஒரு பொதுக்கருத்து நிலவுகிறது. மரபியல் புள்ளிவிவரங்களும், அகழ்வாராய்ச்சியின் போது கிடைத்த சான்றுகளும், மேற்சொன்ன கருத்தோடு ஒத்துப் போகின்றன. மரபியல் ஆய்வுகளின்படி கலஹாரி (ஆப்பிரிக்கா) என்ற இடத்தில் காணப்படும் 'சான்' என்ற ஆதிவாசிகளே இன்று உயிருடன் வாழ்ந்து வரும் பூர்வகுடிமக்கள். உலகில் காணப்படும் மற்ற எல்லா இன மக்களிடமிருந்தும் இவர்கள் மரபியல் அடிப்

படையில் வேறுபட்டுக் காணப்படுகின்றனர். முதலில் தோன்றிய மனிதனின் நேரடி வாரிசுகளாக இந்த 'சான்' என்ற ஆதிவாசிகள் கருதப்படுகிறார்கள்.[10]

தற்கால மனிதர்கள்தான் இப்புவியில் நடந்து திரிந்த முதல் ஹியூமனிட் (humanid) வகை மனிதர்கள் என்று சொல்லிவிட முடியாது. ஒரு மில்லியன் ஆண்டுகளுக்கு முன்பே தற்கால மனிதர்கள் போன்ற ஹோமோ இரக்ட்டஸ் (Homo erectus) என்ற ஓர் இனத்தினர் கல்லால் செய்யப்பட்ட ஆயுதங்களைப் பயன் படுத்திக்கொண்டு சீனா மற்றும் ஜாவா வரை அலைந்து திரிந்து வாழ்ந்து வந்தார்கள். தற்கால மனித இனம் ஆப்பிரிக்காவில் பரிணமிப்பதற்கு முன்பே 'நியேன்டர்தால்' மனிதர்கள் ஐரோப்பாவிலும், மேற்கு ஆசியாவிலும் நன்கு நிலை பெற்றிருந்தார்கள். இந்த நியேன்டர்தால் மனிதர்கள் தற்கால மனிதர்களின் ஒன்றுவிட்ட சகோதரர்கள். வேறு விதமாகச் சொல்வதென்றால் ஒரு மிகப் பெரிய குடும்ப மரத்தில் நாம்தான் இன்னும் உயிர் வாழ்ந்து கொண்டிருப் பவர்கள். பரிணாம வளர்ச்சியில் இன்றுள்ள மனிதர்கள் வெற்றி கரமான இனமாக நிலைத்திருப்பார்கள் என்று அந்தகாலத்தில் சொல்ல முடியவில்லை. நாம் (இன்றைய மனிதர்கள்) ஆப்பிரிக்கக் கண்டத்தைவிட்டு வெளியே வருவதற்கு முதலில் எடுத்த முயற்சி தோல்வியடைந்தது என்பதற்கான சான்றுகள் உள்ளன. ஸ்கல், குவாஃப்ஸி என்ற இஸ்ரேலிய குகைகளில் கண்டுபிடிக்கப்பட்ட அகழாய்வுச் சான்றுகள், 1,20,000 ஆண்டுகளுக்கு முன்பே தென் மேற்கு ஆசியாவில் உள்ள பெரிய நிலப்பரப்புக்கு மனிதர்கள் சென்றிருக்க வேண்டும் என்பதைக் காட்டுகின்றன. அந்த சமயத்தில் பூமியானது வெப்பம், ஈரப்பதம் இரண்டும் நிறைந்து பனிக்கட்டிக் காலங்களின் இடைப்பட்ட காலத்தில் இருந்திருக்க வேண்டும். அக்காலம் மனிதர்களின் இடப்பெயர்வுக்கு ஏற்றதோர் காலமாக இருந்திருக்க வேண்டும். அத்தகையதோர் காலம் நீண்ட நாட்கள் நிலைத்திருக்கவில்லை. புதிய பனிக்கட்டி காலம் விரைவில் தொடங்கியது. குடிபெயர்ந்து சென்ற மனிதர்கள் ஒன்று, இறந்து விட்டார்கள் அல்லது முதலில் வாழ்ந்து வந்த இடத்திற்கே திரும்பச் சென்றுவிட்டார்கள்.

அடுத்த 50,000 ஆண்டுகள் நமது முன்னோர்கள் ஆப்பிரிக்காவில் தான் இருந்து வந்தார்கள். சுமார் 65,000 முதல் 75,000 ஆண்டுகளுக்கு முன்னர் ஆப்பிரிக்காவில் வாழ்ந்து வந்தவர்களில் ஒரு சிறு கூட்டத்தினர் அங்கிருந்து கிளம்பி அரேபிய தீபகற்பத்திற்கு வந்து விட்டார்கள்.[11] இன்றுள்ள ஆப்பிரிக்கத் தொடர்பில்லாத

மனிதர்கள் யாவரும் சுற்றித்திரிந்த இந்த சிறு கூட்டத்தினரின் வழித்தோன்றல்கள்தான்.[12] அப்படியென்றால் ஆப்பிரிக்கத் தொடர்பற்ற மனிதர்களிடம் மரபியல் ரீதியான வேறுபாடுகள் மிகவும் குறைவு என்று பொருள். உலகம் முழுவதும் நாம் அதிகம் பரவியிருப்பதிலுள்ள மென்நயத்தன்மையின் முக்கியத்துவத்தை மேற்காட்டிய உண்மை புலப்படுத்தும்

தற்கால மனித இனம் பல்கிப் பெருகுவதில் பூமியின் தட்ப வெப்ப நிலையும், சுற்றுச்சூழலும் மிகப்பெரிய தாக்கங்களை ஏற்படுத்தின.[13] நம் பூமி குளிர்வதும், வெப்பமாவதுமான இயற்கையான சூழல் மாற்றங்களை சந்தித்து வருகிறது. தொடக்கால மனிதர்கள் ஆப்பிரிக்காவை விட்டு வெளியேறிய சமயத்தில் பூமி மிகவும் குளிர்ந்து காணப்பட்டது. பெரும்பகுதி நீர் பனிப்பாளங்களாக இருந்தது. அதன் காரணமாக பல இடங்களில் கடல் மட்டம் இன்று காணப்படுவதைக் காட்டிலும் 100 மீட்டர் வரை கீழே இருந்தது. அதேபோல் தட்ப வெப்ப நிலையிலும் இடத்திற்கு இடம் இன்றுள்ளதைவிட வேறுபாடுகள் அதிகம் காணப்பட்டன. ஆப்பிரிக்காவிலிருந்து தெற்கு அரேபியாவிற்கு இடம் பெயர்ந்த சிறு கூட்டத்தினர் இன்றுள்ளதைவிட குறுகலாக இருந்த செங்கடல் பகுதியைக் கடந்து வந்திருக்க வேண்டும். அப்போது அரேபியக் கடற்கரைப்பகுதி ஈரப்பதம் நிறைந்ததாகவும், மனிதர்களுக்கு ஏற்றதாகவும் இருந்திருக்க வேண்டும்.

நவீன மனிதர்கள் அரேபியக் கடற்கரைப் பகுதியினூடே பயணித்து இன்றுள்ள பாரசீகப் பகுதிக்கு வந்தார்கள். பாரசீக வளைகுடாவின் சராசரி ஆழம் 36 மீட்டர்கள்தான்.[14] அக்காலத்தில் கடல்மட்டம் இன்றுள்ளதைக் காட்டிலும் 100 மடங்கு பள்ளத்தில் இருந்தது என்று பார்த்தோம். எனவே பாரசீக வளைகுடாப் பகுதி, சமவெளிப்பகுதியாக, அசலான ஈடன் தோட்டமாக இருந்திருக்க வேண்டும். ஆரம்பகால மனிதர்களுக்கு இந்த இடம் மிகவும் கவர்ச்சிகரமான இடமாகவும், தங்கள் இனத்தைப் பெருக்கிக் கொள்ள ஏற்ற இடமாகவும் இருந்திருக்க வேண்டும். இங்கிருந்து மத்திய ஆசியாவுக்கும், ஐரோப்பாவுக்கும் செல்வது அப்போது நிலவிய, பனிக்கட்டிக் காலத்தில் சாத்தியமில்லாமல் இருந்தது. இருப்பினும் மக்ரான் கடற்கரையோரமாக (சிந்து பலுசிஸ்தான்) பயணித்து மக்கள் இந்தியத் துணைக்கண்டத்தினுள் வந்திருக்க வேண்டும். இந்தியக் கடற்கரை இன்று நாம் பார்ப்பதிலிருந்து வேறுபட்டதாக, 25–100 கி..மீ வெளியே தள்ளி இருந்தது.

ஒரு கட்டத்தில் பாரசீக வளைகுடாப் பகுதியில் இருந்த மக்களில் ஒரு பிரிவினர் இந்தியத் துணைக்கண்டத்தினுள்

நுழைந்தனர். அப்போதிருந்த நில அமைப்பு இதர 'ஹோமோநிட்' மனித இனத்தினரின் புலப்பெயர்வுக்கு சாதகமாக இருந்தது.[15] ஐரோப்பாவில் வசித்து வந்த நியேன்டர்தால் மனித இனத்தினர் தொடர்ந்து மேற்கு நோக்கி நகர்ந்து கடைசியில் ஜிப்ரால்ட்டரில் இருந்த ஒரு குகைக்குச் சென்று அங்கேயே மடிந்துவிட்டனர் என்ற செய்தி நாம் அறிந்ததே. இருப்பினும் ஆசியாவின் நவீன ஹோமோநிட் இனத்திற்கு முன்பிருந்த இனத்தினர் என்ன வானார்கள் என்று நமக்குத் தெரியவில்லை. 74,000 ஆண்டுகளுக்கு முன் சுமத்ராவில் ஏற்பட்ட 'டோபோ' எரிமலைக் குமுறலினால் அந்த ஹோமோநிட் இனத்தினர் மடிந்துபோயிருக்க வேண்டும். தீபகற்ப இந்தியா, எரிமலைக் குமுறலின்போது ஏற்பட்ட சாம்பலினால் மூடப்பட்டிருந்தது என்பதை 'ஜ்வாலபுரம்' அகழ் வாராய்ச்சிகள் காட்டுகின்றன. இதுகுறித்து வல்லுனர்களிடையே கருத்து வேறுபாடு நிலவுகிறது. நவீன ஹோமேனிட்களுக்கு முன்பிருந்த மனித இனத்தை மேற்சொன்ன எரிமலை வெடிப்பு முழுவதும் அழித்துவிட்டது என்று கருத இடமுள்ளது. இதனால் புதிய மனிதர்கள் இந்தியத் துணைக்கண்டத்தினுள் வருவதற்கு வாய்ப்பு ஏற்பட்டது. அவ்வாறு வந்தவர்கள் தென்கிழக்கு ஆசியா முழுவதும் பரவினார்கள். அந்தமான், நிக்கோபார் தீவுகளில் வாழ்ந்து வரும் ஆதிவாசிப் பழங்குடியின மக்கள் மிக முற் காலத்திலேயே அந்த இடத்திற்குப் புலம்பெயர்ந்து வந்தவர்களில் எஞ்சியிருப்பவர்கள் என்று அறிஞர்கள் கருதுகிறார்கள்.

புலம்பெயர்ந்து வந்தவர்களில் ஒரு குழுவினர், 40,000 ஆண்டுகளுக்கு முன்னர் ஆஸ்திரேலியாவுக்குச் சென்றனர். அவர்கள் தான் இன்று அங்கு காணப்படும் ஆதிவாசிப் பழங் குடியினரின் மூதாதையர்கள். ஆஸ்திரேலியப் பழங்குடியினருக்கும், தென்கிழக்கு ஆசியப் பழங்குடியினருக்குமிடையே மரபு வழித் தொடர்புகள் இருப்பதை மரபியல் ஆய்வுகள் நிரூபித்துள்ளன. இருப்பினும் இன்றுள்ள இந்தியர்களுக்கும், ஆஸ்திரேலியப் பழங் குடியினருக்கும் இடையே நேரடியான மரபுவழித் தொடர்புகள் இருப்பதாக, நீண்ட நாட்களுக்குப் பிறகும் ஆராய்ச்சியாளர்களால் நிரூபிக்க முடிய வில்லை. ஆஸ்திரேலியாவுக்குச் சென்ற மக்கள் கூட்டத்தினர் இந்தியாவைத் தவிர்த்துவிட்டு மத்திய ஆசியா வழியாகச் சென்றிருக் கலாம் என்று சில அறிஞர்கள் கருத்து தெரிவித்துள்ளனர்.[16] 2009ஆம் ஆண்டு வெளிவந்த இந்திய மானுடவியல் ஆய்வு நிறுவனத்தின் அறிக்கை இந்தியப் பழங்குடியினருக்கும், ஆஸ்திரேலிய உள்நாட்டுப் பழங்குடியினருக்கும் ஓரளவு மரபுவழித் தொடர்புகள் இருப்பதாகத் தெரிவிக்கிறது.[17] இந்த மரபுவழித்

தொடர்பு மிகவும் சிறிய அளவில் உள்ள தொடர்புதான். மொத்தம் இருபத்தாறு பழங்குடியினங்களைச் சேர்ந்த 966 பேர்களிடம் நடத்தப் பட்ட சோதனையில் ஏழு நபர்களிடம் மட்டுமே மரபுவழித் தொடர்பு ஓரளவுக்குக் காணப்பட்டது. எனவே புதிருக்கான விடை ஓரளவு தெரிந்துவிட்டது, என்று நாம் எடுத்துக்கொள்ளலாம். இந்தியப் பழங்குடியின மக்களும், ஆஸ்திரேலியப் பழங்குடியின மக்களும் 50,60,000 ஆண்டுகளுக்கு முன்பே பிரிந்துவிட்டார்கள் என்று ஆராய்ச்சியாளர்கள் கருதுகின்றனர்.

இதற்கிடையில் கணிசமான அளவு மக்கள் பாரசீக வளைகுடாப் பகுதியிலும், துணைக்கண்டத்திலும் பல்லாயிரம் ஆண்டுகளாகத் தங்கிவிட்டார்கள். அப்படி அவர்கள் தங்கியிருந்த போது பல மரபுவழிகளைச் சேர்ந்த கிளைகள் அவர்களிடமிருந்து பிரிந்தன. இரு பனிக்கட்டிக் காலங்களுக்கு இடைப்பட்ட மித வெப்ப காலத்தில் மேற்சொன்ன கிளையினர், ஐரோப்பாவுக்கும், மத்திய ஆசியாவுக்கும் சென்றிருக்க வேண்டும். அந்த சமயத்திலும் தட்பவெப்ப நிலை இன்றிருப்பதைக் காட்டிலும் மிகவும் குளிர்ந்தே யிருந்தது; தட்பவெப்ப நிலையில் பல சுழல் மாற்றங்கள் ஏற்பட்டிருக்க வேண்டும். எனவே நாம் தட்ப வெப்பத்தில் நிலையாக இருந்த ஒரு நிலப்பரப்பைப் பற்றிப் பேசவில்லை. பாரசீக வளைகுடாப் பகுதியில் வாழ்ந்தவர்கள் பற்றிய ஆய்வு இன்னும் முடிவடைய வில்லை. ஏனெனில் இன்று அப்பகுதி தண்ணீருக்குள் உள்ளது. எப்படியிருந்தாலும் ஜெஃப்ரே ரோஸ் போன்ற ஆய்வாளர்கள் மிகுந்த சிரமம் எடுத்துக்கொண்டு ‘வளைகுடாவின் பாலைவனச் சோலை’ (Gulf Oasis) பற்றிய வரலாற்றை மறுசீரமைப்பு செய்து வருகிறார்கள்.

பல்லாயிரம் ஆண்டுகளுக்குமுன் நிகழ்ந்த நிகழ்ச்சிகளின் சுருக்கம் இதுதான். கற்காலத்தைச் சேர்ந்த ஐம்பது முதல் நூறு நபர்கள் அடங்கிய மிகச் சிறு குழுக்களில், இட வாரியாகவும், கால வாரியாகவும், என்னென்ன மாற்றங்கள் ஏற்பட்டன என்பதை நாம் ஆய்வுசெய்து கொண்டிருக்கிறோம். அவர்களின் சலனங்கள் ஒரே நேர்க்கோட்டிலும், வகைப்படுத்தப்பட்டும் இருந்திருக்க வாய்ப்பில்லை. அவர்கள் அங்குமிங்குமாக சுற்றித் திரிந்திருக்கலாம்; விட்டுச் சென்ற இடங்களுக்கே மீண்டும் வந்திருக்கலாம். அவர்களின் செயல்பாடுகளில் சட்டென முடிவுக்கு வரும் பல இடங்கள் இருக்கின்றன. வெளியிலிருந்து இந்தியத் துணைக் கண்டத்துக்குள் மனிதர்கள் வந்து சேர்ந்தது போன்றே, இங்கிருந்தும் வெளியிடங்களுக்குப் பலர் சென்றிருக்கின்றனர். இந்திய மரபு வழியைச் சேர்ந்த பல குழுவினர் உலகம் முழுவதும் வியாபித் திருப்பதை மரபியல் அறிஞர்கள் கண்டுபிடித்துக் கூறியிருக்கின்றனர்.

உலகில் காணப்படும் பல முக்கியமான மரபு வழிகளுக்கு இந்தியாவே ஊற்றாக இருந்துள்ளது என்று அவர்கள் தெரிவிக்கிறார்கள். இயற்கைப் பேரிடர்கள், பசி, இனக்குழுக்களுக்கிடையே நடந்த போர்கள், மிகவும் முக்கியமாக நோய்கள் போன்றவையே, யார் வாழப் போகிறார்கள், யார் மடியப் போகிறார்கள் என்பதைத் தீர்மானிக்கின்றன. கற்காலத்தில், சூழ்நிலைகளில் ஏற்பட்ட சிறு மாற்றம், இன்றைய மக்களிடையே காணப்படும் ஜீன்களின் அமைப்பு முறையில் மிகப்பெரிய வேறுபாடுகள் காணப்படு வதற்குக் காரணியாக இருந்திருக்கும்.

இந்தியாவில் கற்காலத்தைச் சேர்ந்த ஆரம்பகால மனிதர்களின் எச்சங்கள் மிக அதிக அளவில் நாடு முழுவதும் சிதறிக் கிடக் கின்றன. மத்திய இந்தியாவில் 'பீம்பேத்கா' என்ற இடம் மிக அதிக அளவில் ஆதிகால மனிதர்களின் எச்சங்களைக் கொண்டுள்ளது. 1950ஆம் ஆண்டுதான் இது கண்டுபிடிக்கப்பட்டது. இன்று இந்த இடம் உலகப் பாரம்பரிய முக்கியத்துவம் வாய்ந்த இடமாக 'யுனெஸ்கோ' நிறுவனத்தால் அறிவிக்கப்பட்டுள்ளது. இந்த இடம் ஒரு மலைப்பாங்கான பகுதியில் உள்ளது. இங்கு நூற்றுக்கணக்கான குகைகளும், பாறைகளால் அமைக்கப்பட்ட தங்குமிடங்களும் இருக்கின்றன. இங்கு 30,000 ஆண்டுகளுக்குமேல் தொடர்ந்து மனிதர்கள் வாழ்ந்து வந்துள்ளனர்.

இந்த நீண்டகால இடைவெளியில் நாட்டின் தட்பவெப்ப நிலையிலும், வனஉயிர்த் தொகுப்பிலும் மிகப்பெரிய மாற்றங்கள் ஏற்பட்டுள்ளன. நெருப்புக் கோழியின் முட்டை ஓடுகளால் உருவாக்கப் பட்ட மணிகளும், ஆபரணங்களும் இந்த இடத்தில் கண்டு பிடிக்கப்பட்டிருப்பதிலிருந்து இந்தியாவில் அப்பறவைகள் அக்காலத்தில் இருந்துள்ளன என்பது தெரிகிறது. கற்காலத்தில் நிலவிய அழகுசாதனப் பொருட்கள் தயாரிப்புத் தொழிலே, நெருப்புக் கோழியினங்கள் நம் மண்ணிலிருந்து மறைந்து போனதற்குக் காரணமாக இருக்கலாம். தற்கால விலங்குகளையும் குதிரைகளின் மீது சவாரி செய்யும் போர் வீரர்களையும் காட்டும் ஓவியங்கள் பீம்பேத்காவில் உள்ள பாறைகளில் வரையப்பட்டுள்ளன. இந்த ஓவியங்கள் வெண்கல காலத்தைச் சேர்ந்தவையாகவும் இருக்கலாம். இந்த ஓவியங்களிலிருந்து இந்திய நாகரிகத்தின் தொன்மை மறைபொருட்காட்சியாக நமக்குத் தெரிகிறது. பீம்பேத்காவில் கண்டுபிடிக்கப்பட்டுள்ள நடனமாடும் கடவுளின் ஓவியத்தையும், அக்கடவுளிடம் உள்ள கைக்காப்புகளையும், திரி சூலத்தையும் பார்க்கும்போது அது நர்த்தனம் செய்யும் சிவனின் உருவமாகத்தான்

இருக்கவேண்டும்[18] என்று கருத்து தெரி வித்துள்ளார், பி.பி.சி. செய்தி நிறுவனத்தின் மைக்கேல் வுட் என்பவர்.

மிக்க வீரியத்துடன் காணப்பட்ட பனிக்கட்டி காலம் ஏழத்தாழ 24,000 ஆண்டுகளுக்கு முன் இருந்திருக்க வேண்டும். அப்பனிக் கட்டிக் காலம் 18,000 முதல் 20,000 ஆண்டுகளுக்கு முன் தனது உச்சகட்டத்தில் இருந்திருக்க வேண்டும். அதன்பிறகுதான் பூமி வெப்பமடையத் தொடங்கியது. 14,000 ஆண்டுகளுக்கு முன் பனிப்பாளங்கள் மிகவிரைவாக உருக ஆரம்பித்திருக்க வேண்டும். அதனால் உலகின் பல இடங்களிலும் கடல்மட்டம் உயர்ந்தது. பருவநிலையும் மாறத் தொடங்கியது. 12,500 ஆண்டுகளுக்கு[19] முன் பாரசீக வளைகுடாப் பகுதி நீரால் நிரம்பியது. 7500 முதல் 8000 ஆண்டுகளுக்கு முன்பு வளைகுடாவின் பாலைவனச் சோலை (Gulf oasis) முழுவதும் நீரால் மூடப்பட்டுவிட்டது. இதுவே, சுமேரிய நூல்களிலும், பரிசுத்த வேதாகமத்திலும் (Bible) கூறப்பட்டுள்ள மகாப்பிரளயமாக இருக்கலாம். கடல் மட்டத்தின் உயர்வாலும், பாலைவனங்கள் உருவானதாலும் அன்றையப் பாரசீக வளை குடாப் பகுதி மக்கள் வெளியே தள்ளப்பட்டிருக்கலாம். சமீபத்திய அகழாய்வுகள் 7500 ஆண்டுகளுக்கு முன் மேட்டுப் பகுதியில் மக்கள் குடியமர்வது ஓர் உச்சத்தை அடைந்தது என்று கூறுகின்றன.[20] அந்த காலகட்டத்தில்தான் கடல்சார்ந்த இயக்கங்கள் ஏற்பட்டுள்ளன என்பதையும் நாம் பார்க்கிறோம். 7500 ஆண்டுகளுக்கு முன் வழக்கத்தில் இருந்த நாணல் படகு ஒன்றின் மாதிரி உருவமும், கடலில் பயணம் செய்ய உதவும் பாய்மரக்கப்பலின் தூண்களும் குவைத் நாட்டில் கண்டுபிடிக்கப்பட்டுள்ளன. வேறுவிதமாகச் சொல்வ தென்றால் நாம் இப்போது புதிய கற்காலம் பற்றி விவரித்துக் கொண்டிருக்கிறோம். புதிய கற்கால மனிதர்கள் வேளாண்மைத் தொழில் செய்யவும், வீட்டு விலங்குகளைப் பராமரிக்கவும், படகுகள் செய்யவும் தெரிந்துவைத்திருந்தனர். இந்த புதிய கற்கால மனிதர்களின் சில குழுவினர் அன்று நிலவிய வெப்பமான சூழலைப் பயன்படுத்திக்கொண்டு மத்திய ஆசியாவுக்கு வந்தனர். மற்றவர்கள் ஐரோப்பாவுக்குள் நுழைந்திருக்க வேண்டும். இவர்களுக்கு முன் வாழ்ந்த நியேன்டர்தால் மனிதர்கள் முன்பே வெளியே தள்ளப் பட்டுவிட்டார்கள். இதே காலகட்டத்தில் தென்கிழக்கு ஆசியப் பகுதியில் இருந்தவர்கள் சீனாவில் தங்களை நன்கு நிலைநிறுத்திக் கொண்டார்கள். அப்போது நிலவிய மிதவெப்ப சீதோஷ்ண நிலை அவர்கள் பல்கிப்பெருக துணை செய்திருக்கவேண்டும். நவீன

சீனதேசத்தில் வசிக்கும் மக்கள் தென்கிழக்கு ஆசிய நாடுகளிலிருந்து வந்த மக்களின் வழித் தோன்றல்கள்தான். அவர்களோடு மத்திய ஆசியப் பகுதி மக்களும் சேர்ந்து கொண்டிருக்க வேண்டும்.

இதற்கிடையில் இந்தியக் கடற்கரைப் பகுதியில் என்ன நடந்தது என்பதை நாம் தெரிந்துகொள்ள வேண்டும். இந்திய கடற்கரைப் பகுதி பல கிலோ மீட்டர்கள் உள்நோக்கி நகர்ந்து இன்றுள்ள நிலைக்கு வந்துள்ளது. மகாப்பிரளயம் ஒன்றை இந்தியர்களும் சந்தித்தார்கள் என்று நம்மால் கூறமுடியுமா? நம் நாட்டுப் புராணங்களின்படி திராவிடர்களின் அரசன் ‘மனு’ என்பவன் பிரளயம் ஒன்றினைப் பற்றி மகாவிஷ்ணுவால் எச்சரிக்கப்பட்டான். எனவே அவன் ஒரு மிகப் பெரிய கப்பலைக் கட்டி, அதில் பல்வேறு விதமான விதைகளையும், விலங்குகளையும் ஏற்றினான். மீனாக உருவெடுத்த மகாவிஷ்ணு அக்கப்பலை பத்திரமான ஓரிடத்திற்கு இழுத்துக் கொண்டு போய் சேர்த்தார். மனுவும், அவனுடன் தப்பிப் பிழைத்தவர்களும் மனித நாகரிகத்தை மீண்டும் தழைக்க வைத்ததாக நம்பப்படுகிறது. இப்புராணக் கதை ‘நோவா’வின் கதையோடு ஒத்துப் போகிறது.

கரையோரப்பகுதி முழுவதிலும் கடல் நிலத்தை நோக்கி உள்ளே வந்தது. கணினி உதவியுடன் செய்யப்பட்ட ஆய்வில் இந்தியாவின் இருபெரும் நிலப்பரப்புகள் கடல் உள்நோக்கி வந்த காரணத்தால் நீரில் அமிழ்ந்தன என்று தெரியவருகிறது. ஒன்று குஜராத் மாநிலம், சௌராஷ்ட்ரா தீபகற்பத்திற்குத் தெற்கேயுள்ள கம்பத் வளைகுடா (கேம்பே வளைகுடா). நீரில் அமிழ்ந்த மற்றொரு நிலப்பரப்பு தமிழ்நாட்டின் கடற்கரையை ஒட்டித் தெற்கேயிருந்த நிலப்பரப்பு. இதில் இலங்கையும் அடங்கும். நீரில் மூழ்கிய சமயத்தில் இந்த இரு பெருநிலப்பரப்புகளிலும் மனிதர்கள் வாழ்ந்து வந்தார்களா? இந்த இருபகுதிகளும், இன்று நீருக்கடியில் இருப்பதால் மேலே கேட்கப்பட்ட கேள்விக்கு பதில் கூறுவது மிகவும் கடினம்.

2001ஆம் ஆண்டு நடத்தப்பட்ட அகழ்வாராய்ச்சிகள் கம்பத் வளைகுடாவில் தண்ணீருக்கு அடியில் மக்கள் வசித்ததாகக் கருதப்படும் இரு இடங்களை சுட்டிக் காட்டுகின்றன. அந்த இரு இடங்களும் 7500 ஆண்டுகளுக்கு முன்னர் நீரில் மூழ்கியிருக்க வேண்டும்.[21] இந்த ஆய்வு குறித்து கருத்து வேறுபாடுகள் நிலவு கின்றன. ஆனாலும் நடத்தப்பட்ட ஆய்வுகளும், அவற்றின் முடிவுகளும் குறிப்பிடத்தக்கவை. நேரடியாக நான் அந்த சாட்சி யங்களை ஆய்வு செய்யாத காரணத்தால் எந்தக் கருத்தையும் கூற விரும்பவில்லை. இருப்பினும் பருவ நிலை மாற்றங்களாலும், கடல்

நீர்மட்டம் உயர்ந்ததாலும், அந்த காலகட்டத்தில் புதிய கற்கால மனிதர்கள் கணிசமான அளவு இடம் பெயர்ந்திருக்க வேண்டும்.

பாரசீக வளைகுடாப் பகுதியிலிருந்து புலம் பெயர்ந்து வந்த புதிய கற்காலத்தைச் சேர்ந்த மனிதர்கள் வேளாண் தொழில் நுட்பத்தை அவர்கள் சென்ற இடங்களுக்கெல்லாம் எடுத்துச் சென்றார்கள் என்று கூறப்படுகிறது. கி.மு. 1000 ஆண்டிற்கு முன்பே இந்தியத் துணைக் கண்டத்தில் மெகர்கர், பலூச்சிஸ்தான் போன்ற இடங்களில் கோதுமை, பார்லி போன்ற தானியங்கள் பயிர் செய்யப்பட்டதற்கான தடயங்கள் இருக்கின்றன. ஆகவே இந்தியர்கள் பயிர்த்தொழிலை மேற்காசியாவிலிருந்து புலம் பெயர்ந்து வந்தவர் களிடமிருந்துதான் கற்றுக்கொண்டார்கள் என்றும், பிற்காலத்தில் தான் கத்தரி, கரும்பு, எள் போன்றவற்றைப் பயிர் செய்யத் தெரிந்து கொண்டார்கள் என்றும் கருதப்படுகிறது.[22] வெகு சமீபத்தில் நடத்தப்பட்ட ஆய்வுகளின் மூலம் இந்தியர்கள் தாமாகவே நெல் போன்ற பல பயிர்வகைகளை பயிர் செய்வதற்குக் கற்றுக் கொண்டார்கள் என்பதற்கான சாட்சியங்கள் கிடைத்துள்ளன. குஜராத் கடற்கரைக்கு வெளியே பெரிய அளவில் நகர்ப்புறக் குடியிருப்புகள் இருந்தனவென்றால், அந்த மக்களுக்கும் வேளாண் தொழில் நுட்பம் தெரிந்திருக்க வேண்டும். நீரில் அமிழ்ந்து போன நகரங்களில் வசித்த மக்கள்தான் வேளாண் தொழில் நுட்பத்தை முதலில் தெரிந்து வைத்திருந்தார்களா? அப்பகுதியிலிருந்து அகதிகளாக வெளியேறிச் சென்றவர்கள் அந்த தொழில் நுட்பத்தை நாட்டின் உட்பகுதிகளில் பரப்பினார்களா? இவைபற்றி இனிதான் நாம் தெரிந்துகொள்ள வேண்டும்.

கடலில் மூழ்கிய நகரங்கள் பற்றிய உண்மை எப்படி வேண்டு மானாலும் இருக்கலாம். வேளாண் தொழில் நுட்பம் பற்றிய கதைகளும் எப்படி வேண்டுமானாலும் இருக்கலாம். ஆனால் நிச்சயமாக புதிய கற்காலத்தின் இறுதிவாக்கில் இந்திய மக்களில் பெரும்பாலானவர்கள் பயிர்த்தொழிலில் ஈடுபட்டிருந்தார்கள் என்பது உண்மை. இந்த மக்கள் யார்? இவர்கள் எந்த விதத்தில் தற்போது இந்தியாவில் வாழும் இந்தியர்களுடன் தொடர்புடையவர்கள்?.[23]

இந்தியர்கள் எனப்படுவோர் யார்?

கி.மு. 1500ஆம் ஆண்டுவரை இந்தியாவில் ஆதிவாசி மக்கள் (பூர்வகுடிகள்) மட்டுமே வாழ்ந்து வந்தார்கள் என்று இருபதாம் நூற்றாண்டின் தொடக்க காலம் வரை நம்பப்பட்டது. கி.மு. 1500ஆம் ஆண்டு வாக்கில்தான் ஆரியர்கள் என்று அழைக்கப்

படும் இந்தோ–ஐரோப்பிய மக்கள் மத்திய ஆசியாவிலிருந்து, குதிரைகளுடனும் இரும்பு ஆயுதங்களுடனும் இந்தியாவை ஆக்கிர மித்தார்கள் என்று முன்னர் நம்பப்பட்டது. இந்திய நாகரிகம் என்பது இந்த ஆக்கிரமிப்பின் நேரடிப் பின்விளைவுதான் என்று கருதப்பட்டது. ஆரியர்கள் இங்கு வந்ததாகக் கருதப்படும் காலம் மிகவும் உத்தேசமானது. அதற்கு எந்தவிதமான இலக்கிய ஆதாரங்களோ, அகழ்வாராய்ச்சிச் சான்றுகளோ இல்லை. பின்னால் ஏற்பட்ட மத்திய ஆசிய ஆக்கிரமிப்பை விளக்குவதற்கு அந்தக் கருதுகோள் ஏற்றதாக இருந்தது. இந்தோ–ஐரோப்பிய மொழிகளில் காணப்படும் ஒற்றுமைகளை விளக்குவதற்கும் அந்தக் கருதுகோள் வசதியாக இருந்தது. பிற்காலத்திய ஆரியர்களாகக் கருதப்படும், பிரிட்டிஷ்காரர்கள், பூர்வகுடிகளை நாகரிகப்படுத்தும் நோக்கத் திலேயே இங்கு வந்ததாகக் கூறிக்கொள்ள மேற்சொல்லப்பட்ட கருதுகோள் அரசியல் ரீதியாக மிகவும் வசதியாக இருந்தது.

சிறப்பான ஹரப்ப நாகரிகம் கண்டுபிடிக்கப்பட்டவுடன் முன்பிருந்துவந்த கருத்துகள் அனைத்தையும் மாற்றிக்கொள்ளும் படியான அவசியம் ஏற்பட்டது. துரதிஷ்டவசமாக ‘ஆசிய ஆக்கிர மிப்புக் கோட்பாடு’ என்பது நிராகரிக்கப்படவில்லை. திராவிடர்கள் என்போர்தான் (தற்காலத் தமிழர்களின் மூதாதையர்கள்) சிந்து நதிதீரத்தில் அன்றிருந்த நகரங்களை உருவாக்கியவர்கள் என்றும், அந்த நகரங்கள், ஆக்கிரமிப் பாளர்களாக வந்த ஆரியர்களால் அழிக்கப்பட்டுவிட்டன வென்றும் இன்றைக்கு விவாதிக்கப்பட்டு வருகிறது. இந்த விவாதத்திலும் ஒரு சிக்கல் எழுந்தது. நாம் நினைப்பது போன்ற ஒரு மிகப்பெரிய ஆக்கிரமிப்பை உறுதிசெய்யுமளவுக்குப் போதுமான அகழ்வாராய்ச்சிக் சான்றுகளோ அல்லது இலக்கியச் சான்றுகளோ கிடைக்கவில்லை. ஹரப்ப நகரங்கள் திடீரென்று அழிந்துவிடவில்லை. அவை சிறிது சிறிதாக காலப்போக்கில் மறையத் தொடங்கின. அதற்குக் காரணம் மிக முக்கியமான நதி யொன்று வறண்டுபோனதும், சுற்றுச் சூழல் மோசமடைந்ததும் தான்.

நம்மைச் சுற்றி நாமே பார்த்துக்கொள்ளும்போது, இந்தியாவில் எண்ணற்ற சாதிகளும், பூர்வகுடிகளும், பல மொழிகளைப் பேசும் மக்களும், இருந்து வருவது நம்மை அச்சுறுத்துவதாக உள்ளது. இந்த மக்களில் பல குழுவினர் வரலாற்றின் ஆரம்பத்திலேயே இந்தியாவுக்குள் வந்தவர்கள். எடுத்துக்காட்டாக யூதர்கள், பார்சிகள், அகோம்கள், துருக்கியர்கள் போன்றவர்களைக் கூறலாம். இருந்தாலும் பலகோடி மக்கள் நீண்ட நாட்களாக இங்கேயே வாழ்ந்து வருகிறார்கள். மேலும் இந்தியாவுக்குள்ளேயே, மக்கள் புலம்

பெயர்ந்து வேறு இடங்களுக்குச் செல்வதும், வேறு இடங்களிலிருந்து விட்டுச்சென்ற இடங்களுக்கு மக்கள் மீண்டும் வருவதும் பல்லாயிரம் ஆண்டுகளாக நடந்து வந்துள்ளது. இது நமது பிரச்சனையை மேலும் அதிகரிக்கிறது. நாம் இன்று ஓரிடத்தில் பார்க்கும் மக்கள், அவர்கள் எந்த இடத்திலிருந்து வந்தார்களோ, அவர்களில் இருந்து வேறுபட்டவர்கள். பல நூற்றாண்டுகளாக பல்வேறு குழுமங்களைச் சேர்ந்த மக்களிடையே கலப்பு ஏற்பட்டுள்ளது. இருந்தாலும் சில குழுவினர் இன்னும் தங்கள் தனித்தன்மையைத் தக்கவைத்துக் கொண்டுள்ளனர். அந்தமான்–நிக்கோபார் தீவுகள், கிழக்கிந்திய மாநிலங்கள் போன்ற தனித்த இடங்களில் சில பூர்வகுடி மக்கள் இன்றும் தனித் தன்மையுடன், மற்றவர்களுடன் கலக்காமல், வரலாற்றுகாலத்திற்கு முன்பிருந்தே வாழ்ந்து வருகிறார்கள்.

இந்தப் பன்முகத் தன்மையால் எல்லா இந்தியர்களின், இனப் பிரிவு சார்ந்த மூல முதலிடங்களை பொதுப்படையாகக் கூறுவதில் சிக்கல் ஏற்படுகிறது. இருப்பினும் 21ஆம் நூற்றாண்டில் நிகழ்த்தப் பட்ட மரபியல் ஆய்வுகள், இந்தியமக்கள், இன்றைய சிக்கலான சூழ்நிலையில் எப்படியொரு பொதுவான தோற்றத்தைப் பெற்றார்கள் என்பதைப் புரிந்துகொள்ள சில வழிகாட்டுக் குறிப்புகளைத் தந்துள்ளன. இவையும் வளர்ந்து வரும் கருத் தாக்கங்கள்தான். ஆனாலும் பொதுவான ஒரு தோற்றத்தை நம்மால் புரிந்துகொள்ள முடிகிறது.

முதற்கண் நாம் புரிந்துகொள்ள வேண்டியது இங்கு (இந்தியாவில்) 'தூய இனங்கள்' என்று எதுவுமேயில்லை. சில தனித்த இனக்குழுக்களைத் தவிர இந்தியாவில் பெரும்பாலும் காணப்படும் இனமரபுகளும் சாதிகளும் சமூகங்களும் பலவிதமான ஜீனாக் கங்களின் கலவையே. இந்தியர்கள் பல வடிவங்களில், பல அளவுகளில் பல நிறங்களில் காணப்படுவது மேற்சொன்ன கருத்தை உறுதிப் படுத்துகிறது. ஒரே குடும்பத்தைச் சேர்ந்தவர்கள் கூட உருவ அமைப்பில் ஒருவரோடு ஒருவர் வேறுபடுவதை நம்மால் காணமுடிகிறது. இருப்பினும் சில மரபு பரப்பீட்டு மாதிரிகளை (Genetic distribution Pattern) நம்மால் காணமுடிகிறது.

2006ஆம் ஆண்டு நமக்கு ஒரு வழிகாட்டுக் குறிப்பு கிடைத்தது. அதாவது இந்தியாக் கலப்பின மக்கள் தொகையில் நீண்ட நெடுங் காலமாக, சுமார் 10,000 ஆண்டுகளாக மத்திய ஆசிய ஜீன்கள் புகுத்துப்படவில்லை.[24] மிகப்பெரிய அளவில் இந்தோ– ஐரோப்பியர்கள் இங்கு வந்திருந்தாலும் அது 10,000 ஆண்டுகளுக்கு முன்புதான் இருந்திருக்க வேண்டும். இரும்பு ஆயுதங்கள் புழக்கத்திற்கு வருவதற்கும்,

குதிரைகள் பழக்கப்படுத்தப்படுவதற்கும் முன்புதான் அது நிகழ்ந் திருக்க வேண்டும். அதுபோலவே திராவிட மொழிகளைப் பேசுவோர் நீண்டகாலமாக தென்னிந்தியாவில் தான் இருந்து வந்துள்ளனர். திராவிட ஜீன்தொகுப்பு (Dravidian Genetic pod) இந்த இடத்தில்தான் ஆரம்பித்திருக்க வேண்டும்.

சமீபத்தில் நடத்தப்பட்ட ஆய்வுகள் மேலே சொல்லப்பட்ட வற்றை மேலும் உறுதிசெய்கின்றன. ஹார்வார்ட் மருத்துவக் கல்லூரியைச் சேர்ந்த டேவிட் ரீக் என்பவரின் தலைமையில் இயங்கிய குழுவின் ஆய்வறிக்கை 'Nature' என்ற பத்திரிகையில் 2009ஆம் ஆண்டு வெளியிடப்பட்டது. அந்த ஆய்வறிக்கையின்படி இந்திய மக்களில் பெரும்பாலானவர்கள் முன்னோர் மரபில் வந்த இரு குழுக்களின் கலவை என்று கூறலாம். *ஒன்று முன்னோர் மரபு சார்ந்த தென்னிந்தியக் குழு (Ancestral South Indian Group). மற்றது, முன்னோர் மரபு சார்ந்த வட இந்தியக் குழு (Ancestral North Indian Group)*[25]. ஒப்புநோக்கில், தென்னிந்தியக் குழு மிகவும் பழமையானது. அதுமட்டுமின்றி, அதற்கு ஐரோப்பியர்களுடனோ, கிழக்காசியர்களுடனோ எந்தத் தொடர்பும் இல்லை. மாறாக முன்னோர் மரபுவழி வந்த வடஇந்தியக் குழுவினர் சற்று பின்னால் வந்தவர்கள். இவர்கள் ஐரோப்பியர்களுடன் தொடர்புடையவர்கள்.

முன்னோர் வழிவந்த வடஇந்தியக் குழுவினரின் ஜீன்களில் 70% வடஇந்தியாவில் காணப்படும் காஷ்மீர் பண்டிட் இன மக்களிடையேயும், சிந்தி இன மக்களிடையேயும் காணப்படுகின்றன. இந்த முன்னோர்வழி வடஇந்திய ஜீன்களில் 40–50% தென்னிந்திய மக்களிடையேயும், மத்திய இந்திய ஆதிவாசிகளிடமும் காணப் படுகின்றன. எனவே இனத்தூய்மையுடையத் தென்னிந்தியர்கள் என்று எவருமேயில்லை. முன்னோர் வழிவந்த வடஇந்திய ஜீன்கள் கலக்காத மக்கள் தனித்த பகுதிகளான அந்தமான் தீவுகளில் வாழ்கின்றனர். அதேபோல் இனத்தூய்மையுடைய வடஇந்திய மக்களும் இல்லையென்றே சொல்லவேண்டும்.

மரபுவழி வடஇந்திய, தென்னிந்திய மக்களிடம் திரட்டப்பட்ட புள்ளி விவரங்களை, முன்பு பேசப்பட்டு வந்த ஆரிய – திராவிடக் கோட்பாட்டுக்கு சமமாகக் காட்டும் ஓர் எண்ணம் எழலாம். இந்த இடத்தில் நாம் மிகவும் எச்சரிக்கையாக இருக்கவேண்டும். இதற்குப் பல காரணங்கள் உள்ளன. முதலாவதாக 19ஆம் நூற்றாண்டு நிலவரப் படி தூய்மையான மரபுவழி சார்ந்த வட இந்திய மக்களோ அல்லது தூய மரபுவழி சார்ந்த தென்னிந்திய மக்களோ இல்லை. இரு குழுவினரின் ஜீன்களும் கலந்துவிட்டன. இரண்டாவதாக 'ஆரியர்',

'திராவிடர்' என்ற சொற்கள் மரபுவழிப் பின்புலத்தை மட்டும் குறிப்பன அல்ல; மிக வலுவான கலாச்சாரக் கூறுகளையும் அந்த சொற்கள் உள்ளடக்கியுள்ளன. இந்தோ– ஐரோப்பிய மொழிகளைப் பேசும் மக்களிடையே, முன்னோர் மரபுவழி சார்ந்த வடஇந்திய ஜீன்கள் பரவிக்கிடக்கின்றன. முன்னோர் மரபுவழி தென்னிந்திய ஜீன்கள் திராவிட மொழிகளைப் பேசுவோரிடம் அதிகம் பரவிக் கிடக்கின்றன. பிற்காலக் கலாச்சாரப் புதுமைக்கும் நாம் மேற் சொன்ன செய்திகளை விஸ்தரித்துப் பார்க்கும் ஓர் எண்ணம் உருவாகி வருகிறது. எடுத்துக்காட்டாக 'ஆரியர்' என்று அழைக்கப் படுவோரை நாம் வேத சம்பிரதாயங்களுடன் இணைத்துப் பார்க்கிறோம். அதே சமயம் 'திராவிடர்களை' சங்க இலக்கிய வழக்கங்களுடன் இணைத்துப் பார்க்கிறோம். முன்னோர் மரபுசார் வடஇந்தியர்களையும், தென்னிந்தியர்களையும் இவ்வாறு பிரித்துப்பார்ப்பது பொருளற்றது. ஏனெனில் இவ்விரு இனங்களின் கலப்பு 10,000 ஆண்டுகளுக்கு முன்பே அதாவது வேத காலத்திற்கு முன்பாகவே, சங்க இலக்கிய காலத்திற்கு முன்பாகவே ஏற்பட்டு விட்டது.[26] இடிமுழக்கம் கொண்ட தேர்களையும், இரும்பினாலான ஆயுதங்களையும், அரண்களால் சூழப்பட்ட நகரங்களையும் விட்டு விட்டு நாம், வேட்டையாடிப் பிழைத்தவர்களையும், ஆரம்பகால உழவர்களையும் பற்றிப் பேசிக் கொண்டிருக்கிறோம்.

மக்களிடையே கலப்பு ஏற்பட்டு ஆயிரக்கணக்கான ஆண்டுகள் சென்றுவிட்ட பின்பு அவர்கள் தங்களிடையே நெருக்கமான உறவு கொண்டவர்களாகிவிட்டார்கள். இந்தத் தருணத்தில் யார் அதிக ஆரியத் தன்மையுடையவர்கள், யார் அதிக திராவிடத் தன்மை யுடையவர்கள் என்று விவாதம் செய்துகொண்டு சிண்டைப் பிய்த்துக் கொள்ள வேண்டிய அவசியமில்லை. இந்திய 'நோவா' என்று கருதப்படும் மனுவின் கதை ஆச்சரியப்படத்தக்க விதத்தில், மரபியல் தொடர்பான கண்டுபிடிப்புகளோடு ஒத்துப்போகிறது. மகாப்பிரளயம் ஏற்படுவதற்குமுன் திராவிடர்களின் அரசனாக இருந்த மனு வேத சம்பிரதாயத்தின் மூதாதையராகத் திரும்பத் திரும்ப பேசப்படுகிறான்.

ஓர் எச்சரிக்கை: இந்தியா ஒரு பரந்து விரிந்த தேசம். பல சமுதாயங்களைச் சேர்ந்தவர்கள் வாழும் இடம். மரபுவழி வட இந்தியர்கள், மரபுவழித் தென்னிந்தியர்கள் என்ற கட்டமைவுக்குள் அவர்களை அடக்கிவிடுவது எளிதல்ல. நாட்டின் வடகிழக்கில் இமயமலைத்தெடர் நெடுகிலும் திபேத்திய – பர்மா தேச மக்களின் ஜீன்களைக் காண்கிறோம். வரலாற்றின் தொடக்கத்தில் மட்டுமே

அரபு அகோம், துருக்கி, இரானிய, ஐரோப்பிய ஜீன்கள் இங்கு உட்புகுந்துள்ளன என்று தெரிகிறது. நாடு முழுவதும் காணப்படும் அனைத்து மரபு வேற்றுமைகளுக்கும் விளக்கம் கூறிவிட முடியாது. அந்த அணுகுமுறை ஓர் ஆய்வின் ஆரம்பம்தான். அது நமது வரலாற்றுக்கு முன் நிகழ்ந்தவற்றைப் பற்றி எதுவும் கூறமுடியாது என்பதுடன் அடுத்தத் தலைமுறை மருத்துவத்திற்குத் தேவையான கருவிகளைக் கொடுக்கவல்ல தென்று தெளிவாகப் புரிந்துவிட்டது. இந்தியர்கள் என்போர் ஒரு கலப்பினக் கூட்டம். அனைத்து விதமான வடிவங்களும், அளவு வேறுபாடுகளும், நிற வேறுபாடுகளும் அவர்களிடம் காணப் படுகின்றன. மரபியல் நாம் காணும் வேற்றுமைகளை நிரூபித்துள்ளது.

வடஇந்தியர்களுக்கு சில ஐரோப்பிய மக்களுடனும், ஈரானியர் களுடனும் மரபுவழித் தொடர்புள்ளது. மொழி சம்பந்தமான தொடர்புகள் இந்த மரபுவழித் தொடர்புகளுடன் ஒத்துப்போகின்றன. இந்த உண்மை 19ஆம் நூற்றாண்டிலேயே நன்கு புரிந்துகொள்ளப் பட்டுள்ளது. பெரும்பாலான சான்றுகள் 'R1 a1' என்ற ஜீனின் திடீர் மாற்றத்தைச் சுற்றியே காணப்படுகின்றன.[27] இந்த திடீர் மாற்றத்திலும் ஒரு துணைப் பிரிவான 'R1 a1a' என்ற திடீர் மாற்றம் தான் (Gene mutation) மிகவும் முக்கியமானது. 'R1 a1a' என்ற இந்த ஜீன் வடஇந்தியர்களிடமும், செக் குடியரசு, போலந்து, லித்துவேனியா போன்ற கிழக்கு ஐரோப்பிய நாட்டு மக்களிடையேயும் காணப் படுகிறது. தென் சைபீரியா, தஜிகிஸ்தான், வடமேற்கு ஈரான், குர்திஸ்தான் (ஈராக்) போன்ற இடங்களில் வசிக்கும் சிலரிடமும் இந்த ஜீன் காணப்படுகிறது. நம் ஆர்வத்தைத் தூண்டும் செய்தி என்னவென்றால் இந்த ஜீன் மேற்கு ஐரோப்பியர்களிடையேயும், மேற்கு ஈரானியர்களிடையேயும், மத்திய ஆசியாவின் பல பகுதிகளில் வசிக்கும் மக்களிடையேயும் மிகக் குறைவாகவே காணப்படுகிறது. 'R1 a1a' ஜீனைப் பெற்றிருக்கும், நீண்ட தூரங்களால் பிரிக்கப் பட்டிருக்கும் மக்களைப் பற்றி நாம் விவாதித்துக் கொண்டிருக்கிறோம். அவர்களிடம் இந்த ஜீன் எப்படிச் சென்றது?

பீட்டர் அன்டர்ஹில் என்பவரும் அவரது தோழர்களும் இணைந்து நடத்திய ஆய்வின் முடிவு 2010ஆம் ஆண்டு மனித மரபியலுக்கான ஐரோப்பிய சஞ்சிகையில் (European Journal of Human Genetics) வெளியிடப்பட்டுள்ளது. R1 a1a என்ற ஜீனின் மிகப் பழமையான வகையொன்று குஜராத்–சிந்து– மேற்கு ராஜஸ்தான் பகுதி மக்களிடையே காணப்படுவதாக ஆய்வறிக்கை குறிப் பிடுகிறது. R1 a1a ஜீனைப் பெற்றுள்ள ஐரோப்பியர்களிடம்

திடீர் மாற்றத்தினால் ஏற்பட்ட M458 திடீர்மாற்றம் ஏறத்தாழ 8000 ஆண்டுகளுக்கு முன் ஏற்பட்டிருக்க வேண்டும். எனவே நாம் குறிப் பிடும் ஐரோப்பியர்களும், ஆசியர்களும் மகாப்பிரளயம் ஏற்படு வதற்கு முன்போ அல்லது அந்த சமயத்திலோ பிரிந்திருக்க வேண்டும். வட இந்தியர்களுக்கும், ஐரோப்பியர்களுக்குமிடையே உள்ள மரபுத் தொடர்பு கடைசி பனிக்கட்டிக் காலத்தின் இறுதியில் ஏற்பட்டது. ஐரோப்பியர்களும், ஆசியர்களும் ஏன் பிரிந்தார்கள் என்பது நமக்குத் தெரியவில்லை. தட்ப வெப்ப நிலையில் ஏற்பட்ட மாறுபாடுகள் அந்த பிரிவினைக்கான காரணமாக இருந்திருக்க வேண்டுமென்று நாம் யூகிக்கலாம்.

மேற்கு ஐரோப்பியர்களிடம் காணப்படும் பொதுவான ஓர் இணைப்புக்குக் காரணம் R1b என்ற ஜீன். இது R1a1 ஜீனுடன் தொடர்புடையது. இந்த ஜீன் (R1b) பாரசீக வளைகுடாப் பகுதியில் தான் தோன்றியிருக்க வேண்டும். ஆனால் R1a1, R1b என்ற இரு மரபுவழிகளும் வெகுகாலத்திற்கு முன்பே பிரிந்திருக்க வேண்டும். அனேகமாக கடைசி பனிக்கட்டிக் காலத்திலோ அல்லது அதற்கும் முன்போ பிரிந்திருக்க வேண்டும். R1a1 ஜீனுடன் ஒப்பிடும்போது R1b என்ற ஜீன் இந்தியர்களிடம் குறைவாகவே காணப்படுகிறது. (அதாவது R1b ஜீனைப் பெற்றிருக்கும் இந்தியர்கள் மிகக் குறை வானவர்கள்). நாம் இரு மிகப்பெரிய 'மரபுவழிப் பரவல்' பற்றி விவாதித்துக் கொண்டிருக்கிறோம். இப்பரவல்கள் பாரசீக வளைகுடா மக்ரான்–குஜராத் பகுதியிலிருந்து ஏற்பட்ட பரவல்கள். ஒன்று பனிக்கட்டிக்காலத்தின் தொடக்கத்திலோ அல்லது அக்காலம் நடந்து கொண்டிருக்கும்போதோ ஏற்பட்டிருக்க வேண்டும். இப்பரவலின் போது R1b ஜீனின் சொந்தக்காரர்கள் பெரும்பாலும் மேற்கு நோக்கிச் சென்றிருக்க வேண்டும். இரண்டாவது பரவல் பிரளய காலத்தில் ஏற்பட்டிருக்க வேண்டும். அப்போது R1a1 ஜீனைப் பெற்றவர்கள் தாங்கள் வாழ்ந்த இடத்திலிருந்து வெளியேறியிருக்க வேண்டும்.

வட இந்தியர்களுக்கும், கிழக்கு ஈரானியர்களுக்குமிடையே காணப் படும் மரபுவழி மற்றும் கலாச்சார ஒற்றுமைகளுக்கு இரண்டாவதாக ஏற்பட்ட பரவலே காரணம். பின்னால் இந்தியா விலிருந்து மக்கள் வடமேற்கு திசையில் புலம் பெயர்ந்து சென்றுள்ளனர். இதுவும் மரபுவழி கலாச்சார ஒற்றுமைகளுக்கான ஒரு காரணம்.[28] வெண்கல காலத்தில் (Bronze Age) இந்தியமக்களின் சில மரபினர் ஈரானை நோக்கி மேற்கு திசையில் புலம்பெயர்ந்து சென்றுள்ளனர். இதனை நாம் அடுத்த அத்தியாயத்தில் பார்க்கப் போகிறோம். மேலும் கலாச்சார உறவுகள் வணிகத்தின் மூலம் வளர்ந்திருக்கலாம். இந்தியக் கலாச்சாரம் நெடுங்காலத்திற்கு முன்பே தென்கிழக்கு ஆசிய

நாடுகளில் பரவியது. சமீப காலத்தில் ஆங்கில மொழியின் பிரபலத்தால், காலனி ஆதிக்க காலத்திற்குப் பிறகு இந்தக் கலாச் சாரப் பரவல் அதிகமானது. மொழிப் பரி மாற்றமும், கலாச்சாரப் பரிமாற்றமும் ஏற்படுவதற்கு அதிக அளவிலான புலப்பெயர்வோ அல்லது போரில் கிடைக்கும் வெற்றியோ அவசியமில்லை என்பதை இந்தப் பரிமாற்றங்களின் மூலம் நாம் புரிந்துகொள்ளலாம். முன்னும் பின்னும் நகரக்கூடிய சிக்கலான கலாச்சார உறவுகள், மொழியை அடிப்படையாகக் கொண்டு, வரலாற்றுப் புதிர்களுக்கான விடைகளைக் கண்டு பிடிக்கத் தடைகளாக உள்ளன. மொழியை அடிப்படையாகக் கொண்டு சரித்திரச் சிக்கல்களுக்குத் தீர்வுகாண முடியாது. மரபியல் ஆய்வுகளும், அகழ்வாய்வுகளும் கொடுக்கும் தீர்வுகளைக் காட்டிலும் மொழிகளின் அடிப்படையில் கிடைக்கும் தீர்வு குறைபாடுகள் உடையது.

சாதிகளா அல்லது மரபுக் குழுக்களா?

இந்தியாவின் சாதியமைப்பு முறைபற்றிய ஒரு விளக்கக் குறிப்பை மரபியல் நமக்குத் தந்துள்ளது. நன்கு வளர்ச்சியடைந்து விட்ட சாதியமைப்பு முறை என்பது இந்தியாவுக்கு மட்டும் சொந்தமானதல்ல. ஜப்பான், ஈரான், முற்கால ஐரோப்பா போன்ற இடங்களிலும் வெவ்வேறு விதமான சாதியமைப்புகள் இருந்துள்ளதை வரலாற்றின் மூலம் நாம் தெரிந்துகொள்கிறோம். தொழில் நுட்பம், அரசியல் சூழ்நிலை, சமயம் போன்றவற்றில் மாற்றங்கள் ஏற்பட்டும் கூட, ஆயிரம் ஆண்டுகளுக்கும் மேலாக இந்திய சாதியமைப்பு முறை தொடர்ந்து இருந்து வருவதுதான் குறிப்பிடத்தக்க ஒன்றாகும்.

இந்து சமயத்திற்குள்ளேயே, பலத்த எதிர்ப்புகள் இருந்தும் இந்த சாதியமைப்பு பல நூற்றாண்டுகளாகத் தொடர்கிறது.

ஆரியர்களின் வருகையும், இனப்படிநிலை அமைப்புமுறை மிகக் கடுமையாகத் திணிக்கப்பட்டதுமே சாதிகள் ஏற்பட்டதற்குக் காரணங்கள் என்று முன்பு கருதப்பட்டது. ஆனால் மரபியல் வல்லுனர் சங்கமித்ரா சாஹு என்பவரும் அவரது குழுவினரும் வேறு ஒரு காரணத்தைச் சொல்கின்றனர். "இந்தியாவில் காணப் படும் சாதிகள் (சாதிமுறைகள்) தெற்காசியாவிலிருந்து வந்திருக்க வேண்டுமென்று 'Y' குரோமோசோம் ஆய்வுகள் தொடர்ந்து தெரி விக்கின்றன.[30] மரபியல் ஆய்வுகள், இந்திய சாதிகள் சில நிகழ்வு களால் உந்தப்பட்டு ஏற்பட்டுள்ளன" என்கிறார் சங்க மித்ரா சாஹு. அதாவது ஒரு குறிப்பிட்ட சம்பவத்தின் காரணமாக ஒரு குழுவினர் மற்றவர்களிடமிருந்து பிரிந்து சென்று, அகமண உறவுக்கட்டாலும்

(endogamous marriages) புறமணத்தடையாலும் புதிய இனமரபுக் குழுவாக மாறிவிடுவார்கள். காலம் செல்லச் செல்ல இதே முறையால் வேறு குழுக்களும், தனிக் குழுக்களும் உருவாயின. சில சமயங்களில் இரு தனிக்குழுவினர் ஒன்று சேர்ந்தார்கள், அல்லது பிரிந்து சென்றார்கள். இதன் காரணமாக பல இனங்கள் ஒன்றுடன் ஒன்று கலந்தாலும், ஒருங்கிணைந்த மக்கள் தொகுப்பை நம்மால் காண முடியவில்லை. மாறாக பல இனங்களின் வலைப் பின்னலைத்தான் காணமுடிகிறது. மேற்சொன்ன காரணம் இன்றுள்ள, சாதியடிப் படையில் அமைந்த சமூக அமைப்பை நன்கு விளக்குகிறது.

சாதிகள் என்றும், இனங்கள் என்றும் நாம் இன்று வேறு படுத்திப்பார்க்கும் குழுவினர்களுக்கிடையே உண்மையில் எந்த வேறுபாடுகளும் இல்லை. இந்தியாவின் முன்னணி மரபியல் அறிஞர் டாக்டர் லால்ஜிசிங் அவர்கள் பின்வருமாறு கருத்து தெரிவித் துள்ளார். 'புள்ளி விவரங்களின் அடிப்படையில் சாதிகளையும், இனங்களையும் வேறுபடுத்திக் காண்பது இயலாத ஒன்றாக உள்ளது. இந்திய சமூகம் உருவான சமயத்தில் இன மரபுக்குழுக்கள் போன்ற மக்கள் கூட்டத்திலிருந்து சாதிகள் நேரடியாகத் தோன்றி யிருக்க வேண்டும். இந்தியாவில் உள்ள அனைத்துக் குழுவினரும் கலப்புகளால் உருவானவர்கள் என்ற கூற்றுக்கு ஒரே விதிவிலக்கு அந்தமான் தீவுகளில் வாழ்ந்து வரும் ஆதிவாசிகள்.'[31]

சாதியமைப்பில் காணப்படும் குழப்பத்தைக் காண நாம் R1a1 ஜீன்களைப் பெற்றுள்ள ஹேப்ளோ குழுவினரைக் காணவேண்டும். (நெருக்கமான உறவுமுறை கொண்ட குழுவினர்). இந்த ஜீனை இந்தியர்கள் கிழக்கு ஐரோப்பியர்களுடன் பகிர்ந்து கொண்டுள்ளனர்.[32] இந்த ஜீனைப் பெற்றவர்கள் இந்தியாவில் பரவியிருக்கும் விதம், இந்த ஜீனைப் பெற்றுள்ள சாதியினர், போன்ற விவரங்களைப் பார்க்கும்போது ஒன்று நமக்கு நன்றாகத் தெரிகிறது. வங்காள உயர்சாதி பிராமணர்கள், கொங்கண் பிராமணர்களில் சிலர், பஞ்சாப் மாநிலத்தில் இருக்கும் கத்ரிகள் போன்ற மக்களிடமே R1a1 ஜீன் அதிகம் காணப்படுகிறது. அதேபோல் ஆந்திராவில் உள்ள 'சென்ச்சு'க்கள் இந்த ஜீனைப் பெற்றுள்ளனர். வேறு விதமாகச் சொல்வதென்றால் 'சென்ச்சு' ஆதிவாசிகள் வங்காள உயர்சாதி பிராமணர்களுடனும், லித்துவேனிய நாட்டினருடனும் தொடர் புடையவர்கள். உங்கள் உறவினர்கள் எங்கேயிருக்கிறார்கள் என்பதைக் கண்டுபிடிக்க முடியாது. ஜனவரி 2009இல் மனித மரபியல் சஞ்சிகையில் வெளிவந்த ஒரு கட்டுரை R1a1 மரபுவழி அனேகமாக இந்தியாவில்தான் தோன்றியிருக்க வேண்டும் என்று

கூறுகிறது. R1a1 ஜீனின் தொல்குடி சார்ந்த தோற்றம், இந்தியாவில் உள்ள பிராமணர்களுக்கு தொல் குடியினருடன் தொடர்பிருக்க வேண்டுமென்று காட்டுவதாக அந்தக் கட்டுரை கருத்து தெரிவிக்கிறது. புதிய கற்காலமக்கள் பல திசைகளிலும் பிரிந்து சென்று பல்வேறு விதமான இறுதி விளைவுகளை சந்தித்திருக்க வேண்டும்.

மரபியல் அடிப்படையிலான உண்மைக்கும், மனுஸ்மிர்தியில் கூறப்பட்டுள்ள கடுமையான வர்ணாஸ்ரம தர்மத்திற்கும் வேறு பாடுகள் உள்ளன. சாதி அமைப்பு முறையைப் புரிந்துகொள்ள பல அறிஞர் பெருமக்கள் மனுஸ்மிர்தியை அணுகுகின்றனர். மனுஸ்மிர்தியில் கூறப்பட்டுள்ள அறிவுசார்ந்த, வர்ணங்களின் அடிப்படையிலான சாதி அமைப்பு உண்மையில் நடைமுறை வாழ்க்கையில் இருந்திருக்க வாய்ப்பில்லை.[34] மாறாக இன்று நாம் இங்கே பார்ப்பது வளைந்து கொடுக்கக்கூடிய ஒரு சாதி அமைப்பு முறை. கால மாற்றத்திற்கும், சமூக மாற்றத்திற்கும் இந்த அமைப்பு முறை இடம் கொடுக்கிறது. புதிய குழுவினரை இந்த முறை புதிய சாதியினராக ஏற்றுக்கொள்கிறது. சமூக சூழலுக்கு ஏற்ப இன்றுள்ள சாதியமைப்பு முறை சில சாதிகளை உயரே ஏற்றி விடுகிறது. வேறுசில சாதிகளை கீழே இறக்கி விடுகிறது. வரலாற்றின் மைய காலத்தில் 'இராஜ்புத்' என்ற சாதி உருவனாது ஓர் அனுபவம். கடந்த காலத்தில் மேலே வரவேண்டுமென்று அவர்கள் முயற்சித்தார்கள். ஆனால் இன்று தலைகீழான ஒரு சூழ்நிலையை நாம் பார்க்கிறோம். சலுகைகள் பெறுவதற்காகத் தங்களை பிற்படுத்தப்பட்டோர் பட்டியலில் சேர்க்க வேண்டுமென்று அவர்கள் கோரிக்கை வைக் கிறார்கள். அவர்கள் ஒருங்கிணைந்து செயல்படுவதன் நோக்கம் அதுதான்.

குறிப்புகள்:

1. 'The Making and unmaking of a Super continent: Rodinia Revisited', Joseph Meert and Trond H. Torsvik. 'Tectonophysics', vol. 375, November 2003.

2. டில்லியின் முற்றுகை நம் ஆர்வத்தைத் தூண்டும் ஒரு சம்பவம். இதைப் பற்றி மேலும் விரிவாகத் தெரிந்துகொள்ள நாம் படிக்க வேண்டிய புத்தகம்: 'The Last Mughal' - by William Dalrymple. Penguin Viking, 2006.

3. 'Study on Restoration of Dying Lakes: Case Study on Balsamand Lake in Jodhpur', published by The Sustainbale Planet Institute and AFPRO Feb, 2010.

4. குறைந்த காலமே நீடித்திருந்த ஓர் இடைநிலை பெரு நிலப்பரப்பு 'பேன்ஜியா' உருவாவதற்கு முன் இருந்துள்ளது. அதை பேன்ட்டோனியா என்று கூறுகிறார்கள்.

5. 'The biogeographic and tectonic history of India', John Briggs. Journal of Biogeography, 2003.

6. 'Bones to Pick', Uday Mahurkar. India Today, 8 Nov 2010.

7. 'Fossil Find in Gujarat tweaks. India's breakaway story', The Indian Express 27 oct 2010; 'The first keroplatid species from the Lower Eocene amber of vastan, Gujarat, India', Monica Kraemer and Neal Evenhuis, Zootaxa, 2008.

8. வடதிசைநோக்கி நகர்ந்து சென்றபோது இந்தியா முற்றிலும் சூழ்நிலையிலிருந்து தனிமைப்பட்டிருக்கவில்லை. அக்காலத்தில். புதிய முக்கிய நிலப்பரப்பிலிருந்து சிற்றினங்கள் இந்தியாவுக்குள் வந்தன. அந்த சம்பவம் பற்றி நமக்குச் சரியாகத் தெரியவில்லை. ஜான் பிரிக்ஸ் என்பவர் புதிய சிற்றினங்கள் இந்தியாவுக்கு வந்ததைப் பற்றி எழுதியிருக்கிறார். "The biogeographic and tectonic history of india", John Briggs. Journal of Biogeography, 2003.

9. http://www. monstersandcritics.com/science/nature/news/article_1069908.php/Mammoth_genes,_ resemble,_Those_of_Asian_elephant_scientists.

10. 'World's most ancient race traced in DNA Study', Steve connor. The Independent, 1 May 2009.

11. Major genomic mitochondrial lineage delineate early human expansions', Nicole Maca-Meyer et al. BMC Genetics, 2001.

12. வேறு ஒரு குழுவினர் வடக்கு திசையில் லீவன்ட் (சிரியா, லெபனான் போன்ற நாடுகள் அடங்கிய இடம்) நோக்கிப் புலம் பெயர்ந்து சென்றிருக்கலாம். இந்தக் குழுவினர் ஆப்பிரிக்காவைக் கடந்து சினாய் வழியாகச் சென்றார்களா அல்லது இரண்டாகப் பிரிந்துவிட்டார்களா என்பது தெரியவில்லை.

13. தொல்லுயிரியல், மரபியல் போன்ற துறைகளில் கிடைத்த புள்ளி விவரங்களின்படி மனிதர்களின் புலப்பெயர்வுகள் பற்றி நமக்கு நிறைய செய்திகள் கிடைத்துள்ளன. ஆனால் இந்த ஆய்வு தொடர்ந்து நடந்து வரும் ஓர் ஆய்வு. சிலசமயம் நமக்குக் கிடைக்கும் செய்திகள் குழப்பமாகவும், முரண்பாடுகள் நிறைந்ததாகவும் உள்ளன. பின்வரும் நூல்கள் பயனுள்ள செய்திகளைத் தருகின்றன. 'The Incredible Human Journey' Alice Roberts. Bloomsbury, 2009; 'Out of Eden: People of the world', Stephen oppenheimer. C&R, 2003.

14. 'The Circulation of the persian Gulf', J. Kampf and M.Sadrinasab, Ocean Science Discussions, 2005. http://www.ocean.science-discuss.net/2/129/2005.osd.2.129-2005.

15. இந்த காலகட்டத்தில் நவீன மனிதர்கள், நியாண்டர்தால் மனிதர் களுடன் கலப்பினப்பெருக்கத்தில் ஈடுபட்டிருக்கலாம் என்ற ஒரு முரண்பாடான ஆய்வுக்குறிப்பு கிடைத்துள்ளது. நியாண்டர்தால் மனிதர்கள் தற்கால மனிதர்களுடன் தொடர்புடையவர்களாக இருந்தாலும், அவர்களுக்கு இணையாக வாழ்ந்துவந்த ஓர் இனத்தினர். எந்த வழித்தோன்றல்களையும் அவர்கள் விட்டுவிட்டுச் செல்ல வில்லை. ஹார்வேர்ட் மருத்துவக் கழகம், கலிஃபோர்னியா பல்கலைக் கழகம் போன்ற நிறுவனங்களின் ஆய்வுகள், இந்த நியாண்டர்தால் மனிதர்களின் ஜீன்கள் நவீன மனிதர்களின் ஜீன்களோடு கலந்துள்ளன என்று தெரிவித்துள்ளன. இது சரியென்றே எனக்குத் தோன்றுகிறது. நம்மில் பலர் தூய்மையான நவீன மனிதர்கள் அல்ல!

http:/www.newscientist.com/article/dn18869&neanderthal&genome-reveals-inter-breeding-with-humans/html?full=true

16. Comment by K.K.Abu&Amero et al. in 'New Light on Human pre-History in the Arabo-Persian Gulf Oasis', Jeffrey Rose. Current Anthropology, Dec. 2010.

17. 'Restructuring Indian-Australian Phylogenetic Link', Satish Kumar et al. BMC Evolutionary Biology, July 2009.

18. 'The Story of India', Michael Wood, BBs World wide 2008.

19. 'Shoreline Reconstructions for the Persian Gulf Since the last Glacial Maximum', Kurt Lambeck. Earth and Planetary Science Letters, ANU, 1996.

20. 'New Light on Human Prehistory in the Arabo-Persian Gulf Oasis', Jeffrey Rose. Current Anthropology, Dec, 2010.

21. 'Recent Marine Archaeological Finds in Khambat, Gujarat', S. Kathiroli et. al. Journal of Indian Ocean Archaeology, 2004.

22. Guns, Germs and Steel, Jared Diamond, Vintage, 2005.

23. மரபியல் என்பது வளர்ந்து வரும் ஓர் அறிவியல். பின்னால் நடை பெற்ற புலப்பெயர்வுகள் முன்னால் நடைபெற்ற புலப் பெயர்வுகளின் அடையாளங்களை மறைத்துவிட்டன. எனவே புலப்பெயர்வு பற்றி பொதுவான சில கருத்துகளையே நாம் விளக்கமுடியும். மனித இனக் குழுக்கள் ஓரிடத்திலிருந்து மற்றொரு இடத்திற்குப் போவதும் வருவதுமாக இருந்ததும், இனக் குழுக்களுக்குள் இனப்பெருக்கங்கள் கலப்புமுறையில் ஏற்பட்டதும் குழப்பங்களை ஏற்படுத்தியுள்ளன.

24. 'Polarity and Temporality of High-Resolution Y-Chromosome Distributions in India, Indentify both Indigenous and Exogenous Expansions and Reveal Minor Genetic Influence of Central Asian pastoralists'. Sengupta et.al. The American Journal of Human Genetics, Feb 2006.

25. 'Reconstructing Indian Population History', David Reich et. al., Nature, Sep. 2009.

26. மரபியல் அறிஞர் தங்கராஜன் அவர்களின் கூற்றுப்படி தென்னிந்தியக் குழு (ASI) 60,000 ஆண்டுகள் பழமையானது; வட இந்தியக்குழு (ANI) 40,000 ஆண்டுகள் பழமையானது.

27. மரபுத் துணைக்குழுக்கள் வம்சாவளியுடன் சில எழுத்துக்களைச் சேர்ப்பதன்மூலம் பெயரிடப்படுகின்றன. எனவே R1a1 என்ற துணைக் குழு R1a என்ற குழுவிலிருந்து வந்திருக்க வேண்டும்; R1a துணைக் குழு R1 குழுவிலிருந்து வந்திருக்கவேண்டும்.

28. 'Separating the post-Glacial coancestry of European and Asian Y chromosomes within haplogroup R1a', Peter Underhill et al, European Journal of Human Genetics, Nov. 2005.

29. 'A Prehistory of Indian Y Chromosomes: Evaluating demic diffusion Scenarios', Sanghamitra Sahoo et al, University of Cambridge, Nov. 2005.

30. 'A Prehistory of Indian Y Chromosomes: Evaluating demic diffusion Scenarios', Sanghamitra Sahoo' et al. The National Academy of Sciences, USA, 2006.

31. 'Mystery of our origins', Dr. Lalji Singh, NAAS News, Oct - Nov 2009.

32. 'Separating the Post-Glacial coancestry of European and Asian Y chromosomes with reference to R1a, Underhill et al., European Journal of Human Genetics, 2009: 'The Indian Origin of Paternal Haplogroup R1a1 substantiates the autochthonous origin of Brahmins and the caste System', S.Shrma et al., Journal of Human Genetics, Jan 2009;

'The genetic Heritage of the Earliest Settlers Persists Both in Indian Tribal and caste populations', Kivisild et al; Americal Journal of Human Genetics, 2003.

33. 'The Indian Orogin of paternal Laplogroup R1a1 substantiates the autochthonous Origin of Bhramins and the Caste system', S. Sharma et al; Journal of Human Genetics, Jan 2009.

34. ஜாதிகளை நியாயப்படுத்த, அறிவுபூர்வமாக ஏற்பட்ட ஒரு முயற்சி தான் 'வர்ணம்' என்ற கட்டமைப்பு. நூல்களின் மூலம் பெற்ற அறிவு, வால் நாயை அசைக்க அனுமதித்துவிட்டது. (பொதுவாக நாய் தான் வாலை அசைக்கும்)

2
தொலைந்துபோன நதிதீரத்து மக்கள்

வரலாற்றுக்கு முற்பட்ட காலத்திலிருந்து, வரலாற்று காலத்திற்கு நாம் நகர்ந்து வரும்போது, அபரிமிதமான பொருட்கள் தரும் தொல்லைகளை சந்திக்கிறோம். இந்தியாவின் ஆரம்பகால வரலாற்றில் இணைப்போக்கான இரு ஆதாரங்களை நாம் காண்கிறோம். அவை ஒன்றோடொன்று எவ்வாறு பொருந்துகின்றன என்பதில் கருத்து வேற்றுமை உள்ளது. ஒரு பக்கம் ஓர் உன்னதமான நாகரிகத்தின் (சிந்து சமவெளி அல்லது சிந்து - சரஸ்வதி சமவெளி நாகரிகம்) அடையாளங்கள் அகழ்வாராய்ச்சிகளின் மூலம் கிடைத்துள்ளன. மற்றொருபக்கம் வேதகாலப் பழக்கங்கள் தொடர் பான இலக்கியங்களைப் பார்க்கிறோம். இரண்டின் நிலவியல் செய்திகளும், காலங்களும் ஒன்றினை யொன்று தழுவி நிற்கின்றன. வேதகாலத்தையும், சிந்து சமவெளி நாகரிக காலத்தையும் இணைத்துப் பார்ப்பதில், அகழ்வாராய்ச்சியாளர்களுக்கும், வரலாற்றாசிரியர்களுக்குமிடையே முரண்பாடுகள்

ஏற்படுகின்றன. இது விவாதத்திற்குரிய ஒரு முக்கியமான விஷயமாக இருப்பதுடன், அரசியல் சர்ச்சைகளை ஏற்படுத்துமளவுக்குக் கீழிறங்கிப் போய்விடுகிறது. இந்த சர்ச்சைக்கு ஒரு முடிவுகட்டி விட்டதாகக் கூறிக்கொள்ள நான் விரும்பவில்லை. எனவே இரு கதைகளையும் நான் தனித்தனியாக சொல்லப் போகிறேன். பின், இரண்டும் எங்கே ஒத்துப்போகின்றன என்பதைக் காட்டப் போகிறேன். இந்தியாவின் மிகமுக்கியமான நதிகளில் ஒன்றாக இருந்த, ரிக் வேதத்தால் 'சரஸ்வதி' என்றழைக்கப்பட்ட மிகப் பெரிய நதி வறண்டு காணாமல் போய்விட்டது என்பதில் கருத்தொற்றுமை நிலவுகிறது. எது எப்படியிருப்பினும் 'சரஸ்வதி' நதி வற்றிப்போனது இந்தியாவின் ஆரம்பகால வரலாற்றில் நிகழ்ந்த ஒரு மிக முக்கியமான புவியியல் நிகழ்வு.

ஹரப்பா நாகரிகம்

முந்தைய அத்தியாயத்தில் நாம் முன்னே விவாதித்ததுபோல், இருபதாம் நூற்றாண்டின் ஆரம்பகாலம் வரை, இந்திய நாகரிகம் என்பது ஆரியர்களின் வல்லந்த உள்நுழைவுக்குப் பின்னர்தான் தொடங்கியது என்றும், அது நடந்தது ஏறத்தாழ கி.மு. 1500இல் என்றும் நம்பப்பட்டது. ஐரோப்பியர்கள் போன்ற தோற்றம் கொண்ட ஆரியர்கள் மத்திய ஆசியாவிலிருந்து இங்கு வந்து, துணைக்கண்டத்து மக்களை வென்று, பின் அவர்களை நாகரிக மடையச் செய்தார்கள் என்பது ஒரு யூகம். ருத்யார்ட் கிப்ளிங் என்பவர் 'வெள்ளை மனிதனின் சுமை' என்ற கவிதையைப் புனைந்து கொண்டிருந்த ஒரு சூழலில்தான் மேற்சொன்ன கோட்பாடு வெளி யிடப்பட்டது. ஐரோப்பிய மொழிகளுக்கும், சமஸ்கிருத மொழிக்கு மிடையே இருந்த நெருங்கிய ஒற்றுமையின் அடிப்படையில் மேற்சொன்ன கோட்பாடு எழுந்தது. கி.மு. 1500 என்பது எந்த ஆதாரமும் இல்லாமல் உத்தேசமாகச் சொல்லப்பட்ட ஒரு காலம். ஆதிகால இலக்கியங்களும், நாட்டுப்புற மக்களின் பழக்கங்களும் இந்த காலத்திற்கு முன்பே இருந்திருந் தாலும், அவை புராணக் கதைகள் என்று ஒதுக்கப்பட்டுவிட்டன. நியாயமாகப் பார்த்தால் எகிப்தியப் பிரமிடுகளையும், சுமேரிய நகரங்களையும்விடப் பழமையான, அவற்றுக்குச் சமமான தொல்பொருள் சான்றுகள் வரலாற்றில் இல்லை.

இருப்பினும் இருபதாம் நூற்றாண்டின் ஆரம்பகாலக் கண்டு பிடிப்புகள் மேற்சொல்லப்பட்ட கருத்துக்கு சவால் விடுகின்றன. பத்தொன்பதாம் நூற்றாண்டின் முற்பகுதியில் லாகூர்–முல்ட்டான் இடையேயான இருப்புப்பாதை அமைக்கப்பட்டபோது ஒரு

பழைய மேட்டுப்பகுதியில் இருந்து அகற்றப்பட்ட செங்கற்கள் இருப்புப்பாதையின் அடிப்பரப்பை உறுதிப்படுத்தும் பொருட்களாகப் பயன்படுத்தப்பட்டன. அந்த செங்கற்கள் தரத்தில் மிக உயர்ந்ததாக இருந்தன. சமீபத்தில்தான் அவை தயாரிக்கப்பட்டிருக்க வேண்டுமென்று மக்கள் நினைத்தார்கள். 1911–12ஆம் ஆண்டின் குளிர்காலத்தில் இந்திய தொல்பொருள் ஆய்வுத் துறையின் D.R. பந்தர்க்கர் சிந்து மாகாணத்தில் இருக்கும் மொகஞ்சதரோ என்ற இடத்திற்குச் செல்ல முடிவு செய்தார். 'மொகஞ்சதரோ' என்றால் 'இறந்தோர் மேடு' என்று பொருள். ஆனால் அவர் மனநிறைவின்றித் திரும்பினார். அவர் கணிப்பில் அவர் பார்த்த செங்கற்கள் நவீன காலத்தைச் சேர்ந்தவை. இருநூறு ஆண்டுகளுக்கு முன் புறக்கணிக்கப்பட்ட ஒரு நகரத்தைச் சேர்ந்தவை, அந்த செங்கற்கள் என்று உள்ளூர் மக்கள் கூறினார்கள். பந்தர்க்கர் அதைவிடப் பெரிய தவறு செய்திருக்க முடியாது. அதிஷ்டவசமாக 1920களில் ராக்கல்தாஸ் பானர்ஜி, சர். ஜான்மார்ஷல் என்ற, தொல் பொருள் துறையைச் சேர்ந்த இருவர் மீண்டும் மொகஞ்சதரோவுக்குச் செல்வதென்று முடிவெடுத்தார்கள். தயாராம் சாஹ்னி என்பவரின் தலைமையிலான ஒரு குழுவினர் பஞ்சாப் மாநிலத்தின் ஹரப்பாவுக்குச் சென்று அகழ்வாராய்ச்சியில் ஈடுபட முடிவுசெய்தனர். (மொகஞ் சதரோ, ஹரப்பா ஆகிய இரு நகரங்களும் இன்று பாகிஸ்தானில் உள்ளன). அகழ்வாராய்ச்சியில் ஈடுபட்டவர்கள் சிந்து சமவெளியில் சிதறிக்கிடந்த செங்கற்கள் மிகப்பழமையான ஒரு நாகரிகத்தின் எச்சங்கள் என்று கண்டுபிடித்தனர். சுமேரிய, மினோவான் மற்றும் எகிப்திய நாகரிகங்களைவிட அந்த நாகரிகம் பழமையானது என்று அவர்கள் உணர்ந்தார்கள். சிந்து சமவெளி அல்லது ஹரப்பா நாகரிகம் என்று அதற்கு அவர்கள் பெயர் சூட்டினார்கள்.

விரைவில் ஹரப்பா, மொகஞ்சதரோ போன்று பல இடங்கள் கண்டுபிடிக்கப்பட்டன. ஹரப்பா போன்ற இடங்கள் நீண்ட நாட்களாக உதாசீனப்படுத்தப்பட்டதற்கு காரணம், மக்களைக் கவர்ந்திழுக்கும் கிஸாவின் பிரமிடுகள் போன்று மிகப்பெரிய கட்டுமானங்கள் எதுவும் அங்கே இல்லாததுதான். அகழ்வாய்வின் போது ஹரப்பாவிலும் அதனருகிலும் பெரிய கட்டிடங்கள் கண்டுபிடிக்கப்பட்டன. 'களஞ்சியம்', 'மக்கள் கூடுமிடம்', 'கோட்டை', 'கல்லூரி' என்று மனம்போனபடி அக்கட்டிடங்களுக்குப் பெயர்கள் கொடுக்கப்பட்டன. அக்கட்டிடங்கள் உண்மையில் எதற்கு பயன் பட்டன என்பது நமக்குத் தெரியாது. பல இடங்களில் கட்டிட அஸ்திவாரங்களும், அடிப்புறச் சுவர்களும் மட்டுமே கண்டு பிடிக்கப்பட்டன. நம்மால் எளிதில் அடையாளம் காணக்கூடிய

ஒரு மிகப் பெரிய கட்டிடம், மொகஞ்சதரோவில் காணப்படும் குளியல் அறை. இது இந்துக் கோயில்களில் காணப்படுவதுபோல் சமய நோக்கத்திற்காகப் பயன்படுத்தப்பட்ட குளியல் அறையா அல்லது அரச குடும்பத்தைச் சேர்ந்த குளியல் இடமா, அல்லது வேறு நோக்கத்திற்காக உருவாக்கப்பட்ட கட்டிடமா என்பது பற்றி நமக்கு எதுவும் முழுமையாகத் தெரியவில்லை.

இருப்பினும் ஹரப்பாவில் கண்டுபிடிக்கப்பட்ட இடங்கள், நகர்ப்புற அமைப்பு, ஊராட்சி மேலாண்மை போன்றவற்றின் அடிப்படையில் குறிப்பிடத்தக்க இடங்கள். மொகஞ்சதரோ போன்ற ஒரு மிகப்பெரிய நகரில் *40,000* முதல் *50,000* வரை மக்கள் வாழ்ந் திருக்க வேண்டும். நகர் வடிவமைப்பும், திட்டமிடுதலும் மிகவும் நேர்த்தியாக இருப்பதை நம்மால் காணமுடிகிறது. ஒரே சீராக வடிவமைக்கப்பட்ட செங்கற்கள், தெருக்களில் காணப்படும் வலைச் சட்டங்கள் (grids), மூடப்பட்ட கழிவுநீர்க் கால்வாய்கள் போன்ற வற்றை நாம் குறிப்பிட்டுச் சொல்லலாம். நீர் மேலாண்மைக்கும் மொகஞ்சதரோவில் அதிக முக்கியத்துவம் கொடுக்கப்பட்டிருந்தது. தண்ணீர்த் தேவையைப் பூர்த்தி செய்ய ஊருக்கு ஊர் மாறுபட்ட அமைப்புகள் உருவாக்கப்பட்டிருந்தன. மொகஞ்சதரோவில் மட்டும் *600–700* கிணறுகள் இருந்திருக்கலாம். குஜராத் மாநிலத்தில் உள்ள 'தோலவிரா' என்ற இடத்தில் (இதுவும் சிந்து சமவெளி நாகரிகத்திற்கு உட்பட்ட இடம்) பக்கத்திலிருந்த இரு கால்வாய் களிலிருந்து ஊருக்குள் தண்ணீர் கொண்டு வரப்பட்டு, வரிசையாக பல அணைக்கட்டுகளில் தேக்கிவைக்கப்பட்டிருந்தது.[1] சாதாரண வீடுகள் உட்பட பல வீடுகளில் குளியல் அறைகளும், கழிப்பறைகளும் காணப்பட்டன. வலைப்பின்னல் போன்று ஒன்றுடன் ஒன்று இணைக்கப்பட்ட கழிவுநீர்க் கால்வாய்களின் வழியாக வெளியேறிய கழிவுநீர் ஒரு குழியில் கொண்டுவந்து விடப்பட்டது. கழிப்பறைகளில் இருந்த கம்மோடுகள் பெரிய பானைகளால் தயாரிக்கப்பட்டு தரையில் புதைக்கப்பட்டிருந்தன. கழிப்பறைகளில், கழுவிக்கொள்ள வசதியாக 'லோட்டா' என்ற பாத்திரங்களும் இருந்தன என்கிறார் வரலாற்றாசிரியர் உப்பிந்தர்சிங்.[2] இது இந்திய நாகரிகத்திற்கு ஹரப்பா அளித்த மாபெரும் கொடை என்று சொல்லலாம். துரதிஷ்டவசமாக கழிப்பறையின் வடிவமைப்பு (design) 'லோட்டா' போன்றவை நீண்ட நாட்கள் நிலைத் திருக்கவில்லை.

சேரிகளும் நிலநடுக்கங்களும்

ஹரப்பா நாகரிகத்தின் நகர்ப்புற மையங்களில் ஒன்று தோலவிரா. இது 'Rann of cutch' எனப்படும் குஜராத்தின் உவர்

சதுப்பு நிலத்திற்கிடையே இருக்கும் ஒரு தீவில் உள்ளது (பாகிஸ்தானை ஒட்டிய பகுதி). தோலவிரா நகரின் மையத்தில் அரண்களால் சூழப்பட்ட ஒரு மாளிகையும், கோட்டை மதிற்சுவர்களும் காணப்படுகின்றன. அரண்களால் சூழப்பட்ட மையப்பகுதியில்தான் பெரிய மனிதர்களின் குடியிருப்புகளும், பொதுக்கட்டிடங்களும் இருந்தன. நகரின் மையத்தில் இருக்கும் மாளிகைதான் மிகப் பழமையான கட்டிடம். இது மிகவும் பாதுகாக்கப்பட்டிருந்தது. இராணுவத் தாக்குதல்களை சமாளிக்குமளவுக்குப் பாதுகாப்பானதாக இருந்தது. ஹரப்பா நாகரிகம் மிகவும் அமைதியான சூழலில் வளர்ந்த ஒரு நாகரிகம் என்றும், அந்த சமயத்தில் எந்த இராணுவ நடவடிக்கைகளும் நடைபெறவில்லையென்றும் ஆரம்பத்தில் வரலாற்றாசிரியர்கள் நம்பினார்கள். நான் இக்கருத்தை மறுக்கிறேன். தோலவிராவில் காணப்படும் பாதுகாப்பு அரண் முந்தைய கருத்துக்கு எதிராக உள்ளது. காலங்களும், தொழில் நுட்பங்களும் மாறலாம்; ஆனால் மனித இயல்பு என்பது எப்போதும் ஒரே மாதிரியானதுதான். ஹரப்பாவில் கண்டெடுக்கப்பட்ட மண்டை ஓடுகளில் காயங்கள் ஏற்பட்டதற்கான அறிகுறிகள் காணப்படுகின்றன. அக்காயங்கள் போரின்போது ஏற்பட்டிருக்கலாம்.

தோலவிரா கோட்டைக்கு முன்னால் ஒரு மிகப் பெரிய மைதானம் உள்ளது. இது பல வழிகளில் பயன்படுத்தப்பட்டிருக்கலாம். இராணுவ அணிவகுப்பு, விளையாட்டுப் போட்டிகள், அரசுச் சடங்குகள், ஆண்டுகொருமுறை நடைபெறும் கோயில் உற்சவங்கள் போன்ற நிகழ்வுகள் அந்த மைதானத்தில் நடைபெற்றிருக்கக்கூடும். உட்கார்ந்து பார்ப்பவர்களுக்கு அடுக்கு முறையில் அமைக்கப்பட்ட இருக்கைகள் மைதானத்தில் நீளவாக்கில் அமைந்திருந்ததை தொல்பொருள் ஆய்வாளர்கள் கண்டுபிடித்துள்ளனர். இந்த விசேடப் பார்வையாளர்கள் பகுதிக்கு வெளியே, சாதாரண குடிமக்கள், நிகழ்ச்சிகளைக் கண்டுகளிக்க ஓர் இடம் திட்டமிட்டு அமைக்கப்பட்டிருந்தது. கோட்டையும், கோட்டைக்கு வெளியே ஊர்ப்பகுதியும் தனித்தனியாகக் காணப்படுவது ஹரப்ப நகரங்களின் பொதுவான ஓர் அமைப்பு முறை. நகரம் வளர்ச்சியடைய, வளர்ச்சியடைய, அது வெளியிலிருந்து மக்களைத் தன்பக்கம் ஈர்த்தது. வெளியிடங்களிலிருந்து நகரை நோக்கி மக்கள் புலம் பெயர்ந்து வரத் தொடங்கினார்கள். மொகலாயர் கால டில்லி, காலனி ஆதிக்க கால மும்பய் போன்ற அனைத்து நவீன நகரங்களிலும் இது நடந்திருப்பதை நாம் பார்க்கிறோம். நமது நவீன நகரங்களுக்கும் தோலவிராவுக்கும் ஒரு வேறுபாடு உள்ளது.

மக்கள் வெளியிடங்களிலிருந்து வர, வர தோலவிரா நகர் தன் நகர்ப்புற எல்லைகளை விஸ்தரித்துக் கொண்டேயிருந்தது. சேரிகள் நகரத்தினுள் இணைத்துக் கொள்ளப்பட்டன. உள்ளாட்சித் துறையினர் சேரிகளை மறுசீரமைப்பு செய்து முக்கிய நகருடன் இணைத்துக் கொண்டார்கள். 'அன்றிருந்த அரசியல் தலைமை அவ்வாறு இருந்தது' என்கிறார் தோலவிராவை அகழ்வாய்வு செய்த டாக்டர் R.S. பிஷ்ட் என்பவர். தோலவிரா நகரில் மூன்று பிரிவுகள் இருந்தன. மையப்பகுதியில் இருந்த கோட்டை, அதையடுத்த ஊர்ப்பகுதி, அதற்கும் வெளியே விஸ்தரிப்புப் பகுதி.

இயற்கையில் ஏற்படும் மாற்றங்களுக்கும் நகர் ஈடுகொடுக்க வேண்டியிருந்தது. தோலவிரா பகுதியில் திரும்பத் திரும்ப நில நடுக்கங்கள் ஏற்பட்டன என்கிறார் டாக்டர் பிஷ்ட். கி.மு. *2600*இல் ஒரு மிகப் பெரிய நிலநடுக்கம் ஏற்பட்டது என்றும் கூறுகிறார். நிலவமைப்பை பொருத்தவரை அப்பகுதி ஒரு ஸ்திரமற்ற பகுதி என்பதற்கு குஜராத்தில் *2001*ஆம் ஆண்டு ஜனவரி *26*ஆம் நாள் ஏற்பட்ட மிகப்பெரிய பூகம்பத்தைக் கூறலாம். ரிக்ட்டர் அளவு கோலில் அந்த நிலநடுக்கம் *7.8*ஆகப் பதிவாகியிருந்தது. அதில் *20,000* மக்கள் மடிந்தனர். அந்த நிலநடுக்கத்தின் மையப்புள்ளி தோலவிராவுக்கு அருகில்தான் அமைந்திருந்தது.

தோலவிரா முன்பே திட்டமிட்டு உருவாக்கப்பட்ட நகராக இல்லாவிட்டாலும், வளர்ந்து வந்த ஒரு நகருக்கு உதாரணமாக நாம் அதைக் குறிப்பிடலாம். இயற்கைப் பேரிடர்களுக்கும், மனிதர்களின் சவால்களுக்கும், தக்க பதில் கொடுக்குமளவுக்கு தோலவிரா நகர் இருந்தது. புதையுண்ட ஒரு நகரத்தை நாம் சென்று பார்க்கும்போது, அங்கு நமக்குப் புலப்படும் கட்டு மானங்களின் அழகைக் கண்டு தனிமையில் இரசிக்கவேண்டும். தோலவிரா உயிர்த் துடிப்புமிக்க ஒரு நகரமாக இருந்தது. போர் வீரர்களும், வணிகர்களும், கலைஞர்களும் நிறைந்த ஒரு நகரமாக அது இருந்தது. மாட்டு வண்டிகள் அதிக எண்ணிக்கையில் நகரில் காணப்பட்டன. வெப்பமும், புழுதியும் நிறைந்த ஓரிடத்தில் சிறுவர்கள் விளையாடும் சப்தமும், தெருக்களில் பொருட்களை விற்பனை செய்வோர் எழுப்பும் ஓசையும், அவர்கள் வாடிக்கை யாளர்களிடம் பேரம் பேசுவதும் எப்படி இன்று வழக்கமாக உள்ளதோ அதேபோன்று தான் தோலவிராவிலும் அன்று நிலைமை இருந்தது. இன்றுள்ள வெற்றிகரமான நகரங்களில் வெளியிலிருந்து வருவோரின் எண்ணிக்கை நிறைந்துள்ளதும், வெளிநாட்டு வணிகர்கள் வந்து தங்கியிருப்பதும், அகதிகள் வந்து குவிவதும் இயற்கையாக நடை பெறும் நிகழ்வுகள். இதுபோன்ற நிகழ்வுகள் தோலவிராவில்

மட்டுமின்றி அனைத்து பெரு நகரங்களிலும் அன்று நடந்தன. புதையுண்ட ஹரப்பாவில் மனிதனின் பல்வரிசையொன்று தற்போது கண்டுபிடிக்கப்பட்டுள்ளது. அதை ஆய்வுசெய்தபோது நகரில் வசித்தவர்களில் பலர் வெளியிலிருந்து அங்கு வந்தவர்கள் என்று அறியப்பட்டது.[4]

ஒரு நாகரிகம் பல இடங்களில் பரவியிருக்கும் போது வட்டார வேறுபாடுகள் காணப்படுவது இயற்கை. ஆனால் தோலவிராவில் மிகவும் கடுமையான ஒரு சீர்மை காணப்பட்டது. எடைகள், முகத்தல் அளவுகள், களிமண்ணால் செய்து சுடப்பட்ட முத்திரைகள் போன்ற எல்லாவற்றிலும் ஒரு பொதுத்தன்மை அல்லது சீர்மை எல்லா இடங்களிலும் காணப்படுகிறது. இதன் காரணமாக ஓர் அரசு அவ்விடத்தில் இருந்து ஒழுங்குமுறைகளை அமல்படுத்தி யிருக்க வேண்டும் என்று விமர்சகர்கள் கருத்து தெரிவிக்கின்றனர். துரதிஷ்டவசமாக அப்போதிருந்த அரசியல் அமைப்பு பற்றி நமக்கு ஒன்றும் தெரியவில்லை. ஓர் அரசியல் மையமாக இருந்த அல்லது அரண்மனை போன்று இருந்த எந்த ஒரு கட்டிடமும் இதுவரை கண்டுபிடிக்கப்படவில்லை. அக்காலத்திய வரலாற்று நிகழ்வுகள், அரசியல் தலைவர்கள், சமயம், மொழி போன்ற எதைப்பற்றியும் நமக்கு எதுவும் தெரியவில்லை. ஹரப்பர்களுக் கென்று ஓர் எழுத்து முறை இருந்தது. அதன் பொருள் என்ன என்பதை நாம் இன்னும் கண்டுபிடிக்கவில்லை.

மெலுஹாவின் வணிகர்கள்

சிந்து சமவெளி நாகரிகத்தின் அரசியல் வரலாற்றைப் பற்றி நமக்கு எதுவுமே தெரியாது என்றாலும் அப்பகுதியின் புவியமைப்பு பற்றி நமக்கு மிக நன்றாகத் தெரியும். சென்ற நூற்றாண்டில் அந்த நாகரிகம் பரவியிருந்த ஆயிரக்கணக்கான இடங்கள் கண்டுபிடிக்கப் பட்டன. இன்னும் பல இடங்கள் தெரிய வந்து கொண்டிருக்கின்றன. இந்தியத் துணைக்கண்டத்தின் அந்தப்பகுதி வரலாற்றின் ஆரம்ப காலத்திலேயே மக்கள் அதிகம் காணப்பட்ட ஒரு பகுதியாக இருந்தது. ஹரப்பா நாகரிகம் என்பது மிகப்பெரிய ஒரு நிலப்பரப்பில் பரவியிருந்தது. குஜராத், சிந்து, ராஜஸ்தான், பஞ்சாப், ஹரியானா போன்ற பல மாநிலங்கள் சேர்ந்த ஒரு மிகப்பெரிய நிலப்பரப்பு முழுவதும் ஹரப்பா நாகரிகம் பரவியிருந்தது. இந்த மையப்பகுதிக்கு வெளியேயும், கிழக்கே உத்திரப்பிரதேசம் வரை, மேற்கே சுத்த கஜன்தோர் வரை, பலுச்சிஸ்தானின் மக்ரான் கடற்கரைப் பகுதி முடிய அந்த நாகரிகம் பரவியிருந்தது. பலுச்சிஸ்தான் ஈரானுக்கு அருகேயுள்ளது என்பதை நாம் நினைவில் வைத்துக்கொள்ள

வேண்டும். மத்திய ஆசியாவில் ஹார்த்துகை என்ற ஓர் இடம் ஆஃப்கானிஸ்தான்-தஜிகிஸ்தான் எல்லையில் உள்ளது. இங்கும் ஹரப்பா நாகரிகத்தின் தாக்கத்தைக் காணலாம். எகிப்திய, சீன அல்லது மெசப்படோமிய நாகரிகங்கள் பரவியிருந்த நிலப்பரப்பை விட சிந்துசமவெளி நாகரிகம் பரவியிருந்த நிலப்பரப்பு மிகவும் பெரிது. பிரமாண்டமான கட்டிடங்களைக் கட்டாத குறையை, தங்கள் நாகரிகம் பல்வேறு நிலப்பரப்புகளில் பரவுமாறு செய்து, ஹரப்பர்கள் நிவர்த்தி செய்து கொண்டார்கள். சிறப்பான உள்ளாட்சி நிர்வாகத்திலும் அவர்கள் கைதேர்ந்தவர்களாக இருந்தனர்.

சிந்து சமவெளி மக்கள் உள்நாட்டு வணிகத்திலும், வெளி நாட்டு வணிகத்திலும் அதிகம் ஈடுபட்டிருந்தார்கள். உள்நாட்டுப் போக்கு வரத்துக்கு ஹரப்பர்கள் மாட்டுவண்டிகளைப் பயன் படுத்தியுள்ளனர். அந்த மாட்டு வண்டிகள் இன்று இந்தியாவில் காணப் படும் மாட்டு வண்டிகளைப் போன்றே இருந்திருக்கின்றன. ஹரப்பாவில் காணப்படும் வண்டிச் சோடைகளைப் பார்க்கும் போது (வண்டிச்சக்கரத் தடங்கள்) மாட்டு வண்டிகளின் அச்சுகள் கூட இன்று 'சிந்து'வில் பயன்பாட்டில் இருக்கும் வண்டிகளின் அச்சுகள் போன்றே இருந்திருக்கின்றன. மொகஞ்சதரோ, ஹரப்பா, தோலவிரா போன்ற நகர்களின் வீதிகளில் அந்த மாட்டு வண்டிகள் வணிகப் பொருட்களையும், வணிகர்களையும் ஏற்றிக்கொண்டு வருவதும் போவதுமாக இருந்திருக்க வேண்டும். பல்லாயிரம் ஆண்டுகளுக்குப் பின் 17 ஆம் நூற்றாண்டில் இந்தியாவுக்கு வந்த டேவர்னியர் என்ற ஃபிரன்ச் பயணி இந்திய நெடுஞ்சாலைகளில் மாட்டுவண்டிகள் ஏற்படுத்திய நெரிசல்கள் பற்றிக் குறிப்பிட்டுள்ளார். 10,000 முதல் 12,000 எருதுகள் வரை வண்டிகளில் பூட்டப்பட்டு, சாலைகளில் போக்குவரத்து நெரிசலை ஏற்படுத்தியதாக விவரிக்கிறார் டேவர்னியர். வண்டிகளில் பயணம் செய்யும் இரு குழுவினர் எதிரும் புதிருமாக குறுகலான சாலைகளில் பயணிக்கும் போது, போக்குவரத்து நெரிசல் ஏற்பட்டு, அதை சரி செய்ய இரண்டு முதல் மூன்று நாட்கள்கூட பிடித்தன என்கிறார், அந்தப் ஃபிரன்ச் பயணி. இதுபோன்று ஹரப்பா நெடுஞ்சாலைகளும் இருந்திருக்க வேண்டும்.[5] டேவர்னியர் பார்த்தது வரலாற்றின் தொடர்ச்சி.

சிந்து சமவெளிப் பகுதியில் ஓடிய பல்வேறு ஆறுகள் மக்களையும், பொருட்களையும் படகுகள் மூலம் இடம் விட்டு இடம் தூக்கிச்செல்ல உதவிகரமாக இருந்திருக்கவேண்டும். தண்ணீருக்கு வெளியே கப்பல்களை நிறுத்திவைக்கும் இடம் ஒன்று (dry dock) குஜராத் மாநிலம் லோத்தல் என்ற இடத்தில் கண்டு

பிடிக்கப்பட்டுள்ளது. இன்றைய அகமதாபாத் நகரிலிருந்து சிறிது தூரத்தில்தான் அந்த இடம் உள்ளது. பகல் நேரத்தில் அங்கு சென்று வருவது ஓர் இனிய அனுபவமாக இருக்கும். கட்டிட அஸ்திவாரங்களும், கழிவுநீர்க் கால்வாய்களும்தான் அந்த நகரில் தோண்டியெடுக்கப்பட்டுள்ளன. கப்பல்கள் நிறுத்திவைக்கப்படும் இடத்தையடுத்து சேமிப்புக் கிடங்குகள் காணப்படுகின்றன. அந்த சேமிப்புக் கிடங்கருகில் செங்கல் மேடையின் மீது நின்று கொண்டு இரக்கமற்ற சுங்க அதிகாரிகள் இறக்குமதி செய்யும் வணிகர்களுக்கு எந்த அளவு தொல்லை கொடுத்திருப்பார்கள் என்று நான் கற்பனை செய்து பார்த்துக்கொண்டிருந்தேன்.

ஹரப்பர்கள் பாரசீக வளைகுடா நாட்டினருடன் அதிக அளவு வணிகத்தொடர்பு கொண்டிருந்தார்கள். வணிகக் கப்பல்கள் மக்ரான் கரையோரமாகப் பயணித்து, சுத்கஜன்தோர் என்ற இடத்தில் தங்கி விட்டுப், பின் பாரசீக வளைகுடாவின் துறைமுகங்களுக்குப் புறப் பட்டுச் சென்றன. மெசப்பட்டோமியாவில் கண்டுபிடிக்கப்பட்ட மண்பலகையொன்று ‘மெலுஹா’ என்ற இடத்திலிருந்து மணிகள், ஆபரணங்கள், செப்புப் பொருட்கள், மரத்தாலான பொருட்கள், மயில்கள், குரங்குகள், யானைத் தந்தம் போன்ற பொருட்கள் ஏற்றுமதி செய்யப்பட்டன என்று குறிப் பிடுகிறது.[6] அனேகமாக இப்பொருட்கள் இந்தியர்களால் ஏற்றுமதி செய்யப்பட்ட பொருட்களாகத்தான் இருக்கவேண்டும். ஹரப்பர்கள் பருத்தித் துணிவகைகளையும் ஏற்றுமதி செய்திருக்க வேண்டும்; ஏனெனில் அவர்கள் நூல் நூற்பதிலும், நெசவுத் தொழிலிலும் வல்லவர்களாக இருந்தார்கள்.[7] இன்றுவரை இந்தியத் துணைக் கண்டம் பருத்தித் துணிவகைகளையும், பருத்தி ஆடைகளையும் ஏற்றுமதி செய்வதில் முன்னணி வகிக்கிறது.

ஹரப்பர்கள் என்னென்ன பொருட்களை இறக்குமதி செய்தார்கள் என்று நமக்குத் தெரியவில்லை. சிந்து சமவெளிப் பகுதியில், மெசபட்டோமியாவிற்குரிய எந்தப் பொருளும் நமக்குக் கிடைக்கவில்லை. அனேகமாக அவர்கள் பேரீச்சம் பழத்தையும் ‘ஒயின்’ போன்ற மதுவகைகளையும் இறக்குமதி செய்திருக்க வேண்டும். அதைப் பற்றி நமக்கு எதுவும் தெரியவில்லை. இது போன்ற வணிகமே ஈரானுடனும் மத்திய ஆசியாவுடனும் நடந்திருக்க வேண்டும். ஹரப்ப எல்லைக்கு வெளியே ‘ஹார்த்துகை’ என்ற ஓர் எல்லைப்புற ஊரை அகழ்வாராய்ச்சியாளர்கள் கண்டு பிடித்துள்ளதாக முன்பு நாம் பார்த்தோம். இந்த ஊர் ஆப்ஃகான்–தஜிகிஸ்தான் எல்லையில் உள்ளது. ஹரப்பர்கள் அந்த ஊரில்

என்ன செய்து கொண்டிருந்தார்கள்? நம் ஆவலைத்தூண்டும் சாத்தியக் கூறு என்னவாக இருக்கலாமென்றால், குதிரைகள் வாங்குவதற்காக அவர்கள் அங்கு தங்கியிருந்திருக்கலாம். 19ஆம் நூற்றாண்டுவரை நல்ல குதிரைகளை கலப்பினப் பெருக்கத்தின் மூலம் பெருக்கமடையச் செய்ய இந்தியர்களால் இயலவில்லை. இந்திய ஆட்சியாளர்கள் மத்திய ஆசியாவிலிருந்தும், அரேபியா விலிருந்தும்தான் அதிக எண்ணிக்கையில் குதிரைகளை வாங்கினார்கள். மார்க்கோபோலோ இதைப்பற்றி 13ஆம் நூற்றாண்டிலேயே விமர்சனம் செய்துள்ளார். அதைப்பற்றி நாம் பின்னர் பார்ப்போம்.

முதலில் தோன்றிய இந்திய நகரங்களுக்கு நேர்ந்ததென்ன?

ஹரப்பா நாகரிகம் திடீரென்று தோன்றவோ அல்லது திடீரென்று அழியவோயில்லை என்பது நமக்குத் தெரியும். பலுச்சிஸ்தானில் குவெட்டா அருகிலுள்ள மெஹர்கர் என்ற இடத்தில் கிடைத்த சான்றுகள் மூலம் நாம் தெரிந்துகொள்வது, புதிய கற்கால கிராமப் புறக் கலாச்சாரம் படிப்படியாக பரிணாம வளர்ச்சியடைந்து கி.மு. 7000ஆம் ஆண்டுவாக்கில் உன்னதமான ஒரு கலாச்சாரமாக மாறியது. ஹரப்பா நாகரிகம் சார்ந்த முதல் இடம் கி.மு. 3500இல் தோன்றியிருக்க வேண்டும். இந்த நாகரிகத்தின் ஆரம்பநிலை கி.மு. 2600 வரை தொடர்ந்தது. இந்த நாகரிகத்தின் முதிர்ந்த நிலை கி.மு. 2600இல் தொடங்கி கி.மு. 2000வரை இருந்தது. அப்போது தான் புகழ்பெற்ற நகரங்கள் தங்கள் உச்சகட்டத்தில் இருந்தன. இந்த கலாச்சாரம் வெண்கல கால கலாச்சாரம். இரும்பு முறைப்படி பயன்பாட்டிற்கு வரவில்லை. கி.மு. 2000 ஆண்டு வாக்கில் தொடங்கி கி.மு. 1400ஆம் ஆண்டு வரையிலான காலத்தில் ஹரப்பா நாகரிகம் சிறிது சிறிதாக வீழ்ச்சியடைந்தது. இந்த காலத்தை ஹரப்பா நாகரிகத்தின் பிற்காலம் என்கிறோம்.

மேலே நாம் பார்த்தது எளிதாக்கப்பட்ட ஓர் அட்டவணை. உண்மையில் பார்க்கப்போனால், நகரங்கள் எழுந்தன. பின் வீழ்ந்தன. வீழ்ந்த இடங்களிலேயே மீண்டும் எழுந்தன. சில இடங்கள் மறையத் தொடங்கிய போது வேறு சில இடங்கள் எழுச்சி பெற்றன. எப்படியிருந்தாலும் ஹரப்பா நாகரிகம் கி.மு. 2000 ஆண்டுக்குப் பின் கடுமையான நெருக்கடிகளைச் சந்திக்கத் தொடங்கியது. உள்ளாட்சி நிர்வாகத்தில் சரிவுகள் ஏற்பட்டன. புகழ்பெற்ற நகரங்கள் ஒன்றன்பின் ஒன்றாக வெறிச்சோடிப் போயின. என்ன தவறு ஏற்பட்டது?

சிந்து சமவெளி நாகரிகம் வீழ்ந்ததற்கு மத்திய ஆசியாவிலிருந்து வந்து இந்தியாவை ஆக்கிரமித்த ஆரியர்களே காரணம் என்று முன்பு நம்பப்பட்டது. ஆனால் ஆக்கிரமிப்பாளர்கள் ஹரப்பா நகரங்கள் எதையும் அழித்துவிடவில்லை. அந்த நகரங்கள் அழிந்ததற்கு இயற்கைச் சீற்றமே காரணம் என்பதற்கு அழுத்தமான சான்றுகள் இருக்கின்றன. 'தார் பாலைவனம்' என்று இன்று நாம் அழைக்குமிடம் முன்பு தண்ணீர் வசதிமிக்க இடமாக இருந்துள்ளது. வெப்பநிலை சிறிது சிறிதாக உயர்ந்து அந்த இடம் வறண்டு போனது. எனினும் இந்த மாற்றம் எப்படி நடந்தது என்பதை விளக்குவதில் கருத்துவேற்றுமைகள் உள்ளன. ஹரப்பா நாகரிகம் முதிர்ச்சியடைந்த நிலையில் இருந்தபோதே வறட்சி தலைதூக்க ஆரம்பித்திருக்க வேண்டும். எது எப்படியிருப்பினும் கி.மு. 2200ஆம் ஆண்டுக்கு சமீபத்தில் பருவ மழைகள் பொய்க்கத் தொடங்கின. நீண்டகால வறட்சிகள் ஏற்பட்டன. பரவலாகக் காணப்பட்ட இந்த இடர்ப்பாடு எகிப்து, துருக்கி போன்ற நாடுகளைக்கூட பாதித்தது.[8] இதனால் விவசாயம் பாதிக்கப்பட்டு, அதிக மக்கள்தொகை கொண்ட இடங்களுக்கு இடையூறுகள் ஏற்பட்டிருக்க வேண்டும். மேலும் ஹரப்பர்கள் இதைவிட ஒரு மிகப்பெரிய சிக்கலை சந்திக்க நேர்ந்தது. அதாவது எந்த நதியை அடியொட்டி அந்த நாகரிகம் தழைத்தோங்கியதோ அதுவே வறண்டுபோய்விட்டது.

ஹரப்பா நாகரிகம் சார்ந்த இடங்களைக் காட்டும் ஒரு சாதாரண வரைபடத்தைப் பார்த்தாலே, அந்த இடங்கள் சிந்து நதியைச் சுற்றிக் காணப்படவில்லையென்றும், பதிலாக வறண்டு போன காகர் நதிப் படுகையைச் சுற்றியே அவை காணப்படு வதையும் நம்மால் தெரிந்துகொள்ள முடியும். மிக அதிகமாக மழைபொழியும் காலங்களிலேயே காகர் நதியில் இப்போது நாம் தண்ணீரைப் பார்க்கமுடியும். விதிவிலக்காக 2010ஆம் ஆண்டில் பருவமழை தீவிரமாக இருந்தபோது காகர் நதியில் வெள்ளத்தைப் பார்க்க முடிந்தது. ஆனால் சில அளவீடுகளும், செயற்கைக் கோள் அனுப்பிய புகைப்படங்களும் காகர் ஒருகாலத்தில் மிகப்பெரிய ஒரு நதியாக இருந்தது என்பதை உறுதிசெய்கின்றன. இமய மலையில் உற்பத்தியாகும் இந்த காகர் நதி ஹரியானா மாநில சமவெளிகளில் பாய்ந்து இராஜஸ்தான் மாநிலத்தின் தார்–பாலைவனப் பகுதிக்குள் புகுந்து, சிந்து மாகாணத்தின் வழியாக, குஜராத்தின் கட்ச் மாவட்டத்தின் உவர் சதுப்பு நிலத்தை அடைகிறது. கட்ச்–இன் உவர் சதுப்பு நிலம் (Rann of Kutch) அவ்வாறு இருப்பதற்கு முன்பு அது காகர் நதியின் முகத்துவாரமாக இருந்ததே காரணம்.

Dry Bed of the Saraswati River
(source: *The Lost River: On the Trail of the Saraswati* by Michel Danino)

இப்போது காகர் நதி, அதன் போக்கில் பெரும்பாலான தூரத்திற்கு வறண்டும், தடம் தெரியாமல் மறைந்தும் காணப்படுகிறது. இந்த நதியுடன் தொடர்புடைய பல கால்வாய்களில் இன்றும் நிலத்தடி நீர் அதிகமாகக் காணப்படுவதை செயற்கைக் கோள் புகைப் படங்கள் உறுதிப்படுத்துகின்றன. தார்–பாலைவன மையப் பகுதியில் கூட காகர் நதி ஓடிய இடங்களில் நிலத்தடி நீர் குறைந்த ஆழங்களில் காணப்படுவதை குழாய்க் கிணறுகள் நிரூபித்துள்ளன.

காகர் நதி சண்டிகர் நகருக்குக் கிழக்கேயுள்ள மலைகளில் உற்பத்தியாகிறது. ஹரியானாவின் வடபகுதியில் பல பருவகால ஆறுகள் ஓடிவந்து காகருடன் கலக்கின்றன. காகரும், அந்தப் பருவ கால ஆறுகளில் சிலவும் முற்காலத்தில் ஜீவநதிகளாக இருந்துள்ளன. செயற்கைக்கோள் படங்கள் யமுனை, சட்லஜ் போன்ற நதிகள் கூட ஒருகாலத்தில் காகர் நதியுடன் வந்து கலந்துள்ளன என்பதைக் காட்டுகின்றன. ஆகையால் காகர் ஒரு மிகப்பெரிய நதியாக முன்பு இருந்திருக்க வேண்டும். இருந்தாலும் ஒரு காலகட்டத்தில் இமாலயப் பனிப்பாளங்கள் உருகி, அதனால் வரும் தண்ணீர் காகரை வந்தடைவது நின்றுவிட்டது. அதுமட்டுமின்றி ஒரு காலத்தில் அத்துடன் வந்து சேர்ந்த சட்லஜ் நதியும் யமுனையும் தங்கள் பாதையை மாற்றிக்கொண்டு சிந்து நதியுடனும், கங்கை நதியுடனும் முறையே வந்துசேர்ந்து கொண்டன. பூமியின் மேற்பரப்புப் பாறைத்தட்டுகளில் ஏறப்பட்ட இடமாற்றம் மேற்குறித்த சம்பவங் களுக்குக் காரணமாக இருந்திருக்கலாம். எனவே இன்று காகர் நதி கடலில் வந்து கலப்ப தில்லை. தன்னுடைய துணை ஆறுகளின் மூலம் காகர் சிறிது காலம் தாக்குப் பிடித்திருக்கலாம். தட்பவெப்ப நிலையில் ஏற்பட்ட மாற்றத்தால் அந்தத் துணைநதிகளும் வறண்டு விட்டன. இந்தத் தொடர் நிகழ்வுகள் நடைபெற்று முடிவதற்கு பல வருடங்கள் கடந்திருக் கலாம். ஆகையால் சிந்து சமவெளியின் பல இடங்கள் வெவ்வேறு விதமான அனுபவங்களை சந்தித் திருக்கலாம். சிந்து நதியின் கரையில் அமைந்திருந்த நகரங்கள், திடீரென்று ஏற்பட்ட, சட்லஜ் நதியின் அபரிமிதமான நீர்வரத்தால் வெள்ளத்தைச் சந்திந்திருக்கலாம். 2010ஆம் ஆண்டு பாகிஸ்தானில் ஏற்பட்ட வெள்ளப்பெருக்கு ஓர் எடுத்துக்காட்டு; சிந்து நதி தன் ஓடு பாதையை மாற்றிக் கொண்டதோ என்று எண்ணத் தோன்றுகிறது.

காகர் நதியில் ஏற்பட்ட நீர் வறட்சி ஹரப்பர்களின் தலை விதியை நிர்ணயித்ததா? சிந்துசமவெளி நாகரிகத்தின் தொடக்க காலத்தில் தட்பவெப்பநிலை ஈரப்பதம் நிறைந்ததாக இருந்தது. காகர் நதியில் மிக அதிகமாக தண்ணீர் ஓடிக்கொண்டிருந்தது.

கி.மு. 2600ஆம் ஆண்டு ஏற்பட்ட நிலநடுக்கம் பூமியின் மேற் பரப்பில் உள்ள பாறைத்தட்டுகளின் இடமாற்றத்தால் ஏற்பட்டது. அதனால் கலிபங்கன், தோலவிரா போன்ற ஹரப்பா நகரங்கள் மிகவும் பாதிக்கப்பட்டன. யமுனை சட்லஜ் நதிகள் தங்கள் போக்குகளை மாற்றிக்கொண்டன. இந்த இடத்தில் நம் ஆர்வத்தைத் தூண்டும் செய்தி என்னவென்றால் காகர் நதி வற்றத் தொடங்கிய சமயத்தில்தான் ஹரப்பா நாகரிகம் உச்சகட்டத்தில் இருந்துள்ளது. பருவ நிலையில் வெப்பம் அதிகரித்தது. நதி வற்றிவிட்டது. இருப் பினும் நகர்ப்புறங்கள் செழித்து வளர்ந்துள்ளன. இது எப்படி என்று நாம் திகைக்கிறோம். காகர் நதி வற்றத்தொடங்கிய சமயத்தில்தான் தார்–பாலைவனப் பகுதியில் ஹரப்பா நகரங்கள் அதிக அளவில் பெருகியிருந்தன. துரதிஷ்டவசமாக கி.மு. 2000ஆம் ஆண்டு வாக்கில் நிலைமை மிகவும் மோசமடைந்துவிட்டது.

தண்ணீர் பற்றாக்குறை ஹரப்பர்களைக் கடுமையாக பாதித்தது. அவர்களால் மிக அக்கறையுடன் கவனித்து வரப்பட்ட நகரங்கள் சிதைய ஆரம்பித்தன. மக்கள் வேறு இடங்களுக்குப் புலம்பெயரத் தொடங்கினார்கள். வெள்ளத்தாலோ அல்லது தண்ணீர் பஞ்சத் தாலோ துணைக் கண்டத்து நகரங்கள் பாதிக்கப்பட்டது அது கடைசிமுறையாக இருக்கப்போவதில்லை. மாட்டு வண்டிகள் மக்களின் உடைமைகளை ஏற்றிக்கொண்டு, பழைய கிராமங்களையும், நகரங்களையும் விட்டு வேறிடங்களுக்குச் செல்ல வரிசையில் காத்துக் கொண்டிருந்தன. இதே காட்சியை பாகிஸ்தானில் வெள்ளம் வந்தபோது திரும்பவும் 2010ஆம் ஆண்டில் காணமுடிந்தது. சிந்து சமவெளியின் வடபகுதியில் இருந்த ஹரப்பர்கள் கிழக்கு திசையில் யமுனை, கங்கைப் பிரதேசங்களை நோக்கிச் சென்றனர். குஜராத்தின் கட்ச் பகுதி முழுவதும் கைவிடப்பட்டு, மக்கள் தென்முகமாக நர்மதை, தபதி பள்ளத்தாக்குப் பகுதிகளுக்குச் சென்றுவிட்டனர்.[9] பிற்காலத்தில் ஏற்பட்ட ஹரப்பா நகரங்களில் ஒரு கலாச்சாரத் தொடர்ச்சியைக் காணமுடிந்தாலும், பெரிய நகரங்களுக்கு பதில் சிறிய குடியிருப்புப் பகுதிகளே அதிகம் ஏற்பட்டன. பழைய காலத்தில் இருந்த மேன்மையான நகரங்கள் சிதைந்து போய் விட்டன. நகரமயமாக்கலில் இந்தியாவின் முதல் அனுபவம் இவ்வாறு ஒரு முடிவுக்கு வந்தது.

ஹரப்பர்கள் எங்கே சென்றார்கள்?

தொல்பொருட் சான்றுகளின்படி ஹரப்பர்கள் கொஞ்சம் கொஞ்சமாக கிழக்கேயும், தெற்கேயும் நகர்ந்து சென்றார்கள். அவர்கள் கலாச்சாரம் தொடர்ந்து இந்தியாவில் இருந்து வந்தது.

ஆனால் தொல்லியல் அறிஞர்களும், வரலாற்றாசிரியர்களும் இதை வன்மையாக மறுத்துரைக்கின்றனர். 'பொருள் சார்ந்த கலாச் சாரத்தில் எந்தத் தொடர்பும் இல்லை' என்று கூறுகிறார் புகழ் பெற்ற வரலாற்றாசிரியை ரோமிலா தாப்பர்.[10] இதற்கு மாறாக 'இன்றைய இந்திய கலாச்சாரத்தின் வேர்களை நாம் ஹரப்பா நாகரிகத்தில் காணலாம்' என்கிறார் B.B. லால். இவர் இந்தியத் தொல்லியல் ஆய்வுத் துறையின் முன்னாள் இயக்குனர். ஒரு புகழ் பெற்ற தொல்பொருள் ஆராய்ச்சி நிபுணர்.[11]

இன்று நாம் பார்க்கும் மாட்டுவண்டிகளுக்கும், ஹரப்பர்கள் பயன்படுத்திய மாட்டு வண்டிகளுக்குமிடையே காணப்படும் ஒற்றுமையை நாம் முன்னே பார்த்தோம். திரு. B.B. லால் ஒரு முக்கியமான கருத்தை முன்வைக்கிறார். 'ஹரப்பர்கள் விட்டுச் சென்ற மரபுரிமைச் செல்வம் இன்றைய நாகரிகத்தில் மட்டுமின்றி நம்முடைய அன்றாட வாழ்க்கையிலும் இருந்து வருகிறது' என்கிறார் அவர். எடுத்துக்காட்டாக நாம் இரு கைகளையும் கூப்பி கடவுளையும், பெரியோர்களையும் 'நமஸ்தே' என்று கூறி கைகளைக் கூப்பி வணக்கம் தெரிவிக்கும் பழக்கத்தை எடுத்துக் கொள்வோம்.

ஹரப்பா நகரங்களில் கண்டெடுக்கப்பட்ட களிமண் உருவங்கள் ஒரு மனிதன் தன் கைகளைக் கூப்பி 'நமஸ்தே' என்று கூறுவது போல் உள்ளன. இதுபோன்று நெற்றியில் குங்குமம் வைத்துக் கொண்டிருக்கும், களிமண்ணால் ஆன, பெண்களின் உருவங்களும் கண்டுபிடிக்கப்பட்டுள்ளன. திருமணமான இந்துப் பெண்கள் நெற்றியில் திலகம் வைத்துக்கொள்ளும் வழக்கம் அங்கிருந்துதான் தொடங்கியதோ? இவை அனைத்தும் சிக்கலான விஷயங்கள். சில நடவடிக்கைகளுக்கு நாம் எப்படிப் பொருள் கொள்கிறோமோ அப்படித்தான் ஹரப்பர்களும் பொருள் கொண்டார்கள் என்று நிச்சயமாகக் கூறிவிட முடியாது.

ஹரப்பா நாகரிகத்தின் தொடர்ச்சியைக் காட்ட மைக்கேல் டேனினோ என்பவர் மேலும் பல ஆதாரங்களைத் திரட்டி யுள்ளார். 5:4 என்ற விகிதம் தொடர்ந்து பயன்பாட்டில் இருந்து வருகிறது என்பதைப் பற்றி முன்பே நாம் விவாதித்திருக்கிறோம். இந்த விகிதத்தை, ஹரப்பர்கள் வாழ்வில் நாம் பல இடங்களில் காணமுடிகிறது. எடைகள், முகத்தல் அளவுகள் போன்றவற்றில் ஒரு தரக்கட்டுப்பாட்டு முறையை அல்லது சீர்மையை ஹரப்பா நகரங்கள் அனைத்திலும் நம்மால் காணமுடிகிறது. ஹரப்பா நாகரிகத்திற்குப் பின்வந்த அர்த்தசாஸ்திரத்தில் இதே சீர்மை எதிரொலிக்கிறது. அர்த்தசாஸ்திரம் கி.மு. மூன்றாம் நூற்றாண்டில்

எழுதப்பட்ட, அரசாங்க நிர்வாகம், பொருளாதாரம், தொடர்பான ஒரு கையேடு. (இதை எழுதியவர் சாணக்கியர் என்னும் கௌடில்யர்). தோலவிரா நகரில் இருந்த திட்ட வரைவாளர்கள் 1.9 மீட்டர் என்ற சீரான ஒரு நீட்டல் அளவைப் பயன்படுத்தினார்கள். இதே அளவுதான் அர்த்தசாஸ்திரத்தில் 'தனுஷ்'(வில்) என்று குறிப்பிடப் பட்டுள்ளது. மேலும் இந்த அளவு 108 சம பாகங்களாகப் பிரிக்கப் பட்டது. ஒவ்வொரு பாகத்தின் நீளமும் 1.78 செ.மீ. இது ஒரு விரல் அகலம் (முக்கால் அங்குலம்) வில்லின் நீளம் 108 விரலகலம் இருக்க வேண்டும்.[12] இந்த விவரங்களைத் திரட்டித் தந்தவர் நாம் முன்பு குறிப்பிட்ட மைக்கேல் டேனினோ–தான். சில இடங்களில் பழையமுறை இருபதாம் நூற்றாண்டுவரை நீடித்துள்ளது. வெகு சமீபத்தில்தான் நாம் மெட்ரிக் அளவு முறைக்கு மாறினோம். அதுவரை நாம் பயன்படுத்தி வந்த எடை, மற்றும் முகத்தல் அளவைகள் ஹரப்ப மக்கள் பயன்படுத்திய முறைக்கு ஒப்பானவை. ஜான் மிட்சினர் என்பவரின் கூற்றுப்படி, அளவை முறையைப் பொருத்தவரை நாம் ஹரப்பர்களிடமிருந்து 1.8% மட்டுமே மாறியிருக்கிறோம். நான்காயிரம் ஆண்டுகளில் நாம் மாறியது வெறும் 1.8 விழுக்காடுதான்!

நாம் இன்று பயன்படுத்தும் சதுரங்கக் காய்களுக்கு ஒப்பான வற்றை ஹரப்பா நகரங்களில் ஆய்வாளர்கள் கண்டுபிடித்துள்ளனர். இது நம் ஆர்வத்தைத் தூண்டுவதாக உள்ளது. சதுரங்கம் இந்தியாவில் தான் தோன்றியது என்பது நீண்டகாலமாக அறியப்பட்ட உண்மை. ஆனால் அந்த விளையாட்டு அல்லது அதற்கு நேர் ஒப்பான ஒன்று இந்தியாவில் நான்காயிரம் ஆண்டுகளுக்கு முன்பே இருந்துள்ளது என்பது மிகவும் அசாதாரணமான ஒரு செய்தி. ஹரப்பர்களின் நகர அமைப்பு முறைகூட பிற்காலம் வரை தொடர்ந்திருக்கலாம். இந்தியப் பஞ்சாபில் 'கலிபங்கன்' என்ற ஹரப்பா நகரில் வீதிகளின் நீளம், அகலம் போன்றவை 1.9.மீ, 3.8மீ, 5.7.மீ, 7.6மீ என்று அர்த்த சாஸ்திரத்தில் சொல்லியிருப்பது போன்றே உள்ளது. சுருங்கக்கூறின் ஹரப்பர்கள் மறைந்துபோய் விடவில்லை. அவர்கள் மற்ற இந்திய மக்களோடு பரவலாகக் கலந்து, இன்றைய இந்திய நாகரிகத்திற்கு வித்திட்டிருக்கிறார்கள். இருப்பினும் இந்திய நாகரிகத்திற்கும், ஹரப்பா நாகரிகத்திற்கும் இணையான வேறுசில வேர்களும் இருக்கின்றன. குறிப்பாக வேத சம்பிரதாயத்தையும், இந்திய வரலாற்றில் அது இன்றுவரை தொடர்வதையும் நாம் குறிப்பிட வேண்டும். அதை நாம் இப்போது பார்க்கலாம்.

ரிக் வேதம்

வேதங்கள் என்பவை இந்துக்களின் மிகப் பழமையான நூல்கள். இவை ரிக், யஜுர், சாம, அதர்வண வேதம் என்று நான்கு வகைப்படும். வழிபாடுகள், மந்திரங்கள், வழிகாட்டு நெறிமுறைகள், சடங்குகளைச் செய்யும் முறைகள், தீயில் பலியிடுதல் போன்ற பல செய்திகளை வேதங்கள் உள்ளடக்கியுள்ளன. வேதங்களை இயற்றித் தொகுத்தவர்கள் பல நூற்றாண்டுகளுக்கு முன் வாழ்ந்த ரிஷிகள். 'உண்மையில், ரிஷிகள் வேதங்களைத் தங்கள் தியானத்தின் மூலம் உணர்ந்தவர்கள். (வேதங்கள் யாராலும் எழுதப் பட்டவையல்ல) ரிஷிகள் என்போர் புலவர்களாகவும், தத்துவ அறிஞர்களாகவும் இருந்தவர்கள். வேதங்களில் மிகவும் பழமை யானது ரிக்வேதம். உலகில் வழக்கில் இருந்துவரும் மிகப் பழமையான நூல் இதுதான். இது பத்து பிரிவுகளாக உள்ளது. இன்றுவரை ரிக்வேதம் பயன்பாட்டில் இருந்துவருகிறது. பெரும் பாலான இந்துக்களால் மிகமிகப் புனிதமான நூல் என்று கருதப் படுகிறது. ரிக்வேதத்தில் வரும் 'காயத்ரி' மந்திரத்தை பல்லாயிரக் கணக்கான மக்கள் இன்றும் ஓதி வருகிறார்கள். இந்த 'காயத்ரி' மந்திரம் பல்வேறு விதமாக அறிஞர்களால் மொழிபெயர்க்கப் பட்டுள்ளது. என்னுடைய விளக்கம் இதுதான்: 'ஓ சூரிய பகவானே! சுவர்க்கத்தையும், பூமியையும் நீதான் ஒளிபெறச் செய்கிறாய். அதுபோல் என் மனதிலும் ஒளியை உண்டாக்கு!' (சூரிய காயத்ரி).

ரிக்வேதம் சமஸ்கிருத மொழியின் பழைய வடிவில் உள்ளது. அது மிகப் பழமையானது கூட. எந்த அளவுக்கு அது பழமை யானது என்பதில் கருத்து வேறுபாடுகள் உள்ளன. கி.மு. 4000 முதல் கி.மு. 1000 வரை அதன் காலம் இருக்கலாம்.[13] பல ஆண்டுகள் ஏன் பல நூற்றாண்டுகள் கூட அதைத் தொகுப்பதற்கு எடுத்துக் கொள்ளப்பட்டிருக்கலாம். கி.பி. மூன்றாம் நூற்றாண்டு வரை ரிக்வேதம் ஓதியே உணரப்பட்டது. எழுத்து வடிவில் இல்லை. அதில் இரும்பைப் பற்றி ஒன்றுமே குறிப்பிடப்படாததால் ரிக்வேதம் வெண்கல காலத்திற்குரியதாக இருக்கவேண்டும்.[14] ரிக்வேதத்திற்குப் பின் பல நூற்றாண்டுகள் சென்று தொகுக்கப்பட்ட அதர்வண வேதத்தில்தான் இரும்பு பற்றி குறிப்பிடப்பட்டுள்ளது. அதர்வண வேதம் இரும்பை 'கிருஷ்ணாயாஸ்' அல்லது கருப்பு வெண்கலம் என்று சொல்கிறது. இரும்பு கி.மு. 1700 ஆண்டுகளாகத்தான் இந்தியாவில் பழக்கத்தில் இருந்து வருகிறது என்பது நமக்குத் தெரியும். அதுதான் அதர்வண வேதம் தோன்றிய காலம். முதலில்

தோன்றிய ரிக்வேதத்திற்கும், கடைசியாகத் தோன்றிய அதர்வண வேதத்திற்குமிடையே சில நூற்றாண்டுகாலம் சென்றிருப்பதால் ரிக்வேதம் கி.மு. 2000இல் தோன்றியது என்று கூறுவதில் தவறேதும் இல்லை.

இந்திய வரலாற்றைத் திரும்ப எழுதுவதற்கு பத்தொன்பதாம் நூற்றாண்டு முதல் ரிக்வேதம் பயன்படுத்தப்பட்டுள்ளது. வரலாற்றைத் திரும்பவும் எழுதுவதில் பல இடர்பாடுகள் இருந்தன. முதற்கண், ரிக்வேதம் சமயத்துடனும், தத்துவத்துடனும் தொடர்புடைய ஒரு நூல். அது சமூக அரசியல் நிலைகளைக் குறிப்பிடும் ஒரு கலைக்களஞ்சியம் அல்ல. அதிலிருந்து இந்திய வரலாற்றை எழுதுவதென்பது விவிலியத்தின் புதிய ஏற்பாட்டைப் படித்து விட்டு, அதிலிருந்து ரோமானியப் பேரரசின் வரலாற்றை எழுது வதற்கு ஒப்பாகும். இருப்பினும் ரிக்வேதம் வெண்கல காலத்திலிருந்த சமுதாயம், சமூகப் பழக்க வழக்கங்கள், அப்போதிருந்த பொருளாதார நிலை, தத்துவ ஞானம், வணங்கப்பட்ட கடவுளர்கள், ஆதிகாலக் குடிமக்களிடையே நிலவிய குடிமரபுப் பகை போன்ற ஆர்வத்தைத் தூண்டும் செய்திகளைத் தருகிறது. விதிவிலக்காக ஒரு விஷயத்தைத் தவிர ரிக்வேத மந்திரங்களிலிருந்து வரலாற்று நிகழ்வுகளைத் தெரிந்து கொள்வது மிகவும் கடினமானது.

அந்த நூலில் சொல்லப்பட்டுள்ள நிலவமைப்பு மிகவும் தெளிவாகப் புரிகிறது. கீழ்த்திசையைப் பொருத்தவரை ரிக்வேதம் கங்கையைப் பற்றிக் கூறுகிறது. மேற்கில் உள்ள காபூல் நதியைப் பற்றிக் கூறுகிறது. வடக்கிலிருக்கும் இமயமலையைப் பற்றி ஒரு விழிப்புணர்வை ஏற்படுத்தும் அதேசமயத்தில் தெற்கில் உள்ள கடல்களையும் வர்ணிக்கிறது ('கடல்கள்' என்பது அரபிக் கடலைக் குறிப்பது). இங்கு வர்ணிக்கப்பட்டுள்ள நில அமைப்பு கிட்டத்தட்ட ஹரப்பர்களின் உலகத்தோடு ஒத்துப் போகிறது.

எல்லாவற்றிற்கும் மேலாக, நம் கவனத்தை மிகவும் ஈர்ப்பது, ரிக்வேதம் மேன்மையான 'சரஸ்வதி நதி'யைப் பற்றித் திரும்பத் திரும்பப் பேசுவதுதான். நதிகளிலெல்லாம் தலையாயது சரஸ்வதி என்கிறது ரிக்வேதம். ரிக்வேதத்தில் வரும் 45 ஸ்லோகங்கள் சரஸ்வதி நதியைப் போற்றுகின்றன. இந்தியாவின் நில அமைப்பில், சரஸ்வதி நதி புகழப்படுவதைப் போன்று வேறு எந்த இடமும் புகழப்படுவதில்லை. கங்கை இரண்டு இடங்களில் மட்டுமே குறிப்பிடப்பட்டுள்ளது. சிந்து ஒரு மிகப்பெரிய நதியாக இருந்தாலும் சரஸ்வதி நதிக்குத் தரப்படும் மரியாதை அதற்குக் கொடுக்கப் படவில்லை. சரஸ்வதி 'அனைத்து நதிகளின் அன்னையாகப்

போற்றப்படுகிறது. 'மேன்மையானவற்றுள் மேன்மையானது, கட்டுக் கடங்காத நதிகளில் தலைமையானது' என்று அதைப் போற்றுகிறது ரிக்வேதம். 'சரஸ்வதி, சுலோகங்களை ஊக்குவிக்கும் நதி' என்கிறது ரிக்வேதம். இதிலிருந்து அந்த நதியின் கரைகளில்தான் ரிக்வேதம் இயற்றப்பட்டிருக்க வேண்டும்.

இதில் சிக்கல் என்னவென்றால் ரிக்வேதம் வர்ணிப்பது போன்றதொரு நதி நவீன இந்தியாவில் இல்லை. இதனால் சில வரலாற்றாசிரியர்கள் சரஸ்வதி நதி என்பது கவிஞனின் கற்பனையில் தோன்றியது என்கிறார்கள். வேறு சிலர் ஆஃப்கானிஸ்தானில் இருக்கும். 'ஹெல்மந்த்' ஆறுதான் சரஸ்வதி நதி என்கிறார்கள். ரிக்வேதமே இந்திய நிலப்பரப்பில் சரஸ்வதி நதி இருக்குமிடத்தை விவரிக்கிறது.

'நதிஸ்துதி சூக்தம்' என்ற சுலோகத்தில் கிழக்கிலிருந்து தொடங்கி மேற்கு திசை வரையுள்ள முக்கியமான நதிகள் குறிப் பிடப்படுகின்றன. இந்த சுலோகத்தின் ஆரம்பத்தில் வருவது கங்கை. சரஸ்வதி நதி யமுனைக்கும், சட்லஜ்க்கும் இடையில் இருப்பதாகத் தெளிவுபடக் கூறுகிறது ரிக்வேதம். இதில் சந்தேகத்திற்கு இடமேயில்லை. இந்த வர்ணனைக்குப் பொருத்தமாக இருப்பது 'காகர் நதி' ஒன்றுதான். இந்த நதியின் தரைப்பகுதி இன்று வறண்டு காணப்படுகிறது. ஆனால் செயற்கைக் கோள் புகைப்படங்களும், நிலசுற்றாய்வுகளும் ஐயப்பாட்டிற்கிடமில்லாமல் காகர் ஒரு காலத்தில் ஒரு மிகப்பெரிய நதியாக இருந்திருக்க வேண்டுமென்று கூறுகின்றன. ரிக்வேத கால மக்களும், ஹரப்பர்களும் இந்த நதியைத்தான் நம்பியிருந்தார்கள் என்ற முடிவிலிருந்து நாம் தப்ப முடியாது.

மேலும் ஒரு சிக்கல் இருக்கிறது. பிற்கால நூல்களைப் போலல்லாமல், காய்ந்து வறண்டுகொண்டிருக்கும் சரஸ்வதி நதியை ரிக்வேதம் விவரிக்கவில்லை. மாறாக, அது சரஸ்வதி நதியானது, ஏராளமான நீர்ப்பெருக்குடன் கடலில் சென்று கலந்ததாகக் கூறுகிறது. இதிலிருந்து ரிக்வேதம் கி.மு. 2600ஆம் ஆண்டுக்கு முன் இயற்றப்பட்டிருக்க வேண்டுமென்று தெரிகிறது! இதற்கும் மேலாக நம் ஆர்வத்தைத் தூண்டும் செய்தி என்ன வென்றால், ரிக்வேதம் தன் காலத்திற்கு முன்னால் இருந்த கவிகளைப் பற்றியும், அவர்களது நூல்களைப் பற்றியும் கூறுகிறது. ஆனால் அக்கவிகள் இயற்றிய நூல்கள் கிடைக்காமல் போய்விட்டன. எனவே ஹரப்பர் காலத்தோடு ஒருங்கிணையும் ஒரு கலாச் சாரத்தையே நாம் ஆய்வுக்கு எடுத்துக்கொள்ள வேண்டும். எல்லா அறிஞர்களும்

இதற்கு சம்மதிக்கமாட்டார்கள். ஆனால் அத்தகைய சாத்தியக் கூறை நாம் மனதில் வைத்துக்கொள்ள வேண்டும்.

ஒருவர் இரண்டுவிதமான கணிப்புகளோடும் ஒத்துப்போக முடியுமா?

நில அமைப்பு, காலம், வெண்கல காலத் தொழில் நுட்பம், இவைகளுடன் கூட சரஸ்வதி நதியின் இருப்பு போன்றவற்றில் ஹரப்ப நாகரிகமும், ரிக்வேதமும் ஒன்றுடன் ஒன்று ஒருங் கிணைந்து காணப்படுகின்றன. இருகாலங்களிலும் வாழ்ந்த மக்கள் ஒருவர்தானா? முன்பு நாம் பார்த்த மரபியல் புள்ளி விவரங்களோடு சேர்த்துப் பார்க்கும்போது ஒரேவிதமான மக்கள், ஒரே மாதிரியான கலாச்சாரம் போன்றவை இந்தியத் துணைக்கண்டத்தில் நீண்ட நாட்களாக இருந்து வந்திருப்பதை நம்மால் புரிந்துகொள்ள முடிகிறது. B.B. லால் போன்ற தொல்லியல் நிபுணர்களைப் பொருத்த வரை இந்த விஷயம் முடிவான ஒன்று. ஆனால் பல அறிஞர் பெருமக்கள் இதைப் பற்றி சந்தேகப்படுகிறார்கள். ஹரப்பர்களும், ரிக்வேதகால மக்களும் ஒருவரே என்பதை மறுத்துரைப்போரின் வாதங்களைப் பார்ப்போம். அதிகப் பிடிமானமில்லாத விவாதத்தில் தொடங்கி வலுவான விவாதங்கள் வரை நாம் பார்க்கலாம்.

ரிக்வேத கால மக்கள் மத்திய ஆசியாவிலிருந்து இங்கு வந்த நாடோடிகள் என்றும், அவர்களால் மிகவும் மேம்பட்டு விளங்கிய சிந்துசமவெளி நகரங்களை நிர்மாணித்திருக்க இயலாது என்றும் கூறுவது மிகவும் பழமையான ஒரு வாதம். அதனால் தான் இந்திய நில அமைப்பின் வடமேற்குப் பகுதிக்கு அப்பால் ரிக்வேதம் ஒரு சிறிதளவுக்குமேல் எதையும் குறிப்பிடவில்லை என்று கூறுகிறார்கள், முன்னால் சொன்ன கருத்தை முன்வைப்பவர்கள். இவ்வாறு சொல்வது பொருத்தமற்றது. ஏனெனில் ரிக்வேதம் எந்த ஆக்கிர மிப்பைப் பற்றியும் சொல்லாததோடு, அதில் மத்திய ஆசியா பற்றிய எந்தச் செய்திகளும் இல்லை. ரிக்வேத கால மக்கள் கிட்டத்தட்ட இன்றுள்ள ஹரியானா, பஞ்சாப் (பாகிஸ்தானிய பஞ்சாப் உட்பட) மேற்கு உத்திரப்பிரதேசம் போன்ற பகுதிகளில் வாழ்ந்தவர்கள். வடக்கிலிருந்த இமயம் பற்றியும், தெற்கேயிருந்த கடல்கள் பற்றியும், கிழக்கில் இருந்த கங்கை, மேற்கேயுள்ள ஆஃப்கானிஸ்தான் போன்றவை பற்றியும், அவர்களுக்குத் தெரியும், தென்னிந்தியாவைப் பற்றியும், மத்திய ஆசியா குறித்தும் அவர்களுக்குத் தெரிந்திருக்க சாத்தியக்கூறுகள் இருக்கின்றன. ஆனால் அவை பற்றிய எந்தக் குறிப்பும் ரிக்வேதத்தில் இல்லை.

மேலும் ரிக்வேத மக்கள் வேளாண்மை தொடர்பான தெளிவான அறிவைப் பெற்றிருந்ததோடு, தாங்கள் வாழ்ந்து வந்த

நகரங்கள் பற்றியும், தங்கள் எதிரிகள் வாழ்ந்த நகரங்கள் குறித்தும் தெரிந்து வைத்திருந்தனர். சிலர் சொல்வதுபோல் அவர்கள் வன்பாலைவனத்திலிருந்து வந்த நாடோடிகள் அல்ல. நகரங்களை உள்ளாட்சி நிர்வாகத்தின் மூலம் ஆட்டிப்படைக்கும் ஹரப்பர்களின் வல்லமை குறித்து எந்தக் குறிப்புகளும் ரிக்வேதத்தில் இல்லை. காரணம் கழிவுநீர்க் கால்வாய்களின் நுட்பங்களை, சமயநூல் ஒன்றில் நாம் எதிர்பார்க்க இயலாது.

ரிக்வேதகால மக்கள் இரும்பைத் திறம்படக் கையாளத் தெரிந்தவர்கள் என்றும், எப்போதும் தங்கள் எதிரிகளான 'தாசர்' களுடன் போரில் ஈடுபட்டு வந்தார்கள் என்றும் இரண்டாவதாக ஒரு பொருந்தாத வாதம் முன்வைக்கப்படுகிறது. 'தாசர்கள்' என்போர் ஹரப்பர்களாக இருக்கலாம் அல்லது பழங்குடி மக்களாக இருக் கலாம். 'ஆரியா' என்ற சொல் சமஸ்கிருத இலக்கியங்களில் பொதுவாக அதிகம் பயன்படுத்தப்பட்டுள்ளது. இச்சொல் கலாச் சாரத்தில் மேம்பட்ட அல்லது அந்தஸ்தில் உயர்ந்த ஒரு மனிதன் என்ற பொருளில்தான் பயன்படுத்தப்பட்டுள்ளதே தவிர அச்சொல் இனப்பாகுபாட்டைக் குறிப்பதல்ல. அப்படியென்றால் அனைத்து மக்கள் குழுக்களும் தங்களை 'ஆரியர்கள்' என்றும் தங்கள் எதிரிகளை 'ஆரியர் அல்லாதோர்' என்றும் சுட்டிக்காட்டவே விருப்பப் பட்டிருக்க வேண்டும். இனப்பாகு பாட்டின் அடிப்படையில் 'ஆரியா' என்ற சொல்லைப் பயன்படுத்தும் வழக்கம் பண்டைக் கால ஈரானிலும், நவீன ஐரோப்பாவிலும் இருந்தது. ஆனால் அவ்வழக்கம் இந்தியாவில் இல்லை. இதேபோல் ஆரியர்கள் அல்லாத எதிரிகளைக் குறிக்க 'தாசா' என்ற சொல் பயன்படுத்தப் பட்டது என்பதிலும் நாம் கவனமாக இருக்கவேண்டும். ஏனெனில் மிக முக்கியமான தலைவன் என்று ரிக்வேதம் குறிப்பிடும் ஒருவனே ஒரு 'தாசா' – தான். அதாவது சுதாசா; இவன் திவோ தாசா–வின் மகன். இவனைப்பற்றிப் பின்னால் நாம் விரிவாகப் பார்ப்போம்.[16]

ஆரிய–தாசா சண்டை குறித்து, ரிக்வேதம் நிலைபேறுள்ள, முரண்பாடற்ற எதையும் சொல்லவில்லை. அச்சண்டை பழங்குடி மக்களின் இரு இனக்குழுக்களுக்கிடையே நடைபெற்ற ஒரு தாறுமாறான கைகலப்பாக இருக்க வேண்டும். அந்தக் குழுக்களின் இனப்பின்னணி பற்றி எதுவும் தெரியவில்லை. ரிக்வேதகால மக்கள் பின்பற்றிய தொழில் நுட்பம் வெண்கலகால தொழில் நுட்பம். பல நூற்றாண்டுகள் சென்று அதர்வண வேதகாலத்தில் தான் அவர்கள் இரும்பின் பயன்பாடு குறித்துத் தெரிந்து கொண்டார்கள். எப்படிப் பார்த்தாலும் 'இரும்பு உருக்கு' என்பது மத்திய இந்தியாவில் வளர்ந்த ஒரு தொழில் நுட்பம். அதற்குக்

காரணம் அந்தப் பகுதியில் இரும்புக் கனிமம் அதிகமாகக் கிடைத்தது. ஆக்கிரமிப்பாளர்கள் வெளியிலிருந்து பெறப்பட்ட ஒரு தொழில் நுட்பத்தை உள்ளூர்வாசிகளுக்கு எதிராகப் பயன்படுத்தி ஆதாயம் பெற்றிருக்க முடியாது.

வேதகால இந்தியர்களை, ஹரப்பர்களுடன் தொடர்பு படுத்துவதற்கு நான் எதிர்ப்பு தெரிவிக்கக் காரணம், குதிரைகளின் பயன்பாடுதான். ரிக்வேதம் எருதுகளையும், குதிரைகளையும் அடிக் கடிக் குறிப்பிடுகிறது. ஹரப்பர்களின் கலையில் பொதுவாக மிக அதிகம் காணப்படுவது எருதுதான். குதிரைகளை அங்கு நம்மால் பார்க்க முடியவில்லை. இதுவரை இதற்கான விளக்கத்தைப் பெற என்னால் முடியவில்லை. இதுவரை அகழ்ஆய்வு செய்யப் படாத நூற்றுக்கணக்கான இடங்கள் இந்தியாவிலும், பாகிஸ் தானிலும் இருக்கின்றன. அங்கே எனக்குத் தேவையான விளக்கம் கிடைக் கலாம். அல்லது இன்னும் சரியாக ஆய்வு செய்து பார்க்கப்படாமல் சேர்த்து வைக்கப்பட்டிருக்கும் விலங்கின எலும்புகள் அடங்கி யுள்ள மூட்டைகளில் எனக்குத் தேவையான பதில் இருக்கலாம். எப்படியிருந்தாலும் இரண்டு குறிப்புகளைத் தருவதற்கு நான் விரும்புகிறேன்.

முதலாவதாக, அதிகமாகப் பயன்படுத்தப்படாவிட்டாலும் ஹரப்பர்கள் குதிரைகளைப் பற்றி அறிந்து வைத்திருக்க வேண்டும். குதிரைகள் மனிதப் பயன்பாட்டிற்கெனப் பழக்கப்படுத்தப்பட்டது மத்திய ஆசியாவில்தான். அது நடந்தது கி.மு. 4000த்தில். இதற்குப் பின் ஆயிரம் ஆண்டுகள் சென்று ஹரப்பர்கள் அமுதாரியா என்ற வணிகப் புறச்செயல்பாட்டு நிலையம் ஒன்றை வைத்திருந்தனர். மிகப் பயனுள்ள ஒரு விலங்கை உள்ளூர்வாசிகள் எப்படிப் பழக்கப் படுத்துகிறார்கள் என்று அந்தப் புறச்செயல் பாட்டு நிலையத் திலிருந்து ஹரப்பர்கள் கண்காணித்து வந்திருக்கவேண்டும். குதிரைகளை வாங்குவதற்குக்கூட அவர்கள் அங்கு தங்கியிருந்திருக் கலாம். பிற்கால இந்திய வரலாற்றில் வேறு இடங்களிலிருந்து குதிரை களைத் தருவிப்பது ஒரு முக்கியமான பணியாக இருந்துள்ளது. எனவே குதிரைகள்தான் இந்தியாவிற்குத் தருவிக்கப்பட்டனவே தவிர ஆரியர்கள் அல்ல – என்று கூட ஒருவர் வாதிட முடியும். மிகவும் ஆரம்ப காலத்திலிருந்தே மத்திய இந்தியாவில் குதிரைகள் பிரபலமாக இருந்தன. பீம்பேத்காவில் காணப்படும் பாறை ஓவியங்கள் குதிரைகளைக் காட்டுகின்றன. புதிய கற்காலத்தைச் சேர்ந்த 'மஹாகரா' என்னும் இடத்தில் குதிரையின் எலும்புகள் கண்டுபிடிக்கப்பட்டுள்ளன. இதிலிருந்து குதிரையைப் பற்றி ஹரப்பர்கள் காலத்திற்கு முன்பே மக்களுக்குத் தெரிந்திருந்தது

என்று எடுத்துக் கொள்ளலாம்.[18] சுருக்கமாகச் சொன்னால் அந்த மக்களிடம் நிறைய குதிரைகள் இருந்திருக்கலாம். ரிக் வேதகாலத்திய ஆரியர் அல்லாத பழங்குடியினரும் சொந்தமாகக் குதிரைகளை வைத்திருந்திருக்கலாம்.

இரண்டாவதாக ஹரப்ப நகரங்களில் குதிரைகள் இருந்ததற்கான அடையாளங்களே இல்லை என்று சொல்வது முழுவதும் உண்மையல்ல. ஹரப்ப முத்திரைகளில் குதிரை காணப் படாவிட்டாலும், குதிரைகள் போன்ற இரு களிமண் உருவங்கள் கிடைத்துள்ளன. 'லோதால்' என்ற இடத்தில் சதுரங்கக் காய்கள் கண்டுபிடிக்கப்பட்டுள்ளன. அந்தக் காய்களில் ஒன்று குதிரையின் தலை வடிவத்தில் உள்ளது. ஹரப்ப நாகரிகத்திற்குரிய சில இடங்களில் குதிரையின் எலும்புகள் கண்டுபிடிக்கப்பட்டு, அவை குதிரை எலும்புகள்தான் என்று நிரூபிக்கப்பட்டுள்ளன.[19] இருப்பினும் சிலர் இந்த எலும்புகள் கழுதையின் எலும்புகள்தான் என்றும் குதிரையின் எலும்புகள் அல்லவென்றும் கருதுகின்றனர். இதைப் பற்றி கருத்து தெரிவிக்க என்னால் இயலாது. குதிரைகள் இல்லை என்ற ஒரு செய்தியை வைத்துக்கொண்டு ஹரப்பர்களுக்கும் வேதகால மக்களுக்கும் ஓரளவு தொடர்பு இருந்தது என்ற பாசாங்கை அமல்படுத்துவது அவ்வளவு எளிதல்ல என்பதை வாசகர்கள் தெரிந்து கொள்ளவேண்டும். எனது எண்ணப்படி என் வாதத்திற்கு சிங்கங்கள் தான் முக்கியமானவை; குதிரைகள் அல்ல.

சாட்சியங்கள் தொல்பொருள் ஆய்வாளர்களுக்குச் சாதமாக இருக்கின்றனவே தவிர வரலாற்றாசிரியர்களுக்கு ஆதரவாக இல்லை. புதிதாகக் கிடைக்கும் புள்ளி விவரங்கள் உட்பட தொல் பொருள் ஆய்வாளர்களின் கரங்களே பலப்படுத்தப்படுகின்றன. காலப்போக்கில் இப்போதுள்ள முரண்பாடுகள் நீக்கப்படலாம். எனது கருத்துப்படி ஹரப்பர்கள், இன்று இந்திய மக்கள் இருப்பதைப்போல் பல இனங்களின் கலவையாக இருந்திருக்க வேண்டும். அக்கலவையில் ரிக்வேத மக்களும் ஒரு பகுதியாக இருந்திருக்கலாம்.

நில அமைப்பியல் வல்லுனர்களும், தொல்பொருளியல் வல்லுனர்களும் ஒப்புக்கொள்ளக்கூடிய, நில அமைப்பு சார்ந்த ஒரு நிகழ்வுக்கு வருவோம். அதுதான் சரஸ்வதி நதி வறண்டுபோன நிகழ்வு. அந்த நதி வறண்டுபோனதென்பது இந்திய நாகரிகத்தின் பரிணாமத்தில் ஒரு மிகப்பெரிய நிகழ்வு.

சரஸ்வதி நதி என்னவாயிற்று?

சரஸ்வதி நதியை காகர் நதியுடன் இணைத்துப் பார்க்கும் பார்வை புதிதான ஒன்றல்ல. 19ஆம் நூற்றாண்டைச் சேர்ந்த பிரிட்டிஷ் ஆய்வாளர்களும் வரைபடத் தயாரிப்பாளர்களும் வறண்டுபோன அந்த வழித்தடத்தைப் பழைய நூல்களும் புராணங்களும் சுட்டிக்காட்டும் நதியுடன் ஒன்றிணைத்துக் காட்டி யுள்ளனர். தற்போது செயற்கைக்கோள் புள்ளி விவரங்கள் அந்தக் கருத்தை உறுதிப்படுத்தியுள்ளன. ரிக் வேதம் சரஸ்வதி நதியைப் பற்றித் தொடர்ந்து பேசுகிறது. பின்னால் வந்த வேதங்களும் ரிக்வேதக் கருத்தை ஆமோதிக்கின்றன. அடுத்த தலைமுறையில் வெளிவந்த நூல்கள் சரஸ்வதி நதி வறண்டுபோனதைப் பற்றித் திரும்பத் திரும்பக் கூறுகின்றன. 'பஞ்சவம்ச பிராமணா' என்ற நூல் சரஸ்வதி நதி பாலைவனத்தில் மறைந்துபோய்விட்டது எனக் குறிப்பிடுகிறது. சரஸ்வதி நதி வறண்டு போனதை அல்லது பூமிக் கடியில் புதையுண்டு போனதைப் பற்றிப் பல புராணங்களும், கதைகளும் எடுத்துக்காட்டுகின்றன. அந்த நதி மறைந்ததற்கு என்ன காரணம்?

பௌதீக சுற்றாய்வுகளும், செயற்கைக்கோள் புகைப்படங்களும் யமுனை, சட்லஜ் ஆகிய இரண்டும் சரஸ்வதியின் உடன் இணையும் ஆறுகளாக இருந்ததை உறுதி செய்கின்றன. அந்த இரு ஆறுகளும் சரஸ்வதியுடன் இணைந்ததால் அது சிந்துவை விடவும், கங்கையை விடவும் அதிக நீர்வரத்துடைய நதியாக இருந்தது. எனவே ஆரம்ப கால ஹரப்பக் குடியிருப்புகள் சரஸ்வதி நதியை ஒட்டியே இருந்தன என்பதில் ஆச்சரியப்படுவதற்கு ஒன்றுமில்லை. துரதிஷ்டவசமாக ஒரு மிகப்பெரிய நிலநடுக்கத்தின் காரணமாக சரஸ்வதி யமுனையை இழந்தது. இமயமலைப் பகுதி ஸ்திரமற்ற பகுதி என்பதையும் பல பெரிய நிலநடுக்கங்கள் வருவதற்கு வாய்ப்புள்ள பகுதி என்பதையும் முன்பே நாம் பார்த்திருக்கிறோம். கி.மு. 2600இல் ஏற்பட்ட நில நடுக்கம் மிகப்பெரிய நிலநடுக்கமாக இருந்திருக்க வேண்டும். இதைத் தவிர வேறு பல நில அதிர்வுகளும் பூமியின் மேற்பரப்பு பாறைகளின் நகர்வால் ஏற்பட்டிருக்க வேண்டும். யமுனை தன்னை விட்டுச் சென்றதோடு சரஸ்வதியின் துரதிஷ்டம் முடிந்துவிட வில்லை. பின்னால் சட்லஜ் நதியும் யமுனையைப் போன்றே சரஸ்வதியை விட்டுப் பிரிந்து சென்றுவிட்டது. சட்லஜ் தன் இயல்பை அடிக்கடி மாற்றிக்கொள்ளும் ஒரு நதி. முற்காலத்தில் அதற்குப் பல கிளைகள் இருந்தன. 'ஷதாத்ரு' என்ற புராதனப் பெயருக்கு 'நூறு கிளைகளையுடையது' என்று பெயர். ஒரு கட்டத்தில் சட்லஜ்

மேற்கு நோக்கித் திரும்பி சிந்து நதியுடன் இணைவதற்குத் தீர்மானித்துவிட்டது. சட்லஜ்-இன் கிழக்கு நோக்கிப் பாயும் கிளை ஆறுகள் செயற்கைக் கோள் புகைப்படங்களில் நன்றாகத் தெரிகின்றன.

இமாலயப் பனிப்பாளங்கள் உருகியதால் சரஸ்வதி நதி பெற்று வந்த தண்ணீருக்கும் பங்கம் ஏற்பட்டிருக்கலாம். சரஸ்வதிக்கு மூன்று ஆதாரங்கள் இருந்ததை ரிக்வேத சுலோகங்கள் குறிப்பால் உணர்த்துகின்றன.[20] இன்றைக்கு யமுனையின் உடன் இணையும் முக்கிய நதியாக இருக்கும் 'டான்ஸ்' நதி பனிப்பாறைகள் உருகுவதால் வரும் நீரை முன்பு சரஸ்வதியுடன் கொண்டு சேர்க்கும் ஆதாரமாக இருந்துள்ளது. டான்ஸ் மார்க்கண்ட நதியின் கால்வாய்களின் வழியாக சமவெளிப் பிரதேசத்தில் பாய்ந்து செல்கிறது. மார்க்கண்ட நதி காகர் நதியுடன் இணையும் ஒரு நதியாகும்.[21]

நீர்வரத்து நிரந்தரமாக அற்றுப்போனதால் மழையை மட்டும் நம்பியிருந்த ஒரு நதியாக சரஸ்வதி இருந்திருக்க வேண்டும். தட்பவெப்ப நிலை வறண்டு போனவுடன் மழையும் பொய்த்துப் போயிருக்க வேண்டும். கடைசியில் சரஸ்வதி நதி வரிசையாக பல ஏரிகளாக மாறி பின் முழுவதுமாக வற்றிப்போய்விட்டது. இன்று மிச்சமிருப்பது காகர் என்ற பெயரில் உள்ள வறண்ட மணற்படுக்கைதான். பருவ மழை மிக அதிகமாகப் பெய்யும் காலங்களில் மட்டும் காகரில் நீர் ஓடுவதை நாம் பார்க்கலாம்.

இருப்பினும் சரஸ்வதி நதி மக்களால் மறக்கப்படவில்லை. அது புராணங்களிலும், நாட்டுப்புறக் கதைகளிலும், இடங்களின் பெயர்களிலும் இன்னும் எதிரொலித்துக் கொண்டுதான் இருக்கிறது. "சுலோகங்களுக்கு ஊக்கமளித்தவள்" என்பதால் சரஸ்வதி கல்விக் கடவுளாக நவீன இந்துக்களால் வழிபடப்படுகிறாள். ஹரியானா மாநிலத்தில் பருவகாலங்களில் மட்டும் நீர்வரத்து கொண்ட காகரின் இணைநதியொன்று "சர்சுதி" என்று இன்றும் அழைக்கப்படுகிறது. மிகவும் தெற்கே, ஆரவல்லி மலைத்தொடரில் சரஸ்வதி என்ற ஒரு நதி உற்பத்தியாகி கட்ச் பகுதியின் உவர் சதுப்பு நிலத்தினுள் பாய்கிறது. இது, ஆதி சரஸ்வதி நதியின் முகத்துவாரத்திற்கு அருகில் தான் வந்து பாய்கிறது. இராஜஸ்தான் மாநில பாலைவனத்தின் உள்ளடங்கிய பகுதியில் இருக்கும் 'புஷ்கர் ஏரி' கல்விக் கடவுளான சரஸ்வதி தேவியைப்பற்றி பல கதைகளைக் கூறுகிறது. அலகா பாத்தில் யமுனை கங்கையோடு கலக்குமிடத்தில், புராணத்தின்படி சரஸ்வதி நதி நிலத்திற்குக் கீழே ஓடிவந்து கலக்கிறது. யமுனை

ஒரு காலத்தில் சரஸ்வதியுடன் இணையும் ஒரு நதியாக இருந்தது என்பதை நினைவுபடுத்தவே இப்படியொரு நம்பிக்கை.

இந்தியத் துணைக்கண்டத்தின் வன உயிரினங்கள் தொடர்பான, விளங்காத பல செய்திகளுக்கு, நதிகளின் இடமாற்றங்களே காரணம். கங்கை நதிக்குரிய டால்ஃபின்களும், சிந்து நதி டால்ஃபின்களும் ஒரே சிற்றினமாக மாறியது இதனால்தான். 1990ஆம் ஆண்டு வரை அந்த இரு டால்ஃபின்களும் வெவ்வேறு சிற்றினங்களாகவே கருதப்பட்டன. ஆனால் இன்று அவை ஒரே சிற்றினத்தின் இரு துணைச் சிற்றினங்களாகக் கருதப்படுகின்றன. பிளாட்டானிஸ்டா கேஞ்செடிக்கா (Platanista gangetica) பிளாட்டானிஸ்டா கேஞ்செடிகா மைனர் என்பவை தான் அந்த இரு துணைச் சிற்றினங்கள். இதில் பிரச்சனை என்னவென்றால் கங்கைக்கும், சிந்துவுக்குமிடையே எந்தவித இணைப்பும் இல்லை. ஒன்றிலிருந்து மற்றொரு நதிக்கு டால்ஃபின் குதித்தோடி வந்திருக்க முடியாது. கடல்வழியாகவும் வந்திருக்க வாய்ப்பில்லை. ஏனெனில் இரு நதிகளின் முகத்துவாரங்களும் மிகவும் தள்ளிக் காணப் படுகின்றன. மேலும் நன்னீர் டால்ஃபின்கள் கடல்வாழ் டால்ஃபின் களுடன் நெருங்கிய உறவு கொண்டவை அல்ல. இருவகைகளும் தனித்தனியாகப் பரிணமித்தவை. டால்ஃபின் ஒரு நதியிலிருந்து மற்றொரு நதிக்கு வந்ததற்கு ஒரே சாத்தியக் கூறுதான் உண்டு. நதிகளின் இடமாற்றமே அந்த சாத்தியக்கூறு. துரதிஷ்டவசமாக இரு துணைசிற்றினங்களும் நதிநீர் மாசடைந்துவிட்டதால் அழியக் கூடிய அபாயத்தில் இருக்கின்றன.[22]

பொறியியல் தொழில்நுட்பம் கொடுத்த தவறான ஆலோசனையின் காரணமாக ஒரு நதியின் தலைவிதியே மோசமானதை, நான் டில்லியில் யமுனை நதிக்கரை மீது நின்றுகொண்டு சிந்தித்துப் பார்க்கிறேன். மறைந்து கொண்டிருந்த சரஸ்வதி நதியைப் பார்த்து ஹரப்பர்கள் அவ்வாறு சிந்தித்துப் பார்த்தார்களா? தண்ணீர் பற்றிய கவலை வேதங்களில் எதிரொலிக்கிறது. தேவர்களின் தலைவனான இந்திரன் சர்ப்பங்களின் தலைவனான 'விரிதா' என்பவனைத் தோற்கடித்தான். அதற்குக் காரணம் விரிதா நதிகளில் ஓடிவரும் தண்ணீரை கற்களால் கட்டப்பட்ட அணைகளின் மூலம் தடுத்து விட்டான். ஒரு மிகப்பெரிய போர் நடந்தது. இந்திரன் விரிதாவை வீழ்த்தி அணைக்கட்டுகளை உடைத்தெறிந்தான். நதிகளை மீட்டான். சரஸ்வதியைப் புகழ்ந்து பேசும் சுலோகம் ஒன்றில் 'விரிதா' அழிக்கப் பட்டது குறிப்பிடப்பட்டுள்ளது. அக்கால மக்கள் கூட தங்கள் மனங்களில் வாழ்ந்த அரக்கர்களோடு போராடியிருக்கிறார்கள்.

இயற்கையோடு குறுக்கிடும் போது, அது அவர்களுக்கு அழிவைத் தரலாம் என்ற சந்தேகம் உள்ளுக்குள் இருந்திருக்க வேண்டும்.

ஏழு நதிகளின் நாடு

ரிக்வேத நிலப்பரப்பின் மையத்தில் சப்த-சிந்து என்று ஓரிடம் இருந்தது. இதுதான் ரிக்வேதப் பிரதேசத்தின் இதயம். சிக்கல் என்ன வென்றால், ரிக்வேதம் தன்னுடைய முக்கியமான இடத்திலிருந்த நதிகளைப் பற்றிக் குறிப்பிட்டு எதுவும் சொல்லவில்லை. ரிக்வேத சுலோகம் 'ஏழு சகோதரிகள்' என்று சரஸ்வதி நதியையும் சேர்த்துக் கூறுகிறது. மற்ற நதிகளைப் பற்றி ஒன்றும் கூறவில்லை. பொது வாகப் பார்த்தால் ஏழு நதிகளுள் அடங்குவது சரஸ்வதி, பஞ்சாபின் ஐந்து நதிகள் மற்றும் சிந்து. அப்படியென்றால் சப்த-சிந்து என்ற இடம் ஹரியானா, பஞ்சாப் (ஒருங்கிணைந்து) மற்றும் பக்கத்தில் இருக்கும் மாநிலங்களின் ஏழு பகுதிகள். இது ஒரு பெரிய நிலப் பரப்பு. இப்பகுதிகளில் நிறைய சுற்றுப் பயணங்கள் மேற்கொண்டு, இவைபற்றிய புத்தகங்களைத் திரும்பத் திரும்பப் படித்தபின் நான் வேறுவிதமான ஒரு முடிவுக்கு வந்திருக்கிறேன். ஏழு நதிகளைப் போல் மூன்று பங்கு நதிகளால் பாசனம் பெற்ற ஒரு மிகப்பெரிய நிலப்பரப்பைப் பற்றி வேதங்கள் பேசுகின்றன. மூன்று பங்கு என்று சொல்வதால் 21 நதிகளால் பாசனம் பெற்ற நிலப்பரப்பு என்று நேரடிப் பொருள் கொள்ள வேண்டிய அவசியமில்லை. சப்த-சிந்து என்பது விரிந்து பரந்த வேதகால நிலப்பரப்பின் ஒரு துணைப் பகுதி. என் கருத்துப்படி சிந்துவையும் அதனுடன் இணையும் நதிகளையும் சேர்த்து 'ஏழு சகோதரிகள்' என்று சொல்லப்பட வில்லை. இந்திய நம்பிக்கையின் படி சிந்து ஓர் ஆண் நதியாகவே கருதப்பட்டு வந்துள்ளது. எனவே அது சகோதரி என்று அழைக்கப்படுவதற்கு வாய்ப்பில்லை. கண்டிப்பாக சிந்துவும் அதனுடன் இணையும் நதிகளும் சேர்ந்து 'ஏழு சகோதரிகள்' என்று குறிப்பிடப்படவில்லை. 'சப்த-சிந்து' என்ற சொல் சரஸ்வதி நதியையும், அதனுடன் இணையும் நதிகளையும் குறிப்பதாகவே நான் யூகிக்கிறேன். கீழ்க்கண்ட வாசகத்தைப் பாருங்கள்.

> மாட்சிமைமிக்க, பலமாக கர்ஜிக்கும் சரஸ்வதி!
> வெள்ளப் பெருக்கின் அன்னை நீ! ஒன்றாகச்
> சேர்வதில் ஏழாவது நீ! நிறையப் பாலுடன்
> அழகான ஆறுகளின் வலிமையும் சேர்ந்து
> தண்ணீரைக் கொட்டுவதால் கரைதொட்டுப் பாய்கிறாய் நீ![24]

“ஆறு நதிகள், ஏழாவதான சரஸ்வதியில் தண்ணீரைக் கொண்டு வந்து கொட்டுகின்றன”. இந்தப் பகுதியில் இன்றும் பழைய கால்வாய்கள் பருவ மழைபெய்யும் காலங்களில் காகர் நதியுடன் வந்து கலக்கின்றன. இவற்றுள் ‘சௌதாங்’, சர்சுதி’ – ஆகியவையும் அடங்கும். ‘சௌதாங்’ – என்பது வேதத்தில் சொல்லப்பட்டுள்ள ‘திருஷத்வதி’ சட்லஜ் நதியும், யமுனையும் கூட சரஸ்வதியின் சகோதரிகளாகக் கருதப்படுகின்றன.

எனது யூகம் சரியாக இருக்குமேயானால் ‘சப்த–சிந்து’ என்பது பரப்பளவில் சிறிய ஒரு நிலப்பகுதி. இன்றைய ஹரியானா, மற்றும் கிழக்கு பஞ்சாபின் ஒருசில மாவட்டங்களை உள்ளடக்கியது. பழங்கால நூல்களில் சுட்டப்படும் ‘பிரம்மவரதா’ என்ற புனித பூமியும் இதுவாகத்தான் இருக்கவேண்டும். பழங்கால நூல்களில் இப்புனித பூமி சரஸ்வதிக்கும், திருஷத்வதிக்கும் இடையே இருந்திருக்க வேண்டும் என்கின்றன. அதாவது ஹரியானாவும், இராஜஸ்தானின் ஒரு சிறு பகுதியும் இணைந்தது. ஆனால் பஞ்சாப் இதில் அடங்காது. இந்த சிறுபகுதி ஏன் இந்த அளவுக்கு முக்கியத்துவம் பெற்றது? சப்த–சிந்து பகுதியில் வாழ்ந்த மக்கள் மிகப்பெரிய நிலப்பரப்பு ஒன்றுடன் கலாச்சாரத் தொடர்பு கொண்டவர்கள். இங்கு சொல்லப்பட்டுள்ள ஏழு நதிகளின் சிறப்புகள் என்ன? ஏழு நதிகளின் பிரதேசத்தில் அப்படியென்ன சிறப்பு? காரணம் அது பரதர்களின் சொந்தமண். ‘பரதர்’ என்போர் பூர்வகுடி ஒன்றைச் சேர்ந்தவர்கள். இந்த அடிப்படையில்தான் இந்தியர்கள் தங்கள் நாட்டை ‘பாரதம்’ என்றழைக்கிறார்கள்.

பரதர்கள்

ரிக்வேதம் பெரும்பாலும் சமயம் சார்ந்த ஒரு நூலாக இருந்தாலும், அதில் வரும் சுலோகங்கள் ஒரு வரலாற்று நிகழ்வை குறிப்பிட்டுச் சொல்கின்றன. இந்த நிகழ்வு ‘பத்து அரசர்களின் போர்’ எனப்படுகிறது. பஞ்சாபின் இரவி நதிக்கரையில் அந்தப் போர் நடைபெற்றது.[25] ஆற்றல்மிக்க பத்து பூர்வகுடிகள் ஒன்றாகச் சேர்ந்து ஒரு கூட்டணி அமைத்துக்கொண்டு வேறு ஒரு பூர்வ குடியான பரதர்களையும் அவர்களின் தலைவன் ‘சுதாசா’ (Sudasa) என்பவனையும் எதிர்த்தார்கள். கூட்டணியைச் சேர்ந்தவர்கள் இன்றுள்ள மேற்கு பஞ்சாபையும் (பாகிஸ்தான்) வடமேற்கு எல்லைப் புற மாகாணத்தையும் (பாகிஸ்தான்) சேர்ந்தவர்கள். பரதர்கள் கிழக்கு திசையில் வாழ்ந்த பூர்வகுடிகள். அதாவது இன்றைய ஹரியானாவைச் சேர்ந்தவர்கள்.[27] எண்ணற்ற இன்னல்களுக் கிடையே பரதர்கள் மேற்கிலிருந்து வந்த கூட்டணியினரை போரில்

வென்று நசுக்கிவிட்டார்கள். தோற்கடிக்கப்பட்டவர்கள் எவ்வாறு போர்க்களத்தை விட்டு ஓடினார்கள். எவ்வாறு இரவி நதியில் மூழ்கினார்கள், போன்ற செய்திகளின் வர்ணனை ரிக்வேத சுலோகங்களில் உள்ளன.

ஹரியானா மாநிலத்தில் ஓடும் காகர் நதியின் விளிம்பில் நின்று கொண்டு பரதகுலத்தவர் எவ்வாறு ஆற்றைக் கடந்து போருக்குச் சென்றிருப்பார்கள் என்பதை நான் கற்பனை செய்து பார்க்கிறேன். ரிக்வேதத்தில் வர்ணிக்கப்பட்டிருப்பதுபோல் போர்வீரர்கள் வெண் நிற ஆடையணிந்து, முன்குடுமியுடன், இருந்திருப்பார்கள்; குதிரைகள் கனைத்திருக்கும்; வெண்கலப்போர்க் கருவிகள் சூரிய ஒளியில் பளபளத்திருக்கும்; வசிஷ்டரின் சீடர்கள் கடவுளர்களை நோக்கித் துதிக்கும் வேதமந்திரங்களின் இனிமையான ஒலி எங்கும் ரீங்கரித்திருக்கும்; அப்போது சரஸ்வதி மிகப்பெரிய நதியாக இருந்தது. நாம் இப்போது பார்க்கும் ஓடைபோன்றல்ல. படகுகள் ஆற்றில் பொருட்களையும், பயணிகளையும் ஏற்றிக்கொண்டு இக்கரையிலிருந்து, அக்கரைக்குச் சென்றிருக்கும். ஆற்றைப் பார்த்துக் கொண்டே நான் நின்று கொண்டிருந்தபோது பக்கத்திலிருந்த இராணுவ முகாமிலிருந்து சில இராணுவ வீரர்கள் முழங்கால் அளவுத் தண்ணீரில் இறங்கி காகர் ஆற்றைக் கடந்து கொண்டிருந்தார்கள். அவர்கள் முன்குடுமி வைத்திருந்த சீக்கிய வீரர்கள். வேத ஒலி கேட்கவில்லை. ஆனால் டீசல் மோட்டார்கள் வயல்களுக்கு நீர் இரைக்கும் ஓசை கேட்டது.

தனியாக நின்று பரதர்கள் ஒரு கூட்டணியை எவ்வாறு முறியடித்தனர்? சுதாசா, அவனுடைய குரு வசிஷ்டர் ஆகியோரின் அரசியல் மதிநுட்பமும் இராணுவத் தந்திரமும்தான் போரில் வெற்றிபெறக் காரணங்கள். பரதர்களிடம் மேன்மையான சில ஆயுதங்கள் இருந்ததும் ஒரு காரணம். பரதர்களின் நிலப்பரப்பு மிக நல்ல செப்புச் சுரங்கங்களைப் பெற்றிருந்தது. இன்னும் கூட நம் நாட்டின் மிகப்பெரிய செப்புச்சுரங்கம் ‘கேத்திரி’ என்ற இடத்தில்தான் உள்ளது. இது இராஜஸ்தான் – ஹரியானா எல்லையில் இருக்கும் ஓரிடம். மேன்மையான வெண்கல ஆயுதங்களைப் பெற்றிருந்ததாலும், சிறந்த தலைமையைப் பெற்றிருந்ததாலும் பரதர்களின் படை வலுவான ஒரு படையாக இருந்தது. ஆயுதங்கள் உள்ளிட்ட பழங்கால செப்புக் குவியல்கள் சமீபத்தில் தெற்கு ஹரியானா, வடக்கு இராஜஸ்தான் மற்றும் மேற்கு உத்திரப் பிரதேசம் போன்ற இடங்களில் கண்டுபிடிக்கப்பட்டுள்ளன. இவை நாம் மேலே குறிப்பிட்ட காலத்தைச் சேர்ந்தவையாகத்தான் இருக்க வேண்டும்.

இந்த மிகப்பெரிய வெற்றிக்குப்பின் பரதர்கள் தங்கள் நிலையை நன்றாக ஒருங்கிணைத்துக்கொண்டு யமுனை நதிக்கரையிலிருந்த 'பேடா' என்ற வேறு ஒரு தலைவனையும் முறியடித்தார்கள்.[28] பரதர்கள் அந்த சமயத்தில் இந்தியத் துணைக்கண்டத்தின் மிகப் பெரிய அதிகார மையமாக விளங்கினார்கள். அவர்களது பேரரசு பஞ்சாப் – ஹரியானாவிலிருந்து டில்லி-மீரட் வரை பரவியிருந்தது. கலாச்சார மையப்பகுதியில் பரதர்களுக்கிருந்த அதிகாரத்தால், அவர்கள் தங்கள் செல்வாக்கை வளர்த்துக் கொண்டு, தங்கள் ஆட்சி எல்லைக்கு வெளியேயிருந்த நிலப்பகுதிகளையும் கட்டுப் பாட்டில் வைத்திருந்தார்கள். தங்கள் நிலைப்பாட்டை நன்கு ஒருங் கிணைத்துக்கொண்ட பரதர்கள் வேதங்கள் தொகுக்கப்படு வதையும் ஊக்குவித்தார்கள். பரத-திர்சு குடியினரை ரிக்வேதம் வெகுவாகப் புகழ்கிறது. அக்குடியின் தலைவன் சுதாசா, முனிவர் வசிஷ்டர் போன்றோரும் பாராட்டப்படுகிறார்கள். அதற்குக் காரணம் ரிக்வேதம் வெற்றிக்குடியினரான பரதர்களின் ஆதரவோடுதான் தொகுக்கப்பட்டது. நாம் முன்பு குறிப்பிட்ட மாபெரும் போர் நடந்து பல தலைமுறைகள் சென்றபின்பே இந்தப் பணி நடை பெற்றிருக்க வேண்டும்.

பரதர்களின் புத்திக்கூர்மைக்கு வேறு ஒரு உண்மையும் காரணம். அவர்களால் தொகுக்கப்பட்ட வேதங்கள், வெற்றி யாளர்களின் குரு சொன்ன கருத்துகளை மட்டும் எடுத்துக் கொள்ளாமல், மற்ற இனக்குழுவினரின் கருத்துகளையும், குறிப்பாகத் தோல்வியடைந்த குடியினரின் குருமார்கள் சொன்ன கருத்துகளையும் ஏற்றுக்கொண்டன. வேதங்கள் தொகுக்கப்பட்ட போது வசிஷ்டரின் எதிரியாகக் கருதப்பட்ட விஸ்வாமித்திரரின் சுலோகங்களும் அவற்றில் இடம் பெற்றன. அவ்வாறு செய்ததால் பரதர்கள் நல்ல கருத்துகளை ஏற்றுக்கொண்டார்கள். எதையும் திணிக்கவில்லை. காலப்போக்கில் வங்காளம், கேரளம் போன்ற இடங்களில் வாழ்ந்தவர்கள்கூட இந்த ஹரியானா பழங்குடியினரை மதித்து அவர்களின் கருத்துகளை ஏற்றுக்கொண்டார்கள்.

இதன் காரணமாகத்தான் பரதர்கள் இன்றும் நம்மிடையே வாழ்ந்து கொண்டிருக்கிறார்கள். இந்தியர்கள் தங்கள் நாட்டை 'பாரதவர்ஷா', 'பாரத பூமி' என்று அழைக்கிறார்கள். பின்னால் ஏற்பட்ட புராணங்கள் இந்தியாவை 'கடல்களுக்கு வடக்கே, பனி படர்ந்த மலைகளுக்குத் தெற்கே இருக்கும் நாடு பாரதம்' என்று வரையறை செய்கின்றன. 'பாரதம்' என்ற இந்தப் பெயர் நாட்டின் அதிகாரபூர்வமான பெயராக இன்றுவரை இருந்துவருகிறது. இந்தியாவுக்கு வெளியேயும் இந்தப் பெயர் எதிரொலிக்கிறது.

சஞ்சீவ் சன்யால் 85

மலேய மொழியில் 'பரத்' என்றால் மேற்கு. இந்திய வணிகர்கள் மேற்கிலிருந்து, தென்கிழக்கு நாடுகளுக்கு வந்தார்கள் என்பதை இது குறிக்கிறது.

சுதாசாவின் சாதனைகள் ஓர் ஏகாதிபத்தியக் கனவைத் தூண்டிவிட்டிருக்க வேண்டும். அக்கனவு இந்தியர்களின் உணர்வு நிலையில் நன்றாகப் பதிந்திருக்க வேண்டும். தன்னுடைய வெற்றி களுக்குப்பின் சுதாசா குதிரைகளை பலியிடும் அஸ்வமேத யாகத்தை நடத்தினான். அதன் மூலம் 'சக்ரவர்த்தி' அல்லது உலகத்தின் அரசன் என்று அறிவிக்கப்பட்டான். 'சக்ரவர்த்தி' என்ற சொல், 'எங்கும் செல்லும் சக்கரங்கள்' என்ற பொருளைத் தருகிறது. 'இந்த அரசனின் தேர் எந்த திசையில் வேண்டுமானாலும் செல்லும்' – என்பது அச்சொல்லின் உட்பொருள். சக்கரத்தில் இருக்கும் கம்பிகள் பல திசைகளையும் உருவகப்படுத்துகின்றன. பல நூற்றாண்டு காலமாக சக்கரம் உலகியல் சார்ந்த வாழ்வையும், ஆன்மீகம் சார்ந்த வாழ்வையும் உருவகப்படுத்துகிறது. இந்த சக்கரம் மௌரியர்களின் ஏகாதிபத்திய அடையாளமாக, பௌத்தக் கலையின் சின்னமாக, இந்திய தேசியக்கொடியின் ஓர் அங்கமாகத் திகழ்கிறது.

இதற்கிடையில் போரில் தோற்கடிக்கப்பட்ட பூர்வகுடிகள் என்னவானர்கள் என்று தெரிந்து கொள்ளவேண்டும். சிலர் பலவீனமடைந்து பஞ்சாபிலேயே தங்கியிருந்தனர். துரியா பழங் குடியினர் பஞ்சாபிலிருந்து கிழக்கு ஆஃப்கானிஸ்தானுக்கு விரட்டப்பட்டார்கள். அவர்களின் அரசன் காந்தாரா. அவன் பெயரே அவனிருந்த இடத்திற்கும் சூட்டப்பட்டது (காந்தாரம்). ஆஃப்கானிஸ்தானில் உள்ள கண்டஹார் என்பதுதான் அந்த இடம். புராணங்களின் கூற்றுப்படி துரியர்கள் காந்தாரத்திலிருந்து புலம் பெயர்ந்து, மத்திய ஆசியாவை அடைந்து, மிலேச்சர்களாக மாறிவிட்டார்கள். (மிலேச்சர்கள் என்றால் வெளிநாட்டிலிருந்து வந்த காட்டுமிராண்டிகள்). 'புரு' என்ற பழங்குடியினர் மகாபாரத காலம் வரை இருந்ததாகத் தெரிகிறது. இந்த வம்சத்தில் வந்தவன் தான் 'போரஸ்' என்ற புருடோத்தமன். மகா அலெக்ஸாண்டரை எதிர்த்து கி.மு. நான்காம் நூற்றாண்டில் போரிட்டவன் இவன் தான்.

வேறுசில பழங்குடியினர், முன்பு நடந்த பெரிய யுத்தத்தில் தோற்கடிக்கப்பட்ட பிறகு தொலைதூர இடங்களுக்கு ஓடி விட்டர்கள். அவர்களில் இரு பழங்குடியினர் குறிப்பிடத்தக்கவர்கள். பக்தா, பார்சு என்பவர்களே அந்த இருவர். 'பக்தா' என்ற கூட்டத் தினர்தான் 'பாக்ட்ரியர்கள்' என்று கிரேக்க நூல்கள் கூறுகின்றன.

இவர்கள்தான் ஆஃப்கானிஸ்தானிலும், வடமேற்கு பாகிஸ்தானிலும் இருந்துவரும் பக்தூன்களின் மூதாதையர்களாக இருக்கலாம். பக்தூன்கள், 'பஷ்தூன்கள்' என்றும் அழைக்கப்படுகிறார்கள். மரபு வழியில் பஷ்தூன்கள் இந்தியர்களுடன்தான் உறவு கொண்டவர்கள். மத்திய ஆசியர்களுடனோ அல்லது அரேபியர்களுடனோ அவர்களுக்கு மரபுவழி உறவு இல்லை.

இதேபோல் பார்சு (பார்சி) என்ற பழங்குடியினர் பாரசீகர்களை 'பார்சு'– என்றே கல்வெட்டுகளில் குறிப்பிட்டுள்ளனர். ரிக்வேத இந்தியர்களையும், புராதன கால பாரசீகர்களையும் தொடர்பு படுத்தும் ஏராளமான சான்றுகள் கிடைத்துள்ளன. 'ஸொராஸ்ட்ரிய' சமயத்தின் மிகப் பழமையான புனித நூலான 'அவெஸ்தா' ரிக்வேத காலத்தில் வழக்கில் இருந்து வந்த மொழியிலேயே எழுதப் பட்டுள்ளது. 'அவெஸ்தா'வின் பழைய பிரிவுகளை இயற்றியவர் இறைதூதர் ஸரதுஸ்ட்ரா என்பவர். இந்தப் பிரிவுகள் கதாக்கள் எனப்படுகின்றன. கதாக்கள் ரிக்வேதகால சமஸ்கிருத மொழியிலேயே எழுதப்படுள்ளன. உச்சரிப்பில்தான் சிறிய மாற்றம் உள்ளது. அவஸ்த மொழியில் வரும் 'H' சமஸ்கிருதத்தில் வரும் 'S' என்ற எழுத்துக்கு சமமானது. சப்த–சிந்து (Sapte-sindhu) என்பது (Hapta-Hindu) ஹப்த–ஹிந்து என்று மாறும்.[30] உச்சரிப்பில் உள்ள இந்த மாற்றம் நவீன அஸ்ஸாமீஸ் மொழியிலும் உள்ளது. அதைக் கற்றுக் கொள்வதும் எளிது. 'அவெஸ்த' மக்கள் வெளியிடங்களிலிருந்து தான் ஈரானுக்கு வந்தார்கள் என்று நூல்கள் கூறுகின்றன. ரிக் வேதகால இந்தியர்கள் போன்று இல்லாமல் அவெஸ்தர்கள் சமயப் பிரக்ஞை அதிகம் உள்ளவர்கள். தங்களை ஆரியர்கள் என்றே அவர்கள் கூறிக்கொள்கிறார்கள். இது நியாயமானதுதான். ஏனெனில் ஒரு நாட்டில் அவர்கள் வெளியிலிருந்து வந்தவர்களாகவே கருதப் படுவதால், தங்களை மற்றவர்களிடமிருந்து பிரித்துக் காட்ட, அவ்வாறு தங்களை அழைத்துக் கொள்கிறார்கள். மேலும் அவெஸ்தர்களுக்கு சப்த–சிந்துவைப் பற்றி நன்கு தெரியும், ஆனால் மேற்கு ஈரானைப் பற்றித் தெரியாது. இதிலிருந்து அவர்கள் கிழக்கு திசையிலிருந்து வந்தவர்கள் என்பது தெரிகிறது. வேதகாலத் தவர்களைப்போல் அல்லாமல் புராதன பாரசீகர்கள் ஆரியத் தாய் மண்ணைப்பற்றி அதிகம் பேசுகிறார்கள். ஆஃப்கானிஸ்தானிலுள்ள 'ஹெல்மந்த்' நதியை 'ஹாராவைதி' என்று சரஸ்வதியை அடி யொட்டிக் குறிப்பிடு கிறார்கள். உண்மையில் ஈரானியர்களுக்குத் தாங்கள் ஆரியர்கள் என்ற உணர்வு அதிகமாக உள்ளது. தங்களது தேசம் ஆரியர்களின் தேசம் அல்லது ஈரான் என்றே அழைக்கப்பட வேண்டுமென்று அவர்கள் விரும்புகிறார்கள். இருபதாம் நூற்றாண்டின் இறுதியில்

ஈரானிய மன்னர் 'ஷா' அவர்கள் 'ஆரிய மெஹர்' என்ற பட்டத்தைப் பயன்படுத்திக் கொண்டார். அப்பட்டத்திற்கு 'ஆரியர்களின் ஆபரணம்' என்று பொருள். இந்தியர்கள் தங்களை பரதர்களுடன் இணைத்துக் கூறிக்கொள்ள விரும்புவதை நாம் ஈரானியர்களின் ஆரிய மோகத்துடன் ஒப்பிட்டுப் பார்க்கவேண்டும்.

'தேவா', 'அசுரா' என்ற சொற்களையும் நாம் சற்று ஆய்வு செய்து பார்க்கவேண்டும். ரிக் வேதத்தில் இந்த சொற்கள் வெவ்வேறு தெய்வங்களைக் குறிக்கப் பயன்பட்டனவே தவிர, நல்லோர், தீயோர் என்ற பொருளில் அல்ல. உதாரணமாக 'வருணன்' கடவுளாக இருந்தாலும் ஓர் அரசனாகக் குறிப்பிடப்பட்டுள்ளான். இருப்பினும் பிற்கால இந்து சமயத்தில் அசுரர்கள், அரக்கர்கள் என்றும், தேவர்கள் கடவுளர்கள் என்றும் சுட்டப்படுகிறார்கள். மாறாக பாரசீக ஸொராஸ்ட்ரிய சம்பிரதாயத்தில் தேவர்கள், அசுரர்களாக குறிப்பிடப்பட்டுள்ளனர். 'அசுரா' என்ற சொல் அஹீரா மஸ்தா என்று மாறியுள்ளது. அப்படியென்றால் மேன்மை தாங்கிய தலைவன் என்று பொருள். ரிக்வேதத்தில் தேவ–அசுரக் கிளைகள் தெளிவாக விளக்கப்படவில்லை. தேவ அசுரர்களுக்கு எதிர் எதிரான அர்த்தங்கள் பிற்காலத்தில்தான் கற்பிக்கப்பட்டன. ஏன் இந்தப் பிரிவினை? பார்சுகள் (பாரசீகர்கள்) பரதர்கள் ஆகிய இருவருக்குமிடையே சமயச் சண்டை இருந்து வந்ததா? மத்திய கிழக்கை நோக்கி பார்சுகள் பிரிந்து சென்றதும் பாரசீக பெயர் சூட்டு முறை, அஸ்ஸீரியக் கடவுள் 'அஸ்ஸுர்' என்பதன் தாக்கத்தால் மாறிவிட்டதா? பல சாத்தியக் கூறுகள் இருக்கின்றன. எதுவும் தெளிவாகத் தெரியவில்லை.

கி.மு. 2000த்தில் மத்திய கிழக்கில் வேதகாலப்பழங்குடியினர் அதிகமாக இருந்து வந்தனர் என்பதற்கு நிறைய ஆதாரங்கள் உள்ளன. கி.மு. 1380இல் 'ஹட்டிடைட்'–டுகள் 'மிட்டானி' என்ற மக்களுடன் ஓர் ஒப்பந்தம் செய்து கொண்டனர். இந்த ஒப்பந்தத்தில் வேதக் கடவுளர்களான இந்திரன், வருணன், மித்ரா மற்றும் நசாத்யா போன்றோரின் பெயர்கள் வருகின்றன. இக்கடவுளர்களின் பெயரைச் சொல்லியே ஒப்பந்தம் புனிதமாக்கப்பட்டது. 'மிட்டானி' என்ற ஓர் இராணுவ முக்கியத்துவம் வாய்ந்த தலைவன் இருந்துள்ளான். அவன் ஹுரிய மக்களை ஆண்டு வந்தான். ஹுரியர்கள் வடக்கு ஈராக் பகுதியிலும், சிரியாவிலும் வாழ்ந்து வந்த மக்கள். மிட்டானிகளுக்கு எகிப்தியர்களுடனும், ஹிட்டிடைட்டுகளுடனும், அஸ்ஸீரியர்களுடனும் தொடர்பு இருந்து வந்தது. மிட்டானிகள் கிழக்கு திசையிலிருந்து வந்தவர்கள் என்பது அவர்களின் பெயர்களிலிருந்தே தெரிகிறது. வேதகால மக்கள் மேற்கு நோக்கியும்

சென்றுள்ளார்கள் என்பதற்கான சான்றுகள் உள்ளன. இதுவரை அவர்கள் கிழக்கு நோக்கி வந்தவர்கள் என்று நினைத்துக் கொண்டிருந்தோம். மிட்டான்–கலையில் மயில் இடம் பெற்றுள்ளது. இதிலிருந்து அந்த மக்கள் தாங்கள் விட்டுச் சென்ற இடத்தின் கடவுளர்களை மட்டுமின்றி விலங்குகளையும் நினைவில் வைத்திருந்தார்கள் என்பது தெரிகிறது.

ஆச்சரியப்படத்தக்க விதத்தில் மிகவும் அடக்குமுறைக்கு உட்படுத்தப்பட்டுள்ள 'யெஸிதி' (Yezidi) மக்களிடையே கூட வேதகால நினைவுகள் மனதில் இருக்கின்றன. யெஸிதி மக்கள் எண்ணிக்கையில் குறைவானவர்கள். மொத்தம் 1,50,000 யெஸிதிகளே இன்று இருக்கின்றனர். இவர்கள் சிறுபான்மை மதக்குழுவினர். வட ஈராக், தென் துருக்கி, ஆர்மேனியாவின் சில பகுதிகள் – போன்ற இடங்களில் யெஸிதிகள் 'குர்த்' இன மக்களுடன் சேர்ந்து வாழ்கிறார்கள். அவர்களுடைய சமயம் பண்டைக் கால பேகன் (pagan) மதத்துடன் தொடர்புடையது. இஸ்லாமிய கிறிஸ்தவ, ஸோராஸ்ட்ரிய சமயங்களின் தாக்கத்தையும் யெஸ்தி மக்களிடம் காணமுடியும். பேய்களை வணங்குவோர் என்று குற்றம் சாட்டப்பட்டு ஆட்டோமான் பேரரசால் தண்டிக்கப்பட்ட மக்கள் யெஸிதிகள். இந்தியர்களைப்போன்றே யெஸிதிகளும் மறுபிறவி, அவதாரம் போன்றவற்றில் நம்பிக்கை உடையவர்கள். அதிகாலையிலும், மாலையிலும் சூரியனைப் பார்த்து வழிபடும் பழக்கம் உடையவர்கள். அகமணப் பழக்கம் உடையவர்கள்.

கூம்புவடிவ கூர் கோபுரங்களைக் கொண்ட இவர்களது கோயில்கள் இந்துக்கோயில்கள் போன்றே காணப்படுகின்றன. 'மயில் தேவதை' இவர்கள் மதத்தின் சிறப்பம்சம்.[31] மயில் தேவதை 'Tawuse Melek' எனப்படுகிறது. மயில் இந்தியத் துணைக் கண்டத்தில் காணப்படும் ஒரு பறவை. யெஸிதிகள் வாழுமிடத்தில் மயில்கள் காணப்படுவதில்லை. எனவே யெஸிதிகளுக்கும், இந்தியர்களுக்கும் ஏதோ ஒரு தொடர்பு இருக்கிறது. யெஸிதிகள் 4000 ஆண்டுகளுக்கு முன் மத்திய கிழக்குப் பகுதிக்கு வந்திருக்க வேண்டும். ஹரப்ப நாகரிகம் சிதையத் தொடங்கிய சமயத்திலோ அல்லது 'பத்து அரசர்களின் போர்' நடந்து முடிந்த பிறகோ அவர்கள் இந்தியா விலிருந்து மத்திய கிழக்குப் பகுதிக்கு வந்திருக்க வேண்டும். மேற்சொன்ன இரண்டு சம்பவங்களில் ஒன்றுதான், முந்தைய அத்தியாயத்தில் குறிப்பிடப்பட்ட R1a1 ஜீன் பரி மாற்றத்திற்கும், பரவலுக்கும் காரணமாக இருந்திருக்க வேண்டும்.

ஹரப்பர்களின் தனியுலகமும் மட்டுமின்றி வேதகால மக்களும் சரஸ்வதி நதி வறண்டுபோனதும் மறையத் தொடங்கிவிட்டார்கள். ஹரப்ப–வேத–தொடர்புகள் பற்றி நாம் எப்படி வேண்டுமானாலும் விவாதிக்கலாம். ஆனால் இரண்டு செய்திகள் மிகத் தெளிவாகத் தெரிகின்றன.

முதலாவதாக நில அமைப்பும் இயற்கைச் சக்திகளும் இந்திய வரலாற்றின் பரிணாம வளர்ச்சியில் முக்கியப் பங்கு வகித்துள்ளன. இரண்டாவதாக இந்தியத் துணைக்கண்டம் அதிக அளவில் புலப்பெயர்வுகளையும் திருப்பங்களையும் சந்தித்துள்ளது. பல காரணங்களுக்காக மக்கள் கூட்டமும், சிந்தனைகளும், வணிகமும் பல்வேறு காலங்களில் பல திசைகளிலும் சென்றிருக்கின்றன. இந்திய வரலாறு என்பது, ஒரே திசையில் அதாவது வடமேற்கிலிருந்து இந்தியாவுக்குள் வந்த ஆக்கிரமிப்பு என்று வழக்கமாகப் பேசப் படுவதிலிருந்து வேறுபட்டது. இனி நாம் இந்தியாவின் இரண்டாம் நிலை நகரமயமாக்கல் பற்றி பார்க்கப் போகிறோம். இது கங்கை சமவெளியை மையமாகக் கொண்டது. இரண்டு மிகப் பெரிய இதிகாசங்களிலும் இது நினைவு படுத்தப்பட்டுள்ளது.

குறிப்புகள்:

1. The Lost River: on the Trail of the Sarasvati, Michel Danino. Penguin, 2010.
2. A History of Ancient and Early Medieval India, Upinder singh. Pearson, 2000.
3. Discussions at International Seminar on 'How deep are the Roots of Indian Civilization?' Delhi, 25-27 Nov. 2010.
4. A new approach to tracking connections between the Indus valley and Mesopotamia: Initial Results of strontium istope analysis from Harappa and Ur', J. Mark Kenoyer et al, Journal of Archeological Science, May 2013.
5. Beyond the Three Seas: Travellers' Tales of Mughal India, (ed.) Michael Fischer. Random House India, 2007.
6. The Lost River: On the Trail of the Sarasvati, Michel Danino. Penguin 2010.
7. India: A History, John Keay, Harper collins, 2000.
8. The Lost River: On the Trail of the Sarasvati, Michel Danino, Penguin 2010.
9. The Penguin History of Early India, Romila Thapar. Penguin 2002.
10. The Penguin History of Early India, Romila Thapar. Penguin 2002.
11. The Saraswati Flows on: The Continuity of Indian Culture, B.B. Lal. ABI, New Delhi, 2002

12. The Lost River: On the Trail of the Sarasvati, Michel Danino, Penguin 2010.

13. Indo- Aryan Origins and other vedic Issues, Nicholas Kazanas. Aditya Prakashan, 2009.

14. The Quest for the Origins of Vedic Culture. Edwin Bryant. Oxford University Press, 2001.

15. A History of Ancient and Early Medieval India, Upinder Singh. Pearson, 2009.

16. தாசா என்பது வடகிழக்கு ஈரானில் உள்ள தாஹா பழங்குடியினரையும் குறிக்கலாம்.

17. கிருஷ்ண அயாஸ், கருப்பு வெண்கலம் போன்றவை இரும்பைக் குறிப்பவை என்று சொல்லிவிட முடியாது. அதர்வண வேத காலத்தைச் சேர்ந்தவர்களுக்குக்கூட இரும்பைப் பற்றித் தெரியாது. எனவே வேதங்கள் மூவாயிரம் ஆண்டுகளுக்கு முன் அல்லது அதற்கும் முன்னதாகவே தோன்றியிருக்கவேண்டும்.

18. 'Beginnings of agriculture in the Vindhya - Ganga Region', Radha Kant Verma, Chapter 3 in History of science Philosophy and Early Medieval India, Opinder Singh, Pearson, 2009.

19. 'The Horse and the Aryan Debate', Michel Danino, Journal of Indian History and Culture, Sep 2006.

20. Hymn Lxi, Book VI, Rig Veda Calls the Saraswati 'Seven Sistered, Sprung from three fold source'.

21. The Lost River, Michel Danino, Penguin 2010.

22. http://www.edgeofexistence.org/mammals/speciesinfo.php?di=65, http://www.iucnredlist.org/apps/redlist/details/41756/0

23. ரிக் வேத சுலோகம் LXIV (பத்தாம் புத்தகம்) வேதகால நிலப் பரப்பைப் பற்றி வர்ணிக்கிறது. அதில் சரஸ்வதி, சரயு, சிந்து ஆகிய நதிகள் குறிப்பிடப்பட்டுள்ளன. அந்த சுலோகம் காடுகள், மலைகள், பல பழங்குடி மக்கள், முவ்வேழு 'சுற்றித்திரியும் நதிகள்' போன்றவற்றையும் குறிப்பிடுகிறது. முவ்வேழு நதிகள் பற்றி வேறு சில சுலோகங்களிலும் குறிப்புகள் உள்ளன. 'முவ்வேழு' என்பதனால் 21 நதிகள் என்று நாம் பொருள் கொள்ளக் கூடாது. இருப்பினும் சப்த–சிந்து வேதகால நிலப்பரப்பில்தான் வருகிறது.

24. ரிக் வேதம்; புத்தகம் VII, சுலோகம் XXXXVI, பத்தி 6.

25. ரிக் வேதம் மண்டலம் 7. ரிக்வேத மந்திரங்கள் VI மொழிபெயர்ப்பு Ralph Griffith, 1896-jttp://www.sanskritweb.net/rigveda/griffith.pdf).

26. ரிக்வேதம் பரதர்களை த்ரித்சு (Trtsu) என்று குறிப்பிடுகிறது.

27. பாணினி கி.மு. ஐந்தாம் நூற்றாண்டைச் சேர்ந்த இலக்கண ஆசிரியர்.

பரதர்களை கிழக்கத்திய பரதர்கள் (Eastern Bharatas) என்று குறிப் பிடவேண்டிய அவசியமில்லையென்றும், அவர்கள் கிழக்கத்தியர்கள் என்பது எல்லோருக்கும் தெரியுமென்றும் பாணினி குறிப்பிடுகிறார். பாணினி ரிக்வேதம் ஏற்பட்டு பல நூற்றாண்டுகளுக்குப் பின் வாழ்ந்தவர். அவரை நம்புவதில் தவறேதும் இல்லை. அவர் கருத்து பொருத்தமாகத்தான் உள்ளது.

28. A History of Ancient and Early Medieval India, Upinder Singh. Pearson 2009. மண்டலம்7இல் வரும் ரிக்வேத சுலோகங்கள்.

29. The Quest for the Origins of Vedic Culture, Edwin Bryant. Oxford University Press, 2001.

30. இப்படித்தான் இந்து (Hindu) என்ற சொல் இந்தியர்களைக் குறிப்பதாக மாறியது. பின் அதே சொல் நாட்டின் பெரும்பான்மையானோர் பின்பற்றும் சமயத்திற்குரிய சொல்லாகவும் மாறியது.

31. http://www.yeziditruth.org/yezidi_religion_tradition, 'Yezidism: Historical Roots', by Tosine Reshid, International Journal of Kurdish Studies, 2005.

3

சிங்கங்களின் காலம்

நகரமயமாக்கல் என்ற அடுத்த சூழல் மாற்றத்திற்குப் பிறப்பிடமாக இருந்தது கங்கை சமவெளி. கி.மு 1300 முதல் கி.மு. 400ஆம் ஆண்டு வரை கங்கை சமவெளி பல சிறு நாடுகளையும், குடியரசுகளையும் தன்னகத்தே கொண்ட ஒரு வலைப்பின்னலாக இருந்தது. அந்த அரசுகள் நகரங்களைச் சுற்றியே காணப்பட்டன. அவற்றின் பெயர்கள் இன்றும் பழக்கத்தில் உள்ளன. குறிப் பிடத்தக்க சமூகக் கலாச்சாரத் தொடர்ச்சிகளை நம்மால் பார்க்கமுடிகிறது. இந்த சகாப்தத்தில் தோன்றிய புராணங்கள், இரவு நேரக்கதைகள் போன்றவற்றை சொல்லிச் சொல்லியே தற்காலக் குழந்தைகள் இன்றும் வளர்க்கப்பட்டு வருகிறார்கள். முதல்முறையாக துணைக்கண்டம் முழுவதும் ஒரே நில அமைப்புக்குட்பட்ட, ஒரே நாகரிகத்திற்குட் பட்ட ஓர் அலகு என்ற விழிப்புணர்வு ஏற்பட்டது. இந்த சமயத்தில்தான் ஆசிய சிங்கத்திற்கு ஒரு கலாச்சார முக்கியத்துவம் ஏற்பட்டு, அந்த விலங்கு இந்திய அடையாளத்தின் மையப்புள்ளியாக மாறியது. இக்காலத்தின் மிக முக்கியமான கலாச் சாரப் பங்களிப்பு மாபெரும் இதிகாசங்களான

இராமாயணமும், மகாபாரதமும். இரும்பு காலத்தில் இந்திய நிலவமைப்பு பற்றிய ஒரு கருத்துருவாக்கம் எப்படிப் பரிணமித்தது என்பதைப் பற்றி இந்தக்காலத்தின் மூலமாகத்தான் நாம் அதிகமாகத் தெரிந்துகொள்கிறோம்.

இதிகாசங்கள் காட்டும் நிலவமைப்பு

மகா இதிகாசங்களான இராமாயணமும், மகாபாரதமும் இந்தியக் கலாச்சாரத்தின் மையமாக நீண்ட நெடுங்காலமாக இருந்து வருகின்றன. சமயத் தத்துவம், கலை, பழமொழிகளில் தொடங்கி அனைத்து நடவடிக்கைகளிலும் அவை நம் அன்றாட வாழ்க்கையின் அங்கங்களாக இருந்து வருகின்றன. எண்பதுகளில், இதிகாசங்கள் நெடுந்தொடர்களாக தொலைக்காட்சியில் ஒலிபரப் பப்பட்ட போது, ஒவ்வொரு காட்சியைக் கண்டும் நாடு ஸ்தம்பித்துப் போனது. தொண்ணூறுகளின் ஆரம்பத்தில் இராமாயணத்தின் பாட்டுடைத் தலைவனான இராமனின் பிறப்பிடம் பற்றிய ஒரு சர்ச்சை ஏற்பட்டு அது இந்திய அரசியலையே மாற்றியது. சம்பிர தாயப்படி இராமாயணம், மகாபாரதம் என்ற இரு மகா காவியங்களும் இதிகாசங்கள் அல்லது வரலாறுகள். மகாபாரதத்தின் மையக்கதை ஓரளவுக்கு உண்மைச் சம்பவங்களின் அடிப்படையில் பின்னப் பட்டுள்ளது. ஆனால் என்னுடைய இந்தப் புத்தகத்தில், இதிகாசங் களில் சொல்லப்பட்டுள்ள நிகழ்வுகள் வரலாற்று உண்மைகளா, இல்லையா என்பதைப்பற்றி நான் கவலைப்படவில்லை. அவை களிலிருந்து நிலவமைப்பு பற்றிய நம் அறிவைப் பெருக்கிக் கொள்வதே என்னுடைய ஆர்வம்.

அந்த இரு நூல்களும் பல நூற்றாண்டுகளில் பலவிதமான மாற்றங்களுக்கு உட்பட்டு இன்றைய நிலையை அடைந்துள்ளன. எனவே அவற்றிலுள்ள செய்திகள் அனைத்தையும் நாம் அப்படியே எடுத்துக்கொள்ளக் கூடாது. இடங்களைப் பொறுத்தவரை வேதகால சப்த–சிந்து மற்றும் அதைச்சுற்றியுள்ள இடங்களில் சற்று மாற்றம் ஏற்பட்டுள்ளது. நம் ஆர்வத்தைத் தூண்டும் வகையில், இரு இதிகாசங்களின் திக்குநோக்கிய கட்டமைப்பில் வேறுபாடுகள் காணப்படுகின்றன. இராமாயணத்தின் பூகோள அமைப்பு வடக்கு–தெற்கு அச்சிலும், மகாபாரதத்தின் பூகோள அமைப்பு கிழக்கு–மேற்கு அச்சிலும் காணப்படுகின்றன. அந்த அச்சுகள் இரு முக்கிய வணிகத் தடங்களில் பொருந்துவது தற்செயலான ஒன்றுதான். இரு வணிகப் பாதைகளில் ‘தக்சிணபாதை’ அல்லது ‘தெற்குப் பாதை’ கங்கை சமவெளியில் தொடங்கி மத்திய இந்தியா வழியாக, தீபகற்ப இந்தியாவின் தென்முனை வரை செல்கிறது.

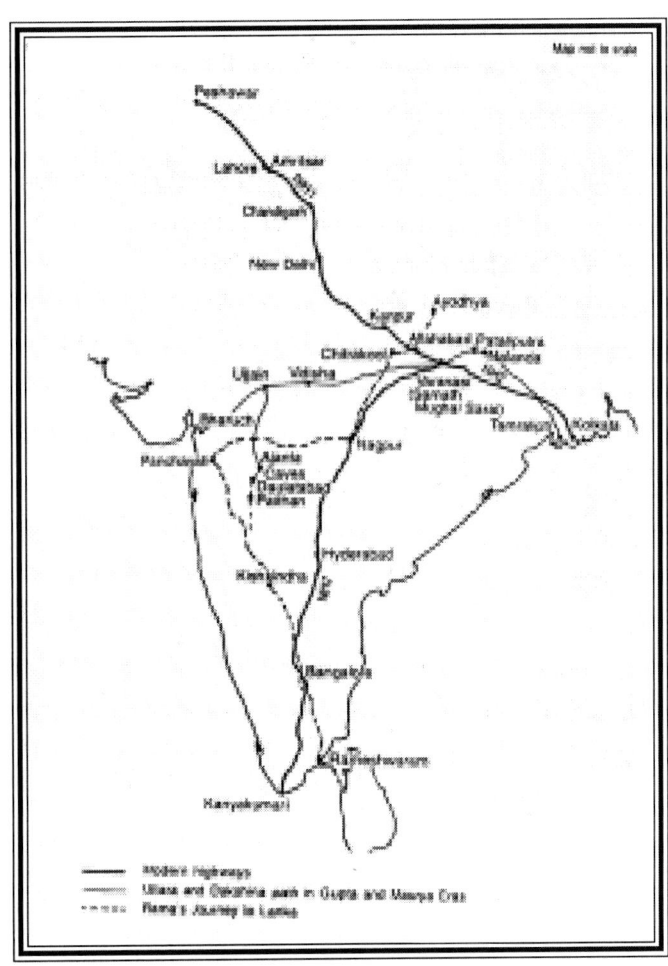

புராதன நெடுஞ்சாலைகள்

அதே சமயம் ‘உத்திரபாதை’ எனப்படும் வடக்குப்பாதை, கிழக்கு ஆஃப்கானிஸ்தானில் தொடங்கி, பஞ்சாப், கங்கை சமவெளி வழியாக வங்காளத்தின் துறைமுகங்களில் முடிகிறது.

இந்த இரு பாதைகளும் அல்லது நெடுஞ்சாலைகளும், இந்தியாவின் நில அமைப்பையும், அரசியல் வரலாற்றையும் வடிவமைப்பதில் முக்கிய பணியாற்றியுள்ளன. வடக்குப் பாதை இரும்பு காலத்தில் அதிகம் பயன்படுத்தப்பட்ட பாதை. மௌரியர்கள் ஆட்சிக்காலத்தில் இது உருவாக்கப்பட்டது. அன்றிலிருந்து தொடர்ந்து சீரமைக்கப்பட்டுக் கொண்டேயிருக்கிறது.[1] ஷெர்ஷா சூரி, மொகலாயர்கள், பிரிட்டிஷ்காரர்கள் ஆகியோர் இப்பாதையில் அதிகமாக முதலீடு செய்து அதை பராமரித்து வந்துள்ளனர். கிராண்ட் டிரன்க் சாலை (Grand Trunk Road) என்று அதை பிரிட்டிஷ் காரர்கள் குறிப்பிட்டார்கள். ‘இது ஒரு வாழ்வாதார நதி போன்றது. இதைப்போல் உலகில் வேறெங்கும் இல்லை’ என்கிறார் ருத்யார்ட் கிப்ளிங்.[2] இந்த நெடுஞ்சாலை இன்னும் இருந்து வருகிறது. டில்லிக்கும் – அமிர்தசரசுக்குமிடையே இது தேசிய நெடுஞ்சாலை–1 என்றும், டில்லிக்கும் கொல்கொத்தாவுக்குமிடையே, இதுவே தேசிய நெடுஞ்சாலை–2 என்றும் அழைக்கப் படுகிறது. இருசாலைகளும் தற்போது தங்க நாற்கரம் என்ற அமைப்பில் வருகின்றன.

இதற்கு மாறாக தெற்குப்பாதை காலமாற்றங்களுக்கேற்ப இடமாற்றம் அடைந்துள்ளது. இருப்பினும் சில முக்கியக் கேந்திரங்கள் மாறாமல் அப்படியே இருந்து வருகின்றன. இரும்பு காலத்தின் தொடக்கத்தில் தக்சிணபாதை அலகாபாத்துக்கு அருகில் ஆரம்பமாகிறது. கப்பல் போக்குவரத்துக்கு ஏற்ற இரு நதிகளான கங்கையும், யமுனையும் இங்கு இணைகின்றன. இந்த இடத்தில் தான் தக்சிணபாதை தொடங்குகிறது. இங்கிருந்து இப்பாதை தென்மேற்கு திசையில், சித்ரகூடம், பஞ்சவடி (நாசிக் அருகில்) வழியாக கிஷ்கிந்தையை அடைகிறது. கிஷ்கிந்தை – ஹம்ப்பிக்கு (கர்னாடகம்) அருகில் உள்ளது. தன்னுடைய வனவாசத்தின்போது இராமன் சென்ற பாதை இதுதான்.

இரண்டு இதிகாசங்களில் இராமாயணம்தான் பழமையானது. சில அறிஞர்கள் இதையும் மறுக்கிறார்கள். இராமாயணத்தில் பலவிதமான பாடங்கள் இருக்கின்றன. சில ஆசியாவின் மற்ற பகுதிகளிலும் நடைமுறையில் உள்ளன. மிகவும் போற்றத் தக்கதும், பழமையானதுமான இராமாயணம் வால்மீகி முனிவரால் சமஸ்கிருத மொழியில் இயற்றப்பட்டது. வால்மீகி தன் இளமைக்காலத்தில் ஒரு கொள்ளைக்காரராக இருந்தவர். தாழ்ந்த சாதியைச் சேர்ந்தவர்.

அவர் ஒரு தலித். ஒரு தலித் இலக்கியம் பிற்காலத்தில், ஆசாரகெடு பிடிகள் நிறைந்த ஒரு சமுதாயத்தில் அதிமுக்கியத்துவம் பெற்றது நம் ஆர்வத்தைத் தூண்டுவதாக உள்ளது.

பலவிதமான பாடபேதங்கள் இருந்தாலும் எல்லா இராமாயணங்களும் அடிப்படைக் கதையமைப்பில் ஒன்றுபோல் தான் இருக்கின்றன. இராமன் அயோத்தியின் பட்டத்து இளவரசன். (அயோத்தி இன்று உ.பி.யில் இருக்கும் ஒரு சிறிய நகரம்). இருந்தாலும் அவன் பதவியைத் துறக்கும்படி வற்புறுத்தப்பட்டு, பதினான்கு ஆண்டுகள் காட்டில் வாழ்ந்துவரும்படி பணிக்கப் படுகிறான். தன் மனைவி சீதையுடனும், சகோதரன் இலக்கு வனுடனும் இராமன் தெற்கு நோக்கிப் பயணம் செய்து, இன்றைய அலகாபாத் நகருக்கருகில் கங்கையைக் கடந்து மத்திய இந்தியாவின் காட்டுப்பகுதி நோக்கிச் செல்கிறான். காட்டில் பல ஆண்டுகள் அமைதியாக வாழ்ந்த பிறகு அவன் மனைவி சீதை இலங்கையின் வலிமைமிக்க அரசன் இராவணனால் கடத்தப்படுகிறாள். இராமனும், இலக்குவனும் அவளைத்தேடிச் செல்கின்றனர். வழியில் கிஷ்கிந்தை என்ற இடத்தில் வானரங்கள் அவர்களுக்கு உதவி செய்ய முன் வருகின்றன. வானவர்களில் வலிமைமிக்கவனான அனுமன் இலங்கைக்குச் சென்று, சீதை இராவணனால் அசோக வனத்தில் சிறைவைக்கப்பட்டிருப்பதைக் கண்டுபிடிக்கிறான். வானர சேனையுடன், இராமன் சீதையை மீட்க இலங்கைக்குப் புறப் படுகிறான். ஆனால் நடுவே கடல் தடையாக உள்ளது. எனவே இராமனும் வானரங்களும் சேர்ந்து இராமேஸ்வரத்திலிருந்து இலங்கைக்குப் பாலம் அமைக்கிறார்கள். (சரியாகச் சொல்வ தென்றால் ஒரு பாதை அமைக்கிறார்கள்). நடைபெற்ற மிகப்பெரிய யுத்தத்தில் இராவணன் தோற்கடிக்கப்பட்டுக் கொல்லப்படுகிறான். சீதை மீட்கப்படுகிறாள். இராமன், சீதை, இலக்குவன் மூவரும் அயோத்திக்குத் திரும்புகிறார்கள். இராமன் தன் சிம்மாசனத்தை மீண்டும் பெறுகிறான். பெரும்பாலான இராமாயணங்கள் இத்துடன் முடிவடைந்துவிடுகின்றன. ஆனால் சில இராமாயணங்கள் இராமன் அயோத்திக்குத் திரும்பியபின் நடைபெற்ற நிகழ்ச்சிகளையும் கூறுகின்றன. (இவை இராமாயணத்துடன் பின்னால் இணைக்கப் பட்டவை).

மேலே நாம் பார்த்ததுபோல இராமாயணம் என்பது கங்கை சமவெளியில் தொடங்கி, இந்தியாவின் தெற்குமுனை, மேலும் இலங்கை வரை செல்கிறது. நிலவமைப்பு பற்றிய செய்தியை இந்த இதிகாசம் முன்கூட்டியே முடிவு செய்கிறது என்று நாம் விவாதம் செய்யலாம். தென்னிந்தியாவும், இடங்களின் பெயர்களும் கதையின்

சஞ்சீவ் சன்யால் 97

ஓட்டத்திற்குத்தக்க பின்னால் பொருத்தப்படுள்ளன என்றும் வாதம் செய்யலாம். ஆனால் சில இடங்களை நேரில் சென்று பார்த்த பிறகு அவ்வாறு நடந்திருக்க நியாயமில்லை எனத் தோன்றுகிறது. உதாரணத்திற்குக் குரங்குகளின் அரசான கிஷ்கிந்தையை எடுத்துக் கொள்வோம். கிருஷ்ணா நதியைக் கடந்து சென்றால் 'ஹம்ப்பி'யில் விஜயநகர சாம்ராஜ்ஜியத்தின் இடிபாடுகளைக் காணலாம். இதற்கு அருகில்தான் கிஷ்கிந்தை உள்ளது. இங்கு வினோதமான பாறை - வெளித்தோற்றங்களைக் காணலாம். புதிய கற்கால ஓவியங்களைக் காட்டும் குகைகளும், பாறைகளின் மீது குரங்குகள் குதியாட்டம் போடுவதையும் காணலாம்.

எண்ணங்களை ஆழ்மனதிலிருந்து வெளிவரச் செய்யும், அது போன்றதோர் நிலப்பரப்பை, ஒன்று வால்மீகி நேரில் பார்த்திருக்க வேண்டும் அல்லது தெற்குப் பாதை வழியாகப் பயணம் செய்யும் வணிகர்கள் மூலம், தெளிவாகத் தெரிந்து வைத்திருக்க வேண்டும். சில நிகழ்ச்சிகள் வேண்டுமானால் தற்செயலாக நடந்தவைகளாக அல்லது கற்பனைகளாக இருக்கலாம். இராமன் அனுமனை முதன் முதலில் சந்திக்கும் பம்பா ஏரி மிகவும் அழகானதோர் ஏரி. தாமரைப்பூக்கள் பூத்துக்கிடக்கும் நீர்ப்பரப்பு கொண்டது. பல வகைப் பறவைகள் அங்கு உள்ளன. இடம் முழுவதும் குன்றுகளால் சூழப்பட்டுள்ளது. இங்கிருந்து சிறிது தூரத்தில் மரங்களில் வாழும் கரடிகளுக்கான பாதுகாக்கப்பட்ட வனப் பகுதி உள்ளது. இது அனுமனின் நண்பன் ஜாம்பவானை நமக்கு நினைவுபடுத்துகிறது. தொல்லியல் துறையினர் இங்கு பல புதிய கற்காலக் குடியிருப்புப் பகுதிகளைக் கண்டுபிடித்துள்ளனர். இந்த இடத்தில் ஒருகாலத்தில் புதிய கற்கால மனிதர்கள் வாழ்ந்திருக்க வேண்டுமென்றும், அவர்கள் குரங்கைத் தங்கள் குலமரபுச் சின்னமாகக் கொண்டிருக்க வேண்டு மென்றும், அதுவே ஒரு புராணக் கதையாகிவிட்டதென்றும் நாம் நம்பலாம்.

அதேபோல்தான் இராமேஸ்வரத்திற்கும் இலங்கைக்கும் இடையேயான பாலம் 30.கி.மீ. நீளத்திற்கு பவளப்பாறைகளாலும் மணற்திட்டுகளாலும் ஆனது. இது இந்தியாவை (இராமேஸ்வரம் தீவை) இலங்கையின் வடக்கு முனையுடன் இணைக்கிறது. இந்த பவளப்பாறைகளும், மணற்திட்டுகளும் இராமர் ஏற்படுத்திய பாலத்தின் எஞ்சிய பகுதிகளா, அல்லது நில அமைப்பில் இயற்கையாக ஏற்பட்டவையா? இது ஒரு மிக முக்கியமான விஷயம் என்பதை மறுக்க முடியாது. பாலத்தின் உண்மையான அளவை செயற்கைக்கோள் புகைப்படத்தில் நாம் காணலாம். இராமாயணத்தை எழுதியவருக்கும் இப்பாலத்தைப் பற்றி நன்றாகத் தெரியும்.

இராவணனைப் பற்றிய செய்திகளிலிருந்து இரும்புகால இந்தியர்களுக்குத் தங்கள் நாகரிகம் இப்புவியில் எவ்வளவு தூரம் பரவியிருந்தது என்பது நன்றாகத் தெரியும். இராவணன் இராமாயணத்தில் பாட்டுடைத் தலைவனுக்கு எதிரி. ஆனால் அவன் ஒரு மிலேச்சன் (காட்டுமிராண்டி) அல்ல. அவன் நம்மைப் போன்றவன். கல்வியறிவு நிரம்பிய ஒரு பிராமணன். சிவ பக்தன். அவனது உணர்வுகள் எப்படியிருப்பினும், இராவணனும் அவனது தென்திசை நாட்டினரும் இந்திய நாகரிகத்தின் சூழலுக்குள்தான் இருந்தார்கள். ஆகவே விதிஷாவின் கன்யாகுப்த பிராமணர்கள் இராவணனைத் தங்களுக்குரியவனாகக் கருதி அவனை வழி படுகிறார்கள்.³ கி.மு. மூன்றாம் நூற்றாண்டில் மௌரியர்கள் ஏற்படுத்திய அரசியல் ஒருங்கிணைப்புக்கு முன்பே தெற்குப் பாதையில் ஏற்பட்ட பொருட் பரிமாற்றமும், கருத்துப் பரிமாற்றமும் இந்தியர்களுக்குள் ஓர் ஒற்றுமையை ஏற்படுத்திவிட்டன.

மகாபாரதம் 10,000 பாடல்கள் கொண்ட, உலகிலேயே நீளமான ஒரு காவியம். இதை இயற்றியவர் வியாசர். நாட்கள் செல்லச்செல்ல இதில் பல விரிவாக்கங்கள் நடைபெற்றுள்ளன. மகாபாரதத்தின் சுருக்கமான ஒரு பதிப்பு கி.மு. ஐந்தாம் நூற்றாண்டில் இருந்த தென்றும் அது விரிவடைந்து இன்றைய நிலையை அடைந்துள்ள தென்றும் தெரிய வருகிறது. ஐந்து சகோதரர்களான பாண்டவர் களுக்கும், நூறு சகோதரர்களான கௌரவர்களுக்குமிடையே, ஹஸ்தினாபுரத்தின் ஆட்சியைக் கைப்பற்ற நடந்த போராட்டத்தைப் பற்றிய கதையே மகாபாரதம். தொடக்கத்தில் இருவரும் நாட்டைப் பிரித்துக்கொள்வதென்று ஒப்புக்கொள்கிறார்கள். பாண்டவர்கள், தங்கள் நாட்டிற்கான தலைநகரை 'இந்திரப் பிரஸ்தம்' என்ற இடத்தில் அமைத்துக்கொள்கிறார்கள். புதிய தலைநகர் மிகவும் சிறப்பாக இருந்ததால் கௌரவர்களுக்குப் பொறாமை ஏற்படுகிறது. பாண்டவர்களை 'தாயம்' என்ற சூதாட்டத்தில் கலந்துகொள்ள அழைக்கிறார்கள் கௌரவர்கள். அவர்களின் சார்பாக, தாய்மாமன் சகுனி சூதாடுகிறான். பாண்டவர்கள், சகுனியின் சூழ்ச்சியால், சூதாட்டத்தில் தங்கள் நாட்டையிழந்து பதிமூன்றாண்டுகள் வனவாசம் மேற்கொள்கிறார்கள். வன வாசத்தின்போது பாண்டவர்கள் இந்தியா முழுவதும் அலைந்து திரிகிறார்கள். பதிமூன்றாண்டுகள் கடந்தபின் பாண்டவர்கள் திரும்பி வந்ததும், அவர்களிடம் திரும்பத் தர வேண்டிய அரசாட்சியைக் கொடுக்க மறுத்துவிடுகிறார்கள் கௌரவர்கள்.

இந்த சச்சரவு ஒரு மிகப்பெரிய போரில் வந்து முடிகிறது. குருக்ஷேத்திரம் என்ற இடத்தில் நடைபெற்ற போரில் இந்தியாவில்

இருந்த அனைத்து அரசர்களும் தங்களுக்குப் பிடித்தமான ஓர் அணியில் சேர்ந்துகொள்கிறார்கள். யாதவர் குலத் தலைவனான கிருஷ்ணன், துவாரகையின் அரசன். கிருஷ்ணன் பாண்டவர்கள் அணியில் சேர்ந்துகொண்டு குருக்ஷேத்திர யுத்தத்தில் ஒரு முக்கியமான பங்கை ஆற்றுகிறான். மிகப்பெரிய விலை கொடுத்து, பலத்த இழப்புகளுக்குப்பின் பாண்டவர்கள் போரில் வெற்றி பெறுகிறார்கள். கௌரவர்களும், அவர்கள் அணியினரும் கிட்டத்தட்ட அழிக்கப் பட்டு விடுகிறார்கள். யுத்தத்தின் கடைசிப் பகுதி போர்க்களத்திற்கு வெளியே நடைபெறுகிறது. பாண்டவர்களுள் பலம் பொருந்திய சகோதரனான பீமன், கௌரவர்களின் தலைவனான துரி யோதனனை, சரஸ்வதி நதிக்கரையில் நடைபெற்ற, இருவர் மட்டுமே பங்குபெற்ற தனிப்போரில் கொல்கிறான். அப்போது அந்த நதி–தன் பழங்கால சிறப்புகளை இழந்து மழையை நம்பியிருந்த ஓர் ஆறாக இருந்தது.

மகாபாரதத்தில் குறிப்பிடப்பட்டுள்ள பல இடங்கள் டில்லியைச் சுற்றியே இருந்தன. மினுமினுக்கும் அடுக்கு மாடிக் கட்டிடங்களும், அலுவலகங்களும், கடைகளும் நிரம்பியிருக்கும் இன்றைய குர்கான், துரோணாச்சாரியாரின் சிறு கிராமமாக இருந்தது. துரோணோச் சாரியார்தான் பாண்டவர்களுக்கும், கௌரவர்களுக்கும் ஆசிரியராக இருந்து போர்க்கலைகளைப் பயிற்றுவித்தவர். ‘குர்கான்’ என்றாலே ‘ஆசிரியரின் கிராமம்’ என்று பொருள். பாண்டவர்களின் தலை நகரான இந்திரப்பிரஸ்தம் டில்லியில் உள்ள புராணகியுலா (பழைய கோட்டை) பகுதியில் புதையுண்டிருக்கலாம் என்று சொல்லப் படுகிறது. தற்கால மீரட் நகரமே ஹஸ்தினாபுரமாக இருந்திருக்க வேண்டும், என்று அடையாளம் காணப்பட்டுள்ளது. போர் நடந்த குருக்ஷேத்திரம், அருகில் உள்ள ஹரியானா மாநிலத்தில் உள்ளது. இந்த நகரங்களுக்கு அப்பால் இந்துக்களின் புனித நகரங்களான ‘மதுரா’வும், காசி’யும் இருக்கின்றன.

1950ஆம் ஆண்டு தொடங்கி, இரும்புகாலத்தைச் சேர்ந்த பல இடங்கள் அகழ்வாய்வுகளின் மூலம் வெளிக்கொணரப்பட்டுள்ளன. பல புராதனக் குடியிருப்புகளை இந்த அகழ் ஆய்வுகள் காட்டுகின்றன. புதுடில்லியின் மையத்தில் பழைய கோட்டை இருக்குமிடத்தில் தான் இந்திரப்பிரஸ்தம் இருந்திருக்க வேண்டும் என்பது நமது நம்பிக்கை. அந்த இடத்தில் 19ஆம் நூற்றாண்டுவரை இந்திரபத் என்ற ஒரு கிராமம் இருந்துவந்தது. 1954ஆம் ஆண்டு முதல் 1971ஆம் ஆண்டு வரை நடத்தப்பட்ட அகழ்வாய்வுகளில் ஒரு மிகப்பெரிய குடியிருப்புப்பகுதி கண்டுபிடிக்கப்பட்டு, அது கி.மு. நான்காம்

நூற்றாண்டைச் சேர்ந்தது என்று கணக்கிடப்பட்டது. இங்கு கிடைத்த பானை ஓடுகள் நாம் பேசும் இரும்பு காலத்திற்கு முன்னால் வேறு ஒரு இரும்புகாலம் இருந்திருக்க வேண்டுமென்று உணரவைக்கின்றன. மகாபாரத காலத்திற்குரிய இடங்களில், ஐம்பதுகளிலும், அறுபதுகளிலும் நடத்தப்பட்ட அகழாய்வுகள் தொடர்ந்து பிற்காலத்தில் நடத்தப்படவில்லை.

நம்மை கிளர்ச்சியடையவைக்கும் மகாபாரதத் தொடர்புடைய மற்றொரு இடம் குஜராத்தின் மேற்குக் கோடியில் உள்ள துவாரகை. மதுராவிலிருந்து குஜராத்திற்கு வந்தபோது, கிருஷ்ணனால் தன்னுடைய தலைநகர் என்று நிறுவப்பட்ட இடம் துவாரகை. குருக்ஷேத்திர யுத்தம் முடிந்து முப்பதாறு ஆண்டுகள் சென்றபின் துவாரகை கடலில் மூழ்கியிருக்க வேண்டும். கோயில் நகரமான துவாரகைக்கு அருகில் கடலுக்கடியில் நிகழ்த்தப்பட்ட அகழாய்வுகள், பக்கத்திலுள்ள 'பெட் துவாரகா' என்ற இடத்தில் நடத்தப்பட்ட அகழாய்வுகள் போன்றவை கல்லால் ஆன நங்கூரங்கள், புதையுண்ட துறைமுக அணைகரை, பிரமாண்டமான சுவர்கள் போன்றவற்றைக் காட்டுகின்றன. அவற்றிலிருந்து பழங்காலத்தில் ஒரு துறைமுகம் இருந்திருக்க வேண்டுமென்று தெரிகிறது. சொல்வதுபோல், பெரிய முக்கியத்துவம் ஒன்றும் இங்கிருப்பதாக எனக்குத் தெரியவில்லை. இயற்கை சக்திகள் வரலாற்றின் போக்கை எப்படி வழி நடத்துகின்றன என்பதை நினைவூட்டும் இடமாக துவாரகையை எடுத்துக்கொள்ளலாம்.[4]

மேலே கூறியவை, மகாபாரத நிகழ்வுகளை உறுதிப்படுத்துவதாகச் சொல்லிவிட முடியாது. ஆனால் பாரதத்தை எழுதியவர்கள் உண்மையான இடங்களைப் பற்றித்தான் குறிப்பிட்டுள்ளனர் என்பதை கிடைத்துள்ள ஆதாரங்கள் நமக்குத் தெரி விக்கின்றன. 19ஆம் நூற்றாண்டுவரை ஹோமரின் இதிகாசமான 'இலியட்'டில் குறிப்பிடப்பட்டுள்ள இடங்கள் யாவும் கற்பனை என்றே கருதப்பட்டன. ஆனால் ஹென்ரிச் ஸ்லீமென் என்பவர் 19ஆம் நூற்றாண்டின் இறுதியில் மேற்கொண்ட அகழ்ஆய்வுகள் 'இலியட்'–ல் வரும் டிராய் போன்ற நகரங்களும், மற்ற ஊர்களும் உண்மையான இடங்கள் என்பதைக் காட்டின. கி.மு. 1600 முதல் கி.மு. 1046 வரை சீனாவை ஆண்டுவந்த ஷேங் வம்சம் பற்றி சீனப் புராணங்களில் சொல்லப் பட்டுள்ள செய்திகளை நவீன கால தொல்பொருள் ஆய்வுகள் நிரூபித்துள்ளன. ஆமை ஓடுகளின் மீது பொறிக்கப்பட்ட தெய்வீக வாசகங்கள், வெண்கலத்தால் செய்யப்பட்ட கலைப்பொருட்கள் போன்றவை பழைய நூல்களில் சொல்லப்பட்டுள்ள செய்திகளை உறுதிப்படுத்துகின்றன. ஆனால் தொல்பொருள் ஆய்வில் கிடைத்த

பொருட்களுக்கும், பழைய நூல்களில் உள்ள வாசகங்களுக்கும் இடையே இடைவெளி காணப்படுகிறது.[5] நீண்ட இடைவெளியால் இத்தகைய குறைபாடுகள் காணப்படுவது இயற்கையே.

இராமாயணத்தில் காணப்படும் வடக்கு–தெற்கு போக்கினைப் போலன்றி மகாபாரதம் கிழக்கு–மேற்குப் போக்கினைக் காட்டுகிறது. மகாபாரதத்தில் பெரும்பாலான நிகழ்வுகள் டில்லியிலும், அதைச் சுற்றியுள்ள பகுதிகளிலுமே அதிகம் நடந்துள்ளன. கங்கை சமவெளியிலும் மகாபாரதம் தொடர்பான நிகழ்வுகள் நடந்துள்ளன. துணைக்கண்டத்தின் மேற்குப் பகுதியும் பல நிகழ்ச்சிகளுக்குக் காரணமாக இருந்துள்ளது. கௌரவர்களின் தாய் காந்தாரி காந்தார நாட்டைச் சேர்ந்தவள். காந்தாரம் என்பது இன்றுள்ள கிழக்கு ஆஃப்கானிஸ்தான். வழிதவறிச் செல்லும் சகுனி (காந்தாரியின் சகோதரன்) சூதாடும்படி பாண்டவர்களைத் தூண்டுகிறான். தப்பான ஆட்டத்தின் மூலம் பாண்டவர்கள் அதில் தோற்கும்படி சதி செய்து கௌரவர்களுக்கு வெற்றி கிடைக்கும்படிச் செய்கிறான். இறுதியில் இந்த நடவடிக்கை போரில் முடிகிறது.

இந்திய நில அமைப்பின் தென் கிழக்குப் பகுதி முதல் முறையாக இந்த இதிகாசத்தில் குறிப்பிடப்படுகிறது. பாண்டவர்களுள் சிறந்த வீரனான அர்ஜுனன் அஞ்ஞாத வாசத்தின்போது (மறைந்து வாழ்தல்), மணிப்பூருக்குச் செல்கிறான். அங்கு போர்ப் பயிற்சி பெற்ற இளவரசி சித்திராங்கதாவை சந்திக்கிறான். இருவருக்கு மிடையே காதல் மலர்ந்து அவர்கள் திருமணம் செய்துகொள்கிறார்கள். அர்ஜுனனுடன் கங்கை சமவெளிக்கு வரமாட்டேன் என்ற நிபந்தனையுடன் சித்திராங்கதா அர்ஜுனை மணந்து கொள்கிறாள். இருவருக்கும் பிறந்த மகன் பின் மணிப்பூர் அரசனாகி குருஷேத்திரப் போரில் கலந்து கொள்கிறான்.

மணிப்பூர் சுற்றுவட்டப் பகுதிகளில் ‘பிஷ்ணுப் பிரியகுலம்’ என்று ஒரு பிரிவினர் இன்றும் உள்ளனர். மிகக் குறைந்த எண்ணிக்கையில் உள்ள அவர்கள், தாங்கள் மகாபாரதத்துடன் தொடர்புடையவர்கள் என்று கூறிக்கொள்கிறார்கள். இவர்கள் பேசும் மொழி அஸ்ஸாமீஸ் மொழியுடன் தொடர்புடையது. திபெத், மற்றும் பர்மிய மொழிச் சொற்களும் அவர்கள் மொழியில் கலந்துள்ளன. பழங்கால பிராகிருத மொழியைப் போன்றே இவர்களது மொழி உள்ளது. சித்திராங்கதாவின் கதைக்கும் இவர் களுக்கும் ஏதாவது சம்பந்தம் உண்டா? பிஷ்ணுப்பிரியா குலத்தைச் சேர்ந்த மக்கள் 19ஆம் நூற்றாண்டு வரை மணிப்பூரில் செல் வாக்குடன் வாழ்ந்து வந்தார்கள். பர்மிய ஆக்கிரமிப்பின் காரணமாக

அவர்கள் சிதறிப்போனார்கள். இப்போது அம்மக்கள் ஓரிரு கிராமங்களிலேயே வாழ்ந்து வருகிறார்கள். அவர்கள் மொழியும், குறிப்பிடத்தக்க அவர்கள் கலாச்சாரமும் ஓரிரு தலைமுறைக்குள் அழிந்துவிடும், அபாயம் உள்ளது.

குருஷேத்திர யுத்தத்தில் இந்தியாவின் அனைத்து அரசர்களும், குலங்களும், கலந்துகொண்டதால், மகாபாரதம் பலநாடுகள், குலங்கள், நகரங்கள் அடங்கிய ஒரு நீண்ட பட்டியலைத் தருகிறது.

இரும்புகாலத்தைப் பற்றிய, அக்காலத்தில் வாழ்ந்த இந்தியர்கள் பற்றிய பொதுக்கருத்தையும் மகாபாரதம் நமக்குத் தருகிறது. ‘மகாபாரதம்’ என்ற பெயரே நமது ஆர்வத்தைத் தூண்டும் ஒரு பெயர். ‘மிகப்பெரிய இந்தியா’ என்ற பொருளையே அது நமக்கு உணர்த்துகிறது. இந்தியத் துணைக் கண்டத்தின் அனைத்து குலங்களின் கதையாக இருப்பதால் மகாபாரத இதிகாசத்திற்கு அப்பெயர் பொருத்தமானதுதான். இந்திய நாட்டின் முதல் சக்ரவர்த்தி பரதனைக் குறிப்பதாகவும் நாம் இப்பெயரை கொள்ளலாம். (ஆனால் பரதனுக்கு மகாபாரதக் கதையில் எந்தத் தொடர்பும் இல்லை). இந்த இதிகாசம் பாரத மக்களின் கதையைச் சொல்கிறது. இந்தியாவில் அனைவரையும் வென்ற ‘பரதன்’ என்ற ஒரு பேரரசன் இருந்ததற்கான சாட்சியங்கள் இல்லையென்பதால் ‘பாரதம்’ என்பது ரிக்வேத காலத்தில் வாழ்ந்த பரதனைக் குறிப்பதாக நாம் எடுத்துக்கொள்ள முடியாது. பரதர்களின் தலைவன் ‘சுதாஸ்’ என்பவன் பத்துப் பழங்குடியினரை வென்றது குறித்து முன்பு பார்த்தோம். அந்த வெற்றி சில ஆயிரம் ஆண்டுகள் சென்ற பின்பும் ‘இந்திய தேசியம்’ என்பதை எதிரொலிக்கிறதா? நமக்குத் தெரியவில்லை.

இந்திய தேசிய உணர்வுக்குச் சமமான ஒரு தேசிய உணர்வை சீனாவில் நம்மால் பார்க்க முடிகிறது. கி.பி. 3ஆம் நூற்றாண்டில் தான் ‘குன் ஷி ஹுவாங்டி’ என்பவர் பல சிறுபகுதிகளை ஒன்றிணைத்து சீனப் பேரரசை உருவாக்கினார். ஆனால் பல்லாயிரம் ஆண்டுகளுக்கு முன்பே மரியாதைக்குரிய ‘மஞ்சள் பேரரசர்’ என்பவராலும், அவருக்குப்பின் அவரது நான்கு தலைமுறையினராலும் ஒருங்கிணைந்த ஒரே நாடாக சீனா ஆளப்பட்டு வந்தது என்ற ஒரு நம்பிக்கை சீன மக்களிடம் உள்ளது[7]. அப்படியொரு பேரரசு இருந்ததற்கான தொல்பொருள் தடயங்கள் ஏதும் இல்லை. ஆனாலும் அதுபோன்ற ஒரு நம்பிக்கையை சீன வரலாற்றில் நம்மால் பார்க்க முடிகிறது. இன்றுகூட அப்படியொரு உணர்வு சீனமக்களின் மனதில் புதைந்துள்ளது.

நாகரிக தேசிய உணர்வு என்பது ஓர் எளிதான விஷயமல்ல. அதற்குப் பல காலகட்டங்களில் பலரால், பலவிதமான பெயர்கள் சூட்டப்பட்டுள்ளன. இந்திய தேசிய உணர்வில் அடிப்படையாக ஏற்பட்ட ஒரு பிரிதல் போக்கே 1947இல் இந்தியப் பிரிவினைக்குக் காரணமாக இருந்தது. வெண்கல காலத்தில் உருவான கருத் தாக்கங்கள் இரும்புகாலத்தில் மேலும் கூர்மைப்படுத்தப்பட்டன. இந்தக் கூர்மையான கருத்தாக்கங்களே மக்கள் தங்களைப்பற்றி ஓர் எண்ணத்தை வளர்த்துக் கொள்ள உதவிசெய்தன.

இரும்புகாலத்தில் அரசியல் அதிகாரம் கிழக்கு கங்கை சமவெளிப்பகுதிக்கு மாற்றப்பட்டதாக இதிகாசங்கள் நமக்குத் தெரிவிக்கின்றன. அயோத்தி என்ற நாடு கிழக்கில்தான் இருந்தது. இதை இராமாயணத்தின் மூலம் நாம் அறிகிறோம். மகாபாரதத்தில் பெரும்பாலான நிகழ்வுகள் இன்றைய டில்லியைச் சுற்றியே நடை பெற்றுள்ளன. மகாபாரதத்தில் ஜராசந்தனின் மகத நாட்டைப் பற்றி நாம் தெரிந்து கொள்கிறோம். இன்றைய பீகார் மாநிலம்தான் மகதம். மகதநாட்டுப் படைகளின் ஆக்கிரமிப்பு காரணமாக கிருஷ்ணன்கூட தன் மக்களை மதுராவிலிருந்து குஜராத்துக்கு மாற்றிக்கொண்டான். மகதத்தின் எழுச்சி இந்திய வரலாற்றில் மிகப்பெரிய பங்கினை ஆற்றியுள்ளது. மகதம் அந்த அளவுக்கு வெற்றிகரமாக இருந்தது ஏன்?

என்னுடைய கணிப்பில், மூன்றுவிதமான ஆதாரங்கள் கைவசமானதே மகதத்தின் வெற்றிக்குக் காரணம். ஒன்று அரிசி; இரண்டாவது வணிகம்; மூன்றாவது இரும்பு. வளமான நிலம் மகதத்தின் கட்டுப்பாட்டில் இருந்தது. கங்கை உட்பட பல நதிகள் மகதத்தின் நிலங்களுக்குப் பாசன வசதி அளித்தன. விவசாயம் இராணுவத்தை நன்கு பலப்படுத்தியது. மகதம் வணிகத்தையும் தன் கட்டுப்பாட்டில் வைத்திருந்தது. வடமேற்கு உத்திரப் பிரதேசத் திலிருந்து, கிழக்கே வங்காளத்தின் துறைமுகங்கள் வரை வணிகம் மகதத்தின் கட்டுப்பாட்டில் இருந்தது. இன்றைய ஜார்க்கன்ட் மாநிலத்தில் கிடைக்கும் கணிசமான அளவு இரும்புத் தாது மகதத்தின் வளர்ச்சிக்கு உதவிகரமாக இருந்தது. மகதத்திலிருந்த சகாயமான சூழலைப் புரிந்துகொள்ள அந்த நாட்டின் முதல் தலைநகரை எடுத்துக்கொள்வோம். மகத நாட்டின் முதல் தலைநகர் இராஜகிரி. இது 'இராஜகிரஹம்' (மன்னரின் வீடு) என்றும் அழைக்கப்படுகிறது. குன்றுகளால் சூழப்பட்டு, இயற்கையாகவே பாதுகாப்பாக இருந்து வந்தது இராஜகிரஹம். நகரத்தின் வடக்கே வளமான விளை நிலங்களும், தெற்கே கனிமச் சுரங்கங்களும் இருந்தன. குறிப்பாக மகதம் மிகப்பெரிய இராணுவத் திற்கு உணவளித்து, இராணுவ

வீரர்களுக்கு இரும்பினாலான போர்க்கருவிகளை வழங்கியது. இதன் காரணமாகத்தான் இந்திய வரலாற்றின் அடுத்த கட்டத்திற்கு அது தயாராக இருந்தது.

சிங்கம் உள்ளே நுழைதல்

சிங்கமும், புலியும் ஒன்றாக வாழும் நாடு உலகிலேயே இந்தியா மட்டும்தான். நாம் முதல் அத்தியாயத்தில் பார்த்தது போல் புலிகள் கிழக்கு ஆசியாவில் தோன்றி, அனேகமாக 12,000 ஆண்டுகளுக்கு முன் இந்தியாவுக்கு வந்தன. பின் அவை இந்தியத் துணைக்கண்டம் முழுவதும் பரவின. ஹரப்பர்களின் கலையிலும், முத்திரையிலும் பொதுவாகப் புலிகள் காணப்படுவதை நாம் காணலாம். இதற்கு மாறாக ஹரப்பர்களுக்கு சிங்கத்தைப் பற்றி எதுவுமே தெரிந்திருக்க வில்லை. ஹரப்ப நாகரிகம் தொடர்பான எந்த இடத்திலும் சிங்கங்கள் இருந்ததற்கான அடையாளமேயில்லை. மிக கம்பீரமான ஒரு மிருகம் இந்தக் காலத்தில் இல்லாமல் இருந்தது ஆச்சரியமான ஒன்றுதான். பிற்கால இந்திய கலாச்சாரத்தில் மிக முக்கியமான இடத்தைப் பிடித்த சிங்கம் ஹரப்பர்கள் காலத்தில் இல்லை. அடர்ந்த காடுகளில் புலி திருட்டுத்தனமாக வேட்டையாடுகிறது. எனவே அதைக்கண்டு அச்சப்பட வேண்டியுள்ளது. மாறாக சிங்கம் தன் பரட்டைப் பிடரியுடன், பெண் சிங்கங்கள் அடங்கிய அந்தப் புரத்தில், நம்பிக்கையுடன் நம் கண் முன்னால் தோன்றுகிறது. எனவே அது அதிகாரத்தின் அடையாளமாக மாற்றப்பட்டு விட்டது.

எந்தக் கலாச்சாரம் சிங்கத்தைப் பயன்படுத்தியதோ அது அந்த விலங்கிற்கு ஒரு சிறப்பான அந்தஸ்தை வழங்கியிருக்கிறது. சிங்கங்கள் இல்லாத பிரிட்டன், சீனா போன்ற நாடுகளில் கூட ஏகாதிபத்தியத்தின் அடையாளமாக சிங்கத்தின் உருவம் இருந்து வந்துள்ளது. மெசப்படோமியாவில் சிங்கவேட்டை என்பது அரசர்களின் விளையாட்டாக கி.மு. 2000த்தில் இருந்துள்ளது. அரசர்கள் மட்டுமே அதை வேட்டையாடலாம்.[8] முற்கால எகிப்தில் கூட சிங்கவேட்டை அரசர்களின் பொழுதுபோக்காகத் தான் இருந்துள்ளது. அரசன் மூன்றாம் அமென்ஹோஹெப் (கி.மு. 1391–1352) தன் ஆட்சிக்காலத்தின் முதல் பத்தாண்டுகளில் 102 சிங்கங்களை வேட்டையாடியிருக்கிறான். நுபியா வடக்கு சூடானுக்கும் தெற்கு எகிப்த்துக்கும் இடையே உள்ள பகுதி. நுபியாவின் ‘பீட்டல் வாலி’ என்ற இடத்தில் அரசன் இரண்டாம் ரமீசெஸ் (கி.பி. 1290–1224) காலத்தில் அவனுடைய சிம்மாசனத்துக்கு அருகில் பழக்கப் படுத்தப்பட்ட சாதுவான பெண் சிங்கம் ஒன்று இருந்து வந்தது.

இதைக்காட்டும் படத்தில், ‘தன் விரோதிகளை வீழ்த்துபவன்’ என்ற வசனம் காணப்படுகிறது. ஐந்து நூற்றாண்டுகளுக்குப் பின் அஸ்ஸீரிய அரசன் இரண்டாம் அஷுரபனிபால் (கி.மு. 884–859) காலத்தில் எழுதப்பட்ட அரண்மனை வாசகம் ஒன்று இவ்வாறு குறிப்பிடுகிறது.

“என் பூசாரி சேவையை விரும்பும் நெம்ருதா, நெக்ரல் என்ற கடவுளர்கள்,

சமவெளிப் பிரதேசத்தில் வாழும் காட்டு மிருகங்களை வேட்டையாட எனக்குக் கொடுத்தார்கள்;

முப்பது யானைகளை நான் பொறிவைத்துப் பிடித்துக் கொன்றேன்;

இருநூற்று ஐம்பத்தேழு காட்டு எருதுகளை நான் என் ஆயுதங்களால் வீழ்த்தினேன்; முந்நூற்று எழுபது, சிங்கங்களை என் தேரிலிருந்துகொண்டு, ஈட்டிகளால் தாக்கிக் கொன்றேன்.”

முற்கால எகிப்த்திலும், மெசப்படோமியாவிலும், சிங்கம் பலவகை சிலைகளிலும், கம்பளித் துணிகளிலும், ஓவியங்களிலும் இடம் பெற்றுள்ளது. சுமேரியப் பெண் கடவுள் ‘நானா’ பாரசீகப் பெண் கடவுள் அனஹிதா, அஸ்ஸீரியப் பெண்கடவுள் ‘இஷ்தார்’ போன்றவை நமது இந்தியப் பெண்கடவுளான துர்கா–வைப் போல் சிங்கங்களுடன் தொடர்புடையவை. சில சமயங்களில் சிங்கங்களின் மீது பவனி வருபவை. (சிங்கங்களைத் தங்கள் வாகனங் களாகக் கொண்டவை). அந்தக் காலம் முதலே மத்திய கிழக்குப் பகுதியில் கலை, கலாச்சாரம், அரசாங்க அடையாளம், சமயம் – போன்றவற்றில் சிங்கம் ஒரு முக்கிய விலங்காக இருந்துவந்துள்ளது. இவ்வளவு அழகான ஒரு விலங்கை ஹரப்பர்கள் ஏன் அலட்சியப் படுத்தினார்கள்?

ஹரப்ப நாகரிகம் சீர்குலைந்து போகும்வரை சிங்கம் இந்தியத் துணைக்கண்டத்தில் எங்கும் காணப்பட்டிருக்காது என்பதே காரணமாக இருக்க முடியும். இது ஒன்றும் அதிர்ச்சி தரும் செய்தியல்ல. கி.மு. 2000த்துக்கு முன்பு வட மேற்கு இந்தியா இன்று இருப்பதைக் காட்டிலும் அதிக ஈரம் நிறைந்ததாகவும், அதிக மழை பெய்யக்கூடிய நாடாகவும் இருந்தது. சரஸ்வதி நதி ஓடிக் கொண்டிருந்தது. சிங்கம், திறந்த புல்வெளிப் பிரதேசங்களில் வாழும் ஒரு மிருகம். புலிகள் நிறைந்திருந்த காடுகளில் அதனால் ஊடுருவ முடியவில்லை. சூழ்நிலையில் வெப்பம் அதிகரித்து, சரஸ்வதி நதி வற்றத் தொடங்கியதும் நிலைமை மாறியது. ஆகவே

மரங்கள் குறைந்த வெப்ப மண்டலப் புல்வெளிப் பகுதி உருவாகி யிருக்க வேண்டும். அதனால் பலுச்சிஸ்தான் வழியாக, ஈரானிலிருந்து சிங்கங்கள் இங்கு வந்திருக்க வேண்டும். இங்கு வந்தபின் அவை புலிகளிருக்கும் பகுதிகளுக்குச் சென்றிருக்க வேண்டும். பலுச் சிஸ்தானில் மூடியுடனும், பாதத்துடனும் கூடிய தங்க மதுக் கிண்ணம் கண்டுபிடிக்கப்பட்டுள்ளது. அதில் சிங்கத்தின் உருவத்தைக் காணமுடிகிறது. ஹரப்பர்களின் நகரங்கள் காலியாகி, அவர்கள் கங்கை சமவெளிக்குப் புலம் பெயர்ந்த பின், சிங்கங் களுக்குத் தேவையான திறந்தவெளி கிடைத்துவிட்டது. அவை அந்த இடங்களில் வந்து வசிக்கத் தொடங்கின. காலப்போக்கில், அவை கிழக்கு பீகார், வடக்கு ஒரிசா போன்ற இடங்களுக்கும் சென்று புலிகளுடன் சேர்ந்து வாழத் தொடங்கிவிட்டன. கிழக்கு மற்றும் தென்னிந்தியப் பகுதிகள் புலிகளுக்கு மட்டுமே உரிய இடங்களாகிவிட்டன.

ரிக்வேதம் சிங்கத்தைப் பற்றி ஒன்றும் கூறவில்லை. குதிரைக்கும், எருதுக்கும் கொடுத்த முக்கியத்துவத்தைப் போல் ரிக்வேதம் சிங்கத்திற்கு முக்கியத்துவம் கொடுக்கவில்லை. ரிக்வேத காலத்தின் முக்கிய இடமான சப்த-சிந்துவில் சிங்கம் இல்லாமல் இருந்திருந்தால், மக்கள் எப்படி சிங்கத்தைப் பற்றித் தெரிந்து கொண்டிருக்க முடியும், என்ற சந்தேகம் எழுகிறது. அக்காலத்தில் 'சிங்கம்' என்ற சொல் பூனைக்குடும்பத்தில் வரும் பெரிய விலங்குகள் அனைத்தையும் குறிப்பதாக இருந்தது. அச்சொல்லே சிங்கம், புலி ஆகிய இரண்டையும் குறித்தது என்றுதான் நாம் விளக்கம் சொல்லவேண்டும்.[9] அச்சொல்லின் இரட்டைப் பயன்பாடுதான் சிங்கப்பூருக்கு அப்பெயர் வரக் காரணமாக இருந்தது. வேதத்தில் சொல்லப்பட்டிருக்கும் 'வேட்டை' என்பது சிங்க வேட்டையைக் குறிக்கிறது என்றும், புலிகள் வேட்டையாடப்பட்டதை அல்ல என்றும் ஆசிய சிங்கங்கள் பற்றிய நிபுணர் டாக்டர் திவ்யபானு சிங் சாவ்ரா கருத்து தெரி வித்துள்ளார். சிங்கம் நாட்டின் மையப் பகுதியில் காணப்பட வில்லை. சிந்து நதிக்கு மேற்கேதான் வேத கால மக்கள் சிங்கத்தைப் பார்த்தார்கள் என்பதால் புலியைப் போன்று சிங்கம் ஹரப்பர்களால் அறியப்படவில்லை என்று கூறலாம். பலுச்சிஸ்தானில் கிடைத்த மதுக்கிண்ணத்தில் சிங்கத்தின் உருவம் இருந்தது, மேலே சொன்ன செய்தியை உறுதிப்படுத்துகிறது. இதைப் பற்றி முழுவதுமாக நமக்குத் தெரியவில்லை.

சிங்கம் எப்படி இந்தியத் துணைக் கண்டத்தினுள் வந்திருந்தாலும், வந்தபிறகு அது துணைக்கண்டத்தின் பிரபலமான மிருகமாக மாறிவிட்டது; இந்தியக் கலாச்சாரத்தால் விரைவில்

ஏற்றுக்கொள்ளப்பட்டுவிட்டது. மத்திய கிழக்கு நாடுகளைப் போன்றே சிங்கம் இந்த நாட்டிலும் அரச அதிகாரத்தின் சின்ன மாகவும் வீரத்தின் சின்னமாகவும் மாறிவிட்டது. அரச பீடத்திற்கு, சமஸ்கிருத மொழியிலும் பெரும்பாலான இந்திய மொழிகளிலும் 'சிங்காசனம்' (சிம்மாசனம்) என்றுதான் பெயர். இதற்கு 'சிங்கத்தின் இருக்கை' என்று பொருள். இந்துக்களின் போர்க் கடவுளான துர்கா சிங்கத்தின் மீது இருந்துகொண்டு அரக்கனை அழிப்பதுபோல் காட்டப்படுகிறாள். மனதில் ஆற்றலை வர வழைக்க மகாபாரதம் அடிக்கடி சிங்கத்தின் உருவத்தை மேலெழச் செய்கிறது. இன்று வரை போர்த்தொழில் நாட்டமுள்ள ராஜ புத்திரர்கள், சீக்கியர்கள்– போன்றோர் தங்களின் பெயர்களுக்குப் பின்னால் 'சிங்' (சிங்கம்) என்ற அடைமொழியை சேர்த்துக் கொள்கிறார்கள்.

பாலி மொழியில் தோன்றிய இதிகாசமான 'மகாவம்சா'வில் சிங்கம் முக்கிய பணியாற்றுகிறது. இந்த இதிகாசமே இலங்கை சிங்கள மக்களுக்கு, அடிப்படைப் புராணமாக இருக்கிறது. இப்புராணத்தின்படி சிங்கள மக்கள், அரசன் விஜயன் மற்றும் அவனது ஆதரவாளர்களின் வழித்தோன்றல்கள். மகா வம்சாவின் படி சிங்கள மக்களில் மூதாதையர்கள் ஒரிசா–விலிருந்தும், வங்காளத்திலிருந்தும் இலங்கைக்குச் சென்றவர்கள். அப்புராணத்தின் படி அரசன் விஜயன் ஒரு சிங்கத்திற்கும், மானுட அரசகுமாரிக்கும் பிறந்த மைந்தன். அதனால்தான் பெரும்பாலான இலங்கைவாழ் மக்கள் தங்களை 'சின்ஹலா' அல்லது 'சிங்கத்தின் மக்கள்' என்று கூறிக்கொள்கிறார்கள். மேலும் அந்த நாட்டின் தேசியக் கொடியில் வாளேந்திய சிங்கம் காணப்படுகிறது. இதற்கு இணையான செய்தி என்னவென்றால் இலங்கையின் வட பகுதியைச் சேர்ந்த தமிழ் விடுதலை வீரர்கள் தங்களைப் புலிகள் என்று கூறிக்கொள்கின்றனர். இரு பெரிய பூனைகளுக்குமிடையே முற்காலத்தில் நிலவிவந்த போட்டி கலாச்சார நினைவுகளில் ஆழப் பதிந்துவிட்டது. அதே சமயத்தில் அந்த இரு விலங்குகளும் இன்று மறையக்கூடிய சூழலில் உள்ளன.

வருத்தத்திற்குரிய செய்தி என்னவென்றால், வனப்பகுதிகளில் இன்று மொத்தம் இருப்பது 411 ஆசிய சிங்கங்கள் மட்டுமே. குஜராத்தில் உள்ள 'கிர் தேசியப் பூங்கா'தான் சிங்கங்களின் கடைசி புகலிடம். இருநூறு ஆண்டுகளுக்கும் குறைவான காலத்திற்கு முன்புவரை மேன்மை மிகு சிங்கங்கள் டில்லியைச் சுற்றி அதிகம் வாழ்ந்து வந்தன. குர்கானின் தென்பகுதியில், ஆரவல்லிக் குன்றுகளில், இந்த மிருகங்கள் அதிகம் காணப்பட்டன. சிங்கங்கள் முன்பு வாழ்ந்து வந்த குகைகளில் இன்று எட்டுவழிப் போக்குவரத்து

கர்ஜனை செய்கிறது. ஈரான் நாட்டில் சிங்கம் கடைசியாகக் காணப் பட்டது 1942ஆம் ஆண்டில்தான். ஈராக்கில் 1917ஆம் ஆண்டில்தான்[11] சிங்கம் கடைசியாகத் தென்பட்டது, மீதம் இருப்பது அஸ்ஸீரிய கம்பளித்துணிகளில் காணப்படும் சிங்கங்கள் மட்டுமே!

இரும்புகாலத்தின் பின்பகுதி

கி.மு. எட்டாம் நூற்றாண்டிலிருந்து கி.மு. ஐந்தாம் நூற்றாண்டு வரையிலான இரும்புகாலத்தின் பிற்பகுதியில், கூட்டமாக பல நகரங்கள் தோன்றின. வளர்ச்சியைப் பொருத்தவரை இவற்றை நாம் ஹரப்ப நகரங்களுடன் ஒப்பிடலாம். அந்நகரங்களில் ஒன்று தான் இன்றைய அலகாபாத்துக்கு அருகில் இருக்கும் ‘கௌசாம்பி’. இந்த நகரை நிறுவியவன் ஹஸ்தினாபுரத்தைச் சேர்ந்த ஓர் அரசன்; பாண்டவர்களின் வழித்தோன்றல். அக்காலத்தில் ஏற்பட்ட ஒரு மிகப்பெரிய வெள்ளப் பெருக்கினால் அந்த அரசன் தன் தலை நகரை கிழக்கு நோக்கி வேறு இடத்திற்கு மாற்றிக்கொண்டான். 150–200 ஹெக்டேர் நிலப்பரப்பில் பரவியிருந்த கௌசாம்பி, தன் உச்சகட்ட வளர்ச்சியின்போது 36,000 மக்கள் வசித்த ஓர் நகராக இருந்தது.[12] இதுபோன்றுதான் இராஜகிரி, ஸ்ரவாஸ்தி போன்ற நகரங்களும் இருந்தன. இந்த நகரங்கள் 40,000 மக்கள்தொகை கொண்ட ஹரப்பர்களின் மிகப்பெரிய நகரான மொகஞ்சதரோ போன்று இருந்தன. இந்த காலகட்டத்தில் இந்தியத் துணைக் கண்டத்தின் மக்கள் தொகையை சரியாக நம்மால் கணிக்க இயலவில்லை; ஏறத்தாழ அது 30 மில்லியனாக இருந்திருக்கலாம்.

இரும்புகாலத்தின் பிற்பகுதியில் இருந்த நகரங்கள் காப்பரண்கள், அகழிகள் போன்றவற்றைப் பெற்றிருந்தன. மரமும், சேற்றுமண்ணும், செங்கற்களுமே பொதுவான கட்டுமானப் பொருட்களாக இருந்தாலும், சூளைகளில் செங்கற்களைத் தயாரிக்கும் தொழில்நுட்பம் மறக்கப்படவில்லை. உதாரணமாக கௌசாம்பியில் சூளைகளில் தயாரிக்கப்பட்ட செங்கற்களே அதிகமாகப் பயன்படுத்தப்பட்டிருந்தன. கழிவுநீர்க்கால்வாய்கள், நீர்உறிஞ்சும் குழிகள் போன்ற வசதிகளை அந்த நகரங்கள் பெற்றிருந்தாலும், அவைகளின் வடிவமைப்பு, சிந்து சமவெளியில் காணப்படுவதிலிருந்து வேறுபட்டிருந்தன. இருப்பினும் வீடுகளின் வெளிமுற்றம் அடிப்படை அமைப்பில் மாறவில்லை. தெருக்கள் நன்றாக சமன் செய்யப்பட்டு, சக்கரங்கள் கொண்ட வாகனங் களின் இயக்கத்திற்கு வசதியாக இருந்தன.

கௌசாம்பி, காசி, பாடலிபுத்திரம் (பாட்னா) போன்ற இடங்களுக்கிடையே கங்கை நதியில் படகுப் போக்குவரத்து

அதிகமாக நடைபெற்றிருக்க வேண்டும். சில சமயங்களில் கடல் பயணத்திற்குப் பயன்படும் கப்பல்களும் கங்கையில் காணப் பட்டன. அரசன் விஜயனைப் பற்றிக் கூறும் மகாவம்சம் என்ற புராணம் வங்காளத்திலிருந்து இலங்கைக்கு வங்கக்கடல் வழியாக கடல் வழி வாணிபம் நடைபெற்றதைக் கூறுகிறது. தக்சிண பாதையும், உத்திரபாதையும் மிகவும் சுறுசுறுப்பான வணிகப் பாதைகளாக இருந்திருக்க வேண்டும். பொருள் போக்குவரத்திற்கு மட்டுமின்றி, கருத்துப் பரிமாற்றத்திற்கும் அந்தப் பாதைகள் அதிகம் பயன்படுத்தப்பட்டிருக்கவேண்டும். ஏனெனில் இரும்புகாலத்தின் பிற்பகுதி அறிவுப் பெருக்கம் அதிகம் ஏற்பட்ட காலம். மகாவீரர், கௌதம புத்தர் – போன்றோரின் தத்துவங்களும், உபநிடதங்களும் இந்த காலத்தைச் சேர்ந்தவைதான்.

புத்தர் இந்திய – நேப்பாள எல்லையில் உள்ள 'கபில வாஸ்து' என்ற இடத்தில் பிறந்தவர். அவர் உள்ளொளி பெற்றது மகதத்தின் தலைநகரான இராஜகிரிக்கு அருகிலுள்ள 'கயா' என்ற இடத்தில். ஆனால் அவர் முதல் பிரசங்கத்தை புத்த கயாவிலோ, அல்லது அருகிலிருக்கும் நகர்களில் ஒன்றிலோ, நிகழ்த்தவில்லை. மகத நாட்டின் தலைநகரான இராஜகிரியில்கூட அவர் தன் முதல் அறவு ரையை நிகழ்த்தவில்லை. மாறாக அவர், தன் முதல் பிரசங்கத்தை காசியில் நிகழ்த்தினார். ஏன் அவர் நீண்டதூரம் பயணம் செய்து வாரணாசி என்ற காசியில் தன் முதல் உரையை நிகழ்த்தினார்?

அவ்வாறு புத்தர் செய்தது மிகவும் இயற்கையானது தான், என்கிறார் வரலாற்றாசிரியர் விதுல ஜயஸ்வால். ஏனென்றால் 'காசி', தக்சிண பாதையும், உத்திரபாதையும் குறுக்கிடும் கேந்திரஸ்தானத்தில் உள்ளது. இன்றுகூட கிழக்கு –மேற்காகச் செல்லும் தேசிய நெடுஞ்சாலை எண் '2', வடக்கு தெற்காகச் செல்லும் தேசிய நெடுஞ்சாலை எண் '7' ஆகிய இரண்டும் சந்திக்கும் இடத்தில்தான் காசி இருக்கிறது. தற்கால வடக்கு–தெற்கு நெடுஞ்சாலை பழைய வடக்கு–தெற்கு நெடுஞ்சாலையிலிருந்து சற்றே கிழக்கு திசையில் தள்ளிச் செல்கிறது. இருப்பினும் இந்தியாவின் போக்குவரத்து அமைப்பிலுள்ள யுக்தி ஒரே மாதிரியாகவே அன்று முதல் இன்று வரை இருந்து வந்துள்ளது என்பது ஆச்சரியப் படத்தக்க ஒரு செய்தியாகும். 19ஆம் நூற்றாண்டில் ஆங்கிலேயர்கள் இருப்புப் பாதைகளை நம் நாட்டில் அமைத்தபோதுகூட வாரணாசிக்கு அருகிலிருக்கும் 'மொகல்சராய்' என்ற இடத்தில் தான் இருப்புப் பாதைகளின் குவிமையத்தை ஏற்படுத்தினார்கள்.

கி.மு. ஆறாம் நூற்றாண்டில் பகவான் புத்தர் வாரணாசிக்குச் சென்றபோது அந்நகர் முன்பே, கங்கைக்கரையில் அமைந்த ஒரு

பெருநகரக் குடியிருப்பாகத்தான் இருந்து வந்தது. 'வருணா', 'அசி' என்ற இரு ஆறுகளுக்கிடையேதான் 'வாரணாசி' என்ற காசிநகர் அமைந்துள்ளது. அதனால்தான் காசி 'வாரணாசி' என்று அழைக்கப் படுகிறது. வருணா ஆற்றின் தடம் இன்றுகூட ஓரளவுக்கு நன்றாகவே உள்ளது. ஆனால் 'அசி' ஆறு ஒரு கழிவுநீர்க் கால்வாயாக மாறி விட்டது.

காசியின் புறநகர்ப்பகுதியான 'சார்நாத்' என்ற இடத்தில்தான் ஒரு மான் பூங்காவில் புத்தர் தன் முதல் பிரசங்கத்தை நிகழ்த் தினார். முன்பே வணிகத்திலும், அறிவுசார் – நிகழ்ச்சிகளிலும் சுறு சுறுப்பாக இருந்து வந்த அந்த இடம் புத்தரை மிகவும் கவர்ந்தது. 'சார்நாத்' பௌத்த சமயம் அல்லாத மற்ற சமயங்களில் நம்பிக்கை கொண்டவர்களுக்கும் ஒரு புனிதமான இடம் என்பதை அங்கு செல்லும் சுற்றுலாப் பயணிகள் கவனிப்பதில்லை. சார் நாத்துக்கு வெளியே ஒரு பெரிய சமணக் கோயிலும் உள்ளது. இது பதினொன்றாம் தீர்த்தங்கரருக்கு அர்ப்பணிக்கப்பட்ட ஒரு கோயில். இதன் அருகில் தொல்லியல் துறை அருங்காட்சியகம் பல சிலைகளையும், கலைப் பொருட்களையும் கொண்டுள்ளது. இவை பிராமண சம்பிரதாயத் திற்குரியவை.

இன்றுவரை சார்நாத் சைவர்களின் புனித இடமாகவும் கருதப் பட்டு வருகிறது. உண்மையில் 'சார்நாத்' என்ற பெயர் 'சாரங்கநாத்' என்ற பெயரின் சுருக்கமே. 'சாரங்கநாத்' என்றால் மான்களின் தலைவன் – என்று பொருள். 'சாரங்கநாத்' என்பது சிவனின் மற்றொரு பெயர். எனவே இன்றுவரை வாரணாசி சைவர்களின் முக்கியமான புனித இடமாகக் கருதப்படுகிறது. புத்தர் ஏன் புனிதமான மான் பூங்காவை தன் பிரசங்கத்திற்குத் தேர்ந்தெடுத்தார் என்பது இப்போது வாசகர்களுக்குப் புரிந்திருக்க வேண்டும். தொல்லியல் துறை அலுவலகத்திற்கு வெகு அருகிலேயே சாரங்க நாதர் கோயில் காணப்படுகிறது. இது ஒரு சிறிய கிராமப்புறக் கோயில். சுற்றுலாப் பயணிகள் இங்கு அதிகம் வருவதில்லை. எனவே நாம் அமைதியாகக் கோயிலை சுற்றி வரலாம்.

புத்தர்காலத்தில் காணப்பட்ட அறிவுசார்ந்த புதுமைகள் சமயத் தத்துவத்தோடு நின்றுவிடவில்லை. அக்காலத்தில்தான் இந்தியாவின் பாரம்பரிய மருத்துவமுறையான ஆயுர்வேதம் நன்கு வகைப் படுத்தப்பட்டது. 'சுஷ்ருதர்' என்பவரால் தொகுக்கப்பட்ட ஒரு நூல் அறுவைசிகிச்சை முறைகளையும், அதற்குப் பயன்படுத்தப் படும் கருவிகளின் பட்டியலையும் தருகிறது.[13] இந்நூலும் புத்தர் காலத்தில் தோன்றியதுதான். சுஷ்ருதர் காசிக்கு அருகில்தான்

வாழ்ந்து வந்தார். தசை ஒட்டு அறுவை சிகிச்சை, கண் புரை நீக்கம், பித்தப்பை கல்–அகற்றல், உடலில் தைத்த அம்புகளை அகற்றுதல், இறந்தோரின் உடல்களை வெட்டிப் பார்த்து உடல் உறுப்புகள் பற்றி ஆய்வுசெய்தல்[14] போன்ற செய்திகள் அனைத் தையும் சுஷ்ருதரின் நூலில் நாம் காணலாம்.

துரதிஷ்டவசமாக அக்கால அறுவைசிகிச்சை முறைகள் பற்றிய பெரும்பாலான குறிப்புகள் வரலாற்றின் மையகாலத்தில் தொலைந்து போய்விட்டன. இருப்பினும் சிற்சில முறைகள் சில இடங்களில் பின்பற்றப்பட்டு வருகின்றன. 18ஆம் நூற்றாண்டில் இங்கு வந்த ஐரோப்பியர்கள் சிலவகை அறுவை சிகிச்சைகளை நேரில் பார்த்துள்ளனர். அதில் ஒன்று மூக்கை ஒட்டவைக்கும் அறுவை சிகிச்சை (Rhinoplasty). இந்த அறுவை சிகிச்சை 1793ஆம் ஆண்டு மார்ச் மாதம் 'புனே' நகரில் நடத்தப்பட்டது. இது ஐரோப் பாவிலும், உலகின் பல இடங்களிலும், தசையொட்டு அறுவை சிகிச்சையின் நடைமுறையை மாற்றியமைத்தது. 'கோவஸ்ஜி, என்பவர் ஒரு மராட்டிய அல்லது பார்சி இனத்தைச் சேர்ந்த வண்டிக்காரன். மைசூர் திப்புசுல்தானுக்கு எதிராக நடத்த போரின் போதும் கோவஸ்ஜி பிரிட்டிஷ் இராணுவத்திற்கு மாட்டு வண்டி ஓட்டிவந்தான். போரின் போது பிடிபட்ட அவனது மூக்கு அறுக்கப்பட்டு, ஒரு கையும் வெட்டப்பட்டுவிட்டது. மூக்கின்றி ஓராண்டுகாலம் வாழ்ந்து வந்த அவன் வேறு நான்கு நபர்களுடன் ஓர் இந்திய அறுவை சிகிச்சை நிபுணரிடம் கொண்டு செல்லப் பட்டான். மூக்கறுபட்டவர்களின் நெற்றியிலிருந்து எடுக்கப்பட்ட தோலைக் கொண்டு, மருத்துவர் அனைவருக்கும் அறுபட்ட இடத்தில் ஒட்டு சிகிச்சை செய்தார். அதனால் அறுபட்ட மூக்குகள் சரிசெய்யப்பட்டன. அறுவை சிகிச்சை செய்த மருத்துவரைப் பற்றி நமக்கு ஒன்றும் தெரியவில்லை. ஆனால் பம்பாய் மாகாணத்தி லிருந்து இரு முதுநிலை அறுவை சிகிச்சை நிபுணர்கள் சிகிச்சையை நேரில் பார்த்துவிட்டு, சிகிச்சை முறைபற்றி விளக்கப் படங்களுடன், தங்கள் மேலிடத்திற்கு அறிக்கை அனுப்பிவைத்தனர். 1816ஆம் ஆண்டு அவர்கள் அறிக்கை ஐரோப்பிய சஞ்சிகை ஒன்றில் வெளி யிடப்பட்டது. நவீன தசை ஒட்டு அறுவை சிகிச்சைக்கு அது வித்திட்டது.

அந்த காலத்தில் இருந்துவந்த, அறிவு சார்ந்த மற்றும் கலாச்சார நடவடிக்கைகள் கங்கை சமவெளியின் மையத்தில் மட்டும் காணப் பட்டதாக எடுத்துக்கொள்ளக்கூடாது. சமஸ்கிருத மொழியின் இலக்கணத்தை முறைப்படுத்திய பாணினி–ஐ எடுத்துக்கொள்வோம். கி.மு. ஐந்தாம் நூற்றாண்டைச் சேர்ந்த இவர் காந்தாரத்தில்

(கி.ஆஃப்கானிஸ்தான்) பிறந்து தட்சசீலத்தில் (நவீன இஸ்லாமா பாத்) வாழ்ந்தவர். துணைக்கண்டத்தின் இந்தப் பகுதிதான் ஐரோப்பியர்களால் முதலில் வெற்றிகொள்ளப்பட்டது.

பேரரசும் சிங்கமும்

கி.மு. மூன்றாம் – நான்காம் நூற்றாண்டுகளில் பூர்வ குடிகளால் ஆளப்பட்டுவந்த சிறு அரசுகளில் ஒரு மிகப்பெரிய திருப்பம் ஏற்பட்டது. இந்தத் திருப்பம் பழைய உலக நாடுகளில் ஒரே சமயத்தில் ஏற்பட்டதென்றே சொல்லவேண்டும். இந்தத் திருப்பம் ஒரு தொழில்நுட்ப மாற்றமோ அல்லது அரசியல் சித்தாந்தத்திலும், லட்சியத்திலும் ஏற்பட்ட மாற்றமோ அல்ல. இரண்டு தலைமுறை களுக்குள் உலகம் முழுவதிலும் குறிப்பிடத்தக்க சில தலைவர்களின் மனங்களில் சாம்ராஜிய ஆசை துளிர்விட்டது. அவர்கள் அடைந்த வெற்றி உலகின் அரசியல் வரை படத்தை மாற்றியமைத்தது.

ஒரு சாம்ராஜியத்தை முதன்முதலில் தோற்றுவித்தவன் பாரசீகத்தின் மாமன்னன் சைரஸ். கி.மு. ஆறாம் நூற்றாண்டில் அவன் அதைச் செய்தான். ஆனால் கி.மு. நான்காம் நூற்றாண்டில் தான் சாம்ராஜியங்களின் உருவாக்கம் முற்றிலும் புதியதோர் வேகத்தில் நடைபெற்றதை நாம் பார்க்கிறோம். சீனாவில் 'குயின்' பகுதியைச் சேர்ந்த அரசன் ஹுயி கி.மு. 330ஆம் ஆண்டுவாக்கில் பல சுழல் வெற்றிகளை அடைந்தான். இதன் காரணமாக ஒரு நூற்றாண்டுக்குப் பிறகு ஹி–ஹுவாங்டி என்பவனின் தலைமையில் முதல் பேரரசு நிறுவப்பட்டது. இதே சமயத்தில் மகா அலெக்ஸாண்டர் கிரீஸ், எகிப்து, லிவான்ட், மெசப்படோமியா, பாக்ட்ரியா, பாரசீகம் ஆகிய பகுதிகளைத் தன் கட்டுப்பாட்டிற்குள் கொண்டுவந்தான். பின்னர் கி.மு. 327– கி.மு. 326இல் அவன் இந்தியாவுக்குள் பிரவேசித்தான். இங்கு அவன் தட்சசீல அரசன் அம்பி என்பவனுடன் கூட்டணி அமைத்துக்கொண்டான். இருவரும் சேர்ந்து ஜீலம் நதிக்கரையில் புருடோத்தமனைத் தோற்கடித்தனர். 'போரஸ்' என்ற பெயர் ரிக்வேத காலத்தில் அந்தப்பகுதியில் வாழ்ந்துவந்த 'புரு' என்ற பழங்குடியைக் குறிப்பதாக இருக்கலாம்.

அலெக்ஸாண்டர் மேலும் கிழக்கு நோக்கிவர ஆசைப் பட்டான். ஆனால் அவனுடைய படைவீரர்கள், பல ஆண்டுகள் தொடர்ந்து போர்களில் ஈடுபட்டு வந்ததால் மிகவும் களைத்துப் போயிருந்தனர். அதுமட்டுமின்றி கங்கை சமவெளியில் மகத நாட்டின் பெரும்படையொன்று அலெக்ஸாண்டரை எதிர்க்கத் தயாராகிக் கொண்டிருந்தது என்ற செய்தி அவனுக்குக் கிடைத்தது.

அவனுடைய இராணுவத்தில் கிட்டத்தட்ட ஒரு புரட்சி வெடிப்பதற்கான சாத்தியக் கூறுகள் இருந்ததால் அலெக்ஸாண்டர் தன் நாட்டிற்குத் திரும்பிச் சென்றுவிட்டான். இருப்பினும் அவன் வந்த வழியாகத் திரும்பிச் செல்லவில்லை. விதிவசத்தால், அலெக்ஸாண்டர் சிந்து நதியைக் கடந்துசெல்ல விரும்பினான். நைல் நதியின் உற்பத்திப் பகுதிதான் சிந்து என்று அவன் தவறாகக் கணித்து விட்டான். சிந்து நதியின் ஓட்டத்தினூடேயே வந்துவிட்டால் நேரடியாக மத்திய தரைக்கடலை அடைந்துவிடலாம் என்று தப்புக்கணக்குப் போட்டுவிட்டனர் மாசிடோனியர்கள்! நைல் நதியின் உற்பத்திப் பகுதியிலும், இந்தியாவிலும், காணப்பட்ட தாவரங்களும், விலங்குகளும் ஒன்றுபோலவே இருந்ததால் அவர்கள் அவ்வாறு தவறுசெய்ய நேரிட்டது. (இரு இடங்களுக்கும் பொதுவான சில முதலைகள் குறித்தும், அவரைகள், குறித்தும் அர்ரியன் என்ற கிரேக்க வரலாற்றாசிரியர் விவரித்துள்ளார்). அலெக்ஸாண்டரின் சேனை சிந்துநதியின் ஓட்டத்தினூடேயே பயணம் செய்து வந்தபோது வழியில் அது பல பழங்குடிகளைப் போரில் தோற்கடித்தது; மனிதாபிமானமின்றி பல குடியிருப்புகளை நாசம் செய்தது. உள்ளூர் தலைவன் ஒருவன், வாட்போர் போட்டி நடத்துவதைப்போன்று, சிங்கத்திற்கும் சீற்றம் மிக்க நாய்க்கும் இடையே ஒரு போட்டியை நடத்திக்காட்டி அலெக்ஸாண்டரை மகிழ்வித்தான் என்று நம் ஆர்வத்தைத் தூண்டும் செய்தியொன்றும் நமக்குக் கிடைத்துள்ளது. நாய்கள் பெண் புலிகளிலிருந்து கலப்பினப் பெருக்கத்தின் மூலம் பெறப்பட்டவை என்று இந்தியர்கள் கூறுகிறார்கள்.[15]

ஆற்றோட்டத்தில் கடலை அடைந்தபிறகே மாசிடோனியர்கள் தங்கள் தவறை உணர்ந்தார்கள். வேறு வழியின்றி மக்ரான் கடற்கரை வழியாகவும், தரை வழியாகவும் பயணம் செய்ய வேண்டிய கட்டாயம் அவர்களுக்கு ஏற்பட்டது. இந்த வழித்தடத்தின் மூலம் ஆதிகால மனிதர்கள் கிழக்குநோக்கிப் புலம் பெயர்ந்து இந்தியாவுக்குள் வந்தார்கள். இருப்பினும் தட்பவெப்ப நிலையிலும், கடற்கரையின் தன்மையிலும் பலவித மாற்றங்கள் ஏற்பட்டிருந்தன. தக்க வரை படங்கள் இல்லாததாலும், உணவு, குடிநீர் போன்றவை போதிய அளவு இல்லாததாலும், ஆயிரக்கணக்கான வீரர்கள் வழியிலேயே உயிர்விட வேண்டிய நிலை ஏற்பட்டுவிட்டது. போர் வீரர்களும், போரில் பயன்பட்ட விலங்குகளும் அதிக எண்ணிக்கையில், பசியாலும், தாகத்தாலும் இறந்துவிட்டன. குதிரைகளின் பற்றாக் குறையாலும், ஆட்களின் பற்றாக்குறையாலும் போர்களின்போது கொள்ளையடிக்கப்பட்ட செல்வத்தை எடுத்துச் செல்ல முடியாமல்,

வழியிலேயே விட்டுச்செல்ல நேரிட்டது. தோல்வி என்பதையே சந்திக்காத அலெக்ஸாண்டரின் சேனை, பெரும்பகுதி அழிந்து போன சேனையாக 'பாபிலோன்' சென்றடைந்தது. வெற்றி வீரனான அலெக்ஸாண்டர் சிறிது நாட்களில் இறந்துவிட்டான்; அவனைப் பின்பற்றிய, அதேசமயத்தில் அவன் தலைமையை விரும்பாத சிலரே அவனை விஷம் வைத்துக் கொன்றிருக்கலாம் என்று நம்பப் படுகிறது. அவனுக்குப் பின், அலெக்ஸாண்டரின் பேரரசு அவனுடைய தளபதிகளுக்குள் பகிர்ந்து கொள்ளப்பட்டது. அலெக்ஸாண்டரின் இளவயது மகன் கொல்லப்பட்டான். பூகோளத்தைப் பற்றிய அறிவின்மை ஒரு கூரிய வாளைவிடக் கொடுமையான கொலை பாதகச் செயலைச் செய்துவிடும் என்பதற்கு அலெக்ஸாண்டரின் பயணம் ஓர் எடுத்துக்காட்டு. எனவேதான் இரண்டாயிரம் ஆண்டுகளுக்குப்பின், ஐரோப்பியர்கள் இந்தியாவைத் தங்கள் கட்டுப்பாட்டின் கீழ் கொண்டுவர முயற்சித்தபோது, அவர்கள் இந்தியாவின் வரைபடம் தயாரிப்பதில் அதிக அக்கறை எடுத்துக் கொண்டார்கள், என்பதை நாம் பார்க்கிறோம்.

அலெக்ஸாண்டரின் படையெடுப்பு பற்றிய நேரடியான செய்திகள் ஏதும் இந்திய நூல்களில் இல்லை. ஆனால் மேசிடோனியர்கள் தங்கள் வீரசாகசச் செயல்கள் குறித்த பல கதைகளை விட்டுச்சென்றிருக்கிறார்கள்.[16] அக்கதைகளில் ஒன்று எல்லை கடந்த கற்பனை சார்ந்தது. ஒரு வகை இராட்சச எரும்புகளைப் பயன்படுத்தி, அவைகளை குழிதோண்ட வைத்து மேசிடோனியர்கள் தங்கத்தைக் கண்டுபிடித்ததாக ஒரு கதை குறிப் பிடுகிறது. இந்தியர்கள் வெள்ளைப் பருத்தியாடை அணிந் திருந்தார்கள் என்று சொல்கிறான் அலெக்ஸாண்டரின் கடற்படை தளபதியாக இருந்த 'நியர்க்கஸ்'. மக்கள் உடலின் கீழப்பகுதியில் அணிந்திருந்த ஆடை முழங்காலுக்கும், கணுக்காலுக்கும் இடையே காணப்பட்டன. மேலாடை தோள்–பகுதியை அலங்கரித்தது. ஆண்கள் தலையில் 'டர்பன்' (தலைப்பாகை) அணிந்திருந்தனர். வேஷ்டியையும், அங்கவஸ்திரத்தையும் தான் நியர்க்கஸ் அவ்வாறு வர்ணிக்கிறான். இதே ஆடைகளைத்தான் வேதகால இந்தியர்களும் அணிந்திருந்தனர். அப்பழக்கம் இன்றுவரை தொடர்கிறது. செல்வர்கள், காதுகளில் தங்கக் காதணிகளை அணிந்திருந்ததுடன் வெயிலுக்கு எதிராகக் குடைகளைப் பயன்படுத்தினர். அவர்கள் தங்களை உயரமாகக் காட்டிக்கொள்ள உயரமான அடிப்பகுதிகள் கொண்ட தோல் செருப்புகளை அணிந்திருந்தனர்!

அலெக்ஸாண்டரின் படையெடுப்பு இந்தியாவில் ஆழமான எந்தத் தழும்பையும் அல்லது வடுவையும் ஏற்படுத்திவிடவில்லை.

என்றாலும் சங்கிலிக்கோர்வை போன்ற சில நிகழ்வுகளைத் தூண்டி விட்டது. அதன் விளைவுதான் இந்தியாவில் மிகப் பெரிய பேரரசான மௌரியப் பேரரசின் தோற்றம். அப்பேரரசு தோன்றக் காரணமாக இருந்தவர்கள் இருவர்; ஒருவர் சாணக்கியர் (கௌடில்யர்), மற்றொருவர் சாணக்கியரின் சீடரான சந்திரகுப்த மௌரியர். பாரசீகப் பேரரசு, சீனப்பேரரசு, மேசிடோனியர்களின் கிரேக்கப் பேரரசு போன்றவை மன்னர்களாலும், போர்வீரர் களாலும் தோற்றுவிக்கப்பட்டவை. மாறாக சாணக்கியர் தட்ச சீலத்தில் வாழ்ந்து வந்த ஓர் அரசியல் பொருளாதார நிபுணர். அலெக்ஸாண்டர் தட்சசீல அரசருடன் கூட்டணி வைத்துக் கொண்டதை அங்கிருந்த பிராமணர்கள் எதிர்த்தார்கள். அப்படி எதிர்த்த பலரை அலெக்ஸாண்டர் தூக்கிலிட்டான்,[18] என்கிறார் வரலாற்றாசிரியர் புளூடார்ச்.

வழக்கத்திலிருந்துவரும் கதையின்படி சாணக்கியர் கிழக்கு நோக்கிப் பயணம் செய்து, வலிமைமிகுந்த மகதநாட்டின் தலை நகரான பாடலிபுத்திரத்தை (Pata) அடைந்தார். கிரேக்கர்களை விரட்ட தனக்கு உதவிசெய்யும்படி கேட்டுக்கொள்ளவே அவர் மகதம் வந்தார். ஆனால் அன்று மகதத்தை ஆண்டுவந்த நந்தி வம்சத்தைச் சேர்ந்த அரசன், சாணக்கியரை அவமானப்படுத்தி அனுப்பிவிட்டான். அவனை எப்படிப் பழிவாங்குவது என்ற திட்டத்தை மனதில் வைத்துக்கொண்டு சாணக்கியர் தட்ச சீலத்திற்குத் திரும்ப முடிவு செய்தார். திரும்பும் வழியில் அவர் சந்திரகுப்த மௌரியர் என்ற ஒரு சிறுவனை சந்தித்தார். அவர்கள் இருவரும் எப்படி சந்தித்தார்கள் என்பதை விவரிக்க, நம் ஆர்வத்தைத் தூண்டும் கதைகள் இருக்கின்றன. ஆனால் அவற்றை சரிபார்க்க நம்மால் இயலாது. சாணக்கியர் அந்த சிறுவனைத் தன்னுடன் அழைத்துச் சென்று, எதிர்காலத்தில் ஓர் அரசனாக வருமளவு அவனுக்குப் பயிற்சிகள் கொடுத்தார். அது மட்டுமின்றி 'அர்த்த சாஸ்திரம்' என்ற நூலையும் எழுதினார். அதில் ஒரு சாம்ராஜியத்தை எப்படி நிர்வகிக்க வேண்டுமென்ற நடைமுறைகள் விவரிக்கப் பட்டுள்ளன. அலெக்ஸாண்டரின் மறைவுக்குப்பின் வடமேற்கு இந்தியாவில் ஓர் அதிகார வெற்றிடம் நிலவி வந்தது. சாணக்கியரும் அவரது ஆதரவில் இருந்துவந்த மாணவரும் இந்த சந்தர்ப்பதைப் பயன்படுத்திக் கொண்டார்கள். ஒரு புரட்சிக் குழுவை உரு வாக்கினார்கள். இருப்பினும் மகதத்தின் நந்திவம்ச அரசனை பதவியிலிருந்து அகற்ற அவர்கள் எடுத்த ஆரம்பகால முயற்சி பலனளிக்கவில்லை. நந்த அரசனிடமிருந்து தப்பிக்க சந்திரகுப்தர் காட்டுக்குள் ஓடி ஒளிய வேண்டியிருந்ததாக ஒரு கதை உள்ளது.

களைத்துப்போன சந்திரகுப்தர் காட்டில் ஓரிடத்தில் படுத்துறங்கி விட்டார். அப்போது ஒரு சிங்கம் அந்த இடத்திற்கு வந்து, அவரை நக்கிக் கொடுத்து மேனியை சுத்தப்படுத்தியது. பின் எதிர்கால அரசர் துயில் எழும்வரை காவல் காத்து நின்றது. தனக்கு நடந்ததை ஒரு நல்ல சகுனமாக ஏற்றுக்கொண்ட சந்திரகுப்தர், இழந்த ஆற்றலை மீண்டும் ஒன்று திரட்டிக்கொண்டு நந்தர்களை எதிர்த்தார். இக்கதை பின்னால் வந்த மௌரியர்களால் பரப்பப் பட்டிருக்கலாம். ஆனால் அக்கதை சிங்கம் என்ற அடையாளச் சின்னத்தை உறுதிசெய்தது.

பல ஆண்டுகள் செய்த விடாமுயற்சியால் சாணக்கியர், ஹிமாச்சலப் பிரதேச பழங்குடியினரின் ஆதரவோடு ஒரு பெரும் படையைத் திரட்டினார். அவரும் சந்திரகுப்தரும் சேர்ந்து முதலில் நாட்டின் வடமேற்குப் பகுதியைத் தங்கள் கட்டுப்பாட்டிற்குள் கொண்டு வந்தனர். பின் அவர்கள் ஒரே சீரான வேகத்துடன் கங்கை சமவெளியை ஆக்கிரமித்தார்கள். கி.மு. 321ஆம் ஆண்டு வாக்கில் மகதத்தின் நந்த அரசனைத் தோற்கடித்து, இந்தியத் துணைக்கண்டத்தின் மிக முக்கியமான அதிகார பீடமாகத் தங்களை நிலைநிறுத்திக்கொண்டார்கள். வியக்கத்தக்க விதத்தில் சாணக்கியர், தான் அரசனாகாமல், தன் சீடரான சந்திர குப்தருக்கு முடிசூட்டி வைத்தார். பின் பத்தாண்டுகள் உழைத்து இருவரும் மத்திய இந்தியாவைத் தங்கள் கட்டுப்பாட்டிற்குக் கொண்டு வந்தார்கள்.

கி.மு. 305ஆம் ஆண்டு சமீபம், தன்னால் மாசிடோனியர்களை எதிர்க்க முடியும் என்ற தன்னம்பிக்கை சந்திர குப்தருக்கு ஏற்பட்டது. அலெக்ஸாண்டரின் நம்பிக்கைக்குரிய தளபதி செல்யூகஸ் நிகேடார், அலெக்ஸாண்டரால் வெல்லப்பட்ட ஆசியப் பகுதிகளைத் தன் கட்டுப்பாட்டில் வைத்திருந்தான். அதில் பாரசீகம், மத்திய ஆசியா ஆகிய பகுதிகளும் அடங்கும். அலெக்ஸாண்டரால் போரில் வெல்லப்பட்ட இந்தியப் பகுதிகளும் தன்னுடைய கட்டுப்பாட்டில்தான் இருப்பதாக அவன் கூறினான். கி.மு. 302இல் இருவருக்கும் ஏற்பட்ட ஒப்பந்தப்படிப்பார்த்தால், மௌரியப்படை நிச்சயமாக போரில் வெற்றிபெற்றது எனத் தெரிகிறது. சந்திரகுப்தர் பலுச்சிஸ்தான், ஆஃப்கானிஸ்தான் போன்ற பகுதிகளை தன் அதிகாரத்தின் கீழ் கொண்டுவந்தார். செல்யூகஸ் தன் மகளை ஒரு மௌரிய இளவரசனுக்குத் திருமணம் செய்து வைத்ததாகக் கூறப்படுகிறது. அது சந்திரகுப்தராகவே இருப்ப தற்கும் வாய்ப்புள்ளது.

மூன்று தலைமுறைகள், இந்தியத் துணைக்கண்டம் முழுவதும் மௌரியப் பேரரசின்கீழ் அடங்கியிருந்தது. கிழக்கு ஈரானில் தொடங்கி இன்றைய பங்களாதேஷ்வரை மௌரிய சாம்ராஜ்யம் வியாபித்திருந்தது. தீபகற்பத்தின் தெற்குமுனை மட்டுமே மௌரியர்களின் நேரடி அதிகார வரம்பிற்கு வெளியே இருந்து வந்தது. அக்காலத்தில் உலகிலேயே மிகப்பெரிய பேரரசாக மௌரியப் பேரரசு இருந்துவந்தது. அலெக்ஸாண்டரின் சாம்ராஜியத்தை விடவும், ஷி–ஹுவாங்டியின் சீனப்பேரரசை விடவும், மௌரியப் பேரரசு அளவில் பெரியதாக இருந்தது. மேலும் அலெக்ஸாண்டரின் சாம்ராஜியம், சீன சாம்ராஜியம் போன்றவற்றைப் போலல்லாமல் மௌரியப் பேரரசு குறைந்த பட்சம் மூன்று தலைமுறைகளுக்கு, முழுமையான ஒரே ஆட்சிக்கு உட்பட்ட ஒரு பேரரசாக இருந்து வந்தது.

சாணக்கியரும், சந்திரகுப்தரும் மற்ற இரு பேரரசர்களைப் போல் இருக்கவில்லை. சாணக்கியர் மௌரியப் பேரரசில் ஓர் அமைச்சராக மகிழ்ச்சியுடன் பணியாற்றி வந்தார். மௌரியப் பேரரசு நன்றாக நிலைநிறுத்தப்பட்டவுடன் சாணக்கியர், திரும்பவும் தட்சசீலத்திற்கே சென்று தன் ஆசிரியப் பணியைத் தொடர்ந்து செய்து வந்ததாக சிலர் குறிப்பிடுகின்றனர்.[19] கி.மு. 297இல் சந்திரகுப்தர் தன் மகன் பிந்துசாரருக்கு முடிசூட்டிவிட்டு, இவ்வுலக வாழ்க்கையைத் துறந்து ஒரு சமணத் துறவியாகிவிட்டார். தக்சிண பாதை வழியாக அவர் தெற்கு நோக்கிப் பயணம் செய்து சரவண பெலகோலா (கர்னாடகம்) என்ற இடத்திற்கு வந்துவிட்டதாகவும் உண்ணாநோன்பிருந்து உயிர்துறந்து, தன் ஆன்மாவைத் தூய்மைப் படுத்திக் கொண்டார் என்றும் சமண கர்ணபரம்பரைக் கதைகள் கூறுகின்றன. சந்திரகுப்தர் தன் கடைசி நாட்களில் உண்ணா நோன்பிருந்தது ஒரு குன்றின் மீது. அவரை கௌரவிக்கும் விதத்தில் அக்குன்று சந்திரகிரி என்றழைக்கப்படுகிறது.

உலக வாழ்வைத் துறக்கும் ஒரு வைராக்கியம், ஒரு வலிமைமிக்க, ஆற்றலாக இருந்துவந்ததை பிற்கால இந்திய வரலாற்றில் நாம் பார்க்கிறோம். 1947இல் இந்தியா சுதந்திரம் பெற்றபோது மகாத்மா காந்தி எந்த அதிகாரத்தையும் ஏற்றுக் கொள்ள மறுத்து, தன்னுடைய சீடர் ஜவகர்லால் நேரு அவர்களை நவீன இந்தியாவின் முதல் பிரதமராக்கினார். நாகரிகங்கள், விழிப்புணர்வு நிலையிலும், ஆழ்மன நிலையிலும், நீண்ட நினைவுகளைக் கொண்டுள்ளன. வரலாற்றுச் சிறப்புமிக்க முன்னாள் தலைவர்களின் செயல்களை அவை பல நூற்றாண்டுகள் எதிரொலித்துக் கொண்டேயிருக்கும்.

இந்த உண்மையை நாம் சீனாவிலும் பார்க்க முடிகிறது. சீனத் தலைவர் மாசேதுங் தன்னை குயின்–ஷி–ஹுவாங்டி என்ற பேரரசருடன் ஒப்பிட்டுப் பேசி வந்தார்.

இரண்டாவது மௌரியப் பேரரசர் பிந்துசாரர் கி.மு. 297 முதல் கி.மு. 272 வரை ஆட்சி பீடத்தில் இருந்தார். அவரது ஆட்சி ஓர் அமைதியான ஆட்சி. அவர் காலத்தில் மௌரியப் பேரரசு மிக நன்றாக ஒருங்கிணைக்கப்பட்டுவிட்டது. மௌரியப் பேரரசர் மத்திய கிழக்கிலிருந்த அலெக்ஸாண்டரின் தளபதிகளுடன் தூதர்களையும் வணிகக் குழுக்களையும் பரிமாற்றம் செய்து கொண்டார், என்பதற்கான சான்றுகள் உள்ளன. இரண்டாம் மௌரியப் பேரரசர் பிந்துசாரர் தன் நாட்டுக்கு அத்தி, மது போன்ற பொருட்களையும், கிரேக்க சொல் இலக்கண ஆசிரியர் ஒருவரையும் இந்தியாவிற்கு அனுப்பிவைக்குமாறு சிரியாவின் மன்னர் ஆன்ட்டியாக்கஸ் அவர்களை கேட்டுக்கொண்டதாக ஒரு கதை இருந்து வருகிறது. ஆன்ட்டியாக்கஸ் அத்திப்பழங்களையும், மதுவையும் அனுப்பிவைத்துவிட்டு, பிந்துசாரரின் கடைசி வேண்டு கோளை ஏற்க மறுத்துவிட்டார். கிரேக்க சட்டப்படி அறிஞர்களை விற்க முடியாது என்று கூறிவிட்டார்.[20]

பிந்துசாரரின் மறைவுக்குப் பின், யார் பதவிக்கு வருவது என்பதில் போட்டியிருந்ததாகத் தெரிகிறது. போட்டியில் வென்றவர் அசோகர். அவர் கி.மு. 268இல் மௌரியப் பேரரசராக முடிசூட்டிக் கொண்டார். மௌரிய சிம்மாசனத்திற்கு அசோகர், அவர் தந்தையால் தேர்வு செய்யப்பட்ட வாரிசு அல்ல. இருப்பினும் பதவிக்கு வந்த அசோகர் நாற்பது ஆண்டுகள், மௌரியப் பேரரசை ஆட்சிசெய்து வந்தார். கி.மு. 260ஆம் ஆண்டில் தன் சாம்ராஜிய விரிவாக்கத்திற்காக தன் கடைசிப்போரை கலிங்கத்தின் மீது தொடுத்தார் மாமன்னர் அசோகர். (கலிங்கம் = ஒடிஷா அல்லது Orissa). போரில் பெற்ற வெற்றியால் இந்தியத் துணைக் கண்டம் முழுவதையும் ஒரே குடையின்கீழ் கொண்டு வந்தார் அசோகர். துணைக்கண்டத்தின் தென்கோடியில் மட்டும் சில சிற்றரசுகள் அசோகரின் நேரடி ஆட்சியின்கீழ் இருக்கவில்லை. எனினும் அந்த அரசர்களிடம் அசோகருக்கு நெருக்கமான நட்புறவு இருந்து வந்தது. அசோகரின் ஆட்சிக்குக் கீழ் வராதவர்கள் சோழர்கள், பாண்டியர்கள், கேரளபுத்திரர்கள் மற்றும் சத்திய புத்திரர்கள் (சேரர்களில் ஒரு பிரிவினர்). இந்த அரசர்களின் நீண்ட ஆயுளை நாம் பார்க்கவேண்டும். சோழர்கள் அடுத்த 1500 ஆண்டுகள் ஓர்ஆற்றல்மிக்க பரம்பரையினராக இருந்து வந்தனர். கி.பி. 10 மற்றும் கி.பி. 11ஆம் நூற்றாண்டுகளில் வலிமைமிக்கத் தங்கள்

தனி சோழ சாம்ராஜியத்தை அவர்கள் ஆண்டு வந்தார்கள். அவர்களைப் பற்றி வேறு ஓர் அத்தியாயத்தில் நாம் பிறகு பார்க்கலாம். கேரள புத்திரர்கள் இந்திய தீபகற்பத்தின் தென்மேற்குப் பகுதியை ஆண்டு வந்தவர்கள். அதுதான் இன்றைய கேரளம்.

ஏகாதிபத்தியத் தூண்களும் அணைகளும்

இந்தியப் பேரரசர்களில் அசோகர் ஒருவர் மட்டுமே சந்தேகத்திற்கிடமின்றி தன் ஆட்சிக்குரிய கலை வேலைப்பாடுகள் மிக்க பொருட்களை விட்டுச் சென்றுள்ளார். கல்லில் செதுக்கப்பட்ட ஆணைகளில் எதிலும் அசோகரின் பெயர் வரவில்லை. பிறப்பிக்கப் பட்ட ஆணைகளில் அரசர் தன்னை 'கடவுளால் நேசிக்கப்படுபவர்' என்றும் 'பியதஸி' என்றும் குறிப்பிடுகிறார். இருப்பினும் வலுவான மறைமுக ஆதாரங்களைப் பார்க்கும்போது, அதாவது பௌத்த புராணங்களைப் பார்க்கும்போது 'பியதஸி' என்பது மாட்சிமை தங்கிய மன்னர் அசோகர்தான் என்று புரிகிறது. புராணங்களில் குறிப்பிடப்பட்டுள்ள மன்னர் பரம்பரைகளின் பட்டியல்களிலும், இந்து சமய நூல்களும், சந்திரகுப்தரின் பேரன் அசோகர்தான் என்று குறிப்பிடுகின்றன.

அசோகர் காலத்தின், நன்கு அறியப்பட்ட அடையாளங்கள், வரிசையாகப் பல இடங்களில் காணப்படும், பாறைகளிலும், தூண்களிலும் பொறிக்கப்பட்டுள்ள ஆணைகள். அவை இந்தியாவின் பல இடங்களில் சிதறிக் கிடக்கின்றன. அந்தத் தூண்களும், கல் வெட்டுகளும் இந்தியத் துணைக்கண்டத்தில், வடக்கே ஆஃப் கானிஸ்தானத்திலிருந்து தெற்கே கர்னாடகம் வரையிலும், மேற்கே குஜராத்திலிருந்து கிழக்கே வங்காளம் வரையிலும் காணப்படு கின்றன. அந்த அடையாளங்கள் வட இந்திய சமவெளிப் பகுதி களிலும் சிதறிக் கிடக்கின்றன. டில்லியில் 'கிரேட்டர் கைலாஷ்' என்ற இடத்தில் கூட காணப்படுகின்றன. வெகுகாலம் சென்ற பின்பும் அவை அழிந்து போய்விடவில்லை. ஆனால் இவை போன்ற வேறு பல தூண்களும், கல்வெட்டுகளும் காலத்தால் அழிக்கப் பட்டிருக்கலாம் என நினைப்பதற்கு வாய்ப்புண்டு. இருப்பினும் இப்போது உள்ளவையே மௌரியப் பேரரசின் மாட்சியையும், பரப்பளவையும் நமக்கு நன்றாக உணர்த்துகின்றன.

19ஆம் நூற்றாண்டில், படித்தறியப்பட்டதிலிருந்து, அசோகரது ஆணைகளும், கல்வெட்டுகளும் நமது ஆர்வத்தை அதிகம் தூண்டும்படியாக உள்ளன. அவற்றின் காலத்தையும், அவை வெளிப் படுத்தும் உணர்ச்சிகளையும் பார்க்கும்போது அவை நம்

ஆர்வத்தைத் தூண்டுவதில் ஆச்சரியம் ஒன்றுமில்லை. கலிங்கப் படையெடுப்பு, அதனால் ஏற்பட்ட உயிரிழப்பு போன்றவற்றிற்காக அசோகர் பகிரங்கமாக வருத்தம் தெரிவித்திருக்கிறார். தன்னுடைய மக்களை நல்ல குடிமக்களாக இருக்கும்படி வற்புறுத்தும் மன்னர், அவர்களின் நலவாழ்வுக்காகத் தான் உறுதி எடுத்துக்கொண்டிருப் பதாகக் கூறுகிறார். அவருடைய ஆணைகளில் ஒன்று உதாரணத் திற்காக கீழே தரப்பட்டுள்ளது.

> "தான் ஆட்சிப்பொறுப்பிற்கு வந்து எட்டாண்டுகள் சென்றபின், இறைவனால் விரும்பப்படும் அரசர் 'பியதஸி' கலிங்கத்தை வெற்றி கொண்டார். போரில் 1,50,000 மக்கள் இடம் பெயர்ந்து செல்ல நேரிட்டது; 1,00,000 பேர் கொல்லப்பட்டனர்; அதைவிட அதிக எண்ணிக்கையில் மக்கள் மடிந்து போனார்கள்.[21] அதன்பின் கலிங்கம் பேரரசுடன் இணைத்துக்கொள்ளப் பட்டது. கடவுளின் பிரியத்திற்குள்ளானவர் (அரசர்) மிகவும் மனமுவந்து தர்மத்தை விரும்பினார்; தர்மத்தை போதித்தார்.[22] கலிங்கத்தை வென்றபின் கடவுளுக்குப் பிரியமானவர் கழிவிரக்கம் கொண்டார். ஏனெனில் ஒரு சுதந்திரமான நாடு வெல்லப்படும்போது மக்கள் கொல்லப்படுவதும், வேறு இடங்களுக்கு விரட்டப் படுவதும் சகஜமாக நடைபெற்றுள்ளன; இவை கடவுளுக்கு விருப்பமுடையவையல்ல. இவையாவும் கடவுளிடம் பிரியமுள்ளவருக்கு (அரசருக்கு) மன பாரத்தைக் கொடுக்கின்றன. போரின் அழிவிலிருந்து அதிஷ்டவசமாகத் தம்பியவர்கள் கூட தங்கள் நண்பர்களின் துரதிஷ்டங்களுக்காகவும், தெரிந்தவர்கள், உறவினர்கள் போன்றோரின் துரதிஷ்டங்களுக்காகவும் துயரப்படு கிறார்கள். துயரத்தில் அனைத்து மக்களும் பங்கு கொள்ளும்போது, கடவுளுக்குப் பிரியமானவரின் நெஞ்சம் கனக்கிறது."

பெரிய ஆணை 12 (ரோமிலா தாப்பர் அவர்களின் ஆங்கில மொழிபெயர்ப்பிலிருந்து[23]

கலிங்கப் படையெடுப்பு மிருகத்தனமான ஒரு படையெடுப்பு அதனால் 1,50,000 மக்கள் இடம் பெயர்ந்தார்கள்; 1,00,000 மக்கள் கொல்லப்பட்டார்கள்; அதைவிட அதிக எண்ணிக்கையில் மக்கள் பஞ்சத்தாலும், காயங்களாலும் உயிர் துறந்தார்கள். அந்த சமயத்தில் இந்தியாவின் மக்கள்தொகை ஏறத்தாழ 65 மில்லியன்.[24] இந்த

அளவுக்கு ஏற்பட்ட உயிரிழப்புகள் ஒரு சிறு மாகாணமான கலிங்கத்தை மிகவும் மோசமாக பாதித்திருக்க வேண்டும். கலிங்கத்தின் தலைநகர் 'தோசாலி'யில் நடத்தப்பட்ட அகழாய்வுகள் பேரிழப்பை ஏற்படுத்திய தாக்குதலின் அடையாளங்களைக் காட்டுகின்றன. கோட்டைக் காப்பரணின் ஒரு சிறு பகுதியில் புதைந்திருந்த அம்புகளின் தலைப்பகுதிகள், அம்புகள் ஒரு பனிப் புயலைப் போல் கோட்டையைச் சென்று தாக்கியிருக்கவேண்டு மென்று காட்டுகின்றன. போர் ஏற்படுத்தியத் துயரங்களைப் பார்த்துவிட்டு அசோகர் தன் முடிவு குறித்து வருந்தியிருக்க வேண்டும். இப்படி ஒரு மன்னர் வருத்தப்படுவது அந்த சகாப்தத்தில் வழக்கத்திற்கு மாறானது. சீனாவின் முதல் பேரரசர் நடத்திய காட்டுமிராண்டித்தனமான ஆட்சிக்கு எதிராக இருக்கிறது அசோகரின் உணர்வுகள். எது எப்படியிருப்பினும் ஓர் அரசியல் வாதியின் வார்த்தைகளை நாம் அப்படியே உண்மையென்று எடுத்துக் கொள்ள முடியாது. தன் ஆணைகளின் மூலமாக நாம் அவரை நினைவில் வைத்துக்கொள்ள வேண்டுமென்று விரும்புகிறார் அசோகர். ஒன்றை நாம் கவனிக்கவேண்டும். அசோகர் தன் செயலுக்கு வருந்துகிறார்; ஆனால் கலிங்கத்தையும், அதன் மக்களையும் சுதந்திரமாக இருக்கவிடுவதற்கு அவர் தயாராக இல்லை.

அசோகரின் கல்வெட்டுகள் மிகுந்த ஆர்வத்தைத் தூண்டு வனவாக இருந்தாலும், அவைகளில் காணப்படும் தெய்வீக உணர்வுகளுக்கு வரலாற்றாசிரியர்கள் தேவைக்கதிகமான முக்கியத்துவம் கொடுத்திருக்கிறார்கள். அசோகர் தூண்கள் ஒட்டு மொத்தமாக என்ன தாக்கத்தை ஏற்படுத்தின என்பதை அவர்கள் விளக்கவில்லை. அசோகர் நிறுவிய தூண்கள், 40 முதல் 50 அடி உயரம் கொண்டவை; உச்சியில் ஒரு சிங்கத்தின் உருவத்தையோ அல்லது ஒன்றுக்கு மேற்பட்ட சிங்கங்களின் உருவங்களையோ கொண்டவை. சிங்கம் சந்திரகுப்தர் காலத்திலிருந்து, மௌரியர் களுடன் தொடர்பு கொண்ட ஒரு விலங்கு. சில தூண்களில் சிங்கங் களுடன் சக்கரமும் காணப்படுகிறது. வரலாற்றாசிரியர்கள் இதை பௌத்தர்களின் 'தர்ம சக்கரம்' என்கிறார்கள். என்னுடைய கருத்தில் அது 'சக்ரவர்த்தி' அல்லது 'உலக அரசன்' என்பதன் அடையாளம். தூண்களும், சிங்கங்களும் நிச்சயமாக ஏகாதிபத்திய ஆட்சியின் அடையாளங்கள். அது மௌரியர்கள் தங்கள் எல்லையைக் குறிக்கும் ஒரு சின்னம்.

ஒன்றை நாம் நினைவில் வைத்துக்கொள்ள வேண்டும். அசோகர் காலத்தில் நாட்டின் சராசரிக் குடிமகன் கல்வி அறிவு இல்லாதவனாகத் தான் இருந்திருப்பான். கல்வெட்டுகளில் உள்ள,

தெய்வீக உணர்வுகள் கொண்ட வாசகங்களை ஒரு சராசரிக் குடிமகனால் படித்துப் புரிந்துகொள்ள சாத்தியமில்லை. சக்ர வர்த்தியின் அதிகாரம் என்ன என்பதைப் பற்றி அவனுக்கோ அல்லது அவளுக்கோ தெரியாது. எனவே தூண்களை கல் வெட்டுகளுக்காக மட்டும் பயன்படுத்தவில்லை அசோகர். ஏகாதி பத்திய ஆட்சியின், ஆற்றலின் அடையாளங்களாகத் தூண்களைப் பயன்படுத்தும் வழக்கம் மௌரியர்களுக்கு மட்டுமோ அல்லது இந்தியாவுக்கு மட்டுமோ உரிய ஒன்றல்ல. ஆதிகால எகிப்தியர்களும், உரோமானியர்களும் கூடத் தூண்களைப் பயன் படுத்தியுள்ளனர். இந்தியாவில் மௌரியர்களின் வழித் தோன்றல்கள் தங்களுக்கென தனித்தூண்களை உருவாக்குவார்கள்; தங்கள் கல்வெட்டுகளை அசோகர் தூண்களிலேயே ஏற்றி வைப்பார்கள்.

மௌரியர்கால சிங்க உருவங்களும், தூண்களும் மணற் பாறையால் உருவாக்கப்பட்டவை. இந்த மணற்பாறைகள் 'சுனார்' என்ற இடத்தில் வெட்டியெடுக்கப்பட்டவை. சுனார் வாரணாசிக்கு அருகில் கங்கை நதி விந்தியமலையை முட்டும் இடத்தில் அமைந் துள்ளது. சுனார் கோட்டைக்குத் தென்மேற்கில் பிரபலமான துர்கா தேவி கோயிலுக்கு அருகில்தான் அப்பாறைகள் வெட்டியெடுக்கப் பட்டன. சில பழங்கால கல் குவாரிகளையும் முற்காலத்தில் கைவிடப் பட்ட, வேலை முற்றுப்பெறாத உருளை வடிவப் பாறைகள் சில வற்றையும் இன்றுகூட நாம் சுனாரில் பார்க்கலாம். சில பாறைகளில் அவை வெட்டியெடுக்கப்பட்ட காலம் பொறிக்கப்பட்டுள்ளது.

மௌரியர்கள் பாறைகளை ஆற்றின்கரை வரை உருட்டிச் சென்று, பின் அவைகளைப் படகுகளில் ஏற்றி வாரணாசிக்கு அருகில் இருந்த கல்பட்டறைகளுக்குக் கொண்டு சென்றிருக்க வேண்டும். அதேபோன்றுதான் பழங்கால எகிப்தியர்கள் கோயில்களையும் பிரமிடுகளையும் கட்டுவதற்கான கருங்கற்களை நைல் நதியின் வழியாக எடுத்துச் சென்றார்கள். பல அணைக் கட்டுகள், கங்கையின் நீர்வரத்தைத் தற்போது குறைத்துவிட்டாலும், சுனாரிலிருந்து வாரணாசிக்கு இன்றும் கற்களைப் படகுகளில் ஏற்றிச் செல்லமுடியும். கங்கைக்கரையில் கற்களை செதுக்கி மெருகேற்றும் பட்டறைகளின் எஞ்சிய பகுதிகள் இன்றும் காணப் படுகின்றன.[25] கங்கை வளைந்து திரும்புமிடத்தில் வாரணாசியின் பழங்கல ஸ்நான கட்டடங்கள் (குளிக்கும் இடங்கள்) நம் முன்னால் தோன்றுகின்றன. அந்த கணப்பொழுதில் மௌரியப் படகோட்டிகள் சுனாரிலிருந்து கற்களை அரசாங்கப் பட்டறைகளுக்குக் கொண்டு வருவதை ஒருவரால் கற்பனையில் காணமுடியும்.

நவீன இந்தியாவின் தேசியச் சின்னமாக இன்று சார்நாத் சிங்க உருவங்கள் இருந்து வருகின்றன. அக்காலத்தில் இச்சிங்க உருவங்களைச் செதுக்கப் பயன்பட்ட கற்கள் கல்குவாரியிலிருந்து பட்டறைக்கு எடுத்துச் செல்லப்பட்டு பின் சார்நாத் சென்றிருக்க வேண்டும். வாரணாசியிலும், அதைச் சுற்றியுள்ள இடங்களிலும் சுனார் மணற்பாறைகளைச் செதுக்கும் கல்தச்சர்கள் பலர் இன்னும் பணிபுரிந்து வருவதை நான் பார்த்திருக்கிறேன். சிலர் வீடுகளையும், கோயில்களையும் அலங்கரிக்கும் சிங்கச் சிலைகளைச் செதுக்கிக் கொண்டிருந்தார்கள். இன்றைய சிற்பங்களில்கூட மௌரிய சிங்கங்களில் காணப்படும் அந்த பிரத்தியேகமான சிரிப்பை நம்மால் காணமுடிகிறது. இது மனதில் நினைத்து, சிலையில் கொண்டுவரப்படும் ஒரு வேலைப்பாடா, அல்லது அடிமனதில் புதைந்துள்ள எண்ணத்தின் தற்செயலான வெளிப்பாடா?

பிற்கால ஆட்சியாளர்கள் மௌரியர் காலத் தூண்களின் உட்பொருளை நன்குணர்ந்து அவற்றைப் பராமரித்தனர். அதன் காரணமாகத்தான் குப்தப்பேரரசர்களும் மொகலாய மன்னர் பரம்பரையினரும் வழக்கத்திற்கு மாறாகச் சென்று தங்களுடைய கல்வெட்டுகளை அசோகரின் கல்வெட்டுகளுக்கு அருகிலேயே உருவாக்கினார்கள். 14ஆம் நூற்றாண்டைச் சேர்ந்த டில்லி சுல்தான் ஃபெரோஸ்–ஷா–துக்ளக் புதிதாகக் கட்டப்பட்ட தனது அரண் மனை வளாகத்தினுள் இரண்டு அசோகர் தூண்களை, வெளி யிடங்களிலிருந்து கொண்டுவந்து நிறுவினார். எனவே இந்தியா விடுதலையடைந்தபின் மௌரிய சிங்கங்களும், சக்கரமும் தேசிய அடையாளங்களானதில் வியப்பொன்றுமில்லை. இந்தியக் குடியரசை உருவாக்கியவர்கள் தங்கள் உள்ளுணர்வுகளின் மூலம், சிங்க உருவங்களும், சக்கரமும் நாட்டின் அதிகாரத்தைக் காட்டு கின்றன என்பதைப் புரிந்துகொண்டார்கள். அசோகரே கூட தனக்கு முன்னிருந்த சில உருவங்களைத் தன் காலத்தில் கை யாண்டிருக்கலாம். அசோகரின் பாட்டனாருக்கும், சிங்கங்களுக்கும் இருந்த தொடர்பை புராணங்கள் வெளிப்படுத்துகின்றன. அசோகர் தூண்கள்கூட உண்மையில் அவருக்கு முன்னால் இருந்தவர்களால் உருவாக்கப்பட்டு, அவர் தன் செய்திகளை மட்டும் அவற்றில் சேர்த்திருக்கலாம், என்று கருதுகிறார்கள் ஜான் இர்வின் போன்ற அறிஞர்கள்.[26]

கி.மு. 232ஆம் ஆண்டில் தான் மரணமடையும் வரை அதாவது தன் 72வது வயதுவரை அசோகர் நாட்டை ஆண்டு வந்தார். அசோகருக்குப்பின் அவரது பேரரசு வெகுவிரைவில் சிதறுண்டு போனதற்கு பலர் பலவிதமான கருத்துகளை முன் வைக்கிறார்கள்.

பௌத்த தத்துவங்களின் மீது பேரரசருக்கு ஏற்பட்ட மோகம், இராணுவத்தினரையும், நிர்வாகத்தையும் வெகுவாக பாதித்ததே சாம்ராஜியம் சிதறியதற்குக் காரணம் என்று சிலர் கூறுகின்றனர். என்ன நடந்தது என்பதைப்பற்றி உறுதியாக எதுவும் கூறமுடிய வில்லை. அசோகரின் கடைசி காலத்திலேயே சாம்ராஜியத்தில் விரிசல்கள் ஏற்பட்டதற்கான சான்றுகள் உள்ளன. குடும்பத்தில் ஏற்பட்ட உட்குழப்பங்கள், சச்சரவுகள் போன்றவற்றால் பேரரசரின் அதிகாரங்கள் குறையத் தொடங்கின. அசோகர் மிக நீண்டகாலமாக அதிகாரத்தைத் தன் கைகளில் வைத்திருந்ததே சிக்கல்களுக்கான உண்மையான காரணம் என நான் நினைக்கிறேன். அறவழியில் மட்டுமே தான் செல்ல விரும்புவதாக அவர் கூறிக்கொண்டாலும், அதிகாரம் சிறிது சிறிதாக அவரிடமிருந்து பிடுங்கப்பட்டுவிட்டது. திறமையாக ஆள்வதற்கான வலிமை அவரிடமில்லை. அசோகரின் நிலையை, நாம் மௌரிய சாம்ராஜியத்தை உருவாக்கிய சாணக்கியரின் நிலையுடனும், சந்திரகுப்த மௌரியரின் நிலையுடனும் ஒப்பிட்டுப் பார்க்கவேண்டும். வயது முதிர்ந்த ஆட்சியாளர்களால் ஏற்படும் சிக்கல்கள் பல நூற்றாண்டுகளாக இந்தியாவை அச்சுறுத்தி வருகின்றன.

நகரங்களும் நெடுஞ்சாலைகளும்

மௌரியப் பேரரசு நிறுவப்பட்ட சமயத்தில், இந்தியாவின் இரண்டாவது நகரமயமாக்கல் என்ற சுழற்சி ஏற்பட்டு ஆயிரம் ஆண்டுகள் சென்றுவிட்டன. வடமேற்கிலிருந்த தட்சசீலம் ஒரு துடிப்பான நகரமாக மட்டுமில்லாமல், அறிவுசார் மையமாகவும் இருந்துவந்தது. கிழக்கில் 'தாம்ரலிப்தி' (தம்லுக்) ஒரு மிகப் பெரிய துறைமுகமாக ஸ்தாபிக்கப்பட்டிருந்தது. (இது மேற்கு வங்க மாநிலத்தின் தென்பகுதியில் உள்ளது). இந்தத் துறைமுகத்திலிருந்து தான் அசோகர் அவரது மகன் மகேந்திரனை இலங்கைக்கு அனுப்பிவைத்திருக்க வேண்டும். 'தாம்ரைலிப்தி' கல்கத்தாவிலிருந்து ஓடிவரும் 'ரூபநாராயண' ஆற்றின் கரையில் தற்போதைய 'ஹால்டியா' துறைமுகத்திற்கு சமீபத்தில் உள்ள ஒரு துறைமுக நகரம். 'தாம்ரலிப்தா' என்றால் செம்பு நிறைந்தது என்று பொருள். ஆரம்பத்தில் தாம்ரலிப்தி செப்புப் பொருட்களை ஏற்றுமதி செய்யும் துறைமுகமாக இருந்திருக்க வேண்டும். தொல்பொருள் அகழாய்வுகளின் மூலம் இங்கு அக்காலத்தைச் சேர்ந்த அச்சடிக்கப் பட்ட நாணயங்கள் கண்டெடுக்கப்பட்டுள்ளன. பின்வந்த நூற்றாண்டுகளில் அந்த நகரம் ஒரு பன்னாட்டு வணிக நகரமாகப் பரிணமித்தது. இதை நாம் அடுத்த அத்தியாயத்தில் பார்க்கலாம்.

மௌரிய சாம்ராஜியத்தின் தலைநகராக விளங்கிய பாடலிபுத்திரம் மிகவும் முக்கியமான நகரம். பாடலிபுத்திரம் மரத்தினாலான வேலிகளால் சூழப்பட்டு அறுபத்துநான்கு வாயில்களைப் பெற்றிருந்தது என்றும், நகரைச் சுற்றி ஐநூற்று எழுபது கண்காணிப்பு கோபுரங்கள் இருந்தனவென்றும் சந்திரகுப்தரின் அவைக்கு விஜயம் செய்த மேகிடோனிய தூதர் மெகஸ்தனிஸ்[27] தெரிவிக்கிறார். தலைநகரான பாடலிபுத்திரம் செவ்வக வடிவில் 14.5 கி.மீ நீளமும், 2.5 கி.மீ அகலமும் கொண்டிருந்தது. இந்த நீள அகலத்தை நாம் அப்படியே எடுத்துக் கொள்ளாமல், தலைநகர் ஒரு மிகப்பெரிய நகரமாக விளங்கியது என்பதைப் புரிந்துகொள்ள வேண்டும். அகழ்வாய்வுகளின் போது கண்டுபிடிக்கப்பட்ட கோபுர அடித்தளங்களும், மரமுளைகளால் சூழப்பட்ட வேலிகளும் நகரின் அளவை உறுதி செய்கின்றன. ‘சான்’ ஆற்றின்மூலம் தண்ணீர் கொண்டுவரப்பட்டு, அகழிகளில் விடப்பட்டது. அகழி 200 மீட்டர் அகலம் உடையதாக இருந்தது. கங்கையாற்றின் நெடுகிலும் செங்குத்து மரக்கழிகள் நட்டு வைக்கப்பட்டிருந்தன. வெள்ளத்தை தடுப்பதற்கான ஏற்பாடு இது. முக்கியமான கட்டிடங்களைக் கட்ட கருங்கற்களும், செங்கற்களும் பயன்படுத்தப்பட்டன. இருப்பினும் மரம்தான் முக்கியமான கட்டுமானப் பொருள்;[28] எனவே அதிக அளவில் தீ விபத்துகள் ஏற்பட்டன. கீழ்த்திசையில், சூசா எக்பேட்டனா போன்ற மிகப் பெரிய நகரங்களைதான் பார்த்திருப்பதாகவும், ஆனால் பாடலிபுத்திரம் உலகிலேயே மிகப் பெரிய நகரமென்றும் மெகஸ்தெனிஸ் குறிப்பிடுகிறார். துரதிஷ்டவசமாக வளர்ந்துவரும் பாட்னா நகரம் குறுக்கிடுவதால் மேற்கொண்டு அகழாய்வுகளைத் தொடரமுடியவில்லை.

ஒரு மௌரிய நகரில் வாழ்வதென்பது எப்படி இருந்தது? கௌடில்யரின் (சாணக்கியரின்) அர்த்த சாஸ்திரம் நகராட்சி சட்டங்கள் தொடர்பான ஒரு நீண்ட பட்டியலைத் தருகிறது. அச்சட்டங்கள் நகரம் சார்ந்த அக்கறையை நமக்குக் காட்டுகின்றன.[29] எடுத்துக்காட்டாக, போக்குவரத்து விதிமுறைகளை எடுத்துக் கொள்வோம். ஓட்டுபவன் இன்றி மாட்டுவண்டிகள் சாலைகளில் செல்லக்கூடாது. ஒரு சிறுவன் வண்டியோட்டிச் செல்ல வேண்டுமென்றால், அவனருகில் பெரியவன் ஒருவன் இருக்கவேண்டும். கவனக்குறைவாக வண்டியோட்டும் ஒருவன் தண்டிக்கப்படுவான். மூக்கணாங்கயிறு அறுந்துவிட்டால் அல்லது மாடு மிரண்டு தாறுமாறாக ஓடினால் விபத்துகள் ஏற்படலாம். அப்போது வண்டியோட்டிக்கு தண்டனை கிடையாது.

கழிவுப் பொருட்களை அகற்றி அழிப்பதற்கும், கட்டிடங்கள் கட்டுவதற்கும், பூங்காக்கள் போன்ற பொது இடங்களைப் பராமரிப்பதற்கும் அர்த்தசாஸ்திரதித்தில் விதிமுறைகள் சொல்லப் பட்டுள்ளன. பக்கத்து இடத்துக்காரரின் சொத்தை ஆக்கிரமிப்பு செய்தலைத் தடுத்தல் தொடர்பான விதிமுறைகளும் அந்நூலில் உள்ளன. தேவையின்றி மற்றவர் விஷயத்தில் ஒருவர் மூக்கை நுழைக்க, அக்கம்பக்கத்துக்காரர்களை கௌடில்யர் அனுமதிக்க வில்லை. ஒருவர், அடுத்தவர் வேலைகளில் குறுக்கிடாமல் தடுப்பதற்கும் அர்த்த சாஸ்திரத்தில் விதிமுறைகள் உள்ளன. பொது இடங்களில் சிறுநீர் கழித்தல், மலம் கழித்தல் போன்றவை தடைசெய்யப்பட்டிருந்தது என்ற செய்தி மிகவும் நம் ஆர்வத்தைத் தூண்டும் ஒரு செய்தி, நீர் நிலைகளுக்கருகிலோ கோயில், அரண்மனை போன்ற இடங்களுக்கு அருகிலோ அசுத்தம் செய்த வர்களுக்கு அர்த்தசாஸ்திரம் அபாரதம் விதித்தது. ஆதிகாலத்தில் நம் நகரங்களில் இருந்துவந்த முன்னுதாரணங்கள் இன்று ஏன் பின்பற்றப்படுவதில்லை என்பது ஆச்சரியமாக உள்ளது.

அர்த்தசாஸ்திரத்தில் குறிப்பிடப்பட்டுள்ள நகராட்சி சட்டங்கள், நகர வாழ்க்கை பற்றி புரிந்துவைத்திருந்த ஒரு மேம் பட்ட நாகரிகமான சமூகத்தை நமக்குக் காட்டுகின்றன. இந்த நல்லொழுக்கம் இரும்புகாலத்தில் மீண்டும் கற்றுக்கொள்ளப் பட்டதா? அல்லது அவை ஹரப்ப நாகரிகத்தின் மிச்சம் மீதிகளா? மௌரிய சாம்ராஜியத்தில் பெரும்பாலான மக்கள் கிராமங்களில் தான் வாழ்ந்து வந்தார்கள். கௌடில்யர் கால்நடை பராமரிப் புக்கும், நிலவரி வசூலுக்கும் மிகப்பெரிய முக்கியத்துவம் கொடுக்கிறார். யானைகளை அதிக எண்ணிக்கையில் வளர்த்துத் தரும் வன மேலாண்மைக்கு மிக அதிக முக்கியத்துவம் கொடுத்துள்ளார் கௌடில்யர். அதற்காக விதிமுறைகளையும் வகுத்துத் தந்துள்ளார் அவர். கோடைகாலமே யானைகளைப் பிடிப்பதற்கு ஏற்றகாலம்; இருபது வயது நிரம்பிய யானைகளையே பிடிக்கவேண்டும். சினையாக இருக்கும் யானைகளையும், குட்டிகளுக்குப் பால் கொடுத்துக்கொண்டிருக்கும் யானைகளையும் பிடிப்பது முற்றிலுமாக தடைசெய்யப்பட்டிருந்தது.

மௌரியப் பேரரசு நிறுவப்பட்டதால், நாட்டில் ஒரு ஸ்திரமான சூழ்நிலை ஏற்பட்டு, உள்நாட்டு, வெளிநாட்டு வர்த்தகங்கள் ஊக்குவிக்கப்பட்டன. முக்கியமான இராஜ பாட்டைகள் நாட்டின் பல பகுதிகளையும் ஊடுருவிச் சென்றன. சாலைகளில் மிகவும் முக்கியமான நெடுஞ்சாலையாக இருந்தது, தட்சசீலத்திலிருந்து

வங்கத்தின் தாம்ரலிப்தி துறைமுகம் வரை நீண்டிருந்த நெடுஞ் சாலைதான். முன்பே சீராக இருந்துவந்த உத்திரப்பிரதேசத்தை மௌரியர்கள் நல்லமுறையில் பயன்படுத்திக் கொண்டார்கள். நாம் மேலே குறிப்பிட்ட இராஜபாட்டையைப் பயன்படுத்திதான் மேசிடோனியத் தூதர் மெகஸ்தனிஸ் பாடலிபுத்திரத்திற்கு வந்திருக்க வேண்டும். நாம் முன்பே குறிப்பிட்டதுபோல் இந்த இராஜபாட்டை அமிர்தசரசுக்கும் டில்லிக்குமிடையே NH-1 என்ற பெயரிலும், டில்லிக்கும் கொல்கத்தாவுக்குமிடையே NH-2 என்ற பெயரிலும் இன்றுவரை இருந்து வருகிறது. மௌரியர்கள் காலத்தில் பீகார் மாநிலம் வழியாகச் சென்ற பாதை, சற்று வடக்கே நகர்ந்து சாம்ராஜியத்தின் தலைநகரான பாடலிபுத்திரத்தைத் தொட்டுக் கொண்டு சென்றிருக்கவேண்டும்.

மௌரியர்களின் தென்திசை வெற்றிகளைப் பார்க்கும்போது தக்சிண பாதையும் முக்கியமானதொரு நெடுஞ்சாலையாகத்தான் இருந்திருக்கவேண்டும். இரும்பு காலத்திற்குப்பின் இந்தப்பாதை சற்றே கிழக்கு நோக்கி நகர்ந்துள்ளது. புதியபாதை விதிஷா வழியாக பிரதிஷ்தானம் நோக்கிச் சென்றது. பிரதிஷ்தானம் என்பது மராட்டிய மாநிலத்தில், ஔரங்காபாத் அருகில் உள்ள பைத்தான். மௌரியர் காலத்தில் தெற்குப் பாதையின் ஒரு கிளை உஜ்ஜெயின் நகரையும், குஜராத்தின் துறைமுக நகரங்களையும் இணைத்திருக்க வேண்டும். எனினும் அந்தக் கிளைப்பாதை குப்தர்கள் காலத்தில் தான் அதிக முக்கியத்துவம் பெற்றது.

இதற்கிடையே கடல்வழித்தடங்கள் பிரபலமடைய ஆரம்பித்தன. மௌரியர் காலத்தில் வங்காளத்தில் இருந்த தாம்ரலிப்திக்கும் இலங்கைக்குமிடையே கப்பல் போக்குவரத்து நடைபெற்றது என்பதை நாம் அறிவோம். தென்கிழக்கு ஆசிய நாடுகளுடனும் தொடர்புகள் ஏற்பட்டன. ஆரம்பகாலத்தில் கப்பல்கள் கரையோரமாகத்தான் பயணித்திருக்க வேண்டும். ஆனால் பின்னர் கப்பல் செலுத்தும் திறனிலும் கப்பல்கட்டும் தொழில்நுட்பத்திலும் முன்னேற்றங்கள் ஏற்பட்டதால் வணிகர்கள் நேரடியாக அரபிக் கடலையும் வங்கக் கடலையும் கடந்து சென்றார்கள்.

வரலாற்று உணர்வு

மௌரியர்கள் தங்கள் பேரரசை நிறுவிய சமயத்தில், இந்திய நாகரிகம் நன்றாக வளர்ச்சியடைந்தே இருந்தது. மக்கள் தங்களை நன்குணர்ந்திருந்தார்கள். மக்களுக்கு வரலாற்று உணர்வு இருந்தது என்பதை, புராணங்களிலும், மற்ற நூல்களிலும் காணப்படும்,

அரசர்களின் நீண்ட பட்டியல்களிலிருந்து நாம் தெரிந்துகொள்ளலாம். (இது மக்களின் நோக்கத்தைக் குறிக்கின்றதே தவிர சரியான பதிவைக் குறிப்பதாக நாம் எடுத்துக்கொள்ளக்கூடாது.) மௌரியப் பேரரசு முன்பிருந்துவந்த பழக்கங்களையும், அடையாளங்களையும் தொடர்ந்து பின்பற்றியது. 'சக்ரவர்த்தி' அல்லது 'உலகப் பேரரசர்' என்ற எண்ணத்தையும் மௌரியர்கள் பெற்றிருந்தார்கள். இருப்பினும் மௌரியர்கள் குறிப்பிடத்தக்க ஒரு புதுமையைச் செய்தார்கள். அதாவது தங்களைப்பற்றித் தூண்களிலும் பாறைகளிலும் பதிவு செய்து வைத்தார்கள். முன்பு நாம் கூறியது போல் இக்கல்வெட்டுகள், தங்கள் எல்லைகளைக் காட்டவும், மக்களைக் கவரவும்தான். ஆனால், அக்கல்வெட்டுகள் நம்முடன் பேசுவதற்காக இருக்கலாம் என்று நான் சந்தேகிக்கிறேன். உலகத்திலிருந்த மற்ற பேரரசர்களைப் போன்று, அசோகர், தன்னை மக்கள் நினைத்துப் பார்க்க வேண்டு மென்று விரும்பினார். எதிர்கால சமுதாயம் தன் அதிகாரத்தால் கவரப்பட வேண்டுமென்றும், மக்கள் தன்னைப்பற்றி உயர்வாக நினைக்க வேண்டுமென்றும் விரும்பினார்.

அதில் தவறேதுமில்லை; அது மனித இயல்புதான். நம் ஆர்வத்தைத் தூண்டுவது என்னவென்றால், மௌரியர்கள் என்ன செய்யவேண்டுமென்று நினைத்தார்களோ அதைப் பிற்கால ஆட்சியாளர்கள் புரிந்துகொண்டார்கள். அவர்கள் தங்கள் சொந்த அடையாளங்களை ஏற்படுத்தியதுடன் மட்டுமின்றி, தங்களை மௌரியர்களுடன் இணைத்துக்கொள்ள விரும்பினார்கள். அதை நாம் பின்வரும் அத்தியாயங்களில் பார்க்கலாம். மேலும், 'பிராமி எழுத்து' வழக்கொழிந்து போன ஒரு நூற்றாண்டுக்குப் பின்பும் பிற்கால ஆட்சியாளர்கள் அந்த எழுத்தைப் பயன்படுத்தியே செய்திகளைக் கற்களில் பதிவு செய்துள்ளார்கள். அதனால் அவர்கள் கற்களில் பொறித்து வைத்ததை நம்மால் படித்துப் புரிந்துகொள்ள இயலவில்லை. இந்தத் தொடர் நிகழ்வுகள் இந்திய அரசர்களால் மட்டுமின்றி, இங்கு வந்த வெளிநாட்டு அரசர்களாலும் பின்பற்றப் பட்டன. அந்த அரசர்கள் புராதனமான ஒரு மக்களோடு தங்களை இணைத்துக்கொள்ளவும், தங்களுக்கென்று ஓர் இடத்தைத் தக்க வைத்துக் கொள்ளவும் அவ்வாறு செய்தார்கள். இதை நாம் அனுபவத்தில் தெரிந்துகொள்ள குஜராத்தில் ஜுனகர் (Junagar) என்ற இடத்தில் உள்ள கிர்னார் குன்றுகளுக்குச் செல்ல வேண்டும். இப்புனிதக் குன்றின் அடியில் அசோகரின் பாறை ஆணை (Rock edict) ஒன்று கல்லில் பொறிக்கப்பட்டுள்ளதை நாம் காணலாம். அசோகருக்குப் பின் மூன்று நூற்றாண்டுகள் சென்று 'சகா' பரம் பரையைச் சேர்ந்த ருத்ரதாமன் என்னும் ஓர் அரசன், அசோகரின்

பாறை ஆணைக்கு அருகில் தன்னுடைய கல்வெட்டுச் செய்திகளையும் சேர்த்துவிட்டான். இரண்டாவது கல்வெட்டுச் செய்தி சுதர்தன நீர்த்தேக்கத்தை புனரமைப்பு செய்தது பற்றிக் குறிப்பிடுகிறது. அந்த நீர்த்தேக்கத்தை முதன் முதலில் உருவாக்கியவர் புஷ்யகுப்தர் என்பவர். இவர் சந்திரகுப்த்த மௌரியர் காலத்தில் ஒரு மாகாண ஆளுநராக இருந்தவர். சுதர்சன நீர்த் தேக்கத்தின் கட்டுமானப் பணிகள் அசோகர் காலத்தில் துஷாஸ்பா என்ற ஓர் அதிகாரியால் முடித்து வைக்கப்பட்டன; துஷாஸ்பா, கிரேக்கப் பூர்வீகம் உடையவர். ‘சுதர்சன நீர்த்தேக்கம் கி.பி. 72ஆம் ஆண்டு (கி.பி. 150ஆம் ஆண்டு என்றும் சொல்கிறார்கள்) புயலாலும், வெள்ளத்தாலும் அனேகமாக சேதமடைந்துவிட்டது; இதனை ஒரு பேரழிவு என்றுதான் சொல்ல வேண்டும். ஆனால் அரசன் ருத்ரதாமன் குறுகியகாலத்தில் அந்த நீர்த்தேக்கத்தைப் புனரமைத்துவிட்டான்’ என்று புதிய கல்வெட்டு கூறுகிறது. அப்பணிக்காக, வேலைசெய்யும்படி யாரும் கட்டயாப் படுத்தப்படவில்லை. முந்நூறு ஆண்டுகளுக்குப் பிறகு மீண்டும் சுதர்சன நீர்த் தேக்கத்தின் கரைகள் உடைந்துவிட்டன. அப்போது குப்தர்களின் பரம்பரையைச் சேர்ந்த பேரரசர் ஸ்கந்த குப்தர், உடைந்த நீர்த்தேக்கத்தை சரிசெய்தார் என்று மூன்றாவதாக ஒரு கல்வெட்டு கூறுகிறது. இது நடந்தது கி.பி. 455–56இல். இவற்றை யெல்லாம் பார்க்கும்போது அப்போது வரலாற்று உணர்வு இல்லை யென்று கூறிவிடமுடியுமா?

மேற்சொல்லப்பட்ட கல்வெட்டுகளால் மட்டும் கிர்னார் குறிப்பிடத்தக்க இடமாக விளங்கவில்லை. இந்தியாவின் சிறுசிறு வரலாற்றுச் சம்பவங்கள் ஒன்றின்மீது ஒன்று கிர்னாரில் குவிக்கப் பட்டுள்ளன. இதை அனுபவபூர்வமாக உணரவேண்டுமெனில், கல்வெட்டு இருக்குமிடத்திற்குப் பின்னால் குன்றின்மீதேறி, அழகான காளிகோயிலுக்கு மேலே செல்லவேண்டும். குன்றின் ஒரு பக்கத்தில் இந்துக் கோயில்களையும், சமணக் கோயில்களையும் நம்மால் காணமுடியும். குன்றின் மறுபக்கத்தில் ஜுனகர் கோட்டையும், கிர்னர் நகரும் அமைந்துள்ளன. இந்தக்கோட்டை உலகின் மிகப் பழமையான கோட்டைகளில் ஒன்று. புராணத்தின்படி மேலேயிருக்கும் கோட்டையின் அரண் பகவான் கிருஷ்ணணின் சேனையால் கட்டப்பட்டது. ‘ஜுனகர்’ என்றால் பழைய கோட்டை என்று பொருள். முன்சென்ற பல நூற்றாண்டு களில் சகவம்சத்தினரும், இராஜபுத்திரர்களும், மொகலாய அரசர்களும் இக்கோட்டையில் இருந்து கொண்டு ஆட்சி செய்து வந்துள்ளனர். 1947இல் இந்தியா சுதந்திரம் அடைந்தபோது ஜுனகர் கோட்டை பல முக்கியமான நிகழ்வுகளின் குவிமையமாக இருந்துள்ளது. இங்கிருந்து காரில்

சென்றால் அரைமணி நேரத்தில் கிர்னார் தேசியப் பூங்காவை அடைந்துவிடலாம். இப்பூங்காதான் ஆசிய சிங்கங்களின் கடைசி சரணாலயம்.

குறிப்புகள்:

1. The Penguin History of Early India, Romila Thapar. Penguin 2002.
2. Kim, Rudyard Kipling, 1901
3. 'Ravana Worshipped on Dussehra in Madya pradesh', The Times of India, 5 oct 2011.
4. 'The Lost city of Dvarka', S.R. Rao, Aditya Prakashan, 1999 and An Ancient Harbour at Dwarka'', A.S. Gaur et al. National Institute of Oceanography, Current Science, May 2004.
5. China: A History, John Keay. HarperCollins 2008.
6. மகாபாரதத்தில் நாக இளவரசி 'உலுப்பி' என்ற இளவரசியைப் பற்றிய துணைக்கதை ஒன்று வருகிறது. அவள் அர்ஜூனனுக்காக சித்ராங்கதா-வுடன் போட்டியிட்டாள் என்று குறிப்பிடப்பட்டுள்ளது. தற்போது நாகர்களுக்கும், மணிபுரியர்களுக்கும் இடையே இருந்து வரும் பூசல்களைப் பார்க்கும்போது மேற்சொன்ன கதை நம் ஆர்வத்தைத் தூண்டுவதாக உள்ளது. இன்றைய நாகர்கள் என்ற பழங்குடியினர் மகாபாரதத்தில் வரும் நாகர்களுடன் தொடர்புடையவர்களா என்பதைப் பற்றித் தெளிவாகத் தெரியவில்லை. இருப்பினும் ஏதோ சில தொடர்புகள் இருக்கின்றன. அர்ஜூனனுக்கும், உலுப்பிக்கும் பிறந்த மகன் 'இரவான்' என்பவன். இவன் மகாபாரதத்தில் வரும் ஒரு சிறிய பாத்திரம். வெகுதூரத்தில் உள்ள தமிழ்நாட்டு நாட்டுப்புறக் கலைகளில் இரவானின் துண்டிக்கப்பட்ட தலை இடம்பெறுகிறது. நாகர்கள் என்னும் நாகலந்து பூர்வகுடிகள் தலைகளை வெட்டுவதில் வில்லவர்கள். எனவே இக்கால நாகர்களுக்கும் பழங்கால நாகர்களுக்கும் ஒரு தொடர்பு இருக்கலாம்.
7. China: A History, John Keay. HarperCollins 2008.
8. The Story of Asia's Lions, Divyabhanusingh Chavda. Marg Publications, 2008.
9. இது பிற்காலத்திலும் தொடர்ந்தது. 'சிங்கப்பூர்' என்ற பெயர் சிங்கத்தை வைத்தே வந்துள்ளது. ஆனால் அங்கு இருந்தது உண்மையில் ஒரு புலி.
10. 2010ஆம் ஆண்டு கணக்கெடுப்பின்படி கிர் காட்டில் 162 நன்கு வளர்ந்த பெண் சிங்கங்களும், 97 நன்கு வளர்ந்த ஆண் சிங்கங்களும், 152 சிங்கக்குட்டிகளும் இருந்துள்ளன. 1960இல் 180 சிங்கங்களே இருந்தன.

11. The Story of Asia's Lions, Divyabhanu Singh Chavda. Marg Publications, 2008.

12. The Penguin History of Early India, Romila Thapar. Penguin, 2002.

13. இந்தத் தொகுப்பின் காலம் சரியாகத் தெரியவில்லை. இத்தொகுப்பின் முந்தைய பதிப்பொன்று கி.மு. மூன்றாம் நூற்றாண்டில் இருந்துள்ளது. அந்த நூல்கள் எழுதப்பட்ட போது அறுவை சிகிச்சை என்பது நன்கு பழக்கத்தில் இருந்த ஓர் அறிவியல் நடவடிக்கை. எனவே இரும்பு காலத்திலேயே இக்கலை இருந்திருக்க வேண்டும். ஆயினும் அக்கலை தொடர்ந்து பிறகாலத்தில் மேம்படுத்தப்பட்டுள்ளது. இப்போதுள்ள நூல் தொகுப்பு கி.பி. ஐந்தாம் நூற்றாண்டைச் சேர்ந்ததாக இருக்க வேண்டும்.

14. The Roots of Ayurveda, Dominik Wijastyk, Penguin, 2001.

15. The Invasion of India by Alexander the great as described by Arrian, Q. Curtius, Diodorus, plutarch and Justin. J.W. McCrindle, Archibald Constable & co., 1896. Reprinted 1984 by Eastern Book House.

16. The Invasion of India by Alexander the great as described by Arrian, Q. Curtius, Diodorus, plutarch and Justin. J.W. McCrindle, Archibald Constable & co., 1896. Reprinted 1984 by Eastern Book House.

17. கௌடில்யரும், சாணக்கியரும் வெவ்வேறு அறிஞர்கள் என்று சிலர் கருத்து தெரிவிக்கின்றனர். இருவரும் ஒருவரே என்ற கருத்தையே நான் ஆதரிக்கிறேன்.

18. The Invasion of India by Alexander The Great as described by Q. Curtis, Diodorus, Plutarch and Justin.

19. அவர் பிந்துசாரரின் ஆட்சிவரை அமைச்சராக இருந்தார் என்ற ஒரு கருத்தும் நிலவுகிறது.

20. The Story of India, Michael Wood. BBC World Wide, 2008.

21. அனேகமாக புண்களாலும், பஞ்சத்தாலும் இருக்கலாம்.

22. தர்மம் (தம்மா) என்பது இந்து சமயத்திலும், பௌத்த சமயத்திலும் ஒரு முக்கியமான கோட்பாடு (அ) கொள்கை. இதை சரியாக மொழி பெயர்ப்பது கடினம். நல்லவற்றைச் செய்வதற்கான கடமையே 'தர்மர்' எனப்படுகிறது.

23. The Penguin History of Early India, Romila Thapar. Penguin, 2002

24. சாம்ராஜியம் தற்கால இந்தியாவைக் காட்டிலும் பரப்பில் பெரியதாக இருந்தது. என்னுடைய கணிப்பில் சாம்ராஜியத்தின் மொத்த மக்கள் தொகை 75–80 மில்லியனாக இருந்திருக்கலாம்.

25. From Stone Quarry to Sculpturing Workshop: A Report on the Archaeological Investigations around Chunar, Varanasi and Sarnath, Vidula Jayaswal, Agam Kala Prakashan, 1998.
26. The Story of Asia's Lions, Divyabhanusingh Chavda. Marg Publications, 2008; The True Chronology of Ashokan Pillars, John Irwin, Artibus Asiae, XLIV, IFA, NYU, 1983.
27. மெகஸ்தனிஸ் எழுதிய 'இன்டிகா' தொலைந்துவிட்டது. ஆனால் அந்த நூலின் சில பகுதிகள் மற்ற கிரேக்க நூல்களில் காணப் படுகின்றன.
28. The Penguin History of Early India, Romila Thapar. Penguin, 2002; ASI (http://asi.nic.in/asi_exca_imp_bihar.asp)
29. The Arthashastra, Kautilya, (trans) L.N. Rangarajan, Penguin, 1987.

4

வணிகர்களின் காலம்

மௌரிய சாம்ராஜியத்தின் சிதைவுக்குப் பின், பேரரசின் வெளிப்புற எல்லைப்பகுதிகளில் சிற்றரசுகள் பல தோன்றின. எஞ்சிய பகுதி ஒரு பேரரசாகவே சுங்க வம்சத்தினரால் ஆளப்பட்டு வந்தது. அப்போதும் அது ஒரு பெருநிலப் பரப்பாகவே இருந்து வந்தது; தெற்கு வடக்குப் பாதைகளில் வாணிபம் செழித்தோங்கியது. மைய அரசு தொடர்ந்து பல வெளிநாடுகளுடன் தூதரக உறவுகளைப் பராமரித்து வந்தது. கிரேக்கத் தூதர் ஹுலியோடோரஸ் என்பவர் நிறுவிய கருங்கல் தூண் ஒன்று மேற்சொன்ன செய்தியை உறுதிப் படுத்துகிறது. ஹீலியோடோரஸ் தக்சிண பாதையில் உள்ள 'விதிஷா' என்ற கேந்திர நகரில் இருந்து வந்தார். இருப்பினும் துணைக் கண்டத்தின் வட மேற்குப் பகுதிகள் இந்தோ–கிரேக்க அரசுகளால் தொடர்ந்து ஆக்கிரமிக்கப்பட்டு வந்தன. இதனால் இந்திய, கிரேக்க, பேக்ட்ரியக் கலாச் சாரங்கள் ஒன்றுடன் ஒன்று கலந்தன. தொடர்ந்து ஏற்பட்ட நிகழ்வுகளில் தட்பவெப்ப நிலையில் ஏற்பட்ட ஏற்றத்தாழ்வுகள் பெரும்பங்கு வகித்தன.

கி.மு. முதலாம் நூற்றாண்டில் மங்கோலியா[1] மிகப் பெரிய பஞ்சத்தால் தாக்கப்பட்டது. மங்கோலியா அச்சமயத்தில் 'ஸியோங்னு' என்ற, சுற்றித்திரியும், முரட்டுத்தனமான ஆதிவாசிகள் வாழும் ஓரிடமாக இருந்தது. அந்த மக்கள் யாரென்பது நமக்கு சரியாகத் தெரியாவிட்டாலும், அவர்கள்தான் அனேகமாக மங்கோலியர்களின் மூதாதையர்களாக இருந்திருக்க வேண்டும். அந்த ஆதிவாசிகள் சீன நாகரிகத்தால் தடைசெய்யப்பட்ட மக்கள். அவர்களிடமிருந்து நாட்டைப் பாதுகாக்கவே சீனாவின் முதல் பேரரசர் சீன நெடுஞ்சுவரைக் கட்ட ஆரம்பித்தார். மங்கோலியப் பஞ்சத்தால் 'ஸியோங்னு' ஆதிவாசிகள் யூ–ச்சி என்ற மற்றொரு ஆதிவாசிகள் வாழ்ந்துவந்த பகுதிக்கு புலம் பெயர்ந்தார்கள். இதனால் யூ–ச்சி இனத்தினர் 'சகா' இனத்தினர் வாழ்ந்து வந்த இடத்தைப் பிடித்துக்கொண்டார்கள். பாக்ட்ரிய மக்கள், பார்த்திய மக்கள் போன்றோர் வாழ்ந்த பகுதிகளிலும் யூ–ச்சி இனமக்கள் வந்து புகுந்து கொண்டனர். எனவே பின்னால் குறிப்பிடப்பட்டவர்கள் ஒருவர் பின் ஒருவராக இந்தியத் துணைக் கண்டத்துக்குள் வரத் தொடங்கினார்கள். இவ்வாறு ஆஃப்கானிஸ்தான், வடமேற்கு இந்தியா போன்ற இடங்கள் தொடர் ஆக்கிரமிப்புகளையும், புலப் பெயர்வுகளையும் சந்தித்தன.

மேற்சொன்ன நிகழ்வுகளை நாம் போர் என்றோ, மிகப்பெரிய ஆக்கிரமிப்பு என்றோ கூறிவிட முடியாது. அமைதியான காலங்களும் அப்போது இருக்கத்தான் செய்தன; அக்காலங்களில் வணிகம் செழித்தோங்கியது. தட்சசீலம் கல்வியின் கேந்திரஸ்தானமாக இருந்து வந்தது; புதிய நகரங்கள் தோன்றின; குஷானர்களின் ஆட்சிக் காலத்தில்தான் குறிப்பிடத்தக்க நகரங்கள் தோன்றின. பௌத்த சமயக் கருத்துகள் மத்திய ஆசியாவுக்கும், சீனாவுக்கும் பரவத் தொடங்கின. எனவே மௌரியர்களின் வீழ்ச்சிக்குப் பின், வடமேற்கு இந்தியா பல நூற்றாண்டுகள் ஸ்திரமற்ற நிலையில் இருந்து வந்தது என்று சொல்வது சரியல்ல. இந்திய நாகரிகத்தின் மையப்புள்ளி சப்த–சிந்து பகுதியிலிருந்து கங்கை சமவெளிக்கு மாறியது. இது நடந்தது இரும்பு காலத்தில். அதன்பின் கடல் வணிகத்தின் வளர்ச்சி காரணமாக இந்திய நாகரிகத்தின் மையம் இந்தியக் கடற்கரைப் பகுதிகளுக்கு மாறியது. இந்த மாற்றத்தை குஜராத் கடற்கரையிலிருந்து, கேரளம் வரை மேற்கிலும் இந்தியத் தென்முனையிலிருந்து வங்காளத்தின் தாம்ரலிப்த்தி வரை கிழக்கிலும் நம்மால் காணமுடிகிறது.

கடல் வணிகம் என்பது இந்தியர்களுக்குப் புதிதல்ல. ஹரப்பர்கள் மெசப்படோமியாவுடன் வணிகத் தொடர்பு வைத்

திருந்ததை நாம் முன்பே பார்த்தோம். இரும்புகாலத்தில், துவாரகை போன்ற இடங்களில் இந்த வணிக உறவு தொடர்ந்து இருந்து வந்திருக்கலாம். மௌரியர்கள் காலத்தில் தாம்ரலிப்த்தி ஒரு சுறு சுறுப்பான துறைமுகமாக இருந்து வந்ததையும், அங்கிருந்து இலங்கை வரை போக்குவரத்து இணைப்பு இருந்தது என்பதும் நமக்குத் தெரியும். மௌரியர்களுக்கு, கிரேக்கர்களுடனும், மத்திய கிழக்கு நாடுகளுடனும் தூதரக உறவும், வணிகத் தொடர்பும் இருந்தன என்பதையும் நாம் அறிவோம். இருப்பினும் கி.மு. இரண்டாம் நூற்றாண்டு முதற்கொண்டுதான் இந்தியா கிரேக்க–உரோமனிய நாடுகளுடனும், மிக அதிகமாக கிழக்காசிய நாடுகளுடனும் வணிகத்தில் ஈடுபடத் தொடங்கியது. ஓர் ஊர்த்தலைவரின் மகளான கண்ணகி, ஒரு வணிகரின் மகனான கோவலன் என்ற இரு காதலர்களின் கதையை விவரிக்கும் தமிழ்க் காப்பியம் சிலப்பதி காரம். இக்காப்பியம் ‘புகார்’ என்றழைக்கப்பட்ட பூம்புகார் துறை முகத்தைப் பற்றிக் கீழ்க்கண்டவாறு விவரிக்கிறது.[2]

> “செல்வச் செழிப்புமிக்க புகாரின் கடல் வணிகர்கள் மீது மாமன்னர்கள் பொறாமை கொண்டனர்; அயல்நாட்டுக் கப்பல்கள் மூலமும், வணிகர்கள் மூலமும் அரிய பொருட்களும், பல்வேறு பண்டங்களும் புகாரில் கொண்டுவந்து கொட்டப்பட்டன. முழங்கும் கடலால் சூழப்பட்ட, இவ்வுலகில் வாழும் யாராலும் கவர முடியாதது, புகாரின் செல்வம்.”

இக்காலத்திற்குரிய இலக்கியங்கள் வணிகத்தைப்பற்றி நிறையப் பேசுகின்றன. இது சங்க இலக்கியங்களுக்கு மிகவும் பொருந்தும். தமிழ் இலக்கியங்கள் முற்காலங்களில் இருந்த சங்கங்களால் தொகுக்கப்பட்டவை. அத்தமிழ்ச் சங்கங்களின் காலங்கள் பற்றி சரியாக நமக்குத் தெரியவில்லை. அனேகமாக அவை கி.மு. மூன்றாம் நூற்றாண்டிலிருந்து கி.பி. ஆறாம் நூற்றாண்டுவரை இருக்க வேண்டும். சங்கங்கள் இருந்த இடம் மதுரை என்று நம்பப் படுகிறது. துவாரகை போன்று, கடற்கரையையொட்டி ஒரு மதுரை நகர் இருந்ததாகவும், அது கடலில் மூழ்கிவிட்டதென்றும் கூறுகிறார்கள்.

பத்தொன்பதாம் நூற்றாண்டின் மையப்பகுதிவரை சங்கப் பாடல்கள் அனேகமாகக் காணாமல் போய், மக்களால் மறக்கப் பட்டுவிட்டன. அதிஷ்டவசமாக உ.வே.சாமிநாத அய்யர் போன்ற சில தமிழறிஞர்கள் பழைய கோயில்களிலும், குக்கிராமங்களிலும் இருந்த புராதன ஏட்டுச்சுவடிகளைக் கண்டுபிடித்துக் கொண்டு வந்தனர். அதற்காக அவர்கள் மிக்க முயற்சி எடுத்துக் கொண்ட

தோடு, தங்கள் வாழ்வையே அப்பணிக்காக அர்ப்பணித்துள்ளார்கள். இப்பணியின் மூலம் அய்யர் அவர்கள் பழங்காலத்தில் சிற்சில இடங்களில் வழக்கில் இருந்துவந்த, இன்றும் தொடர்ந்து பின் பற்றப்பட்டு வரும் சமய ஒழுக்கங்களைக் கண்டுபிடித்து உலகிற்கு எடுத்துரைத்தார். இன்னும் பல நூல்கள் கண்டுபிடிக்கப்பட வில்லை; அனேகமாக அவை அழிந்துபோயிருக்க வேண்டும்.

வடக்கிலிருந்து வந்த ஆரியத் தாக்கத்தால் தன் இயல்பு மாறாமல் இருந்துவரும் சங்க இலக்கியத்தின் மூலம், திராவிடக் கலாச்சாரத்தை முன்நிறுத்த முயல்வதிலேயே நாம் நம் புலமையைப் பயன்படுத்துவது வருத்தத்திற்குரியது. பல சமயங்களில் இது நகைப்பிற்குரியதாகவும் உள்ளது. முதலாவதாக சங்கப்பாடல்கள் காட்டும் சமுதாயம் இந்தியாவின் மற்ற பகுதிகளோடு மட்டுமின்றி மற்ற உலக நாடுகளோடும் வணிகத் தொடர்பு வைத்திருந்தது. பழங்காலத்தின் அடையாளங்களைத் தேடிக்கொண்டிருக்கும் அதே நேரத்தில், சங்கப் பாடல்களை எழுதியவர்கள் யார் என்பதைக் கண்டுபிடிக்க நாம் அதிக கவனம் செலுத்தவில்லை. இரண்டாவதாக சங்ககால சமுதாயத்திற்கும், நாட்டின் ஏனைய பகுதிகளுக்கு மிடையே ஓர் உறுதியான சமய மற்றும் கலாச்சாரப் பிணைப்புகள் நிலவியதை சங்கப் பாடல்கள் தெளிவாகக் காட்டுகின்றன. இந்தத் தொடர்பில் பௌத்த, பிராமண, சமண சம்பிரதாயங்களும் அடங்கும். இந்த மூன்றுமே வடக்கிலிருந்து தமிழ்நாட்டுக்கு வந்தவைதான். முருகன் குறிஞ்சி நிலக்கடவுளாகப் போற்றப்பட்டாலும், முருகன் போன்ற கடவுளர்கள் தமிழகத்தின் தனித்த கடவுள்களாக இல்லாமல் இந்தியாவின் ஒட்டுமொத்த கலாச்சாரத்தின் அங்கங் களாகவே இருந்துள்ளனர்.

முக்கியமாக நாம் குறிப்பிட வேண்டியது என்னவென்றால் இரும்பு காலத்தின் கடைசியில், தென்னிந்திய மக்கள் தாங்கள் இந்தியக் நாகரிகத்தைப் பற்றிய விழிப்புணர்வற்றவர்களாக இருந்தாலும், அந்த நாகரிகத்தின் ஒரு பகுதியாகவே இருந்து வந்துள்ளனர். பொருட்களும், கருத்துப் பரிமாற்றங்களும் கடற்கரை வழியாகவும், தெற்குப் பாதை வழியாகவும் வந்து போய்க்கொண்டிருந்தன. என்ன காரணத்தாலோ இந்திய வரலாற்றாசிரியர்கள், கலாச்சார செல்வாக்கு வடக்கிலிருந்துதான் நாட்டின் மற்ற பகுதிகளுக்குப் பரவியது என்ற கருத்தைக் கொண்டுள்ளனர். உண்மையில் கலாச் சார செல்வாக்கு வருவதும், போவதுமாகத்தான் இருந்துள்ளது. வடக்கில் வழக்கிலிருந்த சமஸ்கிருத மொழி மற்ற மொழிகளில் இருந்த சொற்களை ஏற்றுக்கொண்டுதான் ஒரு சிறந்த மொழியாகப் பரிணமித்தது. நாம் எதிர்பார்ப்பதற்கு மாறாக சமஸ்கிருதம் ஒரு

தூய மொழி அல்ல. அந்த மொழியின் வெற்றிக்குக் காரணம், அது தமிழ், முண்டா, கிரேக்கம் போன்ற மொழிகளிலிருந்து சொற்களையும் கருத்துக்களையும் ஏற்றுக்கொள்ளும் திறன் பெற்றிருந்ததுதான்.[3] வடமொழிச் சொற்கள் என்று இப்போது தமிழ்மொழியில் கலந்துள்ள பல சொற்கள் உண்மையில் பழந்தமிழ்ச் சொற்களே; அவை இங்கிருந்து சமஸ்கிருதத்திற்குச் சென்றவை. இந்த சொல்–பரிமாற்றம் பின்வந்த நூற்றாண்டுகளில் அதிகம் ஏற்பட்டதற்குக் காரணம் கிழக்கு திசையிலிருந்து வந்த சக்தி வழிபாடும், தென்னிந்தியாவிலிருந்து வந்து சேர்ந்த சங்கராச்சாரியார் அவர்களின் கருத்துகளும்தான். பல வட்டார வேறுபாடுகள் சொற்களில் இருந்தாலும், இந்திய நாகரிகத்துடன் சேர்த்துப் பார்க்கும்போது அவை அவ்வளவு முக்கியத்துவம் வாய்ந்தவையல்ல.

வட்டார வேறுபாடுகள் குறித்து நாம் தலைமுடியைப் பிய்த்துக் கொண்டு அலைய வேண்டிய அவசியமில்லை. மாறாக நாம் சங்க இலக்கியத்தை எடுத்துக்கொள்வோம். வியக்க வைக்குமளவுக்குக் கலாச்சாரத் தொடர்ச்சியை அது காட்டுகிறது. அந்தத் தொடர்ச்சி இன்றளவும் இருந்து வருகிறது. பாண்டியன் நெடுஞ்செழியன் காலத்திலிருந்த மதுரை மாநகரின் தோற்றத்தை சங்கப்பாடல்களில் ஒன்று நமக்குக் காட்டுகிறது. கோயிலுக்கு அருகிலிருந்த கடைகள் இனிப்புப் பண்டங்களை விற்பனை செய்து வந்ததாகவும், பூமாலைகள், வெற்றிலை–பாக்கு போன்றவற்றை விற்பனை செய்து வந்ததாகவும் அப்பாடல் சொல்கிறது. கடைவீதிகளில் பொற்கொல்லர்கள், தையற்காரர்கள், செப்புப் பாத்திரங்களைச் செய்து விற்பவர்கள், பூ வியாபாரிகள், வண்ணம் தீட்டுபவர்கள், சந்தனக்கட்டைகள் விற்போர் போன்றவர்கள் நிறைந்திருந்தனர். ஒரு கோயில் நகரம் இரண்டாயிரம் ஆண்டுகளுக்குப் பிறகும், அதேபோன்று இருப்பது வியப்பிற்குரியதாக இருக்கிறது.

உலகை வலம் வருதல்

நாம் மேலேகாட்டிய வர்த்தக உலகம், ஒரு வணிக வலைப் பின்னலின் மையத்தில் மத்தியதரைக் கடலிலிருந்து தென்சீனக் கடல் வரை பரவியிருந்தது. இந்த வணிகச் செழிப்பிற்கு ஒரே முக்கிய காரணம் பருவக்காற்றுகளைப் பற்றித் தெரிந்துகொண்டது தான். பருவக்காற்றைப் பற்றி நம் அறிவுக்குக் காரணகார்த்தாவாக இருந்தவர், கடல்பயணங்களுக்கு வழிகாட்டியாக இருந்த ஹிப்பேலஸ் – தான் என்று கிரேக்கர்கள் கூறுகின்றனர். பருவக் காற்றுகளைப் பற்றிய கண்டுபிடிப்பு, கடற்கரை ஓரமாகவே கப்பல் பயணங்களை மேற்கொள்வதற்கு பதில் அரபிக்கடலின் குறுக்கே

பயணங்கள் மேற்கொள்ள அனுமதித்தது. இப்படிப்பட்ட கடல் பயணங்களால் கிரேக்க, உரோமானிய, யூத மற்றும் அரேபிய வணிகர்கள் இந்தியத் துறைமுகங்களில் வந்து குவிந்தனர். அதே போல் இந்திய வணிகர்கள் பாரசீக வளைகுடா, செங்கடல், கிழக்கு ஆப்ரிக்கா கடற்கரைப் பகுதிகள் போன்ற இடங்களுக்குச் சென்றனர். இந்த (கடல்) வணிகப் பாதைகள் பற்றி நமக்கு மிகவும் நன்றாகத் தெரிந்ததற்குக் காரணம், பெயர் தெரியாத ஒரு கிரேக்க எழுத்தாளர் எழுதிவைத்துள்ள Periplus Mare's Erythraei என்ற புத்தகம்தான்.[4]

இந்த 'பெரிபிளஸ்' என்ற புத்தகத்தின்படி வணிக வலைப் பின்னலில் மிகவும் முக்கியமான இடமாக இருந்தது. 'பெரினைக்' என்ற துறைமுகம் தான். இந்துறைமுகம் செங்கடல் பகுதியை ஒட்டிய எகிப்தில் இருந்தது; இத்துறைமுகத்தை ஏற் படுத்தியவர்கள் 'டாலமிகள்'. இவர்கள் கிரேக்கர்களால் எகிப்தில் உருவாக்கிய ராஜ வம்சத்தினர். இந்த வம்சத்தைத் தோற்றுவித்தவர் மாவீரன் அலெக்ஸாண்டரின் தளபதிகளில் ஒருவர். தொல்பொருள் துறையினர் தொண்ணூறுகளில் நடத்திய அகழாய்வுகள் 'பெரினைக்' துறைமுகம் இருந்த இடத்தை சுட்டிக்காட்டியுள்ளன.[5] இந்தியா விலிருந்து அனுப்பப்பட்ட பொருட்கள் முதலில் இத்துறைமுகத்தில் இறக்கப்பட்டு, பின் நைல்நதியின் மூலம் மற்ற இடங்களுக்கு எடுத்துச் செல்லப்பட்டன; நைல் நதியின் மூலம் படகுகளில் அப்பொருட்கள் அலெக்ஸாண்டிரியா நகரை அடைந்தன. வேறுசில கடல் வழித் தடங்களும் இருந்தன. சில வணிகக் கப்பல்கள் செங்கடலைக் கடந்து அக்காபா வரை சென்றன. அங்கிருந்து சரக்குகள் கழுதைகளின் மீதும், ஒட்டகங்களின் மீதும் ஏற்றப்பட்டு பாலைவன நகர்களை பெட்ரா போன்ற இடங்களின் வழியாக டையர், சிடான் போன்ற மத்தியதரைக் கடல் துறைமுகங்களுக்கு எடுத்துச் செல்லப்பட்டன.

உரோமானியர்களால் தோற்கடிக்கப்பட்ட இராணி 'கிளியோ பேட்ரா தன் குடும்பத்தினருடன் இந்தியாவுக்குத் தப்பித்து வர நினைத்ததாக ஒரு கதை உள்ளது. கி.மு. 30ஆம் ஆண்டில் ஆக்டேவியன் எகிப்தைத் தாக்கியபோது, கிளியோபேட்ரா, நிறைய செல்வத்துடன், ஜூலியஸ் சீசர் மூலம் தனக்குப் பிறந்த பதினேழு வயது நிரம்பிய மகன் "சிசேரியன்" என்பவனை, பெரினைக் – துறைமுகத்திற்கு அனுப்பிவைத்தாள். ஆனால் அவள் தப்பிச் செல்வதற்குமுன் அலெக்ஸாண்டிரியாவில் சிறைபிடிக்கப்பட்டு, பின் நச்சுப் பாம்பைக் கடிக்கவிட்டு தற்கொலை செய்து கொண்டாள். இதற்கிடையில் சிசேரியன் பெரினைத் துறைமுகத்தை அடைந்து

விட்டான்; அவன் சுலபமாக இந்தியாவுக்குத் தப்பி வந்திருக்கலாம். ஆனால் சில ஆலோசகர்கள் அவனுக்குத் தவறான ஆலோசனைகளை வழங்கி – இன்னும் சொல்லப்போனால் அவனுக்கு லஞ்சம் கொடுத்து, பேச்சுவார்த்தை நடத்துவதற்காக அலெக்ஸண்டிரியா–வுக்கு அழைத்துச் சென்றனர். ஆக்டேவியன் அவனைக் கொன்றுவிட்டான். கிளியோபேட்ராவின் அலெக்ஸண்டிரியா, துவாரகை போன்றும், பழைய மதுரை போன்றும் இப்போது கடலுக்கடியில் உள்ளது.

பெரினைத் துறைமுகத்திலிருந்து இந்தியாவுக்கு வரும் கப்பல்கள் செங்கடலுக்குள் நுழைந்து யேமன் சென்று, வழியில் குறுக்கிடும் கடல்கொள்ளைக்காரர்களை ஏமாற்றிவிட்டு சகோத்ரா (socotra) தீவை அடைந்தன. இந்தத் தீவில் அரேபிய, கிரேக்க மற்றும் இந்திய வணிகர்கள் அடங்கிய ஒரு கலப்பு மக்கள் கூட்டம் வசித்துவந்தது. அந்தத் தீவின் பெயர் “த்வீப் சுதந்திரா” என்ற சமஸ்கிருத சொல்லிலிருந்து வந்திருக்க வேண்டும். யேமானியர்கள், இந்தியர்களின் ஜீன்களைத் தாங்கியிருப்பதை இந்த வணிகத் தொடர்பு விளக்குகிறது. சகோத்ரா தீவிலிருந்து இந்தியாவுக்கு இரண்டு கடல் வழித் தடங்கள் இருந்தன. முதல் வழித்தடம் ஓமன் நாட்டின் வடபகுதியிலிருந்து , அரபிக் கடலைக் கடந்து குஜராத்துக்கு வந்தது. ஜூலை மாதத்தில் பயணிக்கும் கப்பல்களுக்கு இந்த வழித்தடமே பரிந்துரைக்கப்பட்டது. காரணம் சாதகமான பருவக்காற்று.

குஜராத்தில் பல துறைமுகங்கள் இருந்தாலும் ‘பரிங்காஸா’ (Bharuch) தற்கால பரூக் என்ற துறைமுகம் தான் மிகவும் முக்கியமானது. இந்தத் துறைமுகம் நர்மதா நதியின் கழிமுகப் பகுதியில் அமைந்துள்ளது. இங்குள்ள கடினமான சோலைகளும், நீரோட்டங்களும் ஆற்றுக்குள் கப்பல்கள் நுழைவதற்கு மிகவும் இடையூறாக இருந்தன. எனவே ஆற்றின் உட்பகுதியில் இருந்த துறைமுகத்திற்கு கப்பல்களை இழுத்துவர, உதவிசெய்வதற்காக அந்த ஊரின் அரசர் சில மீனவர்களை நியமித்திருந்தார். ‘பரிங்காஸா’ – துறைமுகம் ஆற்றில் மேல்பகுதியில் வெகுதூரத்தில் இருந்தது. பெரிப்பிளஸ் நூலை எழுதிய ஆசிரியர் இந்த இடத்திற்கு நிச்சயம் வந்து பார்த்திருக்க வேண்டும். ஏனெனில் ஆற்றின் முகத்து வாரத்தில் இருந்துவந்த பயங்கரமான நீரோட்டம் பற்றி அவர் மிகவும் விரிவாக விளக்கியுள்ளார்.

பரிங்காஸா துறைமுகம் வழியாக இறக்குமதி செய்யப்பட்ட பொருட்களின் பட்டியல் “பெரிப்பிளஸ்” நூலில் கொடுக்கப் பட்டுள்ளது. தங்கம், வெள்ளி, பித்தளை, செம்பு, ஈயம், வாசனைப்

பொருட்கள், அரை கஜ அகலமுள்ள பல்வேறு விதமான அங்க வஸ்திரங்கள் போன்றவை பட்டியலில் இடம் பெற்றுள்ளன. இத்தாலிய, அரேபிய மது வகைளும் ஏராளமாக இறக்குமதி செய்யப் பட்டன. இறக்குமதி செய்யப்படும் மது வகைகளின் மீது இந்தியர்களுக்கிருக்கும் மோகம் புதிதல்ல. மேலும் அந்தப் பகுதியின் அரசர் தன் அந்தப்புரத்திற்குத் தேவைப்படும் அழகு மகளிரையும் இறக்குமதி செய்ததாக 'பெரிப்பிளஸ்' – நூல் குறிப்பிடுகிறது. நறுமண எண்ணெய் அடங்கிய இலாமிச்சைத் தாவரங்கள் பல்வகை நிற அடுக்குகள் கொண்ட மணிவகைகள், தந்தம், பட்டு, முகவும் முக்கியமாக பருத்தித் துணிவகைகள் போன்றவை பரிங்காஸா துறைமுகத்தின் வழியாக ஏற்றுமதி செய்யப்பட்டன. பருத்தித் துணிகளின் ஏற்றுமதி இன்றுவரை இப்பகுதியில் ஒரு முக்கியமான ஏற்றுமதியாக இருந்து வருகிறது.

சகோத்ரா தீவிலிருந்து இந்தியாவுக்கு வரும் இரண்டாவது வழித்தடம், தீவின் தெற்குப்பகுதியில் தொடங்கி கேரள கடற்கரைப் பகுதியில் முடிவடைகிறது. கேரள கடற்கரைப் பகுதியில் முக்கியமான துறைமுகமாக இருந்தது, முஸாரிஸ் என்ற துறைமுகம். முச்சேரிப் பட்டணம் என்று இது அழைக்கப்படுகிறது. இந்தத் துறைமுகம் கிரேக்க – உரோமனிய நூல்களில் அதிகம் குறிப்பிடப் பட்டுள்ளது. முஸாரிஸ் துறைமுகம் வழியாக நடந்த வாணிபம் ஏராளம். குறிப்பாக மிளகு, (இது உணவுக்கு சுவையூட்டும் பொருள்) இங்கிருந்து அதிகமாக ஏற்றுமதி செய்யப்பட்டது. மிளகு இந்தியாவின் தென் கோடியில் பயிராகும் ஒரு தாவரம். இங்கு ஏற்றுமதி செய்யப்பட்ட மிளகு ரோமானிய பிரிட்டன் போன்ற இடங்கள் வரை சென்றது.

முஸாரிஸ் என்ற பழம்பெரும் துறைமுகம் குறித்து வரலாற்றாசிரியர்களிடையே கருத்து வேறுபாடுகள் நிலவுகின்றன. 2004 முதல் 2009ஆம் ஆண்டு வரை நிகழ்த்தப்பட்ட அகழாய்வுகள், கொச்சிக்கு வடக்கே 30. கி.மீ தூரத்தில் 'பட்டணம்' என்ற ஒரு கிராமம் இருந்ததைக் காட்டுகின்றன. அகழ்வாராய்ச்சியாளர்கள், உரோமானியக் காசுகள், இரண்டு கைப்பிடிகள் உடைய பாத்திரங்கள் மற்றும் வேறு கலைப்பொருட்கள் – போன்றவற்றை கண்டெடுத்துள்ளனர். கி.பி. 1341–ஆம் ஆண்டில் பெரியார் ஆற்றில் ஏற்பட்ட வெள்ளத்தால் அழிக்கப்படும் வரை முஸாரிஸ் ஒரு முக்கியமான துறைமுகமாக இருந்துவந்துள்ளது. பிறகு கொச்சி முக்கியமான வியாபார மையமாக மாறியது. இருந்தாலும் முஸாரிஸ் பகுதியின் முக்கியத்துவம் குறைந்துவிடவில்லை. ஏனெனில் அங்கு போர்ச்சுகீசியர்களும், டச்சுக்காரர்களும் ஒரு கோட்டையை பராமரித்து வந்துள்ளனர். 2011ஆம் ஆண்டு அக்டோபர் மாதம்

நான் அங்கு சென்ற போது தொல்பொருட் துறையினர் அங்கு ஆய்வுகள் நடத்திக் கொண்டிருந்தனர். தற்போது அங்கு இருந்து வரும் மிகப் பழமையான கட்டடம் கீழ்த்தாலி – சிவன் கோயில். இக்கோயில் கி.மு. இரண்டாம் நூற்றாண்டில் சேர மன்னர் பரம் பரையினரால் கட்டப்பட்டிருக்க வேண்டும் என நம்பப்படுகிறது. கோயிலின் முன், வாயில்படிகளில் செதுக்கப்பட்டுள்ள டிராகன் உருவங்கள், தென்கிழக்கு ஆசிய நாடுகளில் காணப்படும் கோயில்களை எனக்கு நினைவுபடுத்துகின்றன. இந்தக் கட்டடக்கலை கேரளாவி லிருந்து தென்கிழக்கு ஆசிய நாடுகளுக்குச் சென்றதா அல்லது அங்கிருந்து இங்கு வந்ததா?

பழங்காலத்தில் முஸாரிஸ் – நகரலிருந்து தரை வழி வணிகத் தொடர்புகளும் பாலக்காட்டு கணவாய் வழியாக மதுரை மற்றும் கிழக்குக் கடற்கரையோர நகர்களுக்கு இருந்தன. (பாலக்காட்டுக் கணவாய் என்பது நீலகிரி மலைத் தொடரில் கோயம்புத்தூருக்கு அருகில் உள்ளது). கிழக்குக் கடற்கரைத் துறைமுகங்களிலிருந்து பொருட்கள் தென்கிழக்கு ஆசிய நாடுகளுக்கு மறு ஏற்றுமதி செய்யப் பட்டன.

கி.பி. முதலாம் நூற்றாண்டில் 120 கப்பல்கள் ஓராண்டு பயணத்திற்குப்பின் இந்தியாவுக்கு வந்து திரும்பின என்று குறிப்பிடுகிறார் கிரேக்க, பூகோள நிபுணர் ஸ்ட்ரேபோ.[6] இந்த 120 கப்பல்களில் வணிகத்தில் ஈடுபட்ட இந்தியக்கப்பல்களும் சேர்ந்திருக்க வேண்டும். அந்த காலகட்டத்தில் இந்தியாவிலிருந்து கிரேக்க, ரோமானிய நகரங்களுக்கு செய்யப்பட்ட ஏற்றுமதி, இறக்கு மதியைவிட மிக அதிகமாக இருந்தது. அதாவது இந்திய வணிகத்தில் உபரி காணப்பட்டது. இதன் காரணமாக தங்க–வெள்ளி நாணயங்கள் ஒரு வழி வரத்தாக இந்தியாவுக்குள் வந்துகொண்டேயிருந்தன. உரோமானிய எழுத்தாளர் 'பிளைனி' (23–79AD) இவ்வாறு குறிப் பிடுகிறார். "ஓர் ஆண்டில் வட இந்தியா, ரோமிலிருந்து ஐம்பது மில்லியன் வெள்ளிக்காசுகளைப் பெற்றுச் செல்லாமல் இருந்ததில்லை." இந்திய அகழாய்வுகளில் ஏராளமான உரோமானிய நாணயங்கள் கண்டெடுக்கப்பட்டுள்ளது, பிளையின் கூற்றை உறுதிப்படுத்து கின்றன. பணம் என்பது தங்கம்–வெள்ளி போன்றவற்றை அடிப் படையாகக் கொண்டிருந்த அந்தக் காலத்தில் ஒருவழி வரத்தாக தங்க–வெள்ளிக் காசுகள் இந்தியாவுக்குள் தொடர்ந்து வந்து கொண்டிருந்ததால் ரோம் கட்டுப்பாடுகளை விதித்தது. உரோமானியப் பேரரசர் வெஸ்பாசியன், இந்தியாவிலிருந்து ஆடம்பரப் பொருட்கள் இறக்குமதி செய்யப்படுவதை விரும்பவில்லை. எனவே இந்தியாவுக்கு தங்கக் காசுகளை ஏற்றுமதி செய்ய தடை விதித்தார்.

இருப்பினும் தொடர்ந்து வந்த வணிக உபரியின் காரணமாக இந்தியாவில் தங்கமும், வெள்ளியும் அதிக அளவில் கையிருப்பில் இருந்து வந்தன. இந்தியாவில் தங்கச் சுரங்கங்கள் மிக அரிதாக இருந்தாலும் உலகில் வெட்டியெடுக்கப்படும் தங்கத்தில் 25–30 விழுக்காடு தங்கம் தனிப்பட்ட இந்தியர்களால் கொள்முதல் செய்யப்படுகிறது. இது இன்றும் நடைபெறும் நிகழ்வு.

பல நூற்றாண்டுகளாக, பலவிதமான மக்கள் குழுக்கள் இந்தியாவின் மேற்குக் கடற்கரைப் பகுதிக்கு, வந்தவண்ணம் இருந்தன. அவ்வாறு வந்தவர்கள் ஒன்று வணிகர்கள் அல்லது அகதிகள். அவ்வாறு வந்தவர்களின் வழித்தோன்றல்கள் இன்றும் தொடர்ந்து இந்தியாவில் இருந்து வருவதுடன் அவர்களின் பழங் காலப் பழக்க வழக்கங்களை தொடர்ந்து பின்பற்றியும் வருகிறார்கள். ஒருசில ஆதிகால யூத சமுதாயங்களைத் தங்கள் விருந்தினர்களாக ஏற்றுக்கொண்ட நாடு இந்தியா என்பதை பலர் நினைத்துப் பார்ப்ப தில்லை. மிகப்பழங்காலத்தைச் சேர்ந்த யூதர்கள், மன்னர் சாலமன் ஆட்சியில் இருந்த போது வணிக நிமித்தமாக இந்தியாவுக்கு வந்துள்ளனர். கி.பி. 70ஆம் ஆண்டில் இரண்டாவது யூதக்கோயில் உரோமானியர்களால் இடித்துத்தள்ளப்பட்டவுடன், பல யூதர்கள் அகதிகளாக வந்து கேரளத்தில் குடியமர்ந்துவிட்டனர். இந்த கால கட்டத்தில்தான் புனிதர் தாமஸ் என்ற அப்போஸ்தலர் (ஏசுவின் தூதர்) இந்தியாவுக்கு வந்து முஸாரிஸ் துறைமுகத்தில் இறங்கினார். இந்தியாவுக்கு வந்த சேர்ந்த யூத இனத்தாருடனேயே, கேரளாவில் புனிதர் தாமஸ் அவர்களும் வாழ்ந்து வந்தார். புனிதர் தாமஸ் வந்திறங்கிய இடத்தை நம்மால் இன்றும் காணமுடியும்.

அவரால் மதமாற்றம் செய்யப்பட்டவர்களின் வழித் தோன்றல்கள் 'சிரியன் கிறிஸ்தவர்கள்' என்று அழைக்கப் படுகிறார்கள்.

பதினைந்து நூற்றாண்டுகள் இந்தக் கிறிஸ்தவ சமூகத்தினர் தங்கள் பாரம்பரியப் பழக்கங்களைக் கடைபிடித்து வந்தனர். 'சிரியக்' – என்ற மொழியைப் பேசுவதும் இதில் அடங்கும். இந்த மொழி அக்கால 'அரமைக்' மொழியாகத் தான் இருக்க வேண்டு மென்று நம்பப்படுகிறது. அந்த மொழி நீண்ட நாட்களாக இந்தியாவில் பேசப்பட்டு வந்தது வியப்புக்குரியதாக உள்ளது.[7] பதினாறாம் நூற்றாண்டில் போர்ச்சுகீசியர்கள், யூதப்பழக்க வழக்கங்களை, அவர்கள் பேசிய மொழி உட்பட பலவற்றை முடிவுக்குக் கொண்டுவர எண்ணம் கொண்டு, கிறிஸ்தவப் பழக்கங்களைக் கட்டாயமாக யூத சமுதாயத்தின் மீது திணித்தார்கள். குறிப்பாக

கத்தோலிக்க சமய சம்பிரதாயங்களைத் திணித்தார்கள். இருப்பினும் சிரியன் கிறிஸ்தவ சமுதாயத்தில் இன்னும் அவர்களின் பழைய பழக்க வழக்கங்கள் இருந்து கொண்டிருக்கின்றன.

பழங்காலத்தில் இருந்துவந்த வணிகத் தடங்கள் இன்னும் இருந்து வருவது, இந்தியா தன் நாகரிகத்தின் தொடர்ச்சியைப் பராமரித்து வரும் ஆற்றலை நிரூபிப்பதற்கான ஓர் எடுத்துக்காட்டு கிளியோபாட்ரா. அவள் விரும்பியதுபோல் இந்தியாவுக்குத் தப்பித்து வந்திருந்தால், எகிப்திய இராணிக்கும், ஜூலியஸ் சீசருக்கும் தோன்றிய வாரிசுகளும், அவர்களின் நேரடி வழித்தோன்றல்களும், இந்தியாவில் இருந்திருப்பார்கள். பழைய காலத்தில் இருந்து வந்த ஒரு சூழலை, கொச்சியின் ஆதியிடங்களில் நம்மால் இன்றும் காணமுடிகிறது. ஊரில் இருக்கும் சந்துகளில் மிளகு, இஞ்சி, மற்றும் இதர சுவை யூட்டும் பொருட்கள் விற்பனை செய்யப்படுகின்றன. மேலும் சேமித்து வைக்கப்பட்டுள்ளன. விற்பனையாளர்களும், வாங்குவோரும், பார்ப்பவர்களுக்குத் தெரியாமல், கைகளை ஒரு துணிக்குள் மறைத்து வைத்துக்கொண்டு செய்கைகளால் பேரம் பேசுகின்றனர். இது நூற்றாண்டுகளுக்கு முன்பு இருந்துவந்த ஒரு வழக்கம். இது இன்றும் தொடர்கிறது. ஒரு கள்ளுக் கடையில் அமர்ந்துகொண்டு, துறை முகத்தினுள் நவீன கப்பல்கள் வருவதை நான் பார்த்தேன். பழங் காலத்தைச் சேர்ந்த கிரேக்கக் கடலோடியான “ஹிப்பாலஸ்” ஒரு மாத கடல் பயணத்திற்குப் பின் கள்ளுக்கடையில் ‘கள்’ அருந்தி மகிழ்வதாக எனக்குள் நானே கற்பனை செய்துகொண்டேன். கொச்சியிலிருந்து சிறிது தூரத்தில் பதினாறாம் நூற்றாண்டைச் சேர்ந்த சினகோக் எனப்படும் யூதக் கோயில் ஒன்று உள்ளது. இதனருகில் ஒருசில யூதர்கள் இன்னும் வாழ்ந்து வருகிறார்கள். இந்த இடம் ‘யூத நகர்’ எனப்படுகிறது. அரசர் இராம வர்மா யூதர்களுக்கு மிகுந்த மரியாதை அளித்திருக்க வேண்டும். ஏனெனில் தன் அரண்மனைக்கு அருகிலேயே தங்கள் கோயிலைக் கட்டிக்கொள்ள யூதர்களை அரசர் அனுமதித்திருந்தார். யூதர்களில் பலர் இன்று இஸ்ரேல் நாட்டுக்குச் சென்றுவிட்டதால், இங்கு அவர்களின் எண்ணிக்கை வெகுவாகக் குறைந்து வருவது வருத்தத்தைத் தருகிறது.

தங்கத் தீவிற்கு ஒரு பயணம்

இந்தியாவின் மேற்குக் கடற்கரைப் பகுதி மத்திய கிழக்கு நாடுகளுடனும், கிரேக்க–உரோமானிய நாடுகளுடனும் வாணிபம் செய்துகொண்டிருந்த அதே நேரத்தில், கிழக்குக் கடற்கரைப்பகுதி தென்கிழக்காசிய நாடுகளுடனும், இன்னும் கிழக்கே சீனாவுடனும்

வர்த்தகத்தில் ஈடுபட்டிருந்தது. வங்காளத்திலிருந்த தாம்ரலிப்த்தி துறைமுகத்துடன் சேர்த்து பன்னிரெண்டுக்கும் மேற்பட்ட துறை முகங்கள் கிழக்குக் கடற்கரைப் பகுதியில் இருந்தன. ஒரிஸ்ஸாவின் சில்க்கா ஏரியைச் சுற்றி நிறைய துறைமுகங்கள் இருந்தன. (ஒரிஸ்ஸா தற்போது ஒடிஷா என்றழைக்கப்படுகிறது.) பல்லவர்களின் துறைமுகமான மகாபலிபுரம், சோழர்களின் துறைமுகமான நாகப் பட்டினம் போன்றவையும் குறிப்பிடத்தக்கவை.

இந்தக் கீழ்த்திசைத் துறைமுகங்களிலிருந்து வணிகக் கப்பல்கள் சுவர்ணதீபா தீவிற்கும், யவத்தீபா தீவிற்கும், இன்னும் கிழக்கே யிருந்த தெற்கு வியட்நாமுக்கும் சென்றுவந்தன. சுவர்ணதீபா என்பது சுமத்ரா; இதைத் 'தங்கத்தீவு' என்கிறார்கள். 'யவத்தீபா'– என்பது ஜாவா. இந்திய பெருநிலப்பகுதிக்கு வெளியே, ஆயிரக்கணக்கான மைல்களுக்கு அப்பால் இங்குதான் தென்கிழக்கு ஆசியாவின் இந்தியத்தன்மை பெற்ற ஓர் அரசை நாம் பார்க்கிறோம். சீன நூல்கள் ஃபுனான் என்ற இடத்திலிருந்த இந்து அரசு ஒன்றைப் பற்றிக் கூறுகின்றன. இந்த அரசு கி.பி. இரண்டாம் நூற்றாண்டில் மீகாங் (Me kong) டெல்டாப் பிரதேசத்தில் செழித்தோங்கி வளர்ந்திருந்தது.[8] சீன நாட்டில் வழக்கத்தில் இருந்துவரும் புராணக் கதையின்படியும், உள்ளூரில் காணப்படும் கல்வெட்டுகளின்படியும் ஃபுனான் அரசை நிறுவியவர், 'கௌன்டின்யர்' என்னும் ஓர் இந்திய பிராமண அரசர். இவர் நாக இனத்தைச் சேர்ந்த ஓர் அரச குமாரியைத் திருமணம் செய்துகொண்டார். இருவரும் சேர்ந்து உருவாக்கிய ஒரு மன்னர் பரம்பரை ஃபுனான் நாட்டை நூற்று ஐம்பது ஆண்டுகள் ஆட்சி செய்து வந்தது. நாக அல்லது பாம்புருவம், உலகின் இப்பகுதி நாடுகளில் அரசாங்க சின்னமாக இருந்து வருகிறது. ஃபுனான் நாடு இன்றைய கம்போடியா, மியான்மார், தாய்லாந்து, மற்றும் வியட்நாம் ஆகிய நாடுகளின் சிற்சில பகுதிகளை உள்ளடக்கியது.

ஃபுனான் நாட்டின் தலைநகர் வியாதபுரம். தற்போது கம்போடியாவில் உள்ள பனாம் என்ற சிற்றூர்தான் அன்றைய வியாதபுரம்; நாட்டின் முக்கிய துறைமுகம் ஒக்ஈயோ இருபதாம் நூற்றாண்டின் தொடக்கத்தில் பிரன்ச் தொல்பொருள் நிபுணர்கள் நடத்திய ஆய்வுகளின்போது நாம் மேலே குறிப்பிட்ட இடத்தில், கால்வாய்களின் கரைகள் மீது உயர்த்தப்பட்ட தூண்களின் மீது கட்டப்பட்ட வீடுகள் கண்டுபிடிக்கப்பட்டன. கால்வாய்கள் 200 கி.மீ. நீளம் வரை சென்றன. இவற்றில் பெரும்பாலான கால்வாய்கள் நீர்ப்பாசனக் கால்வாய்கள். ஒரு சில கால்வாய்கள் கப்பல்கள் கடலிலிருந்து உள்ளே வரும் அளவு அகலமுடையவை.

எனவேதான், மலேய தீபகற்பத்திற்குச் செல்லும் சீனப்பயணிகள் ஃபுனான் கால்வாய்களைப் பற்றிப் பேசுகிறார்கள்.

அடுத்த ஆயிரம் ஆண்டுகளில் ஃபுனான் நாட்டின் முன்னோர்கள் வழிவந்த சிறப்பு வாய்ந்த ஓர் இந்து அரசு கம்போடியாவில் 'அன்க்கோர்' என்ற இடத்தில் உருவாகவும், அதே போல் ஒரு பௌத்த அரசு வியட்நாமில் 'சம்பா' என்ற இடத்தில் உருவாகவும் வழிவகுத்தது. தென்கிழக்கு ஆசியாவின் இதர பகுதிகளிலும் மிகவும் உறுதியான இந்தியத்தன்மை வாய்ந்த அரசுகளும், கலாச்சாரங்களும் தோன்றின. சுமத்ரா, மலேசிய தீபகற்பம் – ஆகிய இடங்களில் அமைந்திருந்த ஸ்ரீவிஜய அரசு, இந்தியாவுடனும், சீனாவுடன் வைத்திருந்த வணிக உறவுகளின் மூலம் செழித்து வளர்ந்தது. 14ஆம், 15ஆம் நூற்றாண்டுகளில் ஜாவா–வில் ஒன்றின்பின் ஒன்று தோன்றிய இந்து சமயம் சார்ந்த அரசுகள், வலிமைமிக்க 'மஜபஹித் பேரரசு' அமைவதில் முக்கிய பங்கேற்றன.

இந்திய நாகரிகம், வணிகத்தின் மூலம் மட்டுமே தன் செல்வாக்கை தென்கிழக்கு ஆசிய நாடுகளில் பரவச் செய்தது. விதிவிலக்காக, பதினொன்றாம் நூற்றாண்டில் சோழர்கள் ஸ்ரீவிஜய அரசின் மீது படையெடுத்துச் சென்றார்கள். இதைத்தவிர தென்கிழக்கு ஆசியாவில் இந்திய இராணுவ நடவடிக்கை என்பது எதுவுமேயில்லை. இதற்கு மாறாக சீனப் பேரரசர்கள் தென்கிழக்கு ஆசிய நாடுகளின் மீது ஆதிக்கம் செலுத்தி, அவற்றைக் கப்பம் செலுத்தும் நாடுகளாக வைத்திருந்தனர். இராணுவ பலத்தால் அச்சுறுத்தி சீனர்கள் அந்த நாடுகளைப் பணியவைத்துள்ளனர். இந்தியா போன்று தங்கள் நாகரித்தை உள்ளே நுழைக்க சீனர்களால் முடியவில்லை. தளபதி ஸெங் ஹே (zheng He) என்பவர் மட்டும் 15ஆம் நூற்றாண்டில் தன் கடல் பயணங்களின் மூலம் சீன செல்வாக்கை அந்த நாடுகளில் புகுத்தினார்.

இந்தியக் கலாச்சாரத்தின் தாக்கம் தென்கிழக்கு ஆசிய நாடுகளில் இன்றும் இருந்து கொண்டிருக்கிறது. இந்து சமயம் சார்ந்த பாலி தீவில் இந்தத் தாக்கத்தை நம்மால் எளிதில் உணரமுடிகிறது. ஆனால் இதர பகுதிகளில் புராதன இந்தியாவின் செல்வாக்கை, இடங்களின் பெயர்கள், நபர்களின் பெயர்கள், அன்றாடம் பேசப்படும் மொழியில் கலந்துள்ள இந்தியச் சொற்கள் போன்றவற்றில் தான் காணமுடிகிறது. (பாலி தீவு இந்தோனீஷியாவின் ஒரு பகுதி). மலேசியா இந்தோனீஷியா ஆகிய இருநாட்டு மொழிகளும் "பகாசா" என்று அழைக்கப்படுகின்றன. இரு நாட்டு மொழிகளிலும்

எண்ணற்ற சமஸ்கிருதச் சொற்கள் கலந்துள்ளன. 'பகாசா' என்ற பெயரே சமஸ்கிருதத்திலிருந்து வந்தது தான். 'பாஷா' என்ற சமஸ்கிருதச் சொல்லுக்குப் பொருள் மொழி என்பதுதான். மியான்மர் நாட்டிலிருந்து வியட்நாம் வரை பெரும்பான்மையான மக்களின் சமயமாக இருப்பது பௌத்தம். இன்று வரை பௌத்த தாய்லாந்தில் அரசருக்கு முடிசூட்டுவதும், முடி சூட்டு விழா சடங்குகளை நடத்திவைப்பதும் இந்துப் பூசாரிகளே. இந்தியாவை விட அதிகமாக பாங்காக் நகரில் பிரம்மாவுக்குக் கோயில்கள் இருக்கின்றன.

மற்ற நாடுகளில் இந்தியாவுக்கு இருக்கும் செல்வாக்கு, அதன் நாகரிகம் சார்ந்தது. சமயம் சார்ந்ததல்ல. இந்த செல்வாக்கு கொரிய தீபகற்பம் வரை காணப்படுகிறது. இந்திய நாகரிகத்தின் மேன்மை கொரிய நாட்டுப் புராணங்களில் எதிரொலிக்கிறது. சம்குக் யூசா[9] என்ற புராணத்தின்படி அயோத்தியாவைச் சேர்ந்த இளவரசி ஹீ ஹ்வாங்-ஓக் கி.பி. நான்காம் நூற்றாண்டில் நீண்ட கடல் பயணத்தின் மூலம் கொரியாவை அடைந்து அரசர் "சூரோ" என்பவரை மணந்து கொள்கிறான். அவர்களுக்கு பத்து மகன்கள் பிறக்கிறார்கள். அனை வரும் சேர்ந்து கொரியாவின் ஆரம்ப கால மன்னர் பரம்பரையைத் தோற்றுவித்தார்கள். ஜிம்ஹே கிம் இனத்தவர் மேற்குறிப்பிட்ட திருமணத்தால் உருவான நேரடி வாரிசுகள் என்று தங்களைக் கூறிக்கொள்கிறார்கள். கொரியாவின் முன்னாள் அதிபர் கிம்டே ஜுங் அந்த இனத்தைச் சேர்ந்தவர்.

தூரம், இடம், நேரம் போன்றவற்றுக்கு அப்பாலும் இந்திய நாகரிகத்தின் வேர் சென்றிருப்பது ஆச்சரியப்படும்படியாக உள்ளது. ஒன்பதாம் நூற்றாண்டைச் சேர்ந்த ஜாவா-வின் 'பிராம்பனன்' கோயில் (திரிமூர்த்திகளுக்கு உரியது) பின்னணியில் ஜாவா-வின் பாணியில் இராமாயணம் அரங்கேற்றப்படுவதைப் பார்க்கும்போது, பல்லாயிரம் மைல்களுக்கு அப்பாலுள்ள நாடும், அதன் இடங்களும் நம் முன்னால் காட்டப்படும்போது நாம் வியப்பில் ஆழ்ந்து விடுகிறோம். காட்சிக்குக் காட்சி கல்லால் கட்டப்பட்ட கோயில்கள் தங்களை மாற்றிக்கொள்கின்றன. கிஷ்கிந்தை நமக்கு முன்னால் தோன்றுகிறது. இலங்கையில் இருந்த இராவணின் அரண்மனை நம்முன்னால் கொண்டு வரப்படுகிறது. இரண்டு மணிநேரம் காரில் சென்றால் நாம் போராபோதூர் என்ற இடத்தை அடையலாம். அங்குள்ள பௌத்த ஸ்தூபத்தின் மீது நின்றுகொண்டு சூரிய அஸ்தமனத்தைக் கண்டுகளிக்க முடியும். பௌத்தப் பிரார்த் தனைகள் தற்போது இஸ்லாமியத் தொழுகையாக மாறிவிட்டாலும், பழைய மந்திர ஆற்றலை நம்மால் உணர முடிகிறது.

இந்தியாவிலும் கூட கலாச்சார மரபுகள் பழங்காலத்தின் வணிகத் தடங்களை நினைவு கூறத்தக்கவைகளாக இருக்கின்றன. உதாரண மாக ஒரிஸ்ஸா மாநிலத்தில் கொண்டாடப்படும் கார்த்திக் பூர்ணிமா திருவிழாவை எடுத்துக் கொள்வோம். சதபா வணிகர்கள் (கடல் வாணிபம் செய்பவர்கள்) ஒரிஸ்ஸாவிலிருந்து, தென்கிழக்கு ஆசிய நாடுகளுக்கு வணிக நிமித்தமாகப் புறப்பட்ட நாளைத்தான் கார்த்திக் பூர்ணிமா என்று மக்கள் கொண்டாடுகிறார்கள். மக்கள், அன்றைய தினம் விளக்குகளை ஏற்றி அவற்றை காகிதக் கப்பல்களில் வைத்து ஆறுகளிலும், கடலிலும் மிதக்க விடுகிறார்கள். நவம்பர் மாத ஆரம்பத்தில் பருவக்காற்றுகள் பின் நோக்கி வீசும்போது இந்தத் திருவிழா கொண்டாடப்படுகிறது. அதே நேரத்தில் கட்டாக் நகரில் ஒரு மிகப்பெரிய கண்காட்சி நடைபெறுகிறது. இதற்கு "பாலி-யாத்ரா" (பாலித் தீவுக்குச் செல்லும் யாத்திரை) என்று பெயர். பாலித் தீவுக்கு" வணிகர்கள் கப்பலில் புறப்பட்டுச் சென்றதை இந்தக் கண்காட்சி மறைமுகமாகச் சுட்டிக்காட்டுவதாக வரலாற்று அறிஞர்கள் கருதுகிறார்கள். தொழில் முனைவோர்களையும், ஆபத்துகளை எதிர்நோக்கும் துணிவுள்ளவர்களையும் பெருமைப் படுத்தும் ஒரு கலாச்சார எதிரொலிப்பாக நாம் மேற்சொல்லப் பட்ட திருவிழாக்களை எடுத்துக் கொள்ளலாம்.

தெற்கு நோக்கி வந்தால், மகாபலிபுரத்தின் கடற்கரை கற்கோயில் இன்னும் கம்பீரமாக நின்று கொண்டிருக்கிறது. வணிகக் கப்பல்கள் தாய் மண்ணை நோக்கித் திரும்புவதை எதிர்பார்த்து அந்த கற்கோயில் காத்துக்கொண்டிருக்கிறது. சென்னை நகரிலிருந்து 60 கி.மீ. தூரத்தி லிருக்கும் மகாபலிபுரம் கி.பி. ஏழாம் நூற்றாண்டிலிருந்து கி.பி. ஒன்பதாம் நூற்றாண்டு வரை பல்லவர்கள் ஆட்சியின் போது சுறுசுறுப்பான ஒரு துறை முகமாக இருந்துவந்தது. உள்நாட்டுக் கதையின்படி இப்போது நாம் பார்க்கும் கற்கோயில், முன்பிருந்த ஏழு கோயில்களில் ஒன்று. மற்ற ஆறு கோயில்களையும், எண்ணற்ற அரண்மனைகளையும், கடைவீதிகளையும், கட்டடங்களையும் கடல் விழுங்கிவிட்டது. தங்கள் வலை எப்படி அடிக்கடி நீருக் கடியில் புதைந்திருக்கும் பழங்கால இடிபாடுகளில் மாட்டிக் கொள்கிறது என்று மீனவர்கள் கதை கதையாகச் சொல்கிறார்கள். ஆனால் வரலாற்றாளர்கள் இதுபோன்ற செய்திகளை கற்பனை என்று கூறி புறந்தள்ளி விடுகிறார்கள்.

2004ஆம் ஆண்டு டிசம்பர் மாதம் 26ஆம் நாள், ஒரு மிகப் பெரிய நிலநடுக்கம் இந்தோனிஷியாவின் அசி மாகாணத்தைப் புரட்டிப் போட்டது. அதனால் இந்தியப் பெருங்கடலில் சுனாமி ஏற்பட்டது.

அதன் காரணமாக 2,30,000 பேர் உயிரிழந்தனர். இந்தியப் பெருங் கடலில் ஏற்பட்ட சுனாமி (ஆழிப் பேரலை) இந்தியாவின் தென் முனையையும் பாதித்தது. சுனாமி அலைகள் கரையைத் தாக்கு வதற்கு சற்று முன்பு இரண்டு கிலோ மீட்டர் தூரம் வரை கடல் உள்வாங்கியது. அப்போது கடலின் அடிப்பகுதியிலிருந்து முன்னொரு காலத்தில் கடலில் அமிழ்ந்து போன பலவற்றைத் தங்களால் பார்க்க முடிந்தது என்று கூறுகிறார்கள் மகாபலிபுரத்தில் வாழும் மக்கள். பின் கடல் பழைய நிலைக்கே வந்து அனைத் தையும் மூடிவிட்டது. அன்றிலிருந்து முக்குளிப்பவர்கள் பலர் கடலில் மூழ்கி, மனிதர்களால் உருவாக்கப்பட்ட பல பொருட்கள், கட்டுமானங்கள் போன்றவை கடலின் அடியில் இருப்பதை உறுதி செய்துள்ளனர். ஆனால் அந்தப் பணி முறைப்படி நடத்தப்படவில்லை. சுனாமி, கரையிலிருந்த மணலையும் உள் இழுத்துச் சென்றுவிட்டதால், கரையில் புதைந்திருந்த சில பொருட்களும் வெளியே தெரிந்தன. கல்லாலான சிங்கம்[11] ஒன்றும் வெளியில் தெரிந்தது. 2200 ஆண்டுகளுக்கு முன் ஏற்பட்ட ஒரு சுனாமியால் அழிக்கப் பட்ட, செங்கல்லால் கட்டப்பட்ட கோயில் ஒன்றும் தொல்பொருட் துறையினரால் கண்டுபிடிக்கப்பட்டது. இது சங்க காலத்தைச் சேர்ந்தது. 13ஆம் நூற்றாண்டில் இரண்டாவதாக ஒரு சுனாமி இந்தப் பகுதியைத் தாக்கியுள்ளது. மக்கள் சொல்லும் கதை வரலாற்று உண்மைகளை அடிப்படையாகக் கொண்டதாகத் தான் இருக்க வேண்டும். இப்போது மகாபலிபுர கடற்கரையில் உள்ளதுபோன்று மேலும் ஆறு கற்கோயில்கள் இருந்தனவா என்பதைப் பற்றி உறுதியாக எதுவும் கூறமுடியாது.

தைக்கப்பட்ட கப்பல்கள்:

நாம் பார்த்ததுபோல் கடல் வாணிபத்தில் ஏற்பட்ட அபரி மிதமான வளர்ச்சியால் இந்தியா பொருளாதாரத்திலும், கலாச் சாரத்திலும் ஒரு வல்லரசாக விளங்கியது. கி.பி. முதலாம் நூற்றாண்டில் உலக மொத்த பொருள் உற்பத்தியில் இந்தியாவின் பங்கு 33 விழுக்காடு இருந்தது என்கிறார் ஆங்கஸ் மேடிசன். பொருள் உற்பத்தியில் இந்தியாவின் பங்களிப்பு மேற்கு ஐரோப்பாவைக் காட்டிலும் மூன்று மடங்கு அதிகமாகவும், உரோம சாம்ராஜியத்தைக் காட்டிலும் மிக அதிகமாகவும் (21 விழுக்காடு) இருந்தது. உலக மொத்த பொருள் உற்பத்தியில் (GDP) சீனாவின் பங்கு அப்போது 26% தான் இருந்தது. இது இந்தியாவின் பங்களிப்பைக் காட்டிலும் குறிப்பிடத்தக்க அளவு குறைவு. ஆன்கஸ் மேடிசன் அவர்களின் கூற்றுப்படி அப்போது

கி.பி. முதலாம் நூற்றாண்டில் இந்தியாவின் மொத்த மக்கள்தொகை 75 மில்லியன்தான். இப்போது இந்தியாவின் மக்கள்தொகை 1.2 பில்லியன் (120 கோடிக்கு மேல்)

அந்த சகாப்தத்தின் போது (கி.பி. முதலாம் நூற்றாண்டு) இந்தியப் பெருங்கடலில் பயணித்த வணிகக் கப்பல்குழுக்கள் எப்படி இருந்தன? ஆறுகளில் செல்லும் சிறு படகுகள், கடற்கரை யோரம் செல்லும் படகுகள், ஆழ்கடல் பயணத்திற்குப் பயன்பட்ட, இரட்டைப் பாய்மரக் கப்பல்கள் என்று பலவிதமான மரக்கலங்கள் பயன்பாட்டில் இருந்தன. அக்கலங்களில் இடத்திற்கு இடம் சிறு சிறு வேறுபாடுகள் தென்பட்டன. போரோபோதூர் பட்டியலில் காட்டப்பட்டுள்ளதைப் போல் இந்தோனீஷியர்கள் தூம்புக் கட்டைகள் (அ) விலாவரிக்கட்டைகள் கொண்ட அமைப்பைத்தான் பெரிதும் விரும்பினார்கள். அவர்களது கலங்கள் ஒரு புதுவிதமான அமைப்பைப் பெற்றிருந்தன. அந்தக் கலங்களில் இருந்த பலகைகள் ஆணிகளால் இணைக்கப்படவில்லை. மாறாக மரக்கலங்களின் பல்வேறு பகுதிகள் கயிறுகளால் தைக்கப்பட்டிருந்தன! பல தலை முறைகளாக இந்தியப் பெருங்கடல் பகுதிக்கு வெளியிலிருந்து வந்த பயணிகள், இந்தோனிஷிய மரக்கல அமைப்பு முறையைப் பார்த்து வியந்து பலவாறு தங்கள் கருத்துகளை வெளிப்படுத்தியுள்ளனர். அந்தத் தொழில்நுட்பம் நவீன காலம் வரை தொடர்ந்தது. இருபதாம் நூற்றாண்டு வரை தொடர்ந்தது என்று கூறலாம். 1980இல் ஒரிஸ்ஸா கடற்கரைப் பகுதியில் ஆய்வுகள் மேற்கொண்ட எரிக் கென்ட்லி என்பவர், அப்பகுதியில் சமீபகாலத்திலும். “பதுவா” (Padua) எனப்படும் படகுகள், மரப்பலகைகள் ஒன்றுடன் ஒன்று கயிற்றால் தைக்கப் பட்டு தயாரிக்கப் படுகின்றன எனக் கூறியுள்ளார்.[13] சில படகு தயாரிப்பாளர்கள் இந்த முறையை 21ஆம் நூற்றாண்டிலும் பின் பற்றுவதாக எனக்குத் தெரிய வந்துள்ளது. பிற நவீன தொழில் நுட்பங்களை நாம் ஏற்றுக் கொண்டாலும், ஹரப்பர்களின் மாட்டுவண்டிகள் இன்றுவரை நம்மிடையே காணப்படுவது போல், பழங்காலத் தொழில்நுட்பங்கள் இன்றுவரை இந்தியாவில் தொடர்கின்றன என்பதற்கு தைக்கப்பட்ட படகுகள் நல்ல எடுத்துக் காட்டுகளாக இருக்கின்றன.

இந்தியப் பெருங்கடல் பகுதியில் இருந்துவந்த கப்பல் தயாரிப்பாளர்கள் மேற்சொன்ன தொழில்நுட்பத்திற்கு ஏன் முன்னிரிமை கொடுத்தார்கள் என்பது புரியவில்லை. இவ்வளவிற்கும், இதற்கும் முன்னதாகவே இரும்பு ஆணிகள் பழக்கத்தில் இருந்து வந்தன. கடலுக்கடியில் காணப்படும் காந்தக் கற்கள் இரும்பு ஆணிகள் அடிக்கப்பட்ட கப்பலை உள்ளே இழுத்துவிடலாம் என்ற சந்தேகம்

காரணமாக இருக்கலாம் என்று சொல்லப்படுகிறது. ஆனால் இது சரியான விளக்கமாகத் தெரியவில்லை. அந்தக் கப்பல்கள், சிறுதீவுகளும், பவளப்பாறைகளும் நிறைந்த நீர்ப்பரப்பில் மிதந்து செல்ல வேண்டியிருந்தது. பல இடங்களில், துறைமுகங்கள் இல்லாத காரணத்தால், கப்பல்களை கரையில் இழுத்துவந்து நிறுத்த வேண்டியிருந்தது. பருவநிலை மிகவும் கடுமையாக இருந்தால் அவ்வாறுதான் செய்யவேண்டும். இவ்வாறு செய்வதற்கு கப்பலின் உடற்பகுதி சற்று வளைந்து கொடுக்கும் தன்மையுடையதாக இருக்க வேண்டும். வளைந்து கொடுக்காமல் உறுதியாக இருந்தால் கப்பல் உடைந்துவிடும். அனேகமாக இந்தக் காரணத்தினால்தான் கப்பலைக் கட்டியவர்கள் ஆணிகளைப் பயன்படுத்துவதற்கு பதிலாக தையல் தொழில்நுட்பத்தைப் பயன்படுத்தியிருக்க வேண்டும். ஆனால் சீனாவின் கப்பல் கட்டுமானத் தொழிநுட்பமும், ஐரோப்பியக் கப்பல் அமைப்புகளும், இந்தியக் கப்பல்களை விஞ்சுமளவுக்குப் பிற்காலத்தில் இருந்தன.

இதுபோன்ற கப்பல்களில் பயணம் செய்வது எப்படி இருந்திருக்கும்? 15ஆம் நூற்றாண்டில் இந்தியாவுக்கு வந்த சீன யாத்ரீகர் ஃபாஹியான் தான், திரும்பிச் சென்றபோது அமைந்த பயணத்தைப் பற்றிய, ஆர்வத்தைத் தூண்டும் குறிப்பைத் தந்துள்ளார். ஃபாஹியான், தரை மார்க்கமாக, மத்திய ஆசியா வழியாக இந்தியாவுக்கு வந்தார். பல ஆண்டுகள் வட இந்தியாவில் தங்கி யிருந்த அவர் பௌத்த சமய நூல்களைக் கற்பதிலும், திரட்டு வதிலும் தன் நேரத்தைச் செலவிட்டார். பிறகு அவர் தாம்ரலிப்த்தி துறைமுகத்திற்கு வந்து சேர்ந்தார். இந்தப் புராதன காலத் துறை முகம் இன்று "தம்லுக்" என்றழைக்கப்படுகிறது. இது கொல்கத் தாவுக்கு அருகில்தான் இருக்கிறது. ரூபநாராயண ஆறு கங்கைச் சமவெளியில் சேருமிடத்தில்தான் தாம்ரலிப்தி துறைமுகம் இருக்கிறது. ஆனால் முன்னாள் துறைமுகத்திற்குப் பயன்பட்டு வந்த கால்வாய் தூர்ந்து போய்விட்டதால், இன்று அத்துறைமுகம் கப்பல்கள் வந்து செல்லும் நிலையில் இல்லை. ஒரு காலத்தில் மிகவும் பிரபலமான வணிக மையமாக இருந்த தாம்ரலிப்தியில் இன்று ஒரு 1200 வருடம் பழமையான காளி கோயிலைத் தவிர வேறு எதுவும் இல்லை. 'தல்லுக்' நகர், பழிக்கு ஆளான நந்திகிராம் என்ற இடத்திற்கு அருகில் தான் உள்ளது. 2007ஆம் ஆண்டில் நிலம் கையகப்படுத்துதல் தொடர்பாக அரசாங்கத்திற்கும், உள்ளூர் மக்களுக்கும் இடையே ஒரு மிகப்பெரிய மோதல் ஏற்பட்டு நந்திகிராமில் பலர் உயிரிழந்தனர். இன்று இந்த ஊர் மாவோயிஸ்ட் தீவிரவாதிகளின் புகலிடமாக உள்ளது.

கி.பி. 410இல் ஃபாஹியான் அங்கு சென்றபோது தாம்ரலிப்தி (தல்லுக்) ஓர் ஆரவாரம் நிறைந்த வணிக நகரமாக இருந்திருக்க வேண்டும். அப்படிப்பட்ட ஒரு துறைமுகப்பட்டிணத்தைத்தான் அவர் பார்த்திருப்பார். இலங்கைக்குப் புறப்படத் தயாராக இருந்த ஒரு மிகப்பெரிய வணிகக் கப்பலில் தனக்கு ஓர் இடம்பிடித்ததாக ஃபாஹியான் குறிப்பிடுகிறார். அவரது பயணம், குளிர்காலத்தில், பருவக் காற்று தெற்கு நோக்கி வீசியபோது நடந்திருக்க வேண்டும். கப்பல் தென்மேற்கு திசையில் பதினான்கு நாட்கள் பயணித்து இலங்கையை அடைந்தது. ஃபாஹியான் இலங்கையை 'சிங்கங்களின் பிரதேசம்' என்று குறிப்பிடுகிறார். அவர் சொல்வது புராணகாலத்தில் தோன்றிய சிங்கள மக்களைத் தான். உண்மையான சிங்கங்கள் எதுவும் ஸ்ரீலங்காவில் இல்லை.

அந்த சீன அறிஞர் இலங்கையில் இரண்டாண்டு காலம் தங்கியிருந்து பௌத்த நூல்களைக் கற்றறிந்தார். பின் தென்கிழக்கு ஆசிய நாடுகளுக்கான தன் பயணத்தைத் தொடங்கினார். அவர் பயணம் செய்த கப்பல் இருநூறு பயணிகளை ஏற்றிச் செல்லு மளவுக்கு மிகவும் பெரிய கப்பலாக இருந்தது என்கிறார் ஃபாஹியான். அந்தக் கப்பலுக்குப் பின்னால், தேவையான பொருட்களை ஏற்றிக்கொண்டு, அவசரகாலத்தில் உதவிசெய்வதற்காக வேறு ஒரு சிறிய கப்பல் சென்றது. இரண்டு நாட்களுக்குப் பிறகு துரதிஷ்ட வசமாக இரு கப்பல்களும் சூறாவளிக் காற்றில் மாட்டிக்கொண்டன. பெரிய கப்பலில் கசிவு ஏற்பட்டு, நீர் உள்ளேவர ஆரம்பித்தது. பயணிகள் திடுக்கிட்டனர். அவர்களை அச்சம் சூழ்ந்துகொண்டது. பல வணிகர்கள் உடனே சிறிய கப்பலுக்கு மாறிவிட விரும்பினார்கள். ஆனால் சிறிய கப்பலின் மாலுமிகள் மக்கள் நெரிசல் அளவுக் கதிகமாக ஏற்பட்டுவிடுமோ என்று அஞ்சினார்கள். எனவே இணைப்புக் கம்பிகளை வெட்டிவிட்டுவிட்டு தனியாகப் போய் விட்டார்கள். இச்செயல் பெரிய கப்பலில் பீதியை மேலும் அதிக மாக்கியது. வணிகர்கள் பாரத்தைக் குறைக்கும் நோக்கத்தில் தங்கள் சரக்குகளை பெரும்பாலும் கடலில் எறிந்துவிட்டனர். ஃபாஹி யானும் அவர் வைத்திருந்த தண்ணீர்க்குடுவை, கையலம்பும் தொட்டி போன்றவற்றை கடலில் வீசிவிட்டார். தான் வைத்திருந்த அரிய புத்தகங்களையும், வணிகர்கள் கடலில் வீசியெறிந்து விடுவார்களோ என அஞ்சினார் ஃபாஹியான். அதிஷ்ட வசமாக அப்படி ஏதும் நடந்துவிடவில்லை.

கடைசியில் பதிமூன்று நாட்களுக்குப் பிறகு சூறாவளிக் காற்று ஓய்ந்தது. மாலுமிகள் கப்பலை ஒரு சிறு தீவின் கரையில் கொண்டு வந்து சேர்த்தனர். அத்தீவு அந்தமான் அல்லது நிக்கோபார் தீவுகளில்

ஒன்றாக இருந்திருக்க வேண்டும். கப்பலில் ஏற்பட்ட கசிவு முற்றிலும் சீர்செய்யப்பட்டு, பயணம் தொடங்கியது. பயணிகள் அனைவரும் மன அழுத்தத்திலேயே தொடர்ந்து இருந்துவந்தனர். ஏனெனில் அவர்கள் பயணம் செய்த இடம் கடற்கொள்ளையர்கள் அதிகம் உள்ள இடம்; மேலும் மாலுமிகளுக்குத் தாங்கள் எந்த இடத்தில் இருக்கிறோம் என்பதே சரியாகத் தெரியவில்லை. எப்படியோ, ஒரு வழியாக சமாளித்து ஜாவாவை நோக்கிப் பயணம் செய்யத் தொடங்கினார்கள்.

தொண்ணூறு நாட்கள் கடலில் இருந்துவிட்டு கப்பல் கடைசியாக ஜாவா சென்றடைந்தது. இந்தியாவுக்கு விஜயம் செய்த மற்ற சீன யாத்ரீகர்கள் போன்றே ஃபாஹியானும் இவ்வுலகத்தை சமயக் கண்ணோட்டத்திலேயே பார்த்திருக்கிறார். ஜாவாவில் வாழ்ந்த மக்கள் இந்துக்களே தவிர பௌத்தர்கள் அல்லர் என்பதுதான், ஜாவாவைப் பற்றி ஃபாஹியான் நமக்குத் தரும் செய்தி. (போரோ போதூர் சாட்சியங்களை வைத்துப் பார்க்கும்போது மேற்சொல்லப் பட்ட செய்தி அவ்வளவு சரியானதல்ல). ஜாவா–வில் ஐந்து மாதங்கள் தங்கியிருந்த ஃபாஹியான் பின்னர் ஒரு மிகப்பெரிய வணிகக் கப்பலில் சீனாவுக்குப் புறப்பட்டுச் சென்றுவிட்டார்.

அவர் பயணம் செய்த கப்பல் ஒரு மிகப்பெரிய கப்பலாகத் தான் இருந்திருக்க வேண்டும். ஏனெனில் அதில் மாலுமிகள் மட்டுமே 200 பேர் இருந்துள்ளனர். அக்கப்பலில் தான் மிகவும் சௌகரிய மாகப் பயணம் செய்ததாகக் குறிப்பிடுகிறார் ஃபாஹியான். மிக நன்றாக கடலில் சென்று கொண்டிருந்த இந்தக் கப்பலும் ஒரு மாதத்திற்குப் பின் ஒரு புயலில் சிக்கியது. திரும்பவும் பயணி களிடையே பீதியும், கவலையும். உடன் பயணம் செய்த பயணிகள் சிலர், துரதிஷ்டத்தையும் கூடவே கொண்டு வந்துவிட்டதாக ஃபாஹியானைக் குற்றம் சாட்டினார்கள். இதையும் தன் குறிப்பில் சேர்த்துள்ளார் ஃபாஹியான். அவர் முன்பு சந்தித்த புயலைப்பற்றி அந்தப் பயணிகள் கேள்விப்பட்டிருக்கவேண்டும். மறுபடியும் அவர் பயணித்த கப்பலில் புயலில் சிக்கியது தற்செயலானது என்று அவர்கள் நம்பத் தயாராக இல்லை. நல்ல காலமாக, சில செல்வாக்கு மிக்க வணிகர்கள் ஃபாஹியானுக்கு ஆதரவாகப் பேசி நிலையை சரிசெய்துவிட்டனர்.

இதற்கிடையில், தாங்கள் நடுக்கடலில் திசை தவறி எங்கோ தொலைந்துவிட்டோம் என்று கப்பலின் மாலுமிகள் உணர்ந்தனர். எழுபது நாட்கள் கடலில் கப்பலை செலுத்திவிட்டனர். உணவுக்கும், குடிதண்ணீருக்கும் பற்றாக்குறை ஏற்பட்டுவிட்டது. நிலைமையை

நன்கு புரிந்துகொண்ட அனுபவம்மிக்க சில வணிகர்கள் கப்பலை செலுத்தும் பொறுப்பை தாங்கள் ஏற்றுக்கொண்டு ஒரு புதிய பாதையில் கப்பலைச் செலுத்தினர். மேலும் பன்னிரெண்டு நாட்கள் சென்றபிறகு கப்பல் சீனக் கடற்கரையை அடைந்தது. ஒருவாறு இந்தியாவுக்கும், சீனாவுக்குமிடையேயான கப்பல் பயணம் முடிவுக்கு வந்தது. இந்தியப் பெருங்கடலில் பயணம் செய்வது மிகவும் கடினமானது என்பதையும், பழங்காலத்து வணிகர்கள் ஆபத்துகளை எதிர்நோக்கியே தங்கள் பயணங்களை மேற் கொண்டனர் என்பதையும் மேற்சொல்லப்பட்ட அனுபவத்தின் மூலம் நாம் தெரிந்துகொள்கிறோம்.

ஏகாதிபத்தியக் கனவை மறுபடியும் நனவாக்குதல்:

ஃபாஹியான் இந்தியாவுக்கு விஜயம் செய்த காலத்தில் இந்தியாவின் பெரும்பகுதி குப்த சாம்ராஜியத்தின் கீழ் இருந்து வந்தது. இந்தியாவின் மிகப்பெரிய சாம்ராஜியங்களில், இரண்டாவதாக இருந்தது குப்த சாம்ராஜியம். குப்தர்களின் முதல் பேரரசர் முதலாம் சந்திரகுப்தர் (கி.பி. 320–335). இவர் தன் தலைநகரை பாடலிபுத்திரத்தில் வைத்துக்கொண்டு கிழக்கு கங்கை சமவெளிப் பகுதி முழுவதையும் தன் கட்டுப்பாட்டில் வைத் திருந்தார். இருந்தாலும், அவர் மகன் சமுத்திரகுப்தர்தான் வியக்கத் தக்க விதத்தில் பேரரசை விரிவுபடுத்தி நாற்பதாண்டு காலம் ஆட்சி செய்தார். முதலில் அவர், கங்கை சமவெளிப் பகுதி முழுவதும் தனது கட்டுப்பாட்டில் இருப்பதை உறுதிசெய்து கொண்டார். பின் அவர் தெற்கு நோக்கிப் படையெடுத்துச் சென்று, பல்லவர்கள் உள்ளிட்ட பலரை வென்று அவர்களைத் தனக்குக் கப்பம் செலுத்தும் அரசர்களாக வைத்திருந்தார். தன்னை, இந்திய துணைக் கண்டத்தின் மிகவும் ஆற்றல் பொருந்திய பேரரசர் என்பதை நிரூபித்தவுடன் வைதீகமுறைப்படி அஸ்வமேத யாகத்தை நடத்தி தான்தான் உலகச் சக்ரவர்த்தி என்று பறைசாற்றிக்கொண்டார்.

சமுத்திர குப்தரின் வழித்தோன்றலான, “விக்ரமாதித்தியர்” என்று அழைக்கப்பட்ட இரண்டாம் சந்திரகுப்தர் தன்னுடைய பேரரசை மேற்கு திசையிலும் விரிவுபடுத்தினார். இந்த விரிவாக்கத்தில் மால்வா, குஜராத் போன்ற பகுதிகளும் அடங்கும். அப்பகுதிகளை ஆண்டுவந்த “சக” வம்சத்தினரை வென்று அவர் அதை சாதித்தார். வடமேற்கு இந்தியாவின் பல குறுநில மன்னர்கள் கப்பம் கட்டும் அரசர்களாக மாற்றப்பட்டனர். இவ்வாறாக குப்தர்கள் இந்தியா முழுவதையும் தங்கள் ஆதிக்கத்தின்கீழ் கொண்டுவந்தார்கள். வடக்கு மற்றும் மத்திய இந்தியா அவர்களின் நேரடி ஆட்சியின்

கீழ் இருந்தது. தீபகற்ப இந்தியாவும், வடமேற்கு இந்தியாவும் அவர்களின் மறைமுகமான கட்டுப்பாட்டில் இருந்து வந்தன. வகதகர்கள் குப்தர்களின் நெருங்கிய சகாக்களாக இருந்தனர்.

குப்தர்கள், மௌரியர்கள் போன்று தங்கள் பேரரசை நடத்திச் செல்ல விரும்பினார்கள். தங்கள் மூதாதையர்களின் பேரரசை மறுபடியும் உருவாக்க முயற்சி செய்தார்கள். இரண்டு குப்தப் பேரரசர்கள் சந்திரகுப்த மௌரியரின் பெயரைத் தாங்கியிருந்தனர். மேலும் பழக்கத்திற்கு மாறாக ஒருபடி மேலேசென்று தங்கள் சாதனைகளை மௌரியர்களின் கல்வெட்டுகளுக்கு அருகிலேயே பொறித்து வைத்தார்கள். உதாரணமாக, இன்று அலகாபாத் கோட்டையில் வைக்கப்பட்டிருக்கும் அசோகர் தூணில் பொறிக்கப் பட்டுள்ள வாசகத்திலிருந்தே நாம் சமுத்திரகுப்தர் பெற்ற வெற்றிகளைத் தெரிந்துகொள்கிறோம். இதேபோன்று, குப்தர்களில் ஐந்தாவதாக வந்த பேரரசர் ஸ்கந்த குப்தர் தன் செய்திகளை கிர்னாரில் உள்ள மௌரியர்களின் பாறை ஆணைக்கு அருகில் பொறித்து வைத்தார். கலை, இலக்கியம் போன்றவற்றில் கூட குப்தர்களுக்கிருந்த மௌரிய மோகத்தை நம்மால் தெரிந்துகொள்ள முடிகிறது. குப்தர்கள் காலத்தில் தோன்றிய, எல்லோராலும் நன் கறியப்பட்ட சமஸ்கிருத நாடகம் 'முத்ரராக்ஷஸா' என்பது. சாணக் கியரும், சந்திரகுப்த மௌரியரும் எவ்வாறு நந்தர்களை முறியடித்து மௌரிய சாம்ராஜியத்தை நிறுவினார்கள், என்பதுதான் முத்ரராக்ஷஸா-வின் கதை.

பல அறிஞர் பெருமக்கள், ஆதிகால இந்தியர்களுக்கு வரலாற்று உணர்வு இல்லையென்றும், இந்திய வரலாற்றில் இயல்புக்கு மாறாகக் காணப்படும் தொடர்ச்சிகள் தற்செயலாக ஏற்பட்டவை என்றும் அல்லது ஓர் உறக்க மனநிலையில் ஏற்பட்டவையென்றும் கருத்து தெரிவித்துள்ளார்கள். ஆதிகால மக்கள் வரலாற்றையும், வரலாற்றில் தங்கள் இடத்தையும் அறிந்துகொள்ளாமல் இருந்தனர் என்று நினைப்பது தற்கால முரட்டுத்தனத்தைக் காட்டுகிறது. குப்தப் பேரரசர்கள் மௌரியர்களுடன் மட்டும் தொடர்பு வைத்துக் கொள்ள விரும்பவில்லை; வெண்கல காலத்தின் தொடக்கம் முதல் தங்களை இணைத்துக்கொள்ள விரும்பினார்கள் என்பதை நாம் வரலாற்றில் பார்க்கிறோம். இப்படிச் சொல்வதற்குக் காரணம் குறைந்தபட்சம் இரு குப்தப் பேரரசர்கள், வேதமுறைப்படி யாகத்தீயில் குதிரையை பலியிடும் அஸ்வமேத யாகத்தை நடத்தியுள்ளனர். இந்தச் சடங்கு மிகவும் பழங்காலத்தைச் சேர்ந்தது. கி.பி. நான்காம் நூற்றாண்டுக்கும் முந்தையதாக இச்சடங்கைக் கூறலாம். மௌரியர்கள் தர்மச்சக்கரம் என்ற அடையாளத்தின் மூலம் தங்களை சக்ர

வர்த்திகள் என்று காட்டிக்கொண்டதைப் போலவே குப்தர்களும் தங்களை சக்ரவர்த்திகளாகப் பறைசாற்றிக் கொண்டார்கள். அதே சமயம் குப்தர்கள் எதிர்காலத்துடனும் ஓர் இணைப்பை ஏற்படுத்த விரும்பினார்கள். டில்லியில் இருக்கும் துருபிடிக்காத இரும்புத்தூண் மேம்பட்ட, உலோகத் தொழில்நுட்பத்திற்கு ஓர் எடுத்துக்காட்டு. ஒரு தொழிநுட்ப அதிசயம் என்ற பொருளில் அந்த இரும்புத்தூண் அந்த இடத்தில் நாட்டப்படவில்லை. மாறாக செல்வச் செழிப்பின் ஒரு நிரந்தரப் பதிவாக அது அங்கே வைக்கப்பட்டுள்ளது. துரு பிடிக்காத ஓர் இரும்புத்தூணில் பதிவுசெய்து வைப்பதைக் காட்டிலும் வேறு சிறப்பான வகையில் எப்படி ஒரு சாதனையைப் பதிவு செய்ய முடியும்?

குப்தர்களின் நகரில் இருந்த வாழ்க்கை முறை:

போரில் பல வெற்றிகளைப் பெற்றிருந்தாலும் குப்தப் பேரரசு மௌரியப் பேரரசைவிட அளவில் மிகவும் சிறியதாகத்தான் இருந்தது. இந்தக் குறை பொருளாதார, கலாச்சார மேம்பாடுகளின் மூலம் ஈடு செய்யப்பட்டது. குப்தர்களின் இரண்டு நூற்றாண்டு ஆட்சிக்காலம், நாம் முன்பு குறிப்பிட்ட வணிக வளர்ச்சியோடு பொருந்தியிருந்தது. மேற்கிலும், கிழக்கிலும் இருந்துவந்த துறை முகங்களாலும், உள்நாட்டு நெடுஞ்சாலைகளாலும் குப்தப் பேரரசின் பொருளாதார நிலை மிக உன்னதமாக இருந்தது. ஃபாஹியானின் நாட்குறிப்புகள் இதை உறுதிசெய்கின்றன. நாட்டின் நிர்வாகம் சிறப்பாகத்தான் இருந்திருக்க வேண்டும். ஏனெனில் குப்தர்களின் ஆட்சி நடைபெற்று வந்த காலத்தில் இங்கு வந்திருந்த சீன யாத்ரீகர் ஃபாஹியான் தனிமையில் சுற்றித்திரிந்து கொண்டிருந்த தாலும், அவரிடம் யாரும் திருடிவிடவில்லை. பின்வந்த நூற்றாண்டுகளில் இந்தியாவுக்கு விஜயம் செய்த வெளிநாட்டு யாத்ரீகர்களுக்கு இதேபோன்ற பாதுகாப்பு இருந்தது என்று நம்மால் சொல்லிவிட முடியாது. பிற்காலத்தில் இந்தியாவுக்கு வந்த ஹீவாங் சுவாங், இபன் பதுதா போன்ற பயணிகள் ஆயுதம் தாங்கிய கும்பலால் கொள்ளையடிக்கப்பட்டுள்ளனர். இன்றுகூட, பயணப்பையை முதுகில் சுமந்துகொண்டு தனியாகப் பயணம் செய்யும் ஃபாஹியான் போன்ற வெளிநாட்டுப் பயணிகளுக்கு நம் நாட்டின் பல பகுதிகள் பாதுகாப்பானவை அல்ல.

கல்விக்காகவும், கலைமேம்பாட்டிற்காகவும் குப்தர்கள் அதிக அளவில் முதலீடு செய்தார்கள். அவர்கள் காலத்தில்தான் வானநூல் அறிஞரும், கணித நிபுணருமான "ஆரியபட்டா" தன் ஆய்வுகளின் மூலம் பூமி உருண்டையானதென்றும், அது ஓர்

அச்சில் சுழல்கிறது என்றும் கணக்கிட்டுச் சொன்னார். சந்திரனின் வளர்வும், தேய்வும், நிழல்களின் நகர்வால் ஏற்படுகின்றன என்றும், கிரகங்கள் பிரகாசிப்பது ஒளியின் பிரதிபலிப்பால் என்றும் ஆரியபட்டா விளக்கினார். அவர் பூமியின் சுற்றளவை துல்லியமாகக் கணக்கிட்டுச் சொன்னதுடன் Pi என்பதன் விகிதத்தையும் கண்டுபிடித்துக் கூறினார். 'ஆரியபட்டா' கொடுத்த விளக்கம், கோப்பர்நிக்கஸ், கலீலியோ போன்றோரின் கண்டுபிடிப்புகளுக்கு ஆயிரம் ஆண்டுகளுக்கு முன்னால்.

பாடலிபுத்திரத்திற்கு அருகாமையில் பேரரசர் குமாரகுப்தர் நாளந்தா பல்கலைக்கழகத்தைத் தோற்றுவித்தார். அந்தப் பல்கலைக் கழகம் ஒரு மையமாக விளங்கியது. பாடலிபுத்திரத்திற்கு மேற்கே குப்தர்கள் தங்கள் இரண்டாவது தலைநகராக உஜ்ஜெயின் என்ற நகரத்தை உருவாக்கினார்கள். இந்த நகரம் தக்சிண பாதையில் ஒரு முக்கியமான வியாபார மையமாக இருந்ததுடன் இந்துத் தத்துவங்களை போதிக்கும் ஒரு சிறந்த மையமாகவும் விளங்கியது. இந்தியாவின் ஷேக்ஸ்பியர் என்று போற்றப்படும் கவி காளிதாசர், அனேகமாக உஜ்ஜெயின்–ல் இருந்துகொண்டுதான் தன் காவியங்களை இயற்றியிருக்க வேண்டும். உஜ்ஜெயின் இன்று மத்தியப் பிரதேச மாநிலத்தில் உள்ள ஒரு சிறிய நகரம்; பழங்காலத்தைச் சேர்ந்த கோயில்களைத் தவிர அங்கு இன்று குறிப்பிட்டுச் சொல்லும்படி ஏதும் இல்லை. இருப்பினும் கி.பி. ஐந்தாம் நூற்றாண்டில் அந்த நகரம் அதிக அளவில் வணிகப் பரிவர்த்தனையும், கருத்துப் பரி வர்த்தனையும் நடைபெற்ற ஒரு நகரமாக இருந்து வந்தது. பருவ மழைபொழியும் ஓரிரவின் பிற்பகுதியில், மேகத்தைத் தூதுவிடும் "மேகதூதம்" என்னும் காவியத்தை காளிதாசர் எழுதிக் கொண்டிருந்ததை நம்மால் இன்றும் கற்பனை செய்து பார்க்க முடிகிறது.

அதுபோன்ற ஒரு நகரத்தைச் சென்று பார்ப்பது எப்படி இருக்கும்? கங்கை சமவெளிப் பிரதேசத்தில் இருந்த நகரங்கள் அனைத்தும் மிகப் பெரியவையாகவும், செல்வச் செழிப்புமிக்கவை யாகவும் இருந்தன என்று கூறுகிறார் ஃபாஹியான்[6]. அவர் பாடலி புத்திரம் சென்றிருந்தபோது இடிபாடடைந்த, நகரின் மையத்தில் ஆறு நூற்றாண்டுகளாக இருந்துவந்த, அசோகரின் அரண்மனையைச் சென்று பார்த்தார். அந்த அரண்மனையின் கற்சுவர்கள், கோபுரங்கள், நுழைவாயில்கள் – போன்றவற்றின் பிர மாண்டமான தோற்றத்தைப் பார்த்த ஃபாஹியான் அவற்றை மனிதர்களால் கட்டியிருக்க முடியா தென்றும், இயற்கை இகந்த கூறுகள் அவற்றில் சம்பந்தப்பட்டிருக்க வேண்டுமென்றும் கருத்து தெரிவிக்கிறார்.

பாடலிபுத்திரம் சென்ற ஃபாஹியான் அங்கு நடைபெற்ற ஒரு திருவிழாவைப் பார்த்துள்ளார். அத்திருவிழாவின் போது மக்கள் நான்கு சக்கரங்கள் கொண்ட ஒரு மிகப்பெரிய வண்டியில் ஐந்து நிலைகள் கொண்ட கோபுரங்களை அமைத்தார்கள். அவற்றை வெண்நிற நார்மடியால் மூடி பூ வேலைப்பாடுகள் கொண்ட பட்டுத் துணியால் அலங்கரித்தார்கள். மக்கள், தாங்கள் வழிபடும் தெய்வ உருவங்களை அந்த கோபுரங்களின் உள்வைத்ததுடன், வண்டியின் நான்கு மூலைகளிலும் புத்தரின் சிலை உருவங்களை வைத்தார்கள். (வண்டிகளை தேர்கள் என்று நாம் சொல்லலாம்). இதுபோன்ற இருபது தேர்கள் திருவிழாவின் போது, மக்களால் வீதிகளில் இழுத்துவரப்பட்டன. அரசகுடும்பத்தினர், பாமரர் போன்ற பல தரத்து மக்கள் திருவிழாவில் பங்கேற்றனர். அவர்கள் தெய்வங்களை வழிபட்டதுடன் மலர்களையும் தூவினார்கள். மாலை நேரத்தில் வீடுகளில் விளக்குகளை ஏற்றிவைத்தார்கள். நகர் முழுவதும் விழாக்கோலம் பூண்டிருந்தது. கேளிக்கைகளுக்கும் குறைவில்லை. திருவிழா நாளன்று செல்வர்கள் ஏழை மக்களுக்கு பல உதவிகள் செய்தார்கள். மருத்துவ முகாம்களும் நடத்தப்பட்டனவென்று நாம் அறிகிறோம்.

மேலே விவரிக்கப்பட்ட திருவிழா நிச்சயமாக இரத யாத்திரை அல்லது தேர்த்திருவிழா – தான். இன்றும் நாட்டின் பல பகுதிகளில் இத்திருவிழா இந்துக்களால் கொண்டாடப்பட்டு வருகிறது. தேர்த்திருவிழாவில் மிகவும் பிரபலமானது ஒரிஸ்ஸா மாநிலம் 'பூரி' என்ற இடத்தில் நடத்தப்படும் ஜகன்நாதருக்கான தேர்த்திருவிழா தான். இந்தத் தேர்த்திருவிழா குப்தர்கள் காலத்திலிருந்து இன்று வரை எந்த மாற்றமும் இல்லாமல் நடந்துவருகிறது. இதனை ஃபாஹியானின் விளக்கத்திலிருந்து நாம் தெரிந்து கொள்கிறோம். ஆனால் பழங்காலத்தில் இத்திருவிழாவில் பௌத்தர்களும் கலந்து கொண்டார்கள். இன்று கலந்து கொள்வதில்லை. அது ஒன்றுதான் வேறுபாடு. இந்து சமயத்திலும், பௌத்த சமயத்திலும் இருந்துவந்த நடைமுறைப் பழக்கவழக்கங்கள் பல விதங்களில் ஒத்துப்போகும் படியாக இருந்துள்ளன. கொள்கைகளில் மட்டும்தான் வேறுபாடு. இந்த உறவுமுறையை இந்திய சமயங்கள் அனைத்தினுள்ளும் நம்மால் காணமுடியும். நேப்பாள இந்துமக்கள், பௌத்தர்களைப் போலவே, பௌத்தக் கோயில்களில் தினந்தோறும் வழிபாடு நிகழ்த்துகிறார்கள். தாய்லாந்து மக்கள், பொதுவாக, இந்துக் கடவுளான பிரம்மாவை வழிபடுகிறார்கள். அதுபோலவே பஞ்சாபில் இருக்கும் இந்துக்கள் சீக்கிய குருத்து வாராக்களுக்கும் சென்று வழிபடுகிறார்கள்.

மிக மேலான இலக்கியங்கள், அறிவியல் நூல்கள், சமய நூல்கள் என்று எதுவும் குப்தர்காலத்தில் எழுதப்படவில்லை. இந்த காலத்தில் எழுதப்பட்ட மிகவும் புகழ்பெற்ற புத்தகம் காதலைப் பற்றிய ஓர் ஆய்வுநூலான காமசூத்திரம். ஆண்பெண் உடலுறவுக்கு ஏற்ற பல்வேறு நிலைகள் குறித்து இந்த நூலில் ஒருநீண்ட பட்டியல் தரப்பட்டுள்ளது. ஆனால் இந்த நூல் அதிகமாக சமூகப் பழக்க வழக்கங்கள் குறித்தும், நன்நடத்தைகள் குறித்துமே விவரித்துள்ளது. அக்காலத்தில் நகரமக்களின் மனப்போக்கு, எதைப் பற்றியும் அதிகம் கவலைப்படாத ஒரு மேலோட்டமான மனப்போக்காகவே இருந்தது என்று குறிப்பிடுகிறது காமசூத்திரம். ஓர் ஆணால் எழுதப்பட்ட நூலாக இருந்தாலும் பெண்களின் உணர்வுகள் குறித்தும் இந்நூலில் விவரிக்கப்பட்டுள்ளது. நம் ஆர்வத்தைத் தூண்டும் வகையில், செல்வச் செழிப்புமிக்க 'நகரகரா' என்னும் ஒரு நகரவாசியின் வாழ்க்கை எப்படி இருக்கும் என்று காமசூத்திரம் வர்ணிக்கிறது.[7]

நகரவாழ்வை விரும்பும் 'நகரகரா' – ஒருவனை மிகப்பெரிய நகரத்தில் வசிக்கும்படி அறிவுரை வழங்குகிறது காமசூத்திரம். காலையில் எழுந்தவுடன் நகரகரா தன் உடல் முழுவதும் எண்ணெய் தடவி மசாஜ் செய்துகொள்ள வேண்டும். பின் முகச்சவரம் செய்து கொண்டு குளித்துவிட்டு வாசானாதி திரவியங்களைப் பூசிக் கொள்ளவேண்டும். குறிப்பாக அக்குளில் வியர்வை நாற்றம் இல்லாமல் பார்த்துக்கொள்ள வேண்டும். மதிய உணவுக்குப் பின் அவன் பொழுதுபோக்கிற்காகத் தான் வளர்க்கும் கிளியுடன் பேச வேண்டும்; அல்லது சேவல் சண்டை, ஆட்டுக்கடா சண்டை போன்ற வற்றைக் கண்டுகளிக்கலாம். அதன்பின் சிறிதுநேரம் தூங்கி எழுந்து, நன்றாக உடை உடுத்திக்கொண்டு வரவேற்பு அறையில் வந்து அமரவேண்டும். மாலை நேரங்களை சங்கீதத்திலும், குடிப் பதிலும் செலவிட வேண்டுமென்று கூறுகிறது காமசூத்திரம். மாலை மயங்கிய நேரத்தில் நகரகராவும் அவன் நண்பர்களும் ஒரு தனியறைக்கு வந்துவிடவேண்டும். அந்த அறை மலர்களால் அலங்கரிக்கப்பட்டிருக்க வேண்டும். அந்த அறைக்கு பெண்களும் வந்து சேர்ந்துகொள்வார்கள். அரசவை அணங்குகள் என்போர் 'அனைத்து ஆண்களையும் சமமாக நேசிப்பவர்கள்' என்று விளக்கம் கூறுகிறது காமசூத்திரம். அந்த அணங்குகள், மது, திராட்சை ரசம், தேன், கரும்பு போன்ற வற்றை ஆண்களுடன் பகிர்ந்துகொள்வார்கள். ஆண்கள் அப்பெண்களுடன் மென்மையாகப் பேசி அவர்களின் மனதைக் கவரவேண்டும் என்று யோசனை கூறுகிறது காமசூத்திரம். நாம் நினைப்பது போல் பெண்களுடன் பேசிக்கொண்டிருப்பதோடு மட்டும் மாலை நேரம் ஒரு முடிவுக்கு வந்துவிடாது.

சுற்றுலாக்களும் இதுபோன்றுதான் வர்ணிக்கப்பட்டுள்ளன. ஆண்கள் காலை நேரத்திலேயே தயாராகி, நகரின் வெளிப்பகுதிக்கு குதிரைகளின் மீது சென்றுவிடுவார்கள். நண்பர்கள், வேலையாட்கள், அரசவை அணங்குகள் – போன்றோர் உடன் செல்வார்கள். சென்ற இடத்தில் சூதாட்டம், சேவல் சண்டை, ஆடல் பாடல் போன்ற கேளிக்கைகளில் நாள் முழுவதும் செலவிடுவார்கள். கோடைகாலமாக இருந்தால் தண்ணீரில் விளையாடிக் களிப்பார்கள். இதற்காக முதலைகள் இல்லாத குளங்கள் தயாராக இருக்கும். (முதலைகள் இருந்தால், ஆண்கள் பெண்களுடன் ஜலக்கிரீடை செய்துகொண்டிருக்கும்போது, கை-கால்களைத் துண்டித்து விடும்),

கி.பி. நான்காம் நூற்றாண்டில் வாழ்ந்த ஒரு நகரவாசியின் வாழ்க்கை முறை மிகவும் சுவாரஸ்யமாக இருப்பது மட்டுமின்றி பிற்காலத்திலும் எதிரொலிக்கிறது. பத்தொன்பதாம் நூற்றாண்டில் வேலையின்றி சுற்றித்திரிந்த லக்னோ-வின் நவாபுகளும், இருபதாம் நூற்றாண்டின் ஆரம்பகாலத்தில் கொல்கத்தாவில் வாழ்ந்து வந்த வங்காள ஜமீன்தார்களும் இலக்கியங்களிலும், திரைப்படங்களிலும் சித்தரிக்கப்படும் கதாபாத்திரங்கள். இவர்களை பதினைந்து நூற்றாண்டுகளுக்கு முன்னிருந்த பாடலிபுத்திரத்திற்கு அனுப்பி வைத்தால் அங்கிருந்துவந்த சுகவாசிகளான நகரவாசிகளுடன் போட்டிபோட முடியாது. இந்தியக் கலாச்சாரத்தின் எத்தனையோ விஷயங்கள் தொடர்ந்து பின்பற்றப்பட்டு வருவதுபோல் மேற்சொன்ன சுகபோக வாழ்க்கை முறையும் டில்லி, மும்பை போன்ற நகரங்களில் இன்றும் தொடரத்தான் செய்கின்றன.

நாம் மேலே விவரித்த நகரவாசிகளின் உலகம் எப்படித்தான் இருந்தது? நீண்ட நாட்கள் கடந்து சென்றுவிட்டாலும், அந்த உலகத்தைப்பற்றிய ஓவியங்களும், கற்களில் செதுக்கப்பட்ட சிற்பங்களும் மராட்டிய மாநிலத்தில் உள்ள அஜந்தா, எல்லோரா போன்ற இடங்களில் இன்றும் காணப்படுகின்றன. அஜந்தா, எல்லோரா குகைகள் குப்தர்களின் நெருங்கிய சகாக்களாக இருந்து வந்த வகதகர்களின் முயற்சியால் உருவாக்கப்பட்டவை. அங்குள்ள ஓவியங்களின் அமைப்பு அக்காலத்தின் இலட்சியங்களை நமக்குத் தெரிவிக்கின்றன. அந்த ஓவியங்களில் காட்டப்பட்டுள்ள மனிதர்கள் பெரும்பாலும் கருத்த மேனியுடையவர்கள். அந்த ஓவியங்களைப் பார்த்தவுடன் என் மனதில் பட்டது அந்த உண்மை தான். பழங்கால இந்தியர்கள் கருத்த மேனியைத்தான் அல்லது கருப்புத்தோல் உடையவர்களைத்தான் அதிகம் விரும்பினார்கள். இதை நிரூபிக்கப் பல சான்றுகள் உள்ளன. இந்து சம்பிரதாயத்தில் ஓர் ஆண்மகனின் அழகு, பகவான் கிருஷ்ணனைப் போன்று கருப்பு நிறத்தில்தான்

அடங்கியுள்ளது. "கிருஷ்ணன்" – என்ற சொல்லுக்கே 'கரியவன்' என்பதுதான் பொருள். பாண்டவர்களின் மனைவி திரெளபதி கரிய நிறமுடையவளாகத்தான் இருந்தாள்.

கருப்பு நிறத்தின் மீது இருந்த இந்த மோகம் வரலாற்றின் மைய காலம் வரை தொடர்ந்தது. இந்த உண்மையை மார்க்கோ போலோ தெளிவாகக் குறிப்பிட்டுள்ளார். "இங்கு கருப்பு நிறமுடைய மனிதனே மிகவும் விரும்பப்படுபவன்; மற்றவர்களைவிட அவன் உயர்ந்த இடத்தில் வைக்கப்படுகிறான். இங்குள்ளவர்கள் உண்மையில் தாங்கள் வழிபடும் கடவுளர்களை கருப்பு நிறத்திலும், பிசாசுகளை வெள்ளை நிறத்திலும் காட்டுகிறார்கள். அவற்றை பனிபோல் வெண்மை நிறமுடையதாகக் கருதுகிறார்கள்."[18] மார்க்கோபோலோ சொன்னதைப் புரிந்துகொள்ள ஒருவர் பூரிக்குச் சென்று ஜகன் நாதரைக் காணவேண்டும்.

கருப்பு நிறத்தின் மீதிருந்த இந்த விருப்பத்தேர்வு எப்போது மாறியது என்று தெரியவில்லை. ஆனால் நாம் இப்போது உணர்ந்துள்ளதுபோல் அல்லாமல், இந்தியர்களின் பாரம்பரிய அழகுணர்வு மிகவும் வேறுபட்டே இருந்தது. தோலை வெண்மை யாக்கும் பசைகளை அல்லது களிம்புகளை தற்கால இந்தியர்களுக்கு விற்பனை செய்வோருக்கு மேற்சொல்லப்பட்ட உண்மை சங்கடமாகத் தான் இருக்கும். மாறிவரும் சுவை முன்னுரிமைகளுக்கு உட்படுவோர் இந்தியர்கள் மட்டுமல்ல. ஐந்து தலைமுறைகளுக்கு முன்பு ஐரோப்பியர்கள் மங்கலான வெள்ளை நிறத் தோலையே மிகவும் விரும்பினார்கள். விக்டோரியன் காலத்துப் பெண்கள் ஆபத்துகளைக் கூட எதிர்கொண்டு, நச்சுத்தன்மையுடைய ஆர்செனிக் அடங்கிய களிம்புகளைத் தடவி தங்கள் மேனியை வெண்மையாக்கிக் கொள்ள முயன்றார்கள். இன்று அப்பெண்களின் வழித் தோன்றல்கள் தோல்–புற்றுநோய் வரும் என்றுகூட அஞ்சாமல் சூரியக்–குளியலில் ஈடுபடுகிறார்கள்.

புனித நீராடுதல்

ஆறாம் நூற்றாண்டின் மைய காலத்தில், தங்களுக்குள் ஏற்பட்ட சச்சரவுகளாலும், வடமேற்கிலிருந்து வந்த ஹுணர்களின் தாக்கு தலாலும் குப்தப் பேரரசு உடையத் தொடங்கியது. கி.பி. 470ஆம் ஆண்டுவாக்கில், சாணக்கியர் ஆசிரியராக இருந்து போதித்து வந்த தட்சசீலத்தை ஹுணர்கள் கைப்பற்றினார்கள். அடுத்த சில பத்தாண்டுகளில் அவர்கள் குப்தர்களை கங்கைப் பள்ளத்தாக்குப் பகுதிக்குத் துரத்திவிட்டனர். மீதமிருந்த குப்த அரசு பல தலை முறைகள் நீடித்திருந்தாலும் அதன் பழைய புகழ் மங்கிவிட்டது.

பின்னால் வந்த நூற்றாண்டுகளில், பல ஆற்றல்மிக்க அரசுகள் வடஇந்தியாவில் எழுந்தன. பின் மீண்டும் வீழ்ந்தன. வங்காளத்தின் பாலர்கள், தானேஸ்வரத்தின் ஹர்ஷர்–போன்றோரை பின் வந்த அரசுகளுக்கு உதாரணங்களாகக் கூறலாம். பாடலிபுத்திரம் தன் பழைய மகிமையை இழக்கத் தொடங்கியது. அதன் இடத்தை “கன்னோஜ்” பிடித்துக் கொண்டது. இன்று கன்னோஜ் உத்திரப் பிரதேசத்தில் ஒரு சிறிய நகரம். இருப்பினும் பல விஷயங்கள் இழுத்துக்கொண்டே சென்றன. நாளந்தாவும், உஜ்ஜெயினியும்–உம் கல்வி மையங்களாகத் தொடர்ந்து இருந்து வந்தன. பாஸ்கரா, வராஹமிகிரர் போன்ற சிந்தனையாளர்கள் கணிதத்தையும், வான நூலையும் நன்கு வளர்த்தார்கள். பௌத்தத்தைப் பற்றி அறிந்துகொள்ள சீன அறிஞர் பெருமக்கள் இந்தியாவுக்குத் தொடர்ந்து வந்துகொண்டிருந்தனர். அவர்களுள் மிகவும் முக்கியமானவர் யுவான்–சுவாங். இவர் ஏழாம் நூற்றாண்டில், ஃபாஹியானுக்குப் பின் இருநூறு ஆண்டுகள் சென்று இந்தியாவுக்கு வந்தார்.

தனக்கு முன்னால் வந்தவரைப் போன்றே யுவான்–சுவாங்கும் மத்திய ஆசியா வழியாகவே இந்தியாவுக்கு வந்து சேர்ந்தார். மத்திய ஆசியாவில் அச்சமயத்தில் இருந்து வந்தவர்கள், பௌத்தர்களும், துருக்கியைச் சேர்ந்த பேகன் மதத்தினரும். இந்தியாவில் தான் இருந்த பத்தாண்டுகளில் யுவான்–சுவாங் கங்கை சமவெளியைக் கடந்து கிழக்கே அஸ்ஸாம் வரை பயணம் செய்தார். அப்போது தன் புகழின் உச்சியிலிருந்த நாளந்தா பல்கலைக்கழகத்தில் இரண்டாண்டுகள் பயின்றார் யுவான்–சுவாங்.

தன் பயணத்தின்போது அவர் விஜயம் செய்த இடங்களில் ஒன்று அலகாபாத்; அப்போது அதற்கு பிரயாக் என்று பெயர். இந்து சமயத்தைப் பொருத்தவரை இது மிகவும் புனிதமான ஒரு ஸ்தலம். “திரிவேணி சங்கமம்” என்று அலகாபாத் அழைக்கப் படுகிறது. அதாவது மூன்று நதிகள் ஒன்றாகச் சேருமிடம். இரண்டு நதிகள் நன்றாகத் தெரியும் நதிகள். புனித கங்கையும், யமுனையும் தான் அந்த இரு நதிகளும். மூன்றாவது நதியான சரஸ்வதி பூமிக் கடியில் பாய்ந்து மற்ற இரு நதிகளுடன் கலப்பதாகச் சொல்லப் படுகிறது. இவ்வாறு மறைந்துபோன ஒரு நதி இன்னும் மக்கள் மனதில் நிற்கிறது. இந்த மூன்று புனித நதிகளும் சங்கமமாகும் இடத்தில் நீராடினால், தான் தன் வாழ்நாளில் செய்த பாவங்கள் அனைத்தும் ஒழிந்துவிடுமென ஓர் இந்து நம்புகிறான். அதுவும் “கும்பமேளா” நடக்கும் சமயத்தில் நீராடினால் அது மேலும் சிறப்பான தாகும். கும்பமேளா பன்னிரெண்டு ஆண்டுகளுக்கு ஒருமுறை கொண்டாடப்படுகிறது.[19] நான்கு வருட சுழற்சியின் ஒரு பகுதியாக

உஜ்ஜெயினியிலும் கும்பமேளா அனுஷ்டிக்கப்படுகிறது. ஹரித்துவார், நாசிக் ஆகிய இடங்களும் கும்பமேளா நடைபெறும் இடங்கள். இருப்பினும் கும்பமேளாக்களிலேயே மிகவும் பெரியதும், பெருமை வாய்ந்ததும் அலகாபாத்தில் நடைபெறும் கும்ப மேளாதான். சென்ற 2013ஆம் ஆண்டு ஜனவரி – பிப்ரவரியில் அலகாபாத் நகரில் கும்பமேளா நடைபெற்றது. கிட்டத்தட்ட 80 மில்லியன் மக்கள் ஐம்பத்தைந்து தினங்கள் திரிவேணி சங்கமத்தில் புனித நீராடினார்கள். உலகத்தில் கூடிய மக்கள் கூட்டங்களிலேயே மிகவும் பெரியகூட்டம் இதுதான்.

ஏழாம் நூற்றாண்டில், கும்பமேளாவில் பலநாட்டு மன்னர்கள், பௌத்தர்கள் உட்பட ஏராளமான மக்கள் கலந்து கொண்டார்கள் என்று குறிப்பிடுகிறார் யுவான்–சுவாங். நம் ஆர்வத்தைத் தூண்டும் வகையில், சாதுக்கள் பின்பற்றிய சடங்குகள் பற்றிக் கூறுகிறார் யுவான்–சுவாங். ஒரு மிகப் பெரிய தூண் ஆற்றின் நடுவில் நடப் பட்டது. அதன்மீது சாதுக்கள் ஏறினார்கள். சூரியன் மறையும் நேரத்தில் அவர்கள் ஒரு காலும், ஒரு கையும் வெளியே தொங்கிக் கொண்டிருக்க மற்றொரு காலுடனும், கையுடனும் நட்டுவைக்கப் பட்ட கம்பத்தில் தொங்கினார்கள். அந்த நிலையில் அவர்கள் அஸ்தமனமாகும் சூரியனைப் பார்த்துக்கொண்டேயிருந்தார்கள். இங்கு சொல்லப்பட்டுள்ள மரத்தூணும், தூணில் ஏறும் சடங்கும் இப்போது இல்லை. ஆனால் உடல் முழுவதும் திருநீறு பூசிக் கொண்டிருக்கும் சாதுக்கள் ஏராளமாகக் கூடுவதை இன்றும் நாம் கும்பமேளாவில் பார்க்கலாம்.[20]

வெளியே பார்க்கும்போது ஒரு தொடர்ச்சியின் அடை யாளங்களைக் காண முடிந்தாலும், பொருளாதார-கலாச்சார ஈர்ப்பு மையம் தெற்குநோக்கி நகர்ந்துவிட்டதாகவே நாம் உணர் கிறோம். கங்கை சமவெளிப் பிரதேசத்தில் இருந்த அரசர்களைப் புறந்தள்ளிவிட்டு, தென்திசையில் இருந்த அரசர்கள் சுதந்திரமாக செயல்பட்டு வந்தார்கள். இராணுவ அடிப்படையில் கங்கைச் சமவெளிப் பிரதேசத்தின் அரசர்களுக்குப் பணியாமல், தங்கள் அரசுகளைத் தாங்களே பாதுகாத்துக்கொள்ளுமளவுக்கு தென்திசை அரசர்கள் பலம்பெற்றிருந்தனர். யுவான்-சுவாங் இந்தியாவுக்கு வந்திருந்தபோது சமவெளிப் பகுதிகளையெல்லாம் ஒன்றிணைத்து ஒரு பேரரசை உருவாக்கியிருந்தார் மாமன்னர் ஹர்ஷர். ஆனால் அவர் தன் பேரரசை விரிவுபடுத்த நினைத்து, தக்காணத்தின் மீது படையெடுத்துச் சென்றபோது சாளுக்கிய மன்னன் இரண்டாம் புலிகேசியால் தோற்கடிக்கப்பட்டார்.

சஞ்சீவ் சன்யால்

தென்திசையின் அதிகாரம் மேலோங்கியதற்குக் காரணம் வணிகம். செல்வச் செழிப்பில் வளர்ந்து வந்த, இந்தியமயமான தென் கிழக்கு ஆசிய நாடுகளுடனும், பாரசீக – அரேபிய நாடுகளுடனும் இந்திய தென்திசை நாடுகள் ஏற்படுத்திக்கொண்ட வணிக உறவுகளே அவற்றின் அதிகாரம் மேலோங்கக் காரணம். தென்திசை நாடுகள் உரோமானியர்களுடன் நடத்திவந்த வர்த்தகம் மாறி, பாரசீக – அரேபிய நாடுகளுடனான வர்த்தகம் வளர ஆரம்பித்தது. தென்திசைநாடுகள் வாணிபத்தின் முக்கியத்துவத்தை நன்கு உணர்ந்து, அதை நன்றாக ஊக்குவித்து வந்தன. அவசியம் ஏற்பட்டபோது வணிகத் தடங்களால் ஏற்பட்ட தடைகளை நீக்குவதற்கு இராணுவத்தைப் பயன்படுத்தவும் அந்த அரசுகள் தயங்கவில்லை. இதற்கு உதாரணமாக நாம் சோழர்களின் தென்கிழக்கு – ஆசியப் படையெடுப்பைக் கூறலாம்.

சோழர்கள் ஒரு பழம்பெரும் மன்னர் மரபைச் சேர்ந்தவர்கள். அசோகரின் ஆணைகள் கூட சோழர்களைப் பற்றிக் குறிப்பிடுகின்றன. கி.பி. ஒன்பதாம் நூற்றாண்டு முதல் கி.பி. பதினொன்றாம் நூற்றாண்டு வரையிலான காலத்தில் சோழர்கள் ஏற்படுத்திய பேரரசு தீபகற்ப இந்தியா. முழுவதும் பரவியிருந்தது. சிறிதுகாலம் கங்கைக் கரை வரையிலும் கூட அது நீண்டிருந்தது. இந்தியப் பேரரசுகளில் வழக்கத்திற்கு மாறாக, சோழப்பேரரசின் வணிக வரம்பு இலங்கை, மாலத்தீவுகள் போன்றவற்றையும் உள்ளடக் கியதாக இருந்தது. தென் கிழக்கு ஆசிய நாடுகளுடன் சோழர்கள் நெருங்கிய நட்புறவு கொண்டிருந்தார்கள். சோழ நாட்டிலும், தென்கிழக்கு ஆசிய நாடுகளிலும் காணப்படும் கல்வெட்டுகள் இந்த நாடுகளுக்கிடையே செயல்பட்டு வந்த வர்த்தக சமூகங்கள் பற்றிக் குறிப்பிடுகின்றன. இந்த நாடுகளுக்கிடையே தூதரக உறவுகள் இருந்தன. பரிசுகள் பரிமாறிக்கொள்ளப்பட்டன. சுமத்ரா, மலேயா – ஆகியவற்றை உள்ளடக்கிய பேரரசு ஸ்ரீவிஜயப் பேரரசு. ஸ்ரீவிஜயப் பேரரசின் மன்னர், ஸ்ரீமூலன் என்னும் பெயர் கொண்ட தூதன் ஒருவனை தமிழ்நாட்டிற்கு அனுப்பிவைத்துள்ளார். நாகப்பட்டிணத்தில் இருக்கும் சிவன் கோயிலில் வைப்பதற்காக ஸ்ரீமூலன் ஏராளமான விளக்குத் தாங்கிகளை அன்பளிப்பாகக் கொடுத்தான் என்ற செய்தியை நாம் கல்வெட்டின் மூலம் அறிகிறோம்.

சீனாவின் சான்ங் பேரரசுடன் சோழர்கள் நேரடி வணிகத் தொடர்புகளை ஏற்படுத்திக்கொள்ள நடவடிக்கைகள் எடுத்தவுடன் சிக்கல்கள் உருவாகத் தொடங்கின. பதினொன்றாம் நூற்றாண்டின் தொடக்கத்தில் சோழர்களும், சீனர்களும் பல வர்த்தகக் குழுக்களை பரிமாறிக்கொண்டார்கள். இந்திய – சீன வர்த்தக உறவு என்பது

புதிதல்ல. ஒரு மிகப்பெரிய இந்திய வணிக சமுதாயம் நீண்ட நாட்களாக தங்களை குவாங்ஷூ என்ற இடத்தில் நிலை நிறுத்திக் கொண்டிருந்தது என்பதை சீனர்களின் குறிப்புகளிலிருந்து அறிகிறோம். சோழர்களுக்கும் சான்ங் பரம்பரையினருக்கும் இடையிலான ராஜதந்திர உறவுகள் இந்திய–சீன வர்த்தகத்தை மேலும் செழிக்கச் செய்தன.

இந்த நேரடி வர்த்தகத்தால், தங்களால் இடைத்தரகர்களாக இருந்து பொருளீட்ட முடியவில்லையே என்றும் தங்கள் வருமானம் குறைந்துவிடும் என்றும் ஸ்ரீவிஜய சாம்ராஜியத்தின் (இந்தோனிஷியா) அரசர்கள் அச்சப்பட்டார்கள். அதனால் அவர்கள் மலாக்கா ஜலசந்தி வழியாகச் செல்லும் கப்பல்களுக்கு மிக அதிகமான வரி விதித்தார்கள். நமக்குக் கிடைத்த ஓர் அரேபியக் குறிப்புரையின் படி ஸ்ரீவிஜய அரசர்கள், ஒரு யூதக் கப்பலை சீனாவுக்கு அனுப்பி வைப்பதற்கு 20,000/– தினார்கள் சுங்கவரி செலுத்தச் சொன்னார்கள்.[21] இது மிகவும் கவலையளிக்கும் ஒரு செயலாக சோழர்களுக்குப் பட்டது. எனவே கி.பி. 1017இல் ஸ்ரீவிஜய நாட்டின் மீது சோழர்கள் கடற்படைத் தாக்குதல் நடத்தினர். பின் கி.பி. 1025இல் இத்தாக்குதல் பெரிய அளவில் நடத்தப்பட்டது. இந்தியத் துணைக்கண்டம் இப்படிப்பட்ட ஆக்கிர மிப்புகளில் ஈடுபடுவது மிகவும் அரிது. நல்லகாலமாக இந்த சச்சரவு விரைவில் தீர்க்கப்பட்டுவிட்டது. சில பத்தாண்டுகள் சென்றபின் சோழர்களும், ஸ்ரீவிஜய அரசர்களும் ஒன்று சேர்ந்து, சீனாவுக்குத் தங்கள் தூதுக் குழுக்களை அனுப்பி வைத்தார்கள்.

இந்தியாவுக்கும், தென்கிழக்கு ஆசியாவுக்கும் இருந்து வந்த உறவு கலாச்சாரம், பொருளாதாரம் சில சமயங்களில் இராணுவம் போன்றவை சம்பந்தப்பட்ட உறவு மட்டும்தான் என்ற உணர்வை வாசகர்கள் மனதில் ஏற்படுத்த நான் விரும்பவில்லை. இந்திய வணிகமும், நாகரிகமும் தென்கிழக்கு ஆசியாவில் மிகப்பெரிய தாக்கத்தை ஏற்படுத்தின. அவை அங்குசென்றது ஓர், ஒருவழிப் போக்கல்ல; மாறாக இருவழிப் போக்குவரத்து. உதாரணமாக நாளந்தா பல்கலைக் கழகத்தை குப்தர்கள் ஏற்படுத்தியிருந்தாலும், பிற்காலத்தில் அதன் வளர்ச்சிக்கு அதிகமாகப் பொருளதவி செய்தவர்கள் ஸ்ரீவிஜய அரசர்கள். மேலும் அங்கோர், மஜபஹித், சச்சம்பா போன்ற அரசுகள் இந்திய இடுபொருட்களை ஏற்றுக் கொண்டு, அவற்றிலிருந்து, அவற்றைப் பயன்படுத்தி புதியவைகளை உருவாக்கினார்கள். அவர்கள் இந்திய மூல முன் மாதிரிகளை அப்படியே படியெடுக்கவில்லை. மாறாக அவற்றை மேம்படுத்தி, தங்கள் நாட்டுக்கு ஏற்றபடி மாற்றியமைத்துக் கொண்டார்கள்.

இந்தோனீஷியர்கள் புதிய நாடுகளைக் கண்டுபிடிக்கும் நோக்கத்திலான நீண்ட கடற்பயணங்களை சுதந்திரமாக மேற்கொண்டார்கள். கி.பி. மூன்றாம் நூற்றாண்டு தொடங்கி கி.பி. ஆறாம் நூற்றாண்டு வரை, தங்களது நீண்ட கடற்பயணங்களின் மூலம் அவர்கள் இந்தியப் பெருங்கடலைக் கடந்து மடகாஸ்கர் சென்று அதிக எண்ணிக்கையில் அங்கு குடியமர்ந்துவிட்டனர். மடகாஸ்கர் தீவிற்கு வந்து முதன்முதலில் குடியேறிய மனிதர்கள் மிகநீண்ட தூரத்திலிருக்கும் இந்தோனீஷியாவிலிருந்து வந்தவர்கள் தானே தவிர அருகில் இருக்கும் ஆப்பிரிக்காவிலிருந்து வந்தவர்கள் அல்ல. அவ்வாறு இந்தோனீஷியாவிலிருந்து வந்து குடியேறிய மக்களின் வழித்தோன்றல்கள் இன்னும் கணிசமான அளவு அந்தத்தீவில் இருந்துவருகின்றனர். மடகாஸ்கர் தீவில் பேசப்படும் மலகஸி மொழி, போர்னியோ தீவில் பேசப்படும் மொழியுடன் நெருங்கிய தொடர்புடையது.

ஒரு வரலாற்றுச் சங்கிலி

பழங்கால இந்தியர்கள் முறைப்படியான, ஒரே ஒரு வரலாற்று நூலை மட்டும்தான் எழுதினார்கள். அதுதான் 'கல்ஹணர்' என்பவர் எழுதிய "இராஜதரங்கிணி" என்ற பன்னிரெண்டாம் நூற்றாண்டைச் சேர்ந்த நூல் – என்று பொதுவாக சிலர் சொல்வதுண்டு. 'இராஜ தரங்கிணி' – என்றால் 'மன்னர்களின் ஆறு' என்று பொருள். இந்த நூல் காஷ்மீர் அரசர்களின் வரலாற்றைக் கூறும் ஒரு நூல். இந்தியர்களுக்கு வரலாற்று உணர்வு இல்லை என்றும், அவர்களின் நாகரிகத் தொடர்ச்சி குறித்த விழிப்புணர்வு இல்லையென்றும் கூறுவதற்கு மேற்கண்ட நூலை சிலர் உதாரணமாகக் கூறிவந்தார்கள். அப்படிச் சொல்வது சரியல்ல. நம் நாகரிகத்தின் தொடர்ச்சி பல தலைமுறைகளாகப் பராமரிக்கப்பட்டு வந்துள்ளது என்பதை நாம் உணரவேண்டும். பாணரின் 'ஹர்ஷ சரித்திரம்' வேண்டுமானால் அரசரைப் பற்றிய புகழுரைகள் அடங்கிய நூலாக இருக்கலாம். ஆனால் நேப்பாளத்தின் வம்ஷவளி சம்பிரதாயம், அஸ்ஸாமின் புருஞ்சிகள் பற்றிய நூல் போன்றவை பாரம்பரியங்களைப் பற்றி விவரிக்கும் மிக நீண்ட நூல்கள்; வரலாற்றுப் பதிவுகள்; மிகவும் கவனமாகப் பராமரிக்கப்பட்டு வந்த வரலாற்றுப் பதிவுகள். எனவே வரலாற்றின் தொடர்ச்சி பற்றிய உணர்வு முன்பும் இருந்துள்ளது.

காஷ்மீரத்தின் கல்ஹணர் வரலாற்றுச் சங்கிலியின் ஒரு வளையம். தனக்கு முன்னால் இருந்த பதினொரு வரலாற்றா சிரியர்களின் குறிப்புகளையும், கோயில்களில் காணப்படும் கல்

வெட்டுகளையும், கையேடுகளையும் தான் படித்ததாக அவர் குறிப்பிடுகிறார். தன்னுடன் இருந்துவந்த வரலாற்றாசிரியர் 'சுவர்தா' என்பவரை, சரித்திரத்தைச் சுருக்கமாக எழுதியதற்காகக் கண்டிக்கிறார் கல்ஹணர்.[22] நாம் மேலே குறிப்பிட்ட நூல்கள் தொலைந்து போயிருக்கலாம். ஆனால் முன்பு இருந்தன. கல்கஹணருக்குப் பின் மூன்று நூல்கள் தோன்றியுள்ளன. அவை காலவரிசைப்படி மன்னர்களின் வரலாற்றை மொகலாய மாமன்னர் அக்பர் வரை வர்ணிக்கின்றன. பதினாறாம் நூற்றாண்டில் அக்பர் காஷ்மீரத்தை வெற்றிகொண்டபோது அவரிடம் கல்ஹணர் எழுதிய "இராஜ தரங்கிணி"–யின் பிரதி ஒன்று கொடுக்கப்பட்டது. மாமன்னரின் நன்மைக்காக அந்த நூல் பாரசீக மொழியில் மொழிபெயர்க்கப்பட்டது. அக்பரின் ஆட்சியைப்பற்றி அயின்–இ–அக்பர் (Ain-i-Akbari) என்று ஒரு நூல் எழுதப்பட்டது. அந்த நூலில், அக்பரை பழைய வரலாற்றுச் சங்கிலியுடன் இணைப்பதற்காக, இராஜ தரங்கிணியின் சுருக்கமும் சேர்க்கப்பட்டது.

கல்ஹணரின் நூல் அரசர்கள் பற்றியும், போர்கள் பற்றியும் மட்டுமே விவரிக்கும் ஒரு வரலாற்று நூலல்ல. மனிதர்களின் குறுக்கீட்டால் காஷ்மீரின் இயற்கை நிலக்காட்சி எவ்வாறெல்லாம் மாற்றப்பட்டது என்பதைப் பற்றிய நம் ஆர்வத்தைத் தூண்டும் செய்திகளும் அதில் உள்ளன. ஒன்பதாம் நூற்றாண்டில் அரசன் அவந்திவர்மன் காலத்தில், அவனுடைய அமைச்சர் சுய்யா (Suyya) என்பவரால் செய்து முடிக்கப்பட்ட பல பெரிய பொறியியல் தொடர்பான பணிகள் குறித்தும் கல்ஹணர் தன் நூலில் விவரித்துள்ளார். நிலச்சரிவுகளும், மண் அரிப்பும் அதிக அளவில் கூழாங் கற்களைக் கொண்டுவந்து ஜீலம் நதியில் சேர்த்தன. அதனால் தண்ணீரின் ஓட்டம் தடைப்பட்டது. அந்தக் கூழாங்கற்கள் வாரப்பட்டு ஆற்றின் கரை பலப்படுத்தப்பட்டது. அணைகள் புதிய ஏரிகளை உருவாக்கின. விவசாயத்திற்காக பழைய ஏரிகளில், இருந்த தண்ணீர் முழுவதும் திறந்துவிடப்பட்டது. இவ்வாறு இயற்கையான நில அமைப்பு மனிதனின் பயன்பாட்டின் பொருட்டு சற்றே மாற்றியமைக்கப்பட்டது. ஜீலம், சிந்து ஆகிய நதிகளின் தடங்களிலேயே சுய்யா மாற்றங்களைச் செய்ததாகக் கூறப்படுகிறது.[23] எனவே, காஷ்மீரின் அழகான இயற்கை நிலக்காட்சிக்கு, ஆயிரம், ஆயிரம் ஆண்டுகளாக தொடர்ந்து ஏற்பட்டுள்ள மனிதக் குறுக்கீடே காரணமாக இருக்கலாம் என்று தோன்றுகிறது!

குறிப்புகள்:

1. Penguin History of India, Romila Thapar. Penguin 2002.
2. The Story of India, Michael Wood. BBC World Wide, 2007 (as Translated by Dr Sivakkolundu.)
3. The Sanskrit Language, Thomas Burrow. Faber & Faber 1955; 'Rigvedic Loanwords', F.B.J. Kuiper, in Studia Indologica, 1955.
4. The Commerce and Navigation of the Erythaean sea and Ancient India as described by Ktesias the Knidian, John W. McCrindle. Westminister Edition 1901. Reprinted by Eastern Book House 1987.
5. http://www.archbase.com/berenike/english6.html
6. Ancient India as Described in Classical Literature, John W. McCrindle. Westminister Edition 1901. Reprinted by Eastern Book House, 1987.
7. ஏசு கிறிஸ்து வாழ்ந்த காலத்தில் எபரேயமொழி (Hebrew) மக்கள் பேசும் மொழியாக இருக்கவில்லை. எபிரேய மொழியின் பங்களிப்பென்பது நம்நாட்டில் இன்று சமஸ்கிருத மொழியின் பங்களிப்பைப் போன்று இருந்தது. நம் நாட்டில் முறையான பயன்பாட்டிற்கு மட்டுமே சமஸ்கிருதம் உபயோகப்படுத்தப்படுகிறது. இந்தியாவில் பிராகிருத மொழியை அன்றாட வாழ்வில் பேசுவதைப்போன்று பாலஸ்தீனத்தில் மக்கள் அரமைக் மொழியைப் பேசிவந்தார்கள். நவீன இஸ்ரேல் நாட்டில் எபரேய மொழிக்கு மீண்டும் புத்துயிர் ஊட்டப்பட்டு, அது பேச்சுமொழியாய் பயன்படுத்தப்படுகிறது.
8. A History of South-East Asia by D.G.E. Hall, 4th edition, Macmillan, 1981.
9. 'மூன்று இராஜியங்களின் நினைவுகள்' என்று அதற்குப் பொருள்.
10. 'Maritime Heritage of Orissa', Atul Pradhan, Utkal University (Taken from the official website of Orissa State Government).
11. http://news.bbc.co.uk/2/hi/south_asia/4302115.stum & http://news.bbc.co.uk/2/hisouth_asia/4312024.stm
12. The World Economy: Historical Statistics, Angus Maddison. OECD 2003.
13. 'The Sewn Boats of Orissa', Eric Kentley, in 'Maritime Heritage of India', (ed) K.S. Behara, ABI, 1999.
14. Travels of Fa-Hian and Sung-Yun, (Trans.) Samuel Beal, Trubner & co., London, 1869. Reprinted by Asian Educational Services, 2003.
15. 2011ஆம் ஆண்டில் நான் சென்று பார்த்தபோது இரும்புத்தூணில் சில இடங்களில் திட்டுதிட்டாகத் துரு படிந்திருந்ததைப் பார்த்தேன்.

அவை சிறிய அளவில் மேலோட்டமாகத்தான் இருந்தன. அமில மழையின் காரணமாக இரும்புத்தூண் பாதிக்கப்படலாம்.

16. Travels of Fa-Hian and Sung-Yun, (trans) Samuel Beal, Trubner & co, London, 1869. Reprinted by Asian Education Services, 2003.
17. 'Pleasure and Culture,' Shonaleeka Kaul, in Anciant India: New Research, (ed) Upinder Sing and Nayanjot Lahiri, OUP, 2009.
18. The Travels, Marco Polo, (trans) R. Latham. Penguin, 1958.
19. அந்த அறிக்கை, அதே இடத்தில் நடைபெறும் 'மகாமேளா' என்ற நிகழ்ச்சியைப் பற்றியதாக இருக்கலாம். மகாமேளா, கும்பமேளாவைக் காட்டிலும் சிறிய ஒரு நிகழ்வு; ஆண்டுதோறும் நடைபெறுவது. யுவாங்சுவாங் விவரித்திருப்பதைப் பார்க்கும்போது அவர் கும்ப மேளாவைப் பற்றிதான் குறிப்பிடுகிறார் என்று தோன்றுகிறது.
20. Buddhist Records of the 'Western World' by Hiuen-Tsiang. (trans) Samuel Beal, 1884. Reprinted by Oriental Books, 1969.
21. ''Nagappattinam to Suvarnadwipa'', K.Kesavapany et al., ISEAS, 2009.
22. Kalhana- the Chronicler, K.N. Dhar, Shri Parmanand Research Insitute, Srinagar (http://www.Koausa.org/Glimpses/Kalhana.html). Kalhana's Rajataringini: A Chronicle of the kings of Kashmir, vol I Elibron Classics, Adamant Media, 2005.
23. The Penguin History of Early India, Romila Thapar, Penguin 2002.

5

சிந்துபாத் முதல் ஸெங்-ஹி வரை

பேரரசர் ஹர்ஷர் தன் சாம்ராஜியத்தை ஒருங்கிணைத்துக் கொண்டிருந்தபோது யுவான்– சுவாங் தன் பயணத்தைத் தொடங்கினார். அதே சமயத்தில் முற்காலத்தில் ஒரு வணிகராக இருந்து வந்த முகமது (நபிகள் நாயகம்) சில நிகழ்வுகளைத் தொடங்கி வைத்தார். அவர் தொடங்கிவைத்த செயல்கள் அரேபியாவின் அரசியலிலும், சமயக் காட்சியிலும் வியக்கத்தக்க மாற்றங்களை ஏற்படுத்தியதுடன் உலக அரங்கிலும் பெரிய மாற்றங்களை ஏற்படுத்தின. கி.பி. 632ஆம் ஆண்டு இறைதூதர் முகமது இயற்கை எய்திய சமயத்தில் அரேபிய தீபகற்பத்தின் பெரும்பகுதி அவருடைய கட்டுப்பாட்டில்தான் இருந்துவந்தது. இருப்பினும், ஒரு நூற்றாண்டுக்குள், அவரைப் பின்பற்றியவர்கள், ஐபீரிய தீபகற்பத்திலிருந்து (ஸ்பெயின், போர்ச்சுகல், அன்டோரா மற்றும் ஜிப்ரால்ட்டர் – ஆகியவை அடங்கியது) மத்திய ஆசியா வரை பரவியிருந்த ஒரு பேரரசை நிறுவிவிட்டனர். எட்டாம் நூற்றாண்டில் அரேபியர்கள் ராஜா தஹீர் என்பவரைத் தோற்கடித்து சிந்து பகுதியில் ஒரு பற்றிடத்தைத் தக்கவைத்துக் கொண்டனர்.

முஸ்லீம்கள் இந்துப்பகுதியை வெற்றிகொண்டது இந்தியாவின் மையப்பகுதியில் எந்தத் தாக்கத்தையும் ஏற்படுத்தவில்லை. அரேபியர்கள் மேற்கொள்ள நினைத்த விஸ்தரிப்பு முயற்சிகள் கூர்ஜர, பிரதீகர அரசுகளால் தடுத்து நிறுத்தப்பட்டன. (கூர்ஜர அரசுதான் "குஜராத்" – என்ற பெயர் ஏற்படக் காரணமாக இருந்தது). அரேபிய வரலாற்றாசிரியர்கள், இந்திய குதிரைப்படையைக் குறிப் பிட்டுப் பாராட்டியுள்ளனர். வளர்ந்துவந்த இராஜபுதன இராணுவ வகுப்பினர் எதிர்த்தாக்குதல் நடத்தினர். கி.பி. பத்தாம் நூற்றாண்டு வரை ஆஃப்கானிஸ்தான் தொடர்ந்து இந்து ஷாகிகளால் ஆளப் பட்டு வந்தது. எனவே இஸ்லாம் தோன்றி பல நூற்றாண்டுகள் சென்றபின்பும், அந்த சமயத்திற்கும், இந்தியாவுக்குமிடையே இருந்த தொடர்பு போர்களில் பெற்ற வெற்றிகளால் ஏற்படவில்லை. மாறாக அந்தத் தொடர்பு வணிகத்தால் ஏற்பட்டது.

சிந்துபாத் - இன் காலம்

இஸ்லாமிய சமயத்தின் தோற்றத்திற்கு முன்பே அரேபியர்கள் இந்தியாவுடன் மும்முரமாக வணிகத்தில் ஈடுபட்டு வந்தார்கள். கி.பி. ஏழாம் நூற்றாண்டின் தொடக்கத்திலிருந்தே இந்தியாவின் மேற்குக் கடற்கரைத் துறைமுகங்களுக்கு, கீழை ரோமானியப் பேரரசு, பாரசீகம், யேமன், ஓமன், எத்தியோப்பியா – போன்ற நாடுகளைச் சேர்ந்த வணிகர்கள் வந்து கொண்டிருந்தார்கள். மெக்காவிலிருந்து வணிகர்கள் இங்கு வந்தார்கள். இந்தியாவுக்கு வந்த பல வணிகர்களை முகமது நேரடியாகத் தெரிந்து வைத்திருக்க வாய்ப்புகள் உண்டு. கேரளாவில் இருக்கும் "சேரமான் ஜீமா மசூதி" கி.பி. 629இல் தேற்றுவிக்கப்பட்டதாகக் கூறப்படுகிறது. அது உண்மையாக இருப்பின் அந்த மசூதிதான் இந்தியாவிலேயே மிகவும் பழமையானது. உலகின் இரண்டாவது பழைய மசூதியுமாகும்![1] அது கட்டப்பட்ட தேதியை நம்மால் நிரூபிக்க இயலாவிட்டாலும், அந்த மசூதி மிகவும் பழமையானது என்பதும், பல நூற்றாண்டு களுக்கு முன்பே கட்டப்பட்டது என்பதும் உண்மை. ஆதிகால முஸாரிஸ் நகருக்கு அருகில் அந்த மசூதி அமைந்துள்ளது. முன்பு எடுக்கப்பட்ட புகைப்படங்களைப் பார்க்கும்போது அம்மசூதி, கோயில் கட்டட அமைப்பை ஒட்டியே இருந்து வந்துள்ளது தெரிகிறது. வருந்தத்தக்கச் செய்தி என்னவென்றால் 1984ஆம் ஆண்டில் பழைய கட்டடத்திற்கு பதிலாக, கவிகை மாடங்களும், கூர்கோபுரங்களும் உடைய ஒரு புதிய கட்டடம் கட்டப்பட்டு விட்டது. ஒரு மசூதிக்குரிய வழக்கமான இஸ்லாமிய அமைப்பை ஏற்படுத்த அவ்வாறு செய்யப்பட்டது. அவ்வாறு செய்தது மன்னிக்க

முடியாத ஒரு காட்டுமிராண்டித்தனம். சுற்றுலாப் பயணிகளைக் கவருவதற்காக பழங்கால அமைப்பை மீண்டும் உருவாக்கப் போவதாக ஒரு பேச்சு இருந்துவருகிறது. ஒருக்காலும் அது பழைய தோற்றத்தைப் பெறப் போவதில்லை.

பாக்தாத்தை தலைமையிடமாகக் கொண்டு இஸ்லாமிய பேரரசு உருவாக்கப்பட்டவுடன் அரேபியர்கள் மிக அதிகமான வணிக மையங்களைத் தங்கள் கட்டுப்பாட்டின் கீழ் கொண்டு வந்தனர். மத்தியதரைக் கடலைக் கடந்து, சகாரா பாலைவனத்தில் ஒட்டகங்களில் பயணம் செய்து, சீனப் பட்டுத் துணிகளைக் கொண்டுவந்து மத்திய ஆசியக் கடைவீதிகளில் விற்றனர். மேலும் அடிமைகளை வாங்கிவர கிழக்கு ஆப்பிரிக்கக் கடற்கரை பகுதிகளுக்கும் சென்றனர். அது நடைபெற்ற காலம் கடற்பயணி சிந்துபாத்–இன் காலம். "ஆயிரத்தியொரு இரவுகள்" என்ற கதைகள், உண்மையில் கதைகளாகவே இருந்திருந்தாலும், அவற்றில் அக்காலத்தின் இனிமையான உணர்வுகள் இருக்கத் தான் செய்கின்றன.

பஸ்ரா துறைமுகம், தலைநகர் பாக்தாத்–க்கு மிக அருகாமையில் இருந்ததால், பேரரசின் மிக முக்கியமான வியாபாரக் கேந்திரமாக மாறியது. வணிகத்தில் பெரும்பங்கு வகித்தவர்கள் இந்தியர்கள் என்பதால் அரேபியர்கள் பஸ்ரா துறைமுகம் அல்–ஹிந்த்[2]–க்கு உரியது என்று பேசிக்கொண்டார்கள். வாசனாதி திரவியங்கள், உணவுக்கு சுவையூட்டும் பொருட்கள், இஞ்சி, துணி மணிகள், மருந்துப்பொருட்கள் போன்றவை வணிகத்தில் ஈடுபடுத்தப்பட்ட முக்கியமான பொருட்கள். 'சிந்து– அரேபியர்களால் வெல்லப்பட்டுவிட்டதால் அங்கிருந்து அதிக எண்ணிக்கையில் அடிமைகள் கொண்டு செல்லப்பட்டனர்.[3] அந்தக் காலத்தில் இந்தியாவிலிருந்து மிகவும் அதிகமாக ஏற்றுமதி செய்யப்பட்ட பொருள் இரும்பினால் ஆன வாட்கள் என்பது நம் ஆர்வத்தைத் தூண்டுவதாக உள்ளது. அக்காலத்தில் இந்தியா உலோகத் தொழில் நுட்பத்தில் புகழ்பெற்ற ஒரு நாடாக இருந்து வந்தது. ஆரம்பகால இஸ்லாமிய இராணுவத்தினால் இந்தியாவில் தயாரிக்கப்பட்ட வாட்களையே பயன்படுத்தினார்கள்.[4] சிலுவைப் போர்கள் நடைபெற்ற காலத்தில்கூட இந்தியாவில் தயாரிக்கப் பட்ட வாட்களையே இஸ்லாமிய வீரர்கள் பயன்படுத்தினார்கள். புகழ்பெற்ற 'டமாஸ்கஸ் வாள்' இந்தியாவிலிருந்து தான் இறக்குமதி செய்யப்பட்டது அல்லது அதைத் தயாரிக்க இந்தியத் தொழில் நுட்பம் பயன்படுத்தப்பட்டது.

தென்கிழக்கு ஆசியாவில் இருந்தது போன்றே இந்திய வணிகர்கள் அரபிக் கடலோரத் துறைமுகங்களிலும், பாரசீக

வளைகுடாவின் துறைமுகங்களிலும், வணிக முக்கியத்துவம் வாய்ந்த உள்நாட்டு நகரங்களிலும் பரவியிருந்தார்கள். ஒன்பதாம் நூற்றாண்டில் அபு ஸயத் இவ்வாறு குறிப்பிடுகிறார். "இந்துக்கள் "சிராஃப்"க்கு வந்தார்கள். (சிராஃப் ஓரிடம்); அப்போது ஒரு அரேபிய வணிகர் அவர்களை விருந்திற்கு அழைத்தால், நூற்றுக் கணக்கில் வந்து கலந்து கொள்வார்கள்."[5] இதுபோலவே அரேபிய வணிகர்கள் அதிக எண்ணிக்கையில் இந்தியாவின் மேற்குக் கடற் கரைத் துறைமுகங்களுக்கு வந்தார்கள். இந்திய அரசர்கள் அந்த அரேபிய வணிகர்களை வரவேற்று, மசூதிகளை கட்டிக்கொள்ளவும் அவர்களை அனுமதித்தனர் என்று 'மசூதி' என்பவர் தெரிவிக்கிறார். குறிப்பாக சாய்மூர் மாவட்டத்தில் பத்தாயிரம் முகமதியர்கள் வந்து குடியமர்ந்தனர் என்று கூறுகிறார் மசூதி. ஓமன், பஸ்ரா, சிராஃப், பாக்தாத் போன்ற இடங்களிலிருந்து வந்த வணிகர்கள் இங்கேயே நிரந்தரமாகத் தங்கிவிட்டார்கள். தெற்கே கேரளவில் நிறைய அரபுக் குடியிருப்புகள் இருந்தன. அங்கிருந்து வந்த அரேபிய முஸ்லிம் வணிகர்கள், கேரளத்தில் மதம் மாறியவர்களுடன் இரண்டறக் கலந்துவிட்டார்கள். அவர்களின் வழித் தோன்றல்கள்தான் மாப்ளா முஸ்லிம்கள். 'மாப்பில்லாக்கள்' என்றும் இவர்களை அழைப்ப துண்டு. இன்று கேரள மக்கள் தொகையில் இருபத்தைந்து விழுக் காடு இவர்களாகத்தான் இருக்கிறார்கள்.[6] இந்நிகழ்ச்சிக்குத் தலைகீழ் திருப்பமாக 1970ஆம் ஆண்டிலிருந்து அதிக எண்ணிக் கையில் மாப்ளா முஸ்லிம்கள் எண்ணெய் வளமிக்க அரபு நாடுகளுக்குக் கேரளத்திலிருந்து சென்று கொண்டிருக் கிறார்கள். மக்களின் நகர்வு தொடர்கிறது.

சற்று நகர்ந்து வடக்கே வருவோம். முன்னொரு காலத்தில் ஆற்றல்மிக்க ஸொராஸ்ட்ரிய சம்பிரதாயத்தை குஜராத் மாநிலம் ஆதரித்து வந்தது. நாம் இரண்டாம் அத்தியாயத்தில் பார்த்தது போல் இந்த ஸொராஸ்ட்ரிய சம்பிரதாயம் ரிக்வேத மக்களுடன் தொடர்புடையது. பதினைந்து நூற்றாண்டுகளுக்கும் மேலாக ஸொராஸ்ட்ரிய சமயம் பாரசீகத்தின் முக்கிய சமயமாக இருந்துள்ளது. இஸ்லாமியர்கள் பாரசீகத்தை வென்றபின் அந்த சமயம் மறையத் தொடங்கியது. இஸ்லாமிய அடக்குமுறைக்குத் தப்பிய ஒரு சிறு ஸொராஸ்ட்ரியக் குழுவினர் எட்டாம் நூற்றாண்டில் பாரசீகத் திலிருந்து குஜராத்துக்கு வந்தார்கள். "குய்ஸா–இ. சன்ஞன்" என்பவரின் கூற்றுப்படி[7] அப்போதிருந்த உள்நாட்டு அரசர் குஜராத்தி மொழியைத்தான் பேசவேண்டும் என்ற நிபந்தனை யுடன் அவர்களைக் குடியேற அனுமதித்தார். அவர்கள் ஆயுதங் களையும் தவிர்த்துவிட வேண்டுமென்று அரசர் நிபந்தனை விதித்தார்.

ஆனால் தங்கள் சமயத்தைப் பின்பற்றுவதில் அவர்களுக்கு சுதந்திரம் அளிக்கப்பட்டது. அந்த மக்களின் வழித்தோன்றல்கள் தான் பார்ஸிக்கள். இவர்கள் ஒன்பதாம் நூற்றாண்டில் குஜராத் திலிருந்து, மராட்டிய மாநிலத்தில் புலம்பெயர்ந்து சென்றார்கள். பிரிட்டிஷ்காரர்களின் கப்பல்களைச் செப்பனிடவும், புதிய கப்பல்களைக் கட்டவும் அவர்கள் மும்பய்க்குச் சென்றார்கள். அந்த பார்சி–க்களில் சிலர் பிரிட்டிஷ் கட்டுப்பாட்டில் இருந்துவந்த ஹாங்காங் சென்று, சீனாவுடன் அபின் வியாபாரத்தில் ஈடுபட்டு கணக்கற்ற பணம் சம்பாதித்தனர். அவ்வாறு சம்பாதித்த பணத்தை திரும்பவும் மும்பையில் கொண்டுவந்து கொட்டி, மிகப்பெரிய வணிக நிறுவனங்களையும், தொழிற்சாலைகளையும் நிறுவினார்கள். இன்று நாட்டின் வெற்றிகரமான தொழில்முனைவோர்களாக இருந்து வருகிறார்கள்.

அந்த காலகட்டத்தில் மத்திய கிழக்கு நாடுகளில் பலவிதமான இந்தியக் குழுவினர் இருந்து வந்தனர். அடிமைகள், வணிகர்கள் தவிர கூலிப்படையினரும் இருந்து வந்தனர். பஞ்சாபைச் சேர்ந்த மோஹியல் பிராமணர்களின் கூற்றுப்படி கி.பி. 680இல் அந்த பிராமணர்களின் மூதாதையர்களில் சிலர், இராக் நாட்டில் கர்பாலா என்ற இடத்தில் நடந்த சண்டையில், “ஹுஸை”–னுக்காகப் போரிட்டு இறந்துள்ளனர். இதனால்தான் இந்த பிராமணக் குழுவினர் ஹுஸைனி பிராமணர்கள் என்று அழைக்கப்படுகிறார்கள். ‘முஹரம்’ நாளன்று துக்கம் அனுஷ்டிக்கப்படும்போது ஹுஸைனி பிராமணர்கள் ஒவ்வொரு ஆண்டும் ‘ஷியா’ முஸ்லிம்களுடன் சேர்ந்துகொள்கின்றனர்.[8] மனித வரலாறு இப்படிப் பல திருப்பங் களும், திருகல்களும், நிறைந்தது.

அதே சமயத்தில் மத்திய இந்தியாவிலிருந்து ஒரு குழுவினர் மேற்கு நோக்கிப் பயணம் செய்து, மத்திய கிழக்குப் பகுதியைக் கடந்து ஐரோப்பாவுக்குச் சென்றனர். இன்று நாம் அவர்களை ஜிப்சிக்கள் என்றும் “ரோமா” என்றும் அழைக்கிறோம். ‘ரோமா’ குழுவினருக்கும் இந்தியாவுக்கும் இடையிலான தொடர்பு குறித்து மொழியடிப்படையிலும், கலாச்சார அடிப்படையிலும் நீண்ட விவாதங்கள் நடைபெற்று வருகின்றன. ஆனால் அவர்களுக்கும் இந்தியாவுக்குமிடையே ஒரு தொடர்பு இருப்பதை மரபியல் ஆய்வுகள் உறுதிசெய்துள்ளன.[9] அந்தக் குழுவினர் இந்தியாவை விட்டு ஏன் வெளியேறினார்கள் என்பது நமக்குத் தெரியவில்லை. சிந்து–வில் துருக்கியர்களையும், அரேபியர்களையும் எதிர்த்துப் போரிட்ட கூர்ஜர–பிரத்தீஹூர இராணுவத்தின் எஞ்சிய வீரர்களாக ‘ரோமா குழுவினர் இருப்பதற்கான வாய்ப்புள்ளது. மாறாக

அவர்கள் சுற்றித்திரியும் ஒரு குழுவினராக ஆரம்பத்திலேயே இருந்து வந்து, சந்தர்ப்பவசத்தால் மேற்கு நோக்கி நகர்ந்திருக்கலாம். 1971ஆம் ஆண்டு உலக ரோமானி மாநாடு லண்டன் அருகே நடைபெற்றது. அந்த மாநாட்டில் ரோமானிகள் தங்கள் நாடோடி தேசத்தின் கொடியாக, நீல பச்சை வண்ணங்கள் சேர்ந்த ஒரு கொடியைத் தேர்ந்தெடுத்தார்கள். அக்கொடியின் மையத்தில் "சக்ரவர்த்தி"-யின் அடையாளமான சக்கரத்தை வைத்தார்கள். ஒரு வழியில் பார்க்கும் போது ரோமானி-களுக்கு இந்த சக்கர அடையாளம் மிகவும் பொருத்தமானது. அவர்கள் எல்லா திசைகளிலும் சுற்றிக்கொண்டிருப்பவர்கள்!

இந்தியர்கள் வெளியுலக நாடுகளோடு மட்டும் பொருட்கள், மனிதர்கள், கருத்துகள் – போன்றவற்றை பரிமாறிக்கொள்ளவில்லை. நாட்டுக்குள்ளேயே பல பரிமாற்றங்கள் நடந்துள்ளன. நாட்டின் ஒரு பகுதியில் தோன்றிய கருத்துக்கள் வேறு பகுதிகளுக்கு வேகமாகப் பரவின. எடுத்துக்காட்டாக எட்டாம் நூற்றாண்டில் தோன்றிய தத்துவஞானி ஆதிசங்கரர் நாட்டின் தென்கோடியில் உள்ள கேரளத்தைச் சேர்ந்தவர். ஆனால் அவர் இந்தியா முழுவதும் பயணம் செய்தார். அவருடைய கருத்துக்கள் இந்தியத் துணைக் கண்டம் முழுவதும், அதற்கு அப்பாலும் பரவின.

அதேபோல், துர்காவையும், அவளது பல்வேறு வடிவங் களையும் வழிபாடு செய்யும் "சக்தி வழிபாடு" முற்காலத்தில் கிழக்கு மாநிலங்களான வங்காளத்திலும், அஸ்ஸாமிலும் தோன்றியது. இருப்பினும் வரலாற்றின் மையகாலத்திற்குள் நாடுமுழுவதும் ஐம்பத்தியிரண்டு சக்தி பீடங்கள் நிறுவப்பட்டன.[11] (சக்தி பீடங்கள் என்பது சக்தி வழிபாட்டுத் தலங்கள்). அஸ்ஸாமின் காமாக்கியா – விலிருந்து பலுச்சிஸ்தானின் ஹிங்லஜ் வரை கிழக்கு மேற்கிலும், ஹிமாச்சல் பிரதேசத்தின் ஜ்வாலமுகி-யிலிருந்து ஸ்ரீலங்காவின் ஜாஃப்லி வரை வடக்கு-தெற்கிலும், சக்தி பீடங்கள் தோன்றின. தென்கிழக்கு ஆசிய நாடுகளில் கூட சக்தி வழிபாட்டுத் தலங்கள் இருக்கின்றன. மகிஷாசுரன் என்ற அசுரனை வீழ்த்திய துர்கா தேவியின் கோயில் இந்தோனீஷியா நாட்டின் மத்திய ஜாவா தீவில், பிராம்பணன் கோயில் வளாகத்தில் உள்ளது. கல்லில் செதுக்கப் பட்டுள்ள, கொல்கத்தா துர்காதேவியின் சிலையுருவம் குறிப் பிடத்தக்க ஒன்றாகும். நவீன கொல்கத்தா நகரில் ஆண்டுதோறும் நடைபெறும் துர்கா பூஜை காண வேண்டிய ஒன்று.

துருக்கியர் படையெடுப்பு:

பதினொன்றாம் நூற்றாண்டின் தொடக்கம்வரை, இந்தியத் துணைக்கண்டத்தில், வாழ்க்கை கடந்த காலங்களின் தொடர்ச்சி யாகவே இருந்துவந்தது. தென்நாட்டுத் துறைமுகங்களில் கடல் வாணிபம் செழித்தோங்கியது. உயர்கல்வி பெறுவதற்காக பன்ன நாட்டு அறிஞர்கள் நாளந்தா பல்கலைக்கழகத்திற்கு வந்து குவிந்த வண்ணம் இருந்தனர். கட்டடக்கலையிலும் தொழில்நுட்பங்களிலும் மாறுபாடுகள் இருந்தன. ஆனால் பொதுவாகப் பார்க்கும்போது, துணைக்கண்டத்தின் நகரங்கள் ஆயிரம் ஆண்டுகளுக்கு முன் எப்படி இருந்தனவோ அதேபோன்று தான் இருந்துவந்தன. ஆனால் நாடு, ஒரு மிகப்பெரிய மாற்றத்தை எதிர்கொள்ளக்கூடிய வேளை வந்து சேர்ந்தது.

பத்தாம் நூற்றாண்டின் கடைசியில், ஆஃப்கானிஸ்தானின் இந்து–பௌத்த அரசுகள் துருக்கியப் படையெடுப்பால் அழியத் தொடங்கின. கி.பி. 963ஆம் ஆண்டு இராணுவ முக்கியத்துவம் வாய்ந்த “கஜினி” என்ற ஊரை துருக்கியர்கள் கைப்பற்றி விட்டார்கள். அங்கிருந்துகொண்டு, துருக்கியர்கள் சிறிது சிறிதாக காபூலில் இருந்துவந்த இந்துக்களின் “ஷாஹி” அரசை கபளீகரம் செய்து, அங்கிருந்த இந்துக்களை பஞ்சாபிற்குள் தள்ளிவிட்டனர். ஷாஹி மக்கள் பல ஆண்டுகள் துருக்கியர்களுடன் போரிட்டுத் தோற்றார்கள். கடைசியில் 1001ஆம் ஆண்டு நவம்பர் 27ஆம் நாள், பெஷாவர் அருகே நடைபெற்ற சண்டையில் ஷாஹிக்கள் முகமது கஜினியால் முற்றிலுமாக முறியடிக்கப்பட்டார்கள். ‘ஷாஹி அரசர் ஜெயபாலா, பொறுப்புகளை தன் மகனிடம் ஒப்படைத்துவிட்டு, தீமூட்டி அதில் தானே விழுந்து தற்கொலை செய்துகொண்டார்’[11] ஷாஹிக்கள் தொடர்ந்து போரிட்டதால் அவர்கள் இராணுவம் பலமிழந்துவிட்டது. அவர்களால் மேற் கொண்டு எதுவும் செய்ய முடியவில்லை.

அடுத்த இருபத்தைந்து ஆண்டுகளில் கஜினி முகமது பதினேழு (17) முறைகள் இந்தியாவின்மீது படையெடுத்தான். அவனுடைய பல படையெடுப்புகள், மதுரா, நாகர்கோட் போன்ற செல்வச் செழிப்புமிக்க கோயில் நகரங்களின் மீதே நடத்தப்பட்டன. பழி பாவத்திற்கஞ்சாத அவனுடைய தாக்குதல் கி.பி. 1026ஆம் ஆண்டு குஜராத்தின் சோமநாதபுரத்தின் மீது தொடுக்கப்பட்டது. அந்த ஒரு தாக்குதல் மட்டுமே ஐம்பதாயிரம் வீரர்கள் உயிரிழக்கக் காரணமாக இருந்தது. அதனால் கஜினி முகமதுவுக்கு இருபது மில்லியன் திராம் மதிப்புள்ள தங்கமும், வெள்ளியும், இரத்தினங்களும்

கிடைத்தன. சோமநாதபுரம் கோயில்மீது பலமுறை தாக்குதல்கள் நடத்தப்பட்டு, பலமுறை அக்கோயில் மீண்டும் கட்டப்பட்டுள்ளது. இருப்பினும் முகமது கஜினியால் தொடுக்கப்பட்ட தாக்குதலே இன்றுவரை நினைவில் நிற்கிறது.

இன்று அது இருக்குமிடத்தில் நின்றுகொண்டிருக்கும் சோமநாதபுரம் கோயில் 1950-களில் கட்டப்பட்டது. இந்தியக் குடியரசால் முதன்முதலில் மேற்கொள்ளப்பட்ட கட்டடப்பணி சோமநாதபுரம் கோயில்தான். அது ஒன்றே அதன் முக்கியத் துவத்தை உணர்த்தக்கூடியதாக உள்ளது. கடற்கரையில் கம்பீரமாக நின்றுகொண்டிருக்கும் அக்கோயிலில் இருந்துகொண்டு தீபாரா தனையைப் பார்த்துக்கொண்டே சூரிய அஸ்தமனத்தையும் கண்டு களிக்கலாம். வரலாற்றின் மைய காலத்தில் நடைபெற்ற அந்த கொடூரம் இன்னும் அப்பகுதியில் நிழலாடிக்கொண்டுதான் இருக்கிறது. அந்த இடத்திலிருந்து அரை கிலோமீட்டர் தூரத்தில் தான் பாண்டவர்களில் ஒருவனான அர்ஜுனன் கிருஷ்ணனுக்கு அந்திமக் கிரியைகளை செய்தான் என்று சொல்லப்படுகிறது. அந்த இடத்தில் மூன்று நதிகள் கடலில் சங்கமமாகின்றன. அதில் ஒன்றுக்கு சரஸ்வதி என்று பெயரிடப்பட்டுள்ளது.

துருக்கியர்களின் படையெடுப்புக்குக் காரணம் சமயவெறியும், கொள்ளையடிக்க வேண்டுமென்ற பேராசையும்தான். இவைகளை விட முக்கியமானது அடிமைகளைக் கொண்டு செல்ல வேண்டும் என்ற எண்ணம்தான் என்பதை நாம் மறந்துவிடக் கூடாது.[12] அதன் பிறகு சில நூற்றாண்டுகளில் பல்லாயிரக்கணக்கான இந்திய அடிமைகள் – குறிப்பாக மேற்கு பஞ்சாபிலிருந்தும் சிந்து-விலிருந்தும், ஆஃப்கானிஸ்தானுக்கு முதலில் கொண்டுசெல்லப்பட்டு, பின் அங்கிருந்து வெளிநாடுகளுக்கு அனுப்பப்பட்டு, மத்திய ஆசியாவின் கடை வீதிகளிலும், மத்திய கிழக்கு நாடுகளின் கடைவீதிகளிலும் விலைக்கு விற்கப்பட்டார்கள். ஆஃப்கானிய மலைப்பகுதியில் நிலவிய குளிருக்குப் பழக்கப்படாத அந்த அடிமைகளில் பலர் அதிக எண்ணிக்கையில் உயிரிழந்தனர். அதனால்தான் அங்குள்ள மலைத்தொடர் "இந்துகுஷ்" மலைத்தொடர் எனப்படுகிறது. அதாவது இந்துக்களைக் கொல்லும் மலைத்தொடர்.

முகமது கஜினியின் தாக்குதல் அதிர்ச்சியளிக்கத்தான் செய்தாலும், வெளிநாட்டவர்களின் ஆக்கிரமிப்பை மௌரியர்களும், குப்தர்களும் முறியடித்ததற்குச் சமமான ஒரு எதிர்தாக்குதல் அப்போது இல்லை. வட இந்தியாவில் கடைசியாக இருந்துவந்த இந்து சாம்ராஜியம், கூர்ஜர-பிரதிஹரர்களின் சாம்ராஜியம்தான்.

அந்த சாம்ராஜியம் உடையத் தொடங்கியதும் இந்திய நாகரிகத்தின் மையம் விந்தியமலைக்குத் தெற்கே மாறிவிட்டது. அந்த சமயத்தில் மிகவும் ஆற்றல்மிக்கதாக இருந்த பேரரசு நாட்டின் தென் கோடியில் இருந்த சோழப் பேரரசு. அது நாட்டின் வடமேற்கே நடப்பவை குறித்து கவலைப்படவில்லை. இதற்கிடையில், கங்கை சமவெளியின் மேலாதிக்கத்திலிருந்து விடுபட்ட மத்திய இந்தியா பொருளாதாரத்திலும், கலாச்சாரத்திலும் மேலோங்கிய நிலையில் இருந்துவந்தது. வரலாற்றில் குறிப்பிடத்தக்க போஜராஜனும், புந்தேல்கன்டின் சந்தேலர்களும் மத்திய இந்தியாவை ஆண்டு வந்தார்கள். போஜ ராஜன் சிறந்த போர்வீரன் மட்டுமின்றி பேரறிஞனாகவும் விளங்கியவன். புந்தேல்கன்டின் சந்தேலர்கள் தான் 'கஜுரஹோ' கோயிலைக் கட்டியவர்கள்.

வரலாற்றாசிரியர்கள் போஜ ராஜனை அலட்சியப் படுத்தினாலும், அந்த மன்னனின் கதைகளும், அவனைப் பற்றியப் பாடல்களும் இன்றும் மத்திய இந்தியாவில் வழக்கத்தில் இருந்து வருகின்றன. அக்கதைகளின் உண்மைத் தன்மையை சரிபார்க்க நம்மால் இயலாவிட்டாலும், இந்திய நில அமைப்பில் அவனது முக்கியத்துவத்தை நம்மால் மறுக்கமுடியாது. அவன் பலமுறை துருக்கியத் தாக்குதல்களை சமாளித்து அவர்களை பின் தள்ளி யிருக்கிறான்; சோமநாதபுரம் கோயிலை மீண்டும் கட்டினான். மத்தியப் பிரதேச மாநிலம் 'மாண்டு' என்ற இடத்தில் உலகிலுள்ள கோட்டைகளிலேயே மிகப்பெரிய கோட்டையைக் கட்டினான். என்றாலும் கண்ணுக்குத் தெரிய அவன் விட்டுச் சென்ற பொக்கிஷம் அல்லது நினைவுச் சின்னம் ஒரு மிகப்பெரிய ஏரி. மண் அணையைப் பயன்படுத்தி போபால் நகரில் போஜன் அந்த ஏரியை உரு வாக்கினான். போபால் நகரத்திற்கு அந்தப் பெயர்வரக் காரணமே "போஜன்" தான்.

1984ஆம் ஆண்டு ஏற்பட்ட துயரமிக்க விஷவாயுக் கசிவுக்கு முன் புகழ்மிக்க அந்த ஏரிதான் நன்நீர் ஆதாரமாக இருந்துவந்தது. ஆயிரம் ஆண்டுகளுக்குப் பின்பு இன்றும் அந்த ஏரி இருந்து வருவது அந்தக்காலத்து, அதாவது வரலாற்றின் மையகாலத்துப் பொறியாளர்களின் திறமைக்கு ஒரு சான்று. மால்வா பீடபூமியில் பெரிய ஏரிகள் நன்கு செயல்படும் என்பதற்கு போபால் ஏரியை நாம் உதாரணமாகக் கூறலாம். வண்டல் மண்ணும், நிலஅதிர்வுகளும் மற்றபகுதிகளில் ஏரிகளை உருவாக்குவதில் இடையூறுகளாக இருக்கின்றன.

மத்திய இந்தியாவுக்கு வடக்கே இருந்த புந்தேல்கன்டின் சந்தேலர்கள் கூர்ஜர–பிரதிஹரா அரசுக்கு கப்பம் செலுத்தும் சிற்றரசர்

களாக இருந்தனர். கூர்ஜர–பிரதிஹர அரசு சரிவடைந்ததும், சந்தேலர்கள் தங்களுக்கென்று ஒரு தனி அரசை உருவாக்கிக் கொண்டார்கள். இது பத்தாம் நூற்றாண்டில் நடந்தது. அவர்கள், தங்களுடைய வெற்றிகளைக் கொண்டாட புகழ்மிக்க கஜுராஹோ கோயில்களைக் கட்டினார்கள். இன்று அக்கோயில்கள் உலக மரபுச் சின்னமாக யுனெஸ்கோ–வால் பராமரிக்கப்பட்டு வருகின்றன. இங்குள்ள “கண்டாரிய மகாதேவ்” கோயில், சந்தேலர்கள் முகமது கஜினியைத் தோற்கடித்து, போரில் வெற்றிபெற்றதைக் கொண்டாடு வதற்காகக் கட்டப்பட்டது.

கஜுராஹோவில், சில கோயில்கள், காம உணர்வுகளைத் தூண்டும் சிற்பங்களைக் கொண்டிருப்பதை சிலர் எப்போதும் விவாதித்துக் கொண்டிருக்கிறார்கள். இருப்பினும் ஒருவர் உண்மையில் அங்கு சென்று சிற்பங்களைப் பார்வையிடும்போது, மிக அழுத்தமாக நம் மனதில் பதிவது சிங்கங்களின் அல்லது சிங்கம்–போன்ற யாளி–களின் சிற்பங்கள்தான். அந்த சிங்கங்கள் சந்தேலா போர் வீரர்களுடன் அல்லது வீராங்கனைகளுடன் நேரடியாகப் போரில் ஈடுபட்டிருப்பதுபோல் சிற்பங்கள் உருவாக்கப் பட்டுள்ளன. மௌரிய மன்னர்களைப் போன்றே சந்தேலர்களும் அதிகாரத்தின் அடையாளமாக சிங்கங்களைப் பயன்படுத்த விரும்பினர். இங்கு நாம் குறிப்பிட்டுப் பார்க்க வேண்டியது என்ன வென்றால் புலிகளின் உருவங்கள் எந்த இடத்திலும் இல்லாமல் இருப்பதுதான். இங்கு நம் ஆவலைக் கிளறுவது கஜுராஹோ–விலிருந்து இருபது நிமிடப் பயணத் தூரத்தில்தான் பன்னா புலிகள் காப்பகம் அமைந்துள்ளது என்பதுதான். இந்தியா, வரலாற்றின் மையகாலத்தில் சிங்கங்களின் நாடாகவா இருந்தது? அல்லது புலிகள், அரச அதிகாரத்தைக் காட்ட, தகுதியற்ற அடையாளங் களாக இருந்தனவா?

கஜினி முகமதுவின் படையெடுப்பிற்குப்பின் அரை நூற்றாண்டு காலத்திற்குத் துருக்கியர்கள் மேற்கு பஞ்சாபிலேயே இருந்து வந்தனர். அவர்களது அலட்சியமே அதற்குக் காரணமாக இருந்திருக்க வேண்டும். இந்த அலட்சியப் போக்கு 1192ஆம் ஆண்டில் ஒரு முடிவுக்கு வந்தது. ‘தரைன்’ என்ற இடத்தில் நடந்த இரண்டாவது போரில் முகமது கோரி என்பவன் டில்லி –ஆஜ்மீர் அரசர் பிரிதிவி ராஜ் சௌஹானைத் தோற்கடித்தான். பிதிரிவிராஜ் சௌஹான் ஒரு ராஜ்புத். ‘தரைன்’ என்ற ஊர் தற்போதைய ஹரியானா மாநிலத்தில் டில்லியிருந்து 150 கி.மீ தூரத்தில் உள்ளது.

துருக்கியர்கள் டில்லியில் இருந்துகொண்டு, தொடர்ந்து போரில் பல வெற்றிகளைப் பெற்றார்கள். இந்த வெற்றிகள் இந்தியாவின்

அரசியல், சமுதாய, நகர்ப்புற நில அமைப்பில் அடிப்படையான மாற்றங்களை ஏற்படுத்தின. 1194ஆம் ஆண்டில் வாரணாசியும், கனோஜ்–உம் துருக்கியர்களால் விழுங்கப்பட்டன. கனோஜ் அந்த சமயத்தில் வடஇந்தியாவின் மிகப்பெரிய நகரமாக விளங்கியது. துருக்கியத் தாக்குதலால் அது மீளமுடியாத அளவு சிதைவடைந்தது. அதன் பிறகு சில ஆண்டுகளிலேயே நாளந்தாப் பல்கலைக் கழகம் பக்தியார் கில்ஜி என்பவனால் முற்றிலும் அழிக்கப்பட்டது. பல்கலைக் கழகத்திலிருந்த அரிய புத்தகங்கள் கொளுத்தப்பட்டன. அந்த இடத்திலிருந்த அறிஞர் பெருமக்கள் கொல்லப்பட்டனர். படை யெடுத்துவந்த இராணுவத்துடன் இங்குவந்த 'கோர்' என்ற இடத்தைச் சேர்ந்த மின்ஹஜ்–உத்–தீன் என்ற வரலாற்றாசிரியர் இவ்வாறு எழுதுகிறார்:

> "அந்த இடத்தில் தங்கியிருந்த பெரும்பாலானவர்கள் பிராமணர்கள். அவர்கள் அனைவரும் கொல்லப் பட்டனர். அங்கு மிக அதிகமாக புத்தகங்கள் இருந்தன. அனைத்து புத்தகங்களையும் பார்வையிட்ட முசல் மான்கள், அப்புத்தகங்கள் எங்கிருந்து தருவிக்கப் பட்டவை என்பதை அறிந்து கொள்ள இந்துக்களை அழைத்தார்கள். ஆனால் அனைத்து இந்துக்களும் கொல்லப்பட்டுவிட்டனர்."[13]

நாளந்தாவில் பல பிராமண அறிஞர் பெருமக்கள் இருந்து வந்தனர். அனேகமாக கொல்லப்பட்டவர்களில் பெரும்பாலானவர்கள் புத்த பிட்சுக்களாக இருக்கவேண்டும். தப்பித்த சிலர் நடைபிணங் களாகச் சுற்றிக்கொண்டிருந்தனர். பலர் திபெத்துக்குத் தப்பியோடி விட்டனர். இருபதாம் நூற்றாண்டின் மத்தியில் திபெத் சீனர்களால் எடுத்துக்கொள்ளப்படும்வரை அங்கு பௌத்த சம்பிரதாயம் உயிருடன் இருந்து வந்தது. நாளந்தாவுக்குப் பின், பக்தியார் கில்ஜி, மற்றுமொரு பௌத்தப் பல்கலைக்கழகமான விக்கிரமஷீலா பல்கலைக் கழகத்தை முற்றிலுமாக அழித்தான். இந்தியாவில் முன்பே மறைந்து கொண்டிருந்த பௌத்த சமயம் விக்கிரமஷீலாவின் அழிவுக்குப் பிறகு முற்றிலும் மறைந்துவிட்டது. கி.பி. 1235ஆம் ஆண்டில் சுல்தான் இல்த்துமிஷ் உஜ்ஜெயின்–மீது படையெடுத்து அந்த நகரை சின்னாபின்னப்படுத்தினான். உஜ்ஜெயின் குப்தப் பேரரசின் இரண்டாவது தலைநகராக முன்பு இருந்துவந்தது. கணிதம், இலக்கியம், வானநூல், இந்து தத்துவம் போன்றவற்றை கற்கும், கற்பிக்கும் ஒரு முக்கிய மையமாக அப்போது உஜ்ஜெயின் இருந்து வந்தது. ஓர் உண்மையை இந்த இடத்தில் நாம் நிச்சயம் தெரிந்து கொள்ள வேண்டும். நாம் முன்பு குறிப்பிட்ட பல்கலைக்கழகங்கள்

இங்கு அழிந்து கொண்டிருந்த போதுதான் உலகின் மறுபக்கம் ஆக்ஸ்ஃபோர்ட் பல்கலைக்கழகம் நிறுவப்பட்டது.

பதிமூன்றாம் நூற்றாண்டின் இறுதியில் மாலிக் கஃபூர் போன்ற தளபதிகளால் தென்னிந்தியா தாக்கப்பட்டது. இந்திய வரலாற்றில் இந்த காலம் மிகவும் மோசமானதொரு காலம். பல புராதன நகரங்களும், பல்கலைக் கழகங்களும், கோயில்களும் அழிக்கப்பட்டன. பல்லாயிரம் மக்கள் கொல்லப்பட்டார்கள். இவற்றைப் பற்றி சந்தேகப் படுபவர்கள் “தாரிக்–இ–ஃபரிஷ்டா” என்ற நூலைப் படித்துப் பார்க்கவேண்டும்.[14] கங்கை சமவெளியில், இரும்பு காலத்தில் இரண்டாவதாக ஏற்பட்ட நகரமயமாக்கல் ஒருவாறு ஒரு முடிவுக்கு வந்தது.

இலக்கிய நயம் வாய்ந்த காலத்தின் சில ஒளிக்கீற்றுகள் தென்னிந்தியாவின் விஜயநகரத்திலும், தொலைதூரத்திலுள்ள சில தென்கிழக்காசிய நாடுகளிலும் இன்னும் உயிர் வாழ்கின்றன. இருப்பினும் இந்தியா ஒரு புதிய, நகரமயமாக்கல் என்னும் சுழற்சியில் மீண்டும் கால் வைத்தது. அதற்கான மூலப்பொருட்களை அது மத்திய ஆசியாவிலிருந்தும், பாரசீகத்திலிருந்தும் பெற்றது. இந்தப் புத்தகம், பேரரசுகள் தனிப்பட்ட நபர்கள், நிகழ்வுகள் – போன்றவற்றின் ஒரு விரிவான வரலாறல்ல. எனவே நகரமயமாக்கல் என்ற சுழற்சியின் பரிணாமத்தை நான் மிகவும் பிரபலமான நகரமாக விளங்கும் டில்லியை வைத்தே விவரிக்கப்போகிறேன்.

டில்லிக்குள் அடங்கிய பல நகரங்கள்:

டில்லியிலும், டில்லியைச் சுற்றியுள்ள இடங்களிலும் கற்காலம் முதற்கொண்டே மனிதர்கள் வாழ்ந்து வருகின்றனர். ஆரவல்லிக் குன்றுகளின் முகடுகளில் கல்லால் செய்யப்பட்ட ஆயுதங்கள் பல சிதறிக்கிடப்பதைக் காணலாம். ரிக் வேதகால இந்திய மக்களுக்கு இந்த இடம் நன்கு தெரிந்த இடமாக இருந்திருக்க வேண்டும். ஏனெனில் டில்லி சப்த–சிந்து பகுதியின் கிழக்கு மூலையில்தான் அமைந்துள்ளது. பிற்கால ஹரப்பா நாகரிகத்தின் சிதைத்துபோன, சிதறிக்கிடக்கும் ஏழு குடியிருப்புப் பகுதிகளை இங்கே காண முடியும். சரஸ்வதி நதி வற்றிப்போனதும் ஹரப்பர்கள் கங்கை சமவெளிக்கு வந்தார்கள் என்பது நமக்குத் தெரியும். ஹரப்பர்கள் புலம்பெயர்ந்து வந்து குடியேறிய பகுதிகளில் டில்லியும் ஒன்று.

அக்காலம் தொட்டு பல நகரங்கள் இங்கு பலமுறை நிர் மாணிக்கப்பட்டுள்ளன; கைவிடப்பட்டுள்ளன; போர்க்காலங்களில் கொள்ளையடிக்கப்பட்டுள்ளன. கிட்டத்தட்ட எட்டு முதல் பதினாறு

டில்லிகள், வரலாற்றில் நிர்மாணிக்கப்பட்டுள்ளன. "பழைய டில்லி" "புதிய டில்லி" – என்ற பெயர்கள் வெவ்வேறு காலங்களில் வெவ்வேறு இடங்களைக் குறிப்பனவாக இருந்தன. 1836ஆம் ஆண்டு வில்லியம் ஸ்லீமன் இங்கு வந்தபோது நாம் இப்போது ஷாஜஹானாபாத் என்று அழைக்கும் பழைய டில்லியை "புதுடில்லி"[15] என்று குறிப்பிட்டார். மெஹ்ரௌலியிலிருந்து புரானா குய்லா வரை இடிந்து கிடந்த இடத்தைத்தான் ஸ்லீமன் பழைய டில்லி என்று குறிப்பிட்டார். இப்போது அந்த இடம் நவீன புதுடில்லிக்குள் வருகிறது. டில்லியின் நீண்ட வரலாற்றில் இப்போது நடைபெற்றுவரும் விரிவாக்கம் பிரமாண்டமானது. 1858இல் பிரிட்டிஷ்காரர்கள் டில்லியைக் கைப்பற்றிய போது, நகரமக்கள் தொகை 1,54,417 ஆக வீழ்ச்சியடைந்தது. 1868ஆம் ஆண்டு மக்கள்தொகை இந்தக் கணக்கை உறுதி செய்கிறது.[16] இன்று, தேசியத் தலைநகரமாக இருந்துவரும் டில்லி மாநகரின் மக்கள்தொகை இருபது மில்லியன் (இரண்டு கோடி). மக்கள்தொகை இன்னும் வளர்ந்து வருவதுடன் நகரமும் பரிணமித்து வருகிறது.

மூன்றாவது அத்தியாயத்தில், மகாபாரதத்தில் வரும் பல நிகழ்வுகள் டில்லியிலும், அதைச் சுற்றியுள்ள பகுதிகளிலும் மட்டுமே நடைபெற்றுள்ளன என்று பார்த்தோம். பாண்டவர்களின் தலைநகரான இந்திரப்பிரஸ்தம் டில்லியில், யமுனை நதிக்கரையில் இருந்ததாகச் சொல்லப்படுகிறது. வழக்கத்தில் இருந்துவரும் கதையின்படி இந்திரப்பிரஸ்தம் புராணா குயிலா (பழைய கோட்டை) பகுதியின் அடியில் புதைந்திருப்பதாக நம்பப்படுகிறது. அந்தப் புராணக்கதை நம்பப்படுவதற்குக் காரணம், "இந்திரபத்" என்ற ஒரு கிராமம், அங்குள்ள மேட்டுப்பகுதியில் காணப்படுவதுதான். தொல்பொருள்துறை அகழாய்வுகள் கோட்டையின் உள்ளே நடத்தப்பட்டபோது கற்காலத்தின் பின்பகுதியைச் சேர்ந்த ஒரு குடியிருப்பு குப்தர் காலம் வரை தொடர்ந்து இருந்துவந்ததைக் காட்டுகின்றன. புராணா குயிலாவில் ஓர் அருங்காட்சியகம் பராமரிக்கப்படுகிறது. அங்கு, அகழாய்வுகளின் போது எடுக்கப்பட்ட புகைப்படங்களும், கண்டெடுக்கப்பட்ட கலைநயம் மிக்க பொருட்களும் வைக்கப்பட்டுள்ளன. இவைகளை வைத்துக் கொண்டு அந்த இடம்தான் இதிகாசத்தில் சுட்டப்பட்டுள்ள இடம் என்று உறுதியாகக் ஒத்துப் போகக்கூடிய எதுவும் இதுவரை கண்டுபிடிக்கப்படவில்லை; அரண்மனைகளோ, கௌரவர்கள் பார்த்து பொறாமை கொண்ட மக்கள் மன்றமோ இதுவரை கண்டுபிடிக்கப்படவில்லை. அனேகமாக, இந்திரப்பிரஸ்தத்தின் எச்சங்கள், பிற்காலத்தில் கட்டப்பட்ட வேறு கட்டடங்களின் அடியில் புதையுண்டிருக்கலாம்,

அல்லது யமுனையின் வெள்ளத்தால் அடித்துச் செல்லப்பட்டிருக் கலாம். நம்மால் நிச்சயமாக எதுவும் சொல்ல முடியாது. இருப்பினும் டில்லி பல நூற்றாண்டுகளாக ஒரு முக்கிய குடியிருப்புப் பகுதியாக இருந்து வந்துள்ளது. 1996ஆம் ஆண்டில் கல்கஜி கோயில் அருகே, அசோகரின் பாறை ஆணை ஒன்று கண்டுபிடிக்கப்பட்டது. அதன் படி புராணகுயிலா – பகுதியில் இருந்ததைப் போன்று டில்லியில் பல குடியிருப்புப் பகுதிகள் இருந்துள்ளன.

வரலாற்றின்படி நாம் அறிந்துவைத்திருக்கும் டில்லி 'தோமர் ராஜ்புத்' என்பவர்களால் நிர்மாணிக்கப்பட்ட ஒரு நகரம். எட்டாம் நூற்றாண்டில் அவர்கள் டில்லியைத் தங்கள் தலைநகராகக் கொண்டிருந்தார்கள். டில்லியின் தெற்குக் கோடியில் சூரஜ்குன்ந்த் என்ற இடத்தில் அவர்களின் முதல் குடியேற்றப்பகுதி இருந்து வந்தது. இப்போது போன்றே அப்போதும் தண்ணீர் ஒரு பிரச் சனையாக இருந்துவந்ததால் தோமர்கள் கற்களைக்கொண்டு ஒரு மிகப்பெரிய அணையைக் கட்டினார்கள்; அது இன்றும் உள்ளது. இதன் அருகில் உள்ள கிராமத்தின் பெயர் "அனங்பூர்" என்பது. ராஜா அனங்பால் – இன் நினைவாக அந்தப்பெயர் சூட்டப்பட்டது. ஓர் ஓடை, படிக்கட்டுகளுடன் கூடிய அணைக்குத் தண்ணீர் கொண்டுவந்து சேர்த்தது. இந்த அணை அல்லது ஏரி சூரியக் கடவுளுக்காகக் கட்டப்பட்டது. அதனால்தான் ஏரி இருக்குமிடம் "சூரஜ்குந்த்" (சூரியனின் குளம்) என்றழைக்கப்படுகிறது. துரதிஷ்ட வசமாக அந்த ஏரி இன்று வறண்ட நிலையில் உள்ளது; இதற்குக் காரணம் நீர்பிடிப்புப் பகுதியில் மணல் சட்ட விரோதமாக எடுக்கப் படுவதும், நகரமயமாக்கலும்.

கி.பி. பதினோராம் நூற்றாண்டில் தோமர்கள் பாதுகாப்பு கருதி மேற்கு திசையில் நகர்ந்து சென்று ஒரு பெரிய கோட்டையைக் கட்டினார்கள். அக்கோட்டைக்கு லால் கோட் என்று பெயர். "லால் கோட்" – என்றால் செங்கோட்டை என்று பொருள். ஆகையால் பதினேழாம் நூற்றாண்டில் ஷாஜஹான் கட்டிய செங்கோட்டைக்குத்தான் முதலில் அந்தப் பெயர் வந்தது என்று எண்ணிவிடக் கூடாது. சரித்திரத்தில் தன் பெயரை நிலைநிறுத்திக் கொள்ள அனங்பால் டெல்லியில் இருக்கும் இரும்புத்தூணில் தன்பெயரை பொறித்து வைத்தார்.

ஒரு நூற்றாண்டுக்குப்பின் ஆஜ்மீரின் சௌஹான்கள், டில்லியைத் தங்களது கட்டுப்பாட்டின்கீழ் கொண்டு வந்தார்கள்; பின் அதை கணிசமாக விரிவுபடுத்தவும் செய்தார்கள். தற்போது குயிலா ராஜ் பித்தோரா என்று மறுபெயர் சூட்டப்பட்டுள்ள

இடம் தான் பிரித்திவிராஜ் சௌஹானின் தலைநகராக இருந்தது. இந்த நகரத்தின் சுற்றுச் சுவர்களில் பெரும்பகுதி இன்றும் இருந்து வருவது எனக்கு இன்ப அதிர்ச்சியைக் கொடுக்கிறது. ஆனால் அவற்றை யாரும் சென்று பார்ப்பதில்லை. அந்த சுவர்களைப் பார்க்க விருப்பமுள்ளவர்கள், மெஹ்ரௌலி கிராமத்தின் வட பகுதிக்குச் சென்றால் ஆதம் கான் கல்லறையைத் தாண்டி பிரித்திவி ராஜ் சௌஹான் கட்டிய மதில்களின் எச்சங்களைக் காணலாம். அங்கு போவது சற்று கடினமாக இருப்பதுடன், அருகிலுள்ள சேரி வாழ்மக்கள் அந்த இடத்தை திறந்தவெளிக் கழிப்பிடமாகவும் பயன்படுத்தி வருகின்றனர். எனவே பார்வையாளர்கள் குச்சு வீடுகளின் வழியாகச் சென்று அந்த மதில்களின் மீது ஏறிப் பார்க்கலாம். மதில்கள் இரண்டு கி.மீ. தூரத்திற்கு நீண்டு செல்கின்றன. அந்த கிராமத்தை விட்டு வெளியேறும் போது கருவேலமரங்கள் நிறைந்த ஒரு காட்டுப்பகுதியைப் பார்க்கலாம். மதிலில் கூர் கோபுரங்களையும், ஒரு முக்கிய நுழைவாயிலையும் நம்மால் பார்க்க முடியும். இந்த வாயிலின் வழியாகத் தான் பிரித்திவிராஜ் தன் இராணி சம்யுக்தாவை வழியனுப்பி வைத்திருக்க வேண்டும். முகமது கோரியுடன் போரிட வேண்டிய சூழ்நிலையில் பிரித்திவி ராஜ், சம்யுக்தாவைப் பிரியவேண்டிய சூழ்நிலை ஏற்பட்டது. நாம் முன்பு விவரித்த மரங்களுக்கு அப்பால் டில்லியின் நகரக் காட்சி தெரிகிறது. குதுப்மினாரும் தெரிகிறது.

துருக்கியர்கள் "ராஜ் பிதோரா" – வைக் கைப்பற்றியவுடன் அதையே தங்கள் தலைமையிடமாக்கிக்கொண்டு, தங்கள் பயன் பாட்டிற்குத்தக்க அதை மாற்றியமைத்துக் கொண்டார்கள். யுனெஸ் கோவால் உலகப் பாரம்பரியச் சின்னமாக அறிவிக்கப்பட்டுள்ள குதுப்மினார் வளாகம் வட இந்தியாவின் பல பழமையான இஸ்லாமியக் கட்டடங்களைக் கொண்டுள்ளது. அந்த வளாகத்தின் நடுவில் ஒரு மசூதி காணப்படுகிறது. அதைக் கட்டியவன் குத்புதீன் ஐபக் என்னும் பெயர்கொண்ட கோரி முகமதுவின் அடிமை. அந்த மசூதியின் கிழக்கு வாசலில் ஒரு கல்வெட்டு வாசகம் உள்ளது. அதன்படி அந்த மசூதி இருபத்தேழு, இந்து மற்றும் சமணக் கோயில்களை இடித்துத்தள்ளிவிட்டு, அவை இருந்த இடத்தில் கட்டப்பட்டது.[7] சிதைக்கப்பட்ட தெய்வ உருவங்களை இன்றும் அக்கட்டடத்தின் தூண்களில் பார்க்க முடிகிறது. நாம் அதிசயிக்கும் விதத்தில், மசூதியின் வெளிமுற்றத்தின் ஒரு பக்கத்தில் இரும்புத் தூண் மட்டும் அகற்றப்படாமல் நின்றுகொண்டிருக்கிறது. புதிய ஆட்சியாளர்கள், பழைய அதிகாரச் சின்னங்களைத் தாங்களும் பயன்படுத்திக்கொள்ள விரும்பியிருக்கலாம். குத்புதீன், அவன்

எழுப்பிய 'குதுப்மினார்' என்னும் 72.5மீ உயரம்கொண்ட கல் கோபுரத்திற்கு அருகே, குட்டையான அந்த இரும்புத்தூணும் இருக் கட்டும் என்ற எண்ணத்தில், அதைவிட்டு வைத்திருக்கலாம். வரலாற்றின் மையகாலத்தில், "என்னுடையது உன்னுடையதை விடப் பெரியது" – என்று பறைசாற்றிக் கொள்ளும் எண்ணம் இருந்தது. (குத்புதீனுக்கும் அப்படி ஒரு எண்ணம் இருந்திருக்கலாம்). குதுப்மினார் உண்மையில், மனதைக் கவரும் ஒரு கோபுரம்தான். மொகராக்கோ நாட்டிலிருந்து வந்த யாத்ரீகர் இபன் பதூதா டில்லிக்கு வந்தபோது குதுப்மினாரின் உயரத்தையும், பழைய இரும்புத்தூனின் உலோகத் தொழில் நுட்பத்தையும் பார்த்துவிட்டு மிகவும் அதிசயித்தார்.[18] பின்னால் ஆட்சிக்கு வந்த ஒரு சுல்தான் குதுப்மினாரைக் காட்டிலும் இரண்டுமடங்கு அதிக உயரமுடைய ஒரு கோபுரத்தைக் கட்ட திட்டமிட்டதாகவும், பின் அந்தத் திட்டம் கைவிடப்பட்டதாகவும் இபன் பதூதா குறிப்பிடுகிறார். அலாவுதீன் கில்ஜியின் அந்தக் கைவிடப்பட்ட திட்டத்தின் எச்சங்களை குதுப்மினருக்கு அருகே நம்மால் காணமுடிகிறது.

பதினான்காம் நூற்றாண்டின் தொடக்கத்தில் இன்றுள்ள டில்லி நகரின் வடகிழக்கே, இராணுவ முகாமிற்கு அருகில் புதிய "சிறி" கோட்டையை அலாவுதீன் கில்ஜி கட்டினான். நகரின் முக்கியமான கட்டடத் தொகுப்புகள் அனைத்தும் பழைய இடத்திலேயே இருந்து வந்தன. இருப்பினும் கொலைகாரர்களால், தான் தீர்த்துக்கட்டப் பட்டுவிடுவோமோ என்ற அச்சத்தில் கில்ஜி சிறி கோட்டையைக் கட்டினான்; தன் பாதுகாப்பிற்காக அவ்வாறு செய்தான். துரதிருஷ்ட வசமாக கோட்டை கட்டப்பட்ட சில ஆண்டுகளிலேயே சிறி கோட்டை மங்கோலியர்களால் கைப்பற்றப்பட்டது. எப்படியோ அலாவுதீன் ஆக்கிரமிப்பாளர்களை வெளியேற்றிவிட்டான். அதன் பிறகு கோட்டையை பலப்படுத்துவதில் அதிக கவனம் செலுத்தினான். அது ஒரு புத்திசாலித்தனமான நடவடிக்கை. ஏனெனில் மங்கோலியர்கள் திரும்பவும் படையெடுத்து வந்தார்கள். இந்த முறை அவர்கள் டில்லியைப் பிடித்துவிட்டார்கள். நகரைக் கொள்ளை யடித்தார்கள். அலாவுதீன் சிறிகோட்டையின் உள்ளேயே பல மாதங்கள் பதுங்கியிருந்தான். மங்கோலியர்கள் திரும்பிச் செல்லும் வரை அவன் பதுங்கியே இருந்துவந்தான். சிறிகோட்டையின் சில பகுதிகள் மட்டுமே இன்று எஞ்சியுள்ளன. இன்று அந்த இடத்தில் டில்லியின் புறத்தேயுள்ள "ஷாபூர் ஜத்" என்ற கிராமம் உள்ளது. நகர விஸ்தரிப்புகளுக்கிடையிலும், எஞ்சியுள்ள ஒரு சில கிராமங்களில் அதுவும் ஒன்று. பல சிறிய அலுவலகங்களும், பட்டறைகளும் அங்கு இருந்து வருகின்றன. எஞ்சிய பகுதியில் ஆசிய விளையாட்டுச்

சிற்றூர் அமைந்துள்ளது. 1982இல் டில்லியில் நடைபெற்ற ஆசிய விளையாட்டுப் போட்டிகளின்போது, விளையாட்டு வீரர்கள் தங்கியிருப்பதற்காக இந்த இடம் கட்டப்பட்டது.

டில்லியில் தண்ணீர் எப்போதுமே ஒரு பிரச்சனையாகத்தான் இருந்துள்ளது. விரிவாகிக்கொண்டிருக்கும் நகரின் தேவையை சமாளிக்க அலாவுதீன் கில்ஜி 'ஹவுஸ்காஸ்' என்ற ஒரு மிகப்பெரிய ஏரியை நிர்மாணித்தான். அது இன்றும் உள்ளது; அதைச்சுற்றிலும் ஒரு பூங்கா அமைக்கப்பட்டுள்ளது. குளிர்காலத்தில் வெயில் அதிகம் இருக்கும்போது, நடைப் பயிற்சி செய்வதற்கு இது ஏற்ற இடம். அந்த ஏரியை எதிர்நோக்கி ஒரு பழைய இஸ்லாமிய பள்ளிக் கூடமும் (மதரசா), ஹவுஸ் காஸ் கிராமமும் இருக்கின்றன. இன்று இந்த இடத்தில் நவநாகரிகப் பொருட்களை விற்கும் கடைகளும், மதுபானக் கூடங்களும் அதிகம் நிறைந்துள்ளன. இந்தநிலை ஒரு முரண்பாடான நிலை. ஏனெனில் அலாவுதீன் விலைவாசியைக் கட்டுப்படுத்தியதோடு மட்டுமின்றி மதுபான விற்பனையை முற்றிலும் தடைசெய்திருந்தான்.[19] இப்படித்தான் வரலாறு சில சமயம் நம்மைப் பழிவாங்குகிறது.

அலாவுதீன் கில்ஜிக்குப்பிறகு கில்ஜி வம்சம் சில ஆண்டுகளே ஆட்சியில் இருந்தது; அதன்பின் 'துக்ளக்' என்ற வேறு ஒரு துருக்கிய வம்சம் டில்லியில் ஆட்சிக்கு வந்தது. துக்ளக் வம்ச மன்னர்களும் ஒரு புதிய டில்லி நகரை உருவாக்கி அதற்கு "துக்ளக்காபாத்" என்று பெயர் சூட்ட விரும்பினர். அதற்காக அவர்கள் அன்றிருந்த நகருக்குக் கிழக்கே ஓரிடத்தைத் தேர்ந்தெடுத்தனர். துக்ளக் வம்ச முதல் சுல்தான் எதற்காக ஒரு புதிய நகரத்தை தோற்றுவிக்க விரும்பினான், ஏன் அதற்கென கிழக்கே ஓரிடத்தைத் தேர்ந்தெடுத்தான் என்பதற்கான காரணங்கள் நமக்குத் தெரியவில்லை. 'தான்' என்ற அகங்காரத்தைத் திருப்திப்படுத்திக் கொள்வதற்காகக் கூட அவன் அவ்வாறு செய்திருக்கலாம். இபன் பதூதா நமது ஆர்வத்தைத் தூண்டும் கதை ஒன்றைச் சொல்கிறார்; அது உண்மையாகவும் இருக்கலாம் அல்லது பொய்யாகவும் இருக்கலாம். சுல்தான், கில்ஜியிடம் பணி புரிந்து வந்த ஒரு முக்கிய அரசவை உறுப்பினராக இருந்தபோது அரசரிடம், ஓரிடத்தைக் காட்டி ஒரு நகரத்தை நிர்மாணிக்க அதுவே சிறந்த இடமெனத் தெரிவித்தான். அரசர் ஏளனமாக, "நீ சுல்தானாகும் போது அதைச் செய்" என்று கூறினார். இது துக்ளக்கின் மனதில் பதிந்துவிட்டது. அவன் சுல்தானான பிறகு முதலில் செய்தது "துக்ளக் காபத்தை"க் கட்ட ஆரம்பித்ததுதான்.

மிக அதிகப்படியான கட்டடங்களைக் கொண்டிருந்தாலும், பலவிதமான ஆக்கிரமிப்புகளைக் கொண்டிருந்தாலும் மதிப்புமிக்க

கோட்டை கொத்தளங்கள், துக்ளக்காபாத்தின் அழகை நம் மனதில் பதியுமாறு செய்கின்றன. 1990ஆம் ஆண்டு இங்கு நடத்தப்பட்ட அகழாய்வுகள், அரண்மனைக்குச் செல்ல ஓர் இரகசியப் பாதை இருந்ததையும், மறைவான சேமிப்புக் கிடங்குகள், நுழைவாயில், வெளியே செல்லும் வழி போன்றவைகளையும் காட்டுகின்றன. வெளியே செல்வதற்கான வழி சுவரில் போடப்பட்ட ஒரு துவாரமாக உள்ளது. பார்ப்பதற்கு அது ஒரு கழிவுநீர்க் கால்வாய் போன்று உள்ளது. அந்த அளவு சிறப்பான அம்சங்களைப் பெற்றிருந்த துக்ளக்காபாத் சில ஆண்டுகள் மட்டுமே பயன்பாட்டில் இருந்து வந்தது. பின் அந்த ஊர் முற்றிலும் காலி செய்யப்பட்டுவிட்டது. அதற்குக் காரணம் தண்ணீர் பற்றாக்குறையாக இருக்கலாம்.

முகமது துக்ளக் அவரது பரம்பரையில் இரண்டாவது சுல்தான். கி.பி. 1326இல் அவர் தன்னுடைய தலைநகரை ஆயிரம் கிலோமீட்டர் தூரம் தெற்கேயிருந்த தௌலதாபாத் என்ற இடத்திற்கு மாற்றிவிட முடிவு செய்தார். 'தக்ஷிணா பாதை' எனப்படும் தெற்கு நெடுஞ்சாலையில், ஒரு கேந்திரமான இடத்தில் தௌலதாபாத் கோட்டை அமைந்திருந்தது. அங்கிருந்துகொண்டு தென்னிந்தியாவின் மீது படையெடுத்துச் செல்வதும் எளிது. சுல்தானின் எண்ணத்தை நம்மால் புரிந்துகொள்ள முடிகிறது. ஆனால் அவர் டில்லியிலிருந்த ஒவ்வொருவனும் கண்டிப்பாக தௌலதாபாத் சென்றுவிட வேண்டுமென்று விரும்பினார். உடல் நலிவுற்றிருந்த ஒரு பிச்சைக் காரன் தௌலதாபாத் நோக்கிய பயணத்தின்போது எவ்வளவு இன்னல்களுக்கு உள்ளானான் என்பது பற்றிய கதை நம் நெஞ்சை நெகிழவைக்கிறது. சுல்தான் அவனை ஒரு வண்டியின் பின்னால் கட்டி நாற்பது நாட்கள் சாலையில் இழுத்துக்கொண்டே சென்றார். அவனுடைய கால்கள் மட்டுமே தௌலதாபாத்துக்கு வந்து சேர்ந்தன!

கடைசியில் சுல்தான் தன் எண்ணத்தை மாற்றிக்கொண்டார். அனைத்து மக்களும் திரும்பவும் டில்லிக்குத் திரும்புமாறு பணிக்கப்பட்டனர். திரும்பவும் மக்கள் நிரம்பிய டில்லி நகரை, சுல்தான் விரிவுபடுத்த எண்ணம்கொண்டு, இந்தியாவின் மற்ற பகுதிகளில் இருந்த மக்களை டில்லிக்கு வரும்படி அழைப்பு விடுத்தார். மத்திய ஆசியாவிலிருந்த மக்களையும் டில்லிக்கு வரும்படி அழைத்தார். லாக் கோட் என்ற டில்லியின் பழைய கோட்டையையும் 'சிறி'-யில் இருந்து கில்ஜி கோட்டையையும் உள்ளடக்கி மதிற்சுவர்கள் எழுப்பினார். அந்த மதிற்சுவர்களால் சூழப்பட்ட இடம் ஒரு மிகப்பெரிய நிலப்பரப்பு. அங்குதான் அடுத்த டில்லி மாநகரம் நிர்மாணிக்கப்பட்டு 'ஜகன்பனா' என்று

பெயர் சூட்டப்பட்டது. பழைய டில்லி நகரப்பகுதிகளிலும் மக்கள் தொடர்ந்து வசித்துவந்தனர் என்பதை நாம் நினைவில் கொள்ள வேண்டும். முன்பு கைவிடப்பட்ட, துக்ளக்காபாத்திலிருந்த சில இடங்களில், சேமிப்புக்கிடங்குகள் ஏற்படுத்தவும், கோட்டைகாவல் படையினர் தங்கவும் பயன்படுத்திக்கொள்ளப்பட்டது. எனவே 'ஜகன்பனா' என்பது முழுவதும் புதிய கட்டடங்களால் உருவான ஒரு நகர் அன்று. அங்கு நிறைய திறந்தவெளிகளும், விவசாய நிலங்களும் கூட இருந்தன. ஆனால் மொத்த நிலப்பரப்பைச் சுற்றியும் சுற்றுச் சுவர்கள் எழுப்பப்பட்டிருந்தன. இருப்பினும் 'ஜகன்பனா'-வில் ஒரு புதிய அரண்மனை வளாகம் கட்டப்பட்டது. இதுபோன்ற கட்டடங்கள் ஆங்காங்கே கட்டப்பட்டுக்கொண்டிருந்த போது தான் மொராக்கோ நாட்டுப்பயணி இபன் பதூதா டில்லிக்கு விஜயம் செய்தார்.

பயணக்கட்டுரைகள் எழுதுவதில் மிகச்சிறந்தவர் என்று உலகில் அனைவராலும் போற்றப்படுபவர் இபன் பதூதா. மொராக்கோ நாட்டின் டான்ஜியர் என்ற இடத்தைச் சேர்ந்த இபன் பதூதா மார்க்கோபோலோ-வின் காலத்தைச் சேர்ந்தவர். வடக்கு ஆப்பிரிக்கா, மத்திய கிழக்கு நாடுகள், மத்திய ஆசியா, இந்தியா, சீனா – போன்ற பல நாடுகளுக்குப் பயணங்கள் மேற் கொண்டவர் இபன் பதூதா. சீனப் பயணத்தை முடித்துக்கொண்டு, மொராக்கோ திரும்பிய அவர் தன்னுடைய அனுபவங்களைத் தொடர்ந்து முப்பது ஆண்டுகள் எழுதிவந்தார். அவர் இந்தியாவுக்கு வந்திருந்த போது முகமது துக்ளக் "ஜகன்பனா"-வில் இருந்து கொண்டு அரசாட்சி நடத்தி வந்தார். அந்த சமயத்தில்தான் துக்ளக், தன் அரசவையின் பெருமையை உயர்த்தும் நோக்கத்துடன் பல இடங்களிலிருந்தும் இஸ்லாமிய அறிஞர்களை வரவழைத்துக் கொண்டிருந்தார். வினோதமான செயல்களைச் செய்யும் பழக்க முடைய துக்ளக், இபன் பதூதாவுக்கு, அதிக ஊதியம் தரும் ஒரு பணியைக் கொடுத்தார். அதனால் பல ஆண்டுகள் இபன் பதூதா டில்லி நகரிலேயே தங்கியிருந்தார்.

துக்ளக்கின் அரசவை பற்றி மிகத்தெளிவான குறிப்புகளை நமக்குத் தந்துள்ளார் இபன் பதூதா. சுல்தானின் தர்பார் அரங்குக்குச் செல்ல ஒருவர் மூன்று வாயில்களைக் கடந்து செல்ல வேண்டும். முதல் வாயிலுக்கருகில் முன்னால் ஒரு மேடை இருந்தது; அங்குதான் சுல்தானின் தண்டனைகளை நிறைவேற்றுவோர் அமர்ந்திருப்பார்கள். மரணதண்டனை அளிக்கப்பட்ட ஒருவனுக்கு, முதல் வாயிலின் வெளியேதான் தண்டனை நிறைவேற்றப்படும். இறந்தவனின் உடல் மூன்றுதினங்கள் அங்கேயே வைக்கப்

பட்டிருக்கும். இது மற்றவர்களுக்கு ஒரு எச்சரிக்கை. முதல் வாயிலருகே இசைக்கருவிகள் வாசிப்போரும் இருந்தனர். முக்கியமான ஒரு நபர் உள்ளே நுழையும்போது ஊது குழல்கள் வாசிக்கப்படும்; வருபவரின் பெயரும் அறிவிக்கப்படும். முதல் வாயிலுக்கும், இரண்டாவது வாயிலுக்கும் இடையே பல மேடைகள் இருந்தன வென்றும், அவற்றில் பல அரண்மனைக் காவலர்கள் இருந்து வந்தனர் என்றும் தெரிவிக்கிறார் இபன் பதூதா.

இரண்டாவது நுழைவுவாயிலில் ஜரிகைத் தலைப்பாய்கைகள் அணிந்த வாயில்காப்போர் நின்றுகொண்டிருப்பார்கள். தலைமை வாயில்காப்போனின் கையில் தங்கத்தடி இருக்கும். இரண்டாவது வாயிலைத் தாண்டி உள்ளே நுழைந்தவுடன் காத்திருப்போருக்கான நீள் அரங்கும் இருக்கும். மன்னரைக் காண வருவோர் தங்கள் முறை வரும்வரை இங்குதான் காத்திருக்கவேண்டும். இங்கிருந்து, பார்வையாளர் நடந்து மூன்றாவது வாயிலுக்குச் செல்லவேண்டும். மூன்றாவது வாயிலில் இருக்கும் ஓர் எழுத்தர் வருகை தந்தவரின் பெயர், அவர் வந்த நேரம் போன்ற அனைத்து விவரங் களையும் குறித்துக்கொள்வார். தொடர்ந்து அனுமதியின்றி அரசவைக்கு மூன்று நாட்கள் வராமல் இருந்த அரசவை உறுப்பினர் சுல்தானின் தனிப்பட்ட அனுமதியின்றி உள்ளே செல்லமுடியாது. மூன்றாவது வாயிலைத் தாண்டி, மரத்தால் ஆன, ஆயிரம் தூண்கள் கொண்ட பிரதான அரங்கம் இருந்தது.[20]

மெத்தைகள் தைக்கப்பட்ட ஓர் உயர்ந்த சிம்மாசனத்தில் சுல்தான் அமர்ந்திருப்பார். சுல்தானுக்குப் பின்னால் ஒரு சேவகன் நின்றுகொண்டு, மொய்க்கும் ஈக்களை விரட்ட சாமரம் வீசிக் கொண்டிருப்பான். (முதல் வாயிலில் பிணங்களை அப்படியே போட்டுவிட்டால் ஈக்கள் வராமல் என்ன செய்யும்). சுல்தானுக்கு முன்னால் அரச குடும்பத்தைச் சேர்ந்தவர்கள், அரசவை உறுப்பினர்கள், சமய நிறுவனங்களின் தலைவர்கள், நீதித்துறை அலுவலர்கள் போன்றோர் அமர்ந்திருப்பார்கள். ஒவ்வொரு வருக்கும் அவரவர் அந்தஸ்துக்குத் தக்க இடங்கள் கொடுக்கப் பட்டிருந்தன. சுல்தான் தன் இருக்கைக்கு வரும்போது அனைவரும் எழுந்துநின்று "பிஸ்மில்லா" என்று சொல்லவேண்டும். சிம்மா சனத்தின் இரு பக்கங்களிலும் நூற்றுக்கணக்கான வீரர்கள் நின்று கொண்டிருந்தனர். எந்த ஆபத்தையும் சந்திக்கத் தயார் நிலையிலேயே சுல்தான் இருந்தார்.

பெரும்பாலான அரசவை உறுப்பினர்களும், மூத்த அதிகாரிகளும் வெளிநாடுகளைச் சேர்ந்தவர்கள். துருக்கியர்கள் குராசானிகள் (குராசான் என்பது ஈரான் – துர்க்மெனிஸ்தான்

போன்ற நாடுகளின் சில பகுதிகளை உள்ளடக்கியது), எகிப்தியர்கள், சிரியர்கள் போன்ற வெளிநாட்டுக்காரர்களுக்கே உயர் பதவிகள் கொடுக்கப்பட்டன. வெளிநாட்டவர்களுக்கே உயர்பதவிகளை முகமது துக்ளக் அளித்ததாகக் கூறுகிறார் இபன் பதூதா. வழக்கத்திற்கு மாறாக, சுல்தான் ஒரு சிலருக்கு மட்டும் சலுகை காட்டினார் என்று சொல்வதற்கில்லை. துருக்கிய வீரர்கள் தங்களை வெளியிலிருந்து இங்கு வந்தவர்கள் என்றே எண்ணிக்கொண்டார்கள். இந்திய இந்துக்களும் இந்திய முஸ்லீம்களும் வெறுப்புடனேயே நடத்தப்பட்டிருக்க வேண்டும். ஒரு காலகட்டத்தில் டில்லியின் சுற்றுச் சுவர்களுக்குள் இந்தியர்கள் அடிமைகளாகவும், சிற்றேவல் செய்பவர்களாகவும், மற்ற தாழ்ந்த பணிகளைச் செய்பவர்களாகவும் மட்டுமே இருந்துவந்தனர். வரலாற்றின் மையகாலத்தில் நிலைமை அப்படித்தான் இருந்தது. ஆப்ஃகானிய சூரிகள் காலத்தில் தான் அந்த நிலைமை மாறத் தொடங்கியது. மொகலாய மாமன்னர் அக்பர் அதுபோன்ற வேறுபாடுகளைத் தவிர்த்து எல்லோரையும் ஒன்றுபோல் நடத்தினார். மாற்றம் மெதுவாகத்தான் ஏற்பட்டது. 'பெர்சிவல் ஸ்பியர்' என்பவரின் கூற்றுப்படி அக்பர் காலத்திலும் கூட பெரும்பாலான அரசவை உறுப்பினர்கள் வெளிநாட்டில் பிறந்தவர்களாகவே இருந்துவந்தனர்.[21]

சுல்தான் துக்ளக் அடிக்கடி விருந்துகளுக்கு ஏற்பாடுகள் செய்ததாக இபன் பதூதா குறிப்பிட்டுள்ளார். விருந்துக்கு வந்த விருந்தினர்களுக்கு, அவர்களின் அந்தஸ்துக்குத் தக்க இடங்கள் ஒதுக்கப்பட்டன. விருந்துக்கு வந்த ஒவ்வொருவருக்கும் முதலில் கற்கண்டு–நீர் கொடுக்கப்பட்டது. சாப்பிடுவதற்கு முன் விருந்தினர்கள் அந்தத் தண்ணீரை அருந்தவேண்டும். பின் சமையற்கட்டிலிருந்து உணவு வகைகள் ஊர்வலமாக எடுத்துவரப்படும். ஊர்வலத்தின் தொடக்கத்தில் தங்கத்தடி ஏந்திய தலைமைக் காவலனும், வெள்ளித் தடியேந்திய துணைத்தலைமைக் காவலனும் அணிவகுத்து வருவார்கள். வரும்போது அவர்கள் "பிஸ்மில்லா" என்று சொல்லிக் கொண்டே வருவார்கள். உணவில் ஈஸ்ட் கலப்பில்லாத ரொட்டி, வறுக்கப்பட்ட மாமிசம், கோழிக்கறி, சாதம், இனிப்பு வகைகள் போன்றவைகளும் நம் ஆர்வத்தைத் தூண்டும் வகையில் சமோசாக்களும் இடம் பெற்றிருக்கும். சாப்பிட்டு முடிந்தபின், ஒவ்வொருவருக்கும் ஒரு கோப்பை பார்லி தண்ணீர் கொடுக்கப் படும்; இது சாப்பிட்ட உணவை செரிக்க வைக்க. கடைசியாக விருந்தினர்களுக்குத் தாம்பூலம் அளிக்கப்படும். விருந்து முடிந்ததும் அரண்மனைப் பணியாளர்கள் "பிஸ்மில்லா" என்று உரக்கக் கத்துவார்கள். எல்லோரும் எழுந்துவிட வேண்டும்.

முகமது துக்ளக்கின் அரண்மனை டில்லியில் எந்த இடத்தில் இருந்தது என்பதைத் துல்லியமாகக் குறிப்பிட இயலவில்லை. என்னவென்று நமக்குப் புரியாத இடிபாடுகள் நிறைந்த பிஜய் மண்டல் என்ற இடத்தில் இந்தியத் தொழில்நுட்பக் கல்லூரி வாயிலுக்கு அருகில் – துக்ளக்கின் அரண்மனை இருந்திருக்க வேண்டு மென்று கருதப்படுகிறது. இந்த இடத்திற்கு சொற்ப எண்ணிக்கை யிலேயே சுற்றுலாப் பயணிகள் வருகின்றனர். அருகிலுள்ள பேகம்பூர் கிராமத்தைச் சேர்ந்த இளைஞர்கள் தடை செய்யப்பட்ட சில மதுவகைகளைக் குடிப்பதற்காக இங்கே வந்து செல்கின்றனர். எங்கு பார்த்தாலும் காலியான பீர்பாட்டில்கள் சிதறிக்கிடப்பதைக் காணமுடிகிறது. பிஜய் மண்டல் வளாகத்திற்குப் பின்னால் கவர்ச்சிமிக்க பேகம்பூர் மசூதி காணப்படுகிறது. இது அரசர்களின் அதிகாரப்பூர்வ மசூதியாக ஒரு காலத்தில் இருந் திருக்க வேண்டும். இங்கும் சுற்றுலாப் பயணிகள் அதிகம் வருவ தில்லை. ஒருநாள் முழுவதும் இந்த இடத்தில் நான் தனிமையில் அமர்ந்துகொண்டு இபன் பதூதா–வைப் பற்றியும், முன்னறிந்து தெரிந்துகொள்ள முடியாத மனம்படைத்த சுல்தானைப்பற்றியும் சிந்தித்துக் கொண்டேயிருந்தேன்.

நாட்கள் செல்லச் செல்ல, அடிக்கடிக் கோபப்படும் சுல்தானைக் கண்டு அச்சம்கொள்ளத் தொடங்கினார் இபன் பதூதா. சீனத்தூதகரத்தில் அவருக்கு ஒரு பணி கொடுக்கப்பட்டது. அவர் நாட்டைவிட்டு ஓடிவிடுவதற்காகவே அங்கு அனுப்பப் பட்டிருக்கலாம். சீனத் தூதரகம் டில்லி நகரிலிருந்து தள்ளி, தெற்கு திசையில் வெகுதூரத்தில் இருந்தது. அங்கு கொள்ளையர்கள் அடிக்கடித் தங்கள் கைவரிசையைக் காட்டியிருக்கின்றனர். ஒரு முறை இபன் பதூதா கொள்ளையர்களிடம் பிடிபட்டு, கொலை செய்யப்படும்அளவுக்குக் கூடச் சென்றுவிட்டார்; தற்செயலாக விடுபட்டுத் தப்பித்து வந்தார். ஒரு முக்கியமான நெடுஞ்சாலையில், அயல்நாட்டுத் தூதர் ஒருவரால் கூட பத்திரமாகப் பயணம் செய்ய இயலவில்லை. துருக்கியர்களின் ஆக்கிரமிப்பால், நாட்டின் உட் பகுதிகள் எவ்வளவு குழப்பத்தில் இருந்துவந்தன என்பதையே மேற்சொன்ன சம்பவம் காட்டுகிறது.

பல ஆண்டுகள், ஒரு சாகச வாழ்க்கை வாழ்ந்துவிட்டு இபன் பதூதா சீனாவுக்குப் புறப்பட்டுச் சென்றார். அரபு உலகத்தில் மிக்கப் புகழ்வாய்ந்தவராக இருந்தாலும், அவருடைய சாகசங்கள் மிகவும் அபூர்வமாகவே இந்தியாவில் நினைவில் வைத்துக்கொள்ளப் பட்டுள்ளன. வரலாற்றாசிரியர்களும், அறிஞர் பெருமக்களும் நம் நாட்டில் அவருக்கு அதிக முக்கியத்துவம் கொடுக்கவில்லை. ஓர்

உணர்ச்சியற்ற ஆனால் மக்களுக்கு நன்கு தெரிந்த ஓர் இந்திப் பாடலில் இபன் பதூதாவின் காலணி விவரிக்கப்பட்டுள்ளது. அதன் மூலம்தான் இபன் பதூதா இந்தியர்களின் நினைவில் நிற்கிறார்.

துக்ளக்காபாத், தௌலதாபாத், ஜஹன்பனா – என்ற மூன்று தலைநகர்களை உருவாக்கியதால் கட்டடப் பணியில் துக்ளக் பரம்பரையினர் சோர்ந்துபோயிருக்க வேண்டும். ஆனால் அவர்கள் சோர்வடையவில்லை. முகமது துக்ளக்கிற்குப் பின்னால் வந்த அவருடைய வாரிசான ஃபெரோஸ்–ஷா–துக்ளக் கட்டடங்கள் கட்டுவதில் முன்னோர்களைவிட அதிக ஆர்வம் மிக்கவராக இருந்தார். அவர் புதிய கட்டடங்களை கட்டியதோடு மட்டுமின்றி பழைய கட்டடங்களைச் செப்பனிடவும் செய்தார். அவர் நகரத்தை வடக்கு நோக்கி மேலும் விரிவாக்கம் செய்தார். யமுனை நதிக் கரையோரமாக அரண்களால் சூழப்பட்ட ஓர் அரண்மனை வளாகத்தை உருவாக்கினார். அதற்கு ஃபெரோஸ்–ஷா–கோட்லா என்று பெயர். பழைய டில்லி நகர்களிலும் தொடர்ந்து மக்கள் வசித்து வந்தார்கள். எனவே ஃபெரோஸ்–ஷா–கோட்லா என்பது 'வெர்ஸெயில்ஸ்' போன்று ஓர் அரசப் புறநகர்ப் பகுதி.

என்னவென்று புரியாத, ஃபெரோஸ்–ஷா– கோட்லா–வின் இடிபாடுகள், சுறுசுறுப்பான ITO குறுக்குச் சாலையின் அருகே, இந்திய முன்னணி செய்திப்பத்திரிகை அலுவலகங்களுக்குப் பின்னால் காணப்படுகின்றன. புதிய டில்லியை நிர்மாணித்தவர்கள் மேலும், மேலும் கட்டடங்கள் கட்டத் தேவையான பொருட்களை ஃபெரோஸ்–ஷா–கோட்லா–விலிருந்து எடுத்துக் கொண்டே யிருந்தார்கள். இருப்பினும் மூன்று அடுக்குகளால் ஆன ஒரு காட்சிமாடம் இன்றும் இருந்து கொண்டிருக்கிறது. இங்குதான் சுல்தானால், கவனமாக கொண்டுவந்து வைக்கப்பட்ட அசோகர் தூணும் நின்று கொண்டிருக்கிறது. ஃபெரோஸ்–ஷா– கோட்லா வளாகத்தில் மனிதர்கள் மட்டுமின்றி இஸ்லாமிய ஆவிகளும் இருப்பதாக நம்பப்படுகிறது. பெரும்பாலும் சூஃபி முஸ்லீம்கள் இங்குவந்து விளக்குகளை ஏற்றுகிறார்கள். ஆவிகளை அமைதிப் படுத்தவும், அவைகளிடம் முறையிட்டு வேண்டிக் கொள்ளவும் அவ்வாறு செய்கிறார்கள். அங்கு சென்றால், விளக்குகள் ஏற்றுவதால் ஏற்படும் கரி சுவர்களில் படிந்திருப்பதையும், காணிக்கைகள் அருகில் வைக்கப்பட்டிருப்பதையும் நாம் காணலாம். ஆவிகளில் நம்பிக்கையுள்ள சிலர், அசோகர் தூணைச் சுற்றி தொல்பொருள் துறையினர் போட்டுள்ள கம்பி வேலிகளில், வண்ண நூல்களைக் கட்டித் தொங்கவிடுகிறார்கள். நினைத்துப் பார்க்கமுடியாத ஒரு

சேர்க்கையை நாம் இங்கு காண்கிறோம். வரலாற்றின் மைய காலத்தைச் சேர்ந்த ஆவிகளிடம் விண்ணப்பிக்க, தற்கால மக்கள், புராதன கால தூணுக்கு மரியாதை செலுத்துகிறார்கள்.

தன்னுடைய மத்திய வயதில் அரியணையேறிய ஃபெரோஸ்–ஷா எண்பத்தியொன்றாம் வயது வரை – நீண்ட காலம் ஆட்சிப் பொறுப்பில் இருந்துவந்தார். அசோகரது சாம்ராஜியத்தைப் போன்றே ஃபெரோஸ்–ஷா–வின் சாம்ராஜியமும் அவரது கடைசி காலத்தில், அவரது மறைவுக்குப் பின் வலுவிழந்துவிட்டது. அவருக்குப்பின் திறமையற்ற பல ஆட்சியாளர்கள் பதவிக்கு வந்தார்கள். இதுபோன்ற ஒரு சந்தர்ப்பத்தை துருக்கிய – மங்கோலியக் கொள்ளைக்காரன் நொண்டித் தைமூர் நன்கு பயன்படுத்திக் கொண்டான். கி.பி. 1398ஆம் ஆண்டு அந்தக் கொள்ளைக்காரன் மத்திய ஆசியாவிலிருந்து இந்தியா மீது படையெடுத்து வந்தான். சுல்தானின் இராணுவத்தை வீழ்த்திய தைமூர் சுலபமாக டில்லிக்குள் நுழைந்துவிட்டான். முஸ்லீம்கள் இருந்த பகுதிகள் மட்டும் தப்பின. டில்லியிலிருந்த அனைத்து பொருட்களும் கொள்ளையடிக்கப் பட்டன. அனைத்து இந்துக்களும், ஒன்று கொல்லப்பட்டார்கள் அல்லது அடிமைகளாக இழுத்துச் செல்லப்பட்டார்கள்.[22] தைமூர் தன் நாட்குறிப்பில் இவ்வாறு எழுதி வைத்தான்: "நான் அவர்களை விட்டுவிடவே விரும்பினேன். என்னால் இயலவில்லை. டில்லி நகரின் மீது ஒரு பேரிடர் விழ வேண்டுமென்பது இறைவனின் விருப்பம்". இது என்னை திருப்திப்படுத்தவில்லை.

இந்த சம்பவத்திற்குப் பிறகு டில்லி நகரம் வீழத் தொடங்கியது. அடுத்த ஒன்றரை நூற்றாண்டு காலம் இந்தியாவின் மிக முக்கியமான நகரமாக இருந்துவந்தது விஜயநகரம். இது மிகவும் தென்திசையில் இருந்துவந்த ஒரு நகரம். அந்த நகருக்குள் நாம் பிறகு பிரவேசிப் போம். துக்ளக் வம்ச அரசர்களைத் தொடர்ந்து சில சிற்றரசர்கள் ஒருவர் பின் ஒருவராக வந்தார்கள். பேரரசு அளவில் வெகுவாகச் சுருங்கிவிட்டாலும் டில்லியின் நகரக் குடியிருப்புகள் தொடர்ந்து இருந்துவந்தன. நகருக்கு ஓரளவு அரசியல், பொருளாதார முக்கியத்துவம் இருந்துவந்தது. டில்லியை ஆண்ட அனைத்து அரச பரம்பரையினரும் தங்களுக்கென நினைவாலயங்களைக் கட்டி யுள்ளனர். லோதி பூங்காவிற்குச் சென்றால் அந்த நினைவாலயங்க்ள் சிலவற்றை நாம் காணலாம். லோதி பூங்கா உலகின் தலைசிறந்த பூங்காக்களில் ஒன்று. இது டில்லியின் மையப்பகுதியில் அமைந் துள்ளது. பணக்காரர்களும், அதிகாரத்தில் உள்ளவர்களும் நடைப் பயிற்சிக்காக இங்கு வருவது மட்டுமின்றி, உலகச் செய்திகளையும்

தங்களுக்குள் பரிமாறிக்கொள்கின்றனர். டில்லியில் இருக்கும் பலவிதமான பறவைகளைப் பார்த்து இரசிப்பதற்கு லோதி பூங்கா ஒரு சிறந்த இடம்.

கி.பி. 1526இல் துருக்கிய - மங்கோலிய சாகசவீரர் பாபர் என்பவர் டில்லியின் சுல்தானை போரில் வென்றார். அந்தப்போர் முதலாம் பானிபட் போர் எனப்படுகிறது. நாம் பாபரைப் பற்றி அதிகமாகத் தெரிந்துவைத்திருப்பதற்குக் காரணம் அவர் எழுதி வைத்த நாட்குறிப்புகள். துருக்கிய மொழியில் உள்ள அந்த நாட் குறிப்பு நூலுக்கு "துஸுக்-இ-பாபுரி" என்று பெயர். பாபர் ஒரு வெட்கம்கெட்ட சந்தர்ப்பவாதி; ஆனால் ஒரு விரும்பத்தக்க போக்கிரி யாகவே நாம் அவரை வரலாற்றில் பார்க்கிறோம். அவருடைய எதிரிகளுக்கு அவர் விரும்பத்தக்கவராக இல்லை. உங்கள் சரித்திரத்தை நீங்களே எழுதுவதில் ஒரு நன்மை உண்டு.

பாபர் மாசற்ற வம்சாவளியுடையவர். அன்னை வழியில் செங்கிஸ்கானும், தந்தை வழியில் நொண்டித் தைமூரும் அவருடைய நேரடி மூதாதையர்கள். இருப்பினும் பாபர் பிறந்த சமயத்தில் தைமூரின் பேரரசு சிதைந்து போய்விட்டது. தனது பன்னி ரெண்டாவது வயதில் மத்திய ஆசியாவில் அழகிய ஃபெர்கான பள்ளத்தாக்கில் ஒரு சிற்றரசு பாபருக்குக் கிடைத்தது. அந்த அரசு மூன்று அல்லது நான்காயிரம் வீரர்கள் கொண்ட ஒரு சேனையை மட்டுமே பராமரிக்கக்கூடியதாக இருந்தது என்று பாபரே சொல்கிறார்.[23] தைமூரின் தலைநகராக இருந்த சாமர்கண்ட் என்ற நகரைப் பிடிக்க முயற்சிசெய்ய அவரது சிறிய இராணுவம் தடையாக இருக்கவில்லை. அவர் கிட்டத்தட்ட அதைப் பிடித்து விட்டார் என்றே சொல்ல வேண்டும்; இருப்பினும் அதைத் தக்க வைத்துக்கொள்ள அவரால் முடியவில்லை. உஸ்பெக் வீரர்களால் விரட்டப்பட்ட பாபர், தன்னுடைய ஆதரவாளர்கள் சிலருடன் தென்திசை நோக்கி ஓடிவிட்டார். எப்போதும் சாகசங்களில் விருப்ப முள்ள பாபர் ஓடி வந்தவழியில் பல போர்களில் வெற்றி பெற்றார்; மேலும் பல போர்களில் தோற்றார். கடைசியில் காபூல் நகரைத் தன் கட்டுப்பாட்டிற்குக் கொண்டு வந்தார். அப்போது தான், இந்தியாவுக்குள் நுழைவதற்கு ஒரு வாய்ப்புள்ளது என்பதை அவர் உணர்ந்தார்.

பாபர் தீட்டிய திட்டம் துணிச்சலானது; ஏனெனில் டில்லி சுல்தானின் இராணுவத்தைவிட அவருடைய இராணுவம் மிகவும் சிறியது; ஆனால் பாபரிடம் ஓர் இரகசிய ஆயுதம் இருந்தது. அதுதான் துப்பாக்கி. அப்போதுதான் வடஇந்தியாவில் முதன்

முறையாக பீரங்கிகள் போரில் பயன்படுத்தப்பட்டன. (ஆனால் சில ஆண்டுகளுக்கு முன்பே தென்னிந்தியாவில் போர்ச்சுகீசிய பீரங்கிப் படை பயன்பாட்டில் இருந்தது.) பாபர் டில்லி சுல்தானை மட்டு மின்றி, இராஜபுத்திரர்களையும் போரில் சந்தேகத்திற்கிட மின்றி வென்றார். அதன் மூலம்தான் இந்தியாவில் முதல் மொகலாய/மங்கோலியப் பேரரசு உதயமாயிற்று. ஆனால் பாபர் தன் வம்சத்தை மொகலாய வம்சம் என்றோ அல்லது மங்கோலிய வம்சம் என்றோ கூறிக்கொள்ளவில்லை. மாறாக மொகலாயர்கள் தங்களை "குர்கானிகள்" என்றே அழைத்துக்கொண்டனர். இச்சொல் குர்க்கான் என்ற சொல்லைத் தழுவியது. அப்படியென்றால் மருமகன் என்று பொருள். செங்கிஸ்கானின் பரம்பரையில் ஒரு பெண்ணைத் திருமணம் செய்துகொண்டபின் தைமூர் தன்னை 'குர்க்கான்' என்றே கூறிக்கொண்டான்.

ஓரளவுக்குப் பெரிய ஓர் அரசை ஸ்தாபித்துவிட்டாலும் பாபருக்கு சாமர்கண்ட் மீது ஒரு கண் இருந்துகொண்டேயிருந்தது. யாரையும் திருப்திப்படுத்த வேண்டுமென்ற எண்ணம் சிறிதும் இல்லாமல் இந்தியாவைப் பற்றி பாபர் இவ்வாறு கூறுகிறார். "இந்துஸ்தான் ஓர் அழகான இடமல்ல; அங்குள்ள மக்கள் அழகானவர்களல்ல; அவர்கள் ஒருவருடன் ஒருவர் கலந்து பழகுவ தில்லை. இந்திய மக்களுக்கு கவிதை எழுதும் ஆற்றலோ, புரிந்து கொள்ளும் திறனோ இல்லை. உயர்குடிப்பிறப்பு, ஒழுக்கக் கட்டுப் பாடு, ஆண்மை போன்றவை இந்துஸ்தானத்தில் இல்லை. நல்ல குதிரைகளோ, இறைச்சியோ, திராட்சைப்பழங்களோ, துஸ்பூஸ் போன்ற மற்றவகைப் பழங்களோ இங்கு இல்லை. பனிக்கட்டி, குளிர்ந்த தண்ணீர், நல்ல உணவு அல்லது ரொட்டி போன்றவை இந்தியச் சந்தைகளில் கிடைப்பதில்லை." இந்தியாவுக்கு ஏன் வந்தார் என்பதைப் பற்றி பாபர் தெளிவாகக் குறிப்பிடுகிறார். "இந்துஸ்தானத்திலுள்ள ஒரே நல்ல விஷயம், அது மிகப்பெரிய நாடு என்பதுதான்; மேலும் இங்கு ஏராளமான தங்கமும் பணமும் உள்ளன."[24]

இந்தியாவுக்கு வந்த ஐந்து ஆண்டுகளிலேயே பாபர் இறந்து விட்டார். அவருடைய இராஜியத்தை ஆள்வதற்கு அவருக்குப்பின் வந்தவர், அவரது மகன் ஹுமாயூன். அவர் மற்றொரு டில்லியை நிர்மாணிக்க ஆரம்பித்தார். அதுதான் தின்பனா. இது யமுனை நதிக்கரையில், ஃபெரோஸ்-ஷா கோட்லாவுக்குத் தெற்கே கட்டப் பட்டுள்ளது. இங்கு ஒரு அரண் அமைக்கப்பட்டுள்ளது. அதுதான் புரானா குயிலா அல்லது பழைய கோட்டை. நாம் முன்பே பார்த்தது போல் இதுதான் இந்திரப்பிரஸ்தம் இருந்த இடம். ஹுமாயூன் தன்னுடைய கோட்டைக்கு இந்த இடத்தைத் தேர்ந் தெடுத்தது

சரித்திர முக்கியத்துவத்தை மனதில் கொண்டல்ல. புரானா குயிலா என்ற அந்தக் கோட்டையைத் தவிர, சுற்றுச் சுவர்களால் சூழப் பட்ட ஒரு நகரமும் அங்கு நிர்மாணிக்கப்பட்டிருந்தது. தின்பனா நகரில், நம் மனதைக் கவரும் லால் தர்வாஸா (சிவப்பு வாயில்) என்ற நுழைவாயிலைத் தவிர மற்றவை யாவும் அழிந்துவிட்டன. புரானா குயிலா–விலிருந்து டில்லி மிருகக் காட்சி சாலைக்குச் செல்லும் சாலையின் குறுக்கே இந்த நுழைவாயிலை நாம் காணலாம்.

ஹுமாயூன் தின்பானாவையும் நிறைவு செய்யவில்லை, புரானா குயிலா–வையும் கட்டி முடிக்கவில்லை. ஷெர்ஷா சூரி என்பவர் தலைமையில் வந்த ஆப்ஃகானிய புரட்சிப் படை ஹுமாயூனை, டில்லியிருந்து விரட்டிவிட்டது. ஹுமாயூன் அங்கிருந்து தப்பித்து குடும்பத்தினருடன் பாரசீகத்திற்குச் சென்றுவிட்டார். புரானா குயிலா கோட்டையைக் கட்டி முடித்தது ஷெர்ஷா–தான். ஷெர்ஷா ஒரு சிறந்த நிர்வாகி; தன் குறுகிய கால ஆட்சியில் அவர் பல சீர் திருத்தங்களைக் கொண்டுவந்தார். ஷெர்ஷா வரி வசூலை மறு சீரமைப்பு செய்ததுடன் வெள்ளி ரூபாய் நாணயங்களை முதன் முதலில் அச்சிட்டு வெளியிட்டார். (இதுதான் நவீன இந்திய ரூபாயின் முன்னோடி). அவர் காலத்தில் பாடலிபுத்திரம் புனர்நிர்மாணம் செய்யப்பட்டது. "உத்திரபாதை" என்று அழைக்கப்பட்ட வடக்கு நெடுஞ்சாலை ஷெர்ஷா காலத்தில் மறுபடியும் போடப்பட்டு 'சதக்-இ-ஆஸாம்' என்று பெயர் சூட்டப்பட்டது. அதுதான் மொகலாய காலத்தில் இருந்துவந்த முக்கிய வணிகப் போக்குவரத் திற்கான பாதை. பிரிட்டிஷ்காரர்கள் அதை கிரான்ட் டிரன்க் சாலை என்று அழைத்தார்கள். பஞ்சாபி லிருந்து வங்காளம் வரை செல்லும் இந்த சாலை இப்போது தங்க நாற்கர நெடுஞ்சாலைக் கட்டமைப்புக்கு வருகிறது.

ஷெர்ஷா சூரி, நீண்ட நாட்கள் உயிருடன் இருந்திருந்தால் மொகலாய ஆட்சியை நாம் நினைவில் வைத்திருந்திருக்கமாட்டோம். அந்த ஆட்சியை மத்திய ஆசியாவிலிருந்து வந்த ஒரு ஆக்கிரமிப்பு என்றே கருதியிருப்போம். ஆனால் ஐந்தே ஆண்டுகள் ஆட்சியில் இருந்த ஷெர்ஷா சூரி வெடிமருந்து விபத்து ஒன்றில் உயிரிழந்தபின், ஹுமாயூன் திரும்பி வந்து டில்லியின் சிம்மாசனத்தைப் பிடித்துக் கொண்டார். ஹுமாயூனும் நீண்ட நாட்கள் 'புரானா குயிலா' என்ற கோட்டையில் இருக்கவில்லை; அவர் ஒரு விபத்தில் இறந்து விட்டார். தன்னுடைய நூல்நிலையத்தின் மேல் மாடிக்கு, வீனஸ் கோளைப் பார்ப்பதற்காகச் சென்றார் ஹுமாயூன். பார்த்துவிட்டு இறங்கும்போது, செங்குத்தான படிக்கட்டில் தன் ஆடை தடுக்கிய

தால், கீழே விழுந்து இறந்துவிட்டார். ஹுமாயூனின் நூல்நிலையம் இன்றும் புரானா குயிலா-வில் இருந்து வருகிறது. ஆனால் மேல்மாடிக்குச் செல்லும் படிக்கட்டு பொதுமக்களுக்குத் திறந்து விடப்படுவதில்லை. ஹுமாயூனைப் பின்பற்ற நினைப்பவர்களுக்கு இது ஒரு ஏமாற்றமாகத்தான் இருக்கும்!

ஹுமாயூனுக்குப்பின் அவர் மகன், மூன்றே வயது நிரம்பிய அக்பர் பட்டத்துக்கு வந்தார். இவரை மூன்றாவது மொகலாயப் பேரரசர் என்று குறிப்பிடுவதுண்டு. ஆனால் உண்மையில், ஒரு ஸ்திரமான மொகலாய சாம்ராஜியத்தை நிறுவிய பெருமைக் குரியவர் அக்பர்-தான். அவர் ஷெர்ஷா ஆரம்பித்துவைத்த சீர் திருத்தங்களைத் தொடர்ந்து பின்பற்றியதுடன், நாட்டின் பெரும் பான்மையினரான இந்துமக்களிடம் மிகவும் சுமுகமான உறவை வளர்த்துக்கொண்டார்.[25] இது இந்திய நாகரிகத்தின் பரிணாமத்திற்கு எடுக்கப்பட்ட மிகப்பெரிய, முக்கியமான நடவடிக்கை. அரசியல் நோக்கத்திற்காக, அது சரியானதல்ல என்று கூறுவது தவறு. அக்பர் காலத்திற்கு முன்பு இந்துக்களுக்கும் - முஸ்லீம் களுக்குமிடையே நாகரிக முரண்பாடுகள் இருந்துவந்ததை நம்மால் மறுக்க இயலாது. அக்கால முஸ்லீம் எழுத்தாளர்களின் நூல்களும், துருக்கிய ஆக்கிரமிப்பாளர்களுக்கு எதிராக இந்துக்கள் காட்டிய மறுவினைகளும், மேற்சொன்ன முரண்பாடுகளை உறுதிப் படுத்துகின்றன.

தெற்கு இராஜஸ்தானில் இராஜபுத்திரர்களால் ஆளப்பட்டு வந்த மேவார் அரசு துருக்கியர்கள் மீது காட்டிய வெறித்தனமான, விடாப்பிடியான எதிர்ப்பை நாம் உதாரணமாக எடுத்துக் கொள்ளலாம். மேவாரின் ஆட்சியாளர்கள் தங்களை சாதாரண அரசர்களாக மட்டும் நினைக்கவில்லை. அவர்கள் தங்களை இந்து நாகரிகத்தின் பாதுகாவலர்களாக நினைத்தார்கள். சிவனின் வெளிப்பாடான ஏகலிங்கஜி கோயிலைப் பாதுகாப்பதே தங்களின் முக்கியமான கடமை என்று கருதினார்கள். அவர்களைப் பொருத்த வரை ஏகலிங்கஜி-தான் மேவாரின் உண்மையான அரசர். அதனால் தான் அவர்கள் 'மகாராஜா' என்ற பட்டத்தை ஏற்றுக் கொள்ளவில்லை. அரசர் தன்னை 'ராணா' என்றுதான் கூறிக் கொண்டார். "ராணா" என்றால் பாதுகாவலர் அல்லது பிரதம அமைச்சர் என்று பொருள். இதை நாம் அங்கீகரிப்பது மிகவும் முக்கியம். அப்போதுதான், பல நூற்றாண்டுகளாக சொல்லொணா துயரங்களையும், இழப்புகளையும் தாங்கிக்கொண்டு, தொடர்ந்து அவர்கள் ஏன் சுல்தான்களை எதிர்த்து வந்தார்கள் என்பதை நம்மால் புரிந்துகொள்ள முடியும். மூன்று சந்தர்ப்பங்களில், மேவாரின்

தலைநகர் சித்தூர், கடைசி இராஜபுத்திர வீரன் உயிருடன் இருந்த வரை தன்னைப் பாதுகாத்துக்கொண்டது. மேவார் வீழ்ந்தபிறகும், போராட்டம் மலைப்பகுதிகளில் நீடித்தது. இராஜபுத்திரர்களின் உணர்ச்சிமிக்க அந்த செயல்பாடுகளை, அரசியல் கண்கொண்டும், பகுத்தறிவின் அடிப்படையிலும் நாம் அணுகக்கூடாது.

இந்த மனோபாவத்தைப் புரிந்துகொள்ள ஒருவர் ஏகலிங்கஜி கோயிலுக்கு அவசியம் செல்ல வேண்டும். உதய்ப்பூரிலிருந்து, சுமார் ஒருமணி நேரப்பயணத்தில் நாம் அக்கோயிலுக்கு சென்றுவிடலாம். ஆயிரம் ஆண்டுகள் பழமையான அக்கோயில் ஒரு குன்றின் அருகே உள்ளது. அக்கோயிலைச் சுற்றியுள்ள ஆரவல்லிக் குன்றுகளை ஒருவர் சுற்றிவரும் போது, அவை பலத்த அரண்களால் சூழப் பட்டுள்ளதைக் காணமுடியும். சில மணிநேரப் பயணத்தில் நாம் சித்தூர், கும்பல்கர், உதய்ப்பூர் போன்ற இடங்களில் உள்ள கோட்டைகளை அடைந்துவிடலாம். வரலாற்றின் மையகாலத்தில் மேவார், உலகில் அதிகமான இராணுவப்பாதுகாப்பு மிக்க ஓர் இடமாக இருந்திருக்கவேண்டும். மக்கள், முற்றுகையிடப் பட்டவர்களாக, கடைசி மூச்சுவரை தாக்குப்பிடிக்க வல்லவர்களாக இருந்துள்ளனர்.

அக்பர் அரசியலுக்கு வத்த சமயத்தில், நூற்றாண்டுகளாகத் தொடர்ந்த, போராட்டங்களின் விரைவாக இரண்டு அணியினரும், மிகவும் களைத்துப்போயிருந்தனர். (இராஜபுத்திரர்களும், மொகலாயர்களும்) சீக்கிய சமயத்தின் நிறுவனரான குருநானக் போன்ற சிந்தனையாளர்கள், முன்பே நாகரிக அணுகுமுறையின் அவசியத்தை வலியுறுத்தி வந்தனர். பேரரசர் அக்பர் இயற்கையாக தாராள மனப்பான்மை கொண்டவராகத்தான் இருந்திருக்க வேண்டும்; ஆனால் காலம் அவரை மாற்றிவிட்டது. அவருடைய மாறுபட்ட சிந்தனையை செயல்படுத்தும் நேரம் வந்தது. அதுதான் கி.பி. 1568ஆம் ஆண்டு அவரை மேவாரின் தலைநகர் சித்தூரை முற்றுகையிட வைத்தது. பல மாதங்களுக்குப்பின் சித்தூர்கோட்டை வீழ்ந்தது. கோட்டையைப் பாதுகாத்தவர்கள் கடைசி மனிதன் உயிருடன் இருந்தவரை போராடினார்கள். இராஜபுத்திரப் பெண்கள் தங்களைத் தாங்களே மாய்த்துக் கொண்டார்கள். போரில் ஈடுபடாத, மேலும் இருபதாயிரம் மக்களை அக்பர் கொன்று குவித்தார். பதினெட்டு நூற்றாண்டுகளுக்கு முன் அசோகர் எப்படித் தன் வெறிச் செயலைப் பார்த்து அதிர்ச்சியடைந்தாரோ, அதே போன்று அக்பரும் தன் செயலைப் பார்த்து அதிர்ச்சியடைந் திருக்க வேண்டும்.

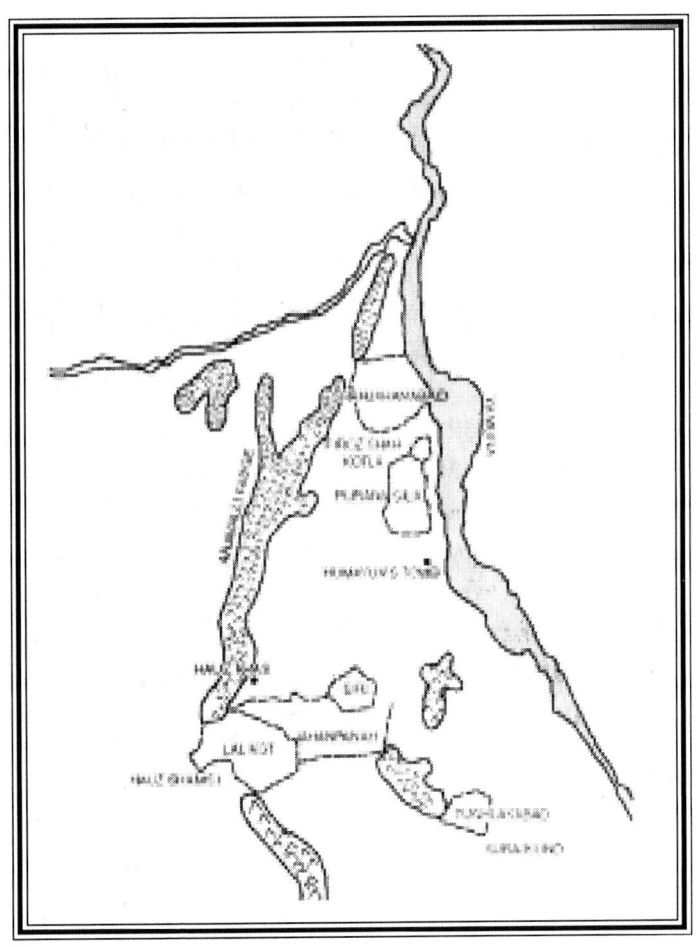

மத்தியகால டெல்லி

இந்து – மொகலாயக் கலாச்சாரங்களுக்கிடையே ஓர் இணக்கத்தை ஏற்படுத்த அக்பர் பின்னால் முயற்சிகள் மேற்கொண்டுள்ளார். 1555ஆம் ஆண்டில் 'ஓம்ரா' எனப்பட்ட அரச சபையில் வெளி நாடுகளில் பிறந்த (உஸ்பெக், பாரசீகம், துருக்கி, ஆஃப்கானிஸ்தான்), ஐம்பத்தியோரு மொகலாயர்களே உறுப்பினர்களாக இருந்தனர். 1580ஆம் ஆண்டில் சபை உறுப்பினர்களின் எண்ணிக்கை இருநூற்று இருபத்தியிரண்டாக (222) உயர்ந்தது. சபையில், நாற்பத்தி மூன்று ராஜபுத்திரர்களும், சம எண்ணிக்கையில் இந்திய நாட்டு மொகலாயர்களும் உறுப்பினர்களாக இருந்தனர்.[26] ஆனால் உறுப் பினர்களுக்கு மனநிறைவு ஏற்படவில்லை. தீவிர முஸ்லீம் உறுப் பினர்களுக்கு மன்னரின் தாராள மனோபாவம் பிடிக்கவில்லை. அதே சமயத்தில் மேவாரின் ஆட்சியாளர்கள் அக்பரைத் தொடர்ந்து சந்தேகக் கண்கொண்டே பார்த்துவந்தது மட்டுமின்றி, எதிர்ப் பையும் காட்டிவந்தனர். (சமீபத்திய அனுபவம் அவர்களை அப்படி நடந்துகொள்ளச் செய்தது). ராணா பிரதாப்பும், "பில்" பழங் குடியினத்தைச் சேர்ந்த அவருடைய இராணுவமும் காட்டிய வீரம், மேவாரின் ஆரவல்லிக் குன்றுகளில், பாடல்களாக இன்றும் ஒலித்துக்கொண்டிருக்கிறது. ராணா பிரதாப்பின் மரபுவழி படைக் கலச்சின்னங்களும் அவருடைய குதிரை "சேட்டக்"– இன் உருவமும் உதய்ப்பூர் நகர அருங்காட்சியகத்தில் பிரதான இடத்தில் காட்சிக்காக வைக்கப்பட்டுள்ளன. மொகலாயர்களுடனான விரோதப்போக்கைக் கைவிடுவதற்கு மேவார் மக்கள் மேலும் ஒரு தலைமுறை எடுத்துக் கொண்டனர்.

டில்லியின் துரதிஷ்டத்தில் அக்பர் தன் தலைநகரை அங்கிருந்து ஆக்ரா–வுக்கு மாற்றினார். பின் புதிதாகக் கட்டப்பட்ட ஃபதேபூர் சிக்ரிக்குச் சென்றுவிட்டார். ஃபதேபூர் சிக்ரி–ஐ நிர்மாணிக்க பதினைந்து ஆண்டுகள் தேவைப்பட்டன. ஆனால் அக்பர் அங்கு பதினான்கு ஆண்டுகளே இருந்தார். அதன்பின் அந்த நகர் கைவிடப் பட்டது; காரணம் தண்ணீர் பற்றாக்குறை. தலைநகர் அங்கிருந்து திரும்பவும் ஆக்ராவுக்கு மாறியது. அதே சமயத்தில் டில்லியின் முக்கியத்துவம் தொடர்ந்து நன்றாகத்தான் இருந்துவந்தது; ஆனால் ஆக்ராவுக்கு அடுத்த நிலையில் இருந்தது. அக்பரின் பேரர், ஒரு நூற்றாண்டுக்குப் பிறகு "ஷாஜஹானாபாத்"–ஐ (பழைய டில்லி) உருவாக்கும் வரை டில்லி இரண்டாம் நிலை நகரமாகத்தான் இருந்து வந்தது. இருப்பினும் டில்லியின் வான்வரை ஓவியப் பின்னணிக்கு அக்பர் புதியதோர் கட்டடத்தைச் சேர்த்தார் – அது தான் அவர் தன் தந்தைக்கு எழுப்பிய நினைவுச்சின்னம். ஹுமாயூனின் கல்லறை ஒரு பிரமாண்டமான கட்டடம்; அதன்

கட்டடக் கலையமைப்பு தாஜ்மகாலுக்கு ஒரு முன்னோடி. இந்தக் கல்லறைக்குப் பார்வையாளர்கள் அதிகம் வருவதில்லை. எனவே ஒரு பேரரசரின் கல்லறையில் ஓய்வாக நின்றுகொண்டு, மனநிறை வோடு நல்ல காற்றை சுவாசிக்க ஹுமாயூனின் நினைவிடம் சிறந்த ஒரு கட்டடம்.

வரலாற்றின் மையகால இந்தியா கட்டடங்கள், கொள்ளை, நகரங்களைக் கைவிடல், அவற்றை மீண்டும் உருவாக்குதல் போன்றவை மட்டுமே காணப்பட்ட ஒரு நாடு என்ற எண்ணத்தை வாசகர்கள் மனதில் உருவாக்க நான் விரும்பவில்லை. பெரும் பாலான மக்கள் கிராமப்புறங்களில்தான் வசித்து வந்தனர் என்பதை நாம் மறந்துவிடக் கூடாது. இந்திய கிராமமக்கள் நீர்ப்பாசன வசதிகளை உருவாக்கவோ, நிரந்தரமான வீடுகளைக் கட்டவோ பணத்தை அதிகமாக முதலீடு செய்யவில்லை என்று கூறுகிறார் பாபர். மாறாக அவர்கள் தங்கள் கிராமங்களைக் கைவிட்டுவிட்டு காடுகளில் தஞ்சம் புகுவதற்குத் தயாராக இருந்தார்கள்.[27] அப்படித் தான் அவர்கள் மூன்று நூற்றாண்டுகளாகப் போர்களை சமாளித்து வந்தார்கள். நாட்டின் பெரும்பாலான இடங்கள் காடுகள் அடர்ந்த பகுதிகளாக இருந்தன. வீடுகள் கைவிடப்பட்டதால் சில இடங்களில் மக்கள் ஆதிகாலத்திய காட்டுவாழ்க்கை வாழ்ந்து வந்தார்கள். டில்லி நகரத்தைச் சுற்றியும் காடுகள் இருந்தன. நகரின் சுற்றுச் சுவர்களிலிருந்து, சில கிலோ மீட்டர் தூரம் காட்டுக்குள் சென்று ஆட்சியாளர்கள் வேட்டையாடுவதில் ஈடுபட்டார்கள். வேட்டை யாடுவதற்கு வசதியாக ஆரவில்லிக் குன்றுகளில் பல இடங்களில் தங்குமிடங்களை அமைத்திருந்தார் ஃபெரோஸ்–ஷா. டில்லியின் புறநகர்ப் பகுதியில் உள்ள மகிபால்பூர் என்ற கிராமத்தில் கூட அப்படியொரு வேட்டையில்லம் இருந்தது. மகிபால்பூர் டில்லி சர்வதேச விமான நிலையத்திற்கருகில் இருக்கிறது. இன்று நியான் விளக்குகள், குறைந்த செலவில் அறைகளை வாடகைக்குக் கொடுக்கும் விடுதிகளில் விளம்பரங்களைக் காட்டும் இடத்தில் அன்று மான்களும், சிறுத்தைகளும். சிங்கங்களும் திரிந்து கொண்டிருந்தன. 1820ஆம் ஆண்டுக்கான பிரிட்டிஷ் பதிவேடுகள் அந்த இடத்தின் 'ஹரியானா சிங்கம்' பற்றிக் குறிப்பிடுகின்றன.[28]

மொகலாயர்களின் வேட்டை

பாபர் தன்னுடைய நாட்குறிப்பில், இரண்டு பாராக்களில் இந்திய மக்கள் மீது ஏளன இகழ்ச்சியைக் காட்டுகிறார். ஆனால் அவர் இந்தியத் தாவரங்களையும், விலங்குகளையும் மிகவும் விரும்பினார். அவைகளைப் பற்றி அவர் இரண்டு பக்கங்கள்

விவரித்துள்ளார். மயில்கள், யானைகள், ஆற்றில் வாழும் டால்ஃபின்கள் போன்ற விலங்குகள் பற்றி பாபர் நமக்குச் சொல்கிறார். பெஷாவர் அருகில், தான் ஒரு காண்டாமிருகத்தைச் சந்தித்ததாகவும், அது தன்னை மிகவும் கிளர்ச்சியடையச் செய்த தாகவும் குறிப்பிடுகிறார். பதினாறாம் நூற்றாண்டில் காண்டா மிருகங்கள், இந்தியாவின் மேற்கு பகுதியிலும்கூட இருந்தன என்ற செய்தி நம் ஆர்வத்தைத் தூண்டுவதாக உள்ளது. ஆனால் தற்போது அவை அஸ்ஸாமின் சதுப்புநிலப் புல்வெளிகளிலும், வடக்கு வங்காளத்திலும், நேப்பாளத்தின் டெராய் பகுதிகளிலும் மட்டுமே காணப்படுகின்றன. ஏனோ தெரியவில்லை பாபர் புலிகளைப் பற்றியும், சிங்கங்களைப் பற்றியும் ஏதும் குறிப்பிடவில்லை. சிங்கங் களையும், சிறுத்தைகளையும் அவர் ஆஃப்கானிஸ்தானிலும், வடக்கு ஈரானிலும் பார்த்திருக்கலாம். ஆனால் அவற்றை இந்திய மிருகங்கள் என்று அவர் நினைக்கவில்லை.

மொகலாயர்கள் ஆர்வமிக்க வேட்டைக்காரர்கள். அவர்கள் வேட்டையாடியது பற்றிய பல நூல்களும், வேட்டையாடுவதைக் காட்டும் ஓவியங்களும் நிறைய இருக்கின்றன. சிறிய கொம்புகளை யுடைய மான்கள், மறிமான்கள், பறவைகள், சிங்கங்கள் போன்ற பலவகைப் பிராணிகளை அவர்கள் வேட்டையாடியுள்ளனர். அவர்கள் புலிகளை வேட்டையாடியது பற்றி குறிப்புகளும், ஓவியங்களும் மிகக் குறைவாகவே காணப்படுகின்றன. இதனால் மொகலாயர்கள் அதிகமாக இந்தியாவின் வடமேற்குப் பகுதிகளில் தான் வேட்டையாடியுள்ளனர் என்று தெரிகிறது. அந்தப் பகுதி சிங்கங்கள் இருந்தபகுதி; புலிகள் இருந்த பகுதியல்ல. ஆக்ரா, டில்லி, பஞ்சாபின் பட்டின்டா போன்ற இடங்களுக்கு அருகே வேட்டை நிலங்கள் இருந்துள்ளன. தற்போது இவையனைத்தும் மக்கள் அதிகம் வாழும் இடங்கள்; விவசாயம் பெருமளவில் நடை பெறும் பகுதிகள். ஆனால் முன்பு டில்லி, ஆக்ரா போன்ற நகர்களின் அருகிலும், லாகூர் செல்லும் பாதையும் வேளாண்மைக்குப் பயன் படுத்தப்படாத தரிசு நிலங்கள் இருந்ததாக பெர்னியர் தன் நூலில் குறிப்பிட்டுள்ளார். 1600ஆம் ஆண்டில் முகலாயப் பேரரசின் மையப் பகுதியான ஆக்ரா சுபா–வில் 27.5% நிலப்பரப்பிலேயே, இன்னும் சொல்லப்போனால் அதற்கு சற்றுக் குறைவான நிலப் பரப்பிலேயே விவசாயம் செய்யப்பட்டு வந்தது.[29] அந்த சமயத்தில் இந்தியாவின் மொத்த மக்கள்தொகை கிட்டத்தட்ட 116 மில்லியன் மட்டுமே. இதிலிருந்து மிகப்பெரிய ஓரிடம் வனவிலங்குகளுக்காக இருந்திருக்க வேண்டும் என யூகிக்க முடிகிறது. அதில் பல பகுதிகள் அரசகுடும்பத்தினர் வேட்டையாடுவதற்கென தனியே

ஒதுக்கப்பட்டிருந்தன. சிங்கங்கள் அரச அதிகாரத்தோடு தொடர்பு படுத்தப்பட்டிருந்தன. அரசரும், அரச குடும்பத்தினரும் மட்டுமே சிங்கங்களை வேட்டையாட முடியும்; மற்றவர்கள் அவற்றைப் பொதுவாக வேட்டையாடக் கூடாது; வேண்டுமானால் விசேட அனுமதி பெற்று வேட்டையாடலாம்.

பேரரசர் அக்பரின் சிங்கவேட்டை தொடர்பான பல கதைகள் இருக்கின்றன. 1568ஆம் ஆண்டில், ஒரு சமயம் அக்பர் குர்கானுக்குத் தெற்கே, ஆல்வார் அருகில் இருக்கும் மீவாட் என்ற இடத்திற்கு வேட்டைக்குச் சென்றார். ஒரு சிங்கம் தென்பட்டது; உடன் சென்ற வீரர்கள் செலுத்திய சரமாரியான அம்புகளால் அந்த சிங்கம் வீழ்ந்தது. அக்பருக்கு அது பிடிக்கவில்லை. மற்றொரு சிங்கம் தென்பட்டால் அதைத் தானே தனியாக எதிர்கொள்ள வேண்டுமென்று விரும்பினார். சற்று நேரத்தில் வேறு ஒரு சிங்கம் அந்த இடத்திற்கு வந்தது. பேரரசர் விட்ட அம்பு அதன் ஒரு கண்ணைத் துளைத்தது. கோபமடைந்த சிங்கம் எதிர்க்கத் தொடங்கியது. தன் குதிரையைவிட்டுக் கீழேயிறங்கி அம்புகளை செலுத்தினாலும் அக்பரால் அதை சமாளிக்க இயலவில்லை. அருகிலிருந்த ஒரு வீரன் சிங்கத்தின்மீது ஒரு அம்பை விட்டான். சீற்றமடைந்த சிங்கம் அவன்மீது பாய்ந்து அவனை அடித்து நொறுக்கி விட்டது. பின் பலர் சேர்ந்து அந்த சிங்கத்தை வீழ்த்தினார்கள்.[30]

அக்பர் ஆபத்துகளை எதிர்நோக்க எப்போதும் தயாராகவே இருந்தார். தன் இளமைக்காலத்தில் அவர் குதிரைமீது சவாரி செய்தும், சில சமயங்களில் நடந்துசென்றும் வேட்டையாடுவார். நன்றாகப் பழக்கப்படுத்தப்பட்ட சிறுத்தைகளை, வேட்டையாடும் போது உடன் அழைத்துச் செல்வார் அக்பர். தன்னுடைய கடைசி காலத்தில் அக்பரிடம் ஆயிரம் சிறுத்தைகளுக்கு மேல் இருந்தன. காலம் செல்லச்செல்ல யானையின் மீது ஏறிக்கொண்டு வேட்டை யாடுவதில் வல்லமை பெற்ற அக்பர், குறிதவறாமல் துப்பாக்கியைப் பயன்படுத்தவும் வல்லமை பெற்றிருந்தார். 1610ஆம் ஆண்டு பிப்ரவரி மாதம் அக்பரின் வாரிசு ஜஹாங்கீரும் அவரது கூட்டத் தினரும் ஆக்ராவுக்கு அருகிலிருக்கும் ரூபாஸ் என்ற இடத்திற்கு வேட்டைக்குச் சென்றனர். ஐம்பத்தாறு நாட்கள் நடைபெற்ற அந்த வேட்டையில் அவர்கள் ஏழு சிங்கங்களையும், எழுபது மான்களையும், ஐம்பத்தோரு மறிமான்களையும், எண்பத்தியிரண்டு இதரவகை விலங்குகளையும், 129 பறவைகளையும், 1023 மீன்களையும் கொன்று குவித்தனர். வேட்டையாடுவது ஓர் ஆபத்தான விளையாட்டாகத் தான் இருந்தது என்பதை அதே ஆண்டில் நடைபெற்ற ஒரு சம்பவத்தின் மூலம் நாம் தெரிந்து கொள்ளலாம்.

ஆக்ராவுக்கு அருகில் பாரி என்ற இடத்தில் 1610ஆம் ஆண்டில் வேட்டைக்குச் சென்றபோது பேரரசர் ஜஹாங்கீரின் நண்பர் அனூப் ராய், பாதிக்குமேல் சாப்பிடப்பட்ட ஒரு பசுவின் உடலைப் பார்த்தார்; தேடிக்கொண்டே சென்றபோது ஒரு சிங்கம் புதரின் அருகில் இருப்பது தெரியவந்தது. பலர் அந்த சிங்கத்தைச் சூழ்ந்து நின்றுகொண்டு, ஜஹாங்கீருக்கு அழைப்புவிடுத்தனர். உடனே அங்கு ஓடிவந்த ஜஹாங்கீர் துப்பாக்கியை அதன் தாங்கியின் மீது பொருத்தினார். அவர் இரண்டு முறைகள் சிங்கத்தை நோக்கிச் சுட்டார்; ஆனால் குறி தவறிவிட்டது. சிங்கம் எதிர்த்து வந்தது. பேரரசரின் பரிவாரத்தில் ஒருவன் சிங்கத்தின்மீது தன் குறுங் கணையைச் செலுத்தினான். பயந்துபோன சிங்கம் மன்னரின் மீதேறி அவரை மிதித்துவிட்டது. அனூப் ராய் தன் கைகளாலேயே சிங்கத் துடன் போரிட்டு மன்னரின் உயிரைக் காப்பாற்றினார். இளவரசர் குர்ரம் தன் வாளால் சிங்கத்தை வெட்டி வீழ்த்தும்வரை அனூப் ராய் சிங்கத்துடன் போர்புரிந்தார். ஓர் இராஜபுத்திர இந்து, அரச குடும்பத்தினரோடு பின்தொடர்ந்து செல்வதோடு மட்டும் நிறுத்திக் கொள்ளாமல், ஆபத்துக்கு அஞ்சாமல், தைமூரின் நேரடி வாரிசான ஒரு மொகலாய அரசரின் உயிரைக் காப்பாற்றி யிருக்கிறார். அரை நூற்றாண்டு காலத்தில் இந்துக்களுக்கும், முஸ்லீம்களுக்கும் இடையே யான உறவு வளர்ந்திருந்ததையே இச்சம்பவம் காட்டுகிறது. அவருடைய வீரச்செயலுக்காக அனூப் ராய் அவர்களுக்கு “அனி ராய் சிங்கதளன்” என்ற பட்டத்தைக் கொடுத்து கௌரவித்தார் ஜஹாங்கீர். அப்படியென்றால் தளபதி என்றும் சிங்கத்தை நசுக்குபவர் என்றும் பொருள்.[31]

மேற்சொல்லப்பட்ட சம்பவம் நடந்து ஐந்தாண்டுகளுக்குப் பிறகு, மொகலாய அரசவைக்கு முதல் ஆங்கிலேய தூதர் விஜயம் செய்தார். அவர்தான் சர் தாமஸ் தோ. அவர் ஒரு மிகச்சிறந்த ராஜதந்திரி; 1615ஆம் ஆண்டு முதல், 1619ஆம் ஆண்டு வரை சர் தாமஸ் தோ இந்தியாவில் இருந்துவந்தார். அவர் மாமன்னர் ஜஹாங்கீருக்கு நெருங்கிய நண்பரானதுடன் மட்டுமின்றி பல தடவைகள் உடன் மது அருந்தும் தோழராகவும் இருந்துள்ளார். அதற்காக அவருக்குத் தன் விருப்பம்போல் சிங்கங்களைக் கொல்லும் உரிமை வழங்கப்பட்டுவிடவில்லை. 1617ஆம் ஆண்டு ஒரு சிங்கமும் ஓநாயும் திரு. தோ தங்கியிருந்த முகாமுக்குள் வந்து அவர் வளர்த்து வந்த செம்மறியாடுகளையும், வெள்ளாடுகளையும் கொன்றுவிட்டன. ஆனாலும் அந்த மிருகங்களைக் கொல்வ தற்கான உரிமம் அவரிடம் இல்லை; அனுமதி கேட்டு, மன்னருக்குத்

தகவல் தெரிவித்தார் திரு.ரோ. அனுமதி கிடைத்தாலும், சிங்கம் அதற்குள் தப்பியோடிவிட்டது. ஓநாய்க்கு தப்பிச்செல்லும் வாய்ப்பு கிடைக்கவில்லை.[32]

சிங்கம் ஒரு முக்கியமான அரசவை உருவமாக இருந்து வந்தது. அரசரின் கொடிகள் ஒன்றில் சிங்கத்தின் உருவமும், உதய சூரியனும் இடம் பெற்றிருந்தன. இப்படிப்பட்ட ஓர் உருவகம் (symbolism) ஈரான் நாட்டின் ஷா–மன்னருக்கும், இந்து சம்பிரதாயத்திற்கும் பொதுவாக இருந்து வந்தது. ஒரு மிகப் பழமையான ஏகாதி பத்தியக் கனவின் வாரிசுகள் என்ற உள்ளார்ந்த எண்ணம் மொகலாயர்களுக்கு இருந்தது. எனவேதான் மாமன்னர் ஜஹாங்கீர் தன் எண்ணத்தைப் பாரசீக மொழியில் அலகாபாத்தில் இருந்த மௌரியத் தூணில் பொறித்து வைத்தார். அந்தத் தூணில் இந்தியாவின் ஆற்றல்மிக்க மூன்று பேரரசர்களின் செய்திகள் பொறித்து வைக்கப்பட்டுள்ளன. அசோகர், சமுத்திரகுப்தர், ஜஹாங்கீர் – என்ற மூவரே அந்தப் பேரரசர்கள். ஒரு தொடர்ச்சி பதினெட்டு நூற்றாண்டுகளாக இருந்து வந்துள்ளது! இங்கு என்ன நடைபெற்றது! மௌரியத் தூணில் ஜஹாங்கீர் பொறித்துவைத்த செய்திகளை எடுத்துக்கொண்டாலும் சரி, அக்பரை கல்ஹனர் எழுதிய காஷ்மீர சரித்திரத்துடன் இணைத்துப்பார்த்தாலும் சரி, மொகலாயர்கள் தங்களுடைய சாம்ராஜியத்தை இந்தியாவில், இந்திய நாகரிகத்தின் கட்டமைக்குட்பட்டு நிறுவ அடித்தளம் அமைத்துக் கொண்டிருந்தனர். ஆகையால் அவர்கள் திட்டமிட்டு இந்திய நாகரிகத்தின் நினைவிடங்களில் தங்களைப் புகுத்திக் கொண்டார்கள். ஃபெரோஸ்–ஷா துக்ளக் மௌரியத் தூண்களின் மீது காட்டிய ஆர்வத்திலிருந்து மொகலாயர்களின் ஆர்வம் விலகிச் சென்றது.

அட்மிரல் ஸெங்-ஹி-யின் கடற்பயணங்கள்:

வட இந்தியா மத்திய ஆசிய ஆக்கிரமிப்புகளால் அவதிப் பட்டுக்கொண்டிருந்த நேரத்தில், இந்தியப் பெருங்கடலில் வாணிபம் செழித்தோங்கியது. மார்க்கோ போலோவும் இபன் பதூதாவும் இதற்கு சாட்சிகள். இருப்பினும் 12ஆம் நூற்றாண்டின் இறுதியில், வணிகத்தில் இந்தியர்களின் பங்கு குறையத் தொடங்கியது. ஒரு காலத்தில் இந்தியர்கள் புதிய இடங்களைக் கண்டுபிடிப்பவர் களாகவும், ஆபத்துகளை எதிர்கொள்ளக் கூடியவர்களாகவும் இருந்தார்கள். தைக்கப்பட்ட தங்கள் கப்பல்களில் கடலில் அங்கும் இங்கும் குறுக்கும் நெடுக்குமாக அலைந்துகொண்டேயிருந்தனர். பாரசீக வளைகுடாவிலிருந்து, சீனா வரை இந்திய வணிகர்கள்

நிறைந்திருந்தனர். பௌத்தர்களும், பிராமண அறிஞர்களும் அதிக எண்ணிக்கையில் தென்கிழக்கு ஆசிய நாடுகளுக்குச் சென்றார்கள். அங்கு அவர்கள் அதிகம் தேவைப்பட்டார்கள்; அங்கு அவர்களுக்கு நல்ல வரவேற்பு இருந்தது. ஒரு நூற்றாண்டுக்குப்பின், அதாவது ஸ்ரீவிஜய சாம்ராஜியத்தின் மீது சோழர்கள் படையெடுத்துச் சென்றதற்குப் பின், பௌத்தர்களும், பிராமணர்களும் தென்கிழக்கு ஆசிய நாடுகளிலிருந்து மறைந்துவிட்டனர். அவர்களுக்கு என்ன நேர்ந்தது?

சாதி விதிமுறைகள் கடல் கடந்து செல்லக்கூடாது என்று நிபந்தனை விதித்ததுதான் கிட்டத்தட்ட அதற்கான காரணமாக இருக்கவேண்டும். ஆனால் சாதி விதிமுறைகள், ஒரு மிகப்பெரிய குறைபாட்டின் பிரதிபலிப்புதான். என்னுடைய முந்தைய புத்தகமான "இந்திய மறுமலர்ச்சி" என்ற நூலில் நான் இதுபற்றிக் குறிப்பிட்டுள்ளேன். இந்தியாவின் கலாச்சார – நாகரிகக் கண்ணோட்டத்தில் ஒரு மாற்றம் ஏற்பட்டுள்ளது. புதுமையாகச் செயல்படுதல், ஆபத்துகளை எதிர்கொள்ளுதல் போன்றவற்றில் இந்தியர்களிடையே ஒரு மாற்றம் ஏற்பட்டிருக்க வேண்டும்.[33] அந்த மாற்றம் குறித்து விவாதிக்க இது ஏற்ற தருணமல்ல; ஆனால் திறந்த மனம் கொண்டிருந்தவர்கள், தங்கள் மனக்கதவுகளை அடைத்துவிட்டார்கள் என்று தான் கூறவேண்டும். ஒரு காலத்தில் இயக்க ஆற்றலுடன், பரிணமித்துக் கொண்டிருந்த சமஸ்கிருத மொழி புதிய சொற்களை உள்வாங்கிக் கொள்வதை நிறுத்திவிட்டது; புதிய பயன்பாட்டு முறைகளையும் நிறுத்திவிட்டது; அதனால் ஒரு தொல்லுயிராகி விட்டது. தூய்மை என்ற பெயரில், சில சூத்திரங்களுக்கு உட்பட்ட மொழியாக அது மாறிவிட்டது. அறிவியல் வளர்ச்சியும் நின்று போயிற்று. சோதனைகளை செய்துபார்க்கும் நிலைமாறி, அறிவு சார்ந்த பிரசங்கங்களை மட்டும் மேற்கொள்ளும் மொழியாக சமஸ்கிருதம் மாறிவிட்டது.

அந்த சமயத்தில் இந்தியாவுக்கு வந்த வெளிநாட்டினர் இந்த மாற்றத்தைக் கண்ணுற்று அதைப் பற்றி எழுதியுள்ளனர். முகமது கஜினி பழிக்கிடமான தன் ஆக்கிரமிப்புகளை இந்தியாவில் நடத்திய அதே சமயத்தில், அல்–பிரூனி என்ற எழுத்தாளர் தன் சமகாலத்திய இந்திய அறிஞர்களைப் பற்றிக் குறிப்பிடும்போது, அவர்கள் தங்களைப்பற்றியே நினைத்துக் கொண்டிருந்தார்களே தவிர, உலகில் நடைபெறும் பல நிகழ்வுகளிலிருந்து பாடம் கற்றுக் கொள்ளவில்லை என்று கருத்து தெரிவித்துள்ளார். ஆனால் அந்த இந்திய அறிஞர்களின் முன்னோர்கள் அப்படியில்லையென்று, இருவரையும் ஒப்பிட்டுக் காட்டுகிறார் அல்–பிரூனி.

இந்தக் கலாச்சார மாற்றத்தின் அடிப்படையில் பார்க்கும் போது, இந்திய வணிகர்கள் கரையிலேயே தங்கியிருந்து தங்கள் வாணிபத்தை நடத்திவந்தார்கள். அதே சமயம் கடல் பயணம் என்பது அரேபியர்களிடம் மாறியது. கடலில் பயணம் செய்து வாணிபம் நடத்தியவர்களில் யூதர்கள், பாரசீகர்கள், சீனர்கள் போன்றோரும் அடங்குவார்கள். இபன் பதூதா எண்ணற்ற சீனக் கப்பல்களை கோழிக்கோட்டில் பார்த்திருக்கிறார். ஒரு வாணிபக் கப்பல் குழுவுடன், இராணுவக் கப்பல் ஒன்றும் பின்னாலேயே வந்திருக்கவேண்டும் என்று எழுதுகிறார் இபன் பதூதா. அந்த இராணுவக் கப்பல் மிகப் பெரிதாக இருந்ததாகவும், அதில் ஆயிரம் பிரயாணிகளும், அறுநூறு மாலுமிகளும், ஆயுதம் தாங்கிய நானூறு வீரர்களும் இருந்ததாகக் குறிப்பிடுகிறார் இபன் பதூதா. தான் பயணம் செய்த வழியில் அவர் வணிக வலைப்பின்னலை நன்கு பயன்படுத்திக் கொண்டிருக்கிறார். தன் பயணத்தின்போது அவர் சியூட்டா என்ற நகரைச் சேர்ந்த ஒரு மனிதரை முதலில் டில்லியில் சந்தித்தார். (சியூட்டா என்ற நகர், இபன் பதூதாவின் ஊரான டான்ஜியர் அருகில் உள்ளது.) அதே மனிதரை அவர் தற்செயலாக சீனாவிலும் சந்தித்தார்.[34] இபன் பதூதாதான் தன் கடல் பயணங்கள் பற்றி எழுதிய முதல் எழுத்தாளராக இருக்க வேண்டும். ஆனால் அவர் பயணம் செய்த வழித்தடம் அரேபிய வணிகர்களுக்கு முன்பே தெரிந்திருந்தது.

எது எப்படியிருப்பினும், தென்கிழக்கு ஆசிய நாடுகளில், இந்திய உணர்வுகள் பல நூற்றாண்டுகள் உயிருடன் இருந்து வந்தன. 1431ஆம் ஆண்டு தாய்லாந்து நாட்டவர்களால் பிடிக்கப்படும் வரை கெமர் பேரரசின் தலைநகராக அன்க்கோர் இருந்துவந்தது. அன்க்கோரின் அழிவுச் சின்னங்களை நம்புவதற்கு நாம் அதை நேரில் பார்க்கவேண்டும். வியட்நாமில் இருந்து வந்த சம்பா அரசு பற்றியும் நமக்கு ஓரளவே தெரியவந்துள்ளது. சம்பா அரசு, அதன் தலைநகர் விஜயா வியட்நாமிய வீரர்களால் 1471இல் பிடிக்கப்படும் வரை, செழிப்பான நிலையில் இருந்து வந்தது. ஒருவாறு சமாளித்து இருந்து வந்த ஒரு சிறிய ச்சாம் அரசு, பதினேழாம் நூற்றாண்டில் கவிழ்க்கப்பட்டது. ச்சாம். ஆட்சியாளர்கள் கட்டிய இந்துக் கோயில்கள் வியட்நாம் நாட்டில் சிதறிக்கிடக்கின்றன. பாலமோன் ச்சான் இனத்தவர்கள் (ஏழத் தாழ 30,000 பேர்) இன்றுவரை இந்து சமயத்தைப் பின்பற்றி வருகிறார்கள். சிதறிக் கிடக்கும் அந்த இந்துக்கோயில்களை அவர்கள் பயன்படுத்தி வருகிறார்கள். மைசன் (My son) என்ற இடத்தில் இருந்து வந்த ச்சாம் கோயில்கள், வியட்நாம் யுத்தத்தின் போது அமெரிக்க குண்டுவீச்சால் அழிக்கப்

பட்டுவிட்டன. அக்கோயில்களை யுனெஸ்கோ நிறுவனம் உலகப் பாரம்பரியச் சின்னங்களாக அறிவித்துள்ளது. ஆனால் உண்மையில் இப்போது, பார்ப்பதற்கு அங்கு இருப்பது மிகவும் குறைவான பகுதிகளே. கோயிலில் நுழைவாயிலில் உள்ள அருங்காட்சியகத்தில், குண்டு வீச்சுக்கு முன் நல்ல நிலையில் இருந்து வந்த கோயில்களின் புகைப் படங்கள் இருக்கின்றன. அவைகளிலிருந்து அக்கோயில்கள் பற்றி ஓரளவு நாம் தெரிந்துகொள்வோம்.

அதீதமான இந்திய உணர்வால் தூண்டடப்பட்ட கலாச் சாரங்களை நாம் ஜாவா–வில் காணலாம். நான்காம் நூற்றாண்டில் மஜபஹித்துகள் இப்போதுள்ள இந்தோனீஷியாவை தங்கள் நேர்முக மற்றும் மறைமுகக் கட்டுப்பாட்டில் வைத்திருந் தனர். அவர்களின் அரசு விரிவடைந்த போது சுமத்ராவில் இருந்து வந்த ஸ்ரீவிஜய அரசு வெளியே தள்ளப்பட்டுவிட்டது. 1377இல் ஸ்ரீவிஜயத் தலைநகர் பாலிம்பேங் மீது நடத்தப்பட்ட கப்பற்படைத் தாக்குதல் மஜபஹித்துகளின் கடைசி எதிரியை முற்றிலும் அழித்துவிட்டது.[35]

ஜாவா அரசின் அச்சுறுத்தலுக்கு அஞ்சி ஸ்ரீவிஜய இளவரசர்களில் ஒருவனான சாங் நில உத்தமா (sang nila utama) என்பவன் மலாய் தீபகற்பத்தின் தெற்கேயிருக்கும் “ரியாவு” (Riau) தீவுகளில் தஞ்சம் புகுந்தான். வழக்கத்தில் இருந்துவரும் கதையின் படி இளவரசன் டெமாசெக் என்ற தீவில் வேட்டையாடிய போது ஒரு சிங்கத்தைப் பார்த்தான். எனவே தன்னுடைய குடியிருப்புப் பகுதியை அந்தத் தீவில் உருவாக்கியபோது, தீவிற்கு “சிங்கப்பூரா” என்று பெயர் சூட்டினான் (சிங்க நகரம் என்பதன் சமஸ்கிருதப் பெயர்) சிங்கப் பூருக்கு அந்தப் பெயர் அப்படித்தான் வந்தது. உண்மையில் இளவரசன் பார்த்தது சிங்கத்தையல்ல; அவன் பார்த்தது மலேசியப் புலியை. ச்சோவா ச்சு காங் (choa chu kang) என்ற இடத்தினருகே 1930ஆம் ஆண்டில் சிங்கப்பூரின் வனப்பிர தேசத்தில் வாழ்ந்துவந்த கடைசி புலி சுட்டுக்கொல்லப்பட்டது.

சாங் நில உத்தமா–வின் பின்னால் வந்தவர்களில் ஒருவன் “பரமேஸ்வரா” என்பவன். உள்ளூரில் இருந்து வந்த போட்டிகளாலும், தொடர்ந்து இருந்துவந்த ஜாவா அரசின் அச்சுறுத்துதல்களாலும் நீண்டநாட்களுக்கு, சிங்கப்பூரில் தாக்குப்பிடிக்க பரமேஸ்வராவால் முடியவில்லை. அவன் வடக்கு நோக்கிச் சென்று தன் தலைமை யிடத்தை ‘மிலேக்கா’ (மலாக்கா) என்ற இடத்தில் ஏற்படுத்திக் கொண்டான். அட்மிரல் ஸெங்–ஹி. தன்னுடைய பொக்கிஷக் கப்பல்களுடன் வந்தபோது தென்கிழக்கு ஆசிய நாடுகளில் நிலைமை, நாம் மேலே விவரித்ததுபோன்றுதான் இருந்துவந்தது.

ஸெங்-ஹி சீன கடற்படைக்கு ஓர் இயல்புக்கு மாறான தலைவன். அவன் ஒரு முகதிய 'அலி'. சுற்றிலும் தரைப்பகுதிகளால் சூழப்பட்ட யுன்னான் என்ற இடத்தைச் சேர்ந்தவன். மின்ங் நீதிமன்றத்துக்கு ஒரு கைதியாகக் கொண்டுவரப்பட்ட ஸெங்-ஹி ஆண்மை நீக்கம் செய்யப்பட்டான். இருப்பினும் கி.பி. 1405 முதல் 1433 வரை அவன் ஏழு கடல் சுற்றுப்பயணங்களை மேற்கொண்டுள்ளான். தென்கிழக்கு ஆசியா, இந்தியா, ஸ்ரீலங்கா, அரேபியா, கிழக்கு ஆப்பிரிக்கா போன்ற இடங்களுக்கு அவன் பயணங்கள் மேற்கொண்டுள்ளான். அவன் தலைமை தாங்கிய பொக்கிஷக் கப்பல்குழுக்கள் பிரமிக்கத்தக்க அளவில் இருந்தன. நூறு கப்பல்களுக்கு மேல், பல்லாயிரம் மனிதர்களுடன் வியக்கவைக்கும் ஒரு கப்பல் அணிவகுப்பாக ஸெங்-ஹி-யின் கப்பல் குழுக்கள் இருந்தன. அந்த சமயத்தில் சீனர்களின் கடல்சார் தொழில்நுட்பம். உலகின் மற்ற நாடுகளில் இருந்ததைவிட பலமடங்கு முன்னணியில் இருந்தது. ஸெங்-ஹி அமெரிக்காவுக்குக்கூட சென்றிருக்கலாம் என்று தற்போது சில வரலாற்றாசிரியர்கள் கருத்து தெரிவித்துள்ளனர். அவனிடம் சிறந்த தொழில்நுட்பம் கைவசம் இருந்தது. ஆனால் அவன் பசிபிக் பெருங்கடலைக் கடந்து சென்றிருப்பான் என்பதில் எனக்கு நம்பிக்கை இல்லை.

ஸெங்-ஹி-யின் கடற்படை சுற்றுப்பயணத்திற்கு, வாணிபம், புதிய இடங்களைக் கண்டுபிடித்தல் போன்ற பல நோக்கங்கள் இருந்தன. இருப்பினும் அதன் முக்கியக் குறிக்கோள் சீன ஆற்றலை வெளிக்காட்டுவது. மேலும் அந்த நாட்டின் நில அமைப்பு நிலையையும், அரசியல் நிலையையும் ஒன்றிணைப்பது. சில ஆண்டுகளுக்கு முன்தான் சீனர்கள் மங்கோலிய ஆட்சியை தூக்கி எறிந்தார்கள்; எனவே அவர்கள் உலக அரங்கில் தங்களை நிலை நாட்டிக்கொள்ள விரும்பினார்கள். கடற்படையின் அளவின் மூலம் உள்ளூர் மக்களைக் கட்டுப்படுத்தி வைக்க இயலாவிட்டால் இராணுவ நடவடிக்கைகளில் இறங்கவும் ஸெங்-ஹி தயாராக இருந்தான். ஸ்ரீலங்காவில் நடந்த ஓர் உள்நாட்டுப் போரில் அவன் அவ்வாறுதான் செய்தான்.

ஸெங்-ஹி தன் கடற்பயணங்களை மேற்கொண்டிருந்த சமயத்தில், தென் கிழக்கு ஆசியாவில் முன்பே ஏற்படுத்தப்பட்ட சீனக் குடியிருப்புகள் இருந்தன. அந்த சமயத்தில் ஜாவா-வின் மஜபஹித் பேரரசுதான் மிகவும் ஆற்றல் வாய்ந்ததாக இருந்து வந்தது. ஒரு நூற்றாண்டுக்கு முன்னால் ஜாவா மக்கள் இராணுவத்தின் துணைகொண்டு, தங்களைக் கட்டுப்படுத்த சீன-மங்கோலிய அரசுகள் எடுத்த முயற்சிகளை முறியடித்திருந்தனர். 1378ஆம்

ஆண்டில் மின்ங் பேரரசர், ஸ்ரீவிஜய சிம்மாசனத்தில் தனது நபர் ஒருவரை அமாத்துவதற்காக, தூதுவர்களை அனுப்பினார். மஜபஹித் பேரரசு, சீனப் பேரரசரின் முயற்சியை தங்கள் செல்வாக்கில் ஊடுறுவும் ஒரு முயற்சி என்று கருதி, அனுப்பப்பட்ட அனைத்து தூதர்களையும் கொன்றுவிட்டது.[37]

இந்த வரலாறு ஸெங்–ஹி–க்குத் தெரிந்திருக்க வேண்டும். ஆகவே சீன கடற்படைத் தளபதி (ஸெங்–ஹி), நிலைமையை தனக்கு சாதகமாக மாற்றிக்கொள்ள மலாக்காவில் உறக்க நிலையில் இருந்துவந்த பரமேஸ்வரா–வின் அரசை ஆதரிக்க முடிவு செய்தான். மலாக்காவில் ஒரு மிகப்பெரிய சீனக்குடியிருப்பு உருவாக்கப் பட்டது. பரமேஸ்வரா சீன அரசவைக்கு விஜயம் செய்தான். நம் ஆர்வத்தைத் தூண்டும் வகையில், சீனர்கள் மலாக்காவின் மக்களை இஸ்லாமிய சமயத்தைத் தழுவும்படி ஊக்குவித்தனர். ஸெங்–ஹி–யும் அவனது பெரும்பாலான தளபதிகளும் முஸ்லீம்கள். ஆனால் அவர்களது முயற்சி சமயத்தை வளர்க்கும் உற்சாகத்தால் உந்தப் பட்டு எடுக்கப்பட்ட முயற்சியல்ல. அனேகமாக ஸெங்–ஹி சமயத்தில் பிடிவாதமான ஒரு நிலை கொண்டவனாகத்தான் இருந்திருக்க முடியும். தென்கிழக்கு ஆசியாவில் இஸ்லாமிய சமயத்தை வளர்ப்ப தற்கு சீனர்கள் எடுத்த முயற்சி, நிலவமைப்பு சார்ந்த ஓர் அரசியல் திட்டம். ஜாவா–வின் இந்துக்களுக்கு எதிராக, அவர்களை அழுத்து வதற்கு சீனர்கள் செய்த வேலைதான், மலாக்காவில் அவர்கள் இஸ்லாமிய சமயத்தை ஆதரித்தது என்று நாம் எடுத்துக்கொள்ள வேண்டும்.

இந்திய செல்வாக்கு மீண்டும் அப்பகுதியில் தலைதூக்காமல் இருப்பதற்காகக் கூட சீனர்கள் அவ்வாறு செய்திருக்கலாம். அந்த நேரத்தில் சீனர்கள் தங்களைப் பற்றி மிகவும் உயர்வாக நினைத்துக் கொண்டிருந்தார்கள். தங்கள் நாட்டை நாகரிகத்தில் சிறந்த நாடாக எண்ணினார்கள். தங்களை மேல் நிலையில் ஸ்தாபித்துக் கொள் வதற்கு பெருமுயற்சி செய்துவந்தார்கள். எப்படியிருப்பினும், சீனர்களின் திட்டம், தென்கிழக்கு ஆசியா, இஸ்லாமிய மயமாவதற்கு அடிகோலியது[38] மலாக்கா செழிப்படைந்தது. மஜபஹித் பேரரசு சிறிது சிறிதாக சிதையத் தொடங்கியது. அதன் கடைசி இளவரசர்கள் பாலி என்ற ஒரு சிறு தீவில் தஞ்சம் புகுந்தார்கள். அவர்களுடைய வழித்தோன்றல்கள் அந்த இடத்தில் அவர்களது கலாச்சாரத்தை வாழவைத்தார்கள். ஐரோப்பியர்களின் காலனி ஆதிக்கத்தைக்கூட சீனவணிகர்களால் சமாளிக்க முடிந்தது. இன்று சீனர்கள் அந்தப் பகுதியில், வாணிபத்தில் பெரும்புள்ளிகளாக இருந்து வருகின்றனர்.

கடல் பகுதிகளில், சீனர்களின் மேலாதிக்கம் திடீரென்று ஒரு முடிவுக்கு வந்தது. கடல் பயணங்களுக்கு ஆகும் செலவு ஒரு வீண் செலவு என்று சீனர்கள் எண்ண ஆரம்பித்தனர். பொக்கிஷ கப்பல் குழுக்கள், தானே சிதைந்து போயின. அவற்றின் பதிவுகள் மறைக்கப்பட்டன. சீனா இந்தியாவைப் போல் உள் நோக்கித் திரும்பியது. பல நூற்றாண்டுகள் சரிவை சந்தித்தது. சீனர்களின் மனம் மூடிவிட்டதால், தொழில்நுட்ப மேலாதிக்கத்தால் சீனாவைக் காப்பாற்ற முடியவில்லை. இந்தியப் பெருங்கடல் பகுதி அரேபியர்கள் வசம் சென்றுவிடுமோ என்ற நிலை ஏற்பட்டது. ஆனால் அவ்வாறு எதுவும் நடக்கவில்லை. 1497ஆம் ஆண்டு டிசம்பர் மாதம் ஒரு சிறிய, போர்ச்சுகீசியக் கப்பல் குழு, நன்னம்பிக்கை முனையை சுற்றிக்கொண்டு தைரியமாக இந்தியப் பெருங்கடல் பகுதிக்குள் நுழைந்தது.

குறிப்புகள்:

1. 'World's Second oldest Mosque is in India', Bahrain Tribune Daily, 7 July 2006.
2. Al-Hind: The Making of the Indo-Islamic World, Vol I, Andre Wink, OUP, 1999.
3. Al-Hind: The Making of the Indo-Islamic World, Vol I, Andre Wink, OUP, 1999.
4. The Great Arab Conquests, Hugh Kennedy. Da Capo Press, 2007
5. Al-Hind: The Making of the Indo-Islamic world, vol I, Andre wink. OUP. 1999.
6. *அனைத்து மாப்பிளா முஸ்லிம்களும் அரேபியத் தொடர் புடையவர்கள் என்று கூறிவிட முடியாது. அவர்கள் ஒரு கலவை. உள்ளூரில் மதம் மாறியவர்கள், அராபியர் அல்லாத கடலோடிகள் என்று பலர் 'மாப்பிளா முஸ்லிம்கள்' என்ற தொகுப்பிற்குள் வருகிறார்கள்.*
7. *'சஞ்சனின் கதை' என்று இதற்குப் பொருள். சஞ்சன் என்பது கோரசானில் இருக்கும் ஓர் ஊரின் பெயர். அங்கிருந்துதான் அகதிகளாக பலர் வந்துள்ளனர். நவீன டர்க்மெனிஸ்தானில் உள்ள 'மெரி' என்ற இடத்திற்கு அருகில் சஞ்சன் உள்ளது.*
8. http://articles.times of india. indiatimes.com/2008-01-21/patna/27750686_1_muharram-procession-hazrat-imam hussain-month-of-islamic - calander.
9. 'A Newly discovered founder population: The Roma/Gypsies', Luba Kalaydjieva et al; Bio-Essays, Wiley, 2005.
10. *64 சக்தி பீடங்கள் இருந்தன என்று நம்புவதற்கு இடமுண்டு. ஆனால் நான் இப்போதுள்ள வழக்கத்தையே ஏற்கிறேன்.*

11. India: A History', John Keay, Harper Collins 2000.

12. Al-Hind: 'The Making of the Indo-Islamic world', Vol I, Andre Wink. OUP, 1999

13. As quoted in 'Ashoka', Charles Allan, Little Brown 2012.

14. The English Translation by John Briggs is available as 'The History of the Rise of Mohammedan Power in India'. Reprinted by Sang-e-Meel Publications, New Delhi, 1981.

15. 'Rambles and Recollections of an Indian official', W.H. Sleeman, vol II, Asian Educational Services (Reprinted 1995)

16. Gazeteer of the Delhi District 1883-84, Sang-e-Meel Publications, Lazore (Reprinted 200)

17. Delhi: A Thousand Years of Building, Lucy Peck. Roli-INTACH, 2005.

18. The Travels of Ibn-Batuta, (ed) Tim Mackintosh-Smith, Picador, 2002.

19. India: A History, John Keay. Harper Collins, 2000.

20. ஆயிரம் தூண்கள் கண்டிப்பாக இருந்தன என்று நாம் அப்படியே பொருள்கொள்ளக் கூடாது. தூண்கள் அதிக எண்ணிக்கையில் இருந்தன என்று எடுத்துக்கொள்ள வேண்டும்.

21. 'A History of India', Vol 2, Percival Spear. Penguin, 1990.

22. India: A History, John Keay. Harpercollins, 2000.

23. The Baburnama, (trans) Wheeler Thackston, The Modern Library, NY, 2002.

25. இந்துக்களுடன் இணக்கமாக இருக்கவேண்டும் என்ற கருத்து ஷெர்-ஷா-சூரி காலத்திலேயே ஏற்பட்டு விட்டது. ஷெர்-ஷா-சூரியின் இராணுவ தளபதி ஓர் இந்து.

26. 'India: A History', John Keay. Harper Collins, 2000.

27. The Baburnama, (Trans) Wheeler Thackston, The Modern Library NY, 2002.

28. The Story of Asia's Lions, Divyabhanusingh Chavda, Marg Publications, 2008.

29. The Story of Asia's Lions, Divyabhanusingh Chavda, Marg Publications, 2008.

30. The Story of Asia's Lions, Divyabhanusingh Chavda, Marg Publications, 2008.

31. The Story of Asia's Lions, Divyabhanusingh Chavda, Marg Publications, 2008.

32. The Story of Asia's Lions, Divyabhanusingh Chavda, Marg Publications, 2008.8

33. The Indian Renaissance, Sanjeev Sanyal. Penguin, 2008.
34. The Travels of Ibn-Batuta, (ed) Tim-Mackintosh-Smith. Picador, 2002.
35. A History of South - East Asia, D.G.E. Hall, Fourth Edition. Macmillan, 1981.
36. Admiral Zheng He and Southeast Asia, (ed) Leo Suryadinata, ISEAS, 2005.
37. 'Cheng Ho and Islam in South East Asia' Tan Ta Sen. ISEAS, 2009
38. 'Cheng Ho and Islam in South East Asia' Tan Ta Sen. ISEAS, 2009

6
இந்தியாவின் வரைபடத்தைத் தயாரித்தல்

மூன்றாம் அத்தியாயத்தில் குறிப்பிட்டதுபோல் வேதகாலத்திற்கும் இரும்புகாலத்திற்கும் இடையில் நில அமைப்பைப் பற்றிய விழிப்புணர்வு வெகுவாக அதிகரித்தது. இந்தியத் துணைக் கண்டத்தில், தொலைதூரங்களில் இருந்த மூலைமுடுக்குகளைப் பற்றிக்கூட இதிகாசங்கள் நமக்குத் தெரிவிக்கின்றன. மௌரிய சாம்ராஜியம் இருந்த காலத்தில் வழக்கிலிருந்து வந்த, தனித் தன்மையுடைய நிலப் பகுதிகள் பற்றிய குறிப்புகள் கூட இதிகாசங்களில் காணப்படுகின்றன. அப்படியென்றால் பழங்கால இந்தியர்கள் தங்கள் நாட்டின் வரைபடத்தைத் தயாரிக்க முயற்சிகள் மேற்கொண்டார்களா? பல நூற்றண்டுகளாக நடந்துவந்த கடல் வாணிபத்தின் மூலம், இந்தியப் பெருங்கடலின் ஓரப்பகுதி நிலப் பரப்புகள் பற்றிய விவரங்கள் அவர்களுக்குத் தெரிந்திருக்க வேண்டும். செங்கடல் பகுதியிலிருந்து சீனக் கடற்கரைப் பகுதிவரை அவர்கள் தெரிந்து

வைத்திருந்தார்கள் என எண்ணலாம். அதே சமயத்தில் கட்டட நிர்மாண வரைபடங்கள் உட்பட சில கருத்துக்களைத் தெரிவிக்கும் வரையுருவங்கள் வரை அனைத்தும் இந்தியர்களுக்குப் பழக்க முடையவைகளாக இருந்தன. "ஆரிய பட்டா" போன்ற அறிஞர்களின் கணிப்புகளால் குப்தர்கள் காலத்திலேயே, பூமி கோள வடிவமானது என்பதை இந்தியர்கள் அறிந்து வைத்திருந்தனர்; பூமியின் சுற்றளவைக் கூடத் துல்லியமாக அவர்கள் கணித்து வைத்திருந்தனர். வரைபடத் தயாரிப்புக்கான அனைத்து அடிப்படைத் தேவைகளும் நாட்டில் இருந்தன. இருந்த தகவல்களையெல்லாம் ஒன்றுதிரட்டி நாட்டின் முறையான ஒரு வரைபடத்தை அவர்கள் தயாரித்திருப்பார்கள் என்று நாம் எதிர்பார்க்கலாம்; அதில் தங்கள் நாட்டைச் சுற்றியுள்ள கடல்களையும் சுட்டிக்காட்டத் தவறியிருக்கமாட்டார்கள்.

அதேபோல், கிரேக்கர்களின் "பெரிபிளஸ்" என்ற புத்தகத்தைப் போன்று, அதற்குச் சமமான, வணிகர்களுக்கும், கடலோடிகளுக்கும் துணைசெய்யக்கூடிய ஒரு வழிகாட்டு நூலையும் அவர்கள் தயாரித்திருப்பார்கள் என்று நாம் எதிர்பார்க்கலாம்.

இருப்பினும், பழங்கால இந்தியர்கள் தங்கள் நாட்டின் வரைபடத்தைத் தயாரிக்க முயற்சி செய்தார்கள் என்பதற்கோ தங்கள் நாட்டின் நில அமைப்பு பற்றிய முறையான குறிப்புகளை எழுதிவைத்தார்கள் என்பதற்கோ எந்தவிதமான ஆதாரங்களும் இல்லை. குஜராத்தின் "கட்சிஹி"–மொழியில் எழுதப்பட்ட, கடல் பயணிக்கான குறிப்புப் புத்தகம் ஒன்று கண்டுபிடிக்கப்பட்டுள்ளது. ஆனால் அது நவீன காலத்தைச் சேர்ந்த பிரதியாக உள்ளது; அந்த நூலைப் பற்றிய வரலாறு நமக்குத் தெரியவில்லை.[1] வரை படங்கள் என்று இங்கு எதுவுமேயில்லை. ஒருக்கால், வரை படங்கள் முன்னால் இருந்திருந்து பிற்காலத்தில் தொலைந்து போயிருக் கலாம். தற்போது எஞ்சியிருப்பது "ஜம்புத்வைபா" அல்லது செந்நாவற்பழம் என்று அழைக்கப்படும் இப்பிரபஞ்சத்தைக் காட்டக்கூடிய ஒரு விளக்கம்தான்.[2] நில வரைபடத்திற்குரிய எந்த வர்ணனையும் இதில் இல்லை.

இந்தியர்களுக்கு நில இயல் பற்றிய விழிப்புணர்வு இல்லையென்று நான் சொல்லவில்லை. துணைக் கண்டத்தின் அமைப்பு முறை பற்றிய ஓர் உள்ளுணர்வு இந்தியர்களிடம் அதிகமாக இருந்தது. இந்தியப் பெருங்கடலின் விளிம்பு பற்றி, கடல் வணிகத்தின் மூலம் அவர்களுக்குத் தெரியும். எட்டாம் நூற்றாண்டைச் சேர்ந்த தத்துவஞானி ஆதி சங்கராச்சாரியர் – அவர்களை எடுத்துக் கொள்வோம். இந்தியாவில் மடங்களை நிறுவ நினைத்த அவர்

நாட்டின் நான்கு மூலைகளைத் தேர்ந்தெடுத்தார் – கிழக்கே பூரி, மேற்கே துவாரகா, தெற்கே சிருங்கேரி, வடக்கே ஜோஷிமட் ஆகிய நான்கு இடங்களையும் அவர் தேர்ந்தெடுத்தார். இவ்விடங்களைத் தற்செயலாக அவர் தேர்ந்தெடுத்தார் என்று கூறிவிட முடியாது. இருப்பினும் வரைபடத் தயாரிப்புக் கலை பழங்கால இந்தியாவில் வளர்ச்சியடைந்த நிலையில் இல்லை.

இதற்கு மாறாக, வரலாற்றின் மையகாலத்தில் அரேபியர்கள் நில அமைப்பு பற்றி பல நூல்கள் எழுதியுள்ளனர். அலெக்ஸேன் டிரியாவைச் சேர்ந்த பழங்கால அறிஞர் டாலமி போன்றோர் எழுதிய நூல்களை அரேபியர்கள் பாதுகாத்து வைத்துக் கொண்டனர். அதே சமயத்தில் அதுபோன்ற நூல்களை, வேற்று சமயிகளின் நூல்கள் எனக்கூறி கிறிஸ்த்தவ ஐரோப்பா ஒதுக்கி வைத்தது. பன்னி ரெண்டாம் நூற்றாண்டில் புகழ்பெற்ற மொகலாய நிலநூல் அறிஞர் அல் இத்ரிஸ் என்பவர் தன் சொந்த அறிவைக் கொண்டும், டாலமி போன்றோர் எழுதிய நூல்களின் துணை கொண்டும் ஒரு வரை படத்தைத் தயாரித்தார். அந்த வரைபடத்தில் இந்தியப் பெருங் கடல் முற்றிலும் நிலப்பகுதிகளால் சூழப்பட்ட ஒரு பெருங்கடலாகக் காட்டப்பட்டுள்ளது. அந்த வரைபடம் அரேபியர்களுக்குச் சாதக மான ஒரு வரைபடம். ஐரோப்பியர்கள், கீழ்த்திசை நாடுகளுக்கு ஒரு கடல் மார்க்கத்தைக் கண்டுபிடிக்கும் நம்பிக்கையை அந்த வரைபடம் இழக்கச் செய்தது. பதினான்காம் நூற்றாண்டில் பாரசீகர்கள் வரைபடங்களைத் தயாரிக்க ஆரம்பித் தார்கள். அந்த வரைபடங்களில் இந்தியத் துணைக்கண்டம் காட்டப்பட்டுள்ளது. இருப்பினும் வரைபடத்தயாரிப்புக் கலையின் தரம் அடிப்படை நிலையில்தான் இருந்துவந்தது. வரலாற்றின் மைய காலத்தில் வரைபடத் தயாரிப்பில் நிபுணர்களாக இருந்தவர்கள் சீனர்கள். நீண்ட நாட்களாகவே அவர்கள் தங்கள் நாட்டின் வரை படங்களைத் தயாரித்துக் கொண்டிருந்தனர். கடற்படைத் தளபதி ஸெங்–ஹி காலத்தில், அவன் மேற்கொண்ட கடற்பயணங்களின் காரணமாக சீனர்களிடம் பல துண்டு வரைபடங்கள் இருந்து வந்தன. தென் கிழக்கு ஆசிய நாடுகளுக்கான கடல் வழித் தடங்கள், கிழக்கு ஆப்பிரிக்க கடற்கரைப் பகுதிகள் போன்றவற்றைக் காட்டும் வரை படங்கள் சீனர்களிடம் இருந்தன. இவைகள் பெரும்பாலும் மாலுமி களுக்கான வழிகாட்டு நெறிமுறைகளாகத் தான் இருந்தன; பௌதீக வரைபடங்களாக இல்லை. இருப்பினும் அதிசயிக்கத்தக்க விதத்தில் அந்த வரைபடங்களில் விரிவான செய்திகள் இடம் பெற்றிருந்தன; மற்றவர்களிடம் இருந்தவற்றைக் காட்டிலும் அந்த வரைபடங்கள் சிறந்தவையாக இருந்தன.

அக்காலத்தில் ஆசியாவின் நில அமைப்பு பற்றி ஐரோப்பியர்களுக்கு ஏதும் தெரியாது. அதற்குக் காரணம் அரேபியர்கள் பல நூற்றாண்டுகளாக ஏற்படுத்திவைத்திருந்த தகவல் தடைதான். பழங்கால நிலநூல் வல்லுனர்களின் குறிப்புகள் தொலைந்து விட்டதாலும், இஸ்லாமியர்கள் இந்தியாவுடன் செய்து வந்த வாணிபம் குறையத் தொடங்கியதாலும், ஐரோப்பியர்கள், திரித்துக் கூறப்பட்ட செய்திகளையும், போலி அறிஞர்களின் கூற்றுகளையும் நம்பியிருக்க வேண்டியிருந்தது. போலி அறிஞர்களில் அப்போது மிகவும் புகழ்பெற்றவராக இருந்தவர் சர் ஜான் மேண்டவில் (Mandeville) என்பவர். ஆங்கிலேயரான இவர் அதிசயமான கதைகள் அடங்கிய ஒரு புத்தகம் எழுதியுள்ளார். அதற்கு "பயணங்கள்" என்று பெயர். 1322ஆம் ஆண்டு செயின்ட் ஆல்பன்ஸ் என்ற இடத்திலிருந்து தன் பயணத்தைத் தொடங்கிய மேண்டவில் முப்பத்தி நான்கு ஆண்டுகளுக்குப் பின் தன் சொந்த நாடான இங்கிலாந் திற்குத் திரும்பினார். இந்தியா, சீனா, ஜாவா, சுமத்ரா போன்ற பல நாடுகளுக்குச் சென்றதாக தன் புத்தகத்தில் குறிப் பிட்டுள்ளார் மேண்டவில். நிலநூல் வல்லுனர்கள், அரசர்கள், பாதிரியார்கள் போன்ற பலர் அவர் எழுதிய நூலை முழுவதும் படித்தார்கள். அது அநேகமாக பல முக்கிய ஐரோப்பிய மொழிகளில் மொழிபெயர்க்கப் பட்டது. கையால் படியெடுக்கப்பட்ட அந்த நூலின் 300 பிரதிகள் பல நூல்நிலையங்களில் இருந்தன என்பதிலிருந்து, அதற்குத் தரப் பட்ட முக்கியத்துவத்தை நாம் உணர்ந்து கொள்ளலாம். மார்க்கோ போலோவின் புத்தகத்தைவிட, மேண்டவில்லின் புத்தகங்கள் எண்ணிக்கையில் நான்கு மடங்கு அதிகமாகப் பயன்பாட்டில் இருந்து வந்தன.[3]

கைல்ஸ் மில்ட்டன் போன்ற சில எழுத்தாளர்கள், மேண்டவில்லின் புத்தகத்தில், குறிப்பாக கிழக்கு மத்தியதரைக்கடல் பகுதியைப் பற்றி அவர் எழுதியிருப்பதில் சில உண்மைகள் இருப்பதாகக் குறிப் பிட்டுள்ளனர். ஆனால் ஆசியாவைப் பற்றி அவர் எழுதியிருப்பது மட்டுமீறிய கற்பனை என்பதை மறுக்க முடியாது. நாய்த்தலைகளைப் பெற்ற பெண்கள், ஒற்றைக் கண் பூதங்கள், இருதலைகளுடைய வாத்துகள், இராட்சச நத்தைகள், முழங்கால்வரை தொங்கிக் கொண்டிருக்கும் விதைகளைப் பெற்றிருந்த மனிதர்கள், புறச் சமயிகளான, தங்கள் குழந்தைகளையே சாப்பிடும் மனிதர்கள் போன்ற பல செய்திகளை மேண்டவில் தன் புத்தகத்தில் குறிப் பிட்டுள்ளார். வரலாற்றின் மையகாலத்தில் இருந்துவந்த ஒரு நம்பிக்கையை மிகவும் அழகுபடுத்திக் கூறுகிறார் மேண்டவில். அதாவது இந்தியா அக்காலத்தில் பிரஸ்டர் ஜான் என்ற ஓர் ஆற்றல்

மிக்க கிறிஸ்தவ அரசனால் ஆளப்பட்டு வந்தது என்கிறார் மேண்டவில். அந்த அரசனின் அரண்மனை, அவன் விலைமதிப்பு மிக்க இரத்தினங்களை அளவுக்கதிகமாகப் பயன்படுத்தியது போன்றவை புத்தகத்தில் குறிப்பிடப்பட்டுள்ளன. மேலும் அந்தப் பேரரசன் ஒரு மிகப்பெரிய சாம்ராஜியத்தை ஆண்டு வந்ததாகவும், அவனுக்கு ஏழு அரசர்களும், எழுபத்தியிரண்டு சிற்றரசர்களும் 360 பிரபுக்களும் சேவை செய்ததாகவும் அந்தப் புத்தகத்தின் மூலம் நாம் அறிகிறோம். பிரஸ்டர் ஜான் ஒவ்வொரு முறை போருக்குச் செல்லும்போதும், அவனுக்குப் பின்னால் மிகப்பெரிய மூன்று தங்கச் சிலுவைகள் தூக்கிச் செல்லப்படும். ஒவ்வொரு சிலுவையைப் பாதுகாக்கவும், 10,000 ஆயுதமேந்திய வீரர்களும், 1,00,000 காலாட்படை வீரர்களும் பின் செல்வார்கள்.[4] பேரரசனுக்கு சேவைசெய்தவர்கள் அனைவரும் கிறிஸ்தவர்கள். இந்த செய்திகள் அனைத்தையும் ஐரோப்பியர்கள் ஆதரித்தனர். தங்களின் கிறிஸ்தவக் கூட்டாளி ஒருவன் கீழ்த்திசையில் இருக்கிறான் என்பதைக் கேட்டதில் அவர்களுக்கு அளவற்ற ஆனந்தம்.

கற்பனையாக இருந்தாலும், மேண்டவில்-லின் புத்தகம் ஐரோப்பிய வரலாற்றில் ஒரு மிகப்பெரிய தாக்கத்தை ஏற்படுத்தியது. தன்னுடைய பயணம் உலகம் உருண்டை என்பதை மெய்ப்பித்து விட்டதாகவும், தன்னுடைய புத்தகம், மேற்கு நோக்கிப் பயணம் செய்து இந்தியாவை அடைந்துவிடும் சாத்தியக்கூறை விளக்கி யிருப்பதாகவும் கூறிக்கொண்டார் மேண்டவில். “பயணங்கள்” என்ற அந்தப் புத்தகத்தைப் படித்துவிட்டு 1492ஆம் ஆண்டு கொலம்பஸ், தன் நாடுதேடும் பயணத்தைத் திட்டமிட்டார். புதிய நாடுகளைக் கண்டுபிடிக்க ஆர்வம் கொண்டிருந்த ரேலே போன்றவர்களும் மேண்டவில்-வின் புத்தகத்தை கவனமாகப் படித்தார்கள். உலக வரலாற்றில் ஒரு மிகப்பெரிய கண்டுபிடிப்பிற்கு ஆதாரமாக இருந்தது மிகைப்படுத்தப்பட்ட ஒரு பொய்தான்!

ஐரோப்பியப் பயணியர்கள் எழுதிவைத்த எல்லாப் பயணக் குறிப்புகளும் பொய்யானவை என்று கூறிவிட முடியாது. பதிமூன்றாம் நூற்றாண்டில் திடீரென்று மங்கோலியப் பேரரசு விரிவடையத் தொடங்கியதும் அரேபியர்களின் பிடி தளர்ந்துவிட்டது; சில ஐரோப்பியர்கள் கிழக்கு நோக்கிய தங்கள் பயணங்களை மேற் கொண்டனர். அப்பயணங்களில் மிகவும் பிரபலமானது மார்க்கோ போலோ-வின் பயணம். சீனாவுக்குச் செல்லும் “பட்டுப் பாதை”-யில் பயணம் மேற்கொண்டதாலும், குப்ளாகானின் அரசவையில் தங்கியிருந்ததாலும் மார்க்கோ போலோ-வின் பயணம் முக்கியத்துவம் பெறுகிறது. இருப்பினும் தென்கிழக்கு ஆசிய நாடுகளின் வழியாக

கிழக்குப் பாதையில் பயணம் செய்தே அவர் தன் தாய்நாட்டுக்குத் திரும்பினார் 1292ஆம் ஆண்டில் அவர் திரும்பிச் சென்றார். சென்ற வழியில் மார்க்கோ போலோ தென்னிந்தியத் துறை முகங்களைப் பார்வையிட்டு, தான் பார்த்தவை பற்றிய விரிவான குறிப்புகளை எழுதியுள்ளார். மிளகை ஏற்றுமதி செய்து, குதிரைகளை இறக்குமதி செய்யும் சுறுசுறுப்பான துறைமுகங்கள் பற்றிக் குறிப் பிட்டுள்ளார் மார்க்கோ போலோ. இந்து சமயக் கோயில்கள், இந்து சமயச் சடங்குகள், முத்துக் குளித்தல், 500 உல்லாச மங்கையர்களைக் கொண்ட அரண்மனை அந்தப்புரங்கள், வைரங்களை உற்பத்தி செய்த ஒரு நாட்டின் மதியூகம் மிக்க அரசி போன்ற பல விவரங்களை மார்க்கோ போலோவின் குறிப்புகளில் நாம் காணலாம். அவர் குறிப்பிட்டுச் சொல்லியிருக்கும் அரசி கோல்கொண்டா-வின் காக்காத்திய அரசி ருத்ரமா தேவியாகத்தான் இருக்கவேண்டும்.[5]

மார்க்கோ போலோ-வின் உண்மைகளும், மேண்டவில்-லின் கற்பனைக் கதைகளும் ஐரோப்பியர்களின் கற்பனைகளை வெகுவாகத் தூண்டிவிட்டன. பதினைந்தாம் நூற்றாண்டில் மறுமலர்ச்சி இயக்கம் தொடங்கியவுடன் ஐரோப்பிய அறிஞர்கள் பழங்கால நாகரிகங்கள் பற்றித் தெரிந்துகொள்ள திறந்த மனதுடன், ஆர்வமாக இருந்தார்கள். டாலமி-யின் நூல்கள் மறுபடியும் ஆய்வுக்கு எடுத்துக் கொள்ளப் பட்டன. அவருடைய வருணனையின் அடிப்படையில் இந்தியாவின் வரைபடங்களைத் தயாரிக்கும் முயற்சிகள் மேற்கொள்ளப்பட்டன. டாலமி வரை படங்கள் வினோதமானவை. பழங்காலத்தைச் சேர்ந்த எந்த வரைபடங்களும் கைவசம் இல்லாததால், டாலமியின் வருணனை ஒன்றை மட்டுமே நம்பி வரைபடங்கள் தயாரிக்கப்பட்டன. எனவே டாலமி வரைபடங்களில் சில அடிப்படையான விவரங்களைக் காணமுடியவில்லை. தன்னுடைய குறிப்புகளில் டாலமி அவற்றை எழுத விட்டுவிட்டார். எடுத்துக்காட்டாக இந்தியாவின் கடற்கரை அமைப்பு ஒரு தீபகற்பமாகக் காட்டப்படுவதற்கு பதில் கிழக்கு-மேற்கில் நீளவாட்டத்தில் காட்டப்பட்டிருந்தது. இந்திய நில அமைப்பை மறுபடியும் படமாக்க முயற்சிகள் மேற்கொண்டபோது டாலமியின் குறிப்புகள் ஆயிரம் ஆண்டுகள் பழையனவாக இருந்தன. எனவே வரைபடங்கள், ஆயிரம் ஆண்டுகளுக்கு முன்பு இருந்து வந்த, பின்னால் மறைந்து போன தட்சசீலம் போன்ற இடங்களுக்கு முக்கியத்துவம் கொடுத்தன. போர்ச்சுகீசியர்கள் ஆப்பிரிக்காவைச் சுற்றிக்கொண்டு ஒரு பயணத்தை மேற்கொள்ள நினைத்தபோது, நில அமைப்பு பற்றிய அறிவு, மேலே குறிப்பிட்ட அளவுக்குத்தான் இருந்தது.

வாஸ்கோடாகாமாவைப் பின்தொடர்தல்

உலகின் பெருங்கடற்பகுதிகளின் முறைப்படியான வரை படங்களைத் தயாரிக்க அதிக முதலீடு செய்த முதல் ஐரோப்பிய நாடு போர்ச்சுகல். போர்ச்சுகல் இளவரசரும், கடற்பயணியுமான ஹென்ட்ரி வரைபடத் தயாரிப்புகளுக்கும், கடற்பயணங்களுக்கும் ஒரு பாதுகாவலராக இருந்தார். அவர் போர்ச்சுகல் நாட்டு மன்னரின் இளைய சகோதரர். பதினைந்தாம் நூற்றாண்டுவாக்கில் போர்ச்சுகீசியர்கள் ஆப்பிரிக்காவின் மேற்குக் கடற்கரைப் பகுதியைக் கண்டுபிடித்ததுடன் அங்கு பல வியாபார மையங்களையும், எரிபொருள் நிரப்பும் இடங்களையும் நிறுவினார்கள். ஆகையால், ஒரு தான்தோன்றியாகத் திரிந்து கொண்டிருந்த கொலம்பஸ் (ஸ்பெயின் நாட்டைச் சேர்ந்தவர்) துண்டுதுண்டாகச் சேகரித்த ஏராளமான புள்ளி விவரங்களின் அடிப்படையில், மேற்கு நோக்கித் தன் கடற்பயணங்களை மேற்கொண்டு வரலாற்று முக்கியத்துவம் வாய்ந்த கண்டுபிடிப்புகளை நிகழ்த்தியதைக் கண்டு போர்ச்சு கீசியர்களுக்கு சீற்றம் ஏற்பட்டதை நம்மால் புரிந்துகொள்ள முடிகிறது. எனவே உலகை போர்ச்சுகீசிய செல்வாக்கு நிறைந்த இடங்கள், ஸ்பேனிஷ் செல்வாக்கு நிறைந்த இடங்கள் என்று இரு பகுதிகளைப் பிரித்துக் கொடுக்கும்படி போப்பாண்டவரைக் கேட்டுக் கொண்டார்கள். 1494ஆம் ஆண்டு ஏற்பட்ட டார்டிசில்லாஸ் உடன் படிக்கையின் படி கேப் வெர்டி தீவுகள் அமைந்துள்ள தீர்க்க ரேகைக்கு மேற்கே 370 லீக் தூரம் (1லீ: 3மைல்) வரை ஸ்பெயின் நாட்டிற்கும், அந்த தீர்க்கரேகைக்குக் கிழக்கேயுள்ள இடங்கள் போர்ச்சுகல் நாட்டிற்கும் உரியவை என்று தீர்மானிக்கப்பட்டது. (கேப் வெர்டி தீவுகள் அட்லான்டிக் பெருங்கடலில், மேற்கு ஆப்பிரிக்காவிலிருந்து 570 கி.மீ தூரத்தில் உள்ளன).

இந்தியாவுக்கு, மேற்கு திசை வழியாக, கொலம்பஸ் எந்த கடல் வழித்தடத்தையும் கண்டுபிடித்துவிடவில்லை என்பதை அறிந்த போர்ச்சுகீசியர்கள் நிம்மதிப் பெருமூச்சுவிட்டனர். பார்த்தலோமியோ டையஸ் முன்பு நடத்திய கடற்பயணத்தின் மூலம் ஆப்பிரிக்காவைச் சுற்றிக்கொண்டு செல்லலாம் என்பது போர்ச்சு கீசியர்களுக்குத் தெரியும். 1497ஆம் ஆண்டு வாஸ்க்கோடகாமா–வின் தலைமையில், கண்டுபிடிப்புகளுக்கான ஒரு புதிய திட்டம் தயாரிக்கப் பட்டது. அதன்படி மூன்று கப்பல்கள் தயார் நிலையில் இருந்தன. சேன் கேப்ரியல் என்பதுதான் வழிகாட்டி. இரண்டாவது கப்பல் சேன் ரஃபேல் என்பது; மூன்றாவது பேரியோ என்ற விரைவேகமுடைய சிறு கப்பல்.[6] ஆயுதங்கள் இல்லாமல் மற்ற பொருட்களை ஏற்றிச்

செல்லும் நான்காவது கப்பல் ஒன்று வழியில் சேர்ந்து கொண்டது. இங்கு ஒன்றை நாம் நினைவில் கொள்ள வேண்டும். அதாவது அட்மிரல் ஸெங்–ஹி–யின் கப்பல்களோடு ஒப்பிடும்போது போர்ச்சுகீசியக் கப்பல்கள் மிகவும் தரம் குறைந்தவை. ஆனால் சீனர்கள் தங்கள் பார்வையை உள் நோக்கித் திருப்பிக் கொண்டு கடல் பயணங்களில், அந்த சமயம் அவ்வளவாக ஆர்வம் காட்டவில்லை; அதனால் போர்ச்சு கீசியர்களுக்கு எந்த ஆபத்தும் இல்லாமல் போய்விட்டது.

போர்ச்சுகீசியக் கப்பல் குழு 1497 ஆம் ஆண்டு, ஜூலை மாதம் 8ஆம் நாள் தன் பயணத்தைத் தொடங்கியது. நவம்பர் மாதம் அக்குழு நன்னம்பிக்கை முனையைச் சுற்றித் திரும்பியது. (நன்னம் பிக்கை முனை என்பது தென் ஆப்பிரிக்காவின் முனையில் இருக்கிறது). இந்த இடத்திலிருந்து வாஸ்கோடகாமா எந்தத் தனியுரிமையும் இல்லாத ஒரு நீர்ப்பரப்பின் மீதுதான் பயணம் செய்ய வேண்டியிருந்தது. மொஸாம்பிக் நாட்டின் கரையருகில் வந்தபோது, போர்ச்சுகீசியர்கள் அரபு மொழி பேசும் மக்களை சந்தித்தனர். வாஸ்கோடகாமா மிகவும் மனநிம்மதி அடைந்திருக்க வேண்டும்; ஏனெனில் அந்த சந்திப்பு, அவரது குழுவினர் இந்தியப் பெருங்கடல் பகுதியில்தான் இருக்கின்றனர் என்று உறுதிசெய்தது. மொஸாம்பிக் கடற்கரையோரமாக அரேபியர்கள் வெகுநாட்களுக்கு முன்பே அடிமை வணிகத்திற்கான துறைமுகம் ஒன்றை ஏற்படுத்தி யிருந்தனர்; அப்போது அந்தப் பகுதி ஒரு பெரிய குடியிருப்புப் பகுதியாக மாறியிருந்தது. இருப்பினும் யாரும் அப்போது அந்த இடத்தில் ஓர் ஐரோப்பிய கப்பல் குழுவை எதிர்பார்க்கவில்லை. முதலில் அரேபியர்கள் வெள்ளைத் தோல் கொண்ட போர்ச்சு கீசியர்களை துருக்கியர்கள் என்று எண்ணினர். ஐபீரிய தீபகற்பம் சமீப காலத்தில்தான் மொகலாயர்களின் ஆட்சியிலிருந்து விடு பட்டிருந்ததால், போர்ச்சுகீசியக் குழுவில் அரபுமொழி தெரிந்தவர்கள் பலர் இருந்தனர்; இது ஒருவிதத்தில் நன்மையாக இருந்தது. போர்ச்சுகீசியக் குழுவினர் மொஸாம்பிக் மக்களிடம் அரபு மொழியில் பேசி, தங்களை முஸ்லீம்கள் என்று கூறிக்கொண்டனர். உள்ளூர் ஷேக் ஒருவர், குரானின் பிரதி ஒன்றைக் காண்பிக்கும்படிச் சொன்னபோது, வாஸ்கோ தான் அதை துருக்கியில் தன் சொந்த ஊரில் மறந்து வைத்துவிட்டு வந்துவிட்டதாகப் பொய் சொன்னார்.[7]

இந்த ஏமாற்றுவேலை அதிக நாட்களுக்குப் பலிக்கவில்லை. போர்ச்சுகீசியர்களின் சுய சொரூபம் வெளிப்பட்டுவிட்டது. அவர்கள் தாக்குதலைத் தவிர்த்துவிட்டு, விரைவாகத் தங்கள்

கப்பல்களைக் கடலில் செலுத்தி ‘கில்வா’ என்ற இடத்தை நோக்கிப் பயணித்தனர். கில்வா ஒரு தீவு நகரம். ஐரோப்பியர்கள் தெரிந்து வைத்திருக்குமளவுக்கு அது ஒரு முக்கியமான நகரம். (கில்வா டான்ஸானியாவில் உள்ளது). இருப்பினும் போர்ச்சுகீசியர்கள் வழிதவறி மொம்பாஸா என்ற மற்றொரு முக்கிய துறைமுக நகருக்கு வந்துவிட்டனர். போர்ச்சுகீசியர்கள் தங்களை முஸ்லீம்கள் என்று சொல்லி ஏமாற்றிய செய்தி அதற்குள் மற்ற இடங்களுக்கும் பரவி விட்டது. மொம்பாசாவின் சுல்தான், அவர்களைப் பொறிவைத்துப் பிடிக்க முயற்சி செய்தான்; அதிஷ்டவசமாக போர்ச்சுகீசியர்கள் தப்பிவிட்டனர்.

வாஸ்கோடகாமா தன் குழுவினருடன் மேலும் வடக்கு நோக்கிப் பயணிக்க ஆரம்பித்தார். கடற்கரையோரமாக வாஸ்கோ கிறிஸ்தவர்கள் பற்றியும், கிறிஸ்தவ மன்னன் பிரஸ்டர் ஜான் பற்றியும் விசாரித்தார். கடைசியில் குழுவினர் மேலின்டி என்ற துறை முகத்தை அடைந்தனர். (இது கென்யா–வில் உள்ளது) எண்பது ஆண்டுகளுக்கு முன் சீனர்களின் “பொக்கிஷக் கப்பல்குழு” மேலின்டி துறைமுகத்திற்கு வந்துள்ளது. வந்தது மட்டுமின்றி இரண்டு ஒட்டகச் சிவிங்கிகளையும் ஏற்றிக் கொண்டு சென்றது. மேலின்டியின் ஆட்சி யாளனுக்கு வந்திருக்கும் விருந்தினர்களின் பூர்வீகம் நன்றாகத் தெரியும். அவனுக்கு மொம்பாசாவை எதிர்க்கக் கூட்டாளிகள் தேவை. எனவே அவன் போர்ச்சுகீசியர்களை வரவேற்கத் தயாராக இருந்தான்.

அரேபியத்தன்மை பாதியும், ஆப்பிரிக்கத்தன்மை பாதியும் உடைய ‘ஸ்வாஹிலி’ கடற்கரைப் பகுதியைப் பற்றிய விவரக் குறிப்பை வாஸ்கோடகாமாவின் வீரர்களில் ஒருவனான அல்வேரோ வெல்ஹோ என்பவன் எழுதிவைத்திருக்கிறான். மோம்பாசா, மேலின்டி போன்ற பெரிய துறைமுக நகரங்களில், கற்களாலும், சுண்ணாம்புக் கலவையாலும் கட்டப்பட்ட வீடுகள் இருந்தன. பெரும்பான்மையான மக்கள் ஆப்பிரிக்கக் கருப்பு இனத்தவர். அரேபியர்கள் அவர்களை ஆண்டு வந்தனர். வணிகர்கள் பெரும்பாலும் அரேபியர்கள். சாதி வேறுபாடுகளுக்கும், கட்டுப் பாடுகளுக்கும் இடையே கூட சில இந்தியர்கள் இப்பகுதிகளுக்கு வந்து, சென்று கொண்டிருந்தனர் இதற்கான அடையாளங்களை இப்போதும், டான்ஸானியா–வில் உள்ள கல் நகரமான ஸான்ஸிபார் என்ற இடத்தில் காணலாம். பத்தொன்பதாம் நூற்றாண்டு வரை ஸான்ஸிபார் தீவு, மத்தியகிழக்கு நாடுகளுக்கு அடிமைகளை ஏற்றியனுப்பும் ஓர் ஆதார ஸ்தானமாக இருந்துள்ளது. 1963ஆம்

ஆண்டுவரை, பிரிட்டிஷ் பாதுகாப்பின்கீழ் ஸான்ஸிபாரை, ஓமானிய அரபு வம்சத்தினர் ஆண்டு வந்தனர்.

நீண்ட நாட்களுக்கு முன்பே இந்திய வணிகர்கள் ஸான்ஸிபாருக்குச் சென்றுள்ளனர். பிரிட்டிஷ் பாதுகாப்பின் கீழ் பலர் அங்கு குடியேறியுள்ளனர். இருபதாம் நூற்றாண்டின் தொடக்கத்தில் வளமிக்க ஓர் இந்திய சமுதாயம் அந்தத் தீவில் வசித்து வந்துள்ளது. புகழ்பெற்ற பாடகர் ஃப்ரெட்டி மெர்குரி ஸான்ஸிபாரில் இருந்த ஒரு பார்சி குடும்பத்தில், 1946ஆம் ஆண்டில் பிறந்தவர். அவரது ஆரம்ப காலப்பெயர் ஃபரோக் பல்சாரா என்பது. அவர் இளம் வயதில் வாழ்ந்த வீடு இன்றும் கல்–நகரத்தில் இருக்கிறது. 1963ஆம் ஆண்டு ஏற்பட்ட இரத்தப் புரட்சியில் அரேபிய வம்சத்தினர் தூக்கியெறியப்பட்டார்கள். ஆயிரக்கணக்கான அரேபியர்களும், இந்தியர்களும் கொல்லப்பட்டார்கள். பின் அந்தத் தீவு டான்ஸானிய நாட்டின், சுயாட்சி உரிமை பெற்ற ஒரு மாகாணமாக மாறியது. இன்றுகூட கல்–நகரத்தின் குறுகலான சந்துகளில் சில இந்திய வம்சாவளி மக்கள் வாழ்ந்து வருகிறார்கள். குஜராத்தின் கட்ச்ஹி மொழியை இவர்கள் பேசுகிறார்கள்; எஞ்சியிருக்கும் கோயில்களில் வழிபாடு நடத்துகிறார்கள். இந்தியப் பெருங்கடலின் அடுத்த பக்கத்திலிருக்கும் பழைய கொச்சி, பழைய அகமதாபாத் போன்ற இடங்களில் நிலவும் சூழலுக்கும், ஸான்ஸிபாரில் இருக்கும் சூழலுக்கும் ஒரு தொடர்பிருப்பதை நான் உறுதியாக நம்புகிறேன். உணவு, திறந்த வெளியில் விற்கப்படும் சுவையூட்டும் பொருட்கள், கடலில் குதித்தாடிச் செல்லும் முக்கோணப் பாய்மரங்கள் கொண்ட மரக்கலங்கள், நூற்றாண்டு களாக இந்தியாவுடன் இருந்து வந்த வணிகத் தொடர்பு போன்ற எதுவேண்டுமானாலும் அந்த ஒற்றுமைச் சூழலுக்கான காரணமாக இருக்கலாம்.

தன் கப்பல் குழுவை திறம்பட இந்தியப் பெருங்கடலில் செலுத்துவதற்குத் திறமையான ஒரு கப்பல் பைலட்டை 1498ஆம் ஆண்டின் தொடக்கத்திலிருந்தே தேடிக் கொண்டிருந்தார் வாஸ்கோடகாமா; அப்படியொரு கப்பல் வலவரைப் பெறுவதில் அவருக்குப் பல இடையூறுகள் இருந்தன. மேலின்டியில் அவருக்கு அதிர்ஷ்டம் காத்துக்கொண்டிருந்தது. மேலின்டி சுல்தான் அவருக்கு ஓர் அனுபவமிக்க கப்பல் வலவரைக் கொடுத்தான். அந்தக் கப்பல் வலவர் குஜராத்தைச் சேர்ந்த ஒரு மொகலாயர். அந்தக் கப்பல் வலவரின் அடையாளம் குறித்து நிறைய கருத்து வேறுபாடுகள் உள்ளன. புகழ்பெற்ற அரேபிய வழிகாட்டியான இபுன் மஜீத் என்பவர்தான் அந்த கப்பல் வலவர் என்று சிலர் கூறுகின்றனர்.

உண்மையில் அவர் யார் என்று நமக்குத் தெரிய வில்லை. அல்வேரா வெல்ஹோ (வாஸ்கோவின் வீரர்களில் ஒருவன்) அந்தக் கப்பல் வலவரை மலீனா கேனா என்ற பெயர் சொல்லி அழைத் தான் என்பதுதான் நமக்குத் தெரிகிறது.

வாஸ்கோவுக்குக் கிடைத்த கப்பல் வலவரும் வல்லவராக இருந்தார்; வானிலையும் சாதகமாக இருந்தது. போர்ச்சுகீசியக் குழு இருப்பத்திமூன்றே நாட்களில் இந்தியக் கரையை அடைந்தது. கோழிக்கோட்டின் திறந்தநிலைத் துறைமுகம் சிறிதும் பெரிதுமாக பல்வேறு வகைக் கப்பல்களால் நிறைந்திருந்தது. கடற்கரையில் கடைகளும், சேமிப்புக்கிடங்களும் நிறைய இருந்தன. கரைக்கு இன்னும் உள்ளே, செல்வச் செழிப்புமிக்க ஒரு நகரம் இருந்தது. பேர்ச்சுகீசியக் கப்பல்கள் அங்கிருந்த மக்களுக்கும் புதியவையாக இருந்தன; எனவே உள்ளூர் மக்கள் – ஆண்களும், பெண்களும், குழந்தைகளும் படகுகளில் அருகில் சென்று அக்கப்பல்களை வேடிக்கை பார்த்தனர்.

கோழிக்கோட்டின் ஆட்சியாளர் ‘சமுத்ரின்’ என்று அழைக்கப் பட்டார். அப்படியென்றால் “கடலின் தலைவன்” என்று பொருள். சமுத்ரின் என்ற பெயர் ‘ஸமேரின்’ – என்று மற்றவர்களால் தவறாக உச்சரிக்கப்பட்டது. சமுத்ரின் ஒரு மிகப்பெரிய அரண்மனையில் வாழ்ந்துவந்தார். அரண்மனை, கோபக்கனல் கக்கும் போர் வீரர்களால் பாதுகாக்கப்பட்டு வந்தது. அந்த வீரர்கள் அனைவரும் “நாயர்” சாதியைச் சேர்ந்தவர்கள். கோழிக்கோட்டில் பெரும் பான்மையான மக்கள் இந்துக்கள். அந்த மக்களை தரத்தில் குறைந்த கிறிஸ்தவர்கள் என்று போர்ச்சுகீசியர்கள் ஆரம்பத்தில் நினைத்தார்கள். பிரஸ்டர் ஜான் என்ற அரசனைப்பற்றிக் கேள்விப்பட்டிருந்ததாலும், உண்மையான கிறிஸ்தவர்கள் சிலர் கோழிக்கோட்டில் இருந்து வந்ததாலும், போர்ச்சுகீசியர்கள் அவ்வாறு குழம்பிப்போனார்கள். பின்னால் தங்கள் எண்ணத்தை மாற்றிக்கொண்டார்கள். கடல் வணிகத்தில் அந்தத் துறைமுகத்தைப் பொருத்தவரை அரேபியர்களே முன்னிலை வகித்துவந்தார்கள் என்பதையும், தங்கள் வருகையை அதிகாரமிக்க அரேபிய இனத்தவர் விரும்பமாட்டார்கள் என்பதையும் போர்ச்சுகீசியர்கள் தெரிந்து கொண்டார்கள்.

எவ்வளவு விரைவாக முடியுமோ அவ்வளவு விரைவாக ‘லிஸ்பன்’ நகருக்குத் திரும்பிச் சென்று தான் கண்டவற்றை போர்ச்சுகீசிய அரசிடம் தெரிவிக்கவேண்டும் என்பது வாஸ்கோவுக்கு நன்றாகத் தெரியும். அதிக நாட்கள் அவர் அங்கு தங்கியிருந்தால், அரேபியர்கள் போர்ச்சுகீசியர்களை வலையில் சிக்கவைத்து விடுவார்கள் என்பதையும், ஆட்சியாளரை தங்களுக்கு எதிராக,

அவர்கள் திருப்பிவிட்டு விடுவார்கள் என்பதையும் வாஸ்கோ அறிந்திருந்தார். எனவே அவர் சமுத்ரினை சந்தித்துப் பல பரிசுப் பொருட்களைக் கொடுத்ததுடன், தான் சமாதானத்தையே விரும்புவதாகத் தெரிவித்தார். அரேபியர்கள், நாயர் இன வீரர்களைத் தூண்டிவிட்டு வாஸ்கோடகாமா–வை சிறிது நாட்கள் காவலில் வைத்திருக்கும்படிச் செய்துவிட்டார்கள். இருப்பினும் விரைவில் அவர் விடுவிக்கப்பட்டு ஐரோப்பாவிற்குத் திரும்பிவிட்டார். லிஸ்பன் நகரில் எதிர்பார்ப்புகளுக்கு மாறாக வாஸ்கோடாகாமாவுக்கு வீர வரவேற்பு அளிக்கப்பட்டது. இவ்வுலகில், போர்ச்சுகீசியர்களுக்குச் சொந்தமான அரைகோளப்பகுதியில்தான் இந்தியா இருக்கிறது என்று ஒரு கடிதம் எழுதிய போர்ச்சுகீசிய மன்னர் மேனுவல், அக்கடிதத்தை ஸ்பெயின் அரசருக்குத் தாமதமின்றி அனுப்பி வைத்தார். இந்தியா கிறிஸ்தவர்கள் நிறைந்த நாடு என்றும், ஆனால் இன்னும் அவர்களுக்கு கிறிஸ்தவ சமயத்தின்மீது முழு நம்பிக்கை ஏற்பட வில்லையென்றும், ஆனாலும் அந்த சமயத்தைப் பற்றி அவர்கள் முழுமையாகத் தெரிந்து வைத்துள்ளார்கள் என்றும் மன்னர் மேனுவல் தன் கடிதத்தில் குறிப்பிட்டிருந்தார்.[8]

தங்கள் கண்டுபிடிப்பிற்குப் பிறகு என்ன செய்யவேண்டுமோ அதை உடனே செய்ய போர்ச்சுகீசியர்கள் காலம் தாழ்த்தவில்லை. 1200 ஆட்களை ஏற்றிக்கொண்டு பதிமூன்று கப்பல்கள் கொண்ட ஒரு குழு பெட்ரோ அல்வேரிஸ் கேப்ரல் என்பவரின் தலைமையில் இந்தியா நோக்கிப் புறப்பட்டது. கப்பலில் இருந்தவர்கள் ஆயுதம் தாங்கிய வீரர்கள். அவர்களிடம் பீரங்கிகளும், துப்பாக்கிகளும் இருந்தன. அதுவரை பீரங்கிகள் பற்றியும், துப்பாக்கிகள் பற்றியும் இந்தியப் பெருங்கடல் பகுதிகளுக்கு எதுவுமே தெரியாது. முந்தைய பயணத்தின் மூலம் பருவக்காற்றுகள் பற்றியும், கடல், நீரோட்டங்கள் பற்றியும் போர்ச்சுகீசியர்கள் நன்கு அறிந்து வைத்திருந்ததால் இரண்டாவது பயணம் எளிமையாக இருந்தது. குழுவினர் முதலில் தென்மேற்கு திசையில் தங்கள் பயணத்தைத் தொடங்கி, பின்னர் ஆப்ரிக்கக் கடற்கரையை ஒட்டிச் செல்வதை விடுத்து கிழக்கு நோக்கித் திரும்புவதற்குத் திட்டமிட்டனர். ஆனால் அவர்களது கப்பல்குழு மேற்கு திசையில் அதிகதூரம் சென்றுவிட்டது; அதனால் பிரேஸில் நாட்டுக் கரையைத் தொட்டது. எனவே பிரேஸில் நாட்டை தங்களுக்குச் சொந்த மாக்கிக் கொண்டார்கள். டார்டிசில்லாஸ் உடன்படிக்கையின்படி பிரேஸில் நாட்டின் ஒரு சிறுபகுதி மட்டுமே போர்ச்சுகீசியர் களுக்குக் கிடைக்கும். ஆனால் வரைபடத்தில் இருந்த குழப்பத்தின் காரணமாக பிரேஸில் நாட்டில் அதிக பகுதிகளை தங்களுக்கென்று, போர்ச்சுகீசியர்கள் ஒதுக்கிக்

கொண்டார்கள். இதற்குப் பழிவாங்கும் விதத்தில் ஸ்பெனிஷ்காரர்கள் ஃபிலிப்பைன்ஸ் தீவுகளை தங்கள் வசம் எடுத்துக் கொண்டார்கள்; நியாயமாக அத்தீவுகள் போர்ச்சுகல் நாட்டிற்குத்தான் வரவேண்டும். நாடு பிடிக்கும் போட்டியில் பின்னர் மற்ற ஐரோப்பிய நாடுகளும் சேர்ந்துகொண்டதால் போப்பாண்டவர் பிரித்து வைத்த படி எதுவும் நடைபெறவில்லை. கோழிக்கோட்டிற்கு வந்து சேர்ந்த கேப்ரல், ஆட்சியாளர் சமுத்ரினுக்குப் பல விலையுயர்ந்த பரிசுப் பொருட்களை அளித்தார். சமுத்ரின், கோழிக்கோட்டிலிருந்து அரேபியர்களை விரட்டிவிட்டு விட வேண்டுமென்றும், போர்ச்சு கீசியர்களோடு மட்டுமே வணிகத் தொடர்பு வைத்துக்கொள்ள வேண்டுமென்றும் ஒரு கோரிக்கையை முன்வைத்தார் கேப்ரல். இந்தக் கோரிக்கையைக் கேட்டு மிகவும் அதிர்ச்சியடைந்தார் சமுத்ரின். இந்தப் பேச்சுவார்த்தைகள் நடந்து கொண்டிருந்தபோது, ஒரு மெக்கா நகர் கப்பல் சரக்குகளை ஏற்றிக் கொண்டு ஏடன் செல்லத் தயாராக இருந்தது. போர்ச்சுகீசியர்கள் அந்தக் கப்பலைப் பிடித்துவிட்டனர். அதனால் ஏற்பட்ட கலவரத்தில் பல போர்ச்சு கீசியர்கள் உயிரிழந்தனர். இதற்கு பதிலடி கொடுக்கும் விதத்தில் கேப்ரல் தங்கள் கப்பல்களின் பக்கவாட்டத்தில் பொருத்தப் பட்டிருந்த துப்பாக்கிகளை மேலும் மேலும் பயன்படுத்தி கோழிக் கோடு நகரத்தை நோக்கிச் சுட்டுத் தள்ளினார். பயந்துபோன ஆட்சியாளர் சமுத்ரின் தன் அரண்மனையை விட்டு ஓடிவிட்டார். பல வணிகக் கப்பல்கள் பிடிக்கப்பட்டன. கரையிலிருந்த மக்கள் பார்த்துக் கொண்டிருந்தபோதே, பிடிபட்ட கப்பலின் மாலுமிகள் உயிருடன் எரிக்கப்பட்டனர். இப்படித்தான் இந்தியப் பெருங் கடலில் ஐரோப்பிய மேலாதிக்கம் நிலைநாட்டப்பட்டது. அந்த மேலாதிக்கம் இருபதாம் நூற்றாண்டின் மையப்பகுதிவரை நீடித்தது.

இருபது அல்லது முப்பது ஆண்டுகளுக்குள்ளேயே, பீரங்கிகளின் துணையுடன், போர்ச்சுகீசியர்கள் இந்தியப் பெருங்கடல் பகுதியில் சங்கிலிக் கோர்வை போன்று பல புறக்கண்காணிப்பு மையங்களை ஏற்படுத்திவிட்டார்கள். சோகோர்ட்டா, மஸ்கட் போன்ற இடங்களைப் பிடித்ததன் மூலம் முறையே செங்கடல் மற்றும் பாரசீக வளை குடாப்பகுதிகளைத் தங்கள் கட்டுப்பாட்டின் கீழ் கொண்டு வந்து விட்டனர் போர்ச்சுகீசியர்கள். ["சோகோர்ட்டா" இந்தியப் பெருங் கடலில் அரேபிய தீபகற்பத்திற்குத் தெற்கேயுள்ள ஒரு தீவு; மஸ்கட் ஓமான் நாட்டில் உள்ளது]. கி.பி. 1510ஆம் ஆண்டில் போர்ச்சு கீசியர்கள் கோவா–வை வெற்றிகொண்டார்கள். ஓராண்டுக்குப்பின் கோவாவிலிருந்து அனுப்பப்பட்ட ஒரு கப்பல் குழு மியாக்காவைக் கைப்பற்றியது. (மியாக்கா = மலாக்கா). அதன் மூலம் ஸ்பைஸ்

தீவுகளுக்குச் செல்லும் கடல்வழித்தடங்கள் முழுவதும் போர்ச்சு கீசியர்களின் கட்டுப்பாட்டிற்குள் வந்தன. (ஸ்பைஸ் தீவுகள் என்பவை மலுகு தீவுகள். இவை இந்தோனீஷியாவைச் சேர்ந்தவை. ஜாதிக்காய், ஜாதிபத்திரி, கிராம்பு போன்ற வாசனைப் பொருட்கள் ஒரு காலத்தில் அந்தத் தீவுகளில் மட்டுமே இருந்தன. அதனால் அத்தீவுகளுக்கு வாசனைப்பொருள் தீவுகள் என்ற பெயர் வந்தது). விரைவில் மகாவு (சீனா), நாகசாகி (ஜப்பான்) போன்ற இடங்களிலும் வணிக மையங்களை ஏற்படுத்திக் கொண்டார்கள். போர்ச்சுகீசியர்கள் கடல் வழித்தடங்களை இரும்புக் கரங்களால் நிர்வகித்து வந்தார்கள். மற்றவர்களை கொடுமைப்படுத்துவதிலும், மதவெறியிலும் அவர்களை விஞ்சக் கூடியவர்கள் யாரும் இல்லை. பல இந்துக் கோயில்கள் அவர்களால் இடித்துத் தள்ளப்பட்டன. சிறியன் கிறிஸ்தவர்களுக்கு அளவுகடந்த தொல்லைகளைக் கொடுத்தார்கள். ஹஜ் யாத்திரை செல்லும் முஸ்லிம்களுக்குத் தொல்லை கொடுத்தார்கள். ஒருமுறை ஹஜ் யாத்திரை சென்ற ஒரு கப்பலை நடுக்கடலில் கொளுத்தி விட்டார்கள்; பயணிகள் உள்ளிருக்கும்போதே கப்பலைக் கொளுத் தினார்கள். போர்ச்சுகீசியர்களால் மிக அதிகமான தொல்லைகளை அனுப வித்தவர்கள் ஸ்ரீலங்காவைச் சேர்ந்த தமிழர்களும், சிங்கள மக்களும் தான். இலங்கைத் தீவு முழுவதும் ஒன்றரை நூற்றாண்டு காலம் போர்ச்சுகீசியர்களுடன் போரில் ஈடுபட்டிருந்தது. இந்தியத் துணைக்கண்டம் முழுவதையும் பிடித்துக் கொள்ளுமளவுக்கு போர்ச்சு கீசியர்களிடம் பொருளோ, ஆயுத பலமோ இல்லை என்பதற்காக நாம் மனநிறைவடைய வேண்டும்.

இந்தியப் பெருங்கடல் பகுதியை போர்ச்சுகீசியர்கள் தங்கள் கட்டுப்பாட்டில் வைத்திருக்க முடிந்தமைக்கான அடிப்படைக் காரணம் கரை நெடுகிலும் இருந்த கோட்டைகள். அந்தக் கோட்டைகளில் இன்றும் நல்ல நிலையில் இருந்துவருவது டையூ என்ற சிறு தீவில் அமைந்துள்ள கோட்டை. இது குஜராத் கடற்கரையோரமாக உள்ளது. டையூ கோட்டையின் பாதுகாப்புச் சுவர் மீது ஏறிநின்று அரபிக்கடலின் அழகை இரசிக்க வேண்டும். கோட்டையில் 16, 17 ஆம் நூற்றாண்டுகளைச் சேர்ந்த பீரங்கிகளின் வரிசையை நாம் காணலாம். உலகின் சில இடங்களில் மட்டுமே ஒருவரால் மிக அதிக எண்ணிக்கையில், மரச்சக்கரங்களின் மீது பொருத்தப் பட்டுள்ள பீரங்கிகளைத் தொட்டுப் பார்த்து இரசிக்க முடியும். பீரங்கிகளைத் தாங்கியுள்ள மரச்சக்கரங்கள் நூற்றாண்டுகளாக மழையில் நனைந்தும் வெயிலில் காய்ந்தும் சிதைந்துவிட்டன. 1538 ஆம் ஆண்டில் குஜராத் சுல்தானும், ஆட்டோமான் துருக்கியர்கள் அனுப்பிய கப்பல்களும் ஒன்று சேர்ந்து டையூ

கோட்டையைத் தாக்கின. டையூ தன்னை தாக்குதலிலிருந்து பாது காத்துக் கொண்டது. துருக்கியத் தாக்குதல் நடத்தப்பட்டதற்கு ஒரே சாட்சியாக இன்றுவரை இருப்பது 1531இல் எகிப்தில் வார்ப்பிக்கப் பட்டு, துருக்கியர்களால் பயன்படுத்தப்பட்ட ஒரு மிகப்பெரிய பீரங்கி. இந்த பீரங்கியை ஜுனகர் கோட்டையில் நாம் பார்க்கலாம்.

1961ஆம் ஆண்டுவரை டையூ போர்ச்சுகீசியர்களிடம் தான் இருந்துவந்தது. ஆசியாவில் மகாவு என்ற இடத்திலிருந்த கடைசி போர்ச்சுகீசிய மையம் 1999இல் சீனாவிடம் ஒப்படைக்கப்பட்டது. உலகின் இந்தப் பகுதிக்கு வந்த முதல் ஐரோப்பியர்கள், போர்ச்சு கீசியர்கள் தான்; அதேபோல் வந்துசேர்ந்த இடத்தை விட்டு கடைசியாக வெளியேறியவர்களும் அவர்கள்தான்.

உலகத் திரையரங்கம்

வாஸ்கோடகாமா நம் நாட்டிற்கு வந்தபோது இந்தியாவின் மக்கள்தொகை ஏறத்தாழ 110 மில்லியன். அந்த சமயத்தில் சீனாவின் மக்கள் தொகை 103 மில்லியன், இங்கிலாந்தின் மக்கள் தொகை 3.9 மில்லியன்; ஆனால் போர்ச்சுகல் நாட்டின் மக்கள் தொகை 1 மில்லியன் மட்டுமே[9] (பத்து லட்சம் மட்டுமே). அந்த சமயத்திலும் இந்தியா ஒரு பொருளாதார வல்லரசாகவே இருந்து வந்தது; அதன் மொத்தப் பொருள் உற்பத்தி உலக உற்பத்தியில் 24.5 விழுக்காடு. இருப்பினும், முதல் ஆயிரமாவது ஆண்டில் இந்தியாவின் மொத்த பொருள் உற்பத்தி, உலக உற்பத்தியில் மூன்றில் ஒரு பங்காக இருந்தது. 1500வது ஆண்டில் சீனப் பொருளாதாரம், முதல்முறையாக இந்தியப் பொருளாதாரத்தை விஞ்சியது. மேலும் தனிநபர் வருமானம் இந்தியாவில், உலக சராசரி தனிநபர் வருமானத்தைவிடக் குறைவாக இருந்தது. இந்தியாவை விடப் பின்தங்கிய நிலையில் இருந்துவந்த பல ஐரோப்பிய நாடுகளில் 1500ஆம் ஆண்டுவாக்கில் தனிநபர் வருமானம் இந்தியர்களின் வருமானத்தைவிட உயர்ந்தது. ஐரோப்பாவின் மிகப்பெரிய பணபலமிக்க நாடாக இருந்த இத்தாலியில், தனிநபர் வருமானம் இந்தியாவைப் போல் இரண்டு மடங்கு இருந்தது. அக்பர், கிருஷ்ணதேவராயர் போன்ற சில தனிப்பட்ட ஆட்சி யாளர்கள் காலத்தில் நாட்டின் செல்வவளம் அதிகரித்திருக்கலாம்; ஆனால் அவர்களது முயற்சி நிலைமையை பழங்காலத்தில் இருந்ததுபோன்று மாற்றிவிடவில்லை. மின்னிக்கொண்டிருந்த மொகலாய அரசவை, இந்தியா சரியத் தொடங்கிவிட்டது என்ற உண்மையை மறைத்துவிட்டது.

நான் என்னுடைய முந்தைய நூலான "இந்திய மறுமலர்ச்சி"யில் கூறியிருப்பதுபோல் நமது சரிவுக்கும், ஐரோப்பாவின் எழுச்சிக்கும் காரணம் இருநாடுகளுக்குகிடையேயிருந்த தொழில்நுட்ப இடை வெளிதான். எல்லாவற்றிற்கும் முன்னணியில் இருந்த தொழில் நுட்பம் "வரைபடத் தயாரிப்பு". அதாவது தேசங்களின் நிலப் படங்களைத் தயாரித்து வெளியிடும் தொழில் நுட்பம். அந்தத் தொழில்நுட்பத்தில், பதினாறாம் நூற்றாண்டில், ஐரோப்பியர்கள் மற்றவர்களைக் காட்டிலும் பல மைல்கள் முன்னேறியிருந்தார்கள். போர்ச்சுகீசியர்களின் கண்டுபிடிப்புகள் கைகளால் வரையப்பட்டு நிலப்பட ஏடுகள் தயாரிக்கப்பட்டன. அவை பரம இரகசியமாக வைத்துக் கொள்ளப்பட்டன. ஒவ்வொரு முறை கடற்பயணத்தைத் தொடங்கும்போதும், அரசவை நூலகத்திலிருந்து நிலப்பட ஏட்டை எடுத்து, கப்பல் தலைவன் ஒரு நகலை தயாரித்துக் கொள்ள வேண்டும். பயணம் முடிந்து திரும்பியவுடன் புதிதாகக் கண்டு பிடிக்கப்பட்ட இடங்களை வரைபட ஏட்டின் நகலில் குறித்து மன்னரிடம் கொடுக்க வேண்டும்.[10] எதிர்பார்த்ததற்கு மாறாக அந்த வரைபடங்கள் சர்வதேச அளவில் ஒற்றாடலுக்குக் காரணமாக இருந்தன. 1502இல் சிற்றரசர் ஃபெர்ரிராவின் முகவர் ஆல்பெர்ட்டோ கேன்ட்டினோ வரைபடத்தில் ஒன்றை லிஸ்பன் நகரிலிருந்து திருடி இத்தாலிக்கு எடுத்துச் சென்றுவிட்டார். மாமெனாவில் இருக்கும் பிப்ளியோடெக்கா எஸ்டென்ஸ் என்ற இடத்தில் லிஸ்பனில் திருடப்பட்ட வரைபடம் பாதுகாப்பாக வைக்கப்பட்டது. அந்த வரைபடத்தில் இந்தியா ஒரு தீபகற்பம் என்பது காட்டப் பட்டிருந்தது; அதேசமயம் டாலமிக் நிலநூலில் இருந்த செய்திகளும் கூடவே பராமரிக்கப்பட்டன.

இந்தியாவை தீபகற்பமாகக் காட்டும் எல்லோருக்கும், பொதுவான ஒரு வரைபடத்தை ஜான் ரூயிஷ் என்பவர் (1508) ரோம் நகரில் பதிப்பித்தார். அந்த வரைபடம் இந்திய தீப கற்பத்தையும், கடற்கரையில் உள்ள சில துறைமுகங்களையும் காட்டியது. நாட்டின் உட்பகுதிகளைப்பற்றிய விவரங்கள் ஏதும் அதில் காட்டப்படவில்லை. சிந்து, கங்கை – ஆகிய இரு நதிகள் மட்டுமே வரைபடத்தில் காட்டப்பட்டிருந்தன; ஆனால் அந்த நதிகள் பாயும் வழித்தடங்கள் சரியாக இல்லை. வரைபடத்தில் மலாய் தீபகற்பமும் மலாக்காவும் குறிக்கப் பட்டிருந்தன. 1513இல் வால்ட்சீ மில்லர் என்பவர் பதிப்பித்த வரைபடமும், நாம் முன்பு சொன்ன வரைபடம் போன்றே சற்றேறக்குறைய இருந்தது. அடுத்த நூற்றாண்டில் நிறைய வரைபடங்கள் பதிப்பிக்கப்பட்டன. நிலநூல் பற்றிய அறிவும் விருத்தியடைந்திருந்தது. தவறுகளும் இருக்கத்தான்

செய்தன. ஒரு தயாரிப்பாளர் செய்த தவறை, அவரைப் பார்த்து வரைபடம் தயாரிக்கும் மற்றவர்களும் செய்தார்கள். வரை படத்திலிருந்த வெற்றிடங்களில், மேண்டவில் போன்றார் வர்ணித்த கற்பனை ஓவியங்கள் இடம்பெற்றிருந்தன. எப்படியிருப்பினும் பதினாறாம் நூற்றாண்டில் வரைபடத் தயாரிப்புக்கலையில் ஒரு பெரிய திருப்பம் ஏற்பட்டது. வரைபடத்தயாரிப்பில் ஒரு புரட்சியை ஏற்படுத் தியவர்கள் ஜெரார்டஸ் மெக்கேட்டர், ஆப்ரஹேம் ஆர்ட்டிலியல் என்ற இருவர். இருவரும் சமகாலத்தைச் சேர்ந்தவர்கள்; கடல் மட்டத்திலும் தாழ்ந்த நிலப்பரப்பு கொண்ட நாடுகளைச் சேர்ந்தவர்கள்.

மெர்கேட்டர் 1512ஆம் ஆண்டில் ஆன்ட்வெர்ப் என்ற ஊரில் பிறந்தவர். வரைபடங்களைப் பொறிப்பதிலும், தகவல் அட்டைகள் தயாரிப்பதிலும் வல்லவர். வரைபடத் தொழிலுக்கு வந்தபோது அவருக்கு வயது 24. அவர் கடற்பயணங்கள் மேற் கொண்டதாகத் தெரியவில்லை; புதிதாகக் கண்டுபிடிக்கப்பட்ட இடங்களையும் அவர் நேரில் பார்த்ததில்லை; ஆனால் தனக்குக் கொடுக்கப்பட்ட செய்திகளை நன்றாக உள்வாங்கிக்கொண்டு, அவற்றின் அடிப் படையில் படங்களைத் தயாரித்தார். 1538ஆம் ஆண்டில் அவர் முதல் உலக வரைபடத்தைத் தயாரித்தார். அதில் வட அமெரிக்காவும், தென் அமெரிக்காவும் காட்டப்பட்டிருந்தன. ஆசியாவையும், அமெரிக்காவையும் அவர் தனித்தனிக் கண்ங்களாகத் தான் காட்டியிருந்தார். பெரிங் ஜலசந்தி கண்டுபிடிக்கப்படுவதற்கு முன்பே அவர் அப்படிச் செய்திருந்தார்.

மெர்கேட்டர் வாழ்ந்த காலம் அதிகமான சமயக் கொந்தளிப்பும், அரசியல் கொந்தளிப்பும் நிறைந்த காலம். புதிதாக சிந்தித்து, அதிகமான கேள்விகளைக் கேட்டும் ஒருவர் சந்தேகத்திற்கு உள்ளானார். 1544ஆம் ஆண்டு சூனியக்காரர் என்று குற்றம் சாட்டப் பட்டு மெர்கேட்டர் கைது செய்யப்பட்டார். சில மாதங்கள் சென்று, செல்வாக்கு மிக்க அவருடைய நண்பர்கள் சிலர் அவரை காப்பாற்றியிருக்காவிட்டால், மெர்கேட்டரின் தலை துண்டிக்கப் பட்டிருக்கும் அல்லது எரிக்கப்பட்டிருப்பார். சில ஆண்டுகள் சென்ற பின் மெர்கேட்டர் கிழக்கு திசையில் பயணம் செய்து டியூஸ்பர்க் என்ற இடத்திற்கு வந்து சேர்ந்தார். அங்குதான் அவர் தன் புகழ்பெற்ற குறிப்புகளை வெளியிட்டார். 1569ஆம் ஆண்டில் அவர் தான் தயாரித்த உலகப்படத்தை வெளியிட்டார். "உலகின் நிலப்பரப்புகள் குறித்த மேம்படுத்தப்பட்ட வர்ணனை புதிய திருத்தப்பட்ட பதிப்பான இது கப்பலோட்டிகளின் பயன் பாட்டிற் குரியது" (New and Improved Description of the lands of the world, amended and intended for the use of Navigators[11]) என்று தன் வரைபடத்திற்குப் பெயர் சூட்டினார் மெர்க்கேட்டர். அந்த வரைபடத்தில் அதிகப்படியான செய்திகள் ஏதும் இல்லை. முன்பு தயாரிக்கப்பட்ட படங்களைக் காட்டிலும் அதிகப்படியாக எதுவும் இல்லை. ஆனால் வளைந்த நிலப்பகுதிகளை ஒரு தட்டையான பரப்பின் மீது உயர்த்திக் காட்டியது. வரைபடத் தயாரிப்பில் அது ஒரு புதுமை. உருவச் சிதைவுகள், சுருக்கங்கள் போன்றவற்றைக் கொண்டிருந்தாலும் "மெர்கேட்டர் புரஜெக்ஷன்" என்பது இன்று பொதுவாக உலக வரைபடத் தயாரிப்பில் பின் பற்றப்படும் ஒரு வடிவமாகும். இதுபோன்ற வடிவமைப்பில் பூமத்தியரேகைப் பகுதி நாடுகள் சுருக்கமடைந்தது போலவும், துருவப்பகுதிகளில் உள்ள நாடுகள் விரிவடைந்தது போலவும் தோற்ற மளிக்கும். அதனால்தான் நார்வே ஸ்வீடன் போன்ற நாடுகள் உண்மையளவைவிடப் பெரிதாகவும் இந்தியா, இந்தோனீஷியா போன்ற நாடுகள் உண்மையளவைவிடச் சிறியதாகவும் தோற்ற மளிக்கும்.

மெர்க்கேட்டர் கொடுத்த ஊக்கத்தின் காரணமாக 1570ஆம் ஆண்டு ஆன்ட்வெர்ப் நகரில், ஆர்ட்டிலியஸ் என்பவர் தன் முதல் நிலப்பட ஏட்டினை வெளியிட்டார். அந்த ஏட்டுத் தொகுப்பின் முதல் பதிப்பில் எழுபது ஏடுகள் இருந்தன. அதற்கு "உலகத் திரையரங்கம்" என்று பெயர் சூட்டப்பட்டது. அந்த நிலப்பட ஏட்டுத் தொகுப்பு மிகப் பெரிய வெற்றியைப் பெற்றது. நாற்பது பதிப்புகள் வெளியிடப்பட்டன. கிரேக்கர்களும், ரோமானியர்களும் செய்த பணிகள் மறுகண்டு பிடிப்பு செய்யப்பட்டன. அக்கண்டுபிடிப்புகள் ஐரோப்பியர்களின் மனதில் மிகப்பெரிய தாக்கத்தை ஏற்படுத்தின என்பதையே 'நிலப்பட ஏடு' நமக்கு உணர்த்துகிறது. நிலப்பட ஏட்டினைத் தயாரிக்கும் போது, இந்தியா பற்றிய புதிய கண்டுபிடிப்புகள் (பெரிபிளஸ் அடிப்படையில்), அலெக்ஸாண்டரின் பயணம் பற்றி அர்ரியன் எழுதிய குறிப்புகள் போன்ற அனைத்தையும் கணக்கில் எடுத்துக் கொண்டார். ஆர்ட்டீலியஸ் வெளியிட்ட இந்தியாவின் நிலப்படத்தில் பாடலிபுத்திரம், முஸாரிஸ் போன்றவை மிகவும் துல்லியமாகக் காட்டப்பட்டுள்ளன. அவரது ஏடு இந்திய வரலாற்றையும், நில அமைப்பையும் மறு கண்டுபிடிப்பு செய்வதற்கான ஒரு முயற்சி. அதனால் என்னுடைய இந்த நூலுக்கு அதுவே முன்னோடி.

வெற்றி நகரம்

ஆரம்பகால ஐரோப்பிய நில வரைபடங்களில் இந்தியாவைப் பொருத்தவரை நாம் கவனிக்கவேண்டியது நாட்டின் தென்பகுதி தீபகற்பத்தில் பரந்து விரிந்து காணப்பட்ட 'நரசிங்க நாடு'. பெரும்

பாலான இந்தியர்களுக்கு இந்தப் பெயர் புரியாத ஒன்று; ஏனெனில் அந்த நாடு தற்போது விஜயநகரப் பேரரசு என்று சுட்டப்படுகிறது. பேரரசுக்கு அப்பெயர் வரக்காரணம். அரசின் தலைநகரமாக இருந்த விஜயநகரம். போர்ச்சுகீசியர்கள் இந்தியாவுக்கு வந்த போது விஜய நகரப் பேரரசை ஆண்டு வந்தவர் நரசிங்க ராயர். விஜயநகரத்தின் வரலாற்றில் அவர் ஒரு முக்கியமான பேரரசராக இல்லாவிட்டாலும் அவர் பெயர் நிலைத்துவிட்டது. ஐரோப்பியர்கள் வரைபடம் தயாரித்த போது விஜயநகரப் பேரரசைக் காட்டிய அதேநேரத்தில் மன்னரின் பெயரையும் உடன் சேர்த்தனர்.

தென்னிந்தியாவின் பழைய அரசுகள் அனைத்தையும் தன் படையெடுப்பின் போது சின்னாபின்னமாக்கினான், அலாவுதீன் கில்ஜியின் தளபதி மாலிக் கபூர். அந்தப் பேரழிவுக்குப் பிறகுதான் விஜயநகரப் பேரரசு நிறுவப்பட்டது. கி.பி. 1336ஆம் ஆண்டுவாக்கில் ஹரிஹரர், புக்கர் என்ற இரு சகோதரர்கள், தோல்வியடைந்த சிறு சிறு குழுவினர் அனைவரையும் ஒரே கொடியின் கீழ் ஒன்றிணைத்து, விஜயநகரம் என்ற அரண் சூழ்ந்த ஒரு நகரை உருவாக்கினார்கள். விஜய நகரம் என்றால் “வெற்றி நகர்” என்று பொருள்படும். தனது உச்சகட்ட வளர்ச்சியின்போது, பதினாறாம் நூற்றாண்டின் தொடக்கத்தில் விஜயநகரம் உலகின் மிகப்பெரிய நகரமாக இருந்து வந்தது எனக் கூறுகிறார்கள்.

விஜயநகரம், கிஷ்கிந்தாவிலிருந்து ஓடிவரும் ஒரு நதியின் குறுக்கே கட்டப்பட்டுள்ள ஒரு நகரம். இராமாயண காலத்தில் வானர அரசு (குரங்குகளின் அரசு) கிஷ்கிந்தையில்தான் அமைந் திருந்தது. மிகப்பெரிய பாறை வெளிப்பாடுகளைக் கொண்ட ஓர் ஊர் விஜயநகரம். பாறைப்பாங்கான நிலப்பகுதி ஒருவிதத்தில் நன்மையாக இருந்தது. படையெடுப்பின் போது துருக்கிய குதிரைப்படையின் வேகத்தைப் பாறைகள் மிகவும் மட்டுப் படுத்தின. அவ்விடத்தில் இருந்த கூடுதலான மற்றொரு நன்மை, அங்கு இரும்புத்தாது அதிகமாகக் கிடைத்ததுதான். பெல்லாரியை அடுத்த சுரங்கங்களில் இன்றும் இரும்புத்தாது வெட்டியெடுக்கப் படுகிறது.

பாரசீகத்திலிருந்து இங்குவந்த தூதர் அப்துல் ரஸாக் டோமிங்கோ பயஸ், ஃபெர்நாவோ நியூன்ஸ் போன்ற ஐரோப்பிய தூதர்கள் விஜயநகரைப் பற்றி விரிவான விளக்கங்களை எழுதி வைத்துள்ளனர். அவர்களின் கூற்றுப் படி விஜயநகரம் பல வட்ட வடிவ சுற்றுச் சுவர்களால் சூழப்பட்டிருந்தது. சுற்றுச் சுவர்கள் மொத்தம் ஏழு இருந்ததாகக் கூறுகிறார்கள். சுற்றுச் சுவர்கள் ஒரு

மிகப்பெரிய நிலப்பரப்பை உள்ளடக்கியிருந்தன. முதல் வெளிச் சுற்றுச்சுவருக்கும், இரண்டாவது சுற்றுச்சுவருக்கும் இடையேயிருந்த இடைவெளி, தோட்டங்கள் அமைக்கவும், விவசாயத்திற்கும் பயன் படுத்தப்பட்டது. அதன் உள்ளே கடைவீதிகளும், வீடுகளும், மாளிகைகளும், கோயில்களும் இருந்தன. நகரின் மையத்தில் பிரமாண்டமான அரண்மனை காட்சியளித்தது. அரண்மனையைச் சுற்றி வலுவான கோட்டைச் சுவர்கள் எழுப்பப்பட்டிருந்தன. விஜய நகரம் இந்து சமயத்தின் கோட்டை என்று கூறப்பட்டாலும், அனைத்து சமயத்தினரும் நகரில் இருந்தனர். முஸ்லிம்கள் கணிசமான அளவில் வசித்து வந்தனர். கிறிஸ்தவர்களும், யூதர்களும் கூட நகரில் வாழ்ந்து வந்தனர். "இந்த நகரில் எண்ணற்ற மக்கள் வசித்து வருகிறார்கள். அவர்களின் மொத்த எண்ணிக்கையைக் கூற நான் விரும்பவில்லை. அப்படிக் கூறினால் அளவைப் பார்த்து யாரும் உண்மையென நம்ப மாட்டார்கள்," என்று எழுதுகிறார் திரு. பயஸ். அவர் மேலும் சொல்கிறார், "இதுதான் உலகிலேயே மிகச் சிறந்த நகரம்; வீதிகளிலும், சந்தைகளிலும் பொதி சுமக்கும் காளைகள் அளவின்றித் தென் படுகின்றன. அவைகளுக்கு மத்தியில் நடந்து செல்வது கடினம்"[12]

விஜயநகரின் எஞ்சிய பகுதிகளை கர்னாடகாவில் உள்ள ஹம்பியில் காணலாம். 'மெய்சிலிர்க்க வைப்பது' என்றுதான் அவற்றை நாம் குறிப்பிடவேண்டும். உலகம் முழுவதும் நான் மேற் கொண்ட சுற்றுப் பயணங்களில், அளவில் பெரிதாக இருந்தது, ஹம்ப்பியோடு ஒப்பிடத்தக்கதாக இருந்தது, கம்போடியாவின் அன்க்கோர் மட்டும்தான். ஹம்பி–யை கால்களால் நடந்து சுற்றிப் பார்த்துவிட முடியாது. ஒரு கார் அவசியம் தேவை; கூடவே ஒரு வழிகாட்டியையும் அழைத்துச் செல்லவேண்டும். மையகால யாத்ரீகர்கள் விவரித்திருப்பதுபோல், யுனெஸ்கோ நிறுவனத்தால் உலகப் பாரம்பரிய இடம் என்று தற்போது அறிவிக்கப்பட்டுள்ள ஹம்ப்பியில் இன்றும் வேளாண்மை நடந்து கொண்டிருக்கிறது. பல இடங்களில் ஆதிகால கால்வாய்கள் இன்னும் நீர்ப்பாசனத் திற்குப் பயன்பட்டு வருகின்றன. அக்காலத்தில் நகருக்குள் குடிநீரைக் கொண்டுவந்து சேர்த்த கட்டுமானங்களையும் இப்போது நம்மால் காணமுடிகிறது. கோயில்கள், அரண்மனைகள், கடைவீதிகள் போன்றவற்றின் இடிபாடுகளைப் பார்க்கும்போது, நகரின் அளவு குறித்து விவரிக்கப்பட்ட செய்திகள் மிகைப்படுத்தப்பட்டவை அல்ல என்று தெளிவாகத் தெரிகிறது. பல ஆண்டுகளாக அகழாய்வுகள் நடத்தப்பட்டபோதிலும், ஹம்பியின் பகுதிகள் முழுமையாக இன்னும் வெளிக்கொணரப்படவில்லை. எஞ்சியிருப்பவற்றில் மிகவும் முக்கியமாக நாம் குறிப்பிடவேண்டிய ஒரு சிற்பம் உக்கிர

நரசிம்ம மூர்த்தியின் சிலையுருவம். இது மகாவிஷ்ணுவின் மாபெரும் சிலைவடிவம்; விஷ்ணுவின் நரசிம்ம அவதாரச் சிற்பம். எகிப்தில் உள்ள ஸ்ஃபின்க்ஸ் என்ற சிற்பம் மனிதத் தலையும், சிங்க உடலும் கொண்டது. அப்படியல்லாது நரசிம்மமூர்த்தி சிங்கத் தலையுடன் காட்சியளிக்கிறார்; மனித உடலைக் கொண்டுள்ளார். ஆரம்பகாலத்தில் ஐரோப்பியர்கள் விஜயநகரப் பேரரசை 'நரசிங்கா' என்று அழைத்தது பொருத்தமானதே.

நாம் முன்பே குறிப்பிட்டதுபோல் விஜயநகரின் இடிபாடுகள் துங்கபத்திரா ஆற்றின் குறுக்கே, கிஷ்கிந்தாவிலிருந்து தொடங்கி பல இடங்களில் காணப்படுகின்றன. துங்கபத்திராவைக் கடந்து சென்று பார்ப்பதும் பயனளிக்கக்கூடியதுதான். நான் இந்த நூலை எழுதிக்கொண்டிருந்தபோது ஆற்றைக்கடக்கும் ஒரு புதிய பாலம் கட்டி முடிக்கப்பட்டிருந்தது.[13] 2007 மற்றும் 2008ஆம் ஆண்டுகளில் நான் அந்த இடத்திற்குச் சென்றபோது ஆற்றை பரிசல் மூலமே கடக்கவேண்டியிருந்தது. பரிசல்களில் மனிதர்கள் மட்டுமின்றி, ஆடுகள், மோட்டார் சைக்கிள்கள், அரிசி மூட்டைகள் போன்ற அனைத்தும் இடம்பெறும். கிட்டத்தட்ட ஐநூறு ஆண்டுகளுக்கு முன் டோமிங்கோ பயஸ் துங்கபத்ரா ஆற்றை பரிசல் மூலமே கடந்து சென்றுள்ளார். அவர் இவ்வாறு எழுதுகிறார்,

"இந்த ஆற்றைக் கடக்க மக்கள் வட்டவடிவ, கூடைபோன்ற ஒரு படகைப் பயன்படுத்துகிறார்கள். அந்தப் படகின் உட்பகுதி பிரம்பால் ஆனது. அதன் வெளிப்பகுதி தோலால் மூடப்பட்டுள்ளது. ஒவ்வொரு படகிலும் பதினைந்து முதல் இருபது நபர்கள் வரை பயணம் செய்யலாம். தேவைப்பட்டால் குதிரைகளும், எருதுகளும் கூட இப்படகுகளில் ஏற்றிச் செல்லப்படுகின்றன. பெரும்பாலும் அவை நீந்திக் கரை சேர்ந்துவிடுகின்றன. அகல் துடுப்புகள் மூலம் இப்படகுகள் செலுத்தப்படுகின்றன. பயணித்தின்போது இப்படகுகள் வட்டமாகத் திரும்புகின்றன"[14]. அவர் என்ன சொல்கிறார் என்று எனக்கு மிக நன்றாகப் புரிகிறது.

கி.பி. 1565ஆம் ஆண்டு தக்காணத்தின் அனைத்து முஸ்லிம் அரசர்களும் சேர்ந்த ஒரு கூட்டணியால், விஜயநகரம் தாக்கப் பட்டது. ஜனவரி 26இல் தலைக்கோட்டை யுத்தத்தில் தோற்கடிக்கப் பட்டபின், தலைநகரைக் காப்பதற்கு பதிலாக, விஜயநகர இராணுவம் பின்வாங்கியது. அந்த மாநகரம் ஆறு மாதங்களுக்குத் தொடர்ந்து கொள்ளையடிக்கப்பட்டதாகச் சொல்லப்படுகிறது. அதன்பின் விஜயநகரம் எழும்ப முடியவில்லை. பழங்கால இந்து நாகரிகத்தின் கடைசி ஒளிக் கீற்று என்று விஜயநகரத்தைச் சொல்லலாம்.

இந்தியாவின், இரண்டாவது நகரமயமாதல் என்ற சுழல் மாற்றம் கங்கைக் கரையில் ஆரம்பித்து துங்கபத்திரா ஆற்றங் கரையில் முடிவடைந்தது.

உலக அரசரின் நகரம்

கி.பி. 1500ஆம் ஆண்டுகளின் கடைசியில் போர்ச்சுகீசியர் களுக்கும், ஸ்பெயின் நாட்டவருக்கும், மற்ற ஐரோப்பிய நாட்டினரின் போட்டியை சந்திக்கும் நிலைமை ஏற்பட்டது. 1580இல் ஃபிரான்சிஸ் டிரேக் என்பவர் உலகை வலம்வரும் பயணத்தில் வெற்றி பெற்று லண்டன் திரும்பினார். 1588இல் ஆங்கிலேயர்கள் ஸ்பேனிஷ் கடற் படையைத் தோற்கடித்தனர். இருப்பினும் இந்தியப் பெருங்கடல் பகுதியில் போர்ச்சுகீசியர்களுக்குப் பெரும் சவாலாக இருந்து வந்தவர்கள் டச்சுக்காரர்கள் தான். அந்த சமயத்தில்தான் டச்சுக் காரர்கள் ஐபீரிய ஆட்சியிலிருந்து விடுதலை பெற்றிருந்தார்கள்; அத்துடன் 1602இல் அவர்கள் ஒருங்கிணைந்த டச் கிழக்கிந்தியக் கும்பெனியைத் தோற்றுவித்தார்கள். அதுதான் பொதுப் பங்குகளைப் பெற்றிருந்த உலகின் முதல் வர்த்தக நிறுவனம்; பின் அது மிகப்பெரியதொரு பன்னாட்டு நிறுவனமாகவும் வளர்ச்சி யடைந்தது. 1603ஆம் ஆண்டில் மேற்கு ஜாவா–வில் பேன்ட்டன் என்ற இடத்திலும், 1611ஆம் ஆண்டுவாக்கில் ஜெயகர்த்தா (ஜகார்த்தா) என்ற இடத்திலும் டச்சுக்காரர்களுக்கு வியாபார மையங்கள் இருந்தன. விரைவில், இந்தியக் கடற்கரைப் பகுதிகளிலும், ஸ்ரீலங்காவிலும் டச்சுக்காரர்கள், முன்பே அங்கிருந்துவந்த போர்ச்சு கீசியர்களிடம் கடும் போட்டியில் ஈடுபட்டனர்.

தனியார் நிறுவனங்களின் திறமைகள் டச்சுக்காரர்களுக்கு உதவவில்லை; மாறாக அவர்கள் வைத்திருந்த தரமிக்க தேச வரை படங்களே அவர்களுக்குப் பேருதவி செய்தன. மெர்க்கேட்டர், ஆர்ட்பீலியஸ் போன்றோரின் உதவிகொண்டு வரைபடத் தயாரிப்புக் கலையில் மிக உயர்ந்த ஓர் இடத்தை அவர்களால் பிடிக்க முடிந்தது. ஜேன்சன், ஹோன்டியஸ் – ஆகிய இருவரும் 1630இல் தயாரித்த வங்கக் கடலின் வரைபடம் முந்தைய நூற்றாண்டில் வால்ட்சீ மில்லர் தயாரித்த வரைபடத்தைக் காட்டிலும், முன்னேற்றம் உடையதாக இருந்தது. ஜேன்சன் – ஹோன்டியஸ் – இருவரும் தயாரித்த வரைபடம் ஸ்ரீலங்கா, இந்தியாவின் கிழக்குக் கடற்கரைப் பகுதி, வங்காளம், பர்மியக் கடற்கரைப் பகுதி, அந்தமான் நிக்கோபார் தீவுகள், சுமத்ரா தீவின் வடக்கு முனை – போன்ற இடங்களை மிகத் தெளிவாகக் காட்டியது. கடற்கரையோரமாக இருந்த பெரிய, சிறிய குடியேற்றப்பகுதிகள் தெளிவாகக் காட்டப்பட்டிருந்தன.

மசூலிப்பட்டினம், பள்ளிக்கட்டா போன்ற இடங்களையும் வரை படம் காட்டியது. ஒரிஸ்ஸாவில் இருக்கும் கோயில் – நகரமான பூரி, "ஜெகர்நாதன் பகோடா" என்று படத்தில் காட்டப்பட்டிருந்தது. வரைபடம் கடல்பயண வழிகாட்டு மாதிரிப் படமாக இருந்ததால் பல இடங்களின் ஆழங்கள் குறிப்பிடப்பட்டிருந்தன. கங்கை டெல்டாப் பகுதியும் அதில் இடம் பெற்றிருந்தது. முதல்முறையாக நாட்டின் உட்பகுதிகளைப் பற்றிய விவரங்களையும் நம்மால் தெரிந்துகொள்ள முடிந்தது. கங்கையின் மேற்குக்கால்வாயில் ஹுக்ளி அமைந்திருப்பது படத்தில் தெளிவாகத் தெரிகிறது. அந்த சமயத்தில் கிழக்கு இந்தியாவில் ஹுக்ளி மிகவும் முக்கியமான வணிக மையமாக இருந்தது. பிற்காலங்களில் அதன் முக்கியத்துவம் குறைந்தாலும் ஹுக்ளி ஆற்றுக்கு அதன் பெயர் நிலைத்திருப்ப துடன் துறைமுகத்தையும் கொண்டுள்ளது.

இதற்கிடையில் பிரிட்டிஷ்காரர்கள் தங்களுடைய கிழக்கிந்தியக் கம்பெனியைத் தொடங்கிவிட்டார்கள். 1612ஆம் ஆண்டில் குஜராத்தின் சூரத் நகரில் அவர்கள் தங்கள் முதல் வணிக வளாகத்தைத் தொடங்கினார்கள். சில ஆண்டுகள் சென்று, பேரரசர் ஜஹாங்கீரின் அரசவைக்கு, ஆங்கிலேயர்களின் தூதராக சர் தாமஸ் ரோ – என்பவர் வந்தார். அதுமுதற்கொண்டு சூரத் வணிக வளாகம் வலிமைபெற்றது. நம் ஆர்வத்தைத் தூண்டும் வகையில் தாமஸ்ரோ, மரியாதை நிமித்தமாக ஐரோப்பாவின் தரைப்பட ஏடு ஒன்றை மொகலாய அரசவைக்குப் பரிசாக அளித்தார். ஆனால் நான்கு தினங்களுக்குப்பின் அது மிக்க மரியாதையுடன் திருப்பிக் கொடுக்கப்பட்டுவிட்டது.[15] அனேகமாக அரசவை உறுப்பினர்களுக்கு அந்தத் தரைப்பட ஏட்டிலிருந்த நாடுகளைப் பற்றித் தெரியாமல் இருந்திருக்கலாம்; அல்லது வரைபடங்களைப் புரிந்துகொள்ளும் திறமை அவர்களுக்கு இல்லாமல் இருந்திருக்கலாம். ஐரோப் பியர்களுக்குத் தெரிந்த உலகத்தைவிட, மொகலாய சாம்ராஜியம் மிகவும் சிறியதாக இருந்ததுதான் காரணமாக இருக்கவேண்டு மென்று நான் நினைக்கிறேன். மொகலாயர்களுக்கு தேச வரை படங்கள் எப்போதுமே பூகோள அரசியல் தொடர்பான விஷயங் களாக இருந்துள்ளன. வரைபடத்தில் அருணாச்சல் பிரதேசத்தின் நிலையைக் காட்டுவதில் இந்தியாவுக்கும், சீனாவுக்கும் இடையே இன்றுவரை மனக்கசப்பு இருந்து வருவதைப்போல், வரைபடத்தில் அப்போதும் ஏதாவது கருத்து வேறுபாடுகள் இந்திருக்கலாம்.

1628இல், ஜஹாங்கீருக்குப்பின் ஷாஜஹான் மொகலாய மன்னரானார் பாரசீகமொழியில் 'ஷாஜஹான்' என்றால் "உலகத்தின் அரசர்" என்று பொருள். அவருடைய ஆட்சி மொகலாயக் கட்டடக்

கலையின் பொற்காலம். தாஜ்மகால் உட்பட சிறியதும், பெரியதுமாக பல நினைவுச்சின்னங்கள், அவரால் கட்டப்பட்டன. ஆக்ராவிலிருந்து தலைநகரை திரும்பவும் டில்லிக்கு மாற்றி 1639இல் ஒரு புதிய நகரத்தை நிர்மாணிக்க முடிவெடுத்தார் ஷாஜஹான். புதிதாகக் கட்டப்பட்ட நகரம் ஷாஜஹானாபாத் என்று அவர் பெயராலேயே அழைக்கப்பட்டது. 1648ஆம் ஆண்டில் ஷாஜஹானாபாத் நகரின் நிர்மானப் பணிகள் முடிவடைந்தன. அதில் இருபத்தேழு கோபுரங்களும், பதினேழு நுழைவாயில்களும் இருந்தன. நகரின் மொத்த மக்கள் தொகை 4,00,000. அந்த நகரம் இன்று பழைய டில்லி எனப்படுகிறது. ஷாஜஹானாபாத்தை உருவாக்க மாமன்னர் ஷாஜஹான், இப்போதுள்ள டில்லிக்கு வடக்கே ஓர் இடத்தைத் தேர்ந்தெடுத்தார். இன்றும் அது டில்லியின் வடகோடிப் பகுதியாக இருந்து வருகிறது. ஷாஜஹானாபாத்தில் சுற்றுச்சுவர்களுடன் ஓர் அரண்மனை வளாகம் இருந்தது. இந்த வளாகத்தைச் சுற்றி தோல் பூரிலிருந்து கொண்டுவரப்பட்ட சிவப்பு நிற மணற்கற்களாலான மதிற்சுவர்கள் இருந்தன. அந்த இடம்தான் நாம் இன்று பார்க்கும் செங்கோட்டை கட்டடங்களுக்கான கட்டுமானப் பொருட்கள் முற்கால டில்லி நகரங்களான தின்பனா ஃபெரோஸ்– ஷா–கோட்லா போன்ற இடங்களிலிருந்து கொண்டுவரப்பட்டன. செங்கோட்டை, ஆற்றை ஒட்டியே கட்டப்பட்டிருந்தது. எனவே பருவமழை பெய்யும் காலங்களில் தண்ணீர் அரண்மனைச் சுவர்களை ஒட்டியே ஓடியிருக்க வேண்டும். இருப்பினும் பெரும்பாலான காலங்களில் ஆற்றின் கரைக்கும், கோட்டைக்கும் இடையே ஒரு திறந்தவெளி இருந்துவந்தது. அரச சபையினரின் பொழுது போக்கிற்காக இங்கு யானைச் சண்டை போன்ற கேளிக்கை நிகழ்ச்சிகள் நடத்தப் பட்டன.

பல நூற்றாண்டுகளில், பற்பல மாற்றங்கள் ஏற்பட்டுவிட்டதால், பழைய டில்லியை பார்த்துவிட்டு ஷாஜஹானாபாத்தின் நகர அமைப்பை நம்மால் புரிந்துகொள்ள முடியவில்லை. இருப்பினும் சில முக்கியமான அம்சங்களை நம்மால் விளங்கிக்கொள்ள முடிகிறது. ஓர் அகலமான பாதை செங்கோட்டையின் மேற்கு வாயிலில் தொடங்கி, முக்கியக் கடைவீதி வழியாக, நகரின் வாயில்கள் ஒன்றினைச் சென்றடைந்தது. 'சாந்தினி சௌக்' என்ற பெயரில் இன்றும் இந்த இடம் உள்ளது. ஒரு பௌர்ணமி தினத்தன்று, இந்த இடத்தின் மையத்தில் ஓடிக்கொண்டிருந்த ஒரு கால்வாயில் பூர்ண சந்திரனின் பிம்பம் தெரிந்ததால் அந்தப் பெயர் சூட்டப்பட்டது.

ஷாஜஹானாபாத் நிர்மாணித்து முடிக்கப்பட்டதும், அங்கு விஜயம் செய்த ஃபிரன்ச் பயணி பெர்னியர், அந்த நகரத்தைப் பற்றிய பல செய்திகளை நமக்கு விட்டுச் சென்றுள்ளார்.[16] நகரைப் பார்வையிட்ட பெர்னியரின் மனதில் பட்டது. நகரின் பாதுகாப்பு அரண்களும், கோட்டையின் பாதுகாப்பு அரண்களும் பழைய பாணியில் இருந்ததும், அவை பீரங்கித் தாக்குதலை எதிர்கொள்ள முடியாதவை என்பதும்தான். பெர்னியர் இவ்வாறு எழுதுகிறார், "இங்குள்ள வேலைப்பாடுகள் குறிப்பிடத்தக்கவையாக இருந்தாலும், இந்த இடம் வலுவானதல்ல; என் கருத்துப்படி ஒரு மிதமான தொடர் தாக்குதல்கூட இங்குள்ளவற்றைத் தரைமட்டமாக்கிவிடும்." பதினேழாம் நூற்றாண்டின் மையப்பகுதியில், காலம்கடந்த ஒரு பழைய அமைப்பை ஷாஜஹான் ஏன் தேர்ந்தெடுத்தார் என்பது தெளிவாகத் தெரியவில்லை. அனேகமாக பேரரசு மிகவும் பாதுகாப்பாக இருப்பதாகவும், இராணுவ முற்றுகையைத் தாக்குப் பிடிக்கத் தக்கதாக கோட்டை இருக்கவேண்டிய அவசியமில்லை என்றும் ஷாஜஹான் கருதியிருக்க வேண்டும். உண்மையில் இந்தியாவுக்கும், மேலைநாடுகளுக்கும் இடையேயுள்ள தொழில்நுட்ப இடைவெளிக்கு இது ஓர் எடுத்துக்காட்டு. அடுத்த இரு நூற்றாண்டுகளில் ஷாஜஹானாபாத்தின் பாதுகாப்புச் சுவர்கள், தாக்குதல் நடத்தியவர்களைத் தடுத்து நிறுத்த முடியாமல் இருந்தன. அவர்களைத் தடுக்கத் தவறிவிட்டன. பிரபுக்களின் செல்வச் செழிப்புமிக்க அரண்மனைகளையும், அவற்றின் முற்றங்களையும், சுவர்களால் சூழப்பட்ட தோட்டங்களையும் பெர்னியர் வர்ணித்துள்ளார். செல்வர்கள் பூந்தோட்டங்களின் நடுவே உயர்ந்த காட்சி மாடங்களை அமைத்திருந்தனர் என்றும், அனைத்து திசைகளிலிருந்தும் அக்காட்சிமாடங்களுக்கு காற்றுவந்தது என்றும் குறிப்பிடுகிறார் பெர்னியர். தனியார்களின் வீடுகளின் உள்ளே மெத்தைகள் விரிக்கப்பட்டிருந்தன. கோடை காலத்தில் மெத்தைகள் பருத்தித் துணிகளாலும், குளிர்காலத்தில் இரத்தினக் கம்பளங்களாலும் மூடப்பட்டிருந்தன. சித்திரப்பூவேலை செய்யப்பட்ட பட்டுத் துணிகளாலும், வெல்வெட், சேட்டின் போன்ற துணிகளாலும் செய்யப்பட்ட திண்டுகள் வீட்டின் அறைகளில் எங்கு பார்த்தாலும் சிதறிக்கிடந்தன. கீழே அமர்ந்துகொள்வோர் அவற்றைப் பயன் படுத்திக் கொள்ளலாம். வட இந்தியாவில் காலம் காலமாக நாம் பார்க்கும் மொகலாய ஓவியங்களிலும், கட்டடங்களிலும் அவற்றை நம்மால் பார்க்க முடியும்.

இருப்பினும், டில்லி மேன்மையான அரண்மனைகளையும், ஏகாதிபத்திய அதிகாரத்தைக் காட்டும் மசூதிகளையும் கொண்ட

ஒரு நகரம் என்ற முடிவிற்கு நாம் வந்துவிடக் கூடாது. டில்லியில் வசித்த பெரும்பான்மையான மக்கள், கடைக்காரர்கள், கை வினைஞர்கள், வேலையாட்கள், போர்வீரர்கள் போன்ற சாதாரண மக்கள். இவர்கள் மட்சுவர்களும், வைக்கோல் வேய்ந்த கூரைகளும் கொண்ட குடிசைகளில்தான் வாழ்ந்து வந்தார்கள். இக்குடிசைகள் பிரபுக்களின் மாளிகைகளுக்கு இடையேயும் அவற்றைச் சுற்றியும் தான் இருந்துவந்தன. வேறு மாதிரியாகச் சொல்வதென்றால் இந்திய நகரங்களில் இன்று நிரந்தரத் தொல்லையாக இருந்து வரும் சேரிகள் போன்றே அக்கால ஷாஜஹானாபாத்தும் சேரிகளால் துயருற்றது. டில்லி நகரம், பல கிராமங்களின் சேர்க்கை என்ற எண்ணத்தையே அந்தச் சேரிகள் உருவாக்கியதாகக் கூறுகிறார் பெர்னியர். தீவிபத்துகள் ஒரே ஆண்டில் அறுபதாயிரம் குடிசைகளை சாம்பலாக்கின. தீவிபத்துகள் மிகவும் சாதாரணமாக இருந்தன. (எண்ணிக்கை வேண்டுமானால் குறைவாக இருக்கலாம்.) 1800 ஆண்டுகளுக்கு முன்பே கிரேக்கத் தூதர் மெகஸ்தனிஸ் மௌரியர்களின் பாடலிபுத்திரத்தில் ஏற்பட்ட தீவிபத்துகள் பற்றி குறிப்பிட்டுள்ளார். அந்த விபத்துகளுக்கான தீர்வு மொகலாய இந்தியாவிலும் ஏற்படவில்லை. வேறு வார்த்தைகளில் சொன்னால் மொகலாய டில்லி இரு துருவங்களுக்கு இடையேயான ஒரு நகரம். பெர்னியர் கூறுவதுபோல், "ஒருவன் ஒன்று ஒரு மிகப்பெரிய பிரபுவாக இருக்கவேண்டும் அல்லது வறுமையில் வாடவேண்டும்."

ஷாஜஹானாபாத்தின் கடைவீதிகள் ஆரவாரத்துடனும் அழுக்காகவும் குழப்பத்துடனும் இன்று பழைய டில்லியில் உள்ள கடைவீதியுடன் ஒப்பிடும் போது அதிக வேறுபாடில்லாமலும் இருந்தன என்கிறார் பெர்னியர். கடைவீதிகளில் பல இனிப்புப் பண்டங்கள் விற்பனைசெய்யும் கடைகள் இருந்தன; அங்கு தூசும், ஈக்களும் நிறைந்திருந்ததாக தெரிவிக்கிறார் பெர்னியர். கம்பியில் கோர்த்து தீயில் வாட்டியெடுக்கப்பட்ட மீன், இறைச்சி போன்ற வைகளும், இறைச்சியைப் பயன்படுத்தி செய்யப்பட்ட உணவுப் பொருட்களும் கடைவீதியில் விற்பனை செய்யப்பட்டன. தீயில் வாட்டப்பட்டு தயார் செய்யப்படும் மீன், இறைச்சி போன்றவை இன்றுகூட பழைய டில்லியில் விற்கப்படுகின்றன. பழைய டில்லிக்கு வரும் பயணி ஒருவர் சவ்ரி பஸார் மெட்ரோ இரயில் நிலையத்தில் இறங்கி, ஒரு ரிக்ஷாவில் பயணம் செய்து ஐந்து நிமிடங்களில் ஜமா மசூதி இருக்குமிடத்தை அடைந்துவிடலாம். இரவு நேரங்களில் அப்பகுதியில் ஒரு சந்தில், தீயில் வாட்டப்பட்ட இறைச்சி உணவுகள் மற்றும் இனிப்புப் பண்டங்கள் விற்கப்படும் கடைகளுக்கு மக்கள் கூட்டம் கூட்டமாக வருவதைப் பார்க்கலாம். திறந்த அடுப்பு களிலிருந்து வெளிவரும் புகையும், ஏகாதிபத்திய அதிகாரச்

சின்னமான மகுதியும் இருக்கும் ஒரு பின்னணி வரலாற்றின் மையகாலத்தில் இருந்த டில்லிக்கு நம்மை அழைத்துச் செல்கிறது. தீயில் வாட்டப்பட்ட இறைச்சி உணவுகளின் மீது பெர்னியருக்கு ஒரு சந்தேகம் இருந்துள்ளது. அவர் இவ்வாறு எழுதுகிறார், "அவைகளை நாம் நம்பி சாப்பிடமுடியாது. நோயில் இறந்துபோன ஒட்டகங்கள், குதிரைகள், எருதுகள் போன்றவற்றின் இறைச்சிகள் அந்த உணவுகளில் இடம்பெற்றிருந்தன." உண்மையில் பெர்னியர் அங்கு தங்கியிருந்தபோது "டெல்லி வயிறு" என்று சொல்லப்பட்ட வயிற்று உபாதையில் அவதிப்பட்டார்.

''டேவர்னியர்'' என்னும் மற்றுமொரு ஃபிரன்ச்சுப் பயணி

மொகலாயப் பேரரசினூடே, பெர்னியர் தன் பயணங்களை மேற்கொண்டிருந்தபோது வேறு பல ஐரோப்பியர்களும் இந்த நாட்டிற்கு வந்திருந்தனர். வணிகர்கள், அதிகாரிகள், கூலிப்படை வீரர்கள், சாகசச் செயல்களில் ஈடுபடுவோர் என்று பலதரப் பட்டவர்கள் இங்கு வந்திருந்தனர். அவர்கள் இந்த நாட்டில் தங்களுக்கு ஏற்பட்ட சுவையான அனுபவங்களை பதிவுசெய்து நமக்காக விட்டுச் சென்றுள்ளனர். அவர்களுள் ஒருவர் ஜீன்–பாப்டிஸ்ட் டேவர்னியர் என்னும் பெயர்கொண்ட ஒரு ஃப்ரென்ச்சுக் காரர். 1665க்கும் 1666க்கும் இடைப்பட்ட குளிர்காலத்தில், ஆக்ராவிலிருந்து, வங்காளம் வரை பயணம் செய்த அவர் தனது அனுபவங்களை எழுதிவைத்துள்ளார். அவர் பயணம்செய்த இராஜபாட்டையில் அரிசி, உப்பு, சோளம் போன்ற பொருட்களை ஏற்றிச்சென்ற மாட்டுவண்டிகள் அதிகமாகத் தென்பட்டன. வண்டிகளின் அணிவகுப்பு ஒவ்வொன்றிலும் நூறு அல்லது இருநூறு வண்டிகள் இடம்பெற்றிருந்தன. 10,000 முதல் 12,000 எருதுகள் சாலைகளில் தென்பட்டன. வண்டிகளின் அணி வகுப்புகள், ஒன்றையொன்று சாலையின் குறுகிய பகுதிகளில் எதிரும் புதிருமாக சந்தித்துக்கொண்டபோது, மிகப்பெரிய போக்குவரத்து நெரிசல்கள் ஏற்பட்டன. அந்த நெரிசல்கள் சரியா வதற்கு இரண்டு அல்லது மூன்று தினங்கள் கூட தேவைப்பட்டன. அப்போது ஏற்பட்ட புழுதி, சப்தம், உணர்ச்சிப் பெருக்கு போன்றவற்றை நாம் சற்று கற்பனை செய்து பார்க்க வேண்டும்.

மாட்டுவண்டிகளை ஓட்டிச்சென்றவர்கள் மானாரிகள் எனப்படும் நாடோடிக் கூட்டத்தினர். இவர்கள் நெடுஞ்சாலைகளில் தங்கள் குடும்பத்தினருடனும், உடைமைப் பொருட் களுடனும் வண்டிகளில் பயணம் செய்வார்கள். வண்டிகளை நிறுத்தும், ஒவ்வொரு நிறுத்தங்களிலும், கூடாரங்களை அடித்துத் தங்கி

விடுவார்கள். அதனால் ஒரு தற்காலிக கிராமமே உருவாகிவிடும். வண்டிஓட்டிகளின் குழுக்கள் ஒவ்வொன்றுக்கும் ஒரு தலைவன் இருப்பான். அவன் ஒரு முத்துச்சரத்தை அணிந்திருப்பான். அதை வைத்து அவனை தலைவன் என்று அடையாளம் கண்டு கொள்ளலாம். அடிக்கடி அத்தலைவர்களுக்குள் சண்டைகள் ஏற்பட்டு, சண்டை முற்றி விஷயம் பேரரசர் வரை சென்று விடுவதுண்டு.[7] வேறு வழியில் சொல்வதென்றால் இன்று நாம் இந்திய நெடுஞ்சாலைகளில் சந்திக்கும் முரட்டுத்தனமான லாரி ஓட்டுனர்களுக்கு ஒரு மிக நீண்ட பாரம்பரியம் உள்ளது.

பயணிகள் இருவிதமான போக்குவரத்து வசதிகளில் ஏதேனும் ஒன்றைத் தேர்ந்தெடுத்தார்கள் என்று கூறுகிறார் டேவர்னியர். சிறு மாட்டுவண்டிகளில் சிலர் பயணம் செய்தனர், வேறுசிலர் பல்லக்குகளில் பயணம் செய்தனர். வண்டியில் பயணம் செய்ய நாளொன்றுக்கு ஒரு ரூபாய் வாடகை தரவேண்டும். வண்டியில் அமர்வதற்கு மெத்தைகள், முன், பின் மறைத்துக்கொள்ள திரைகள்–போன்ற வசதிகள் இருந்தன. ஒரு பல்லக்கைத் தூக்கிச் செல்ல ஆறு ஆட்கள் தேவைப்பட்டனர். பல்லக்கில் பயணம் செய்ய மொத்தம் பன்னிரெண்டு ஆட்கள் தேவை. களைப்புத் தெரியாமல் இருக்க, இடையிடையே ஆட்கள் தங்களுக்குள் மாறிக்கொள்வார்கள். ஆள் ஒன்றுக்கு தினம் நான்கு ரூபாய் கூலியாகத் தரவேண்டும். பல்லக்குடன் இருபது முதல் முப்பது காவலாளிகள் துப்பாக்கிகளுடனும், வில்–அம்புகளுடனும் வருவார்கள். பல்லக்குத் தூக்கிகளுக்குச் சமமாக அவர்களுக்கும் கூலி கொடுக்கவேண்டும்; இக்காவலர்கள் பல்லக்குத் தூக்கிகளைவிட அந்தஸ்தில் உயர்ந்தவர்கள். ஆங்கிலேய அதிகாரிகளும், டச் அதிகாரிகளும் கொடி–பிடித்துச் செல்வதற்காக ஓர் ஆளும் தேவையென்று கூறுவார்கள்; அந்த ஆள் கம்பெனியின் அடையாளத்தைக் காட்டும் கொடியைப் பிடித்துக்கொண்டு அனைவருக்கும் முன்னால் செல்லவேண்டும். தற்போது அயல் நாட்டுத் தூதர்கள், தங்கள் ஆடம்பரக்கார்களின் முன்னால் பறக்கவிட்டிருக்கும் சிறு கொடிகளுக்கு, நாம் மேலே சொன்ன கொடிகள் முன்னோடிகள்.

*1665*ஆம் ஆண்டு டிசம்பர் மாதம் ஆறாம் நாள், அலகாபாத்தில் கங்கைக்கரையருகே பெர்னியரும், டேவர்னியரும் சந்தித்துக் கொண்டனர். கங்கைக் கரையில் அமர்ந்துகொண்டு இருவரும் மது அருந்தினர். அது டேவர்னியருக்கு வயிற்றுக் கோளாறை ஏற்படுத்தி விட்டது. இரண்டு நாட்களுக்குப் பின் அவர்கள் ஆற்றைக்கடந்து ஊரின் உள்ளே நுழைவதற்கும், ஊரைவிட்டு வெளியேறவும் தேவைப்படும் அனுமதிச் சீட்டை கவர்னரிடம் வாங்குவதற்கு

அரை நாள் காத்திருந்தனர். ஆற்றின் இருகரைகளிலும் வருவாய்த் துறை அதிகாரிகள் நின்றுகொண்டு, ஆவணங்களை சரிபார்த்து, “ஆக்ட்ராய்” என்ற வரியை வசூலித்தனர். பெரிய வண்டிகளுக்கு வரி நான்கு ரூபாய்; சிறு வாகனங்கள் ஒவ்வொன்றுக்கும் ஒரு ரூபாய் வரி வசூலிக்கப்பட்டது. படகோட்டிக்குத் தரவேண்டிய வாடகை தனி.

“சதக்–இ–ஆஸாம்” என்ற நெடுஞ்சாலை தவிர, கங்கை சமவெளியில் வேறுபல உள்நாட்டுச் சாலைகளும் தொடர்ந்து பயன்பாட்டில் இருந்துவந்தன. நீண்ட நெடுங்காலமாக இருந்துவந்த வழக்கத்தின்படி சாலைகளின் இருமருங்கிலும் நிழல் தரும் மரங்கள் வளர்க்கப்பட்டன. இருபதாம் நூற்றாண்டு வரை கடைபிடிக்கப் பட்டு வந்த வழக்கம், துரதிஷ்டவசமாக இப்போது பின்பற்றப் படுவதில்லை. தென்னிந்தியாவில் பாலக்காட்டுக் கணவாய் வழியாகப் போடப்பட்டிருந்த சாலை கேரளத் துறைமுகங்களை, நாட்டின் உட்பகுதிகளுடன் இணைத்தது. ஆனால் ஆதிகாலத்தில் இருந்து வந்த தக்சிண பாதை சிறிது சிறிதாகத் தன் முக்கியத்துவத்தை இழந்துவிட்டது. அதற்குப் பதிலாக வேறு பல வணிகத் தடங்கள் அதிகாரபூர்வ மையங்களான ஆக்ராவையும், டில்லியையும் ஒன்றுடன் ஒன்று இணைத்தன; மேலும் அவைகள் குஜராத்தின் துறைமுகங்களுடன் சாலைகளின் மூலம் இணைக்கப்பட்டிருந்தன. எடுத்துக்காட்டாக கிழக்கிந்தியக் கம்பெனியின் அதிகாரியான பீட்டர் மன்டி என்பவர் பயன்படுத்திய சாலை ஆக்ராவில் ஆரம்பமாகி, தென்மேற்கு திசையில் ஃபதேப்பூர், பயானா, ஆஜ்மீர், ஜலோர், மேசனா, அகமதாபாத் வழியாக சூரத் சென்றடைந்தது. இதேபோல் ஒரு மாற்றுப்பாதை டில்லியிலிருந்தும் ஆக்ராவிலிருந்தும் தெற்கு திசையில் தோலாப்பூர், குவாலியர், நார்வார், உஜ்ஜெயின் போன்ற இடங்களுக்குச் சென்று, கடைசியில் “மான்டு” என்ற இடத்தை அடைந்தது. மான்டு–விலிருந்து அந்த சாலை மேற்கே திரும்பி சூரத் நகரை அடைந்தது. சூரத்திலிருந்து அனுப்பப்படும் பொருட்கள், டில்லியைச் சென்றடைய நான்கு முதல் ஆறுநாட்கள் தேவைப் பட்டன என்று குறிப்பிடுகிறார் திரு. பெர்னியர்.

நாம் மேலே குறிப்பிட்ட நகரங்கள் யாவும் முக்கியமான நகரங்கள். ஆனால் வண்டிகளில் சென்ற பொருட்கள் யாவும் தரம் மிக்கவைதானா என்று சொல்வதற்கில்லை. பெரிய வண்டிகள் கொண்ட குழுக்களில், ஒவ்வொரு வண்டியிலும் கதவுகள் கொண்ட அறைகள் இருந்தன. வணிகர்கள் இரவு நேரங்களில் அந்த அறைகளில் பத்திரமாகப் பயணிக்க முடியும். பயணிகள் தங்களுக்குத் தேவைப்படும் தண்ணீரை கிணறுகளிலிருந்து பெற்றுக்

கொண்டார்கள். அவர்களுக்குத் தேவையான பொருட்களை வழியில் இருந்த கடைகளில் வாங்கிக்கொண்டார்கள். சுறுசுறுப்பான பெரிய சாலைகளில் தண்ணீருக்கான நிறுத்தங்கள் இருந்தன. தாகத்துடன் இருக்கும் ஒரு பயணிக்குக் குடிக்கத் தண்ணீர் கொடுப்பது ஒரு புண்ணியமாகக் கருதப்பட்டது. எனவே மக்கள் தங்களது அன்புக் குரியவர்களின் பெயரில் தண்ணீர் பந்தல்கள் ஏற்படுத்தினார்கள். அந்த தண்ணீர்ப் பந்தல்கள் இன்றுவரை தொடர்ந்து இருந்து வருவதுடன், புதிய தண்ணீர்ப் பந்தல்களும் ஏற்படுத்தப்படுகின்றன. டில்லியிலிருந்து குர்கான் செல்லும் சாலைகளில் பழைய தண்ணீர்ப் பந்தல்கள் சமீபகாலம் வரை இருந்துவந்தன. கடைசி தண்ணீர் பந்தல் 2009ஆம் ஆண்டு மெட்ரோ இரயில் பாதை அமைப்ப தற்காக, இடிக்கப்பட்டுவிட்டது.

அதிகப் பயணங்கள் மேற்கொள்ளப்படாத சாலைகளின் தரமும், அங்கு இருந்துவந்த தங்கும் விடுதிகளும் நம்மை திகைக்க வைக்கும்படி இருந்தன. 1640ஆம் ஆண்டில்[18], பருவமழை பெய்யும் காலத்தில் ஒரிஸ்ஸாவிலும், வங்காளத்திலும், தான் மேற்கொண்ட பயணங்கள் குறித்து நகைப்புக்குரிய தன் அனுபவங்களை நமக்காக விட்டுச் சென்றுள்ளார் ஃபிரியர் செபாஸ்ட்டியன் மேன்ரிக் என்னும் போர்ச்சுகீசியப் பாதிரியார். ஜலீசர் என்னும் நகரத்தை விட்டுப் புறப்பட்ட பாதிரியாரும் அவர் தோழர்களும் ஒரு சிறிய கிராமத்தை வந்தடைந்தனர்; அங்கு தங்குவதற்கான சத்திரம் எதுவும் இல்லை. எனவே அவர்கள் ஒரு மாட்டுத் தொழுவத்தில் தங்கும்படி நேர்ந்துவிட்டது: தொழுவத்திலிருந்த மாடுகளால் அவர்களுக்குப் பெரிய இடையூறு எதுவும் ஏற்படவில்லை; ஆனால் அங்கிருந்து அவர்களைத் தாக்கிய கொசுக்களைத் தாக்குப்பிடிக்க அவர்களால் முடியவில்லை. அந்த சமயத்தில் அங்கு மழை பிடித்துக்கொண்டது; மாட்டுத்தொழுவத்தின் கூரை ஒழுக ஆரம்பித்துவிட்டது.

இந்தத் தொல்லைகளிலிருந்து விடியற்காலையில்தான் விடு பட்டார் பாதிரியார். நிம்மதி, நீண்டநேரம் நிலைக்கவில்லை. மாட்டுத்தொழுவத்தை நோக்கிப் பறவைகள் படையெடுத்தன; அப்பறவைகளில் இரண்டு மயில்களும் இருந்தன. பாதிரியாரின் உடன் வந்த நண்பர்கள் அந்த இரு மயில்களையும் கொன்று தின்றுவிட முடிவுசெய்தனர். உள்ளூர் மக்கள் மயிலைப் புனிதப் பறவையாக நினைத்ததால், பாதிரியாரின் நண்பர்கள் தங்கள் நடவடிக்கைகளை மறைக்க முயற்சித்தார்கள். துரதிஷ்டவசமாக உண்மை வெளிப்பட்டுவிட்டது; அவர்களைத் தாக்க ஆயுதம்

தாங்கிய கும்பல் வெளியில் காத்துக் கொண்டிருந்தது. பாதிரியாரும் அவர் நண்பர்களும் துப்பாக்கிகளைக் காட்டிக் கூட்டத்தினரை அச்சுறுத்தி அந்த இடத்திலிருந்து தப்பி ஓடினர்.

வரலாற்றுப் பாடல்கள்

பெர்னியரும், டேவர்னியரும் இந்தியாவில் குறுக்கும் – நெடுக்குமாகப் பயணம் செய்துகொண்டிருந்தபோது பேரரசர் ஷாஜஹான் பதவியில் இல்லை. 1658இல் சிம்மாசனம் அவரது மைந்தர் ஔரங்கசீப்பால் பறிக்கப்பட்டுவிட்டது. தந்தை ஷாஜஹானை ஆக்ரா கோட்டையில் சிறைவைத்த ஔரங்கசீப், பெருந்தன்மைமிக்க, அறிவாற்றல் நிறைந்த தன் மூத்த சகோதரர் தாரா ஷீகோ உட்பட அனைத்து சகோதரர்களையும் தீர்த்துக் கட்டிவிட்டார். புதியப் பேரரசர், மொகலாயப் பேரரசை கடைசி முறையாக மேலும் விரிவுபடுத்த முயற்சி செய்தார். வங்காளத்தின் கவர்னராக இருந்த மீர் ஜீம்லா பிரம்மபுத்திரா பள்ளத்தாக்கிற்குள் ஊடுறுவத் தொடங்கினார்; 1662இல் அவர் கர்கோன் என்ற இடத்திற்கு வந்தார். இந்த இடம் அஹோம் அரசர்களின் தலை நகர்களாக இருந்த "ஜோர்ஹத்"–துக்கும் "திப்ருகர்" நகருக்கும் இடையில் உள்ளது. கனமழை, சிக்கல்கள் நிறைந்த நிலவமைப்பு, தொடர் கொரில்லா தாக்குதல்கள் போன்றவற்றால் மீர்ஜும்லாவால் அஹோம்களை முற்றிலுமாக அகற்ற இயலவில்லை.

வடக்கிலும், கிழக்கிலும் ஔரங்கசீப் நடத்திய தாக்குதல்களை விட, தெற்கே தீபகற்ப இந்தியா மீதுதான் அவர் அதிக கவனம் செலுத்தினார். ஔரங்கசீப் 1682ஆம் ஆண்டு டில்லியிலிருந்து புறப்பட்டு தக்காணம் சென்றுவிட்டார். டில்லிக்குத் திரும்பி வரவேயில்லை. அடுத்த இருபத்தியாறு ஆண்டு காலம் அவர் சாம்ராஜிய விஸ்தரிப்பு வேலைகளையே கவனித்துக் கொண்டிருந்தார். ஔரங்கசீப் மொகலாயப் பேரரசை மிகப்பெரிய அளவுக்கு விரிவடையச் செய்திருந்தாலும், அவரே அதன் அழிவிற்குக் காரணமும் ஆகிவிட்டார். அவர் நடத்திய போர்கள் நாட்டின் நிலக் கட்டமைப்பை நாசம் செய்துவிட்டன; அரசுக் கருவூலம் காலியாகி விட்டது. பாரசீக மன்னர் ஷா, ஆட்டோமான் சுல்தான் – ஆகிய இருவரின் வருவாய்களைவிட, மொகலாயப் பேரரசரின் வருவாய் அதிகமாக இருந்தாலும், செலவினங்கள் அதைவிட அதிகமாக ஏற்பட்டன என்று எழுதுகிறார் பெர்னியர். இராணுவத்திற்குத் தேவையானவற்றைக் கொடுக்க இயலாமலும் வீரர்களுக்கு ஊதியம் வழங்க முடியாமலும் ஒரு குழப்பநிலையில் ஔரங்கசீப் இருந்து வந்ததாகக் குறிப்பிடுகிறார் பெர்னியர்.

ஔரங்கசீப் மீது மக்களுக்கு ஏற்பட்ட வெறுப்புக்கு மிக முக்கியமான காரணம் அவருடைய மதவெறிதான். தேவையில்லாமல் இந்துக்கோயில்களை அவர் இடித்துத் தள்ளியதுடன், முஸ்லிம் மக்கள் தவிர்த்து, மற்ற சமயங்களைச் சேர்ந்த மக்களுக்கு 'ஜிஸ்ஸியா' என்ற வரியை விதித்தார். முதன் முதலில் இந்த வரி அறிவிக்கப்பட்ட போது பெருந்திரளான இந்துக்கள் டில்லி செங்கோட்டையின் எதிரே கூடி தங்கள் பலத்த எதிர்ப்பைத் தெரிவித்தார்கள். பேரரசர் மக்கள் மீது யானைகளை ஏவிவிட்டார்; யானைகளால் மிதிபட்டு எண்ணற்ற மக்கள் மாண்டனர். காஷ்மீர் இந்து பண்டிட்டுகளுக்காகக் குரல் கொடுத்த ஒன்பதாவது சீக்கிய குரு தேஜ்பகதூருக்கு 1675ஆம் ஆண்டு டில்லியில் மரணதண்டனை நிறைவேற்றப்பட்டது. தேஜ்பகதூரின் தலை சீவப்பட்ட இடத்தில், பழைய டில்லியில், இன்று 'சிஸ் குஞ்ச்' என்னும் குருத்துவரா நமக்குக் காட்சியளிக்கிறது. பழைய டில்லியில் சாந்தினி சௌக் என்ற இடத்தில் இந்த குருத்துவரா உள்ளது.

பெரும்பான்மை இந்துக்களுக்கும், மொகலாயர்களுக்கும் இடையே ஏற்பட்ட உடன்படிக்கை பலனளிக்கவில்லை. சாம்ராஜியத்தின் பல இடங்களில் புரட்சிகள் வெடித்தன. ஆட்சிக்கு எதிராக ஏற்பட்ட கிளர்ச்சிகளில் அதிக வெற்றியடைந்த கிளர்ச்சி மராட்டிய புரட்சி வீரர் சிவாஜி அவர்களின் தலைமையில் நடந்த கிளர்ச்சிதான். சிவாஜியும் அவரது கொரில்லாப் படை வீரர்களும் நடத்திய மிகவும் துடுக்குத்தனமான தாக்குதல்களைப் பற்றி, அவர்களின் சமகாலத்தில் வாழ்ந்தவர்கள் பதிவுசெய்யாமல் இருந்திருந்தால், அவைகளை நாம் நம்பியிருக்கமாட்டோம். ஆதி காலத்தில் எரிமலைச் சீற்றங்களால் உருவான தக்காணப் பொறிகள் என்ற இடங்களில் இருந்துகொண்டு சிவாஜியின் வீரர்கள் மறைந்திருந்து தாக்குதல் நடத்தி ஔரங்கசீப்பின் மொகலாய வீரர்களை சின்னாபின்னப்படுத்தினார்கள். சிவாஜியின் கொரில்லாப் படை ஔரங்கசீப்புக்கு கடைசிவரை காலில் குத்திய முள்ளாகவே இருந்துவந்தது. சிவாஜி நடத்திய வீரச்செயல்கள் பற்றிய கதைகளில் எனக்கு மிகவும் பிடித்தது அவர், எஷ்வந்த்தி என்ற பழக்கப் படுத்திய ஓர் உடும்பைப் பயன்படுத்தி சினகத் கோட்டையைக் கைப்பற்றிய கதைதான். கொரில்லாக்கள் உடும்பின் இடுப்பில் ஒரு கயிற்றைக் கட்டி அதை செங்குத்தான பாறையின் மீது ஏறவைத்து பாறையின் உச்சியைப் பிடித்துக்கொண்டு நிற்கவைத்தார்கள். கயிற்றின் வழியாக ஒரு சிறுவன் மேலே ஏறிச்சென்று, கயிற்றை தக்கதோர் இடத்தில் நன்றாகக் கட்டினான். பின் அந்தக் கயிற்றைப் பிடித்துக்கொண்டே கொரில்லா வீரர்கள் கோட்டையின்மீது

ஏறிவிட்டார்கள். 'சினகத்'– கோட்டை புனே நகருக்கு சமீபத்தில் தான் உள்ளது; எளிதில் சென்று பார்த்துவரலாம். அருகில் ஒரு இராணுவப் பயிற்சிப் பள்ளி உள்ளது. அங்கு பயிலும் பயிற்சி வீரர்கள், பளுவை சுமந்துகொண்டு கோட்டைமீது ஏறுவதை நாம் பார்க்கலாம்.

இஸ்லாமியப் பேரரசை எதிர்த்து கிளர்ச்சி செய்த மற்றொரு குழுவினர் புந்தேலர்கள். (புன்ந்தேல்கண்ட் என்ற பகுதியைச் சேர்ந்தவர்கள்; புந்தேல்கண்ட் உத்திரப்பிரதேசத்திற்கும், மத்தியப் பிரதேசத்திற்கும் இடையேயுள்ள ஒரு பகுதி). புந்தேலர்களின் தலைவர் ராஜாசத்ரசால். இவர் விந்திய மலைத்தொடரின் உயரம் குறைந்த குன்றுகளைப் பயன்படுத்திக்கொண்டு மொகலாயர்களை எதிர்த்தார். புந்தேலர்களையும், மராட்டியர்களையும் இணைத்துப் பேசும் கதையொன்று உள்ளது. ரஜாசத்ரசாலின் அரசவையில் 'மஸ்தானி' என்னும் பெயர்கொண்ட ஓர் அழகிய நடனமங்கை இருந்து வந்தாள். (சிலர் அவளை ராஜாவுக்கும் அவர் ஆசை நாயகிக்கும் பிறந்த மகள் என்று கூறுகிறார்கள்). புந்தேலர்களின் தலைவரை மராட்டியர்கள் ஓர் இக்கட்டான சூழ்நிலையிலிருந்து காப்பாற்றினார்கள். அதற்கு நன்றிதெரிவிக்கும் வகையில் புந்தேலர்களின் தலைவர் மராட்டிய தளபதி பாஜிராவ் அவர்களுக்கு அழகு மங்கை மஸ்தானியை பரிசாகக் கொடுத்தார். பிற்காலத்தில் பாஜிராவ் பேஷ்வா என்ற பதவிக்கு வந்த போது (முதலமைச்சர்) மஸ்தானியை தனக்கு மிக நெருக்கமானவளாக வைத்துக்கொண்டார். மஸ்தானியின் பெயர் வரலாற்றிலிருந்து மறைக்கப்பட்டிருந்தாலும், அவள் பல போர்களில் பாஜிராவுடன் கலந்துகொண்டிருக்கிறாள். "ஆர்க்கா"வுக்கும் "கஜுரஷேரா"–வுக்கும் இடையேயுள்ள நெடுஞ் சாலையில், ஓர் ஏரிக்கருகில், சிறிய அழகிய மாளிகை ஒன்று உள்ளது. அது மஸ்தானிக்காக ராஜாச்சத்ரசால் அவர்களால் கட்டிக் கொடுக்கப்பட்டது. இதைப்பற்றி மக்களுக்கு அதிகமாகத் தெரியாது. சில பயணிகள் இதையும் சென்று பார்த்து வருகிறார்கள். இந்த மாளிகையைச் சுற்றியுள்ள குன்றுகளில் பாதுகாப்பு அரண்கள் அமைக்கப்பட்டுள்ளன. இதிலிருந்து மஸ்தானி ஒரு கொந்தளிப் பான காலத்தில் வாழ்ந்து வந்தாள் என்பது தெரிகிறது.

எப்படியிருப்பினும் மொகலாயர்களின், தலைவிதியை மாற்றியமைக்கும் தோல்வி புந்தேலர்களாலோ அல்லது மராட்டியர் களாலோ ஏற்படவில்லை. அத்தோஸ்ஸி வெகுதூரத்தில் இருந்த அஸ்ஸாமில், பிரம்மபுத்திராவின் நடுவில் அஹோம் தளபதி லச்சித் போர்புகான் என்பவரால் ஏற்பட்டது. அஹோம்கள், பதிமூன்றாம்

நூற்றாண்டின் தொடக்கத்தில் அகதிகளாக இந்தியாவுக்கு வந்தார்கள். பர்மா–சீனா எல்லையில் உள்ள "தாய்" இனத்தைச் சேர்ந்தவர்கள். ('தாய்' இனம் தாய்லாந்து நாட்டில் உள்ள ஓர் இனம்). இவர்களின் எண்ணிக்கை சில ஆயிரங்கள் மட்டுமே. இவர்கள் இந்துக்களாக மாறி ஓர் அரசை உரு வாக்கினார்கள். அஹோம்களின் ஆட்சி கி.பி. 1228 முதல் 1826 – வரை நடை பெற்றது. 1662இல் மீர் ஜும்லா கொடுத்த தாக்குதல் அஹோம்களுக்குப் பின்னடைவைக் கொடுத்திருந்தாலும், பின்னர் அவர்கள் மறுபடியும் தங்கள் இடத்தைப் பிடித்துவிட்டார்கள். 1671இல் மொகலாயர்களுக்கும் அஹோம்களுக்கும் சரைகாட் என்ற இடத்தில் உச்சகட்ட போர் நடந்தது. சரைகாட் தற்போதைய கௌஹாத்தி அஸ்ஸாமின் தலைநகர்) அஸ்ஸாமியர்கள் படை மிகவும் சிறியது; ஆனால் அவர்களின் தளபதி திறந்தவெளியில் போர் நடத்துவதைத் தவிர்த்து விட்டார். மாறாக அவர் மொகலாயர்களை பிரம்மபுத்திராவை நோக்கி இழுத்தார். பிரம்ம புத்திரா நதியில் நடந்த கப்பற்படைச் சண்டையில் அஸ்ஸாமியப் படகுகள் பிரமிக்கத்தக்க வெற்றியை ஈட்டின. உடல்நிலை சரி யில்லாத நிலையிலும் தளபதி லச்சித் போர்புகான் தானே தலைமை யேற்று கப்பல்படை சண்டையை ஆற்றின் மையத்தில் நிகழ்த்தி வெற்றி பெற்றார். சாலமிஸ் போரில் கிரேக்கர்கள் கடற்போரில் பாரசீகக் கப்பற்படையைத் தோற் கடித்ததற்குச் சமமாக அஹோம்களின் வெற்றியை நாம் பாராட்டலாம். மெகலாயர்கள் யாராலும் வெல்ல முடியாதவர்கள் என்ற மாயை முறியடிக்கப்பட்டது.

மத வெறுப்புணர்வு, பலமற்ற பொருளாதார நிலை, மராட்டியர்களின் கொரில்லாத் தாக்குதல், புந்தேலர்களின் தாக்குதல், அஸ்ஸாமியர்களின் கப்பற்படைத் தாக்குதல் போன்ற அனைத்தையும் தாக்குப்பிடித்து மொகலாய சாம்ராஜியம் தொடர்ந்து இருந்து வந்திருக்கலாம். ஏனெனில் மாமன்னர் அக்பரும், அவருக்குப் பின்வந்தவர்களும் சாம்ராஜியத்திற்கு உறுதியான ஓர் அடித் தளத்தை அமைத்திருந்தனர். ஆனால் அடிப்படைத் தவறைச் செய்தவர் ஔரங்கசீப். அவர் நீண்டகாலம் அரியணையில் இருந்துவிட்டார். 1707ஆம் ஆண்டு, தன் தொன்னூறாவது வயதில் மரணமடையும் வரை ஆட்சியில் இருந்தார் ஔரங்கசீப். அசோகர், ஃபெரோஸ்–ஷா துக்ளக் போன்றவர்களுக்கு ஏற்பட்டது போல் ஔரங்கசீப்புக்குப் பின்னால் வந்த ஆட்சியாளர்களும் வலிமையற்றவர்கள். அது மட்டுமின்றி வெளிநாட்டு ஆக்கிரமிப்புகளும் ஏற்பட்டன. 1739ஆம் ஆண்டு நாதிர்ஷா தலைமையில் இங்கு படையெடுத்துவந்த பாரசீகப் படை, டில்லி நகரைக் கைப்பற்றி இருபதாயிரம் மக்களை

கொன்று குவித்தது. ஷாஜஹானின் மயிலாசனம் உட்பட அளவற்ற செல்வத்தை இங்கிருந்து கொள்ளையடித்துச் சென்றது நாதிர் ஷா-வின் படை. மொகலாயர்களின் செல்வாக்கு மங்கத் தொடங்கியதும், மத்திய இந்தியாவில் மராட்டியர்கள் அதிக இடங்களைப் பிடித்துக்கொண்டார்கள். தொலைதூரத்தில் இருந்த வங்காளம், ஹைதிராபாத் போன்ற இடங்களின் ஆளுநர்கள், தங்களை சுதந்திர ஆட்சியாளர்களாக அறிவித்துக் கொண்டார்கள். பதினெட்டாம் நூற்றாண்டின் இந்தியா குழப்பங்கள் நிறைந்த பல பகுதிகளைக் கொண்டதாக இருந்தது.

அந்த வாய்ப்பைப் பயன்படுத்திக்கொண்டு பல வெளி நாட்டவர் தங்கள் செல்வாக்கை இந்தியத் துணைக்கண்டத்தில் ஏற்படுத்திக்கொள்ள முயன்றார்கள். வடமேற்கு இந்தியாவின் மீது ஆப்கானிஸ்தானின் அகமத்ஷா துரானி தன் செல்வாக்கை நிலை நாட்ட விரும்பினார். வடகிழக்கு இந்தியாவின்மீது பர்மியர்கள் ஆதிக்கம் செலுத்த விரும்பினார்கள். தீபகற்ப இந்தியாவில் டச்சுக் காரர்களுக்கும், போர்ச்சுகீசியர்களுக்கும் இடையே நிலவி வந்த போட்டி மாறி ஃபிரன்ச்சுக்காரர்களுக்கும், ஆங்கிலேயர்களுக்கு மிடையே போட்டி ஏற்பட்டது. கிராமியப் பகுதிகளில் கூலிப் படையினர் சுற்றித் திரிந்தனர். இது ஆட்சியாளர்களுக்கும், பொது மக்களுக்கும் அச்சத்தை ஏற்படுத்தியது. மொகலாயர்களை அகற்றி விட்டு, மராட்டியர்கள் ஆட்சிக்கு வந்துவிடுவார்கள் என்ற ஒரு நிலை சிறிதுகாலம் இருந்து வந்தது. ஆனால் அவர்களுக்குள் இருந்து வந்த போட்டியின் காரணமாக அது நடைபெறவில்லை. ஹரியானாவில் பானிபட் என்ற இடத்தில் 1761ஆம் ஆண்டு ஜனவரியில் மொகலாயர்களுக்கும், ஆப்கானியர்களுக்கும் இடையே நடைபெற்ற போரில் மொகலாயர்கள் தோற்றனர். அது அவர் களுடைய கௌரவத்திற்கு மாபெரும் இழப்பாக அமைந்துவிட்டது. அவர்களால் மீண்டெழ முடியவில்லை. எனவே தேச வரை படங்களுக்கான போர் நடைபெற ஒரு சூழ்நிலை உருவானது.

தேச வரைபடங்களுக்கான போர்

நாம் முன்பே பார்த்ததுபோல் தேச வரைபடங்கள் மிகவும் முக்கியமான இராணுவ சாதனங்களாக இருந்தன. (இன்றும் இருந்து வருகின்றன). ஓர் ஐரோப்பிய நாடு மற்ற நாடுகளைக் காட்டிலும் உலக அரங்கில் முன்னேறுமா என்பதை அந்நாட்டில் வழக்கத்தில் உள்ள வரைபடங்களின் தரத்தை வைத்துக் கூறி விடலாம். இந்தியர்களில் மராட்டியர்களுக்கு மட்டுமே வரை படக்கலை பற்றி ஓரளவு தெரிந்திருந்தது. ஐரோப்பியர்களின் வரை

படங்கள் போன்று அவ்வளவு சிறப்பாக இல்லாவிட்டாலும், நாட்டின் தனித்தன்மையுடைய நிலப்பகுதிகளைப்பற்றி அவர்களுக்கு நன்றாகத் தெரிந்திருந்தது. இதற்கிடையில் வரைபடக்கலையில் ஃப்ரென்ச்சுக்காரர்களும், ஆங்கிலேயர்களும், டச்சுக்காரர்களை விஞ்சிவிட்டார்கள். முதலில் ஃபிரன்ச் தயாரிப்பாளர்களே, நில அமைப்பு பற்றிய படங்களைத் தயாரிப்பதிலும், தேசப்படங்களைத் தயாரிப்பதிலும் திறமையுடையவர்களாக இருந்தார்கள். அவர்கள் தயாரித்த வரைபடங்கள் தரத்தில் உயர்வாக இருந்தன. பதினெட்டாம் நூற்றாண்டின் ஆரம்பத்தில் அவர்களுக்கு, இந்தியக் கடற்கரைப் பகுதிகள் நெடுகிலும், தங்கள் நிர்வாகத்திற்குட்பட்ட மையங்கள் இருந்தன. அவற்றில் மிகவும் முக்கியமானது சென்னைக்குத் தெற்கேயுள்ள பாண்டிச்சேரி; மற்றொன்று கடலில் மூழ்கிவிட்ட துறைமுகமான மகாபலிபுரம். இவைபோன்று கேரளக் கடற்கரையோரம் 'மாஹி' என்ற இடமும், ஆந்திரக் கடற்கரைப் பகுதியில் 'ஏனாம்' என்ற இடமும், கங்கையின் ஒரு கால்வாயான ஹுக்ளி ஆற்றின் கரையில் சந்திர நாகூர் என்ற இடமும் ஃபிரன்ச்சுக்காரர்கள் வசம் இருந்தன. சந்திரநாகூர் ஆங்கிலேயர்களின் குடியேற்றப்பகுதியான கொல்கத்தாவுக்கு வடக்கே உள்ளது. இந்தியப் பெருங்கடலின் மையத்தில் அமைந்துள்ள மொரேஷியஸ் தீவும் ஃபிரன்ச்சுக்காரர்களின் கட்டுப்பாட்டிலேயே இருந்துவந்தது. ஃபிரன்ச்சுக்காரர்கள் பெற்றிருந்த இராணுவ அனுகூலத்திற்குக் காரணம், அவர்களுடைய வரைபடங்கள், மற்ற போட்டியாளர்கள் வைத்திருந்த வரைபடங்களைக் காட்டிலும் தரத்தில் உயர்ந்தவையாக இருந்ததுதான். ஃபிரன்ச் வரைபடத் தயாரிப்பாளர்களில் மிகச் சிறந்தவராகக் கருதப்படுபவர். டீ அன்வில்லி என்பவர். அவர் இந்தியாவுக்கு வந்ததில்லை; ஆனால் பாரிஸ் நகரில் தன் வீட்டில் இருந்தபடியே இந்தியா பற்றிய அனைத்து தகவல்களையும் சேகரித்தார். நில வரைபடங்களின் துல்லியத்திற்கே அவர் அதிக முக்கியத்துவம் கொடுத்தார். அவற்றை அழகுபடுத்துவதற்கு அவர் முக்கிய இடம் கொடுக்கவில்லை. 'சதாரா' மேற்குத் தொடர்ச்சி மலைப்பகுதியில் உள்ளதென்றும், கோவாவிலிருந்தும், பம்பாயிலிருந்தும் எட்டு நாட்கள் பயணத்தில் அந்த இடத்தை அடைந்துவிடலாம் என்றும், கோவாவிலிருந்தும் பம்பாயிலிருந்தும் மேலே இழுக்கப்பட்ட கோடுகள் சந்தித்து உருவாகும் ஒரு முக்கோணத்தின் உச்சியில் சதாரா உள்ளதென்றும் டீ வில்லி, அவர்களுக்கு தெரிவிக்கப்பட்டது. மற்ற வரைபடத் தயாரிப்பாளர்களுக்கு இந்தத் தகவல்கள் மிகவும் அதிகமானவை. ஆனால் டீ வில்லி அந்தத் தகவல்கள் போதாது என்று கூறி வரைபடத்தில் சதாராவைக் காட்டாமல் விட்டுவிட்டார்.[12]

அந்த சமயத்தில் பிரிட்டிஷ்காரர்கள் வரைபடக்கலை நுட்பத்தில் சற்றே பின்தங்கியிருந்தனர். பதினெட்டாம் நூற்றாண்டின் மையப்பகுதியில் வரிசையாகப் பல பிரிட்டிஷ் வரைபடக் கலைஞர்கள் வரலாற்று அரங்கினுள் நுழைய ஆரம்பித்தார்கள். ஹெர்மன் மோல், ஜான் தார்ன்டன், தாமஸ் ஜெஃப்ரேஸ் போன்றவர்களை நாம் குறிப்பிட்டு சொல்லலாம். பிரிட்டிஷ்காரர்கள், ஃபிரன்ச்சுக்காரர்களின் கடைசி வரைபடங்களை, தங்களுக்கு இணையானதாக வைத்துக்கொண்டார்கள். ஆங்கிலேயர்கள் சில குறிப்பிட்ட துறைமுகங்கள், இராணுவக் கேந்திரங்கள் போன்ற வற்றையும் வரைபடத்தில் குறிப்பிடத் தவறவில்லை. நம் ஆர்வத்தைக் கிளறும் ஆங்கிலேய வரைபடம் ஒன்று, மராட்டிய கடற்படைத் தளபதி 'கனோஜி ஆக்கரே' அவர்களின் கடல் கோட்டையைக் காட்டுகிறது. அரண்களால் சூழப்பட்ட விஜயதுர்கத்திலிருந்து கொண்டு மராட்டிய கடற்படை அங்கு வந்து போகும் ஐரோப்பியக் கப்பல்களுக்கு அதிகப்படியான தொல்லைகளைக் கொடுத்து வந்தது; கொங்கண் கடற்கரை நெடுகிலும் பலஆண்டுகள் மராட்டியர்கள் அவ்வாறு செய்துவந்தார்கள். ஆங்கரே அபிசீனியக் கடற் கொள்ளைக்காரர்களான 'சிடி'களை (Sidis) போரில் வென்றார். ஆனால் அவர்களை முரத்–ஜன்ஜீரா போன்ற இடங்களிலிருந்து விரட்டியடிக்க அவரால் முடியவில்லை.

மும்பைக்குத் தெற்கேயுள்ள விஜயதுர்கம், ஜன்ஜீரா – ஆகிய இரு கோட்டைகளும் அவசியம் பார்க்க வேண்டிய இடங்கள். ஜன்ஜீரா கோட்டை ஒரு சிறிய தீவில் கட்டப்பட்டுள்ளது. உள்ளூர் மீனவர்கள் கொஞ்சம் கட்டணம் வாங்கிக்கொண்டு பயணிகளை கோட்டைக்கு அழைத்துச் செல்கிறார்கள். விஜயதுர்கம் ஒரு சிறு தீபகற்பத்தில் அமைந்துள்ள கோட்டை. இங்கிருந்துகொண்டு அரபிக் கடலை நன்றாகப் பார்த்து இரசிக்க முடியும். பதினெட்டாம் நூற்றாண்டில் தயாரிக்கப்பட்ட ஆங்கிலேயர்கள் வரைபடம் விஜய துர்கம் மிகவிரிவாக பாதுகாப்பு அமைப்புகளைப் பெற்றிருப் பதைக் காட்டுகிறது. இக்கோட்டையைக் கட்டியவர் கனோஜி ஆங்கரே. ஐரோப்பியர்கள் மராட்டிய கடற்படைத்தளபதியைப் பற்றி என்ன நினைத்தார்கள் என்ற குறிப்பும் உள்ளது. படத்தில், கோட்டையைச் சேர்ந்த ஒரு கட்டடம் காட்டப்பட்டுள்ளது. "கொள்ளையடிக்கப் பட்ட பொருட்களை சேமித்துவைத்த கிடங்குகள்" என்று அக்கட்டடத்தின் கீழ் குறிக்கப்பட்டுள்ளது. ஐரோப்பியர்களைப் பொருத்தவரை கனோஜி ஆங்கரே ஒரு கடற் கொள்ளைக்காரர்.

1700ஆம் ஆண்டுவரை ஐரோப்பிய தேச வரைபடங்களில் முக்கியமாக இடம்பெற்றிருந்தது கடலோடிகளுக்கான திசை யமைவு. தற்போது இந்தியாவுக்கான வரைபடங்களில் கடலின்

கரையோர ஆழங்கள், முக்கிய துறைமுகங்களின் நுழைவாயில்கள் போன்றவை விரிவாகக் காட்டப்பட்டுள்ளன. இருப்பினும். இமயமலையைப் பற்றிய விவரங்கள் ஐரோப்பிய வரைபடங்களில் இல்லை. பூமியின் மிக முக்கியமான ஒரு பகுதி எப்படி விடுபட்டது என்று தெரியவில்லை. பல வரைபடங்களில் வடதிசை மலைத் தொடர்கள் பற்றிய விழிப்புணர்வைக் காணமுடியவில்லை. முறைப் படி அந்த மலைத்தொடர்கள் காட்டப்படவில்லை. வடதிசை மலைத்தொடர்கள் காக்கசஸ் மலைத்தொடரின் தொடர்ச்சி என்ற ஒரு நம்பிக்கை பரவலாக அலெக்ஸாண்டர் காலம் முதலே இருந்து வருகிறது.

இருப்பினும் சந்தேகத்திற்கிடமின்றி ஃபிரான்சிஸ் பெர்னியர் காஷ்மீர் சென்றுள்ளார். அந்த மாகாணத்தைப் பற்றிய விரிவான விளக்கங்களை நேரில் பார்த்த சாட்சி என்ற முறையில் பதிவுசெய்து நமக்காக விட்டுச்சென்றுள்ளார் பெர்னியர். காஷ்மீர் மொகலாயப் பேரரசர்களின் கோடை வாசஸ்தலமாக இருந்து வந்துள்ளது.[20] ஸ்ரீநகரில் ஜீலம் நதியைக் கடப்பதற்கு இரண்டு இடங்களில் மரப் பாலங்கள் இருந்ததாகவும், ஆற்றின் கரையோரமாக அழகான தோட்டங்கள் இருந்தனவென்றும் தனது குறிப்பில் பெர்னியர் எழுதியுள்ளார். பெரும்பாலான வீடுகள் மரத்தால் கட்டப் பட்டிருந்தன. சில மிகப்பெரிய கட்டடங்களும், இடிந்துபோன கோயில்களும் கற்களால் கட்டப்பட்டிருந்தன. டால் ஏரியில், பணக் காரர்களுக்கு சொகுசுப் படகுகள் சொந்தமாக இருந்ததாகவும், கோடைக்காலங்களில் படகுகளில் விருந்து நிகழ்ச்சிகள் நடைபெற்றதாகவும் கூறுகிறார் பெர்னியர்.

காஷ்மீரை ஓர் அடித்தளமாக, வைத்துக்கொண்டு, அங்கிருந்து சிறிய திபெத் (லடாக்), பெரிய திபெத் (உண்மையான திபெத்) போன்ற இடங்களில் தங்கள் செல்வாக்கை விரிவாக்க முயன்றார்கள் மொகலாயர்கள் என்று குறிப்பிடுகிறார் பெர்னியர். காஷ்மீர் குளிரும், அதன் அழகான நில அமைப்பும் ஒரு சமகாலப்பயணியை திருப்திப் படுத்தவில்லை. அவர் எழுதுகிறார். "எந்த ஒரு பயனற்ற இடத்தையும் இதனுடன் ஒப்பிட முடியும்".[21] என்னால் இதை மறுக்க முடியவில்லை. என்னைப் பொருத்தவரை ஆன்மீகத் தொடர்புடைய இடங்களில் உலகிலேயே மிகவும் சிறந்த இடம் "லடாக்". ஆன்மீக உணர்வைப் பெறுவதற்கு அல்லது அனுப விப்பதற்கு ஒருவர் பௌர்ணமி இரவன்று மலைகளின் ஊடே யுள்ள ஒரு கணவாயில் தனிமையில் தங்கியிருக்க வேண்டும். வானில் உள்ள நட்சத்திரங்கள் மலைச்சிகரங்களைப் பார்ப்பதையும்,

சந்திரனின் ஒளி மலைப்பாறைகளிலிருந்து பிரதிபலிப்பதையும் பார்த்து இரசிக்க வேண்டும். அத்தருணத்தில் சந்திரனின் ஒளி ஒரு புத்தகம் படிக்கும் அளவுக்குப் பிரகாசமாக இருக்கும். நான் ஆப்பிரிக்கப் புல்வெளிகளில் சமதரையில் அமர்ந்து அடிக் கடி 'திக்கால்' என்ற இடத்திலுள்ள மாயன் பிரமிடுகளின் மீது சூரிய உதயத்தைப் பார்த்திருக்கிறேன். ஆனால் அக்காட்சிகள் பௌர்ணமி அன்று லடாக்கில் இரவு நேரத்தில் இருப்பதற்கு ஈடாகாது.

மொகலாயர்கள் திபெத் பகுதிக்குள் கொஞ்சம் நுழைந் திருப்பார்கள் என்று தோன்றுகிறது. திபெத்தியர்கள் ஒவ்வொரு ஆண்டுக்கான கப்பத்தை செலுத்த ஒப்புக்கொண்டும் தலைநகரில் ஒரு மசூதியைக் கட்ட அனுமதி வழங்கியும், ஔரங்கசீப்பின் பெயரில் நாணயங்களை வெளியிட்டும் மொகலாய மன்னரை மனநிறைவடையச் செய்துள்ளனர். லடாக் மக்கள் தங்கள் தலை நகர் "லே"–யில் மசூதி கட்ட அனுமதித்தார்கள் என்பதை நாம் அறிவோம். "லே"–யின் முக்கியக் கடைவீதியின் தலைப்பில் அந்த மசூதியை நாம் பார்க்க முடியும். பழைய அரண்மனைக்குக் கீழ் இது உள்ளது. இருப்பினும், சிக்கலான இட அமைப்பின் காரணமாக மொகலாயர்களுக்கு திபெத்தியர்களுடன் சமாதானம் செய்து கொள்வதைத் தவிர வேறு வழியில்லை. திபெத்தியர்கள் தங்கள் வாக்குறுதிகளை நிறைவேற்றியிருப்பார்கள் என்பதை நம்புவதற் கில்லை என்று எழுதுகிறார் பெர்னியர்.

திபெத் பற்றிய கதைகளைக்கேட்டு மிகவும் கிளர்ச்சியடைந்து விட்டார் பெர்னியர். அக்கதைகளுள் தலாய் லாமா–வின் நிறுவனமும் அடங்கும். அவர்கள் நாட்டைப்பற்றி, திபெத்திய வணிகர்களிடம் பல கேள்விகளைக் கேட்டார் பெர்னியர். ஆனால் அவர்களிடமிருந்து எந்தப் பயனுள்ள தகவலையும் பெறமுடிய வில்லை. பத்தொன்பதாம் நூற்றாண்டில், திபெத் பற்றி தெரிந்து கொள்வதற்கு, நம்பத்தகுந்த செய்திகளைப் பெறுவதற்கு பிரிட்டிஷ் காரர்கள் பெரு முயற்சி செய்தார்கள். ஐரோப்பியர்கள் துணைக் கண்டத்தின் நில அமைப்பைப் பற்றித் தெரிந்துகொள்ள பெரிதும் விரும்பினார்கள். வணிகத்தடங்கள் தவிர இந்தியாவின் உட் பகுதிகளைப் பற்றிய அடிப்படை உண்மைகள் மட்டுமே அப்போது தெரிய வந்தன. 1757இல் நடைபெற்ற பிளாஸி யுத்தத்திற்குப்பின் நிலைமை மாறியது. பிளாஸி யுத்தத்தில் ராபர்ட் கிளைவ் தலைமை யிலான ஆங்கிலேய இராணுவம், வங்காளத்தின் நவாப் சிராஜ்–உத்–தௌலாவைத் தோற்கடித்தது. இந்த வெற்றியின் மூலம்

முதல்முறையாக ஒரு ஐரோப்பிய அதிகார வர்க்கம் இந்தியாவின் ஒரு பெரிய மாகாணத்தைத் தன் கட்டுப்பாட்டின் கீழ் கொண்டு வந்தது. விரைவில் பிரிட்டிஷ்காரர்கள் இந்தியாவில் பல பெரும் நிலப்பரப்புகளைக் கைப்பற்றினார்கள். தொடர்ந்து அவர்கள் நடத்திய போர்களின் மூலம் நாட்டின் உட்பகுதிகளுக்குள் ஊடுருவி விட்டார்கள். துல்லியமான தேச வரைபடங்கள் எப்போதுமே மிகவும் முக்கியமானவை. இத்தருணத்தில் நாம் கர்னல் ஜேம்ஸ் ரென்னல் என்பவரை சந்திக்கப் போகிறோம்.

குறிப்புகள்:

1. 'India Within the Ganges', Susan Gole, Jayaprints, 1983.
2. *இந்திய தீபகற்பம் ஒரு செந்நாவற் பழத்தைப்போல் தோன்றுகிறது. எனவே 'ஜம்புத்வைபா' – என்ற பெயர் பூகோள ரீதியாக அதற்குப் பொருத்தமாகவே உள்ளது. நான் படித்த நூல்களில் முறைப் படியான, தேச வரைபடம் சார்ந்த குறிப்புகள் ஏதும் இல்லை. அனேகமாக அவைகள் தொலைந்து போயிருக்கலாம்.*
3. 'The Riddle and the knight', Giles Milton, Hodder & Stoughton, 2001.
4. 'The Riddle and the knight', Giles Milton, Hodder & Stoughton, 2001.
5. 'The Travels', Marco Polo (trans) R.E. Latham. Penguin, 1953.
6. Empires of Monsoon, Richard Hall, Harpercollins, 1998.
7. Empires of Monsoon, Richard Hall, Harpercollins, 1998.
8. Empires of Monsoon, Richard Hall, Harpercollins, 1998.
9. 'The World Economy: A Millennial Perspective'', Angus Maddison. OECD, 2001.
10. 'India within the Ganges', Susan Gole, Jayaprints, 1983.
11. 'The Mapmakers', John Noble Wilford, Pimlico, 2002.
12. 'Hampi', John Fritz, George Michell and John Gollings. India Book House, 2003; 'A Forgotten Empire: Vijayanagar', Robert Sewell, 1900. Reprinted by Asian Education Services 2007.
13. *அதன் கட்டுமானம் பல வருடங்கள் தாமதமானது. 2009இல் கட்டுமானப் பணிகள் மீண்டும் தொடங்கப்பட்டபோது, ஒரு விபத்தில் பல பணியாட்கள் உயிரிழந்தனர்.*
14. 'Hampi', John Fritz, George Michell and John Gollings. India Book .House, 2003.
15. 'India within the Ganges', Susan Gole. Jayaprints. 1983.
16. 'Travels in Moghul Empire: AD 1656-1668, Francois Bernier. Reprinted by Asian Education Services, 2004.

17. Beyond the three Seas: Travellers' Tales of Mughal India, (ed), Michael Fisher. Random House. 2007.
18. Beyond the three Seas: Travellers' Tales of Mughal India, (ed), Michael Fisher. Random House. 2007.
19. India Within the Ganges, Susan Gole, Jayaprints, 1983.
20. Travels in Mogal Empire: AD 1656-1668, Francois Bernier. Reprinted by Asian Education Services 2004.
21. India, A History, John Keay. Harper Collins, 2000.

7

திரிகோண கணிதமும் நீராவியும்

கி.பி. 1530ஆம் ஆண்டில் போர்ச்சுகீசியர்கள் முதன்முதலில் வங்காளத்திற்கு வந்தார்கள். கிழக்கில் 'சிட்டகாங்', மேற்கில் 'சத்கோன்' ஆகிய இரு இடங்களில் வியாபார மையங்களை ஏற்படுத்தினார்கள். காலப்போக்கில் 'சத்கோன்' – அருகிலிருந்த ஆற்றில் வண்டல் அதிகம் படிந்து விட்டது. எனவே ஹூக்ளி ஆற்றின் கரையில் இருந்த துறைமுகத்தைப் பயன்படுத்த ஆரம்பித்தார்கள். ஹூக்ளி துறைமுகம் கங்கையின் கிளையான பாகிரதி ஆற்றில் அமைந்துள்ளது. இருப்பினும் ஹூக்ளி என்ற பழைய பெயரிலேயே அது இன்றும் அழைக்கப்படுகிறது. பதினேழாம் நூற்றாண்டில் மற்ற ஐரோப்பிய நாட்டினரும் ஹூக்ளி நதியின் ஓரமாகத் தங்கள் வணிக மையங்களைத் தொடங்கினார்கள். ஃபிரன்ச்சுக்காரர்கள் சந்திர நாகூரிலும், டென்மார்க் நாட்டினர் ஸ்ரீராம்ப்பூரிலும், டச்சுக்காரர்கள் சின்சுராவிலும் வணிக மையங்களைத் தொடங்கினார்கள். ஆங்கிலேயக் கிழக்கிந்தியக் கம்பெனி ஆரம்பத்தில் ஹூக்ளி துறைமுக நகரைத்

தங்கள் தலைமையிடமாகக் கொண்டிருந்தது. ஆனால் 1686இல் உள்ளூர் ஆட்சியாளருக்கும், அவர்களுக்கும் ஏற்பட்ட மனக் கசப்பினால், ஆங்கிலேயர்கள் தங்கள் இடத்தை ஆற்றின் கீழ்ப் பகுதிக்குக் கொண்டுசென்று விட்டனர். இரண்டாண்டுகளுக்குப் பின் முன்பிருந்து வந்த மனக் கசப்பு நீங்கியதும் ஆங்கிலேயர்கள் ஒரு படைப்பிரிவை கப்பல்கள் மூலம் சென்னையிலிருந்து வங்காளத்திற்கு அனுப்பி வைத்து, தாங்கள் அங்கு இருப்பதை வெளிக்காட்டிக் கொண்டார்கள். அதற்கான முயற்சியை எடுத்தவர் கம்பெனியின் தலைமை முகவராக இருந்த ஜோப் சார்நாக் என்பவர்.

கல்கத்தாவை உருவாக்குதல்

*1690*ஆம் ஆண்டு ஆகஸ்ட் மாதம் *24*ஆம் நாளன்று சார்நாக் ‘சுதாநுதி’ என்ற ஒரு கிராமத்திற்கு வந்து சேர்ந்தார். இது ஆற்றின் கிழக்குக் கரையில் அமைந்துள்ளது. அவர் இரண்டாண்டுகளுக்கு முன்பே அந்த இடத்திற்கு வந்துள்ளார்; இடம் அவருக்குப் பிடித்திருந்தது. ஆங்கிலேயே வணிகமையம் ஒன்றை அந்த இடத்தில் நிறுவ முடிவுசெய்தார் சார்நாக். அந்த இடம்தான் பிற்காலத்தில் வளர்ச்சியடைந்து கல்கத்தா நகரமாக உருமாறியது. இன்று கல்கத்தா “கொல்கொத்தா” என்று அழைக்கப்படுகிறது. அந்த இடம் முன்பே மக்கள் வசித்துவந்த இடம்தான். சார்நாக் தேர்ந்தெடுத்த பகுதியில் சுதாநிதி, கோபிந்தபூர், காளிகட்டம் என்ற மூன்று கிராமங்கள் இருந்துவந்தன. நாம் கடைசியாகக் குறிப்பிட்ட ‘காளிகட்டம்’ என்ற பெயரிலிருந்துதான், கல்கத்தாவுக்கு அந்தப் பெயர் வந்தது. சார்நாக் தேர்ந்தெடுத்த இடத்தில் முன்பே ‘சேட்’ எனப்பட்டவர்களும், ‘பசாக்’ எனப்பட்டவர்களும் தங்கள் வணிகத் தொழிலை நடத்தி வந்தார்கள். நாம் மேற்குறிப்பிட்ட இடங்களுக்கு அருகில் “சித்பூர்” என்ற ஒரு நான்காவது கிராமமும் இருந்தது. அங்கிருந்து ஒரு சாலை புராதனக் கோயிலான “காளிகட்” கோயிலுக்குச் சென்றது. அந்த சாலையை விட்டு விலகிச் சென்றால் மத்தியில், புலிகள் நிறைந்த காட்டுப் பகுதியில் ஒரு சிவன் கோயில் இருந்தது. அதைக்கட்டியவர் “சௌராங்கி” என்ற ஒரு சாது.[1] அந்தக் கோயில் இன்று இல்லை; அது இருந்த இடத்தில் பூங்கா வீதியில் ஆசியக் கழகத்தின் அலுவலகம் உள்ளது. அந்த சாதுவின் நினைவாக நகரின் ஒரு வீதிக்கு ‘சௌரிங்கி வீதி’ என்று பெயர் சூட்டப் பட்டுள்ளது. நகரின் மிக முக்கியமான சாலைகளில் இதுவும் ஒன்று. தேசியம் என்பதற்குத் தவறாகப் பொருள்கொண்டு *1980*–களில் அந்த வீதிக்கு ‘ஜவகர்லால் நேரு’ வீதி என்று பெயர்

மாற்றம் செய்துவிட்டார்கள். அவ்வாறு செய்தது பொருத்தமற்ற செயல்; ஏனெனில் சாது சௌராங்கி, அந்த இடத்தின் முதல் குடிமகன்; ஆரம்பகாலத்திலிருந்து அங்கு வாழ்ந்து வந்தவர். அதிஷ்ட வசமாக பெரும்பாலான கொல்கத்தாவாசிகள் இன்றளவும் சௌரங்கி வீதியை அதன் பழைய பெயரிலேயே அழைத்து வருகிறார்கள்.

ஜோம் சார்நாக் பாதுகாப்பு காரணங்களுக்காகவே அது போன்ற ஓர் இடத்தைத் தேர்ந்தெடுத்தார். தேர்ந்தெடுக்கப்பட்ட இடத்தின் மேற்கே ஆறு ஓடிக்கொண்டிருந்தது. கிழக்கே உவர் சதுப்புத் தன்மையுடைய ஏரிகள் இருந்தன. தென்திசையில் புலிகள் நிறைந்த காட்டுப்பகுதி இடம்பெற்றிருந்தது. வடக்கு திசையில் ஒரு கழிமுகக்கால்வாய் ஆற்றிலிருந்து உவர் நீர் ஏரிகள் வரை ஓடி வந்தது. இந்தக் கால்வாய் படகுப் போக்குவரத்திற்கு ஏற்றதாக இருந்தது. இதுபோன்ற பண்புகளை இன்றும் நம்மால் காண முடியும். கழிமுகக் கால்வாயில் வண்டல் படிந்து தூர்ந்து போய் விட்டது. ஆனால் Creek Row, Creek Lane போன்ற பெயர்களின் மூலம் அந்தக் கால்வாய் இன்றும் நினைவில் நிற்கிறது. (Creek – கழிமுகக் கால்வாய்) 1970இல் கல்கத்தா நகரில் கிழக்கில் ஏற்பட்ட புறநகர்ப் பகுதி பிதான்நகர் என்று அதிகார பூர்வமாக அழைக்கப் பட்டாலும், பொதுவாக அந்தப் பகுதியை "உப்பு ஏரி" என்றே அழைக்கிறார்கள். இந்தப்பெயர் பழைய உவர் சதுப்பு நிலப்பகுதியை நினைவுபடுத்துவதாக உள்ளது. அந்த உவர் சதுப்பு ஏரிகளில் சில இன்னும் இருக்கின்றன. அவற்றை "கிழக்குக் கொல்கத்தா சதுப்பு நிலங்கள்" என்று அழைக்கிறார்கள். கழிவுநீர் மறுசுழற்சிக்காக அவை பயன்படுத்தப் படுவதுடன் ராம்சர் ஒப்பந்தத்தின்படி பாதுகாக்கப்பட்ட இடமாகப் பராமரிக்கப்படுகின்றன. (ராம்சர் ஈரானில் உள்ள ஒரு நகரம். அங்கு சர்வதேச அளவில் சதுப்பு நிலங்களைப் பாதுகாக்க ஓர் ஒப்பந்தம் 1971இல் ஏற்பட்டது.)

"லால் திகி" என்ற ஒரு குளத்தைச் சுற்றியே ஆரம்பகால பிரிட்டிஷ் குடியிருப்புப்பகுதிகள் ஏற்படுத்தப்பட்டன. அந்தக் குளம் லால் மோகன் சேட் என்ற ஒரு வங்காள வியாபாரியால் வெட்டப் பட்டது. 'லால் திகி' என்றால் சிவப்புக் குட்டை என்று பொருள். ஹோலி பண்டிகையின் போது மக்கள் பயன்படுத்தும் சாயத்தை வைத்தே அந்தப் பெயர் வந்தது என்று ஒரு கதை சொல்லப் படுகிறது. அந்தக் குளம் இன்றும், ஒரு வியாபார மாவட்டத்தின் நடுவே உள்ளது. விரைவில் பிரிட்டிஷ்காரர்கள் லால் திகி–யைச் சுற்றி பெரிய கட்டடங்களைக் கட்டினார்கள். ஒரு கோட்டையையும் கட்டி அதற்கு வில்லியம் கோட்டை என்று பெயர் சூட்டினார்கள்.

தற்போதுள்ள பொது அஞ்சல் நிலையம் இருக்கும் இடத்தில்தான் பழைய வில்லியம் கோட்டை இருந்தது. இன்று நாம் பார்க்கும் வில்லியம் கோட்டை பிற்காலத்தில் கட்டப்பட்டது. இந்தக் கோட்டையை பழைய கோட்டை என்று நாம் குழம்பிப்போய்விடக் கூடாது.

வாணிபம் செழித்து வளர்ந்திருக்கலாம். ஆனால் அதற்காகப் பல மனித உயிர்களை இழக்க வேண்டியிருந்தது. சதுப்பு நிலங்களில் கொசு உற்பத்தி அதிகமாக இருந்ததால் கல்கத்தாவில் வாழ்ந்த ஐரோப்பியர்கள் கொசுக்கடியால் மிகுந்த துன்பங்களுக் குள்ளானார்கள். நிறைய உயிரிழப்புகள் ஏற்பட்டன. சார்நாக்கின் சமகாலத்தவரான அலெக்ஸாண்டர் ஹேமில்ட்டன் என்பவரின் கூற்றுப்படி, அவர் கல்கத்தா நகருக்குச் சென்றபோது பல்வேறு நிலைகளில் 1200 ஆங்கிலேயர்கள் இருந்தனர். ஆறு மாதங்களுக்குள் 460 ஆங்கிலேயர்கள் இறந்துவிட்டனர். அந்த ஆண்டு ஒரு மோசமான ஆண்டாக இருந்திருக்கலாம். எப்படி இருந்தாலும் கிழக்கிந்தியக் கம்பெனியின் ஊழியர்கள் இன்னல்களைப் பொறுத்துக்கொண்டுதான் வாழவேண்டியிருந்தது. கல்கத்தாவில் வணிக மையம் ஏற்படுத்தி மூன்று ஆண்டுகள் சென்றபின் ஜோப் சார்நாக்-கும் இறந்துவிட்டார். அவருடைய உடல் லால் திகி அருகிலுள்ள புனித ஜான் தேவாலயத்தில், ஒரு அருங்காட்சியகத்தில் பதப்படுத்தி வைக்கப்பட்டுள்ளது. அவருடைய மூத்த மகள் மேரி சில ஆண்டுகள் சென்று மறைந்துவிட்டாள். அவளுடைய பூத உடல் அதே தேவாலயத்தைச் சேர்ந்த கல்லறையில் நல்லடக்கம் செய்யப்பட்டது.

இதற்கிடையில் கல்கத்தா நகரம் தொடர்ந்து வளர்ச்சியடைந்து வந்தது. 1757ஆம் ஆண்டுக்கான நகர் வரைபடத்தின்படி பிரிட்டிஷ் காரர்கள், உள்நாட்டு இந்திய ஆட்சியாளர்களிடமிருந்து தங்களைப் பாதுகாத்துக்கொள்ள, கல்கத்தா நகரைச்சுற்றி பாதுகாப்பு நிறைந்த பதுங்கு குழியைத் தோண்டியிருந்தனர். அதற்கு மராட்டியப் பதுங்கு குழி என்று பெயர். ஔரங்கசீப்பின் மறைவுக்குப் பிறகு, மொகலாயர்களிடமிருந்த பயம் நீங்கி, மராட்டியர்களுக்கு பயப்பட வேண்டிய நிலை உருவாகிவிட்டது என்பதையே பதுங்கு குழியின் பெயர் நமக்குச் சுட்டிக்காட்டுகிறது. பாதுகாப்புக்கு உட்பட்ட இடங்களில் பெரும்பாலும் கிராமங்கள்தான். இருப்பினும் லால் திகி-யைச் சுற்றி நகர்ப்பகுதி உருவாகியிருந்தது. ஆற்றுக்கு இணையாகவும் நகர்ப்பகுதி வளர்ந்திருந்தது. சமகால மதராஸ்

(சென்னை) நகர வரைபடத்தைப் பார்க்கும்போது, அக்கால கட்டத்தில் மதராஸ், கல்கத்தாவைவிட மிகப்பெரிய குடியிருப்பு பகுதியாக இருந்தது என்பதை நாம் தெரிந்து கொள்ளலாம்.

1716ஆம் ஆண்டில் வங்காளத்தின் நவாப் சிராஜ்–உத்–தௌலா கல்கத்தாவைப் பிடித்து ஒரு குறுகிய காலத்திற்கு நகரைத் தன் கட்டுப்பாட்டில் வைத்திருந்தார். கல்கத்தா என்ற பெயரை மாற்றி "அலிநகர்" என்று புதிய பெயர் சூட்டினார். ஓராண்டிற்குப் பிறகு ஏற்பட்ட பிளாசி யுத்தத்தில் ராபர்ட் கிளைவ் வங்காள நவாபைத் தோற்கடித்து, அந்த மாகாணத்தை பிரிட்டிஷ் கட்டுப்பாட்டின்கீழ் கொண்டு வந்துவிட்டார். அதன்பிறகு வேகமாக வளர்ந்து வந்த பிரிட்டிஷ் சாம்ராஜியத்தின் தலைமையிடமாக கல்கத்தா மாறியது. ஒரு நூற்றாண்டுக்குப்பின் கல்கத்தா இந்தியத் துணைக்கண்டத்தின் மிகப் பெரிய நகரமாகவும், உலகின் முக்கியமான நகர மையமாகவும் மாறிவிட்டது. கல்கத்தாவின் 1757ஆம் ஆண்டு வரைபடத்தை நாம், 1842ஆம் ஆண்டில் சாப்மன் மற்றும் ஹால் பதிப்பித்த வரைபடத்துடன் ஒப்பிட்டுப் பார்க்கவேண்டும். சில பழைய அம்சங்கள் மாறாமல் அப்படியேயிருந்தன. 'லால் திகி' இருந்தது; ஆனால் அதைச் சுற்றி மிகப்பெரிய கட்டடங்கள் எழுப்பப் பட்டிருந்தன. அவற்றுள் எழுத்தாளர்கள் கட்டடமும் அடங்கும். 1882இல் கட்டப்பட்ட சிவப்பு எழுத்தாளர்கள் கட்டடம் என்பது வேறு. அக்கட்டடம் இன்று மேற்குவங்க மாநிலத்தின் தலைமைச் செயலகமாக செயல்பட்டு வருகிறது. முதலில் கட்டப்பட்ட எழுத்தாளர்கள் கட்டடமும் ஒரு மிகப்பெரிய கட்டடம்தான். எழுத்தர்களுக்கு, கிழக்கிந்தியக் கம்பெனியின் இளநிலை ஊழியர் களுக்கும், அக்கட்டடம் வாடகையின்றிக் கொடுக்கப்பட்டது. மராட்டியப் பதுங்கு குழி முற்றிலும் மூடப்பட்டுவிட்டது. 1842ஆம் ஆண்டு வரைபடத்தில் அப்பதுங்கு குழியின் வட்டவடிவத் தடங்கள் காட்டப்பட்டுள்ளன. மேல்நிலை, கீழ்நிலை வட்டச்சாலைகளாக அத்தடங்கள் காட்டப்பட்டுள்ளன. இன்றுவரை அந்த சாலைகள் நகரின் மிகமுக்கியமான போக்குவரத்துத் தடங்களாக செயல்பட்டு வருகின்றன; ஆனால் இன்று அந்த சாலைகளின் பெயர்கள் மாறியுள்ளன.

கொல்கொத்தா நகரை நன்கறிந்தவர்களுக்கு 1842ஆம் வருட நகர் வரைபடம், ஆர்வத்தைத்தூண்டும் ஒரு வரைபடமாக இருக்கும். ஏனெனில் நவீன கல்கத்தாவின் வடிவமைப்பை 1842ஆம் ஆண்டு வரைபடத்திலிருந்தே நம்மால் யூகித்தறிய முடியும். பழைய வில்லியம் கோட்டைக்கு பதிலாக நட்சத்திர வடிவில் ஒரு

கோட்டை கட்டப்பட்டது. இன்று அக்கோட்டையில் இந்திய ராணுவத்தின் கிழக்குப் பகுதிக்கான தலைமையகம் செயல்பட்டு வருகிறது. புதிய கோட்டையை கட்டும்போது, ஆங்கிலேய நகர அமைப்பாளர்கள் கோட்டையைச் சுற்றி நிறைய வெற்றிடங்களை, பீரங்கிகளைப் பயன்படுத்துவதற்காக விட்டுவைத்தனர். மைதானப் பூங்காக்களாக தற்போது அவ்விடங்கள் மாற்றப்பட்டுள்ளன. விக்டோரியா நினைவிடம் என்பது தற்போது இல்லை. அவ்விடத்தில் தற்போது சிறைச்சாலை வளாகம் உள்ளது. டர்ஃப் கிளப் குதிரைப் பந்தைய மைதானமாகிவிட்டது. நன்கு அறியப் பட்ட வீதிகளான பூங்கா வீதி, கேமக் வீதி போன்ற வீதிகள் 1842ஆம் ஆண்டு வரைபடத்தில் தெளிவாகக் காட்டப்பட்டுள்ளன. 1970ஆம் ஆண்டுக்குப் பின் பல பெயர்கள் மாற்றம் செய்யப் பட்டுள்ளன. ஆனால் மக்கள் இன்றும் பழைய பெயர்களை மறக்காமல் பயன்படுத்திவருவதால் 1842ஆம் ஆண்டு வரை படத்தைக் கொண்டே கல்கத்தாவின் பல இடங்களை நாம் கண்டு பிடித்துவிடலாம். 19ஆம் நூற்றாண்டின் மையத்தில் நகரம் பழைய எல்லைகளுக்குள் எப்படி நிரம்பி வழிகிறது என்பதை வரைபடம் தெளிவாகக் காட்டுகிறது. மராட்டியப் பதுங்கு குழிகள்தான் பழைய எல்லை. புறநகர்ப்பகுதிகளான சீல்டா, பாலிகன்ஜ், போவனிபூர் போன்றவை தலையெடுக்க ஆரம்பித்துள்ளதையும் 1842ஆம் ஆண்டு வரைபடம் காட்டுகிறது. அந்தப் புறநகர்ப்பகுதிகளின் வளர்ச்சி படிப்படியாக மிகவும் மெதுவாகத்தான் ஏற்பட்டது. 1980ஆம் ஆண்டின் தொடக்கத்தில் கூட பாலிகன்ஜ் தனது கிராமியக் களையை இழந்துவிடவில்லை; பெரிய கட்டடங்களும், மீன் குட்டைகளும், கிராமிய வாரச் சந்தைகளும் அங்கு இருந்து வந்தது எனக்கு நன்றாக நினைவில் உள்ளது. திறந்த வெளிகளாக இருந்த இடங்களில் தற்போது அடுக்குமாடிக் குடியிருப்புகள் வந்துவிட்டன. இருப்பினும் சில பழைய அடையாளங்கள் இன்றும் இருந்து வருகின்றன. தனிச்சிறப்பு பெற்ற சந்துகளும், நவீனக் கட்டடங்களுக்கிடையே சில குடிசைகளும் சாலை நடுவே பழைய கிராமியக் கோயிலும் இன்னும் இருக்கின்றன.

பத்தொன்பதாம் நூற்றாண்டின் மத்தியில் கல்கத்தா ஒரு வியாபார மையமாகவும், நிர்வாகத் தலைமையிடமாகவும் மட்டும் இருக்கவில்லை. அறிவுசார்ந்த செயல்பாடுகள், கலாச்சார செயல் பாடுகள் போன்றவைகளின் கேந்திரமாகவும் இருந்து வந்தது. துணைக்கண்டத்தின் பல இடங்களிலிருந்தும் மக்கள் வேலைதேடி கல்கத்தாவுக்கு வந்தார்கள். யூதர்கள் ஆர்மேனியர்கள், கிரேக்கர்கள் சீனர்கள் போன்ற பல இனத்தவர் கல்கத்தாவில் இருந்து வந்தனர்.

அந்த இனத்தவர்கள் தற்போது எண்ணிக்கையில் வெகுவாகக் குறைந்துவிட்டாலும், அவர்கள் விட்டுச் சென்ற கட்டடங்களும், அவர்கள் இருந்துவந்த இடங்களின் பெயர்களும், அவர்களை நினைவு படுத்துகின்றன. கலாச்சாரப் பன்முகத்தன்மை நிறைந்த ஒரு சூழல், இந்திய நாகரிக வளர்ச்சியின் அடுத்த நிலைக்கு ஓர் அடித்தளம் அமைத்தது. அடுத்த நூற்றாண்டில் ராஜாராம் மோகன்ராய் போன்ற சமூக சீர்திருத்தவாதிகள் தோன்றி சமுதாயத்தில் மாற்றங்களை ஏற்படுத்தினார்கள். அந்த மாற்றங்கள் நவீன இந்தியாவை உருவாக்கப் பெரிதும் உதவின. நம் ஆர்வத்தைத் தூண்டும் வகையில் ஆரம்ப கால சீர்திருத்தவாதிகள் இந்தியர்களுக்கு ஆங்கிலக் கல்வியை அளிக்கவேண்டும் என்று வாதிட்டார்கள். மிகவும் முக்கியமான ஒரு தேர்வு.

ஆங்கிலக் கல்வி காலனி ஆதிக்க ஆட்சியாளர்களுக்கு விசுவாசமான இந்தியர்களை உருவாக்கும் என்று எதிர்பார்க்கப் பட்டது. 1835ஆம் ஆண்டில் அந்தக் கருத்தை முன்மொழிந்தவர் தாமஸ் மெக்காலே. அவர் இவ்வாறு எழுதுகிறார், "நமக்கும், நாம் ஆட்சி செய்யும் லட்சக்கணக்கான மக்களுக்கும் இடையே ஒரு தொடர்பை ஏற்படுத்தும் வகையில், ஒரு வகுப்பினரை உருவாக்கு வதில் நாம் முடிந்ததனைத்தையும் செய்யவேண்டும். நாம் உருவாக்கும் வகுப்பினர் நிறத்தால், இரத்தத்தால் இந்தியர்களாகவும், விருப்புவெறுப்புகள், கருத்துக்களை தெரிவிப்பது, ஒழுக்கம் புத்திக் கூர்மை போன்றவற்றில் ஆங்கிலேயர்களாகவும் இருக்கவேண்டும்". இந்தக் கருத்து மிகுந்த கவனத்துடன் பிரிட்டிஷ் அதிகாரிகளால் விவாதிக்கப்பட்டது. பலர் மெக்காலேயின் கருத்தோடு உடன்பட வில்லை. பல இந்திய சீர்திருத்தவாதிகள் ஆங்கிலக் கல்வியை விரும்பினார்கள். இதனால் சமநிலை சற்றே மாறியது. ஒரு வெளி நாட்டு மொழிக்கு முன்னுரிமை அளிப்பது ஒன்றும் வினோதமான தல்ல. இந்திய நாகரிகம் நீண்ட நாட்களாக சரிவைச் சந்தித்து வருவதாகவும், தொழில்நுட்பத்திலும், அறிவுசார் செயல் பாடுகளிலும் புதுமைகளைப் புகுத்தாததே அந்தச் சரிவுக்குக் காரணம் என்றும் ஆரம்பகால சீர்திருத்தவாதிகள் எண்ணினார்கள். ஐரோப்பா விலிருந்து ஊற்றெடுக்கும் புதுமைக் கருத்துக்களுக்கு, அவற்றை உள்வாங்கிக் கொள்வதற்கு ஒரு சாளரமாக இருப்பது ஆங்கில மொழிதான் என்று கருதப்பட்டது. விசுவாசமிக்க, ஆங்கிலக் கல்வி பெற்ற நடுத்தரவர்க்கத்திற்கு பதிலாக, இந்திய சுதந்திரப் போராட்டத்தில் முன்னணியில் நின்ற வீரர்களையே அக்கல்வி உருவாக்கியது.

ஆங்கிலக் கல்வி ஆங்கிலேயர்களுக்கும், இந்தியர்களுக்கும் இடையே அறிவுசார்ந்த தொடர்புகள் ஏற்படுவதற்குக் காரணமாக இருந்தது. 1800ஆம் ஆண்டில் கவர்னர் ஜெனரல் வெல்லஸ்லி அவர்களால் தோற்றுவிக்கப்பட்ட, ஒரு தனித்தன்மை பெற்ற கல்லூரி, வில்லியம்கோட்டைக் கல்லூரி என்ற நிறுவனம். பிரிட்டிஷ் அரசு ஊழியர்கள் மூன்றாண்டுகள் படித்துப் பயிற்சிபெறும் ஒரு கல்லூரியாகத் தொடங்கப்பட்டது. அக்கல்லூரி, மூன்றாண்டுகளுக்கான பாடத்திட்டம் பல தரப்பட்ட பாடங்களை உள்ளடக்கியதாக இருந்தது. அந்த பாடத்திட்டம் தான் இன்றும் இந்திய ஆட்சிப் பணியில் சேர்க்கப்படும் பணியாளர்களுக்குப் பயிற்சியளிப்பத்தில் அடிப்படையாக இருக்கிறது.[2] பாடத்திட்டம் கீழே கொடுக்கப் பட்டுள்ளது.

1. மொழித் தேர்வு: அரபு, பாரசீகம், மராட்டி, தமிழ், வங்காளம், தெலுங்கு – ஆகிய மொழிகளில் ஏதாவது ஒன்று
2. மொகலாயச் சட்டம்
3. இந்துச் சட்டம்
4. ஒழுக்கவியல், உரிமையியல் நீதிபரிபாலனம், பன்நாட்டுச் சட்டங்கள்.
5. ஆங்கிலேயச் சட்டம்
6. பிரிட்டிஷ் ஆட்சிக்குட்பட்ட பகுதிகளுக்காக சென்ன புனித ஜார்ஜ் கோட்டையில் கவர்னரும் அவரது ஆலோசனைக் குழுவும் சேர்ந்து உருவாக்கிய சட்டங்கள்; அதேபோல் பம்பாய் மாகாணத்தில் உருவாக்கப்பட்ட சட்டங்கள்.
7. அரசியல் பொருளாதாரம்; கிழக்கிந்தியக் கம்பெனிக்கு ஆர்வமுள்ள வியாபார நிறுவனங்கள்.
8. பூகோளமும், கணிதமும்.
9. நவீன ஐரோப்பிய மொழிகள்
10. கிரேக்கம், லத்தீன் மற்றும் ஆங்கில இலக்கியங்கள்
11. இந்துஸ்தான், தக்காணம் ஆகியவற்றின் பழமையான வரலாறு.
12. இயற்கை வரலாறு.
13. தாவரவியல், வேதியல் மற்றும் வானநூல்.

அரசாங்க ஊழியர்களுக்குப் பயிற்சியளிக்கவே அந்தக் கல்லூரி ஆரம்பிக்கப்பட்டது. இருப்பினும் அந்த நிறுவனம் புகழ்பெற்ற

இந்திய அறிஞர்களும், பிரிட்டிஷ் அறிஞர்களும் கலந்துறவாட ஒரு நல்ல இடமாக செயல்பட்டது. இந்தக் கலப்பினால் புதிய அறிவும் சிந்தனையும் வளர்ந்தன. கல்லூரிக்கு வந்து பணியாற்றிய அறிஞர்களில் ஈஸ்வரசந்திர வித்யாசாகர் அவர்களும் ஒருவர். 1840–களில் அவர் அங்கு பணியாற்றி வந்தார். பல்கலை வல்லுனரான திரு. வித்யாசாகர் நவீன வங்காள மொழியின் வளர்ச்சிக்கும், மகளிர் கல்விக்கும், கீழ்சாதி இந்துக்களுக்கு சமஸ்கிருத மொழியைக் கற்றுக்கொடுப்பதிலும் காரணகர்த்தாவாக இருந்தார். புதிய சிந்தனைகளின் மூலம் இந்திய நாகரிகம் மிகப்பெரிய நன்மையைப் பெற்றது.

அதேசமயத்தில் அக்கல்லூரியில் படிந்துவந்த மாணவர்கள் கல்வியில் மட்டுமே கவனம் செலுத்திவந்தனர் என்று சொல்வதற்கில்லை. கிஷோம் என்ற ஒரு மாணவர்மீது, ஜகநாத்சிங் என்ற வழக்கறிஞர் ஒரு குற்றத்தைச் சாட்டி, அம்மாணவரை நீதிமன்றத்திற்கு முன் கொண்டுவந்து நிறுத்தினார். குற்றம் சாட்டப்பட்டவரின் வீட்டிற்கு அருகிலிருந்த ஒரு கடையில் பூனை ஒன்று உட்கார்ந்திருந்தது. குற்றம் சாட்டப்பட்ட அந்த மாணவர் அந்தப் பூனையின் மீது தன் நாயை ஏவிவிட்டார். பூனை வேகமாக ஓடிவந்து வழக்கறிஞரின் வீட்டினுள் நுழைந்தது மட்டுமின்றி, பெண்கள் இருந்த இடத்திற்குச் சென்றுவிட்டது. கிஷோமும், அவருடைய நாயின் பின்னாலேயே அந்த இடத்திற்குச் சென்றுவிட்டார். அவருடைய நடத்தைக்கு ஜகன்நாத் சிங் எதிர்ப்பு தெரிவித்தபோது, அவரை கிஷோம் நெற்றியில் குத்திவிட்டார். முடிவில் கிஷோம் தன் குற்றத்தை ஒப்புக் கொண்டார். அவர்மீது ஒழுங்கு நடவடிக்கை பரிந்துரை செய்யப் பட்டது.

கிழக்கிந்தியக் கம்பெனியின் அனைத்து அலுவலர்களும் மேலே காட்டியதுபோல் முட்டாள்தனமாக நடந்து கொள்ளவில்லை. தாமஸ் ஸ்டேம்ஃபோர்ட் ராஃபில்ய் என்பவர் திறமைமிக்க அதிகாரிகளுள் ஒருவர். கவர்னர் ஜெனரல் மின்ட்டோ அவரை "பினாங்" செல்லுமாறு (மலேசியா) அனுப்பிவைத்தார். தென்கிழக்கு ஆசியாவில் டச்சுக்காரர்களின் நடவடிக்கைகளைக் கண்காணித்து வருவதற்காகவே திரு. ராஃபில்ஸ் பினாங் செல்லுமாறு பணிக்கப் பட்டார். இந்தியாவுக்கும் தூரக்கிழக்கு நாடுகளுக்குமிடையேயான கப்பல் போக்குவரத்து பாதுகாப்பாக இருக்க வேண்டும் என்பதில் ஆங்கிலேயக் கிழக்கிந்தியக் கம்பெனி மிகவும் கவனமாக இருந்தது. நெப்போலியன் ஹாலந்து நாட்டைத் தன் நாட்டுடன் இணைத்துக் கொண்ட போது கிழந்கிந்தியப் பகுதிகளை, டச்சுக்காரர்களிட மிருந்து, ஆங்கிலேயர்கள் கைப்பற்றிக்கொண்டார்கள். இதுபோன்ற

நடவடிக்கைகளில் திரு. ராஃபில்ஸ் முக்கிய பங்காற்றியுள்ளார். அவர் கல்கத்தாவிலிருந்த மின்ட்டோ பிரபு அவர்களுக்கும், மூத்த கம்பெனி அதிகாரிகளுக்கும் அனுப்பிய கடிதங்களிலிருந்து, ராஃபில்ஸ் பற்றியும் அவர் செயல்பாடுகள் பற்றியும் நாம் தெரிந்து கொள்கிறோம். வெகுதூரத்திலிருந்த ஒரு தீவில் இருந்துகொண்டு, இராணுவ நடவடிக்கைகள், நிர்வாக வேலைகள் போன்றவைகளுக் கிடையே, திரு. ராஃபில்ஸ் அந்த இடத்தின் தாவரங்கள் பற்றியும், விலங்குகள் பற்றியும், உள்நாட்டு வாழ்க்கை முறைகள் பற்றியும், பழங்காலச் சின்னங்களின் அழிவுகள் குறித்தும் ஆய்வுகள் நடத்தி யுள்ளது நம்மை வியப்பில் ஆழ்த்துகிறது.

நெப்போலியன் தோற்கடிக்கப்பட்டவுடன் டச்சுக்காரர்கள் தங்களுடைய குடியேற்றப்பகுதிகள், திரும்பவும் தங்களுக்கே தரப் படவேண்டுமென்று வலியுறுத்தினர் கல்கத்தாவில் இருந்த ஆங்கிலேய அதிகாரிகளுக்கும், வியா–வில் இருந்த டச்சுக்காரர்களுக்குமிடையே மிகக் கடுமையான விவாதங்கள் நடைபெற்றன. (பட்டேவியா என்பது தற்போதைய ஜகார்த்தா). கடைசியில் டச்சுக்காரர்கள், முன்பு தங்கள் வசம் இருந்த பகுதிகளை, 1824இல் ஏற்பட்ட ஆங்கிலேய–டச் உடன்படிக்கையின்படி மீண்டும் பெற்றனர். ஆனால் மலாக்கா ஜலசந்தி மட்டும் தங்கள் கையை விட்டு நழுவிவிடாமல் பார்த்துக் கொண்டார் திரு. ராஃபில்ஸ். அவர் எடுத்த மிக முக்கியமான இராஜதந்திர நடவடிக்கை, சிங்கப்பூரில் ஒரு ஆங்கிலேயப் புறக்கண் காணிப்பு மையத்தை ஏற்படுத்தியதாகும். 1819ஆம் ஆண்டில்தான், பீரங்கி முழக்கம் போன்ற கோலாகலங்களுடன் சிங்கப்பூர் நகரம் ஆரம்பித்து வைக்கப்பட்டது. அது குறித்து ராஃபில்ஸ் இவ்வாறு எழுதுகிறார்:

“சிங்கப்பூரில் நான் ஏற்படுத்தியுள்ள இருப்பிடத்தின் முக்கியத்துவம் அல்லது எடுத்துள்ள நிலை குறித்து எதுவும் சொல்ல விரும்பவில்லை. அந்த முடிவு என் சொந்தக் குழந்தை; நமது நோக்கம் இடத்தைப் பிடிப்பதல்ல; மாறாக வணிகத்தை வளர்ப்பது. இந்த இடம் மிகப்பெரிய வியாபார மையம்; அரசியல் என்னும் நெம்புகோலுக்கு ஓர் ஆதாரம், இங்கிருந்துகொண்டு, சூழ்நிலைக்குத் தக்கவாறு, நாம் நம்முடைய அரசியல் செல்வாக்கை இனிமேல் விரிவுபடுத்திக் கொள்ளலாம்.”[3]

சிங்கப்பூரின் ஸ்தாபகர் என்ற வகையிலேயே திரு. ராஃபில்ஸ் நம் நினைவில் நிற்கிறார். ஆனால் அவருடைய குறிப்புகள் தென்கிழக்கு ஆசியாவின் இயற்கை வரலாறு குறித்தும், கலாச்சார வரலாறு குறித்தும் நம் ஆர்வத்தைத் தூண்டுவனவாக உள்ளன.

பல தாவரங்களையும், விலங்குகளையும், ஆய்வுக்காக அவர் சேமித்து வைத்தார். பாரக்கப்பூரில் இருந்துவந்த கவர்னர் ஜெனரலின் தோட்டத்திற்கு சுமத்ராவில் வசிக்கும் டாப்பிர் என்ற ஒரு விலங்கை அனுப்பிவைத்தார் திரு. ராஃபில்ஸ். (டாப்பிர் என்பது காண்டா மிருகத்தைப் போன்ற, அதேசமயம் பன்றியைப் போன்ற ஒரு விலங்கு). ஜாவாவிலும், பாலித்தீவிலும் இருந்துவரும் அல்லது பின்பற்றப்பட்டுவரும் இந்தியக் கலாச்சாரத்தைப் பற்றி மிகவும் விரிவாக எழுதியுள்ளார், திரு. ராஃபில்ஸ். ஜாவா பிரிட்டிஷ்காரர்கள் வசம் இருந்த சமயத்தில் 'போரோபோதூர்' என்ற இடத்திலிருந்த ஸ்தூபியை மறுபடியும் கண்டுபிடித்தார் திரு. ராஃபில்ஸ். புயலால் கரையில் ஒதுங்கிய கப்பலின் உருவம் செதுக்கப்பட்ட ஒரு பலகையை அவர் பார்த்தாரா இல்லையா என்பது பற்றி நமக்குத் தெரிய வில்லை. அந்த முகப்புக்கூறு ஆரம்பகாலத்தில் நடைபெற்ற வணிகத்தின் நினைவுச்சின்னம். கல்கத்தாவில் வில்லியம் கோட்டைக் கல்லூரியால் பெரிதும் கவரப்பட்ட திரு. ராஃபில்ஸ், தான் இங்கிலாந்து திரும்புவதற்குமுன், அக்கல்லூரி போன்ற ஒரு நிறுவனத்தை சிங்கப்பூரிலும் ஆரம்பித்து வைத்தார். "ராஃபில்ஸ் நிறுவனம்" என்ற பெயரில் அது இன்றும் செயல்பட்டுவருகிறது. ஆனால் அது இருந்த பிராஸ் பாட்சா சாலையில் தற்போது ராஃபில்ஸ் நகர வணிக மையம் என்ற ஒரு மிகப்பெரிய வணிக மையம் செயல்பட்டு வருகிறது. அதற்கு எதிரே புகழ்பெற்ற ராஃபில்ஸ் விடுதி உள்ளது. சிங்கப்பூரின் நிறுவனரான திரு. ராஃபில்ஸ்–இன் பெயர் பல இடங்களில் பயன்படுத்தப்பட்டிருப்பது, சிங்கப்பூருக்கு வரும் பயணிகளை குழப்பத்தில் ஆழ்த்துகிறது.

இந்தியாவின் நீள - அகலங்களை அளத்தல்

இந்திய நாட்டோடு தங்களை அதிக அளவில் இணைத்துக் கொண்ட பிறகு, நிர்வாகம், வரிவசூல், இராணுவ நடமாட்டம் போன்றவற்றிக்குத் துணை செய்யும் வகையில், பிரிட்டிஷ் காரர்களுக்கு இந்திய உட்பகுதியின் தரமான வரைபடங்கள் தேவைப் பட்டன. பதினேழாம் நூற்றாண்டின் மையப்பகுதி வரை ஐரோப்பியர்களின் வரைபடத் தயாரிப்புக் கலை, கடற்கரை யோரங்களைச் சார்ந்ததாகவே இருந்தது. ஆனால் நாடுகளின் உட்பகுதிகளைக் காட்டும் முறைப்படியான படங்கள் தேவைப் பட்டன. தரைப்பகுதிகளை சுற்றாய்வு செய்யத் தேவைப்பட்ட முக்கியமான கருவி சக்கரங்களின் மீது பொருத்தப்பட்ட தொலைவு மானி. தூரத்தை அளப்பதற்கு அந்தக் கருவிதான் தேவைப்பட்டது. கிழக்கிந்தியக் கம்பெனியின் சிப்பாய்கள் தொலைவுமானியைத்

தூக்கிக்கொண்டு சாலைகளிலும், அவற்றின் திருப்பங்களிலும் அணி வகுத்துச் சென்றார்கள். இந்த முயற்சி அவ்வளவாகத் துல்லியமாக இல்லாவிட்டாலும், முற்காலங்களில் எடுக்கப்பட்ட முயற்சிகளை விடச் சிறப்பாக இருந்தன. ஸ்ரீலங்காவையும் சோழமண்டலக் கடற்கரையையும் காட்டும் வரைபடத்திற்குப் பின்வருமாறு குறிப்பு எழுதப்பட்டிருந்தது: "திருச்சிராப்பள்ளியிலிருந்து திருநெல்வேலி செல்லும் பாதை; 1755இல் ஆங்கிலேய சிப்பாய்களின் அணி வகுப்பால் தீர்மானிக்கப்பட்டது."

வங்காளம் வெற்றிகொள்ளப்பட்டதும், பிரிட்டிஷ்காரர்கள், தங்கள் வசத்தில் இருந்த புதிய இடங்கள் அனைத்தையும் அறிவியல் பூர்வமாக சுற்றாய்வு செய்வதற்கு முடிவு செய்தார்கள். 1765ஆம் ஆண்டில் வங்காளம் தொடர்பான சுற்றாய்வைச் செய்யும் பணியை, ஓர் இளம் கடற்படை அதிகாரியான ஜேம்ஸ் ரென்னல் என்பவரிடம் ஒப்படைத்தார் ராபர்ட் கிளைவ். ரென்னல் சிப்பாய்களின் பிரிவு ஒன்றை உதவிக்கு வைத்துக் கொண்டு, வங்காளம் முழுவதும் குறுக்கும்–நெடுக்கும் ஏழு ஆண்டுகள் பயணம் செய்து இடங்களின் பரப்பெல்லைக் கோடுகளை முதலில் குறித்துக் கொண்டார். நிலப்பரப்பில் கிராமங்களும், ஆறுகளும் எங்கே காணப்படுகின்றன என்பதை படத்தில் காட்டினார். அவர் எடுத்துக்கொண்ட பணி மிகவும் ஆபத்தான பணி. கங்கை டெல்டா பகுதியை (சுந்தரவனக் காட்டுப்பகுதி) சுற்றாய்வு செய்த அனுபவத்தை ரென்னல் பின் வருமாறு எழுதுகிறார்: "அடர்ந்த வனப்பகுதிகளினூடே பயணம் செய்வதைக்காட்டிலும், வேறு எந்தக் கடினமான பணியும் எங்களுக்கு இல்லை. அடர்ந்த காட்டுப் பகுதிகள்தான் டெல்டா பகுதி முழுவதும் பரவியிருந்தன. எப்போதும் புலிகள் பற்றிய அச்சம் இருந்து கொண்டே யிருந்தது. அவற்றின் காலடிச் சுவடுகளை நாங்கள் வெகு அருகில் பார்த்தோம்."[4]

ஒருமுறை ஒரு புலி இராணுவ வீரன் ஒருவனைத் தூக்கிச் சென்றுவிட்டது. மற்றொருமுறை மரத்திலிருந்து கீழே குதித்த ஒரு சிறுத்தை ஐந்து வீரர்களை அடித்து நொறுக்கிவிட்டது. மிக்க வீரத்துடன் செயல்பட்ட ரென்னல், துப்பாக்கியின் முனையில் பொருத்தப்பட்டிருந்த கத்தியை சிறுத்தையின் வாயில் குத்தி ஆழமான வெட்டுக்காயங்களை ஏற்கும் நிலைமை ரென்னலுக்கு ஏற்பட்டது. வேறு ஒரு தருணத்தில் கொள்ளையர்களுடன் இங்கிலாந்துக்குத் திரும்பிய ரென்னல் தனது புகழ்பெற்ற வங்காள நிலப்பட ஏட்டை (Bengal Atlas) பதிப்பித்தார். இந்திய வரைபடக் கலையின் தந்தை என்று புகழப்படுகிறார் ரென்னல்.

தான் செய்த பணியை எவ்வளவுதான் சிறப்பாகச் செய்திருந் தாலும் ரென்னல் இந்தியத்துணைக்கண்டத்தின் ஒரு சிறு பகுதியை மட்டுமே வரைபடத்தினுள் கொண்டு வந்திருந்தார். பிரிட்டிஷ் ஆதிக்கம் அதிகமாக அதிகமாக, மேற்கொண்டு பல இடங்களை சுற்றாய்வு செய்வது அவசியமாயிற்று. அப்பணி சற்று கடுகடுப்பான, அதே சமயம் மேதாவியுமான வில்லியம் லேம்ப்டன் என்பவரிடம் ஒப்படைக்கப்பட்டது. இந்தியாவின் திரி கோணக் கணித சுற்றாய்வு தன்னிடம் ஒப்படைக்கப்படும் வரை லாம்ப்டன் அதிகம் அறியப் படாத ஓர் அதிகாரியாகவே இருந்து வந்தார். லாம்ப்டன் சுற்றாய்வின் கண்காணிப்பாளராக நியமிக்கப்பட்டார். சந்தர்ப்பவசத்தால் அப்பதவி அவருக்குக் கிடைத்தது. 1798ஆம் ஆண்டில் அவர் கர்னல் ஆர்தர் வெல்லஸ்லி என்ற இளைஞருடன் கப்பலில் ஒன்றாகப் பயணம் செய்ய நேர்ந்தது. கர்னல் ஆர்தல், வெல்லிங்டன் கோமகனாக இருந்தவர். வாட்டர்லூ சண்டையில் ஆங்கிலேயர்களின் வெற்றிக்குத் துணையாக இருந்தவர். 1798ஆம் ஆண்டில் கவர்னர் ஜெனரலின் இளைய சகோதரர் என்ற முறையில், மைசூரில் திப்பு சுல்தானை எதிர்த்துப் போரிட சென்றுகொண்டிருந்தார். திரு. ஆர்தர் லாம்ப்டன் அவர்களை கர்னல் ஆர்தருக்கு மிகவும் பிடித்துப்போய் விட்டதால், தான் மேற்கொண்ட பணிக்காக அவரையும் உடன் அழைத்துச் சென்றார். ஸ்ரீரங்கப்பட்டின முற்றுகையின்போது திப்பு சுல்தான் தோற்கடிக்கப்பட்டு கொல்லப்பட்டுவிட்டார். நடைபெற்ற சண்டையில் லாம்ப்டன் தன் பணியை சிறப்பாகச் செய்து முடித்தார். ஒருமுறை பிரிட்டிஷ் இராணுவத்தினர், தெற்கிலிருந்த பாதுகாப்பான இடத்திற்குச் செல்வதற்கு பதில், வடக்கு நோக்கி, எதிரிகள் இருந்த இடத்திற்குத் தங்கள் அறியாமையினால் சென்றுவிட்டார்கள். ஆனால் தெய்வாதீனமாக அசம்பாவிதங்கள் தவிர்க்கப்பட்டு லாம்ப்டன் உயிர்தப்பினார்.[5]

மேற்குறிப்பிட்ட இராணுவ நடவடிக்கையின்போதுதான் லாம்ப்டனுக்கு முக்கோணவழி அளவீட்டின் மூலம் இந்தியாவை சுற்றாய்வு செய்யவேண்டும் என்ற எண்ணம் ஏற்பட்டது. அடிப் படையில் அந்த சுற்றாய்வுக்கு, ஒன்றுக்கொன்று நான்றாகத் தெரிந் திருக்கும் மூன்று மூலைகள் நன்றாக அறியப்பட்டிருக்க வேண்டும். அந்த மூன்று மூலைகளையும் இணைத்தால் ஒரு முக்கோணம் உருவாகும். அந்த முக்கோணத்தின் ஏதாவது ஒரு பக்கத்தின் நீளத்தையும், முக்கோணத்தின் கோணங்களையும் அளந்து கொண்டால், மற்ற இருபக்கங்களின் நீளங்களை திரிகோண கணிதத்தைப் பயன்படுத்திக் கண்டுபிடித்துவிடலாம். புதிதாகக் கண்டுபிடிக்கப்பட்ட பக்கங்களை வேறு முக்கோணங்களை

உருவாக்கப் பயன்படுத்திக்கொள்ளலாம். அப்படிச் செய்வது கடினமான பணியாக இருந்தாலும், அளவீடுகள் மிகவும் துல்லியமாக இருக்கும். இந்தியாவின் மிகச் சரியான வரைபடத்தைத் தயாரிப்பது மட்டுமின்றி லாம்ப்டனுக்கு வேறு ஒரு நோக்கமும் இருந்தது. முக்கோண வழி அளவீட்டு முறையைப் பயன்படுத்தி லாம்ப்டன் உலகின் வடிவத்தையும், வளைவையும் அளப்பதற்குத் திட்ட மிட்டிருந்தார். அறிவியல் காரணங்களுக்காக அவர் அப்படித் திட்டமிடவில்லை. வணிக நோக்கமும், கடற்படை பலமும் பெற்றிருந்த இங்கிலாந்துக்கு பூமியைப் பற்றிய துல்லியமான அளவீடுகள் மிகவும் முக்கியமாக இருந்தன. லாம்ப்டன் தன் திட்டத்தை ஆர்தர் வெல்லஸ்லி அவர்களிடம் கூறினார். வெல்லஸ்லி, தன் சோதரரான கவர்னர் ஜெனரலிடம் பரிந்துரைத்தார். லாம்ப்ட்டனுக்கு அவர் நினைத்த பணி கிட்டியது.

பணியை ஏற்றுக்கொண்டவுடன் லாம்ப்டன், முதலில் மிகவும் தரமேம்பாடுகள் கொண்ட தளமட்டக் கோணமானிகளை வாங்குவதற்கு ஏற்பாடுகள் செய்தார். தளமட்டக் கோணமானி என்பது என்று ஆங்கிலத்தில் அழைக்கப்படும் ஒரு கருவி. இந்தத் தளமட்டக் கோணமானி என்பது அடிப்படையில் ஒரு தொலை நோக்கி – தான். அக்கருவியில் முக்கோண வழி அளவீட்டிற்காக கோணங்களை அளப்பதற்கு வழிவகை செய்யப்பட்டிருக்கும். லாம்ப்டன் தனக்காக வாங்கத் திட்டமிட்டிருந்த தளமட்டக் கோண மானி அரை டன் எடை கொண்டது. அதை இங்கிலாந்திலிருந்து இறக்குமதி செய்ய வேண்டும். அவ்வாறு இறக்குமதி செய்யப்பட்ட போது, வழியில் ஃபிரன்ச்சுக்காரர்களால் பிடிக்கப்பட்டு மொரிஷியஸ் தீவுக்கு கொண்டு செல்லப்பட்டுவிட்டது. அது ஓர் அறிவியல் உபகரணம் என்பதைத் தெரிந்துகொண்ட ஃபிரன்ச்சுக்காரர்கள், அதை மூட்டைகட்டி மதராசுக்கு அனுப்பி வைத்துவிட்டார்கள். எனவே லாம்ப்டன் தன் பணியைத் தொடங்க வழி பிறந்தது.

1802ஆம் ஆண்டில், தன் சுற்றாய்வுக்கான முதல், அடி மூலவரைக் கோட்டை லாம்ப்டன் புகழ்பெற்ற சென்னை மெரீனா கடற்கரையில் அமைத்தார். முதலில் கடற்கரையில் நாட்டப்பட்ட கொடிக்கம்பத்திலிருந்து சென்னைக் குதிரைப்பந்தய மைதான பார்வையாளர் மாடம் எவ்வளவு தூரத்தில் உள்ளது என்பதைக் கண்டறிந்தார். அந்த இரண்டு இடங்களையும் இணைக்கும் கோட்டை, ஒரு முக்கோணத்தின் அடிமூலவரைக் கோடாக எடுத்துக்கொண்டு, முக்கோண வழி அளவீட்டு முறையில் தன் சுற்றாய்வுப் பணியை இந்தியாவின் அனைத்து இடங்களுக்கும் விரிவுபடுத்தினார்

லாம்ப்டன். அவர் தொடங்கிவைத்த பணி முடிவடைய அறுபது ஆண்டுகள் ஆயிற்று. அவருடைய ஆயுட்காலமே அப்பணியில் முடிந்துவிட்டது. அதுமட்டுமின்றி லாம்ப்டன் அவர்களைத் தொடர்ந்து பொறுப்பேற்றுக்கொண்ட ஜார்ஜ் எவரெஸ்ட் என்பவரின் ஆயுட்காலங்களையும் சேர்த்து எடுத்துக் கொண்டது சுற்றாய்வுப் பணி. 1802இல் சுற்றாய்வுப்பணி ஐந்தாண்டுகளில் முடிவடைந்து விடும் என்று எண்ணியது கிழக்கிந்தியக் கம்பெனி. எடுத்துக் கொள்ளப்பட்ட பணி மிகவும் பயனுள்ளது என்பதாலும், அது ஒரு பெருமைக்குரிய பணி என்பதாலும், எடுத்துக்கொள்ளப்பட்ட வேலை முடிவடைய ஐந்தாண்டுகளுக்கு பதில் அறுபது ஆண்டுகள் பிடித்தாலும், ஏராளமான பணம் செலவானாலும், அவற்றைப் பற்றி கிழக் கிந்தியக் கம்பெனி கவலைப்படவில்லை.

எடை அதிகமான தளமட்டக் கோணமானியை எடுத்துக் கொண்டு காடு, மலை, வயல், சிற்றூர் என்று பல இடங்களிலும் அலைவது மிகவும் கடினமான ஒரு வேலையாகத்தான் இருந்தது. பணியில் ஈடுபட்டவர்கள், வழிப்பறிக் கொள்ளையர்களையும், விரோத மனப்பான்மை கொண்ட உள்ளூர் மக்களையும், பிரிட்டிஷ் காரர்களோடு தொடர்ந்து விரோத மனப்பான்மை கொண்டிருந்த சமஸ்தான அரசர்களையும் சமாளிக்க வேண்டியிருந்தது. பல சமயங்களில் எடுத்துக்கொண்ட வேலைகளில், தாமதங்கள் ஏற் பட்டன. வான்வெளியில் ஏற்படும் மங்கலான நிலை, புழுதிப் படலம் போன்றவை பணியாளர்களின் பார்வையை மறைத்தன. ஒவ்வொரு இடத்திலும் எடை அதிகமான தியோடோலைட் கருவியை, அளவுகள் எடுக்க வசதியாக மேல்மட்டத்திற்கு இழுத்துச் செல்ல வேண்டியிருந்தது. குன்றுகள் இல்லாத இடங்களில் கருவியை உயரமான கட்டடங்களில் உச்சியில் பொருத்திப் பார்க்க வேண்டியிருந்தது. 1808ஆம் ஆண்டு லாம்ப்டன் தன் பணிக்காக, பதினொன்றாம் நூற்றாண்டில் கட்டப்பட்ட தஞ்சைப் பெரிய கோயிலின் விமானத்தைப் பயன்படுத்திக் கொண்டார். ‘பிரகதீஸ்வரர் கோயில்’ என்றழைக்கப்படும் தஞ்சை பெரியகோயில் சிவனுக்கு அர்ப்பணிக்கப்பட்ட ஒரு கோயில். அக்கோயில் சோழர்களின் ஆட்சி உச்சகட்டத்திலிருந்தபோது கட்டப்பட்டது. துரதிஷ்டவசமாக, கருவியுடன் இணைக்கப்பட்டிருந்த கயிறு அறுந்து, தியோடோலைட் கருவி கோயில் விமான உச்சியிலிருந்து கீழேவிழுந்து உடைந்து முற்றிலும் சேதமடைந்துவிட்டது. வேறு ஒரு மனிதராக இருந்தால், அத்துடன் சுற்றாய்வுப் பணி ஒரு முடிவுக்கு வந்திருக்கும். ஆனால் மனம் தளராத லாம்ப்டன் தன் சொந்த செலவில் வேறு ஒரு

கருவியை இங்கிலாந்திலிருந்து வரவழைத்தார். அதுமட்டுமின்றி உடைந்த கருவியை, ஆறு வாரங்கள் சிரமத்தைப் பார்க்காமல் வேலை செய்து சரி செய்தார்.

1823ஆம் ஆண்டு, களப்பணியாற்றிக் கொண்டிருந்த போதே, லாம்ப்டன் எலும்புருக்கி நோயினால் தாக்கப்பட்டு மரண மடைந்தார். அவருடைய சிதைந்துபோன கல்லறையை ஹிங்கன் காட் என்ற ஒரு கிராமத்தில் ஜான் கீ என்பவர் சமீபத்தில் கண்டு பிடித்தார். அவர் ஓர் எழுத்தாளர். அந்த கிராமம் நாகபுரி- யிலிருந்து ஐம்பது மைல் தொலைவில், தென்திசையில் உள்ளது. லாம்ப்டன் பயன்படுத்திய "தியோடோலைட்" கருவி, டேராடூனில் உள்ள இந்திய சுற்றாய்வுக் கழகத் தலைமை அலுவலகத்தில் நல்ல நிலையில் இருந்து வருகிறது.

லாம்ப்டன் மரணமடைந்தபோது அவர் மேற்கொண்டிருந்த பணி அரைவாசிக்கும் குறைவாகவே முடிவடைந்திருந்தது. அதிஷ்டவசமாக லாம்ப்டனுக்குப் பின், அவரைப்போன்றே அர்ப்பணிப்பு மனப்பான்மை கொண்ட ஜார்ஜ் எவரஸ்ட் பாதியில் நின்றுபோன பணியைத் தொடர்ந்து செய்ய ஆரம்பித்தார். 1843இல் பணி ஓய்வு பெற்று எவரெஸ்ட் இங்கிலாந்து சென்றார். அதற்குள் பூமியின் இரு துருவங்களையும் இணைக்கும் நீள்வட்டக் கோடு (Great Arc) இமயமலை வரை வரையப்பட்டு விட்டது. எவரெஸ்ட் தனக்கென ஒரு பெரிய வீட்டை ஹத்திப்பவோன் என்ற இடத்தில் கட்டினார். இந்த இடம் கோடை வாசஸ்தலமான மிசௌரிக்கு அருகில் உள்ளது. இடிபாடுகளுக்குள்ளான அந்த வீட்டின் பகுதிகளை பனிபடர்ந்த ஒரு குன்றின் முகட்டில் இன்றும் காணலாம். அங்கிருந்து பார்க்கும்போது டேராடூன் பள்ளத்தாக்கு மிக அழகாகத் தெரியும். மிசௌரி நகரிலிருந்து பதினைந்து நிமிட நேரம் காரில் பயணம் செய்து, பத்து நிமிடம் நடந்து மலையேறிச் சென்றால் எவரெஸ்ட் கட்டிய வீட்டைச் சென்றடைந்துவிடலாம். 2011 பிப்ரவரி மாதம் நான் அங்கு சென்றிருந்தபோது இடிந்த நிலையில் இருந்த வீட்டைப் பார்த்தேன். கூரை மட்டும் அப்படியே இருந்தது. குளிருக்குத் தீமூட்டும் கணப்பறைகளைக் காண முடிந்தது. உடைந்த ஜன்னலின் வழியாக இந்திய நாட்டின் மேற் பரப்பைப் பார்க்கும் போது மறைந்த அந்த வேல்ஸ் நாட்டுக் காரரான எவரெஸ்ட்-இன் ஆன்மாவை நம்மால் தரிசிக்க முடியும்.

எவரெஸ்ட் புகழுடன் தன் தாய்நாட்டிற்குச் சென்றுவிட்டார். அவர் ஆற்றிய அரும்பணிக்காக பிரிட்டிஷ் அரசு அவருக்கு 'சர்' பட்டம் கொடுத்து கௌரவித்தது. இமயத்தின் 15வது சிகரத்தை

அவர் பார்த்தாரா இல்லையா என்பது பற்றி நமக்குத் தெரிய வில்லை. 1849ஆம் ஆண்டில் கிழக்கு இமாலயப் பகுதிகளை சுற்றாய்வு செய்தவர்கள் தியோடலைட் கருவியின் துணைகொண்டு இமயத்தின் 15வது சிகரத்தை ஆறு வெவ்வேறு கோணங்களிலிருந்து அளந்தனர். அந்த ஆறு அளவீடுகளின் சராசரியை 15வது சிகரத்தின் உயரமாக எடுத்துக்கொண்டனர். அளந்து முடித்தவுடன் வங்காளத்தைச் சேர்ந்த ராதாநாத் சிக்தர் என்பவர் அச்சிகரத்தின் உயரம் 29,000 அடிகள் என்று முடிவுசெய்தார். எவரெஸ்ட் அவர்களுக்குப் பின் சுற்றாய்வுப் பொறுப்பை ஏற்றுக் கொண்டவர் ஆன்ட்ரூ வா என்பவர் இமயத்தின் 15வது சிகரத்தின் உயரத்தைக் கண்டுபிடித்த திரு. ராதாநாத் சிக்தர், பொறுப்பாளர் திரு. 'வா' அவர்களின் அறைக்கு ஓடிவந்து வாய் குழைய, ஐயா, நான் உலகின் மிக உயரமான மலையைக் கண்டு பிடித்துவிட்டேன்" என்று கூறினார். அந்தக் காலத்தில் எவ்வளவு பெரிய அறிவாளியாக இருந்தாலும் 25,000 அடி உயரத்திற்குமேல் ஒரு மலை இருக்கிறது என்பதை ஒப்புக்கொள்ளவே மாட்டார். மேலும் 15வது சிகரத்தின் உயரம் 29,000 – அடிகள் என்று மிகத் துல்லியமாகச் சொன்னது சந்தேகத்தை ஏற்படுத்தியது. எனவே சுற்றாய்வில் ஈடுபட்டவர்கள் இரண்டடிகளைக் கூட்டி சிகரத்தின் உயரம் 29,002 அடிகள் என்று முடிவுசெய்தனர். வெகுநாட்களாக பூகோள பாடபுத்தகங்களில் இமயமலையின் 15வது சிகரத்தின் உயரம் 29,002 அடிகள் என்றுதான் இருந்துவந்தது.[6] பின்னால் எடுக்கப்பட்ட மிகத் துல்லியமான அளவீடுகள் அந்த சிகரத்தின் உயரம் கடல்மட்டத்திலிருந்து 29,029 அடிகள் அல்லது 8848 மீட்டர்கள் என்று கண்டுபிடித்தன.

15வது சிகரத்திற்கு என்ன பெயர் வைக்கலாம் என்ற வினா எழுந்தது. திபெத்தியர்கள் அச்சிகரத்தை "சோமோலுங்மா" (லோக மாதா) என்று வெகுநாட்களாகவே அழைத்து வந்தனர். இந்தியச் சுற்றாய்வு நிறுவனம் பொதுவாகவே இடங்களுக்கு உள்ளூரில் நிலவி வரும் பழைய பெயர்களையே வைப்பது வழக்கம். ஆனால் 15வது சிகரத்திற்குப் பெயர் சூட்டுவதில் பல்வேறுவிதமான உணர்வுகள் குறுக்கிட்டன. கடைசியில் ஜார்ஜ் எவரெஸ்ட் அவர்களின் பெயரைச் சூட்டுவது என்று முடிவு செய்யப்பட்டது. காலனி ஆதிக்கம் நிலவி வந்த அந்த காலகட்டத்தில் உலகின் மிகப்பெரிய சிகரத்திற்கு, பிரிட்டிஷ் அரசரின் பெயரையோ அல்லது இந்திய கவர்னர் ஜெனரலின் பெயரையோ சூட்டாமல், ஏன் 'சர்வேயர் ஜெனரல்' அவர்களின் பெயர் சூட்டப்பட்டது என்பது எனக்கு ஆச்சரியத்தைக் கொடுக்கிறது. இந்திய நாட்டின் திரிகோண கணித சுற்றாய்வு எப்படியெல்லாம் என்பதை சிந்தித்துப் பார்க்கும்போது சூட்டப்பட்ட பெயர் சரியென்றேபடுகிறது.

1857இல் நடந்த புரட்சி

எவரெஸ்ட் சிகரத்திற்குப் பெயர் சூட்டப்பட்ட சமயத்தில் இந்தியத் துணைக்கண்டம் முழுவதும் பிரிட்டிஷ்காரர்களின் கட்டுப்பாட்டுக்குள் வந்துவிட்டது. அவர்களின் கட்டுப்பாட்டிற்குள் வராத இடங்கள் ஒரு தலைப்பட்சமாக ஒப்பந்தங்களின் மூலம் உள்நாட்டு அரசர்களால் ஆளப்பட்டு வந்தன. மௌரியர்களுக்குப் பிறகு துணைக்கண்டத்தின் அவ்வளவு பெரிய நிலப்பரப்பைத் தங்களது ஆதிக்கத்தின்கீழ் வைத்திருந்தவர்கள் பிரிட்டிஷ்காரர்கள் தான். மற்ற ஐரோப்பிய சக்திகளால் முடியாதபோது பிரிட்டிஷ் காரர்கள் மட்டும் எப்படி வெற்றிபெற்றார்கள்? தொழில்நுட்பம் சார்ந்த சில காரணிகள் சகாயமாக இருந்திருக்கலாம். ஆனால் அவைமட்டுமே வெற்றிக்கான காரணங்களாகிவிட முடியாது. அமெரிக்காவிலும், ஆப்பிரிக்காவிலும், ஆஸ்திரேலியாவிலும் இருந்ததைப்போல் இல்லாமல், இந்தியர்களுக்கும் ஐரோப்பியர்களுக்கும் இடையிலான தொழில்நுட்ப இடைவெளி அவ்வளவாக அதிக மென்று கூறுவதற்கில்லை. இந்தியர்களின் எண்ணிக்கையை விஞ்சு மளவுக்கு ஐரோப்பியர்களிடம் தொழில்நுட்பம் இல்லை. பல இடங்களில் ஐரோப்பியக் கூலிப்படையினர் இந்தியர்களுடன் சேர்ந்து கொண்டு அவர்களுக்காகச் சண்டையிட்டு வந்தனர். அப்படி யிருந்தும் பிரிட்டிஷ்காரர்கள், இந்தியப் படைகளை முறியடித்தனர். குறைவான எண்ணிக்கையில் அதிகாரிகளை வைத்துக்கொண்டு கட்டுப்பாட்டை நிலை நிறுத்தினார்கள். எப்படி?

இந்தியாவை வெற்றிகொண்டதில் பங்கெடுத்துக்கொண்ட பிரிட்டிஷ்காரர்களின் எண்ணிக்கை மிகவும் குறைவானது. கிழக்கிந்தியக் கம்பெனியின் இராணுவப் பிரிவுகளில் பெரும்பாலும் இந்திய சிப்பாய்களே இருந்தனர். மேலும் பிரிட்டிஷ்காரர்கள் உள் நாட்டு மக்களின் ஆதரவைப் பெற்று, அவர்களால் ஊக்குவிக்கப் பட்டனர். எடுத்துக்காட்டாக பிளாசி யுத்தத்தின்போது ராபர்ட் கிளைவ் அவர்களுக்கு நிதியுதவிசெய்து, அவரை ஊக்கு வித்தவர்கள் வங்காள வணிகர்கள். பத்தொன்பதாம் நூற்றாண்டு வரை இந்தியர்களுக்கு தேசிய உணர்வேயில்லை என்பதற்கு, சில வரலாற்றாசிரியர்கள் மேற்சொன்ன நிகழ்வையே உதாரணமாகக் காட்டுகிறார்கள். இருப்பினும் ஆயிரக்கணக்கான ஆண்டுகள் பழமையான ஒரு நாகரிகத்தின் சொந்தக்காரர்கள் தாங்கள் என்ற உணர்வு இந்தியர்களுக்கு இருக்கத்தான் செய்தது. பிரிட்டிஷ் ஆட்சியை இந்தியர்கள் ஏன் கடுமையாக எதிர்க்கவில்லை?

பதினெட்டாம் நூற்றாண்டில் மொகலாய சாம்ராஜியம் சரிந்தபிறகு நாட்டில் குழப்பங்களே மிஞ்சின. பிரிட்டிஷ்காரர்களை மக்கள் எதிர்க்காததற்கு அக்குழப்பங்களே உண்மையான காரணங்கள் என்று நான் நினைக்கிறேன். மொகலாயர்களுக்குப் பின் மராட்டியர்கள் ஆரம்பத்தில் நல்லாட்சிக்கான சில அடையாளங்களைக் கொண்டிருந்தாலும், அவர்களுக்குள்ளேயே இருந்து வந்த கருத்துவேறுபாடுகளால் பெரிதாக அவர்களால் எதையும் சாதிக்க முடியவில்லை. நாட்டின் உட்புறங்களில் கூலிப்படையினரும், கொள்ளையர்களும் அட்டகாசங்களைச் செய்து வந்தார்கள். தனிப்பட்ட சில பலசாலிகள், பேகம் சம்ரூ என்ற பெண்மணியைப் போன்று அதிகாரம் படைத்த மிரட்டல்காரர்களாக இருந்து வந்தனர். அவர்கள் பணக்காரர்களாக, டில்லி போன்ற பெரிய நகரங்களில் ஆடம்பர வாழ்க்கை நடத்தி வந்தனர். அப்படிப் பட்டவர்கள் சமுதாயத்தில் பெரிய அந்தஸ்தில் உள்ளவர்கள் போன்று கருதப்பட்டார்கள். கிழக்கிந்தியக் கம்பெனியார் மக்களுக்குச் சாதகமானவர்களாக இல்லாவிட்டாலும், சமூகத்தில் ஓரளவுக்குக் கட்டுப்பாட்டை நிலைநிறுத்தக்கூடியவர்களாக இருந்தார்கள். பிரிட்டிஷ்காரர்களை மக்கள் விரும்புவதற்குக் கூடுதலான ஒரு காரணமும் இருந்தது. போர்ச்சுகீசியர்களைப் போலல்லாமல் ஆங்கிலேயர்கள் உள்நாட்டு மக்களின் கலாச்சாரத்திலும் சமூகப் பழக்கங்களிலும் தலையிடாமல் இருந்தனர். உடன்கட்டையேறுதல் போன்ற சில விஷயங்களில், அவர்கள் தலையிட்டு, சில தவறுகளைத் தடுத்தது, நம்நாட்டு சமூக சீர்திருத்தவாதிகளின் வற்புறுத்தலினால் தான். எனவேதான், சமகால இந்திய நாகரிகத்தின் எதிரிகளாக ஆங்கிலேயர்கள் கருதப்படவில்லை. பிளாஸி யுத்தத்தில் தான் பெற்ற மாபெரும் வெற்றிக்கு நன்றிதெரிவிக்க ராபர்ட்கிளைவ் மாதா கோயிலுக்குச் செல்வதற்கு பதில் கல்கத்தாவில் நவகிருஷ்ண தேவ் ஏற்பாடு செய்திருந்த துர்கா பூஜைக்குச் சென்றார் என்பதை நாம் மறந்துவிடக்கூடாது. போர்ச்சுகீசியரான கேப்டன் பெட்ரோ ஆல்வெரெஸ் கேப்ரல் அதுபோல் பெருந்தன்மையுடன் நடந்து கொண்டிருக்கமாட்டார்.

துரதிஷ்டவசமாக பத்தொன்பதாம் நூற்றாண்டின் மையப் பகுதியில், முன்பு இருந்துவந்த திறந்த மனப்பான்மை மாறி, கலாச் சாரம் மற்றும் இனம் சார்ந்த வெறித்தன்மை வளர்ந்து வந்ததை நம்மால் வரலாற்றில் காணமுடிகிறது. 'நாகரிகமாக்குதல்' என்ற பெயரில் உள்ளூர் மக்களை கிறிஸ்தவர்களாக்கும் முயற்சிகள் மேற் கொள்ளப்பட்டன. இதில் இரகசியம் ஒன்றுமில்லை. விஷயம் வெளிப் படையாகவே விவாதிக்கப்பட்டது. ஜேம்ஸ் மில்லர் என்பவர் தான்

எழுதிய "பிரிட்டிஷ் இந்தியாவின் வரலாறு" (1820) என்ற புத்தகத்தில், இவ்வாறு எழுதியுள்ளார். இந்து சமயம் மனித வர்க்கத்தை, மிகப் பெரிய அளவில் வேதனைப் படுத்தும், தொல்லைப்படுத்தும், இழிவு படுத்தும் ஒரு மூடநம்பிக்கை."[7] கிறிஸ்தவ சமயப் பிரச்சாரகர்கள், பிரிட்டிஷ் அரசியல் ஆதிக்கத்தை தங்களுக்கு சாதகமாகப் பயன் படுத்திக்கொண்டு வெறித்தனமாக, இந்துக்களை கிறிஸ்தவர்களாக மதமாற்றம் செய்துவந்தனர். எனவே இந்தியர்கள் – இந்துக்கள், மொகலாயர்கள் ஆகிய இருவருமே பிரிட்டிஷ்காரர்களை சந்தேகக் கண்கொண்டு பார்க்க ஆரம்பித்தனர். எனவே மக்களிடையே ஏற்பட்ட மனக்கசப்பு 1857இல் முழு அளவில் ஒரு புரட்சியாக வெடித்தது. அப்புரட்சி சரியாக பிளாசி யுத்தம் நடந்த நூறு ஆண்டுகளுக்குப் பின் ஏற்பட்டது. பிரிட்டிஷ் வாசகர்கள் இப்புரட்சியை 'சிப்பாய்க் கலகம்' – என்ற பெயரிலேயே அறிவார்கள். புரட்சி ஏற்பட்ட சில வாரங்களிலேயே, கிழக்கிந்தியக் கம்பெனியின் வங்காள இராணுவத்தைச் சேர்ந்த சிப்பாய்கள், எல்லோருக்கும் தெரிந்தே, இராணுவத் தலைமைக்கு எதிராகக் கொதித்தெழுந்தார்கள். பல இடங்களில் பிரிட்டிஷ் அதிகாரிகள் அனைவரும் கொல்லப் பட்டார்கள். கலகம் காட்டுத் தீபோல் வட இந்தியாவிலும், மத்திய இந்தியாவிலும் பரவியது. ஏற்பட்ட கலகத்திற்கு மையத்தலைமை என்று எதுவுமேயில்லை. பல மையங்களில் ஏற்பட்ட கலகங்களுக்கு பல்வேறு தலைவர்கள் தலைமை தாங்கினார்கள். அந்தத் தலைவர்கள் இந்தியப்பணக்கார வர்க்கத்தைத் சேர்ந்த குடும்பங்களால் ஒதுக்கி வைக்கப்பட்டவர்களாக இருந்தனர். புரட்சி ஏற்பட்ட முக்கியமான இடங்களில் டில்லியும் ஒன்று.

1857இல் ஷாஜஹானாபாத்தின் பழைய புகழ் மங்கத் தொடங்கி விட்டது. எண்பத்தியிரண்டு வயதான பகதூர்–ஷா–ஸஃபார் பெயரளவில், பேரரசராக சிம்மாசனத்தில் அமர்ந்திருந்தாரே தவிர அவருடைய அதிகாரம் அவ்வளவாக டில்லியில் செல்லுபடியாக வில்லை. மொகலாய அரசகுடும்பம், பிரிட்டிஷ்காரர்கள் கொடுத்து வந்த ஓய்வூதியத்தை வைத்துக் கொண்டுதான் காலம் தள்ளி வந்தது. அரச குடும்பத்தைச் சேர்ந்த பல்வேறு தூரத்துக் கிளைகள் வறுமையில் வாடின. சிப்பாய் கலகம் ஏற்படுவதற்கு சில ஆண்டுகளுக்கு முன் டில்லி செங்கோட்டைக்குச் சென்றிருந்த பிரிட்டிஷ் அதிகாரி வில்லியம் ஸ்லீமன் அவர்களின் கூற்றுப்படி அரண்மனையில் அரச குடும்பத்தைச் சேர்ந்த 1200 நபர்கள் வாழ்ந்து வந்தனர். ஓய்வுதியம்தான் அனைவரையும் காப்பாற்றியது. அப்படி யிருந்தும் ஒருவருக்குக்கூட உழைக்க மனமில்லை. மமதைதான் இருந்தது.[8] அரச குடும்பத்தைச் சேர்ந்த இளவரசர்கள், குடும்பப்

பெயரைப் பயன்படுத்தி பணத்தை சுருட்டுவதிலேயே இருந்தனர். செங்கோட்டையின் உள்ளேயிருந்த அரண்மனை கூட பழுதடைந்த நிலையில்தான் இருந்தது. 1824இல் அரண்மனை பற்றி பிஷப் ஹீபர் இவ்வாறு குறிப்பிடுகிறார்: “அரண்மனை அழுக்காகவும், தனிமையிலும், துயரமிகுந்தும் இருந்தது. குளியல் அறைகளிலும், நீரூற்றுகளிலும், தண்ணீர் இல்லை. அவை காய்ந்து போயிருந்தன. உள்ளேயிருந்த நடைபாதைத் தளத்தில் ஓட்டை உடைசல் சாமான்களும், தோட்டக்காரன் குவித்து வைத்த குப்பைகளும் நிறைந் திருந்தன. அரண்மனை சுவர்களில் பறவைகளின் எச்சங்களும், வவ்வால்களின் எச்சங்களும் ஒட்டிகொண்டிருந்தன.”[9] 1850ஆம் ஆண்டில் நிலைமை, இதைவிட மோசமாக இருந்திருக்க வேண்டும்.

சமீப காலங்களில் வில்லியம் டால்ரிம்ப்பிள் போன்ற எழுத்தாளர்கள், பகதூர்ஷா ஸஃபாரின் அரசவையை வெகுவாகப் புகழ்ந்து எழுதுவதை ஒரு பழக்கமாகக் கொண்டுள்ளனர். டால்ரிம்ப்பிள் இவ்வாறு எழுதுகிறார்: அவரது அரசவை கலாச்சார மலர்ச்சியின் நடுவே இருந்துவந்தது. நவீன இந்திய வரலாற்றில் இலக்கிய மறுமலர்ச்சி காலமாக அவருடைய காலம் இருந்தது.”[10] இந்தக் கருத்து சரியானதல்ல. பகதூர்ஷா–வின் அரசவையில், கலீப் ஸாவுக் போன்ற மிகச் சிறந்த கவிஞர்கள் இருந்தது உண்மைதான். இருப்பினும் 1850களில், கல்கத்தாவோடு ஒப்பிடும் போது டில்லி ஒரு மாகாண நிலையிலும், பழமையிலும் தான் இருந்தது. மறு மலர்ச்சி என்பது புதிய சிந்தனைகள், புதிய கண்டுபிடிப்புகள் பொங்கியெழும் உற்சாகம் போன்றவற்றை உள்ளடக்கியது. ஓர் இலக்கியம் என்று பார்க்கும்போது கலீபின் கவிதைகள் மிக உயர்ந்தவைதான். ஆனாலும் அக்கவிதைகள், தன்னைச் சுற்றி யிருக்கும் உலகம் சரிந்து கொண்டிருப்பதைப் பற்றி மிகவும் வருந்துகின்றன. ஒரு தொலைநோக்குப் பார்வை அவர் கவிதைகளில் இல்லை.

1857ஆம் ஆண்டு மே மாதம் புரட்சியில் ஈடுபட்ட சிப்பாய்களும், குதிரைப்படை வீரர்களும் மீரட் நகரிலிருந்து டில்லிக்குள் புகுந்து அங்கிருந்தவர்களைத் தூண்டினார்கள். அனைவரும் ஒன்றாக சேர்ந்துகொண்டு, தங்கள் கண்களில் பட்ட பிரிட்டிஷ் பிரஜைகள் அனைவரையும் கொன்றார்கள். கிறிஸ்தவர்களாக மாறிய இந்தியர்களும் விட்டுவைக்கப்பட வில்லை. புரட்சியாளர்களின் எண்ணிக்கை அதிகரிக்க அதிகரிக்க, வீரர்கள் தங்களுக்குத் தலைமையேற்கும்படி வயதான பேரரசர் பகதூர்ஷா–வைக் கேட்டுக் கொண்டனர். பேரரசர் இருமுகப் போக்குடையவராக இருந்தார். திரும்பவும் பலம்பெற்று பிரிட்டிஷ்

காரர்கள் தன்னை நிச்சயமாகப் பழிவாங்குவார்கள் என்ற அச்சம் ஒருபுறம் அவருக்கு இருந்தது. மறுபுறம், புரட்சியாளர்கள் எண்ணிக் கையில் அதிகமாக இருப்பதால், தான் தலைமை ஏற்க மறுத்து விட்டால் மிகப்பெரிய கலகம் ஏற்படும் என்ற ஓர் அச்சமும் அவர் மனதில் தோன்றியது. புரட்சியாளர்கள் பக்கம் சேர்ந்துவிட முடிவுசெய்தார். ஆனால் கலகம் முடிவுக்கு வரும்வரை முடிவெடுக்க முடியாத ஒரு நிலைமையிலேயே இருந்துவந்தார்.

இதற்கிடையில், பிரிட்டிஷ் இராணுவத்தின் ஒரு சிறு பிரிவு ஆரவில்லிக் குன்றுகளின் முகட்டில், சுவர்களால் சூழப்பட்ட டில்லி நகரின் எதிரில், ஒரு பாதுகாப்பு நிலைமை மேற்கொண்டு நிறுத்தப் பட்டது. அங்கிருந்துகொண்டு பிரிட்டிஷ் இராணுவம் ஷாஜஹானா பாத்தின் மீது பீரங்கித் தாக்குதலைத் தொடங்கியது. பிரிட்டிஷ் வீரர்களின் எண்ணிக்கை குறைவுதான். ஆனால் நன்கு முறைப் படுத்தப்படாத புரட்சியாளர்களால் தாக்குதலை சமாளிக்க இயல வில்லை. குன்றின் மீதிருந்த புர்ரா ஹிந்து ராவ் அவர்களின் வீட்டின் கூரையின் மீது தங்களை நிலைநிறுத்திக்கொண்டு கூர்க்கா பிரிவைச் சேர்ந்த வீரர்கள் புரட்சியாளர்களின் தாக்குதல்களை எதிர்கொண்டார்கள். புர்ரா ஹிந்து ராவின் வீடு இன்று ஒரு மருத்துவ மனையாக உள்ளது. இளவரசர்களில் ஒருவனான மிர்சா முகல் என்பவன் புரட்சிப் படை வீரர்களை ஒன்றுதிரட்ட முயற்சி செய்தான். ஆனால் எந்த முடிவையும் எடுக்கத் தெம்பில்லாத பேரரசர் அவனை செயல்படவிடாமல் தடுத்துக்கொண்டே யிருந்தார். குடும்பத்திற்குள் இருந்த பொறாமையும் அவர் அப்படி நடந்து கொண்டதற்கு ஒரு காரணம். சுற்றுச்சுவர்களால் சூழப் பட்ட ஷாஜஹானாபாத் நகரின் முற்றுகையின்போது தொடர்ந்து பிரிட்டிஷ்காரர்களுக்கு முக்கியச் செய்திகள் வந்துகொண்டே யிருந்தன. இது ஒரு ஆச்சரியமான விஷயம்.[11]

ஆகஸ்ட் மாத மத்தியில், பஞ்சாபிலிருந்து பிரிட்டிஷ் இராணுவத்திற்குத் தளவாடங்கள் வந்து சேர்ந்தன. ஆட்களும் வந்தனர். படை பலப்படுத்தப்பட்டது. பீரங்கித் தாக்குதல் முழு வேகத்தில் நடைபெற்றது. ஒரு மாதம் சென்று ஷாஜஹானாபாத் பிடிக்கப்பட்டது. புரட்சியாளர்கள் அடக்கப்பட்டார்கள். புரட்சி விளையாட்டு ஒரு முடிவுக்கு வந்துவிட்டது. பகதூர்ஷாவும் அவர் குடும்பத்தினரும் யமுனை நதிக்கரையிலிருந்த ஹுமாயூனின் கல்லறை நினைவாலயத்திற்குத் தப்பிச் சென்றனர். நொண்டித் தைமூருக்கும், செங்கிஸ்கானுக்கும் உருவான வாரிசுகள் கடைசியில் கல்லறையில் தஞ்சம் புகுந்தனர். அந்தக் கல்லறை டில்லி நகரிலிருந்து தெற்கே ஐந்து மைல் தூரத்தில்தான் இருந்தது. பகதூர்

ஷாவும் அவர் குடும்பத்தினரும் அவ்வளவு அருகிலுள்ள ஓர் இடத்திற்கு ஏன் ஓடினார்கள் என்பது நமக்குப் புரியவில்லை. அனைவரையும் பிரிட்டிஷ் இராணுவத்தினர் பிடித்துவிட்டனர். பல மொகலாய இளவரசர்களுக்கு மரண தண்டனை வழங்கப் பட்டது. மிர்ஸா முகல் உள்ளிட்ட மூன்று இளவரசர்களின் ஆடைகள் களையப்பட்டு, 'கோல்ட்' கைத்துப்பாக்கியால் சுட்டுக் கொல்லப்பட்டார்கள். அவர்கள் சுடப்பட்ட இடம் 'குனிதர்வாஸா' என்ற இடம். பேரரசர் பகதூர்ஷா ரங்கூனுக்கு நாடு கடத்தப் பட்டார்.

டில்லி நகரம் ஆடம்பர மொகலாயர்களுடனான தன் கடைசி இணைப்பை இழந்தது. செங்கோட்டையின் உள்ளேயிருந்த மொகலாயக் கட்டடங்கள் இடிக்கப்பட்டன. அங்கு இராணுவ வீரர்களுக்கான இருப்பிடங்கள் அமைக்கப்பட்டன. அவை இன்றும் உள்ளன. சில ஆண்டுகள் சென்றபின் பழைய டில்லியின் பல பகுதிகள் காலி செய்யப்பட்டு இருப்புப்பாதைகள் அமைப்ப தற்கான ஏற்பாடுகள் செய்யப்பட்டன. ஷாஜஹான் கண்ட கனவை நமக்கு நினைவுபடுத்த ஒரு சில கட்டடங்களே இன்று எஞ்சி யுள்ளன. இந்தியாவின் மூன்றாவது நகரமயமாக்கல் என்ற சூழல் மாற்றம் முடிவுக்கு வந்தது. பிரிதிவிராஜ் செளஹானின் வீழ்ச்சிக்குப் பிறகு முடிவு தொடங்கியது; மொகலாயர்களை தீர்த்துக்கட்டியதும் தொடங்கிய முடிவு பூர்த்திசெய்யப்பட்டது. நகரமயமாக்கல் என்ற அடுத்த சுழல் மாற்றம் கல்கத்தா, மதராஸ், பம்பாய் போன்ற நகரங்களில் ஆரம்பமானது.

டில்லி வீழ்ந்தவுடன் மற்ற இடங்களில் நடைபெற்ற கலகங்களையும் பிரிட்டிஷ்காரர்கள் முறைப்படி அடக்கினார்கள். பல்லாயிரக்கணக்கில், கலகத்தில் ஈடுபட்டவர்களுக்கு மரண தண்டனை வழங்கப்பட்டது. சிப்பாய்க்கலகம் தோல்வியடைந்த தற்கான காரணங்களை விவாதிக்க இது இடமல்ல. ஜான்சிராணி லஷ்மிபாய் போன்றோர் அசாதாரணமான வீரத்தைக் காட்டி யிருந்தாலும், புரட்சியில் தேவையான ஒருங்கிணைப்பு இல்லாமல் போய்விட்டது. புரட்சியாளர்களின் பல்வேறு குழுக்களை பிரிட்டிஷ் காரர்கள் தனித்தனியாக, ஒவ்வொன்றாகப் பிரித்துவிட்டார்கள். ஜான்சியின் கோட்டை புகழ்பெற்ற கோட்டையாக இருந்தாலும், எளிமையான கோட்டைதான். இராணி லக்ஷ்மிபாயின் இரண்டு பீரங்கிகள் இன்றும் ஜான்சி கோட்டையில் இடம்பெற்றுள்ளன. அந்த பீரங்கிகள் மிகவும் பழமையானவை. பத்தொன்பதாம் நூற்றாண்டின் மையத்தில், பழக்கத்தில் இருந்துவந்த போர்த் தளவாடங்களுக்கு எதிராக, பழங்காலத்து பீரங்கிகளால் எதுவும்

செய்ய முடியவில்லை. கோட்டை மதிலின் காப்பரண் மீது நின்று கொண்டு இருபத்தியிரண்டு வயதே நிரம்பியிருந்த ஓர் இராணியின் உணர்வுகளை, அவளுடைய பிடிவாதத்தை, ஒரு மிகப்பெரிய, ஆற்றல்மிக்க பேரரசிடம் காட்டிய எதிர்ப்பை, அவள் வெற்றிபெற நம்பிக்கையேயில்லாத ஒரு சூழ்நிலையை என்னால் உணரமுடிந்தது.

பெரும்பாலான இந்தியர்கள், ஒன்று அலட்சியமாக இருந்தார்கள் அல்லது பிரிட்டிஷ்காரர்களுக்கு விசுவாசிகளாக இருந்தார்கள் என்பதை இன்று ஒப்புக்கொள்வது நம் தேசியப் பெருமையைக் குறைத்துவிடலாம். அனேகமாக அவர்கள், நாடு பதினெட்டாம் நூற்றாண்டில் நிலவிய குழப்பநிலைக்கு மீண்டும் திரும்பிவிடுமோ என்று அச்சப்பட்டிருக்கலாம். பழைய பிரபுத்துவ ஆட்சிமுறையில்தான் தங்களுடைய எதிர்காலம் இருக்கிறது என்பதை, அனேகமாக அவர்கள் நினைத்துப் பார்க்கவில்லை. 1857ஆம் ஆண்டு மற்றுமோர் புரட்சியை, நிலைத்திருக்கக்கூடிய ஒரு தாக்கத்தை ஏற்படுத்தப்போகும் புரட்சியை, இந்தியா சந்தித்தது. லண்டன் பல்கலைக்கழகத்திற்கு இணையான மூன்று பல்கலைக்கழகங்கள், கல்கத்தா, பம்பாய், மதராஸ் (சென்னை) ஆகிய இடங்களில் ஏற்படுத்தப் பட்டன. 1947இல் இந்தியா சுதந்திரம் அடைந்த சமயத்தில், அவை போன்ற இருபத்தைந்து நிறுவனங்கள் இந்தியாவில் நிறுவப் பட்டிருந்தன. பல்கலைக் கழகங்கள், படித்த ஒரு நடுத்தர வர்க்கத்தை உருவாக்கின. அந்த நடுத்தர வர்க்க மக்களே, பிரிட்டிஷ்காரர்களுக்கு எதிரான அடுத்தகட்ட போராட்டங்களில் முன்னணியில் நின்றனர்.

1857ஆம் ஆண்டில் ஏற்பட்ட சிப்பாய்க் கலகம் கிழக்கிந்தியக் கம்பெனியின் ஆட்சியை ஒரு முடிவுக்குக் கொண்டுவந்தது. கம்பெனியின் கட்டுப்பாட்டில் இருந்து வந்த அனைத்து பகுதிகளும் பிரிட்டிஷ் அரசாங்கத்தின் நேரடிக் கட்டுப்பாட்டிற்குள் கொண்டு வரப்பட்டன. கவர்னர் ஜெனரல் என்ற பதவிக்கு பதிலாக, பிரிட்டிஷ் அரசாங்கத்தின் பிரதிநிதியாக ‘வைஸ்ராய்’ என்ற ஒருவர் நியமிக்கப் பட்டார். இந்திய இராணுவத்தில் ஐரோப்பியர்களுக்கும் இந்தியர் களுக்கும் இடையே முன்பு இருந்து வந்த 1:9 என்ற விகிதம் 1:3 என்ற அளவுக்கு உயர்த்தப்பட்டது. (ஒரு ஐரோப்பிய வீரருக்கு மூன்று இந்திய வீரர்கள் இராணுவத்தில் இருப்பார்கள்). இந்தியாவில் இருந்து வந்த சமஸ்தானங்களையும், ஜமீன்களையும். தங்களோடு இணைத்துக்கொள்ளும் வழக்கம் கைவிடப்பட்டு, பிரிட்டிஷ் அரசர் அல்லது அரசிக்குக் கீழ் அவைகள் தனியாகச் செயல்பட ஏற்பாடுகள் செய்யப்பட்டன. அந்த நிலைப்பாடே 1947– வரை நீடித்தது. மிகவும் முக்கியமாக 1858இல் பிரிட்டிஷ் மகாராணி அவர்கள் வெளியிட்ட

பிரகடனம் இவ்வாறு கூறுகிறது. "பிரிட்டிஷ்காரர்கள் இனி எங்களின் குடிமக்கள்மீது, தங்கள் முடிவுகளைத் திணிக்கமாட்டார்கள்."

1858ஆம் ஆண்டு நவம்பர் மாதம் முதல் நாளன்று பிரிட்டிஷ் மகாராணியின் பிரகடனத்தை கேனிங் பிரபு படித்துக் காட்டினார். அப்பிரகடனம் கல்கத்தாவிலோ பம்பாயிலோ அல்லது மதராசிலோ வாசித்துக் காட்டப்படவில்லை. மாறாக மகாராணியின் பிரகடனம் அலகாபாத்தில் வெளியிடப்பட்டது. இங்குதான் யமுனை கங்கையுடன் கலக்கிறது. சரஸ்வதி என்ற கண்ணுக்குத் தெரியாத ஒரு நதியும் பூமிக்கடியில் கங்கையுடன் கலக்கிறது. எனவே அந்த இடத்திற்குத் "திரிவேணி சங்கமம்" என்று பெயர். அதாவது மூன்று நதிகள் ஒன்றாகச் சேருமிடம். இங்குதான் ஸ்ரீராமன் ஆற்றைக்கடந்து பரத்வாஜ மகரிஷியின் ஆசிரமத்தை அடைந்தான். அங்கிருந்து வனவாசத்தை அனுபவிக்க மத்திய இந்தியாவிற்குப் புறப்பட்டுச் சென்றான் என்று நம்பப்படுகிறது. திரிவேணி சங்கமத்திற்கு அருகில் இருக்கும் ஓர் ஆஞ்சநேயர் கோயிலில் இராமாயண நிகழ்வு, நினைவுபடுத்தப்படுகிறது. கோயிலுக்கு அருகில் எப்போதும் அழியாத மரம் ஒன்று உள்ளது. அம்மரத்தின்கீழ் ஸ்ரீராமன் சற்று நேரம் இளைப்பாறினான் என்று சொல்லப்படுகிறது. கி.பி. ஏழாம் நூற்றாண்டில் சீனப்பயணி யுவான் சுவாங் அலகாபாத் வந்து, கும்பமேளாவைக் கண்டு இரசித்தார். திரிவேணி சங்கமத் திற்கும், ஆஞ்சநேயர் கோயிலுக்கும் எதிரே பேரரசர் அக்பர் கட்டிய கோட்டை உள்ளது. இக்கோட்டையின் உள்ளே மௌரியர்களின் கற்தூண் காணப்படுகிறது. அந்த கற்தூணில் அசோகர், சமுத்திரகுப்தர், ஜஹாங்கீர் – ஆகிய மூன்று மாமன்னர்கள் பொறித்துவைத்த வாசகங்கள் காணப்படுகின்றன. சுருக்கமாகச் சொல்வதென்றால், அலகாபாத் ஒரு சாதாரணமான இடம் அல்ல; அது இந்திய நாகரிகத்தின் இதயம். கடைசியாக பிரிட்டிஷ்காரர்கள் இந்திய தேசியத்தைப் புரிந்துகொண்டார்கள்.

இந்திய தேசியத்தின் சாரத்தைப் புரிந்துகொள்ள நாம், அலகாபாத்துக்கு ஆண்டுதோறும் நடைபெறும் மகாமேளா சமயத்தில் சரஸ்வதி காட்[12] என்ற இடத்திற்குச் செல்லவேண்டும். (கும்பமேளா சமயத்தில் சென்றால் இன்னும் சிறப்பு). பனிப் படலத்திற்கிடையே சூரியன் உதயமாகும்போது, பல்லாயிரக் கணக்கான மக்கள், வயது வேறுபாடின்றி, ஆண்-பெண் வேறு பாடின்றி, வகுப்பு – சாதி வேறுபாடின்றி ஆறுகளின் சங்கமத்தில் புனித நீராடுவதை நாம் பார்க்கலாம். லட்சக்கணக்கான மக்களின் நினைவில் இன்றுவரை நின்றுகொண்டிருக்கும் சரஸ்வதி நதியின் கரையில் நின்று கொண்டு நீராடுபவர்கள் வேத மந்திரங்களை

ஜபிக்கிறார்கள். பல்லாயிரக்கணக்கான ஆண்டுகளாக இந்த வேத மந்திரங்கள் மக்கள் மனதில் இருந்து வருகின்றன. அருகிலும், தூரத்திலும் உள்ள பல ஊர்களிலிருந்து படகுகளில் மக்கள் 'சரஸ்வதிகாட்' என்ற இடத்திற்கு வந்து குவிகின்றார்கள். படகுகளில் வருவோர், குறிப்பாகப் பெண்கள் கிராமியப் பாடல்களைப் பாடிக் கொண்டே வருகிறார்கள். அப்பாடல்கள் பல தலைமுறைகளாக அவர்களுக்குத் தெரிந்த பாடல்கள். புனித நீராடுதல் துறக்க வாழ்வுக்கு ஒரு திறவுகோல். மொகலாயப் பேரரசர் ஒருவரால் கட்டப்பட்ட கோட்டையின் மதிற்சுவர்களை சூரியன் காட்டுகிறது. தான் வளர வளர அந்தப் பேரரசர் இந்திய தேசியத்தைப் புரிந்து கொண்டார். நாம் விவரித்த இடத்திலிருந்து சற்று தூரம் நடந்து சென்றால் ஓரிடத்தில் தூண் ஒன்று நிறுத்தப்பட்டிருப்பதைக் காணலாம். தங்களுடைய ஆட்சியை சட்டபூர்வமானதாகக் காட்டு வதற்கு, ஆங்கில ஏகாதிபத்தியம், இந்திய நாகரிகத்தை அறிந்தேற்பு செய்து, அதன் அடையாளமாக அந்தத் தூணை அவ்விடத்தில் நிறுவியது.

மகாராணியின் பிரகடனத்தை நினைவுகூறும் வகையில் நாட்டப்பட்டதுதான் அந்தத்தூண். "சரஸ்வதி காட்"–டிலிருந்து சிறிது தூரம் நடந்து சென்றால் அந்தத் தூண் இருக்குமிடத்தை அடைந்துவிடலாம். தாவரங்கள் அதிகமாக மண்டிக் கிடக்கும் ஒரு பூங்காவில் அத்தூண் நின்றுகொண்டிருக்கிறது. உள்ளூர் மக்களுக்கு அத்தூணின் முக்கியத்துவத்தைப் பற்றித் தெரியவில்லை. இந்த நிலைமை மிகவும் துரதிஷ்டவசமானது. ஏனென்றால் தற்போதுள்ள இந்திய அரசு, மகாராணியின் பிரகடனத்தால் ஏற்பட்ட விளைவுதான். நாடு சுதந்திரம் அடைந்தபின், இந்திய தேசியச் சின்னமான, தர்மசக்கரத்துடன் கூடிய மௌரிய சிங்கங்கள் அந்தத் தூணின் உச்சியில் பொருத்தப்பட்டன. வரலாற்றுச் சின்னங்களை மாற்றியமைப்பது பொதுவாக எனக்கு ஏற்புடையதல்ல. ஆனால் தூணின் உச்சியில் சிங்கச்சின்னம் பொருத்தப்பட்டதால் சுதாசாவின் கனவும், மௌரியர்களின் கனவும் நினைவுகூறப்பட்டுள்ளன.

1858ஆம் ஆண்டுக்குப் பின் காலனி ஆதிக்கம் விரிவு படுத்தப்படவில்லை. இருப்பினும் பிரிட்டிஷ் ஆட்சியாளர்களுக்கும், இந்தியர்களுக்குமிடையே ஒரு நீண்ட இடைவெளி இருந்துவந்தது. திட்டமிட்டு நகரங்களை உருவாக்குவதில் கூட அந்தப் பிரிவினை மிக நன்றாகத் தெரிந்தது. பிரிட்டிஷ்காரர்கள் உருவாக்கிய நகரங்களில் "வெள்ளையர் நகர்", "கருப்பர்–நகர்" என்ற பகுதிகள் தனித்தனியே இருந்தன. ஆட்சியாளர்கள், தாங்கள் ஆட்சிசெய்யும் மக்களிட மிருந்து விலகியிருப்பதென்பது இயல்புக்கு மாறானதல்ல.

சிந்துசமவெளி நாகரிக காலத்தில் இருந்த 'தோலவிரா' என்ற இடத்திலும், ஷாஜஹானாபாத்தின் செங்கோட்டையிலும் இந்தப் பிரிவினையை நாம் பார்த்திருக்கிறோம். இருப்பினும் சமுதாயத்தில் உயர்நிலையில் இருந்தவர்களும், பொதுமக்களும் ஒரே கலாச்சாரப் பின்னணியில்தான் வாழ்ந்து வந்தார்கள். அதிகாரிகள் வாழ்ந்துவந்த மாளிகையின் வரிசைக்கும், உள்ளூர் பொதுமக்கள் பயன்படுத்திய கடைவீதிகளுக்குமிடையே மிகப் பெரிய இடைவெளி இருந்துவந்தது.

இந்த வேறுபாடு அலகாபாத்தில் மிகத் தெளிவாகவே அப்போது இருந்துவந்தது. சிப்பாய்க் கலகத்திற்குப் பின்வந்த ஐம்பது ஆண்டுகள் பிரிட்டிஷ்காரர்களுக்கு மிகவும் குதூகலமான காலம். பிரிட்டிஷ்காரர்கள் தங்களை மற்றவர்களைவிட உயர்ந்தவர் களாகவே எண்ணினார்கள். மற்றவர்கள், அதை காழ்ப்புணர்வோடு ஒப்புக்கொள்ள வேண்டியிருந்தது. பல ஆண்டுகளுக்குப்பின், மேல் நாட்டுக் கல்வி என்ற ஆயுதத்தை வைத்திருந்த இந்தியர்கள் மட்டும் அரைமனதுடன் வெள்ளையர் உலகில் அனுமதிக்கப்பட்டார்கள். அலகாபாத் நகரில் இருக்கும் அரசு அதிகாரிகளின் குடியிருப்புப் பகுதிகளில் காலனி ஆதிக்கத்தின் எச்சங்கள் 2005ஆம் ஆண்டு வரை கூட இருந்து வந்தன. ஆனால் 2012ஆம் ஆண்டு ஏப்ரல் மாதம் நான் அலகாபாத் சென்றிருந்தபோது, மேற்குறிப்பிட்ட இடத்தில் மிகப்பெரிய கடைகளும், அடுக்குமாடிக் குடியிருப்புகளும் வந்துவிட்டன. பழைய காலத்தைச் சேர்ந்த சில மாளிகைகள், புதிய கட்டடங்களுக்குள் தங்களை ஒளித்துக் கொண்டுள்ளன.

நீராவி அரக்கர்கள்

1820ஆம் ஆண்டில் இந்தியாவின் மக்கள்தொகை 111 மில்லியன்; அதாவது 11 கோடியே பத்து (10) லட்சம். ஆனால் நாட்டின் மொத்தப் பொருள் உற்பத்தி 16 சதவீதமாகக் குறைந்துவிட்டது. அதேசமயத்தில் சீனாவின் மொத்தப் பொருள் உற்பத்தி 33% ஆக இருந்தது.[13] இந்தியாவும், சீனாவும் ஒன்றாகச் சேர்ந்து உலகப் பொருளாதாரத்தில் பாதியைத் தங்கள் வசம் வைத்திருந்தன. இதில் சீனாவின் பங்குதான் அதிகம். தொழிற்புரட்சியின் காரணமாக இங்கிலாந்தின் தனிநபர் வருமானம் ஆசியாவின் மிகப்பெரிய நாடுகளில் இருந்த தனிநபர் வருமானத்தைக் காட்டிலும் மூன்று பங்கு அதிகமாக இருந்தது. பத்தொன்பதாம் நூற்றாண்டு முடி வடையும் தருவாயில் பொருளாதாரத்தில் ஐரோப்பியர்களுக்கும், ஆசியர்களுக்குமிடையே இருந்த வேறுபாடு வேகமாக வளர

ஆரம்பித்தது. 1947இல் இந்தியா சுதந்திரமடைந்தபோது உலகப் பொருள் உற்பத்தியில் அதன் பங்கு நான்கு விழுக்காடு மட்டுமே.

பொருளாதாரம் அந்த அளவுக்குச் சரிந்திருந்தாலும் பத்தொன்பதாம் நூற்றாண்டின் பின்பகுதியில், நாட்டின் பொருளாதார நிலையிலும், நில அமைப்பிலும் மிகப்பெரிய மாற்றங்கள் ஏற்பட்டன. மாற்றங்களுக்கான மிக முக்கிய காரணம் இருப்புப் பாதைகளை அறிமுகப்படுத்தியதுதான். நாடு முழுவதும் இருப்புப்பாதை வலைப்பின்னலை ஏற்படுத்த இராணுவமும், வணிகமும் காரணிகளாக இருந்தன. 1830–களிலும், 1840–களிலும் இருப்புப்பாதைகள் அமைப்பதுபற்றி விரிவான விவாதங்கள் நடந்தன. இருப்புப்பாதைகள் அமைப்பதற்கான செலவை எதிர் கொள்ள அரசாங்கத்திடம் போதிய அளவு நிதி ஆதாரம் இல்லை. ஆனால் தேவையான மூலதனத்தைத் தனியார்கள் திரட்டி விடுவார்கள் என்று எண்ணப்பட்டது. தேவையான நிதியை இந்தியாவில் திரட்டமுடியாது என்று தெரிய வந்தது. இங்கிலாந்தைச் சேர்ந்த முதலீட்டாளர்களும் அவ்வளவாக அக்கறை காட்ட வில்லை.

சிம்ஸ் இந்தியாவுக்கு வந்துசேரும் வரை விவாதங்கள் தொடர்ந்து நடந்துகொண்டிருந்தது. சிம்ஸ் திறமையான, அனுபவ மிக்க ஒரு இருப்புப்பாதைப் பொறியாளர். அவருடைய மேற் பார்வையின் கீழ் பல்வேறு வழித்தடங்கள் சுற்றாய்வு செய்யப் பட்டன. டில்லி–கல்கத்தா இடையே இருப்புப் பாதை அமைத்தால் இராணுவத்திற்கு செலவிடப்படும் பணத்தில் 50,000 பவுண்டுகள் குறைவாகச் செலவாகும் என்று கருத்து தெரிவித்தார் சிம்ஸ். அந்தத் தொகை அக்காலத்தில் ஒரு மிகப்பெரிய தொகை.[14] ஊக்கம் தந்த அந்த சுற்றாய்வின் மூலம், அரசாங்கம் முதலீட்டாளர்களுக்கு உத்திரவாதம் அளித்து, இருப்புப் பாதைகள் அமைப்பதில் அவர்கள் முதலீடு செய்யவேண்டுமென்று கேட்டுக்கொண்டது. 4.5% குறைந்தபட்ச இலாபம் கிடைப்ப தற்கான உத்திரவாதத்தை அரசாங்கம் கொடுத்தது. அன்னியச் செலாவணி மாற்று விகிதத்திற்கும் அரசு உத்திர வாதம் அளித்தது. இத்தகைய உத்திரவாதங்களால் அதிக செலவு ஏற்படும் என்பது பின்னால் தான் தெரிய வந்தது; இருந்தாலும் தொடங்கப்பட்ட வேலை தொடர்ந்து நடைபெற்றது. செலவினங்கள் குறித்து விமர்சனங்களும் எழுந்தன. இந்தியத் துணைக்கண்டத்தின் முதல் இருப்புப்பாதை 21 மைல் (34KM) தூரத்திற்கு பம்பாய் நகருக்கும் தானே என்ற இடத்திற்கும் இடையே அமைக்கப்பட்டது. 1854ஆம் ஆண்டு, ஏப்ரல் மாதம் 16ஆம் நாள் போரிபந்தர் என்ற இடத்தில் 14

பெட்டிகள் கொண்ட முதல் தொடர்வண்டியின் ஓட்டம்ஆரம்பித்து வைக்கப்பட்டது. 400 அழைப்பாளர்கள் அத்தொடர் வண்டியில் முதலில் பயணம் செய்தனர். பலத்த கரவொலிக்கிடையே போரி பந்தர் தொடர்வண்டி நிலையத் திலிருந்து வண்டி புறப்பட்டுச் சென்றது. 21 பீரங்கிகள் முழுங்கி முதல் தொடர்வண்டிக்கு மரியாதை செலுத்தின. ஓராண்டுக்குப் பிறகு ஒரு தொடர்வண்டி ஹௌரா–விலிருந்து புறப்பட்டு ஹுக்ளி வரை சென்றது. ('ஹௌரா' கல்கத்தாவுக்கு அருகில் உள்ள ஓரிடம்). ஹௌரா–ஹுக்ளி இருப்புப்பாதை. இரண்டாண்டுகளுக்குப் பின் தென்னிந்தியாவின் முதல் இருப்புப்பாதை மதராஸ் இரெயில்வே கம்பெனியால் நிறுவப்பட்டது. 1859இல் அலகாபாத்துக்கும் கான்பூருக்கும் இடையிலான இருப்புப்பாதை அமைக்கப்பட்டது.

1868ஆம் ஆண்டு மார்ச் மாதம் வெளியிடப்பட்ட இருப்புப் பாதைகளுக்கான வரைபடம் ஹொரா (கல்கத்தா) டில்லியுடன் இணைக்கப்பட்டிருப்பதைக் காட்டுகிறது. டில்லியிலிருந்து பாதை லாகூர் – வரை இணைக்கப்பட்டுக் கொண்டிருப்பதையும் காட்டுகிறது. லாகூர் – முல்ட்டான் இடையிலான பாதையும் போடப்பட்டது. அந்தப் பாதைக்கு அடித்தளமாக நான்காயிரம் ஆண்டுகள் பழமையான ஹரப்ப செங்கற்கள் பயன்படுத்தப் பட்டன. முல்ட்டானிலிருந்து கராச்சிவரை செல்வதற்கு நீராவிப் படகுகளைப் பயன்படுத்திக் கொள்ளலாம். மேற்கே பம்பாய், அகமதாபாத்துடன் இணைக்கப்பட்டது, பின் நாகபுரியுடனும் இணைக்கப்பட்டது. ஆனால் டில்லி–கல்கத்தா பாதை முழுமை பெறவில்லை. அதேபோல் மதராசுக்கும், பம்பாய்க்கும் இடையே பாதை அமைக்கும் பணி நடைபெற்று வந்தது. ஷோலாப்பூர் வரை பாதை அமைக்கப்பட்டிருந்தது. அதேபோல் முக்கிய வழித்தடங் களிலிருந்து பல கிளைப்பாதைகள் போடப்பட்டன.

அப்போதிருந்த தொழில்நுட்பத்தைப் பயன்படுத்தி, மத்திய இந்தியாவின் தனித்தன்மை வாய்ந்த கடுமையான நிலப்பரப்பில் இருப்புப்பாதைகள் போடப்பட்டது ஒரு மிகப்பெரிய சாதனை தான். 1870களில் இருப்புப்பாதைகள் அமைக்கப்படும் வேகம், ஆண்டுக்கு 749 கி.மீ. (468 மைல்) என்று அதிகரிக்கப்பட்டது. அதற்கு முன், ஓராண்டில் 250 மைல் அல்லது 400 கி.மீ. நீளத்திற்குத் தான் பாதைகள் அமைக்கப்பட்டன.[15] 1878ஆம் ஆண்டில் மட்டும் 900 மைல் (1440 கி.மீ.) நீளத்திற்கும் இருப்புப்பாதைகள் அமைக்கப் பட்டன. எப்படிப் பார்த்தாலும் இது நம்புதற்கரிய ஒரு சாதனை தான். 1882ஆம் ஆண்டுவாக்கில் நாட்டில் இருந்த இருப்புப்பாதை வலைப்பின்னல் அனைத்து பெரிய நகரங்களையும் ஒன்றிணைத்தது.

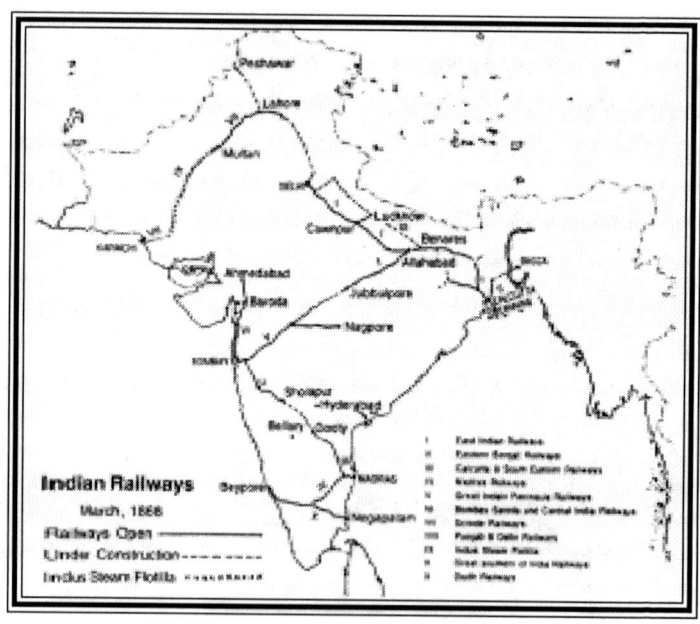

இந்திய இருப்புப் பாதைகள்
(1868)

விக்டோரியா காலத்துப் பொறியாளர்கள், செங்குத்தான இமய மலைப் பகுதியில்கூட இருப்புப்பாதைகளை அமைக்க முடியும் என்ற திடமான நம்பிக்கையுடன் இருந்தனர். டார்ஜீலிங் சிம்லா போன்ற இடங்களையும் இருப்புப்பாதைகளின் மூலம் இணைக்க வேண்டும் என்ற எண்ணம் கொண்டிருந்தனர்.

இருப்புப்பாதை வலைப்பின்னலை எந்த இடைமுறிவும் இல்லாத, ஒருங்கிணைந்த ஓர் அமைப்பு என்று நாம் எண்ணி விடக்கூடாது. பாதைகள் அமைக்கும் பணிகள் அவசரத்தில் மேற்கொள்ளப்பட்டன. பல கம்பெனிகள், பல்வேறு முகமைகள் பல சமஸ்தானங்கள் பல்வேறு நோக்கங்களை மனதில் வைத்துக் கொண்டு இருப்புப்பாதைகளை அமைத்தன. அதனால் முழுத் திறமையுடன் தொடர்வண்டிகளை இயக்க முடியாத சூழ்நிலை ஏற்பட்டது. இருபத்தியோராம் நூற்றாண்டில் கூட இன்னும் அந்த இடர்ப்பாடுகள் தொடர்கின்றன. அகலப்பாதை, மீட்டர் கேஜ்பாதை, குறுகிய பாதை போன்ற வேறுபாடுகளால் நேரடித் தொடர்புகள் கொடுக்க முடியவில்லை. எப்படியிருப்பினும், நாட்டில் அமைக்கப் பட்ட இருப்புப்பாதை வலைப்பின்னல் பொருளாதாரக் கட்டமைப்பை மாற்றியமைத்தது. விவசாய விளைபொருட்களை பல இடங்களுக்கு ஏற்றுமதி செய்யவும், இறக்குமதி செய்யப்பட்ட பொருட்களை குறைந்த செலவில் நாட்டின் பல பகுதிகளுக்குக் கொண்டு செல்லவும் இருப்புப்பாதைகள் வழிவகுத்தன. பல இடங்களில் கைத்திறத் தொழிலாளர்களின் பொருளாதார நிலையில் ஒரு அதிர்ச்சி ஏற்பட்டது. வணிக வண்டிகள் செல்லும் தடங்கள் பயனற்றுப் போயின. இராஜஸ்தான் மாநிலத்தின் மார்வாரி வணிகர்கள் வீடுகளைவிட்டு வெளியேறி புது இடங்களில் வாய்ப்புகளைத் தேடிச் சென்றனர். பலர் கல்கத்தாவுக்குச் சென்றனர். அவர்களது வழித்தோன்றல்கள் வாணிபத்தில் வெற்றியாளர்களாகத் திகழ்ந்தார்கள். மார்வாரிகள் விட்டுச் சென்ற, அழகான அவர்களது பூர்வீக வீடுகளை இன்றும் இராஜஸ்தானின் ஷெகாவாதி பகுதியில், மான்டவா ஜுன் ஜுனு போன்ற ஊர்களில் காணலாம்.

இதற்கிடையில் இருப்புப்பாதைகள் சென்ற தடங்களின் அருகே புதிய நகரங்கள் அதிக அளவில் தோன்றின. இருப்புப்பாதைகளின் விஸ்தரிப்பை சில சமூகத்தினர் மிகவும் சாதகமாகப் பயன்படுத்திக் கொண்டார்கள். குறிப்பாக ஆங்கிலோ இந்திய சமூகத்தினர் அதிக அளவில் இருப்புப்பாதை தொடர்பான பணிகளில் வேலைக்குச் சேர்ந்தார்கள். அவர்கள் இந்தியாவில் ஒரு துணைக் கலாச்சாரத்தை உருவாக்கினார்கள். காலப்போக்கில் அது மறையத் தொடங்கி விட்டது. 1980களில் நான் சிறுவனாக இருந்தபோது கல்கத்தாவில்

ஒரு மிகப்பெரிய ஆங்கிலோ இந்திய சமூகம் வாழ்ந்து வந்தது. அவர்களது சமையல் முறை, விளையாட்டிலும், சங்கீதத்திலும் அவர்களுக்கிருந்த விருப்பம், அவர்களுக்கே உரிய ஒரு புதிய முறையில் ஆங்கில மொழியைப் பயன்படுத்தும் விதம் – ஆகிய அனைத்துமே வினோதமானவை. இன்று சிற்சில இடங்களில் மட்டுமே ஆங்கிலோ இந்தியர்கள் இருந்து வருகின்றனர். மற்ற கிறிஸ்தவர்களிடமிருந்து அவர்களைப் பிரித்துப் பார்ப்பது கடினமாக உள்ளது. கணிசமான எண்ணிக்கையில் ஆஸ்திரேலியா, கனடா போன்ற நாடுகளில் அவர்கள் பரவியிருந்தாலும், மற்றவர்களிட மிருந்து அவர்களைப் பிரித்தறிவது கடினமாக உள்ளது. இருப்பினும் ஆங்கிலோ இந்திய சமூகத்தினரின் பழைய நினைவுகள் இன்னும் கதைகளிலும், திரைப்படங்களிலும் எதிரொலிக்கின்றன. எடுத்துக் காட்டாக ஜான் மாஸ்டர் என்பவர் தயாரித்த 'பொவானி ஜங்ஷன்'– என்ற திரைப்படத்தைக் கூறலாம். எழுத்தாளர் கார்ல் முல்லர் என்பவர் இலங்கை மக்களோடு இணைந்துவிட்ட ஐரோப்பியர்கள் பற்றி எழுதிய நாடகத்தில் மறைந்துவரும் ஆங்கிலோ இந்திய சமூகத்தினரின் மனப்போக்குகள், வாழ்க்கை போன்றவை நகைச் சுவையோடு சித்தரிக்கப்பட்டுள்ளன.[16]

இன்றுள்ள இணையதளம் அல்லது அலைபேசி வலைதளம் போன்று அக்காலத்தில் இருப்புப்பாதைகள் ஓர் இணைப்புத் தொழில் நுட்பமாக செயல்பட்டு வந்தன. மக்களையும், பொருட்களையும் ஓரிடத்திலிருந்து மற்றொரு இடத்திற்கு, நாடு முழுவதும் தூக்கிச் சென்றதால், துணைக்கண்டத்தின் பல பகுதிகளுக் கிடையே ஒரு இணைப்பை இருப்புப்பாதைகளால் உருவாக்க முடிந்தது. பத்தொன்பதாம் நூற்றாண்டின் பிற்பகுதியில், சமயத் தலைவராக விளங்கிய சுவாமி விவேகானந்தர் நாடு முழுவதும் பயணம் செய்ய தொடர்வண்டிகளையே பயன்படுத்தினார். தென் ஆப்பிரிக்கா விலிருந்து நம்நாட்டுக்குத் திரும்பியபின் நாட்டு மக்களுடன் மறு படியும் தொடர்புகொள்வதற்கு மகாத்மா காந்தியும் தொடர் வண்டிகளைத்தான் பயன்படுத்தினார். 1924ஆம் ஆண்டு வாக்கில், ஒவ்வொரு ஆண்டும் பயணிகள் இரயில் 576 மில்லியன் தடவைகள் பல்வேறு இடங்களுக்குச் சென்று வந்தன. இதனால் இரயில் பயணம் எப்போதும் மகிழ்ச்சிக் குரியதாக இருந்தது என்று சொல்லிவிட முடியாது. குறிப்பாக இரண்டாம் வகுப்புப் பயணிகளுக்கும், மூன்றாம் வகுப்புப் பயணிகளுக்கும் தொடர் வண்டிப் பயணங்களில் பல அசௌ கரியங்கள் இருந்தன. 1903ஆம் ஆண்டு வெளியிடப்பட்ட ஓர் அறிக்கை மூன்றாம் வகுப்புப் பயணிகளின் புகார்களை பட்டியலிட்டுக் காட்டுகிறது.

1. ஒவ்வொரு பெட்டியிலும் கூட்டம் அதிகமாக இருந்தது. போதிய எண்ணிக்கையில் தொடர்வண்டிகள் இயக்கப்படவில்லை.
2. புனிதப்பயணம் செய்பவர்களுக்கு வசதியாக கால்நடைகளையும், பொருட்களையும் ஏற்றிச்செல்லத் தனிப்பெட்டிகள் தேவை.
3. பெட்டிகளில் கழிப்பறைகள் இல்லை; இருந்தாலும் அவை பயன்படுத்தக்கூடிய நிலையில் இல்லை.
4. உணவு வழங்குவதற்கான ஏற்பாடுகள் செய்யப்படவில்லை; குடிதண்ணீர் பற்றாக்குறை இருந்தது.
5. தொடர்வண்டி நிலையங்களில் பயணிகளுக்குக் காத்திருக்கும் அறைகள் இல்லை; அப்படியே இருந்தாலும் அவற்றில் பல அசௌகரியங்கள் இருந்தன.
6. பயணச்சீட்டுகளை முன்பதிவு செய்ய/பதிவுசெய்ய வசதிகள் போதுமானதாக இல்லை.
7. பயணச்சீட்டுகள் பரிசோதனை செய்யப்படும்போது பயணிகள் பல்வேறு இன்னல்களைச் சந்திக்க நேர்ந்தது.
8. நிர்வாகத்தில், லஞ்சம் வாங்கும் தீயப்பழக்கம் இருந்தது.
9. நிர்வாகத்தினர் பயணிகளிடம் கனிவுடன் நடந்து கொள்ள வில்லை.

மேலே தெரிவிக்கப்பட்ட புகார்கள், நூறு ஆண்டுகள் சென்ற பின்பும் உண்மையாகத்தான் இருக்கின்றன. கால்நடைகளுக்கான பெட்டிகளை தற்போது பயணிகள் பயன்படுத்துவதில்லை. இருந்தாலும் அந்தக்குறை இன்றும் உள்ளது. 2009ஆம் ஆண்டில் அப்போது அமைச்சராக இருந்த சசி தரூர் என்பவர் "கால்நடை வகுப்பு" என்று சொல்லப்போக, அது பெரும் சர்ச்சையைக் கிளப்பி விட்டுவிட்டது. பாராளுமன்றத்தில் கூச்சல்– குழப்பம் ஏற்பட்டது.

பிரிட்டிஷ் பேரரசின் உச்சகட்டம்

1857இல் நடந்த சிப்பாய்க் கலகத்திற்கும், முதல் உலகப் போருக்கும் இடைப்பட்ட காலத்தில் பிரிட்டிஷ் பேரரசின் அதிகாரம் உச்சகட்டத்தில் இருந்துவந்தது. அதற்கான அடையாளங்களை மற்ற இடங்களைக் காட்டிலும் கல்கத்தாவில் நன்றாக உணர முடிந்தது. கல்கத்தா–தான் அப்போது பிரிட்டிஷ் பேரரசின் தலைநகராக இருந்து வந்தது. விக்டோரியா மகா ராணியின் அதிகாரத்தைக் காட்டும் வகையில் பல ஆடம்பரமான கட்டடங்கள் அரசால் கட்டப்பட்டன. வங்கிகளும், வணிக நிறுவனங்களும், தனிப்பட்ட பணக்காரர்களும் கூட ஆடம்பரமான கட்டடங்கள்

வருவதற்குக் காரணம் என்று சொல்லலாம். அக்கட்டடங்களில் பல இருபத்தியொன்றாம் நூற்றாண்டில்கூட இருந்துவருவது ஆச்சரியமாக உள்ளது. அக்கட்டடங்கள் பின்னால் ஏற்பட்ட மிகப்பெரிய விளம்பரப் பலகைகளாலும், இதர குப்பைகளாலும் மறைக்கப்பட்டுள்ளன. இருபதாம் நூற்றாண்டின் பிற்பகுதியில் ஏற்பட்ட பொருளாதாரச் சரிவினால் உருவான ஒரு நல்ல பின் விளைவு, பத்தொன்பதாம் நூற்றாண்டில் கட்டப்பட்ட மிக நல்ல கட்டடங்களைத் தக்கவைத்துக் கொண்டதுதான். அவைகளைப் பார்க்கவேண்டுமென்றால் ஒரு ஞாயிறு அன்று காலைப்பொழுதில் “லால் டிகி”–யைச் சுற்றிவரவேண்டும். அப்போது தான் போக்கு வரத்து நெரிசலிலிருந்தும், மக்கள் கூட்டத்திலிருந்தும் தப்பித்து பழைய கட்டடங்களின் அழகைப் பார்த்து இரசிக்க முடியும்.

முன்பு டல்ஹௌஸி சதுக்கம் என்று அழைக்கப்பட்ட இடம், மூன்று முறைகள் பெயர் மாற்றம் செய்யப் பட்டுள்ளது. பினாய், பாதல், தினேஷ் ஆகிய புரட்சியாளர்களின் பெயர்கள் அந்த இடத்திற்கு வைக்கப்பட்டன. கல்கத்தாவில் உயர் நீதிமன்றம், எழுத்தர்கள் கட்டடம் சார்ட்டோட் வங்கிக் கட்டடம், பொது அஞ்சல் நிலையம், கில்லான்டர் இல்லம் ஆகிய இடங்களையும் சென்று பார்க்கவேண்டும். அவைகளுக் கருகில் “தொலைபேசி பவன்” என்ற 20ஆம் நூற்றாண்டில் கட்டப் பட்ட அசிங்கமான கட்டடமும் உள்ளது. டல்ஹௌஸி சதுக்கத்தில் “லால் டிகி” என்ற சிவப்புக்குளமும் உள்ளது. கார்களை நிறுத்தும் இடங்களும், டிராம் டெப்போக்களும் லால் டிகியை மறைத்து விடுகின்றன. ‘லால் டிகி’ – தன்னை யாராவது காப்பாற்றமாட்டார்களா என்ற சோகத்துடன் காட்சியளிக்கிறது. முன்பு கவர்னர் ஜெனரலின் மாளிகையாய் இருந்த கட்டடம் இன்று ‘ராஜ்பவன்’ – என்ற கவர்னர் மாளிகையாகக் காட்சியளிக்கிறது. இங்குதான் மேற்கு வங்க ஆளுநர் தங்கியிருக்கிறார். கல்கத்தாவிலுள்ள புகழ்பெற்ற இடங்களைப் புகைப்படம் எடுக்கும்போது ஒருவர் மிகவும் கவனமாக இருக்க வேண்டும். படம் எடுப்பவரைக் காவல்துறையினர், தீவிரவாதிகள் என்று சந்தேகித்துக் கேள்விகள் கேட்டு குடைந்தெடுத்து விடுவார்கள்.

பிரிட்டிஷ் பேரரசின் உச்சநிலை நகரமாகக் கல்கத்தா இருந்துவந்த அதேசமயத்தில், அதற்குப் போட்டியாக, மேற்குக் கடற்கரைப் பகுதியில் ஒரு நகரம் உருவாகிக் கொண்டிருந்தது. அதுதான் பம்பாய். பம்பாய் ஒரு புதிய குடியேற்றப் பகுதி. பழங் காலத்தில், நகர் அமைந்துள்ள பகுதி துறைமுகமாக இருந்துவந்தது. எலிஃபன்டா தீவில் இருக்கும் ஏழாம் நூற்றாண்டைச் சேர்ந்த

குகைக்கோயில்கள் பழங்காலத்தின் சாட்சிகளாக இருந்து வருகின்றன. பம்பாய் நகரத்தின் ஆரம்பத்தை அறிந்து கொள்ள நாம் சற்று பின்நோக்கிச் செல்லவேண்டும். நகர் இருக்குமிடம் பதினாறாம் நூற்றாண்டில் போர்ச்சுகீசியர்களின் கட்டுப்பாட்டில் இருந்தது. அக்காலகட்டத்தில் பம்பாய் பல சதுப்புநிலத் தீவுகள் சேர்ந்த ஓரிடமாக இருந்தது. அத்தீவுகளின் பெயர்கள் இன்றும் நிலைத் திருக்கின்றன. கொலாபா, மாஹிம், பாரெல், ஓர்லி, மாஸகான் போன்றவையே அவ்விடங்கள். 1662ஆம் ஆண்டு அத்தீவுகள் பிரிட்டிஷ்காரர்களிடம் சென்றன. அரசர் இரண்டாம் சார்லஸ் இளவரசி காதரைன் ஆகியோரின் திருமணத்தின் போது, சார்லஸ் அத்தீவுகளை ஸ்ரீதனமாகப் பெற்றார். அரசர் அத்தீவுகளை கிழக் கிந்தியக் கம்பெனிக்குக் குத்தகையாகக் கொடுத்தார். ஆண்டொன்றுக்கு கம்பெனி பத்து பவுண்டுகள் வாடகையாகக் கொடுத்தது.

அந்த இடத்தில் பிரிட்டிஷ் குடியிருப்பு, வெற்றிகரமாகச் செயல் பட முடியவில்லை. தீவுகளிலிருந்து உள்நாட்டுக்குள் வரவிடாமல், மராட்டியர்கள், ஆங்கிலேயர்களைத் தடுத்தார்கள். இருப்பினும் 18ஆம் நூற்றாண்டில் பிரிட்டிஷ்காரர்கள் அந்த இடத்தில் ஒரு துறைமுகத்தையும் வணிக மையத்தையும் ஏற்படுத்திவிட்டார்கள். இதனால் ஊக்கமடைந்த பிரிட்டிஷ் கவர்னர் பல்வேறு விதமான பொறியியற் பணிகளைத் தொடங்கிவைத்தார். தீவுகளுக்கிடையே இருந்த இடைவெளிகள் மண்ணால் நிரப்பப்பட்டன. சில இடங்களில் இணைப்புப் பாலங்கள் கட்டப்பட்டன. 1838இல் ஏழு தெற்குத் தீவுகள் ஒன்றிணைக்கப்பட்டு ஒரே பம்பாய் தீவாக மாறியது. 1845ஆம் ஆண்டு வாக்கில் மாஹிம்–பந்ரா இணைப்புப் பாலம் உருவாக்கப்பட்டது. அனைத்து முக்கியத் தீவுகளும் ஒன்றிணைக்கப் பட்டுவிட்டாலும், இணைப்பு பணிகள் இன்றுவரை தொடர்கின்றன. 2009இல் பத்ராவும், ஓர்லியும் இணைக்கப்பட்டு தெற்கு பம்பாய், புறநகர்ப்பகுதிகளுடன் தொடர்பு கொள்ளுமாறு செய்யப்பட்டது.

பம்பாய் நகரின் வளர்ச்சியை அதிகமாகப் பயன்படுத்திக் கொண்டவர்கள் "பார்சி" வகுப்பினர். இவர்கள் ஸோராஸ்ட்ரிய மதத்தைச் சேர்ந்தவர்கள். ஈரான் நாட்டிலிருந்து இந்தியாவுக்கு அகதிகளாக வந்து குஜராத் கடற்கரைப்பகுதியில் குடியமர்ந்தவர்கள். முதலில் அவர்கள், பிரிட்டிஷ்காரர்களுக்கு கப்பல்கட்டும் பணியில் உதவிசெய்வதற்காக பம்பாய் நகருக்கு வந்தார்கள். ஆனால் 1830களில் பார்சி இனத்தவர் 'அபின்' எனப்படும் போதை மருந்து விற்பனையின் மூலம் மிகப் பெரிய செல்வர்களாகிவிட்டார்கள். அந்த விற்பனை சீனாக்காரர்களுடன் நடந்தது. எப்படியிருந்தாலும்

பத்தொன்பதாம் நூற்றாண்டின் மையப் பகுதியில் பம்பாய் நகரம் கல்கத்தாவை விடவும், சென்னையைவிடவும் சிறியதாகத்தான் இருந்தது. 1860களில் இரு காரணிகள் பம்பாயின் தலைவிதியை மாற்றியமைத்தன. அமெரிக்க உள்நாட்டுப்போரும், சூயஸ் கால்வாய் திறந்து விடப்பட்டதும் பம்பாய் நகருக்கு மிகவும் அனுகூலமாகப் போய்விட்டது. தென் அமெரிக்க மாநிலங்கள், வடஅமெரிக்கத் துறைமுகங்களை முற்றுகையிட்டன. அதனால் லன்க்காஷையரில் இருந்த நூற்பு ஆலைகளுக்கு அமெரிக்கப் பஞ்சுப் பொதிகள் வந்து சேர்வது தடைப்பட்டது. எனவே லன்க்காஷையர் ஆலைகள் மும்பை போன்ற மேற்கு இந்தியப் பகுதிகளிலிருந்து பஞ்சை இறக்குமதி செய்யத் தொடங்கின. புதிதாக இந்தியாவில் அமைக்கப் பட்டிந்த இருப்புப்பாதைகள் மூலம் நாட்டின் பல இடங்களிலிருந்தும் பஞ்சுப் பொதிகள் பம்பாய் துறைமுகத்திற்குக் கொண்டுவரப் பட்டன. புதிய பருத்தி நெசவு ஆலைகள் பம்பாய் நகரிலேயே அமைக்கப்பட்டன. சீனாவுடனான அபின் வணிகமும் செழித் தோங்கியது. ஒவ்வொரு ஆண்டும் 37,000 பெட்டிகள், அபின் சீனாவுக்கு ஏற்றுமதி செய்யப்பட்டது.

மேற்சொன்ன வணிகத்தில் கிடைத்த அமோகமான வருவாயைக் கொண்டு அரசாங்கத்தாரும், தனிநபர்களும் மிதமிஞ்சிய கட்டுமானப் பணிகளில் ஈடுபட்டார்கள். பருத்தி தொடர்பான பங்கு வர்த்தகம், நில விற்பனை, விரிகுடாவின் பின்புலத்திலிருந்து நிலத்தை மீட்டெடுக்கும் கம்பெனிகள் போன்ற தொழில்களில் முதலீடுகள் செய்யப்பட்டன. பங்குச் சந்தையில் வர்த்தகம் வெறித் தனமாக நடைபெற்றது. தற்போது “ஹார்னிமன் வட்டம்” என்று சொல்லப்படும் இடத்தில் ஓர் ஆலமரத்தடியில் பங்குச் சந்தை நடைபெற்றது. புலம் பெயர்ந்து வருபவர்கள் பல்லாயிரக்கணக்கில் மும்பை நகருக்கு வந்து குவிந்த வண்ணம் இருந்தனர். அதனால் சேரிகள் உருவாவது அதிகரித்தது. அக்காலத்தில் வாழ்ந்த ஒருவர் இவ்வாறு குறிப்பிடுகிறார்: “மலபார் ஹில் பகுதியிலிருந்து விரிகுடாவின் பின்புல மணலில் சவாரி செய்து வீட்டிற்கு வருவதற்குள் தாங்க முடியாத நாற்றத்தையும், காட்சிகளையும் சந்திக்க நேரும். போரி பந்தரிலிருந்து ‘பைகுல்லா’ வரை தொடர்வண்டியில் பயணம் செய்தால் அல்லது ‘மோடிபே’ என்ற இடத்திற்குச் சென்றால், கரை யோரமாக, உள்ளூர் மக்களின் திறந்த கழிப்பறைகள் தான் நம் கண்களுக்குத் தெரியும்.”[7] கடந்த ஒன்றரை நூற்றாண்டுகளில் சேரிகள் இருக்குமிடங்கள் மாறிவிட்டன. ஆனால் ஒருவர் மும்பையின் புறநகர் தொடர்வண்டிகளில் பயணம் செய்தால் மேலே கூறப்பட்ட விமர்சனத்தின் உண்மையான பொருளைப் புரிந்து கொள்ளலாம்.

*1865*ஆம் ஆண்டு அமெரிக்க உள்நாட்டுப்போர் முடிவுக்கு வந்தது. மும்பையில் பங்குகளின் விலையும், பருத்தியும் விலையும் வீழ்ந்துவிட்டன. *1866*இல் மும்பையில் நில விற்பனையில் ஈடு பட்டிருந்த நிறுவனங்கள் படுத்துவிட்டன. முன்பு செல்வர்களாக இருந்தவர்கள் திவாலாகி விட்டார்கள். தொடங்கப்பட்ட கட்டட நிர்மாணப்பணிகள் பாதியிலேயே நின்றுவிட்டன. கட்டி முடிக்கப் படாத பல கட்டடங்கள் நகரெங்கும் காணப்பட்டன. இருப்பினும் முந்தைய இலாபம் மும்பை நகருக்கு ஒரு புதிய அந்தஸ்தைக் கொடுத்தது. முன்பு தொடங்கிய பங்கு விற்பனை வெறி இன்று வரை தொடர்கிறது. நாரிமன் பாயின்ட் அல்லது கோட்டைப் பகுதியில் நாம் சந்திக்கும் நடைபாதைக் கடைக்காரர்கள்கூட பங்குச்சந்தை நிலவரம் பற்றிய குறிப்புகளைத் தருவார்கள். ஆனால் அவற்றை வைத்துக்கொண்டு பங்கு வர்த்தகத்தில் ஈடுபட எனக்குத் தயக்கமாக உள்ளது.

‘திபெத்’இன் வரைபடத்தைத் தயாரித்தல்

*1860*ஆம் ஆண்டு வாக்கில் பிரிட்டிஷ் சுற்றாய்வாளர்கள் இந்தியத் துணைக்கண்டத்தின் துல்லியமான வரை படத்தைத் தயாரித்து முடித்துவிட்டார்கள். அதன்பின் இமயமலைக்கு அப்பால் என்ன இருக்கிறது என்பதை அறிந்துகொள்ள ஆவல் நிறைந் தவர்களாக இருந்தார்கள். அந்த ஆவல் ஏதோ சாதாரணமாக ஏற்பட ஆவல் அல்ல; மத்திய ஆசியாவுக்குள் ருஷ்யர்கள் நுழைந்து விட்டதால் ஏற்பட்ட ஆவல். மிகப்பெரிய விளையாட்டு தொடங்கி விட்டது. சிக்கல் என்னவென்றால் திபெத்திய ஆட்சியாளர்கள் ஐரோப்பியர்களைத் தங்கள் எல்லைப் பகுதிக்குள் அனுமதிக்கத் தயாராக இல்லை. எப்படியோ உள்ளே நுழைந்தவர்கள், துன் புறுத்தப்பட்டுக் கொல்லப்பட்டார்கள். இந்திய சுற்றாய்வுத்துறை வணிகர்கள், புனிதப்பயணிகள் போன்ற வேடங்களில் ஒற்றர்களை திபெத்துக்குள் அனுப்பிவைக்கத் தீர்மானித்தது. அதன்படி திபெத்துக்குள் முதலில் அனுப்பிவைக்கப்பட்ட புகழ்பெற்ற ஒற்றர் குமான் மலைப்பகுதியைச் சேர்ந்த ஓர் இளம் பள்ளி ஆசிரியர், நயின் சிங் என்பவர். *1865*இல் நயின் சிங் நேப்பாளத்தைக் கடந்து, சில வணிகர்களுடன் திபெத்துக்குள் நுழைந்தார். சில தினங்களுக்குப் பிறகு அந்த வணிகர்கள் நயின் சிங்கிடம் இருந்த பணத்தைத் திருடிக்கொண்டு, ஒரு நள்ளிரவில் புதியதோர் இடத்தில் அவரைத் தனியாக விட்டுவிட்டு நழுவிவிட்டார்கள்.

நல்லவேளையாக அத்திருடர்கள் நயின்சிங் வைத்திருந்த உடைமைப் பொருட்களைத் தொடவில்லை. அவர் ஒரு பெட்டியில்

சில மதிப்புமிக்கக் கருவிகளை வைத்திருந்தார். நிலப்பரப்பளவுக் கோணமாணி, வெப்பமானி, காலக்கணிப்புக் கருவி, திசைகாட்டும் கருவி, பாதரசம் அடங்கிய ஒரு புட்டி போன்றவை நயின் சிங்கின் பெட்டியில் இருந்தன. அவரிடம் பௌத்தர்கள் பயன்படுத்தும் ஒரு ஜபமாலையும் இருந்தது. ஆனால் அதில் 108 மணிகளுக்கு பதில் 100 மணிகளே இருந்தன. நடந்து செல்லும் ஒவ்வொரு தப்படி தூரத்திற்கும் ஒரு மணியைக் கீழே போட்டு, கடந்து சென்ற தூரம் எவ்வளவு என்று கணக்கிடும் ஒருமுறையை தனக்குள் வகுத்துக் கொண்டார் நயின் சிங். ஜபச்சக்கரம் ஒன்று நயின் சிங்கிடம் இருந்தது. (ஜபச்சக்கரம் என்பது உருளைவடிவில் இருக்கும். அதற்குள் மந்திரவாக்கியங்கள் எழுதப்பட்ட காகிதம் சுருட்டி வைக்கப் பட்டிருக்கும். காகிதத்தை கொஞ்சம் கொஞ்சமாகத் தள்ளி தோத்திர மந்திரங்களைப் படித்துக்கொள்ளலாம். இது திபெத்தில் பழக்கத்தில் உள்ள பொருள்). நயின் சிங் தான் எடுக்கும் குறிப்புகளை எழுதிக் கொள்ள காகிதத்தை ஜபச்சக்கரத்தினுள் ஒளித்துவைத்திருந்தார்.[18] கடந்துவந்த தூரம், திசைகள் போன்றவை காகிதத்தில் குறித்து வைக்கப்பட்டிருந்தன.

நயின் சிங் எப்படியோ கெஞ்சிக் கூத்தாடி திபெத்துக்குள் நுழைந்துவிட்டார். மனித நடமாட்டம் அதிகமில்லாத, குளிர் நிறைந்த இடங்களைத் தாண்டி திபெத் நாட்டுக்குள் வந்துவிட்டார். கடைசியாக ஜனவரி 1865இல் தடைசெய்யப்பட்ட நகரமான லாசா-வுக்கு வந்து சேர்ந்துவிட்டார். ஒரு புனிதப் பயணி எப்படி நடந்துகொள்ள வேண்டுமோ அப்படி நடந்து கொள்வதில் மிகவும் கவனமாக இருந்தார். தலாய் லாமா அவர்களையும் சென்று சந்தித்தார். (அப்போதிருந்த தலாய் லாமா). இதற்கிடையில், உள்ளூர் வணிகர்களுக்கு, இந்திய முறைப்படி கணக்கெழுதுவது எப்படி என்று கற்றுக்கொடுத்து பொருள் சம்பாதித்தார். அவருடைய நிலை மிகவும் சங்கடமான ஒரு நிலையாகவே இருந்துவந்தது. அமைதியின்றி லாசா நகருக்குள் நுழைந்த ஒரு சீனனின் தலை துண்டிக்கப்பட்டதைப் பார்த்தபின் நயின் சிங் தன் நிலையற்ற தன்மையை நன்குணர்ந்து கொண்டார். அந்த நிகழ்ச்சிக்குப்பின் அவர் பொது இடங்களுக்கு அதிகம் செல்வதில்லை. இரவு நேரத்தில், தான் தங்கியிருந்த விடுதியின் ஜன்னலிலிருந்து ஓசைப்படாமல் கூரைமீது ஏறிவிடுவார். அங்கிருந்துகொண்டு தன்னிடமிருந்த பரப்பளவுக் கோணமானியைப் பயன்படுத்தி, நட்சத்திரங்களின் துணை கொண்டு இடத்தின் அட்சரேகையைத் தீர்மானித்தார். (அட்சரேகை நிலநடுக்கோட்டிற்கு இணையான கோடு). தன் வெப்பமானியைப் பயன்படுத்தி தான் இருந்த இடத்தின் அதிக

உயரத்தில் நீரின் கொதிநிலை எவ்வளவு என்பதைக் கண்டு பிடித்தார். இடத்தின் உயரம் அதிகரிக்க அதிகரிக்க நீரின் கொதி நிலை குறைந்துகொண்டே வரும். இக்கொள்கையைப் பயன் படுத்தி லாசா நகரம் கடல்மட்டத்திலிருந்து 3420 மீட்டர் உயரத்தில் இருப்பதாகக் கணக்கிட்டார். நவீன அளவீட்டின்படி லாசா கடல் மட்டத்திலிருந்து 3450 மீட்டர் உயரத்தில் இருக்கிறது. நயின் சிங்கின் கணிப்பு கிட்டத்தட்ட சரியாகத்தான் இருந்தது.

ஏப்ரல் மாதம் லடாக்கிய வணிகக் குழுவினருடன் லாசாவை விட்டுப் புறப்பட்ட நயின்சிங் மேற்கு நோக்கி சாங்ப்போ ஆற்றின் ஓரமாகவே 800 கி.மீ பயணம் செய்தார். வழிநெடுகிலும் இரகசியமாகப் பல புள்ளி விவரங்களை சேகரித்தார். இரண்டு மாதங்களுக்குப் பின் வணிகர் குழுவிலிருந்து நழுவி தன் சொந்த முயற்சியால், புனித மானசரோவர் ஏரியின் வழியாக இந்தியாவுக்குத் திரும்பி விட்டார் நயின் சிங். 1866ஆம் ஆண்டு அக்டோபர் மாதம் 27ஆம் நாள் இந்திய சுற்றாய்வுத் துறையின் தலைமையிடத்திற்கு வந்து சேர்ந்தார். தனது 21 மாத சாகச வாழ்க்கையில் அவர் ஆயிரக் கணக்கான கிலோ மீட்டர்கள் தூரத்தை சுற்றாய்வு செய்துள்ளார். முப்பத்தொரு அட்சரேகைகளைக் குறித்துள்ளார். முப்பத்திமூன்று இடங்களின் உயரங்களை கணித்துள்ளார். திபெத்தின் தலைநகர் லாசாவின் சரியான இருப்பிடத்தைக் காட்டியுள்ளார். திரும்பவும் 1873 முதல் 1875ஆம் ஆண்டுவரை நயின்சிங் தன் குடும்பத்துடன் திபெத்தில் தங்கியிருந்தார். இந்தமுறை அவர் அந்தநாட்டின் வடக்கு திசையில் பயணங்கள் மேற்கொண்டு சுற்றாய்வு செய்தார்.

நயின் சிங்கின் அறிக்கைகள் பூகோளம் சார்ந்த, ஓர் ஆர்வத்தைத் தூண்டும் வினாவை எழுப்பின. சாங்ப்போ நதி எங்கே பாய்கிறது? திரு. சிங் சொல்வதுபோல் சாங்ப்போ நதி இமயமலையின் குறுக்கே ஓடி வந்து இந்தியர்களுக்கு அறிமுகமான பிரம்மபுத்திரா–வாக மாறுகிறதா? இந்தப் புதிருக்கு விடைகாண, சுற்றாய்வுத் துறை மறுபடியும் ஒருவரை திபெத்துக்குள் ஊடுருவச் செய்து, நன்றாக அடையாளம் காணக்கூடிய ஒரு பொருளை சாங்ப்போ நதியில் மிதக்கவிட வைப்பது என்று முடிவு செய்யப்பட்டது. அவர் மிதக்க விடும் பொருள் அஸ்ஸாம் மாநிலத்தில் பாயும் பிரம்மபுத்திரா நதிக்கு வந்துவிட்டால் நமக்கு விடை தெரிந்துவிடும்.

அந்தப் பணிக்கு இரு நபர்கள் அடங்கிய குழு ஒன்று அமைக்கப்பட்டது. ஒருவர் டார்ஜீலிங் நகரில் வாழ்ந்துவந்த சீன லாமா. மற்றவர் கின்த்தப் என்ற பெயர்கொண்ட, சிக்கிம் மாநிலத்தைச் சேர்ந்த சுற்றாய்வாளர். சுற்றாய்வுத் துறை லாமா–வைப்

பற்றித் தவறாக கணித்துவிட்டது. லாமா தனக்குக் கொடுக்கப்பட்ட பணியை ஓர் உல்லாசப் பயணமாக நினைத்துவிட்டார்; மேலும் அவர் ஒரு குடிகாரரர். இரு நபர் குழு ஒரு கிராமத்தில் நான்கு மாதங்கள் தங்கவேண்டிய நிலை ஏற்பட்டுவிட்டது. காரணம் லாமா, தங்கியிருந்த வீட்டின் சொந்தக்காரரது மனைவியைக் காதலிக்க ஆரம்பித்ததுதான். காதல் லீலை அம்பலத்துக்கு வந்ததும் நஷ்ட ஈடாக ரூ25/– கொடுத்துவிட்டு வீட்டை விட்டு வெளியேறினார்கள். திபெத் நாட்டின் எல்லைக்குள் சென்றபிறகும்கூட நிலைமை சீரடையவில்லை. சுற்றாய்வாளர் கின்த்தப் – அவர்களை ஓர் அடிமை என்று கூறி ஒரு கிராமத் தலைவரிடம் விற்றுவிட்டார் லாமா; விற்றபின் தலைமறைவாகிவிட்டார். 1881 மே மாதம் முதல் 1882ஆம் ஆண்டு மார்ச் வரை அடிமையாக வேலை செய்து வந்த கின்த்தப் ஒரு புத்த மடத்தில் சரணடைந்து தற்காலிக புத்தபிட்சுவாகப் பணியாற்றினார். பல மாதங்கள் பிட்சுவாகப் பணியாற்றிய பின் புனிதப் பயணம் மேற்கொள்வதற்கான அனுமதியைப் பெற்றார். சாங்ப்போ என்ற ஓரிடத்திற்குச் சென்ற கின்த்தப் பல நாட்கள் அங்கு தங்கியிருந்து 500 மரங்களை சமநீளமுள்ள துண்டுகளாக வெட்டிக் கொடுக்கும் பணியை மேற்கொண்டார். தான் வெட்டித்தயாரித்த 500 மரத் துண்டுகளையும் ஒரு குகைக்குள் மறைத்து வைத்துவிட்டு மடாலயத்திற்குத் திரும்பிவிட்டார்.

சில மாதங்கள் சென்றபின் தலைநகர் லாசாவுக்குப் புனிதப் பயணம் மேற்கொள்வதற்கான அனுமதியைப் பெற்றார். லாசாவில் தன் சொந்த மாநிலமான சிக்கிம் மாநிலத்தைச் சேர்ந்த ஒருவரை சந்தித்து கீழ்க்கண்ட செய்தியை இந்திய சுற்றாய்வு நிறுவனத் தலைவருக்கு அனுப்பி வைத்தார்: “ஐயா, என்னுடன் அனுப்பப் பட்ட லாமா என்னை ஒரு கிராமத்தலைவனுக்கு அடிமையாக விற்றுவிட்டான். என்னை விற்றுவிட்டு அவன் பொறுப்பில் கொடுக்கப்பட்ட அரசாங்கத்துக்குச் சொந்தமான பொருட்களையும் தூக்கிக்கொண்டு எங்கோ ஓடிவிட்டான். அதனால் என் பயணம் மிகவும் மோசமான பயணமாகிவிட்டது. கின்த்தப் ஆகிய நான் கேப்டன் ஹர்மன் என்பவரின் ஆணைக்கிணங்க 500 மரத் துண்டுகளை வெட்டி வைத்துள்ளேன். ‘சுஹுலுக்’ என்ற திபெத்திய ஆண்டின் (திபெத்திய நாட்காட்டியின்படி) பத்தாவது திபெத்திய மாதத்தின் ஐந்தாம் நாள்முதல் பதினைந்தாம் நாள்வரை பீமகியில் இருக்கும் பிபுங் என்ற இடத்தில் ஓடிக்கொண்டிருக்கும் சாங்ப்போ நதியில் நாள் ஒன்றுக்கு 50 கட்டைகள் வீதம் நான் வெட்டி வைத்திருக்கும் மரக்கட்டைகளை மிதக்கவிடப் போகிறேன்.”[19]

இந்தியாவுக்குத் திரும்புவதற்கு முன் கின்த்தப் தான் சொன்ன படியே செய்து முடித்தார். துரதிஷ்டவசமாக பிரம்மபுத்திராவில் மரத்துண்டுகளுக்காகக் காத்திருந்த பணி பாதியில் இரத்து செய்யப் பட்டது. மரக்கட்டைகள் மிகவும் தாமதமாக வந்து சேர்ந்தன. யாருடைய கண்களிலும் படாமல் அந்த மரக்கட்டைகள் அஸ்ஸாம் வந்து பிரம்மபுத்திரா ஆற்றின் வழியாக வங்கக் கடலை அடைந் திருக்கவேண்டும். இன்று 'சாங்ப்போ'–தான் பிரம்மபுத்திரா என்பது நமக்கு நன்றாகத் தெரியும். தன் பணிக்குரிய மரியாதையை கின்த்தப் பெறவில்லை. தன் எஞ்சிய நாட்களை ஒரு தையல்காரராக டார்ஜீலிங்கில் கழித்தார் கின்த்தப். இதுபோன்ற அனுபவங்கள் ருட்யார்ட் கிப்ளிங் போன்ற எழுத்தாளரை "The Man who would be king and kim" போன்ற சாகசக் கதைகளை எழுதவைத்தன.

கடைசி சிங்கங்கள்

பிரிட்டிஷ் இந்திய வாழ்க்கை என்பது வரைபடத் தயாரிப்புக்கான சுற்றாய்வுகளும், விக்டோரியப் பொறியியற் பணிகளும் மட்டும் உள்ளடங்கியதல்ல. பிரிட்டிஷ்காரர்கள் இந்தியாவில் தங்கள் வாழ்க்கையை நன்கு அனுபவித்தார்கள். அதிகார வர்க்கத்தினர்களுக்கும், பணக்காரர்களுக்கும் வேட்டையாடுதல் ஒரு பொழுதுபோக்கு. குறிப்பாக புலிகளை வேட்டையாடுவது ஒரு நல்ல பொழுது போக்காக இருந்தது. வால்மிக் தாபார் என்பவரின் கூற்றுப்படி 1860ஆம் ஆண்டு முதல் 1960ஆம் ஆண்டு வரை இந்திய அரசர்களும், பிரிட்டிஷ் வேட்டைக்காரர்களும் சேர்ந்து மொத்தம் 20,000 புலிகளுக்குமேல் வேட்டையாடியிருக் கிறார்கள். மகேஷ் ரங்கராஜன் தனிப்பட்ட முறையில் எடுத்த கணக்கின்படி 1875க்கும் 1925க்கும் இடையே 80,000 புலிகளுக்கும் மேல் கொல்லப்பட்டுள்ளன. மக்களுக்கு ஆபத்தை விளை விக்கின்றன என்ற காரணத்தைக் காட்டியும், பணத்திற்காகவும் அவை கொல்லப்பட்டன.[20] இந்தப் பேரழிவிற்குப் பின்னும் 1900த்தில் 25,000 முதல் 40,000 புலிகள் இந்தியாவில் இருந்திருக் கலாம் என்று கருதப்பட்டது. இது இப்படியென்றால் சிங்கங்கள் எங்கே போயின?

இந்தியாவுக்கு வந்த ஆரம்ப காலத்திலேயே பிரிட்டிஷ்காரர்கள் சிங்கங்களைப் பார்த்திருக்கிறார்கள். பேரரசர் ஜஹாங்கீர் காலத்தில் இங்கு வந்த சர் தாமஸ் ரோ ஒரு சிங்கத்தை நேரில் பார்த்துள்ளார். சிங்க வேட்டை ஔரங்கசீப் காலத்தில் மிகவும் பிரபலமாக இருந்தது என்பதிலிருந்து சிங்கம் எல்லோருக்கும் தெரிந்த ஒரு விலங்காக இருந்தது என்பதை நாம் புரிந்து கொள்கிறோம்.

இருப்பினும் பத்தொன்பதாம் நூற்றாண்டின் ஆரம்பத்தில் இந்தியாவில் சிங்கங்களின் எண்ணிக்கை வெகுவாகக் குறைந்துவிட்டது. அதற்கு இரண்டு காரணங்கள் இருக்கவேண்டும் என்று நான் யூகிக்கிறேன். திறந்தவெளியில் திரியும் ஒரு மிருகத்தை மிகவும் எளிமையாகக் கொல்வதற்குத் தருந்தாற்போல் துப்பாக்கித் தொழில்நுட்பம் வளர்ச்சியடைந்தது முதற்காரணம். மொகலாய சாம்ராஜியம் சரிந்ததும் சிங்க வேட்டையின் மீது அரசு விதித்திருந்த கட்டுப்பாடு அமுல்படுத்தப்படவில்லை என்பது இரண்டாவது காரணம். ஒரு புரட்சிக்காரனோ கூலிப்படையைச் சேர்ந்த ஒருவனோ அல்லது ஒரு உள்ளூர் ஜமீன்தாரோ மிக எளிதாக காட்டுக்குச் சென்று சிங்கத்தை சுட்டு வீழ்த்திவிடலாம்.

அப்படியிருந்தும் 1800களின் ஆரம்பத்தில் இந்தியாவில் கணிசமான எண்ணிக்கையில் சிங்கங்கள் இருந்தன. வில்லியம் ஃப்ரேஸர் 1820களில் எண்பத்திநான்கு சிங்கங்களைச் சுட்டுக் கொன்று, ஹரியானா மாநிலத்தில் சிங்கங்கள் இல்லாமல் போனதற்குத் தானே காரணம் என்று பெருமையோடு கூறிக்கொண்டார்.[21] 1830களில் ராஜா ரஞ்சித் சிங்-இன் குதிரைப்படை வீரர்கள் லாகூருக்கு அருகில் சிங்கங்களை ஈட்டியெறிந்து கொன்றார்கள். மந்திய இந்தியாவில் சிங்கங்களின் எண்ணிக்கை, 1850களில் மிக அதிகமாக இருந்ததாக ஓர் அறிக்கை கூறுகிறது. 1866இல் இராஜஸ்தான் மாநிலம் கோட்டா என்ற இடத்தில் பத்து சிங்கங்கள் சுடப்பட்டன. பிறகு சிங்கங்கள் வெகுவாகக் குறைந்துவிட்டன. விதிவிலக்காக குஜராத்தில் மட்டும் குறைவான எண்ணிக்கையில் அவை இருந்து வருகின்றன. நடந்தது என்ன?

என் கருத்துப்படி சிங்கங்களின் அழிவிற்கு வேட்டையைவிட, அவற்றின் வாழ்விடங்கள் அழிக்கப்பட்டதே முக்கியமான காரணம். ஆங்கஸ் மேடிசன் என்பவர் எடுத்த கணக்கின்படி 1820க்கும் 1913க்கும் இடையே இந்தியாவின் மக்கள்தொகை 209 மில்லியனிலிருந்து (20.9 கோடி) 303 மில்லியனாக (30.3 கோடி) உயர்ந்தது. இந்த ஜனத்தொகை இந்தியாவின் ஜனத்தொகை மட்டுமே. துணைக் கண்டத்தின் மற்ற பகுதிகளின் ஜனத்தொகை இக்கணக்கில் அடங்காது. எனவே பெருகி வரும் மக்கள் தொகைக்கேற்ப விவசாயத்தை அதிகரிக்க வேண்டிய தேவை ஏற்பட்டது. அதே நேரத்தில் இருப்புப்பாதைகள், பருத்தி, அபின் (போதைப் பொருள்) போன்ற விவசாய விளைபொருட்களின் ஏற்றுமதியை அதிகரித்தன. சுருக்கமாகச் சொல்வதென்றால் சிங்கங்களுக்கும், சிறுத்தை களுக்கும் தேவையான திறந்த வெளிகள், ஒரு சில தலை முறைகளுக்குள் விளைநிலங்களாக மாற்றப்பட்டுவிட்டன. இருப்

பிடங்களுக்கு ஏற்பட்ட குந்தகம் புலிகளையும் பாதித்தது. ஆனால் அவை மலைப்பகுதிகளிலும், சதுப்பு நிலங்களிலும் வாழும் வல்லமை படைத்தவை. அத்தகைய இடங்கள் விவசாயத்திற்கு ஏற்றவையல்ல.

குஜராத்தில் ஜுனகர் என்றொரு சமஸ்தானம் இருந்தது. அங்கிருக்கும் கிர் காடுகளில், பத்தொன்பதாம் நூற்றாண்டின் இறுதியில் பன்னிரெண்டு சிங்கங்களே இருந்ததாக ஓர் அறிக்கை தெரிவிக்கிறது. ஆனால் உண்மையில் எண்ணிக்கை அதைவிட அதிகம். அந்த அறிக்கை ஓர் எச்சரிக்கை மணியாக அமைந்தது. அப்போது இந்தியாவின் வைஸ்ராயாக இருந்த கர்ஸான் பிரபு இச்செய்தியைக் கேள்விப்பட்டார். ஆண்டு 1900த்தில் ஜீனகருக்கு அதிகாரபூர்வமாக விஜயம் செய்த கர்ஸான் கிர்காட்டிற்கு வேட்டை யாடச் செல்ல மறுத்துவிட்டார். அடுத்த அரை நூற்றாண்டு காலத்திற்கு ஜீனகர் நவாப் சிங்கங்களைப் பாதுகாக்கும் பொறுப்பைத் தானே ஏற்றுக்கொண்டார். அரசியல் ரீதியாகவும், இராஜதந்திர அடிப்படையிலும் அத்தகைய பாதுகாப்பைக் கொடுப்பது கடினமாக இருந்தாலும் நவாப் தன் கொள்கையில் பிடிவாதமாக இருந்தார். கிர் காடுகள் பாதுகாக்கப்பட்டன. வேட்டை ஒழுங்கு படுத்தப்பட்டது. மூத்த பிரிட்டிஷ் அதிகாரிகளும், அரசர்களும் மட்டுமே வேட்டையாட அனுமதிக்கப்பட்டனர். பல அரசர்களுக்கும், பிரிட்டிஷ் உயர் அதிகாரிகளுக்கும் நவாப் வேட்டையாட அனுமதி யளிக்கவில்லை என்பதை கடிதங்களின் மூலம் நாம் அறிகிறோம். 2010ஆம் ஆண்டு எடுக்கப்பட்ட கணக்கின்படி கிர் காட்டில் 411 சிங்கங்கள் இருக்கின்றன. ஆசிய சிங்கங்கள் இன்று கிர் காட்டில் மட்டுமே வசித்து வருகின்றன. இந்திய சிறுத்தைக்கு அவ்வளவாக அதிர்ஷ்டம் இல்லை. 1947இல் இந்தியா சுதந்திரமடைந்த சமயத்தில் தான் மத்தியப் பிரதேசத்தில் கடைசி இந்திய சிறுத்தை பார்க்கப் பட்டதாக அறிக்கைகள் தெரிவிக்கின்றன.[22]

புதிய புதுடில்லி

1858இல் கலகக்காரர்கள் முற்றிலும் ஒழிக்கப்பட்டவுடன், டில்லி பஞ்சாப் மாகாணத்தின் தலைமையிடமாகச் சுருங்கிவிட்டது. 1881ஆம் ஆண்டில் எடுக்கப்பட்ட மக்கள்தொகை கணக்கெடுப்பின்படி டில்லி நகர மக்கள்தொகை 1,73,393ஆகக் குறைந்துவிட்டது.[23] மொகலாய சகாப்தத்தில் ஏற்படுத்தப்பட்ட ஷாஜஹானாபாத் அன்று வரை முக்கிய நகர மையமாக இருந்து வந்தது. ஐரோப்பியப் படைவீரர்கள் செங்கோட்டையின் உள்ளேயும் இந்தியப் படை வீரர்கள் தரியாகன்ஜ் – என்ற இடத்திலும் இருந்து வந்தார்கள்.

இருப்புப்பாதைகள் டில்லி நகரை, மேற்கே லாகூருடனும் கிழக்கே கல்கத்தாவுடனும் இணைத்தன. மதிலால் சூழப்பட்ட டில்லி நகரின் வடக்கே பிரிட்டிஷ்காரர்கள் தங்கள் அதிகாரிகளுக்கான குடியிருப்புகளை உருவாக்கினார்கள். தோட்டங்களுடன் கூடிய மிகப்பெரிய வீடுகள் கட்டப்பட்டன. பல சரித்திர முக்கியத்துவம் வாய்ந்த கட்டடங்களுடன், பத்தொன்பதாம் நூற்றாண்டின் இறுதியில் இருந்த டில்லி ஓர் அழகிய நகரம்தான். ஆனால் பம்பாய், கல்கத்தா, மதராஸ் போன்ற நகரங்களோடு ஒப்பிடும்போது அது பின்தங்கித்தான் இருந்தது. 1911ஆம் ஆண்டுவரை டில்லி அப்படித் தான் இருந்துவந்தது.

இதற்கிடையே பிரிட்டிஷ் சாம்ராஜியத்தின் அடித்தளத்தில் சிறுசிறு விரிசல்கள் ஏற்பட்டன. இயற்கைச் சீற்றங்களே ஓரளவுக்கு அதற்கான காரணங்கள். 1874ஆம் ஆண்டு முதலே இந்தியா வரிசையாக பல வறட்சிகளைச் சந்திக்க நேர்ந்தது. முதலில் பாதிக்கப் பட்டவை வங்காளமும், பீகாரும். அப்போது வைஸ்ராயாக இருந்த நார்த் புரூக் பிரபுவும், பஞ்சநிவாரண ஆணையராக இருந்த சர் ரிச்சர்ட் டெம்ப்பிள் என்பவரும், பர்மாவிலிருந்து அரிசியை இறக்குமதி செய்து நிலைமையை சாமர்த்தியமாக சமாளித்தனர். ஆனால் இருவரையும் ஊக்குவிப்பதற்கு பதில், பிரிட்டிஷ் பிரதமர் டிஸ்ரேலியின் தலைமையிலான அரசு பணத்தை விரயம் செய்வதாக குற்றம் சாட்டியது. வைஸ்ராய் மாற்றப்பட்டு லிட்டன் பிரபு வைஸ்ராயாக நியமிக்கப்பட்டார். அது பேரிடராகப் போய்விட்டது.

1876ஆம் ஆண்டு தொடர்ந்து மூன்றாவது முறையாக பருவ மழை பொய்த்துவிட்டது. எனவே பஞ்ச நிலைமை தென்னிந்தியாவில் மிகவும் மோசமடைந்தது. லிட்டன் பிரபு செலவுகளைக் குறைப்ப திலேயே கவனமாக இருந்தார். சற்று தாராளமாக இருந்தமைக்காக மதராஸ் கவர்னரை கடிந்து கொண்டார். சர் ரிச்சர்ட் டெம்ப்பிள் (பஞ்ச நிவாரண ஆணையர்) தற்சமயம் தேவையான பாடத்தைக் கற்றுக்கொண்டுவிட்டார். மல்த்தூசின் கொள்கைகளைப் பின்பற்ற ஆரம்பித்தார். 1877ஆம் ஆண்டுக்குள் பஞ்சம் தக்காணம், ராஜஸ்தான், வடமேற்கு இந்தியா ஆகிய பகுதிகளுக்கும் பரவியது. அப்படி யிருந்தும் விளைச்சல் அதிகமாக இருந்த மாநிலங்களிலிருந்து தானியங்கள் உலகின் மற்ற நாடுகளுக்கு ஏற்றுமதி செய்யப்பட்டுக் கொண்டிருந்தன. அந்த மிகப்பெரிய பஞ்சத்தால், பிரிட்டிஷ் கட்டுப் பாட்டில் இருந்துவந்த, இந்தியத் துணைக்கண்டத்தின் மாநிலங்களில் 5.5 மில்லியன் மக்கள் உணவின்றி செத்து மடிந்தனர். அவ்வளவு இன்னல்களுக்கு இடையேயும் வைஸ்ராய் லிட்டன் 1877ஆம்

ஆண்டு டில்லி தர்பாரை மிக ஆடம்பரமாக நடத்திக் கொண்டிருந்தார். அந்த இடத்தில்தான், துணைக்கண்டத்தின் பல்வேறு அரசர்கள் முன்னிலையில் அரசி விக்டோரியா இந்தியாவின் பேரரசியாக அறிவிக்கப்பட்டாள். அது ஒரு மிகப்பெரிய அதிர்ச்சி. பிரிட்டிஷ் காரர்களுக்கு இந்தியாவை ஆளும் தார்மீக உரிமை இல்லை என்பதை அனேக இந்தியர்கள், குறிப்பாக நன்கு படித்தவர்கள் உணர்ந்தார்கள். இந்த வெறுப்பின் காரணமாக 1885இல் இந்திய தேசிய காங்கிரஸ் கட்சி தொடங்கப்பட்டது. இருபதாம் நூற்றாண்டின் ஆரம்பத்தில் பரவலாக சுதந்திர இயக்கங்களுக்கு அதுவே முன்னோடியாக இருந்தது.

சுதந்திரத்திற்கான குரல் வேகமாக ஒலிக்கத் தொடங்கியவுடன் காலனி அரசாங்கம், தன்னுடைய சட்டபூர்வமான இருப்பை உறுதி செய்துகொள்ள பல நடவடிக்கைகளை மேற்கொண்டது. மொகலாயர்களின் வழிகளைப் பின்பற்றுவதே சரியென்ற பரவலான கருத்து ஒப்புக்கொள்ளப்பட்டது. 'மொகலாயர்களின் மனதில் நன்றாக ஒட்டிக்கொண்டிருந்தது மாநகர் டில்லிதான்' என்ற யோசனை ஏற்றுக்கொள்ளப்பட்டது. இந்த கருத்துக்கு எதிர்ப்புகளும் இருந்தன. ஆனால் வைஸ்ராய் ஹார்டின்ஜ் ஒரு மிகப்பெரிய நகரத்தை உருவாக்கி சரித்திரத்தில் தன் பெயரை நிலைநிறுத்திக் கொள்ள விரும்பினார். திட்டம் செயல்படச் சாதகமாக இருந்தது 1911இல் நடந்த டில்லி தர்பார். ஐந்தாம் ஜார்ஜ் மன்னர் முடிசூடிக் கொண்டதை நினைவுகூறும் வகையில் அந்த தர்பார் நடத்தப் பட்டது. டில்லியின் வடக்கேயிருக்கும் கோரோனேஷன் பூங்காவில் அரசின் பிரகடனம் வாசிக்கப்பட்டது. அதே இடத்தில் தான் அரசி விக்டோரியா இந்தியப் பேரரசியாக அறிவிக்கப்பட்டாள். அந்த நிகழ்ச்சியை நினைவுகூறும் வகையில் ஓர் உயரமான தூண் நிறுவப்பட்டது. ஆனால் இன்று சுற்றுலாப் பயணிகள் யாரும் இங்கு வருவதில்லை. வருபவர் தூணுடன் தனிமையில்தான் இருக்கவேண்டும். காலனி ஆதிக்க நாட்களில் உருவாக்கப்பட்ட சிலைகளும் அங்கேயிருக்கின்றன. "இந்தியா கேட்"டுக்கு எதிரே ஓர் உயரமான பீடத்தின்மீது, கீழே பார்த்துக்கொண்டிருப்பது போன்ற, மன்னர் ஐந்தாம் ஜார்ஜின் சிலை இருந்தது. 1960இல் அச்சிலை அகற்றப்பட்டுவிட்டது. டில்லியில் சிலைகள் இல்லாமல் பீடங்கள் மட்டும் பல இடங்களில் தனியே இருக்கின்றன. தங்களைச் சரியாகப் பராமரிக்காததால் சிலையாக இருந்தவர்கள் அங்கிருந்து சென்றிருக்க வேண்டும்.

புதிய டில்லியைத் திட்டமிட்டு உருவாக்கும் பணி, எட்வின் லூட்டியன்ஸ், ஹெர்பர்ட் பேக்கர் என்ற இரு கட்டடக்கலை

நிபுணர்களிடம் ஒப்படைக்கப்பட்டது. ஷாஜஹானாபாத்துக்கு வடக்கே, தற்போதுள்ள டில்லி பல்கலைக்கழகத்தைச் சுற்றிலும் புதிய நகரை உருவாக்குவது என்பதுதான் முதலில் போடப்பட்ட திட்டம். ஆனால் பல இடங்களில் செய்யப்பட்ட நிலச் சுற்றாய்வுகளுக்குப் பின் புதிய நகரை அப்போதிருந்த, நகரின் நெருக்கடி நிறைந்த இடங்களுக்குத் தெற்கே உருவாக்குவது என்று முடிவு செய்யப் பட்டது. அப்படிச் செய்தால் பழைய டில்லி நகரங்களை தின்பனா, இந்திரப்பிரஸ்தம் ஃபெரோஸ்–ஷா கோட்லா போன்ற இடங்களுக்கு அருகே புதிய நகரம் இருக்கின்றது என்ற ஓர் உணர்வை உண்டாக்கும் என்று நம்பப்பட்டது. புதிய நகரம் ஒரு வணிக மையமாகவோ, அல்லது ஒரு தொழில் மையமாகவோ உருவாக்கப்படவில்லை என்பதை நாம் புரிந்துகொள்ள வேண்டும். புதிய நகரம் ஏகாதிபத்திய அதிகாரத்தின் அடையாளமாக, ஊர் வலங்களுக்கு ஏற்றதாக, உருவகமாகக் காட்டப்படும் பல அமைப்புகளைக் கொண்டதாக இருக்கவேண்டும் என்பதே திட்டம்.

புதிய நகரின் மையமாக அமைந்து மாளிகை வைஸ்ராயின் இருப்பிடமான ரைசினாக்குன்றில் கட்டப்பட்ட மாளிகை. இதுதான் இன்றுள்ள "ராஷ்ட்ரபதி பவன்" என்றழைக்கப்படும் குடியரசுத் தலைவர் மாளிகை. இந்தக் கட்டடம் எத்தகைய தோற்றத்தைப் பெற்றிருக்க வேண்டும் என்று பல்வேறு கருத்துகள் முன்வைக்கப் பட்டன. பழங்கால ஐரோப்பிய பாணியில் இருக்கவேண்டும் என்று சிலரும், இந்திய– சார் செனிக் பாணியில் இருக்க வேண்டுமென்று சிலரும், மொகலாய கட்டடக்கலையை ஒட்டியிருக்க வேண்டு மென்று வேறு சிலரும் கருத்து தெரிவித்தனர். கடைசியில் ஓர் உடன்பாடு எட்டப்பட்டு கட்டடத்தை பழங்கால ஐரோப்பியத் தூண்கள் போன்ற தூண்களை எழுப்பியும், மொகலாய, இராஜபுத்திரக் கட்டடங்கள் போன்ற அமைப்புகளை உருவாக்கியும் கட்டுவது என்று முடிவு செய்யப்பட்டது. மாளிகையின் முன்னால் அழகான ஒரு நீண்ட பாதையை உருவாக்குவது என்று திட்டமிடப்பட்டு அவ்வாறே செய்யப்பட்டது. அந்தப் பாதை 'அரசபாதை' என்று அழைக்கப்பட்டது. அதுதான் இன்றைய "ராஜ்பத்". வாஷிங்டன் D.C.யில் இருக்கும் மால் என்பதைப் பார்த்து இது அமைக்கப் பட்டது. மனதில் பதியுமாறு இருக்கவேண்டும் என்பதே "அரச பாதையை" அன்று உருவாக்கியதின் நோக்கம். "ராஜ்பத்" இன்றும் மனதில் பதிவதாகத் தான் உள்ளது.

புதுடில்லியின் இதர பகுதிகள் யாவும் அரசாங்க அலுவலகங் களாலும், விஸ்தாரமான வீடுகளாலும் நிறைந்திருந்தன. வீடுகளில் தோட்டங்கள் இருந்தன. 'தோட்ட நகரம்' என்ற பெயருக்கேற்ப,

அனைத்து வீடுகளிலும் தோட்டங்கள் இருந்தன. வீடுகள் அரசு அதிகாரிகளுக்காக, அவர்களின் அந்தஸ்துகளுக்கேற்ப கட்டப் பட்டிருந்தன. அக்கால அரசியல் சூழ்நிலைக்கேற்ப குடியிருப்புகள் இன அடிப்படையிலும், பணிமூப்பு அடிப்படையிலும் பிரிக்கப் பட்டிருந்தன. கனத்த வெள்ளைப் பகுதி மெல்லிய வெள்ளைப் பகுதி மெல்லிய கருப்புப்பகுதி என்று பாகுபாடுகள் காணப் பட்டன. எந்த இந்தியருக்கும் மிக உயர்ந்த பதவி கொடுக்கப் படாததால் கனத்த கருப்புப்பகுதி என்ற தனியிடம் இல்லை.[24] நகர் முழுவதும் மொத்தம் 60,000 மக்களை கருத்தில் கொண்டு வடிவமைக்கப்பட்டிருந்தது. அதில் பணியாட்களும், அரசுக்கு உதவிசெய்யும் இதர அலுவலர்களும் அடங்குவர். கன்னாட் பிளேஸ் என்று அழைக்கப்பட்ட இடமும், அதைச் சுற்றியுள்ள இடங்களும் மட்டுமே வணிக நடவடிக்கைகளுக்காக ஒதுக்கப் பட்டிருந்தன. லூட்டியன் டில்லி என்று அழைக்கப்படும், ஏகாதி பத்தியக் கட்டட அமைப்புகளுடன் கூடிய புதுடில்லிதான் இன்று இந்தியக் குடியரசின் தலைநகரமாக இருந்து வருகிறது. கொழுத்த அரசியல்வாதிகள், வறுமையில் இருப்பதுபோல் பாசாங்கு செய்து கொண்டு, வெள்ளைக் குர்த்தாவும், பைஜாமாவும் அணிந்து கொண்டு புதுடில்லியின் கனத்த வெள்ளைப் பகுதியில் வாசம் செய்து வருகிறார்கள்.

லூட்டியன் டில்லியின் மிகப்பெரிய கட்டடங்கள் பற்றியும் மாளிகைகள் பற்றியும் நிறைய எழுதப்பட்டுள்ளன. 1920களிலும் 1930களிலும் இருந்த டில்லி நகரின் புகைப்படங்களைப் பார்க்கும்போது இன்று நாம் பார்க்கும் புதுடில்லி மாறுபட்டுக் காணப்படுகிறது. கட்டிக்கொண்டிருந்த இடத்தில் மட்டுமின்றி, கட்டிமுடிக்கப்பட்ட இடங்களிலும் நிறைய வேறுபாடுகள் தெரிகின்றன. மறுமுறை நன்றாக கவனித்துப் பார்க்கும்போது, அந்த வேறுபாடு அன்று நடப்பட்ட மரங்கள் இன்று ஓங்கி வளர்ந்து விட்டதால் ஏற்பட்ட மாற்றம் என்று தெரிகிறது. முறைப் படி, நன்கு திட்டமிட்டு, கவனமாக நடப்பட்ட மரங்கள் புதுடில்லியின் வடிவமைப்பில் ஒரு முக்கியமான அம்சமாகும்.

திட்டமிட்டு மரங்களை வளர்த்தது புதுடில்லிக்குப் புதுமையான ஒன்றல்ல. 'ஷாஜஹானாபாத்' என்ற பழைய டில்லியில் அது உச்ச கட்ட வளர்ச்சியில் இருந்தபோது தனியாருக்குச் சொந்தமான பல மொகலாயத் தோட்டங்கள் இருந்தன. அவை அரச குடும்பந் தாருக்கும், மூத்த அரசவை உறுப்பினர்களுக்கும் சொந்தமான தோட்டங்கள். சாந்தினி சௌக்–ன் வடபகுதியில் உள்ள "பேகம் ஜெஹனரா தோட்டம்", செங்கோட்டையின் உள்ளே காணப்படும்

புகழ்மிக்க இரு தோட்டங்களான "ஹையத் பக்ஷ்" "மஹ்டாப் பாக்" போன்றவற்றை நாம் குறிப்பிட்டுச் சொல்லலாம். தோட்டங்கள் ஏற்படுத்தும் பழக்கத்தை பிரிட்டிஷ் காரர்கள் ஓர் உச்ச நிலைக்குக் கொண்டு சென்றார்கள். அவர்கள் ஒரு தோட்ட நகரத்தையே உருவாக்க முயற்சி செய்தார்கள். எந்தெந்த மரக்கன்றுகளை நட்டு வளர்க்கவேண்டும் என்பதில் வனத்துறையினருக்கும், தோட்டக் கலை நிபுணர்களுக்கும், அரசு அதிகாரிகளுக்குமிடையே கார சாரமான விவாதங்கள் நடை பெற்றதற்கான பதிவுகள் இருக்கின்றன. கடைசியில் நகர் அமைப்புக் குழு 1913ஆம் ஆண்டில் என்னென்ன மரக்கன்றுகளை நட்டு வளர்க்கலாம் என்று ஓர் அறிக்கை சமர்ப்பித்தது. அந்த அறிக்கையில் வேம்பு நாவல், புளி போன்ற பதிமூன்று வகை மரங்கள், சாலை ஓரங்களில் நடப்படும் மரங்களாகப் பரிந்துரைக்கப்பட்டிருந்தன.[25] மற்ற வகை மரங்கள் பின்னால் அறிமுகப்படுத்தப்பட்டன. ஆரம்பத்தில் நடப்பட்ட பதிமூன்று வகை மரங்களே லூட்டியன் டில்லியின் சாலை ஓரங்களில் அதிகம் காணப்படுகின்றன.

காலனி ஆதிக்க நகர அமைப்பாளர்கள் ஆரவல்லிக் குன்றுகளில் டில்லியைச் சுற்றி வனப்பகுதிகளை மீண்டும் உருவாக்க அதிகம் முதலீடு செய்தனர். குறிப்பாக ஜனாதிபதி மாளிகையின் பின்னால் உள்ள மைய முகட்டின் மீது வனப்பகுதியை உருவாக்க பெரு முயற்சி எடுத்துக்கொண்டனர். அதற்காக அவர்கள் மத்திய அமெரிக்கச் சிற்றினமான சீமைக் கருவேல மரத்தைத் தேர்ந் தெடுத்தனர். அது டில்லியில் எங்கும் பரவிட்டது. அதுமட்டு மின்றி மற்ற வகை மரங்கள், குறிப்பாக உள்ளூர் மரங்கள் வளர்வதைத் தடுத்துவிட்டது.[26] இதுபோன்ற முயற்சிகளால் அதாவது மரம் வளர்க்கும் நடவடிக்கைகளால், உயரத்திலிருந்து பார்க்கும்போது மத்திய டில்லி பச்சை நிறத்தில் காட்சியளிக்கிறது. எடுத்துக்காட்டாக மான்சிங் சாலையில் உள்ள தாஜ் விடுதியிலிருந்து பார்க்கும்போது டில்லியின் மையப்பகுதி மிகவும் பசுமையாகத் தோன்றுகிறது. லூட்டியன் டில்லியின் ஆடம்பரத் தன்மையைப் பற்றி யார் என்ன சொன்னாலும், அதன் அழகு தனித்தன்மை வாய்ந்ததுதான்.

புதிய நகர் உருவாக்கம் முடிவடையும் தருவாயில் பிரிட்டிஷ் காரர்கள் வைஸ்ராய் மாளிகைக்கு எதிரே தங்களது தூணை எழுப்பினார்கள். அதற்கு ஜெய்ப்பூர் தூண் என்று பெயர். அதன் உச்சியில் ஆறு முனைகள் கொண்ட நட்சத்திரம் காணப் பட்டது. ரைசினா குன்று அல்லது பிரதான வாயில் ஊடாகப் பார்க்கும் போது அந்தத் தூண் நன்றாகத் தெரியும். அத்தூணின் அடியில் கீழ்க்கண்ட வாசகங்கள் பொறிக்கப்பட்டுள்ளள: "எண்ணத்தில்

நம்பிக்கை/வார்த்தையில் ஞானம்/செயலில் துணிவு/வாழ்வில் சேவை. எனவே இந்தியா மேன்மையடையட்டும்". இந்த வாசகத்தை ஆதரவான ஒரு வாசகம் என்றும் நாம் எடுத்துக் கொள்ளலாம் அல்லது காலனி ஆதிக்கம் விரைவில் முடியப் போகிறது என்பதைத் தெரிவிக்கும் ஒரு முன்னறிவிப்பு வாசகமாகவும் எடுத்துக் கொள்ளலாம். தங்களது நிலையற்ற தன்மையை உணர்ந்து கொண்ட காலனி ஆதிக்க ஆட்சியாளர்கள் எதிர்கால சந்ததியினர் தங்களைப் பற்றி மேன்மையாக நினைக்கட்டும் என்று கருதிகூட அந்த வாசகங்களைத் தூணில் பொறித்து வைத்திருக்கலாம்.

கடல் கடந்து செல்லுதல்

நாம் முன்பு பார்த்ததுபோல் பன்னிரெண்டாம் நூற்றாண்டில் இந்தியா தனக்குள்ளேயே முடங்கிவிட்டது. சாதி விதிகளைக் காரணம் காட்டி கடல்கடந்து செல்வதை அக்கால இந்தியர்கள் ஏன் தடுத்தார்கள் என்பதற்கான விளக்கத்தைக் கொடுக்க என்னால் முடியவில்லை. இந்திய வணிகர்களும், அரசர்களும் கடல் வணிகத்தின் மூலமே பொருள் சேர்த்தார்கள் என்பதை நினைக்கும் போது, நாம் மேலே பார்த்த தடை ஒரு புதிதாக இருக்கிறது. தென் கிழக்கு ஆசிய நாடுகளில் பிராமண அறிஞர்களுக்கு நல்ல வரவேற்பு இருந்தது. அதுமட்டுமின்றி சாதிவிதிகள் எப்போதும் ஒரே மாதிரியாகவோ அல்லது ஒரே சீராகக் கடுமையாகவோ இருக்கவில்லை. இந்திய முஸ்லீம்களும், இந்துக்களும் தொடர்ந்து வெளிநாடுகளுக்குப் பயணம் செய்துவந்தனர். வெகு தொலை தூரத்தில் இருந்த அஸர்பெய்ஜான் நாட்டில்கூட ஒரு மிகப்பெரிய இந்திய வணிக மையம் செயல்பட்டு வந்தது. பாகுவில் இருந்த அதேஷ்காவில் இந்துக்கோயிலின் இடிபாடுகளும், விநாயகர், சிவன் போன்ற கடவுளர்களுக்கான தோத்திர வாசகங்கள் அடங்கிய கல்வெட்டுகளும் காணப்படுகின்றன. சாமர்கண்ட், புகாரா – ஆகிய இடங்களில் இந்திய வணிகர்கள் செயல்பட்டதற்கான ஆதாரங்கள் உள்ளன. அந்த வியாபார மையங்கள் ஒருகாலத்தில் சீனாவிலிருந்து மையக்கிழக்கு நாடுகள் வரை பரவியிருந்த வியாபார மையங்களில் எஞ்சியிருந்தவை என்று நாம் எடுத்துக் கொள்ளலாம்.

திரும்பவும், பத்தொன்பதாம் நூற்றாண்டில், பிரிட்டிஷ் ஆட்சியில்தான் இந்தியர்கள் அதிக எண்ணிக்கையில் வெளி நாடுகளுக்குப் பயணம் செய்யத் தொடங்கினர். இந்தியர்கள் இந்தியாவிலிருந்து அதிக எண்ணிக்கையில் வெளிநாடுகளுக்குப் புலம் பெயர்ந்ததற்கான காரணம் இதுதான். 1834ஆம் ஆண்டில் அடிமைமுறை ஒழிக்கப்பட்டபின், பிரிட்டிஷ் காலனிகளாக இருந்த

நாடுகளில் ஒப்பந்தத் தொழிலாளர்களுக்கான தேவை அதிகரித்தது. அந்த நாடுகளுக்கு ஒப்பந்தத் தொழிலாளர்களாக பல இந்தியர்கள் சென்றார்கள். ஆரம்பத்தில் கரும்புத்தோட்டங்களில்தான் ஒப்பந்தத் தொழிலாளர்கள் அதிகம் தேவைப்பட்டனர். ஆனால் விரைவில் இருப்புப்பாதைகள் அமைக்கவும், சுரங்கப் பணிகளுக்கும் அவர்கள் பயன்படுத்திக்கொள்ளப்பட்டார்கள். தொடக்கத்தில் ஒப்பந்த காலம் முடிந்தபின் தொழிலாளர்கள் தங்கள் சொந்த ஊருக்குத் திரும்பி வந்துவிடுவார்கள். ஆனால் ஒப்பந்தத் தொழிலாளர் முறையில் செலவு குறைவு என்ற காரணத்தால், தொழிலாளர்களை காலனி நாடுகளிலேயே நிரந்தரமாகத் தங்க வைக்க பிரிட்டிஷ்காரர்கள் ஊக்கம் அளித்தனர். தங்கள் கணவன்மார்களுடன் செல்வதற்கு பெண்களும் தூண்டப்பட்டார்கள். ஒப்பந்தத் தொழிலாளர்கள் அதிகமான இடர்ப்பாடுகளை சந்திக்க நேர்ந்தாலும் 1877இல் ஏற்பட்ட மிகப்பெரிய பஞ்சம் இந்தியத் தொழிலாளர்கள் புலம் பெயர்ந்து செல்ல முக்கியக் காரணியாக இருந்தது. ஆகவே, வெகு தூரங்களில் இருந்த பிரிட்டிஷ் காலனி நாடுகளான ஃபிஜி, டிரினிடேட், கையானா, மலேயா, தென்ஆப்பிரிக்கா, மொரிஷியஸ் போன்ற இடங்களுக்கு இந்தியத் தொழிலாளர்கள் சென்றனர். ஃபிரன்ச் காலனியாக இருந்த ரீயூனியன், டச் காலனியாக இருந்த சூரினாம் ஆகிய இடங்களுக்கும் இந்தியத் தொழிலாளர்கள் சென்றனர். மொரிஷியஸ் தீவின் “ஆப்ரவசி காட்” என்ற ஒரு இடத்தில்மட்டும் ஐந்துலட்சம் தொழிலாளர்கள் இந்தியாவிலிருந்து வந்திறங்கினர். இந்த இடம் யுனெஸ்கோ நிறுவனத்தால் உலகப் பாரம்பரிய இடமாகப் பராமரிக்கப்பட்டு வருகிறது.[27]

ஓர் ஒப்பந்தத் தொழிலாளரிடம் எழுதி வாங்கப்பட்ட ஒப்பந்தம் கீழ்க்கண்டவாறு இருந்தது.[28]

பெரூ என்கிற நான் மொரிஷியஸ் சென்று, E. அன்டார்ட் பெரி என்பவரிடம் அல்லது அவரால் என் சம்மதத்தின்பேரில் மாற்றப்படும் ஒருவரிடம், சாப்பாட்டு மேஜைப் பணியாளனாக ஐந்தாண்டுகளுக்கு மாதம் ஒன்றுக்கு பத்து கம்பெனி ரூபாய்களும், உணவு, உடை போன்றவைகளும் பெற்றுக்கொண்டு பணிபுரிய சம்மதிக்கிறேன். எனக்கு தினசரி தரப்பட வேண்டியவை.

14 சிட்டன்க் அரிசி

2 சிட்டன்க் பருப்பு

1/2 சிட்டன்க் நெய்

1/4 சிட்டன்க் உப்பு

(சிட்டன்க் (Chittank) என்பது வங்காள எடை அளவு. ஒரு சிட்டன்க் ஆங்கில கல் எடையில் 1/16 பங்கு.)

ஆண்டொன்றுக்குத் தரப்பட வேண்டியவை:

போர்வை 1

வேஷ்டிகள் 2

அச்சடித்த சீட்டித் துணி 1

குல்லாய் (லஸ்கர் அணிவது) 1

மரக்கிண்ணம் 1

இவை மட்டுமின்றி நான்கு நபர்களுக்கு ஒரு பித்தளைக் கிண்ணம், மருந்து, தேவைப்படும்போது மருத்துவ உதவி போன்றவை. ஒப்பந்தம் முடிந்தவுடன் முதலாளி அவர் செலவில் என்னை கல்கத்தாவுக்கு அனுப்பி வைத்துவிட வேண்டும்.

– நவம்பர் 1837இல் ஏற்பட்ட ஒப்பந்தம்.

இந்த ஒப்பந்தப் பத்திரத்தோடு கூடவே, கல்கத்தா, காவல்முறை கண்காணிப்பாளர் F.W. பிர்க் என்பவர் கொடுத்த ஒரு சான்றிதழும் இருந்தது. அச்சான்றிதழில் பெரூ என்பவரின் உயரம் 5 அடி 3 அங்குலம் என்றும், வயது 28 என்றும், மாநிறமான முஸ்லீம் என்றும் குறிப்பிட்டிருந்தது. இதுபோன்ற ஒப்பந்தங்களின் அடிப்படையில் ஆயிரக்கணக்கான தொழிலாளர்கள் தங்கள் வீட்டை விட்டுவிட்டு வெளிநாடுகளுக்குச் சென்றார்கள். சென்றவர்களில் மூன்றில் ஒருபங்கு தொழிலாளர்களே திரும்பவும் தாய்நாட்டிற்கு வந்தார்கள். பயணத்தின்போதும், தங்கள் கடினமான வாழ்க்கையாலும் பலர் மடிந்துபோனார்கள். இருந்தும் பலர் பல வெளிநாடுகளில் இந்திய சமூகத்தினராக வாழ்ந்து வந்தார்கள். விரைவில் இந்திய வணிகர்களும், எழுத்தர்களும், பிரிட்டிஷ்காரர்களைப் பின்பற்றி காலனி நாடுகளுக்குச் சென்றனர். தமிழ்நாட்டைச் சேர்ந்த செட்டியார் இனமக்கள் தென்கிழக்கு ஆகிய நாடுகளில் அதிகமாகப் பரவியிருந்தார்கள். குறிப்பாக மலேயா, சிங்கப்பூர், பர்மா, ஃபிரன்ச் ஆதிக்கத்திலிருந்த வியட்நாம் போன்ற நாடுகளில் செட்டியார்கள் மிக அதிகமாகப் பரவியிருந்தார்கள். அந்த நாடுகளுக்குச் சென்ற செட்டியார்கள் அந்தந்த நாடுகளில் ஒரு வணிக சமூகத்தை உருவாக்கினார்கள். அந்த சமூகத்தினரின் வாரிசுகளை நாம் இன்னும் அந்த இடங்களில் ஓரளவுக்குக் காணமுடிகிறது. அதேபோல் ‘சிட்டி’ இனத்தினர்

பல தலைமுறைகளாக மலேயாவில் வாழ்ந்துவந்தார்கள். தாய் நாட்டிற்கும் அவர்களுக்குமுள்ள தொடர்பு துண்டிக்கப்பட்டு விட்டது. அவர்கள் தாங்கள் வாழும் நாட்டுப்பெண்களையே திருமணம் செய்து கொண்டு, அந்த நாட்டு உடைகளையே உடுத்திக் கொண்டனர். இருப்பினும் தங்களின் இந்து சமயத்தையும், பழக்கங் களையும் காப்பாற்றி வந்தனர். இந்த சமூகத்தினர் இப்போது வேகமாக நவீன மலேசியா நாட்டில் வாழ்ந்துவரும் தமிழ் இனத்தாரோடு கலந்து வருகின்றனர்.

பிரிட்டிஷ் ஆட்சியில்தான், வெளிநாடு வாழ் இந்தியர்களுக் கிடையே ஓர் ஒருங்கிணைப்பு ஏற்பட்டது. இருப்பினும் பிரிட்டிஷ் காரர்களை எதிர்த்து இந்தியாவில் விடுதலைப் போராட்டங்கள் நடந்தபொழுது, அந்தப் போராட்டங்களை வெளிநாடுகளில் வாழ்ந்துவந்த இந்திய சமூகத்தினர் ஆதரித்தார்கள். 1893ஆம் ஆண்டிலிருந்து 1914ஆம் ஆண்டு வரை மகாத்மா காந்தி தென்னாப் பிரிக்காவில்தான் வாழ்ந்து வந்தார். அங்கிருந்த இந்தியர்களின் உரிமைகளுக்காகப் போராடியபோதுதான் ‘அகிம்சை’ என்ற ஒரு அரசியல் தத்துவத்தை உருவாக்கி வளர்த்தார். ஜூன் 1893ஆம் ஆண்டு தென் ஆப்பிரிக்காவில், தொடர்வண்டியில் உரிய அனுமதிச் சீட்டை வாங்கிக்கொண்டு முதல் வகுப்பில் பிரயாணம் செய்த போதும், அவர் வண்டியிலிருந்து கீழே தள்ளிவிடப்பட்டார். (கருப்பர் என்ற காரணத்தினால்). அந்த சம்பவம் காந்திஜியின் வாழ்க்கைப் பாதையை முற்றிலும் மாற்றியமைத்தது. அந்தச் சம்பவம் நடந்த இடம் பீட்டர் மேரிட்ஸ்பர்க் என்ற தொடர்வண்டி நிலையம். எந்த இடத்தில் காந்திஜி முதல் வகுப்புப் பெட்டியிலிருந்து கீழே தள்ளிவிடப்பட்டாரோ, அந்த இடத்தில், அந்த சம்பவத்தை நினைவு கூறும் வகையில் ஒரு பலகை வைக்கப்பட்டுள்ளது. சுற்றுலாப் பயணிகள் அப்பலகையை இன்றும் பார்க்கலாம். காந்திஜி 1915ஆம் ஆண்டில்தான் இந்தியாவுக்குத் திரும்பினார். விரைவில் இந்திய அரசியலில் முக்கியப்புள்ளியாகிவிட்டார்.

இந்தியாவில் இருந்த காலனி ஆதிக்கக்காரர்களை இந்தியாவை விட்டு விரட்டுவதற்கு சிங்கப்பூர் ஒரு முக்கிய மையமாகத் திகழ்ந்தது. அத்தீவு நகரத்தை இரண்டாம் உலகப்போரின்போது ஜப்பானியர்கள் கைப்பற்றிவிட்டனர். அந்த சந்தர்ப்பத்தைப் பயன் படுத்திக்கொண்டு நேத்தாஜி சுபாஷ் சந்திரபோஸ் சிங்கப்பூரில், இந்தியப் போர்க் கைதிகளைக்கொண்டு ஆஸாத் ஹின்ந் ஃபாஜ் என்ற இந்திய தேசிய இராணுவத்தை உருவாக்கினார். ஜூலை 1943இல் நேத்தாஜி, பதாங் என்ற இடத்தில் உள்ள ஒரு திறந்தவெளி மைதானத்தில் இந்திய தேசிய இராணுவத்தின் முதல் அணிவகுப்பு

மரியாதையை ஏற்றுக்கொண்டார். அந்த மைதானம் இன்றும் உள்ளது. அந்த நிகழ்ச்சியை நினைவுகூறும் விதத்தில் சிங்கப்பூர் கிரிக்கெட் கழகத்தின் அருகில் ஒரு நினைவிடம் உருவாக்கப் பட்டுள்ளது. முதலில் உருவாக்கப்பட்ட நினைவிடத்தை, இரண்டாம் உலகப்போர் முடிந்ததும் பிரிட்டிஷ்காரர்கள் அழித்து விட்டார்கள். எனவே இப்போதுள்ள நினைவிடம் 1995ஆம் ஆண்டில் கட்டப்பட்டது. சில இந்திய சுற்றுலாப் பயணிகள் அந்த நினைவிடத்திற்கு முன்னால் நின்றுகொண்டு புகைப்படம் எடுத்துக் கொள்கிறார்கள்.

அங்கிருந்து இருபது நிமிடத்தில் நடந்து சென்றடையக்கூடிய "தோபி காட்" என்ற ஓர் இடத்தில்தான் நேத்தாஜி போஸ் தற்காலிக சுதந்திர இந்திய அரசு அமைக்கப்பட்டுவிட்டதாக அறிவித்தார். கேத்தே திரைப்பட அரங்கத்தில் சுதந்திரப் பிரகடனம் வாசிக்கப் பட்டது. அந்த அரங்கம் இன்று இடிக்கப் பட்டுவிட்டது. அதன் ஒரு பகுதி மட்டும், ஒரு பெரிய வணிக மையத்தின், ஒரு பகுதியாக பாதுகாக்கப்பட்டுள்ளது. ஜப்பானியக் கூட்டாளிகள் உலகப்போரில் தோற்றதும் இந்திய தேசிய இராணுவமும் தோல்வியடைந்தது. ஆனால் அந்த இராணுவம், பிரிட்டிஷ் காலனியாதிக்க அரசுமீது, இந்திய வீரர்கள் வைத்திருந்த விசுவாசத்தைக் குறைத்துவிட்டது. எழுபது ஆண்டுகள் நிறை வடைந்துவிட்ட பின்பும் சிங்கப்பூர், மலேசியா போன்ற நாடுகளில், போஸ் அவர்களின் இந்திய தேசிய இராணுவத்தில் பணி யாற்றியோர் இன்னும் வாழ்ந்து வருகிறார்கள். அவர்களில் பலர் இந்திய நாட்டைப் பார்த்திராவிட்டாலும், இந்திய நாகரிகத்தை வாழவைக்கத் தங்கள் இன்னுயிரையும் கொடுக்கத் தயாராக இருக்கிறார்கள் என்பதை நான் பார்த்துத் தெரிந்து கொண்டேன்.

குறிப்புகள்:

1. European Calcutta, Dhrubajyoti Banerjea UBSPD, 2008.
2. European Calcutta, Dhrubajyoti Banerjea UBSPD, 2008.
3. As Cited in 'In the Footsteps of Stamford Raffles', Nigel Barely. Penguin, 1991.
4. The Mapmakers, John Noble Wilford. Pimlico, 2002.
5. The Great Arc, John Keay. Harper Collins, 2001.
6. The Mapmakers, John Noble Wilford. Pimlico, 2002.
7. Cited from, 'India A History', John Keay. Harper Collins, 2000.
8. Rambles and Recollections of an Indian official, W.H. Sleeman, Vol II, Asian

Education Services (reprinted 1995)

9. Trees of Delhi, Pradip Krishen. Dorling Kindersley, 2006.
10. The Last Mughal, William Dalrymple, Penguin, 2006.
11. The Last Mughal, William Dalrymple, Penguin, 2006.
12. கலாச்சார சீரழிவின் மற்றொரு பகுதியாக "சரஸ்வதி காட்"-இன் ஒரு பகுதிக்கு ஜவகர்லால் நேருவின் பெயர் சூட்டப்பட்டது. இது 1980களில் நடந்தது.
13. ''The World Economy: A Millennial Perspective'', Angus Maddison, OECD, 2001.
14. Development of Indian Railways, Nalinaksha Sanyal, University of calcutta, 1930.
15. Development of Indian Railways, Nalinaksha Sanyal, University of calcutta, 1930.
16. 'Yakada Yaka', The Jam Fruit Tree and once upon a Tender Time, Carl Muller.
17. Maclean's Guide to Bombay, J.M. Maclean, as quoted in 'Kipling Sahib: Indian and the making of Rudyard Kipling 1865-1900, Charles Allen. Abacus; 2007.
18. The Map makers, John Noble Wilford, Pimlico, 2002.
19. As quoted in the Mapmakers', John Noble wilford. Pimlico 2002.
20. 'The Story of Asia's Lions', Divyabhanusingh chavda. Marg publications, 2008.
21. 'The Story of Asia's Lions', Divyabhanusingh chavda. Marg publications, 2008.
22. There are unconfirmed reports till 1967.
23. Gazeteer of the Delhi District, 1883-84, Sang-e meel publications, Lahore (reprinted 2000)
24. 'Delhi Metropolitan', Ranjana Sengupta. Penguin, 2007.
25. 'Trees of Delhi', Pradip Krishen. Dorling Kindersley, 2006.
26. 'Trees of Delhi', Pradip Krishen. Dorling Kindersley, 2006.
27. http://www.aapravasighat.org/
28. 'The Encyclopedia of Indian Diaspora', edited by Brij Lal; Didier Millet, 2006.

8
நவீன இந்தியாவின் புறத்தோற்றம்

பல நூற்றாண்டுகளாக வெளிநாட்டவர்களின் மேலாதிக்கத்திலிருந்து வந்த இந்தியா 1947ஆம் ஆண்டு ஆகஸ்ட் திங்கள் 15ஆம் நாள் விடுதலை யடைந்தது. துரதிஷ்டவசமாக அந்தத் தருணம் கொண்டாட்டங்களுக்கும் மட்டில்லா மகிழ்ச்சிக்கு முரியத் தருணமாக இருக்கவில்லை. இந்தியத் துணைக்கண்டம் சுதந்திரமடைந்த அதே நேரத்தில் முஸ்லிம்கள் அதிகம் வாழும் பகுதி பாகிஸ்தான் என்றும், இந்துக்கள் அதிகம் வாழும் பகுதி இந்தியா என்றும் இரண்டாகப் பிரிக்கப்பட்டது. எதிர்பார்த்ததுபோல் அப்பிரிவினை ஓர் இரத்தம் சிந்தும் அனுபவமாகவே அமைந்தது. அத்துடன் அனைத்தும் முடிந்துவிடவில்லை. நாட்டில் மூன்றில் ஒரு பகுதி உள்நாட்டு அரசர்களால் ஆளப் பட்டுவந்தது. தங்களுடைய அரசுகளை இழப்பதற்கு அவர்கள் தயாராக இல்லை. அது மட்டுமின்றி ஃபிரஞ்சுக்காரர்களாலும், போர்ச்சுகீசியர்களாலும் ஆளப்பட்டுவந்த சிறுசிறு பகுதிகளும் இந்தியாவில்

இருந்தன. இந்தியாவுக்கும், சீனாவுக்கும் இடையே யிருக்கும் நீண்ட எல்லையிலும் பிரச்சனைகள் இருந்தன. குறிப்பாக திபெத்துடனான எல்லையில் முரண்பாடுகள் இருந்தன. ஆகையால் நவீன இந்தியாவின் எல்லைகள் *1947*இல் நன்கு வரையறுக்கப்படவில்லை. *1970*களில் 'சிக்கிம்' மாநிலம் இந்தியாவுடன் இணைக்கப்பட்ட பிறகுதான் இந்தியா தற்போதுள்ள புறத்தோற்றத்தைப் பெற்றது. சீனாவுடனும், பாகிஸ்தானுடனும் தொடர்ந்து எல்லைத் தகராறுகள் இருந்துவருவது, இந்திய நாட்டின் எல்லை இன்னும் சரியாகத் தீர்மானிக்கப்படவில்லை என்பதையே காட்டுகிறது. நவீன இந்தியாவின் தற்போதைய எல்லைகள் எவ்வாறு தீமானிக்கப்பட்டன என்ற கதைக்கு நாம் இப்போது வருவோம்.

இந்திய பாகிஸ்தான் பிரிவினை

இந்திய – பாகிஸ்தான் பிரிவினைக்கான அரசியல் காரணங்கள் பற்றி நிறைய எழுதப்பட்டுள்ளன. நில அமைப்பு ஒன்றையே முக்கியக் குவிமையமாகக் கொண்டுள்ள இப்புத்தகத்தில் அந்த அரசியல் காரணங்கள் பற்றி நான் விரிவாகக் குறிப்பிடப் போவதில்லை. ஆனால் இந்தியாவின் நாகரிகம் சார்ந்த தேசியத் தன்மையே பிரிவினைக்குக் கருவாக இருந்தது என்பதை நான் கண்டிப்பாகக் குறிப்பிட்டாக வேண்டும். முகமது அலி ஜின்னா 'பாகிஸ்தான்' என்னும் தனிநாட்டிற்கான கோரிக்கையை பலமுறை நாகரிகமாக வெளிப்படுத்தினார். *1930*களில், ஜின்னா திடீரென்று அந்தக் கோரிக்கையை முன்வைத்தார் என்று கூறிவிட முடியாது. பேரரசர் அக்பருக்கும், ஔரங்கசீப்புக்கும் இடையிலான வேறு பாடுகளிலிருந்து பிரிவினைக்கான காரணங்கள் தோன்றிவிட்டன. பதினாறாம் நூற்றாண்டைச் சேர்ந்த பஞ்சாபின் இஸ்லாமிய அறிஞர் அகமத்–அல்–சிர்ஹின்றி என்பவர் காலத்திலேயே பாகிஸ்தான் பிரிவினைக்கான அறிவுபூர்வமான சிந்தனை தோன்றிவிட்டது. சிர்ஹின்தி, நக்ஷ்பந்தி சூஃபி பிரிவைச் சேர்ந்த ஒரு முக்கியமான உறுப்பினர். அக்கபரின் மதச்சார்பற்ற கொள்கைகளிலும், தாராளமயமாக்கும் நடவடிக்கைகளிலும் சிர்ஹிந்திக்கு நம்பிக்கையில்லை. பாகிஸ்தான் தோன்றிய வரலாற்றைப் புரிந்துகொள்ள நாம் ஜின்னாவைப் பற்றிப் படிப்பதைவிட சிர்ஹின்தி–யைப் பற்றிப் படிக்க வேண்டும்.

*1940*களின் மத்தியில், இந்தியா சுதந்திரத்தை நோக்கி முந்திச் சென்றுகொண்டிருந்தபோது முஸ்லிம் லீக்–இன் குரல் உரத்த குரலில் ஒலிக்கத்தொடங்கியது. மன அழுத்தங்களுக்கிடையே, பல விடங்களில் ஏற்பட்ட கலவரங்களுக்கிடையே சமயத்தின் அடிப்

படையில் இந்தியாவை பிரிப்பது என்று முடிவெடுக்கப்பட்டது. 1947ஆம் ஆண்டு ஜூன் மாதம் இரண்டாம் நாள், வைஸ்ராய் மவுன்ட்பேட்டன் அவர்களின் நூல்நிலைய அறையில், ராபர்ட் கிளைவின்[1] ஓவியத்திற்கு முன்னால் நடைபெற்ற ஒரு சந்திப்பின் போது இந்தியப் பிரிவினை உறுதிசெய்யப்பட்டது. இந்திய தேசியக் காங்கிரஸ் கட்சியின் சார்பாக ஜவஹர்லால் நேரு, சர்தார் பட்டேல், ஆச்சர்ய கிர்பளானி ஆகிய மூவரும் அந்த சந்திப்பில் கலந்து கொண்டனர். முஸ்லிம் லீக் கட்சியின் சார்பில் ஜின்னா, லியாக்கத் அலிகான், ராப் நிஷ்தார் – ஆகிய மூவரும் கலந்து கொண்டனர். சீக்கியர்களின் சார்பில் பல்தேவ் சிங் பங்கேற்றார். வைஸ்ராயின் ஆலோசகர்களான இஸ்மே பிரபுவும், சர் எரிக் மிவில்லி–யும் ஓர் ஓரத்தில் அமர்ந்திருந்தனர். ஜூன் மூன்றாம் நாள் மாலை ஏழு மணிக்கு அகில இந்திய வானொலியில், சந்திப்பின் முடிவு அறிவிக்கப் பட்டது. முதலில் வைஸ்ராய் உரையாற்றினார். அவரைத் தொடர்ந்து நேருவும், ஜின்னாவும் பேசினார்கள். பாகிஸ்தான் உண்மையாகி விட்டது.

பொறுப்புகளை ஒப்படைப்பதற்கான நாள் குறிப்பிடப்பட வில்லை. இருப்பினும் நிருபர்கள் கூட்டம் ஒன்றில் அதுபற்றி கேட்கப்பட்டபோது வைஸ்ராய் மவுன்ட்பேட்டன், ஆகஸ்ட் 15ஆம் நாளன்று பொறுப்புகள் ஒப்படைக்கப்படும் என்று அறிவித்தார். அதாவது 72 நாட்களுக்குப் பிறகு தேதி குறிப்பிடப்பட்டது. ஆகஸ்ட் 15இல் பொறுப்புகள் ஒப்படைக்கப்படும் என்று அறிவுப்பு செய்தது மவுன்ட்பேட்டன் தன்னிச்சையாக எடுத்த முடிவு. முடிவெடுப்பதற்கு முன் அவர் நேருவையோ, ஜின்னாவையோ அல்லது லண்டன் டௌனிங் வீதியில் இருந்த பிரிட்டிஷ் பிரதமரையோ கலந்தாலோசிக்கவில்லை. 'ஆகஸ்ட் 15' என்ற நாளை மவுன்ட்பேட்டன் ஏன் தேர்ந்தெடுத்தார் என்று நமக்குப் புரியவில்லை. 1945இல் ஜப்பானியர்கள் இதே தேதியில்தான் நேச நாடுகளிடம் சரணடைந்தனர். உணர்வு பூர்வமாக அந்த நாளை மனதில் கொண்டு மவுன்ட்பேட்டன் அவ்வாறு செய்திருக்கலாம். எந்த விதிகளுக்கும் கட்டுப்படாத, மனம் சென்றவிடமெல்லாம் செல்லக்கூடிய சில காரணிகள் பல சமயங்களில் வரலாற்றில் திருகல்களையும், திருப்பங்களையும் ஏற்படுத்தி விடுவதுண்டு.

இந்தியப் பிரிவினை என்பது ஒரு மிகப்பெரிய வேலை. லேப்பியர், காலின்ஸ் போன்ற எழுத்தாளர்கள் இந்தியப் பிரிவினையை, "வரலாற்றில் நிகழ்ந்த மிகவும் சிக்கலான ஒரு மணமுறிவு" என்று விவரித்துள்ளனர். அப்படியிருந்தும் அது ஒரு சில வாரங்களில் முடிவடைந்துவிட்டது. நாடு, இராணுவம், அரசின் சொத்துகள்,

கடன்கள் போன்ற அனைத்தும் இரு நாடுகளுக்கு மிடையே நியாயமாகப் பிரித்துக்கொள்ளப்பட்டன. நாற்காலிகள், மேஜைகள், சில்லறைச் செலவுகளுக்கான பணம், புத்தகங்கள், அஞ்சல் தலைகள் போன்றவற்றைக்கூடப் பிரித்துக்கொள்ள வேண்டிய நிலை ஏற்பட்டது. சாதாரண விஷயங்களுக்குக்கூட விவாதங்கள் ஏற்பட்டன. நூல்நிலையங்களில், இருந்த பிரிட்டானியா கலைக் களஞ்சியத் தொகுப்பில் அடங்கிய புத்தகங்கள் கூட இருநாடுகளுக்கு மிடையே பிரித்துக் கொள்ளப்பட்டன. லாகூரில் காவல்துறையின் பேண்ட் வாத்தியக் கருவிகள் எவ்வாறு பிரித்துக்கொள்ளப்பட்டன என்பதைப் பற்றி ஒரு வேடிக்கையான கதை உள்ளது. வாத்தியக் கருவிகளில் இருந்த டிரம் இந்தியாவுக்கும், ஊதுகுழல் பாகிஸ்தானுக்கும் பிரித்துக் கொடுக்கப்பட்டன. கடைசியில் பேரிசைக் கொம்பு ஒன்றைப் பிரித்துக்கொள்ளும்போது கைகலப்பு ஏற்பட்டுவிட்டது. பிரிவினையின்போது நடந்த பைத்தியக்காரத்தனமான நடவடிக்கைகளை, “தோபா தேக்சிங்” என்ற நாவலில் மேண்ட்டோ என்பவர் விவரித்துள்ளார். லாகூரில், மனநிலை பாதிக்கப் பட்டோருக்கான காப்பகத்தில் இருந்த மனநோயாளிகள்கூட மதத்தின் அடிப்படையில் இரு நாடுகளுக்குமிடையே பிரித்துக் கொடுக்கப்பட்டார்கள்.

நாட்டின் சொந்துக்களைப் பிரித்துக்கொண்டபோது ஏற்பட்ட உரசல்கள், நாட்டின் எல்லைப்பகுதிகளைப் பிரித்துக்கொண்ட போது ஏற்பட்ட சச்சரவுகளைக் கணக்கிடும்போது மிகவும் குறைவு. குறிப்பாக இரு மிகப்பெரிய மாகாணங்களான பஞ்சாபையும், வங்காளத்தையும், இருநாடுகளும் தங்களுக்கிடையே பிரித்துக் கொண்டபோது மிகப்பெரிய சிக்கல்கள் ஏற்பட்டன. அந்த இரு மாகாணங்களையும் பிரித்துக்கொடுக்கும் பொறுப்பு லண்டன் நகரைச் சேர்ந்த வழக்கறிஞர் சர் சிரில் ரெட்கிளிஃப் என்பவரிடம் ஒப்படைக்கப்பட்டது. அவர் காலத்தில் அவர் லண்டனில் ஒரு புகழ்பெற்ற வழக்கறிஞர். ரெட்கிளிஃப் அவர்களுக்கு இந்தியாவைப் பற்றித் தெரியாதது ஒரு விதத்தில் மிகவும் நல்லதாகப் போய் விட்டது. அவரால் பாரபட்சமின்றி நடந்துகொள்ள முடிந்தது. ஜூன் 27ஆம் நாள் (1947) சேன்சலர் அவர்களின் அலுவலகத்திற்கு அழைக்கப்பட்டு பஞ்சாபையும், வங்காளத்தையும் பிரித்துக் கொடுக்கும் பணி ரெட்கிளிஃப் வசம் ஒப்படைக்கப்பட்டது. அவர் மிகவும் அதிர்ச்சியடைந்திருக்க வேண்டும். ஏனெனில் பல்லாயிரக்கணக்கான மக்களின் தலைவிதியை அவர் நிர்ணயிக்கப் போகிறார். ஆனால் அவர்கள் வாழ்ந்து வரும் இடங்களைப்பற்றி அவருக்கு ஒன்றுமே தெரியாது. தான் செய்யப்போகும் காரியத்தால் மனவருத்தமும்,

குருதி சிந்துதலும் ஏற்படும் என்பதுமட்டும் அவருக்குத் தெரியும். அவர் ஏற்றுக்கொண்ட பணி உலகிலேயே மிக மோசமான பணி.

டில்லி வைஸ்ராய் தோட்டத்தில் இருந்த ஒரு தனி மாளிகையில் இருந்துகொண்டு வியர்வை சிந்தவைக்கும் ஜூலை மாத வெப்பத்தில் தன் பணியைத் தொடங்கினார் ரெட்கிளிஃப். போதிய அவகாசம் இல்லாத காரணத்தால் தான் பிரித்துக் கொடுக்கப் போகும் நிலப்பகுதிகளை அவர் நேரில் சென்று பார்க்கவில்லை. மாறாக அவர் மாகாணங்களின் வரைபடங்களையும், அம்மா காணங்களில் வாழ்ந்துவந்த மக்கள்தொகைப் புள்ளி விவரங்களையும் வைத்துக்கொண்டு தன் பணியைத் தொடங்கினார். முன்பே அதைப்பற்றித் தெரியாமல் இருந்திருந்தால் தான் எதிர் பார்த்துச் செய்யப்போகும் காரியத்தின் இயலாமையை உணர்ந்திருப்பார். இந்துக்களும், முஸ்லிம்களும் வாழ்ந்து வந்த இடங்கள் ஒன்றுடன் ஒன்று கலந்தே இருந்தன. அவை தனித்தனியாக இல்லை. உதாரணமாக லாகூர் நகரம் முஸ்லிம் மற்றும் இந்து-சீக்கிய மக்கள் தொகையின் அடிப்படையில் இரண்டாகப் பிரிந்து காணப் பட்டது. (ஒவ்வொன்றிலும் 6,00,000 பேர்கள்). அதேபோல் சீக்கியர்களின் புனித நகரமான அமர்தசரஸ்–ஐச் சுற்றி அதிகமாக முஸ்லிம் மக்கள் வாழ்ந்து வந்தார்கள். வேறு சில காரணிகளையும் பிரிவினையின்போது கணக்கில் எடுத்துக்கொள்ள வேண்டி யிருந்தது. கல்கத்தா ஒரு தொழில்நகரம். அங்கு இந்துக்களே அதிக எண்ணிக்கையில் வாழ்ந்து வந்தார்கள். ஆனால் கல்கத்தாவில் இயங்கி வந்த சணல் ஆலைகளுக்குத் தேவைப்பட்ட சணல், முஸ்லிம்கள் அதிக எண்ணிக்கையில் வாழ்ந்துவரும் கிழக்கு வங்கத் திலிருந்தே வந்தது. பஞ்சாபில் முக்கியமான நீர்ப்பாசன கால் வாய்களைத் துண்டிக்க வேண்டிய அவசியம் ஏற்பட்டது. தனக்கு ஒதுக்கப்பட்ட மாளிகையில் தனிமையில் அமர்ந்துகொண்டு மேற் சொல்லப்பட்ட சிக்கல்களையெல்லாம் வழக்கறிஞர் ரெட்கிளிஃப் சிந்தித்துப் பார்த்திருக்க வேண்டும்.

வரைபடத்தில், ரெட்கிளிஃப் பிரிவினைக்காண கோடுகளை இழுத்துக்கொண்டிருந்தபோதே கிராமங்களில் இனக்கலவரங்கள் அதிகரிக்க ஆரம்பித்துவிட்டன. எல்லைகள் நன்கு வரையறை செய்யப்படுவதற்கு முன்பே அகதிகள் இடம்பெயரத் தொடங்கி விட்டனர். ஆயிரக்கணக்கான மக்களின் தலைவிதியை நிர்ணயிக்கப் போகும் வரைபடங்கள் ஆகஸ்ட் மாதம் 13ஆம் நாளன்று வைஸ்ராய் அவர்களிடம் ஒப்படைக்கப்பட்டன. ஆனால் 72-மணி நேரத்திற்குப் பிறகே அவை பகிரங்கமாக வெளியிடப்பட்டன. ஆகஸ்ட் 15ஆம் நாள் இந்தியா சுதந்திரம் அடைந்தபோது எல்லைப்பகுதிகளில்

வாழ்ந்து வந்த பல இந்தியர்களுக்குத் தங்கள் இல்லம் எந்த நாட்டில் அமையப்போகிறது என்பது தெரியாது. ஒரு நாள் சென்று ரெட்கிளிஃப்–இன் வரைபடங்கள் வெளியிடப்பட்டன. இரத்த ஆறு பெருக்கெடுத்து ஓட ஆரம்பித்தது. தொடர்வண்டிகளிலும், மாட்டுவண்டிகளிலும், கால்நடையாகவும், தங்கள் உடமைகளுடன் மக்கள் புலம்பெயர்ந்து செல்லத் தொடங்கினர். ஏழு மில்லியன் (எழுபது லட்சம்) முஸ்லிம்கள் இடம்பெயர்ந்து இந்தியாவிலிருந்து பாகிஸ்தானுக்குச் சென்றனர். அதே எண்ணிக்கையில் இந்து–சீக்கிய மக்கள் பாகிஸ்தானிலிருந்து இந்தியாவுக்குள் வந்தனர். அதேசமயம் மகிழ்ச்சியற்ற மனநிலையோடு ரெட்கிளிஃப் லண்டன் திரும்பினார். தன் பணிக்காகப் பெற்ற 2000 பவுண்ட் தொகையை அவர் திருப்பிக் கொடுத்துவிட்டார்.

மேற்கு பாகிஸ்தானை விட்டு இந்தியாவுக்குள் ஓடி வந்த இந்துக்களும், சீக்கியர்களும் அகதிகளுக்கான முகாம்களில் தங்க வைக்கப்பட்டனர். மிகப்பெரிய அகதிகள் மூலம் குருட்சேத்திரம் என்ற இடத்தில் அமைக்கப்பட்டிருந்தது. முகாம் மகாபாரத யுத்தத்தில் பாண்டவர்களும், கௌரவர்களும் ஒருவரையொருவர் எதிர்த்துப் போர்புரிந்த இடம்தான் குருட்சேத்திரம். அந்த அகதிகள் முகாம் 1,00,000 அகதிகள் தங்கியிருப்பதற்காகத் திட்டமிடப்பட்டு அமைக்கப்பட்டிருந்தது. ஆனால், டிசம்பர் 1947இல் உண்மையில் அங்கு மூன்று மடங்கு அதிக எண்ணிக்கையில் மக்கள் வந்து குவிந்துவிட்டனர்.[2] ஐந்து லட்சம் அகதிகள் டில்லிக்கு வந்தனர். அவர்களில் பெரும்பாலானோர் மேற்கு பஞ்சாபிலிருந்து வந்தவர்கள். நம்பிக்கையிழந்த அந்த மக்கள் எங்கு இடம் கிடைத்ததோ அங்கு அமர்ந்திருந்தனர். ‘கன்னாட் சர்கஸ்’–இன் நடைபாதைகளில்கூட அந்த மக்கள் தங்கியிருந்தனர். தங்களுக்கான கூட்டுக் குடியிருப்புகளைக் கட்டிக்கொள்ள அவர்களுக்கு தெற்கு மற்றும் மேற்கு டில்லியில் நிலம் ஒதுக்கப்பட்டது. அந்தக் கூட்டுக்குடியிருப்புகள் இன்று லஜ்பத் நகர், ராஜேந்திர நகர், பஞ்சாபி பாக் என்று அழைக்கப்படுகின்றன. சிறு எண்ணிக்கையில் கிழக்கு பாகிஸ்தானிலிருந்துகூட அகதிகள் டில்லிக்கு வந்தார்கள். “கிழக்கு பாகிஸ்தானிலிருந்து வந்தோருக்கான குடியிருப்பு” என்ற ஒரு தனிப் பகுதியில் அவர்கள் குடியமர்த்தப்பட்டனர். இன்று அவ்விடம் “சித்தரஞ்சன் பூங்கா” எனப்படுகிறது. இன்னும் அவ்விடம் தனது வங்காள அடையாளத்தைத் தக்க வைத்திருக்கிறது. சில பத்தாண்டுகளில் மொகலாய நினைவுகளைத் தாங்கிக்கொண்டிருந்த டில்லி, ஓர் ஏகாதிபத்தியத்தின் கனவு நகரமாக மாறி, அதன்பின் அகதிகள் நகரமாகிவிட்டது.

பஞ்சாபைப் பொருத்தவரை மக்களின் வருகை அதிக எண்ணிக்கையில் ஒரே சமயத்தில் ஏற்பட்டது. ஆனால் வங்காளத்திற்கு மக்கள் கிழக்கு பாகிஸ்தானிலிருந்து கொஞ்சம் கொஞ்சமாக வந்து கொண்டேயிருந்தார்கள். கிழக்கு பாக்கிஸ்தானில் 1949-50 ஆம் ஆண்டுகளில் அடுத்தடுத்து ஏற்பட்ட இந்துக்களுக் கெதிரான கலவரத்தால் இரண்டாம் முறையாக அதிக எண்ணிக் கையில் அகதிகள் இந்தியாவுக்குள் வரத் தொடங்கினர். 1950 ஆம் ஆண்டில் மட்டும் கிழக்கு பாகிஸ்தானிலிருந்து மேற்கு வங்கத்திற்கு 17 லட்சம் அகதிகள் வந்தனர். என்னுடைய தாயாரின் குடும்பத்தைச் சேர்ந்தவர்கள் 1960களின் ஆரம்பத்தில்தான் மேற்குவங்காளத்திற்கு வந்தார்கள். நற்பேறு பெற்ற அகதிகள், உறவினர் இல்லங்களிலும், நண்பர்கள் வீடுகளிலும் தங்கிக்கொண்டார்கள். நற்பேறு பெறாதவர்கள் டில்லி நகரத்தில் நடந்ததுபோன்று நடை பாதைகளில் தங்கினார்கள். தொடர்வண்டி நிலையங்களிலும், காலியாக இருந்த வீடுகளிலும், வெற்றிடங்களிலும், சிப்பாய்கள் தங்கியிருந்த இடங்களிலும் கூட வந்து தங்கினார்கள். டில்லியில் இருந்த அரசாங்கம் பஞ்சாபியர்களுக்குச் செய்துகொடுத்தது போன்ற வசதிகளை வங்காளிகளுக்குச் செய்துதரவில்லை என்ற ஒரு குற்றச்சாட்டு எழுந்தது. அதில் ஓரளவு உண்மையும் இருந்தது. மேற்கு பாகிஸ்தானைப் போலல்லாமல், கிழக்கு பாகிஸ்தானில் கணிசமான அளவு இந்து மக்கள் தொடர்ந்து வாழ்ந்து வந்தனர். இருபது ஆண்டுகளுக்குப் பின் அவர்களுக்கு சங்கடங்கள் ஏற்பட்டன.

இவ்வளவு இன்னல்களுக்குமிடையே, பஞ்சாபிகளுக்கும், வங்காளிகளுக்கும் குறைந்தபட்சம் அவர்களது சொந்த இடம் என்று கூறிக்கொள்ள தனி மாநிலங்கள் கிடைத்தன. கிழக்கு பஞ்சாபு, மேற்கு வங்காளமும்தான் அந்த மாநிலங்கள். தங்களுடைய சொந்த இடம் என்று கூறிக்கொள்ள எந்த இடமும் கிடைக்காத மக்கள் துரதிஷ்டசாலிகள். உதாரணமாக சிந்தி இந்துக்களுக்குச் சொந்தமான பகுதிகள் அனைத்தும் பாகிஸ்தானில் இருந்தன. பெரும்பாலான சிந்தி இன மக்கள் பம்பாய் நோக்கி வந்தனர். அப்படி வந்தவர்கள் ஐந்து அகதிகள் முகாம்களில் தங்கவைக்கப் பட்டனர். பம்பாயின் புறநகர்ப்பகுதியான உல்லாஸ் நகரில் கணிசமான சிந்திகள் வசித்து வருகின்றனர். உல்லாஸ் நகர் ஒரு தொழில்வளம் நிறைந்த பகுதி. காலம் செல்லச் செல்ல பலர் உலகின் பல இடங்களுக்கும் புலம்பெயர்ந்து சென்றுவிட்டனர். இன்று சர்வதேச அளவில் சிந்தி மக்கள் வணிகத் தொடர்புகள் வைத்துள்ளனர். உதாரணமாக ஹாங்காங்-இல் கணிசமான சிந்தி இன மக்கள் வெற்றிகரமாக வியாபாரத்தில் ஈடுபட்டுள்ளனர்.

சிந்திகளின் சமூக விழாக்களில் நான் பலமுறை கலந்து கொண்டிருக்கிறேன். தாய்மண்ணோடு தொடர்பில்லாவிட்டாலும், சிந்திகள் தங்கள் பாரம்பரிய பழக்கங்களை விடாமல் காத்துவருவது நெஞ்சை நெகிழ வைப்பதாக இருக்கிறது.

இந்திய உள்நாட்டு அரசுகளை ஏற்றுக்கொள்ளுதல்

இந்தியா சுதந்திரம் அடைந்த சமயத்தில், பாகிஸ்தானின் பிரிவினை மட்டுமே ஓர் எல்லைப்பிரச்சனையாக இருந்ததாகக் கூறிவிட முடியாது. நாட்டின் மூன்றில் ஒரு பங்கு நிலப்பரப்பு 500க்கும் மேற்பட்ட அரசர்களால் ஆளப்பட்டு வந்தது. சில அரசர்கள் சில ஐரோப்பிய நாடுகளைக் காட்டிலும் பெரிய நிலப் பரப்புகளை ஆண்டு வந்தனர். அதேசமயத்தில் வேறுசில அரசர்கள் சில கிராமங்களையே ஆண்டு வந்தனர். இஸ்லாமிய சாம்ராஜியத்தின் ஸ்தாபனத்திற்கு முன்பிருந்தே சில அரசர்கள் ஆட்சிப் பொறுப்புகளில் இருந்து வந்தனர். பேச்சுவார்த்தைகளின் பலனாக பெரும்பாலான அரசர்கள் தங்கள் அரசுகளை 'ஆகஸ்ட் 15' என்ற காலக் கெடுவுக்குள் இந்தியாவுடன் சேர்த்துவிட ஒப்புக்கொண்டனர். சிலர் சற்று முணு முணுத்தாலும் இறுதியில் சம்மதித்தனர். (சிலர் பாகிஸ்தானுடன் சேரவேண்டுமென்றும் விரும்பினர்). பாகிஸ்தானுடன் சேர விரும்பிய அரசுகள் மூன்று. மேற்கே ஜுனகர், தெற்கே ஹைதராபாத், வடகோடியில் ஜம்முவும் காஷ்மீரும். முதல் இரண்டு அரசுகளில் மக்களில் பெரும்பாலானவர்கள் இந்துக்கள்; ஆனால் ஆட்சியாளர்கள் முஸ்லிம்கள். ஆனால் ஜம்மு-காஷ்மீரில் பெரும்பாலான மக்கள் முஸ்லிம்கள்; ஆனால் ஆட்சியாளர் ஓர் இந்து.

ஜுனகர் இந்தியாவுடன் செருகப்பட்டுள்ள ஒரு பகுதி மட்டுமல்ல; அதற்கு இந்தியக் கலாச்சாரத்துடன் ஒரு மிகப்பெரிய தொடர்பு இருந்தது. ஜுனகரின் எல்லைக்குட்பட்டே சோமநாதபுரம் கோயிலும், பல சமணக்கோயில்களை உள்ளடக்கிய கிர்னார் மலையும் இருந்தன. கிர்னாரின் அடிவாரத்தில் அசோகர், ருத்ரதாமன், ஸ்கந்த குப்தர் ஆகியோரின் கல்வெட்டுகள் இருக்கின்றன. மேலும் கிர்னார் எஞ்சியிருக்கும் ஆசிய சிங்கங்களின் வாழ்விடம். 1947இல் ஜுனகர், நவாப் முகமதுகான் என்பவரால் ஆளப்பட்டு வந்தது. நாய்களை வளர்ப்பதில் அதிகப் பிரியம் உடையவராக இருந்தார் நவாப். 2000க்கும் மேற்பட்ட உயர் இரக நாய்கள் அவரிடம் இருந்தன. நாய்களுக்கிடையே திருமணங்கள் நடத்திவைத்து, அந்நிகழ்ச்சியை அரசு விழாவாகக் கொண்டாடியவர் நவாப் முகமதுகான்.

1947இல் முகமது கான் கோடை விடுமுறைக்காக ஐரோப்பாவுக்குச் சென்றுவிட்டார். வெளிநாட்டிற்குச் சென்றபோது, நாட்டின் நிர்வாகத்தை அவருடைய திவான் சர் ஷா நவாஸ் பூட்டோ என்பவரிடம் விட்டு விட்டுச் சென்றார். ஷா நவாஸ் பூட்டோ பாகிஸ்தான் பிரதமராக இருந்த ஸுல்ஃபிகார் அலி பூட்டோ–வின் தந்தை. நவாப் திரும்பி வந்தவுடன், இந்தியாவுடன் இருக்க வேண்டாமென்றும், பாகிஸ்தானுடன் சேர்ந்துவிடலாம் என்றும் யோசனை கூறினார் திவான். ஆகஸ்ட் 14, 1947இல் இந்தியாவிடம் பொறுப்புகள் ஒப்படைக்கப்படுவதற்கு சில மணி நேரங்கள் முன்பு ஜுனகர் பாகிஸ்தானுடன் செல்லப்போவதாக ஓர் அறிவிப்பு வெளியிடப்பட்டது. சில வாரங்கள் சென்றபின், பாகிஸ்தான் ஜுனகர் தன்னுடன் சேர்ந்துவிட்டதை ஒப்புக் கொண்டது. ஜுனகர் பிரதேசத்தின் 82 இந்து மக்களும், இந்தியத் தலைவர்களும் கொதித் தெழுந்தனர். துணைப்பிரதமர் சர்தார் பட்டேல் ஒரு குஜராத்தி. ஜுனகருக்குக் கப்பம்கட்டி வந்த இரு சிற்றரசுகளை, 'இந்தியாவுடன் சேர்ந்துவிட்டோம்' என்று அறிக்கைவிடச் சொன்னார் பட்டேல். அவர்களுக்கு ஆதரவாக ஒரு சிறு இராணுவப் பிரிவு அனுப்பி வைக்கப்பட்டது. இதற்கிடையில் நவாபுக்கு எதிராக மக்கள் ஆரம்பித்த கிளர்ச்சிகள் சூடுபிடிக்க ஆரம்பித்தன. நடுங்கிப்போன நவாப், தனக்குப் பிடித்தமான ஒரு டஜன் நாய்களுடன் கராச்சிக்குத் தப்பியோடிவிட்டார்! இந்தியாவுக்குத் தன் முதுகைக் காட்டிய திவான் சர்ஷா நவாஸ் மக்களின் விருப்பத்தை அறிய வாக்கெடுப்புக்கு ஒப்புக்கொண்டார். மிக பெரும்பான்மையான மக்கள் இந்தியாவுக்கு ஆதரவாக வாக்களித்தனர்.

ஜுனகரில் நிலவிவந்த நிலையற்ற தன்மை கிர் பிரதேச சிங்கங்களை பாதித்தது. நவாப் கொடுத்து வந்த பாதுகாப்புக் குறையத் தொடங்கியதும் கிர்காட்டில் இருந்துவந்த சிங்கங்களின் எண்ணிக்கை குறையத் தொடங்கியது. 1947ஆம் ஆண்டின் பிற்பகுதியில் பல சிங்கங்கள் வேட்டையாடப்பட்டன. நாட்டில் நிலவிய குழப்ப நிலையைப் பயன்படுத்திக்கொண்டு பக்கத்து அரசுகளைச் சேர்ந்த அரசர்கள்தான் வேட்டையில் ஈடுபட்டனர். 1948ஆம் ஆண்டின் ஆரம்பத்தில் நிலைமை சீர்செய்யப்பட்டு விட்டது. வன உயிர்களைக் காப்பாற்ற வேண்டும் என்பதுமட்டும் புதிய அரசின் நோக்கமல்ல. சார்நாத், அசோகர் தூணின் உச்சியில் காணப்படும் மௌரிய சிங்கம் இந்திய அரசின் அடையாளச் சின்னமாக ஏற்றுக்கொள்ளப்பட்டதும் ஒரு காரணம். இந்திய அரசின் சின்னமாக யானையை வைத்துக் கொள்ளலாம் என்ற ஒரு விவாதம் நடந்தது. ஆனால் இந்தியாவின் முதல் குடியரசுத்

தலைவராகப் பொறுப்பேற்கவிருந்த ராஜேந்திரபிரசாத் தலைமையிலான குழு சிங்கம் தான் நமது அரசின் சின்னமாக இருக்க வேண்டுமென்று ஜூலை 1947லேயே முடிவு செய்து விட்டது. மேலும் இந்திய தேசிய காங்கிரஸ் கட்சியின் கொடியையே நமது தேசியக்கொடியாக மேற்சொல்லப்பட்ட குழு ஏற்றுக் கொண்டது. மூவர்ணக் கொடியின் மையத்தில் இருந்த 'சக்ரா' என்ற ராட்டைக்கு பதிலாக தர்ம சக்கரம் இடம்பெற்றது. இந்த தர்மசக்கரமும் மௌரியர் தூணில் இருந்த சக்கரம்தான். சக்கரம் முற்காலத்தில் 'சக்ரவர்த்தி' அல்லது 'உலகின் அரசர்' என்ற பொருளை உள்ளடக்கிய ஓர் அடையாளமாக இருந்து வந்தது. பல்லாயிரம் ஆண்டுகளுக்குப்பின் சுதாசாவின் கனவு பலித்து விட்டது.

ஜுனகர் சிக்கல் தீர்க்கப்பட்ட அதேநேரத்தில் ஒரு புதிய சிக்கல் ஹைதராபாத்தில் உருவானது. ஔரங்கசீப்பின் தென்னிந்தியப் படையெடுப்பால் ஹைதராபாத் ராஜியம் ஏற்பட்டு, நிஜாம் மன்னர்களால் ஆளப்பட்டு வந்தது. மன்னர்களால் ஆளப்பட்டு வந்த இராஜியங்களாலேயே மிகவும் பெரியது ஹைதராபாத் மாகாணம்தான். நிஸாம் உஸ்மான் அலிகான் என்பவர் இந்தியா சுதந்திரமடைந்த சமயத்தில் ஹைதராபாத் நிஜாமாக இருந்துவந்தார். உலகின் பணக்கார உலோபி என்ற புகழுக்குரியவர் ஹைதராபாத் நிஜாம். ஹைதராபாத் மாகாணத்தில் பெரும்பான்மையான மக்கள் இந்துக்களாக இருந்தாலும், காவல்துறை, சிவில் நிர்வாகம், நில உடைமை போன்றவற்றில் முஸ்லிம்களே மேலாதிக்கம் பெற்றிருந்தனர். ஹைதராபாத் சமஸ்தானத்திற்கென்று, கணிசமான வீரர்கள் கொண்ட ஓர் இராணுவமும் இருந்தது. அதில் அரேபிய மற்றும் ஆஃப்கன் கூலிப்படையினர் பலர் இடம் பெற்றிருந்தனர். பிரிட்டிஷ் காரர்கள் வெளியேறியவுடன், முதலில் நிஜாம், தன்னுடைய சமஸ் தானத்தை ஒரு சுதந்திர நாடாக வைத்துக் கொள்ள விரும்பினார். பின்னால் பாகிஸ்தானுடன் சேர்ந்துவிட விருப்பம் தெரிவித்தார். நிஜாமின் அச்சுறுத்தல் ஏதோ ஒரு குறிப்பிட்ட காலத்திற்கு மட்டும் இருந்துவரும் அச்சுறுத்தலாகத் தெரியவில்லை. ஹைதராபாத் நிலப்பகுதிகளால் சூழப்பட்ட ஒரு மாகாணம். சுற்றியிருந்தவை அனைத்தும் இந்தியப் பகுதிகள். காஸிம் ரஸ்வி என்ற ஓர் இஸ்லாமிய அடிப்படைவாதியால் தூண்டப்பட்ட நிஜாம் 2,00,000 துணை இராணுவப்படை வீரர்கள் கொண்ட ஒரு படையை உருவாக்கினார். அந்தப் படை வீரர்கள் ரஸாக்தார்கள் எனப் பட்டனர். அவர்களைக்கொண்டு சமஸ்தானத்தின் கிராமப் பகுதிகளில் அட்டூழியங்கள் கட்டவிழ்த்துவிடப்பட்டன. இந்தியா

ஹைதராபாத்துக்குக் பொருளாதாரத் தடை விதித்தது. கடைசியில் 1948ஆம் ஆண்டு செப்டம்பர் மாதம், இந்தியா சுதந்திரம் அடைந்து ஓராண்டு சென்றபின், இந்தியத் துணைப் பிரதமர் சர்தார் பட்டேல் ஹைதராபாத் பிரச்சனைக்கு ஒரு முடிவுகட்டத் தீர்மானித்தார். இந்தியா எடுத்த இராணுவ நடவடிக்கை "ஆபரேஷன் போலே" என்றழைக்கப்பட்டது. அதற்குக்காரணம் ஹைதராபாத் சமஸ் தானத்தில் அதிக எண்ணிக்கையில் 'போலோ' மைதானங்கள் இருந்ததுதான். (போலோ என்பது குதிரைவாரி செய்துகொண்டே ஹாக்கி விளையாடுவது.)

செப்டம்பர் 13ஆம் நாளன்று இந்திய இராணுவத்தின் சில பிரிவுகள் ஹைதராபாத் சமஸ்தானத்திற்குள் நுழைந்தன. ஓரளவு எதிர்ப்பை சமாளிக்க வேண்டியிருந்தது. ரஸாக்தார்கள்தான் இந்திய இராணுவத்தை எதிர்த்தனர். சில ஹைதராபாத் இராணுவப் படைவீரர்களும் ரஸாக்தார்களுடன் சேர்ந்துகொண்டனர். செப்டம்பர் 17ஆம் தேதிக்குள் சண்டை ஒரு முடிவுக்கு வந்து விட்டது. ஹைதராபாத் படைகளின் சரணாகதி மிகவும் அடக்க வொடுக்கமானதாக இருந்தது. ஹைதராபாத் நகருக்கு வெளியே சில மைல்கள் தள்ளி, சரணாகதி எப்படி நடந்தது என்பதை 27.09.1948ஆம் நாள் 'டைம்ஸ்' பத்திரிகை விவரித்துள்ளது. ஹைதராபாத்தின் இராணுவ தளபதியான, கருப்பு மீசை வைத்திருந்த மேஜர் ஜெனரல் சையத் அகமது எல் எர்தூரஸ் என்ற அராபியர் தன்னுடைய அழகான பளபளப்பான 'பியூக்' காரிலிருந்து இறங்கி வந்தார். இந்திய தளபதி மேஜர் ஜெனரல் சௌதுரி அவர்கள் இருந்த இடத்தை அடைந்தார். அவர்கள் இருவரும் கைகுலுக்கிக் கொண்டார்கள். பின் இருவரும் சிகரெட்டுகளை பற்றவைத்துக் கொண்டு புகைக்க ஆரம்பித்தார்கள். மக்கள் அந்த நிகழ்வை மிகவும் அமைதியாகப் பார்த்துக் கொண்டிருந்தார்கள்.[4]

ஜம்மு காஷ்மீரின் கதை வேறுமாதிரியானது. அங்கு பெரும் பான்மையான மக்கள் முஸ்லிம்கள். ஆனால் அவர்களை ஓர் இந்து அரசர் ஆண்டுகொண்டிருந்தார். நடைமுறையில் இருந்து வந்ததை பெரும்பான்மை முஸ்லிம் மக்கள் இருட்டடிப்பு செய்து விட்டனர். ஜம்மு–காஷ்மீர் மாநிலத்தின் வடகிழக்கே இருக்கும் பகுதி லடாக்; இது மக்கள்தொகை குறைவான ஒரு பெரிய நிலப் பரப்பு. மக்களில் மிகப் பெரும்பான்மையானவர்கள் பௌத்தர்கள். மாநிலத்தின் வடமேற்கேயிருந்த பக்தி கில்கிட் மற்றும் பால்டிஸ்த் தான். இங்கும் மக்கள்தொகை குறைவுதான். மக்களில் பெரும் பாலானோர் 'ஷியா' – பிரிவு மற்றும் "இஸ்மெயிலி" – பிரிவு முஸ்லிம்கள். 'சன்னி' – வகுப்பினர் மிகவும் குறைவு. மாநிலத்தின்

மையப்பகுதியில் இருப்பது காஷ்மீர் – என்ற முக்கிய பகுதி. காஷ்மீர் பள்ளத்தாக்கும் இதில் அடங்கும். இங்கிருக்கும் மக்கள் பெரும்பாலும் 'சன்னி' – பிரிவு முஸ்லிம்கள். 'ஷியா' – பிரிவினரும், கணிசமான அளவு இந்துக்கள் மற்றும் சீக்கியர்களும் கூட காஷ்மீரில் இருந்து வந்தனர். மாநிலத்தின் தென்பகுதியில் இருப்பது 'ஜம்மு'. இது தோக்ரா– இராஜ்புத் இனத்தவர்களின் இடம். அவர்களால் வென்றெடுக்கப்பட்ட இடம். ஜம்முவில் இந்துக்கள் அதிகம். மேற்கு பஞ்சாபிலிருந்து புலம் பெயர்ந்து வந்தவர்களால் இந்துக்களின் எண்ணிக்கை மிகவும் அதிகமாக இருந்தது. ஜுனகன், ஹைதராபாத் போன்ற சமஸ்தானங்களைப் போல் அல்லாமல் ஜம்மு–காஷ்மீர் இந்தியாவுடனும், பாகிஸ்தானுடனும் தன் எல்லைகளைப் பகிர்ந்து கொண்டுள்ளது. எனவே ஜம்மு–காஷ்மீர் மாநிலம் இந்தியாவுடனும் சேரலாம் அல்லது பாகிஸ்தானுடனும் சேரலாம். இருப்பினும் மகாராஜா ஹரி சிங் ஒரு சுதந்திர ஜம்மு–காஷ்மீர் அரசை உருவாக்க விரும்பினார். அதை ஆசியாவின் 'சுவிஸ்சர்லாந்து'– என அவர் கருதினார். சிக்கல் அதிகமானது.

எப்படி சிக்கல் அவிழ்க்கப்படப்போகிறது என்பது யாருக்கும் தெரியவில்லை. எதிர்பாராத சில நிகழ்வுகளின்மூலம் வரலாறே மாறிவிட்டது. 1947 ஆம் ஆண்டு அக்டோபர் மாதம் 22 ஆம் நாள் வடமேற்கு பாகிஸ்தானிலிருந்து ஆயிரக்கணக்கான பக்தூனியர்கள் காஷ்மீருக்குள் நுழைந்துவிட்டனர். யார் அவர்களை ஒன்று திரட்டினார்கள், யார் அவர்களைத் தூண்டிவிட்டார்கள் என்பதைப் பற்றி நமக்கு ஒன்றும் தெரியாது. பக்தூனியர்களின் ஆரம்ப நுழைவு மிகவும் விரைவாகவும், எதிர்ப்பின்றியும் இருந்தது. பள்ளத்தாக்குப் பகுதிகள் உலகின் மற்ற பகுதிகளிலிருந்து துண்டிக்கப்பட்டுவிட்டன. மகாராஜா ஹரிசிங் அவர்களுக்குக்கூட என்ன நடந்தது என்பது தெரியாது. ஆக்கிரமிப்பாளர்கள் மஹுரா மின்நிலையத்தை வெடி வைத்துத் தகர்த்து, மாநிலத்தை இருளில் ஆழ்த்திய பிறகுதான் நிலைமை எவ்வளவு தூரம் மோசமாகிவிட்டது என்பதை அரசர் புரிந்துகொண்டார். பக்தூனிய ஆதிவாசிக்கும்பல் ஸ்ரீநகரிலிருந்து 75.கி.மீ தூரத்தில்தான் இருந்தது. ஸ்ரீநகர்தான் மாநிலத்தலைநகர். நன்றாக அமைக்கப்பட்டிருந்த சாலையைப் பயன்படுத்தி, எதிர்ப்பே இல்லாத ஒரு சூழ்நிலையில் பக்தூன் கும்பல் மிக எளிதாக ஸ்ரீநகரைப் பிடித்திருக்கலாம். இருப்பினும் பேராசை என்பது இராஜதந்திரத் தையும், சமய வெறியார்வத்தையும் விஞ்சிவிட்டது. பக்தூனியக் கும்பல் கொள்ளையடிப்பதிலும், கற்பழிப்புகளிலும் ஈடுபட ஆரம்பித்துவிட்டது. முஸ்லிம்கள், இந்துக்கள் என்ற பாகுபாடின்றி அனைவரும் பக்தூனியக் கொள்ளையர்களால் சூறையாடப்

பட்டார்கள். பாரமுல்லாவில் இயங்கிவந்த ஃபிரான்சிஸ்கன் கன்னிகாஸ்திரி மடத்தில் இருந்த கன்னிகாஸ்திரீகளையும் அந்தக் கும்பலைச் சேர்ந்தவர்கள் கற்பழித்தனர். அந்த மடம் தலைநகர் ஸ்ரீநகரிலிருந்து 50 கி.மீ தூரத்தில் தான் இருந்தது. இதுபோன்ற வெறிச்செயல்கள் பக்தூனியர்கள் முன்னேறி வருவதை 48 மணிநேரம் தாமதப்படுத்தியது.

மிகவும் ஆர்வமிக்க ஓர் இடத்திலிருந்து செய்திகள் டில்லியிருந்த இந்திய ஆட்சியாளர்களுக்கு வந்து சேர்ந்தன. இந்தியா சுதந்திரம் பெற்று இரண்டு மாதங்களே முடிவுற்றிருந்தன. இந்திய இராணுவ தளபதி, பாகிஸ்தான் இராணுவ தளபதி ஆகிய இருவருமே பிரிட்டிஷ்காரர்கள். பாகிஸ்தான் இராணுவத்தின் தலைமைத் தளபதி மேஜர் ஜெனரல் டக்லஸ் கிரேஸி காஷ்மீரில் என்ன நடை பெறுகிறது என்பதை உளவுத்துறை மூலம் அறிந்துகொண்டார்.[5] இராவல்பிண்டியில் இருந்து அவர் இந்திய இராணுவத்தின் தலைமைத் தளபதியை தொலைபேசியில் தொடர்புகொண்டார். இருவரும் இங்கிலாந்தில் உள்ள சான்ட்ஹர்ஸ்ட் இராணுவக் கழகத்தில் பயிற்சிபெற்ற நண்பர்கள். இந்தியத் தளபதியின் பெயர் லெஃப்டிணைட் ஜெனரல் ரோய் லாக்ஹார்ட். வெகுவிரைவில் மௌன்ட்பேட்டன், நேரு – ஆகிய இருவருக்கும் காஷ்மீரில் நடைபெற்றுவரும் நிகழ்வுகள் தெரிய வந்தன.

நம்பிக்கையிழந்த ஒரு சூழ்நிலையில், இந்தியாவுடன் இணைந்து விடுமாறு மகாராஜா ஹரி சிங்கை இணங்க வைப்பது ஒன்றும் கடினமாக இல்லை. ஹரிசிங் ஒப்பந்தத்தில் கையெழுத்திட்டார். ஜம்மு–காஷ்மீர் இந்தியாவுடன் இணைந்தது. அக்டோபர் 27ஆம் நாள் இந்திய இராணுவம் ஸ்ரீநகர் விமான நிலையத்தைக் கைப் பற்றியது. இந்திய வீரர்களும், இராணுவ தளவாடங்களும் ஸ்ரீநகரில் வந்து இறங்கின. பக்தூனியர்கள் ஸ்ரீநகரின் நுழைவாயிலிலேயே தடுத்து நிறுத்தப்பட்டுவிட்டனர். ஜின்னா மிகவும் கோபப்பட்டார். இந்திய இராணுவம் ஆக்கிரமிப்பாளர்களை கொஞ்சம் கொஞ்சமாகப் பின்வாங்க வைத்தது. கடுமையான குளிரைப் பொருட்படுத்தாமல் இந்த வீரர்கள் தங்கள் கடமையைச் செய்த இந்த சமயத்தில் நாம் பிரிகேடியர் முகமது உஸ்மான் என்பவரை நினைவுகூறவேண்டும். அவர் இந்தியாவுடன் இருப்பதற்கு விருப்பம் தெரிவித்து, நம் நாட்டிற்காக உழைத்தவர். ஜூலை 1948இல் அவர் போரில் கொல்லப் பட்டார்.

1948ஆம் ஆண்டு முழுவதும் இந்திய–காஷ்மீர் யுத்தம் நடை பெற்றது வந்தது. ஸ்ரீநகர் கைப்பற்றப்பட்டாலும், மேற்கு காஷ்மீரில்

கிஸ்கித்தும், பால்டிஸ்தானும் பாகிஸ்தான் வசமே இருந்துவந்தன. ஒரு சமயத்தில் பாகிஸ்தான் இராணுவ முக்கியத்துவம் வாய்ந்த நகரங்களான கார்கில் டிராஸ், ஆகியவற்றைப் பிடித்துவிட்டது. அதனால் லடாக் ஆபத்தில் இருந்தது. இருப்பினும் நவம்பர் 1948இல் இந்திய இராணுவம் மீண்டும் அந்த இரு இடங்களையும் தங்கள் வசம் கொண்டு வந்துவிட்டது. லடாக் பிரதேசத்திற்கு பொருட் போக்குவரத்து சீரடைந்தது. (1999ஆம் ஆண்டு அதாவது ஐம்பது ஆண்டுகளுக்குப் பின் ஏற்பட்ட கார்கில் யுத்தத்தில் பாகிஸ்தான் மீண்டும் கார்கில், டிராஸ் – ஆகிய இரு இடங் களையும் கைப்பற்ற முயற்சித்தது). மேற்கொண்டு முன்னேற இந்திய இராணுவத் தலைமை தயாராக இருந்தது. ஆனால் அதற்கு அனுமதி வழங்கப்படவில்லை. சிக்கல் ஐக்கிய நாடுகள் சபைக்கு எடுத்துச் செல்லப்பட்டது. 1948இல் எந்த இடத்தில் போர் நிறுத்தக் கோடு வரையப்பட்டதோ அந்தக் கோடே இரு நாடுகளுக்குமான எல்லையாகிவிட்டது. இந்தக் கோட்டை கட்டுப்பாட்டுக் கோடு என்று குறிப்பிடுகிறார்கள். இது 1972இல் ஏற்பட்ட சிம்லா ஒப்பந்தத்தில் ஏற்றுக்கொள்ளப்பட்டது.

1950ஆம் ஆண்டு ஜனவரி 26ஆம் நாள், இந்தியா தன்னிடமிருந்த கடைசி பிரிட்டிஷ் நினைவுகளையும் விட்டொழித்து, தன்னை ஒரு குடியரசாக அறிவித்தது. அந்த நேரத்தில் இந்தியாவின் எல்லைகள், இன்று நாம் தெரிந்துவைத்திருக்கும் எல்லைகளாக இருந்தன. அப்போது இந்தியாவின் மக்கள்தொகை 35 கோடியே 90 லட்சம், அதாவது உலக மொத்த மக்கள் தொகையில் 14.2% (சீனாவில் அப்போது 54 கோடியே 6, லட்சம் மக்கள் இருந்தனர். அமெரிக்க ஐக்கிய நாடுகளின் மொத்த மக்கள்தொகை 15 கோடியே 20 லட்சம் மட்டுமே) மக்கள்தொகை அதிகம் இருந்தும் 1950களில் இந்தியாவின் மொத்த பொருள் உற்பத்தி 4.2% மட்டுமே. 1820இல் இந்தியாவின் பொருட்உற்பத்தி 16% பல நூற்றாண்டுகளுக்கு முன் உலக மொத்த பொருள் உற்பத்தியின் இந்தியாவின் பங்கு 30.33% 1950இல் உலக மொத்த பொருள் உற்பத்தியில் அமெரிக்காவின் பங்களிப்பு 27% அதுதான் பொருளா தாரத்தில் மிகவும் வளர்ச்சியடைந்த நாடு. போரால் சேதமடைந்த சீனாவின் பொருள் உற்பத்தி இந்தியாவை விட சற்றே உயர்ந்து காணப்பட்டதே தவிர மிகவும் அதிகமாக இல்லை. ஒப்பிட்டுப் பார்க்கும்போது, புழுதி நிறைந்த இந்தியாவின் தனிநபர் வருமானம் அந்த காலகட்டத்தில் சீனாவைக் காட்டிலும் 40% அதிகம்.[6]

எஞ்சியிருந்த ஐரோப்பியக் காலனிகள்

பிரிட்டிஷ்காரர்கள் முழுவதுமாக நாட்டைவிட்டு வெளியேறிய பிறகு, சமஸ்தானங்கள் இந்திய அரசுடன் இணைக்கப்பட்டுவிட்ட பிறகு, கடற்கரை ஓரங்களில் ஆங்காங்கேயிருந்த ஐரோப்பியக் காலனிகள் பக்கமாக அரசின் கவனம் திரும்பியது. புதிய நாடுகளைக் கண்டுபிடிக்கும் ஐரோப்பியர்களின் விளையாட்டுக் குரிய விதிமுறைகளை ராபர்ட் கிளைவ் மாற்றியமைத்ததற்கு முன்பு சில ஐரோப்பிய நாடுகளின் குடியேற்றப்பகுதிகள் இந்தியாவில் ஏற்பட்டன. ஃபிரன்ச்சுக்காரர்களுக்கு ஐந்து குடியேற்ற இடங்கள் இந்தியாவில் இருந்தன. அவற்றுள் முக்கியமானதும், மிகப் பெரியதுமான இடம் சென்னைக்குத் தெற்கேயிருந்த பாண்டிச்சேரி; இது மகாபலிபுரத்திற்கு சமீபமாக உள்ளது. கல்கத்தாவுக்கு வடக்கே யிருந்த சந்திரநாகூர், ஆந்திரக் கடற்கரைப் பகுதியில் இருந்த ஏனாம், கேரளக் கடற்கரைப் பகுதியில் இருந்த மாஹே, தமிழ்நாட்டுக் கடற்கரையை ஒட்டியிருந்த காரைக்கால் போன்றவை மற்ற நான்கு இடங்கள்.

இந்திய அரசாங்கமும், உள்ளூர் மக்களும் ஃபிரன்ச்சுக் காரர்களுக்கு நெருக்கடிகளைக் கொடுத்தாலும், அவர்கள் அந்த ஐந்து இடங்களும் இந்தியாவோடு இணைவதை தாமதப்படுத்தி வந்தனர். இருப்பினும் அவர்கள் மிகுந்த பொறுமையைக் கடைப் பிடித்தனர். அல்ஜீரியா, வியட்நாம் போன்ற நாடுகளில் நடந்து கொண்டதைப் போன்று ஃபிரன்ச்சுக்காரர்கள் இந்தியாவில் பலப்பரிட்சை எதிலும் இறங்கவில்லை. அனேகமாக தங்களின் இந்தியக் காலனிகள் இந்திய அரசோடு இணைவது தவிர்க்க முடியாதது என்பது அவர்களுக்குப் புரிந்திருக்க வேண்டும். ஜூன் 1949இல் சந்திரநாகூர், இந்தியாவுடன் இணைவதற்கு ஒப்புக் கொண்டதால் அந்தக் குடியிருப்பு மேற்குவங்க மாநிலத்துடன் இணைக்கப்பட்டது. தென்னிந்தியக் குடியிருப்புப்பகுதிகளை இந்தியாவுக்குக் கொடுப்பதில் இழுபறி நிலை நீடித்து வந்தது. இதற்கிடையில் மக்களின் எழுச்சி அதிகரித்தது. கடைசியில் 1954ஆம் ஆண்டு இதர பகுதிகளும் இந்தியாவுடன் இணைக்கப் பட்டன.[7]

பாண்டிச்சேரி இன்று 'புதுச்சேரி' என்று அழைக்கப்படுகிறது. அது மத்திய அரசின் நேரடி ஆட்சிப் பொறுப்பில் இருந்துவரும் மாநிலம். ஆனால் பாண்டிச்சேரி மாநிலம் காரைக்கால், மாஹே ஏனாம் போன்ற ஊர்களையும் தன்னுள் அடக்கியுள்ளது என்பது பெரும்பாலான இந்தியர்களுக்குத் தெரிவதில்லை. பாண்டிச்சேரி

நகரம் இன்னும் காலனி ஆதிக்க காலத்துக் கட்டடங்களைப் பரா மரித்து வருகிறது. அங்குள்ள சாலைகள் ஃபிரன்ச் விதிமுறைப்படி அமைக்கப்பட்டுள்ளன. பல உள்ளூர் மக்கள் ஃபிரன்ச் குடியுரிமை பெற்றுள்ளனர். ஃபிரென்ச்சுக்காரர்கள் விட்டுச்சென்ற, சற்றும் எதிர்பாராத மரபுரிமைச் செல்வம் ஒன்று உள்ளது. அதுதான் வங்காளப் புரட்சிக்காரர் அரவிந்த கோஷ் அவர்களால் உருவாக்கப் பட்ட ஒரு சமுதாயம். அரவிந்தர், தன்னை பிரிட்டிஷ்காரர்கள் கைதுசெய்துவிடுவார்கள் என்று அஞ்சி 1910ஆம் ஆண்டு பாண்டிச் சேரிக்கு ஓடிவந்தார். பாண்டிச்சேரியில் இருந்த ஃபிரென்ச் அரசாங்கத்தார் அவருக்குத் தஞ்சம் அளித்தனர். பாண்டிச்சேரியில் இருந்தபோது அரவிந்தர் அரசியலை விட்டுவிட்டுத் தன் கவனம் முழுவதையும் ஆன்மீக நடவடிக்கைகளில் செலுத்தினார். மிக அதிக அளவில் அவருக்கு சீடர்கள் கிடைத்தனர். அவர் அங்கு ஓர் ஆசிரமத்தை அமைத்து பலவிதமான சமுதாயத் தொண்டுகளை ஆற்றிவந்தார். அரவிந்தரின் நிறுவனத்திற்கு நாடு முழுவதும் கிளைகள் இருந்தாலும் பாண்டிச்சேரியில் உள்ள ஆசிரமம்தான் அனைத்து நிறுவனங்களுக்கும் தலைமையிடமாக உள்ளது. அரவிந்தரால் வசீகரிக்கப்பட்ட பெரும்பாலான சீடர்கள் பாண்டிச்சேரி ஆசிரமத்தில் வாழ்ந்துவருகின்றனர்.

ஃபிரென்ச்சுக்காரர்களை சமாளித்தபிறகு டில்லியின் கவனம் போர்ச்சுகீசியர்களின் பக்கம் திரும்பியது. போர்ச்சுகீசியர்களுக்கு மேற்குக் கடற்கரையோரமாக பல குடியிருப்புகள் இருந்தன. அவற்றுள் மிகப்பெரிய நிலப்பரப்பு கொண்ட இடம் கோவா. கோவா தவிர டையூ, டாமன், தத்ரா மற்றும் நாகர் ஹவேலி போன்ற இடங்களும் போர்ச்சுகீசியர் வசம் இருந்தன. பதினாறாம் நூற்றாண்டில் போர்ச்சுகீசியர்கள், தாங்கள் இருந்துவந்த குடியிருப்புப் பகுதிகளைப் பயன்படுத்திக்கொண்டு இந்தியப் பெருங்கடலை தங்கள் கட்டுப் பாட்டில் வைத்திருந்தனர். இருபதாம் நூற்றாண்டில் அவர்களது பலம் வெகுவாகக் குறைந்துவிட்டாலும், விஜயநகரப் பேரரசு, மொகலாயப் பேரரசு, பிரிட்டிஷ் பேரரசு போன்ற பேரரசுகளால் பாதிக்கப்படாமல் இந்தியாவில் தொடர்ந்து இருந்து வந்தனர். இந்தியா தன்னை ஒரு குடியரசாக அறிவித்து விட்டதற்கும், தாங்கள் இந்தியாவில் இருப்பதற்கும் என்ன தொடர்பு என்று கருதி, இந்தியாவை விட்டு வெளியேறும் எண்ணத்தில் அவர்கள் இல்லை. "கோவா, ஆசியாவில் இருக்கும், மேற்கத்திய நாடுகளின் ஒளிவிளக்கு" என்று அறிவித்தார் போர்ச்சுகீசிய சர்வாதிகாரி அன்ட்டோனியோ சலாஸர்.

1954இல் ஒரு சிறு உள்ளூர் குழுவினர் தத்ரா மற்றும் நாகர் ஹவேலியில் இருந்த பேர்ச்சுகீசிய அரசைக் கைப்பற்றிவிட்டனர்.

அப்போதுதான் போர்ச்சுகீசியர்களுக்குத் தங்கள் உண்மை நிலை புரிய வந்தது. தத்ரா–நாகர் ஹவேலி உடனடியாக இந்தியாவுடன் இணைந்துவிடாமல், சர்வதேச நாடுகளின் பார்வையில் ஒரு தனி சுதந்திர நாடாகவே சிறிது காலம் இருந்துவந்தது. மற்ற இடங்களில் தங்கள் நிலையை பலப்படுத்திக்கொள்ள, போர்ச்சுகீசியர்கள் கிழக்கு ஆப்பிரிக்காவிலிருந்து, ஆப்பிரிக்கத் துருப்புகளைக் கொண்டு வந்து குடியிருப்புப் பகுதிகளில் நிறுத்தி வைத்தனர். (கிழக்கு ஆப்பிரிக்கா தற்போது 'மொஸாம்பிக்' என்று அழைக்கப்படுகிறது.) இதனால் போராட்டங்கள் நடைபெற்றன. ஆயிரக்கணக்கான போராளிகள் கைது செய்யப்பட்டனர். பேச்சுவார்த்தைகள் மூலம் பிரச்சனைகளுக்குத் தீர்வு கண்டுவிடலாம் என்று எண்ணினார் பண்டிட் நேரு. 1961இல் நிலைமை எல்லை மீறிப் போய்விட்டது.

"ஆப்பரேஷன் விஜய்" என்ற பெயரில் இந்தியா இராணுவ நடவடிக்கை எடுத்தது. 1961ஆம் ஆண்டு டிசம்பர் மாதம் 18ஆம் நாள் இந்திய விமானப்படை டபோலின் விமானநிலையம் மீது குண்டுகளை வீசியது. இதே டபோலின் விமானநிலையத்தில்தான் இன்றைக்கு கோவாவுக்கு வரும் சுற்றுலாப்பயணிகள் விமானத்தில் வந்து இறங்குகின்றனர். சில மணி நேரங்களில் இந்திய இராணுவம் வடக்கு, தெற்கு மற்றும் கிழக்கு திசைகளிலிருந்து வந்து கோவாவுக்குள் புகுந்தது. மேற்கு திசையை இந்திய கப்பல்படை கவனித்துக் கொண்டது. இதே போன்ற இராணுவ நடவடிக்கைகள் டையூ, டாமன் போன்ற இடங்களிலும் எடுக்கப்பட்டன. கடைசிவரை போர்புரியும்படி லிஸ்பன் தன் இராணுவத்திற்கு உத்தரவிட்டிருந்தது. ஆனால் போர்ச்சுகீசியர்களால் மிகப்பெரிய இந்திய இராணுவத்தை எதிர்த்து ஒன்றும் செய்ய இயலவில்லை. NRP அல்ஃபோன்ஸோ அல்பர்க் என்ற போர்ச்சுகீசியப் போர்க்கப்பல் மட்டும் தன் எதிர்ப்பைக் கடைசிவரைக் காட்டி வந்தது. கோவாவில் நிறுத்தப் பட்டிருந்த அக்கப்பல் 1930ஆம் ஆண்டு கட்டப்பட்ட ஒரு பழமையான போர்க்கப்பல். பலம் பொருந்திய இந்தியக் கடற்படையை சமாளிக்க அதனால் இயலவில்லை. மர்மகோவா துறைமுகத்தில் இரண்டு இந்தியப் போர்க்கப்பல்கள், போர்ச்சுகீசியக் கப்பலை எதிர்கொண்டன. இரண்டு தரப்பிலும் துப்பாக்கி குண்டுகள் பாய்ந்தன. ஆனால் அரை மணி நேரத்திற்குள் அல்ஃபோன்ஸோ அல்பர்க் ஒரு செயலிழந்த கப்பலாகிவிட்டது. அக்கப்பலை கரையொதுக்கிய கடற்படைவீரர்கள், மேலும் ஒன்றரை மணி நேரம் துப்பாக்கிச் சூட்டில் இறங்கினர். உயிர்ச் சேதம் அதிகரித்ததாலும், தளவாடங்கள் தீர்ந்துபோய்விட்டதாலும் போர்ச்சுகீசியர்கள் சண்டையை நிறுத்திவிட்டனர். கப்பல்களில் பொருத்தப்பட்ட

பீரங்கிகளைப் பயன்படுத்தியே போர்ச்சு கீசியர்கள் இந்தியாவுக்குள் வந்தனர். அதேபோல் பீரங்கிகளைப் பயன்படுத்தியே அவர்கள் இந்தியாவை விட்டுச் சென்றனர். வரலாறு ஒரு சுழற்சிக்குப்பின் இருந்த இடத்திற்கே வருகிறது.

முப்பத்தாறு மணி நேரம் நீடித்த யுத்தத்திற்குப்பின், இனி சண்டையிடுவது பயனற்றது என்பதை உணர்ந்துகொண்டார் போர்ச்சுகீசிய கவர்னர் ஜெனரல் வாசலோ–இ–சில்வா. நிபந்தனை யற்ற சரணாகதிப் பத்திரத்தில் கையொப்பமிட்டார். அப்போது கிறிஸ்துமஸ் கொண்டாட்டங்கள் நடைபெற்றுக் கொண்டிருந்த நேரம்; ஆனால் போர்ச்சுகீசியத் தலைநகர் லிஸ்பனில் துக்கம் அனுஷ்டிக்கப்பட்டது. திரையரங்குகள் மூடப்பட்டன. ஆயிரக் கணக்கான மக்கள் வீதிகளில் மௌன ஊர்வலங்கள் நடத்தினர். லிஸ்பன் நகர அரங்கத்திலிருந்து தேவாலயம் வரை புனித ஃபிரான்சிஸ் ஸேவியரின் எச்சங்களைப் பாதுகாத்த வண்ணம், மௌன ஊர்வலம் நடத்தப்பட்டது.[8] வாசலோ–இ–சில்வா நாடு திரும்பினார். அனைவராலும் இகழப்பட்டார். சர்வாதிகாரி சலாஸர் அவரை இராணுவ நீதிமன்றத்தில் விசாரித்து நாடுகடத்தி விட்டார். இந்தியாவின் கடைசி காலனியாதிக்கக் குடியிருப்பின் நிலை குறித்து நான் மிகவும் வருந்துகிறேன்.

கோவா–வை விடுவித்தது குறித்த செய்திகளை அரை நூற்றாண்டிற்குப்பின் நான் பத்திரிகைகளில் படித்தேன். மேற்கத்திய இதழ்களும், அரசியல் தலைவர்களும் நம் நாட்டிற்கு விரோதமான கருத்துகளை வெளியிட்டிருந்ததைக் கண்டு அதிர்ந்துபோனேன். அமெரிக்காவும், பிரிட்டனும் இந்தியாவுக்கு எதிரான தீர்மானத்தை ஐக்கிய நாடுகள் சபையில் கொண்டுவந்தன. ஆனால் அந்தத் தீர்மானித்தை ருஷ்யா தன் சிறப்பு அதிகாரத்தைப் பயன்படுத்தி இரத்து செய்தது. பத்திரிகையில் வெளியிடப்பட்ட அறிக்கைகள் இந்திய இராணுவ நடவடிக்கையை "இந்திய ஆக்கிரமிப்பு" என்று வர்ணித்ததுடன் கோவாவின் கிறிஸ்தவ சமூகத்தினருக்காக நீலிக்கண்ணீர் வடித்தன. கோவாவின் விடுதலைக்காகப் பாடுபட்ட டிரிஸ்டவோ பிரகன்ஸா குன்ஹா போன்றவர்கள் கிறிஸ்தவர்கள் என்பதை அந்தப் பத்திரிகைகள் மறந்துவிட்டன.[9] 1961ஆம் ஆண்டு, டிசம்பர் மாதம் 29ஆம் நாள் வெளியிட்ட ஒரு கட்டுரையில் 'டைம்' பத்திரிகை பிரதமர் நேரு அவர்களை ஒரு கபட வேடதாரி என்றும் அவர் சமாதானத்தைப் பற்றி வெளியில் பேசிவிட்டு, தன் சொந்த நாட்டில் பலத்தைப் பிரயோகிக்கிறார் என்றும் எழுதி யிருந்தது. பதினான்கு ஆண்டுகளுக்கு மேலாக, பேச்சுவார்த்தைகள்

நடத்தக் காத்திருந்தும், போர்ச்சுகீசியர்கள் மௌனம் சாதித்தது பற்றி அந்தப் பத்திரிகை எதுவும் கூறவில்லை.

சீனாவுடன் நடந்த போர்

பலமற்ற போர்ச்சுகல் நாட்டிடமிருந்து கோவா-வை மீட்டது ஒரு புறம்; மறுபுறம் மாசேதுங்கின் சீனாவை இந்தியா சந்திக்க வேண்டிய வேளை வந்தது. இந்திய சீன எல்லையை இரு பகுதிகளாகப் பிரிக்கலாம். கிழக்கு திசையில் "மக்மஹான் கோடு" என்பதுதான் எல்லை. இந்த எல்லை 1914இல் திபெத்தியர்களுக்கும், பிரிட்டிஷ்காரர்களுக்கும் இடையே ஏற்பட்ட சிம்லா ஒப்பந்தத்தின் அடிப்படையில் நிர்ணயிக்கப்பட்டது. இமயமலைத்தொடரின் மேட்டுப் பகுதியிலிருந்து கிழக்கு நோக்கி பூட்டானுக்கு அருகிலுள்ள 'தவாங்' என்ற இடத்திலிருந்து அருணாச்சலப் பிரதேசத்தின் வடக்கு எல்லை வரை மக்மஹான் எல்லைக்கோடு உள்ளது. (அருணாச்சல பிரதேசம் அப்போது வடகிழக்கு எல்லைப் பகுதி - NFFA அல்லது North East Frontier Area என்று அழைக்கப்பட்டது)[10] அந்த எல்லையை சீனா முன்பே அங்கீகரித்துள்ளது. அந்த எல்லைக்கோட்டை இறுதியாக திபெத்தும், பிரிட்டிஷ் இந்தியாவும் ஒப்புக்கொண்டன.

இமயமலைத் தொடரின் மையப்பகுதியில் இந்தியாவுக்கும், சீனாவுக்கும் இடையே, நேப்பாளம், பூட்டான், சிக்கிம் என்ற மூன்று நாடுகள் உள்ளன. (சிக்கிம் இந்தியாவின் பாதுகாப்பில் இருந்து வந்தது). சீனாவுடனான எல்லை மேற்கு இமயமலைப் பகுதியில் உத்திரகாண்ட், ஹிமாச்சல் பிரதேஷ் வழியாக லடாக்கில் சென்று முடிவடையும். ஜம்மு-காஷ்மீர் அரசை இந்தியா பாரம்பரிய அடிப் படையில் பெற்றது. ஆனால் மக்கள் வசிக்காத இடமான ஆக்சாய்ச்சின் பகுதியில் இந்தியாவுக்கும், சீனாவுக்கும் இடையே எல்லைப்பிரச்சனை இருந்து வந்தது. பத்தொன்பதாம் நூற்றாண்டு பிரிட்டிஷ் சுற்றாய்வாளர்கள் இங்கு இரண்டு இயற்கை எல்லைகளை இருவேறு சமயங்களில் வரையறுத்துள்ளனர்.[11] முதலில் வரை யறுக்கப்பட்ட எல்லைக் கோடு 'ஜான்சன் கோடு' எனப்பட்டது. 1865இல் இது வரையறுக்கப்பட்டது. காஷ்மீருக்கும், டர்க்கிஸ் தானுக்கும் இடையே வரையப்பட்ட கோடு ஜான்சன் கோடு. இக்கோடு குன்லன் மலைகளை இயற்கை எல்லையாகக் கொண்டு வரையப்பட்டது. இதன்படி ஆக்சாய்ச்சின் காஷ்மீர் எல்லைக்குள் வருகிறது.

புகழ்பெற்ற கண்டுபிடிப்பாளர் ஃபிரான்சிஸ் யங்ஹஸ்பன்ட் 1880இல் ஆக்சாய்ச்சின் பகுதிக்கு விஜயம் செய்துள்ளார்.

சுற்றித்திரியும் இடையர்களைத் தவிர வேறு எவரும் நிரந்தமாக இங்கு வாழவில்லை. இந்த குளிர்ப் பிரதேசத்தில் ஒரு கோட்டை உள்ளது. எப்போதாவது காஷ்மீர் மகாராஜா அங்கு வருவார். 1899ஆம்ஆண்டு பிரிட்டிஷ்காரர்கள் ஜான்சன் கோட்டிற்கு பதிலாக வேறு ஒரு எல்லையை வரையறுத்தனர். அதற்கு "மெக்கார்ட்னி–மேக்டோனால்ட் கோடு" என்று பெயர். இம்முறை பிரிட்டிஷ் காரர்கள் காரகோரம் மலைத்தொடரை இயற்கை எல்லையாகக் கொண்டு எல்லையை வகுத்தனர். இதன்படி ஆக்சாய்ச்சின் விடுபட்டுவிட்டது. ருஷ்யர்களின் எல்லை விஸ்தரிப்புக்கு ஒரு தடையாக இருக்கட்டும் என்று அவர்கள் அவ்வாறு செய்திருக் கலாம். 1947ஆம் ஆண்டு வரைபடத்தில் பிரிட்டிஷ்காரர்கள் அந்த இரண்டு எல்லைகளையும் காட்டியிருந்தார்கள். 1920க்கு முன்பு சீனா ஆக்சாய்ச்சின் பகுதியை தங்களுடையது என்று வரை படத்தில் காட்டியதில்லை. ஸின்ஸியாங் வரைபடத்தில் 1930களில் குன்லான் மலைத்தொடரையே வழக்கமான இயற்கை எல்லையாக சீனா காட்டுகிறது. காரகோரம் மலைத்தொடரைக் காட்டவில்லை.[12] சுருக்கமாகச் சொல்வதென்றால் ஆக்சாய்ச்சின் யாருக்கும் சொந்த மில்லாத ஒருபகுதி. ஆனால் இந்தியாவுக்கு அதன் மீதிருந்த உரிமை அதிகம்.

சுதந்திரம் அடைந்தபின் காஷ்மீரின் மேற்கு எல்லையின் மீதுதான் இந்தியாவின் கவனம் இருந்துவந்தது. கிழக்கு எல்லை சரியாகக் குறிக்கப்படாமல், காவல் ஏதுமின்றி இருந்து வந்தது. 1950களில் இந்தியாவுக்கும், சீனாவுக்கும் இடையேயான நட்புறவு நல்ல நிலையில் இருந்துவந்தது. இந்தியப் பிரதமர் நேரு அவர்களும், சீனப்பிரதமர் சூ–என்லாய் அவர்களும் நண்பர்களாக இருந்து வந்தனர். "ஹிந்தி–ச்சீனி–பாய் பாய்" என்ற கோஷங்கள் எங்கும் முழங்கின. அப்படியென்றால் "சீனர்களும், இந்தியர்களும் சகோதரர்கள்" என்று பொருள். கிழக்கே மக்மஹோன் எல்லைக் கோட்டை சீனர்கள் ஒப்புக்கொண்டு விட்டார்கள் என்றும், எனவே மேற்கு எல்லையில்தான் நாம் அதிக கவனம் செலுத்த வேண்டுமென்றும் நேரு எண்ணிக்கொண்டிருந்தார். மேற்கு எல்லையில் சிக்கல் இருந்தால் அதை பேசித் தீர்த்துக் கொள்ளலாம் என்று அவர் நினைத்தார். எதிர்பார்த்ததற்கு மாறாக சீனா திபெத்துக்கும், ஸின்ஸியாங்குக்கும் இடையே ஆக்சாய்ச்சின் வழியாக ஒரு நெடுஞ்சாலையை உருவாக்கிவிட்டது. இது 1957இல் தான் இந்தியாவுக்குத் தெரிய வந்தது. இது ஒரு மாபெரும் அதிர்ச்சி. தான் கோரும் ஒரு எல்லைப்பகுதி வழியாக அப்படி ஒரு நெடுஞ் சாலை அமைக்கப்பட்டது இந்தியாவுக்குத் தெரியாமல் இருந்தது!

சிக்கல் சூடுபிடிக்க ஆரம்பித்தது. 1958இல் சீனா வெளியிட்ட ஒரு வரைபடம் லடாக்கின் பெரும்பகுதியையும், அருணாச்சல பிரதேசத்தின் பெரும்பகுதியையும் சீனாவுக்குச் சொந்தமாகக் காட்டியது. வரைபடத் தயாரிப்பு வரலாற்றின் முக்கியத்துவத்தை உணராதவர்கள் இப்போதாவது அதை உணரவேண்டும். நேரு கோபமாக எழுதிய கடிதம் ஒன்றை சூஎன்லாய் அவர்களுக்கு அனுப்பிவைத்தார். ஆக்சாய்ச்சின் எப்போதுமே சீனாவுக்கு உரியது என்றும், மக்மஹோன் எல்லைக் கோடு பிரிட்டிஷ் ஏகாதிபத்திய அரசாலும், திபெத்தியர்களாலும் வரையப்பட்டதால் அதை ஏற்றுக் கொள்ள இயலாதென்றும் சீனர்கள் பதில் கடிதம் அனுப்பினார்கள். கடிதப்போக்குவரத்து நடைபெற்றுக்கொண்டிருந்த சமயத்திலேயே தலாய்லாமா திபெத்திலிருந்து தவாங் வழியாக மார்ச் 1959இல் இந்தியாவுக்கு ஓடிவந்துவிட்டார். இந்திய அரசு அவருக்கு அடைக் கலம் அளித்தது.

சீனா தனக்குத் 'திபெத்' மீது மேலாதிக்க உரிமை உண்டு என்று எப்போதுமே கூறிவந்தது. சில சமயங்களில் அதை நிலை நாட்டவும் செய்தது. திபெத் ஒரு கடினமான கட்டமைப்புகொண்ட பகுதியாக இருப்பதால், 17ஆம் நூற்றாண்டு மொகலாயர்களைப் போலவே சீனர்களாலும் அதை கட்டுப்பாட்டுக்குள் வைத்திருக்க இயலவில்லை. எனவே நடைமுறையில் திபெத் சுதந்திர நாடு போன்றே பல்லாண்டுகாலம் இயங்கி வந்தது. 1950இல் கம்யூனிஸ்ட்டுகள் திபெத்தை முற்றிலுமாக ஆக்கிரமித்து சீனாவுடன் இணைத்துவிட்டனர். சர்தார் பட்டேல் எச்சரித்த பிறகும் சீனாவின் நடவடிக்கையை நேரு அலட்சியம் செய்துவிட்டார். தான் இறப்ப தற்கு சில வாரங்கள் முன்பு பட்டேல் இவ்வாறு எழுதுகிறார்: "கொள்கை விஸ்தரிப்பு என்ற போர்வைக்குள், இன, தேசிய, வரலாற்று உரிமைகள் மறைந்துள்ளன."[13]

தலாய்லாமா இந்தியாவுக்கு வந்த சமயத்திலேயே இந்திய–சீன எல்லைகளில் மோதல்கள் ஆரம்பித்துவிட்டன. எங்கும் எச்சரிக்கை மணிகள் ஒலித்தன. இராணுவத் தளவாடங்கள் மேம்படுத்தப்பட வேண்டுமென்றும், இந்திய சீன எல்லைப் பகுதிகளுக்கு துருப்புகளை அனுப்ப வேண்டுமென்றும் தளபதி திம்மையா திரும்பத்திரும்ப அரசிடம் கோரி வந்தார். இராணுவத்தில் சில பிரிவுகளில், முதல் உலகப் போரில் பயன்பாட்டில் இருந்துவந்த 303 என்ஃபீல்ட் வகை துப்பாக்கிகளே கைவசம் இருந்தன. பிரதமர் நேருவும், பாதுகாப்பு அமைச்சர் கிருஷ்ணமேனனும் திம்மையாவை அலட்சியப் படுத்தினர். பெல்ஜிய நாட்டு FN4 – இரகத்தைச் சேர்ந்த தானியங்கித் துப்பாக்கிகளை இராணுவத்தில் அறிமுகப்படுத்த வேண்டும் என்று

சொல்லப்பட்டபோது நாட்டில் நேட்டோ ஆயுதங்களின் பயன் பாட்டைத் தான் விரும்பவில்லை என்றார் கிருஷ்ண மேனன். அரசியல் கோட்பாடே முதலிடம் வகித்தது.

தளபதி திம்மையா பொறுமையிழந்ததற்குக் காரணம் எதிர்பாராத ஓர் இடத்திலிருந்து ஒரு முக்கிய செய்தி அவருக்குக் கிடைத்ததுதான். திபெத்தில் சீனர்களின் நடவடிக்கை குறித்த செய்திதான் அது. செய்தியை அனுப்பியவர் சாகசச் செயல்களைப் புரியும் சிட்னி விக்னெல் என்பவர். இமயமலையின் சிகரங்களில் ஏறும் ஆவல் கொண்டவராக இருந்தவர் சிட்னி விக்னெல். நேப்பாள திபெத் எல்லையிலிருந்து மலையேறும்படி ஜெனரல் திம்மையா அவரிடம் கூறியிருந்தார். அவர் மூலம்தான் தளபதிக்கு சீனர்களின் நடிவடிக்கை குறித்த செய்தி கிடைத்தது. திரு. விக்னெல் சீனர்களால் கைது செய்யப்பட்டு விசாரிக்கப்பட்டார். விக்னெல் சிறிதும் அஞ்ச வில்லை. கோல்ரிட்ஜ் எழுதிய "குப்ள–கான்" கவிதையிலிருந்து கதைகள் சொன்னார். வேல்ஸ் நாட்டு 'ரக்பி' விளையாட்டைப் பற்றிப் பேசினார். விக்னெல் ஒரு 'பைத்தியம்' என்று நினைத்து சீனர்கள் அவரை விட்டுவிட்டனர். அவர் திம்மையாவிடம் வந்து இந்திய–சீன எல்லைப்பகுதியில் சீனர்கள் இராணுவ வசதிகளை மேம்படுத்தி வருகிறார்கள் என்ற முக்கியமான தகவலைத் தெரிவித்தார்.

பாதுகாப்பு அமைச்சர் கிருஷ்ணமேனன் பதவி விலக வேண்டுமென்ற கோரிக்கை உரக்க ஒலிக்க ஆரம்பித்தது. பன்னி ரெண்டு மூத்த இராணுவ அதிகாரிகளைப் பின்னுக்குத் தள்ளி விட்டு, களப்பணி அனுபவமற்ற பிரிஜ்மோகன் கௌல் என்பவரை லெஃப்டினன்ட் ஜெனரலாக பதவி மேம்படுத்த வேண்டுமென்று கிருஷ்ணமேனன் விரும்பினார். இராணுவ நிலங்களை மேம்பாடு செய்வது தவிர வேறு எதுவும் பிரிஜ் மோகன் கௌல்–க்குத் தெரியாது. அருணாச்சல பிரதேச எல்லையைப் பாதுகாக்கும் தலைமைப் பொறுப்பு அவருக்கு அளிக்கப்பட்டது! இது நடந்தது 1962 அக்டோபர் 3ஆம் நாள்.

தன் புதிய இடத்திற்கு வந்துசேர்ந்த 15 நாட்களிலேயே – அதாவது 1962 அக்டோபர் 18ஆம் நாள் கௌல் அவர்களுக்கு நெஞ்சுவலி ஏற்பட்டு டில்லிக்கு அனுப்பிவைக்கப்பட்டார். எனவே அக்டோபர் 19ஆம் நாள் சீனர்கள் முழு அளவில் இந்தியா மீது தாக்குதல் தொடுத்தபோது இந்திய இராணுவத்தில் போதுமான வீரர்கள் இல்லை, போதுமான துப்பாக்கிகள் இல்லை, வீரர்களை வழி நடத்தத் தலைவர் இல்லை. லடாக் பகுதியில் சீனர்கள் இந்தியாவைத்

தாக்கினார்கள். ஆனால் அங்கே இந்திய இராணுவம், தற்காத்துக் கொள்ளுமளவுக்குத் தன்னை நன்கு நிலைநிறுத்திகொண்டது. NEFA என்று அழைக்கப்பட்ட அருணாச்சல பிரதேசத்தில் சீனர்கள் வெகுதூரம் முன்னேறிவந்து விட்டார்கள். அக்டோபர் 25ஆம் நாள் 'தவாங்' சீனர்களின் கட்டுப்பாட்டிற்குள் வந்துவிட்டது. பொருட்களின் போக்குவரத்திற்கான சாலைகளை அமைத்துக் கொள்வதற்காக சீனர்கள் தவாங்-கில் சற்று தங்கினார்கள். இந்த தாமதத்தைப் பயன்படுத்திக்கொண்டு இந்தியர்கள் 'போம்பிலா' என்ற இடத்தில் இருந்துகொண்டு தங்கள் நிலையை நன்கு பலப்படுத்தியிருக்க வேண்டும். அஸ்ஸாமிலிருந்து போம்பிலாவுக்கு தளவாடங்களை எளிதில் எடுத்து வரமுடியும். ஆனால் ஜெனரல் கௌல் இன்னும் உள்ளே தள்ளியிருக்கும் சீலா பாஸ் என்ற இடத்தில் தான் இந்திய இராணுவம் தன்னை நிலை நிறுத்திக்கொள்ள வேண்டுமென்று கூறிவிட்டார். சீனர்கள் தவாங்-கிலிருந்து புறப்பட்டு மறுபடியும் முன்னேறியபோது, நவம்பர் 14ஆம் நாள் அவர்கள் சீலா பாஸ்-ஐ சுற்றிக்கொண்டு வந்து இந்திய இராணுவத்தைப் பின்னாலிருந்து தாக்கினர். பலத்த உயிர்ச் சேதம் ஏற்பட்டது. 'பாம்டிலா' வீழ்ந்தது. இந்த செய்தி அஸ்ஸாமுக்கு எட்டியவுடன் மக்கள் பீதியடைந்தனர். 'தேஜ்பூர்' நகரைவிட்டு மக்கள் வெளியேற ஆரம்பித்தார்கள். அங்கிருந்த ஒரு மனநல மருத்துவ மனையில் சிகிச்சைபெற்று வந்த நோயாளிகள் கூட வெளியே விடப்பட்டனர்.

அகில இந்திய வானொலியில் நேரு பேசினார்.

"என் இதயம் அஸ்ஸாம் மக்களோடு செல்கிறது" என்று கூறினார் பிரதமர் நேரு.[15] வடகிழக்குப் பகுதி கைவிடப்பட்டு விடும் என்பதையே நேருவின் வானொலி உரை காட்டுவதாக விமர்சகர்கள் கருத்து தெரிவித்தனர். இன்றுகூட அஸ்ஸாம் மக்கள் நேருவின் பேச்சுக்காக வருத்தப்படுகிறார்கள்.

ஆனால் எவ்வளவு விரைவாக சீனர்கள் இந்திய எல்லைக்குள் வந்தார்களோ அவ்வளவு விரைவாக போர் நிறுத்தத்தை அறிவித்து, யுத்தத்திற்கு முன்பிருந்த எல்லைக்குத் திரும்பிச் சென்று விட்டார்கள். அவர்கள் ஏன் இந்தியாவுக்குள் பிரவேசித்தார்கள், பின்பு ஏன் திரும்பச் சென்றார்கள் என்பது இன்றுவரை நமக்குத் தெரியாது. குளிர்காலம் நெருங்கியது. இமயமலைப் பகுதியின் வழியாக போர்த்தளவாடங்களைக் கொண்டுவருவது கடினமான செயலாக இருந்திருக்க வேண்டும். இந்தக் காரணங்களால் சீனர்கள் திரும்பிச் சென்றிருக்கலாம். இந்தியக் குடியரசை அதன்

அரசியல்வாதிகள் காப்பாற்றியதைவிட இயற்கை நன்றாகக் காப்பற்றியது. இன்று தேஜ்பூரிலிருந்து, போம்டிலா வரை சாலையில் பயணம் செய்வது ஒரு சுகமான அனுபவம். அடர்ந்த காடுகளின் வழியாகவும், மலைகளின் வழியாகவும் செய்யப்படும் பயணம் ஓர் இனிமையான பயணமாக இருக்கும். உயரம் அதிகமில்லாத, தாழ்வான பகுதிகளில் யானைக் கூட்டங்கள் போக்குவரத்தை இடைமறிக்கும். போம்டிலா-விலிருந்து 'சீலா பாஸ்' (4200 மீட்டர் உயரத்தில் உள்ளது) வழியாக தவாங் மடாலயத்தை அடையலாம். சீன ஆக்கிரமிப்பு இன்றும் மனதில் நிற்கிறது. இராணுவ வாகனங்கள் தளவாடங்களை ஏற்றிக்கொண்டு பல மையங்களுக்குச் செல்வதை நம்மால் பார்க்கமுடியும். சீனர்களும் பழைய நிகழ்வுகளை மறந்து விட்டனர். இன்றுகூட தவாங் பகுதியை சீனர்கள் தங்கள் வரைபடத்தில் "தெற்கு திபெத்" என்று குறித்துக் காட்டியுள்ளனர். மேலும் 'தவாங்' நகருக்கு தலாய் லாமா வந்தபோது தங்கள் கோபத்தை. பல வழிகளில் தெரிவித்தார்கள். 2009இல் இது நடந்தது.

சீனாவுடன் நடந்த போரில் ஆயிரக்கணக்கான இந்திய வீரர்கள் உயிரிழந்தனர். பலர் காயமடைந்தனர். பிரதமர் நேருவின் சொந்த செல்வாக்கு வெகுவாக சரிந்துவிட்டது. பாதுகாப்பு அமைச்சர் கிருஷ்ணமேனன், லெஃப்டினன்ட் ஜெனரல் கௌல், இராணுவ தளபதி ஜெனரல் பிராண்நாத் தாப்பர் – போன்றோர் பணி நீக்கம் செய்யப்பட்டாலும், நேருவின் இராஜதந்திரத்தில் இருந்த குறைபாட்டை ஒளிக்க முடியவில்லை. நேரு போட்ட தப்புக்கணக்கு வெளிச்சத்திற்கு வந்துவிட்டது. 1963ஆம் ஆண்டு மெல்ல ஒரு முடிவுக்கு வந்தது. நேரு பதினாறு ஆண்டுகள் பிரதமர் பதவியில் இருந்துவிட்டார், அவருக்கு வயது அதிகமாகிவிட்டது போன்ற வற்றை மக்கள் சிந்தித்துப் பார்க்கத் தொடங்கினர். வரலாறு மறு படியும் தொடர்ந்தது. வயது முதிர்ந்த ஒரு தலைவர் நீண்டகாலம் பதவியில் இருந்துவிட்டார். அடுத்து யார் பதவிக்கு வருவார் என்பது தெளிவாகத் தெரியவில்லை. 1960கள் நிச்சயமற்ற ஆண்டுகளாக நகர்ந்துகொண்டிருந்தன. நேரு 1964ஆம் ஆண்டு மரணமடைந்தார். 1965இல் இந்தியாவும் பாகிஸ்தானும் மறுபடியும் ஒரு போரை சந்தித்தன. நேருவுக்குப்பின் பிரதமராக வந்த லால் பகதூர் சாஸ்திரி ஜனவரி 1966இல் இயற்கை எய்தினார். காங்கிரஸ் கட்சி இரண்டாக உடைந்தது. இந்தியப் பொருளாதாரம் ஒரு தேக்க நிலையை அடைந்தது.

இத்தகைய ஒரு சூழலில் நேருவின் மகள் இந்திரா காந்தி இந்தியப் பிரதமராக தேர்வு செய்யப்பட்டார். 1970களின்

ஆரம்பத்தில் இந்தியத் துணைக்கண்டத்தின் அரசியல் நில அமைப்பில் மாறுதல் ஏற்பட அவர் பெரும்பங்கு வகித்தார்.

வங்கதேசம்

'தேசியம்' என்பதை பலர் பலவிதமாகப் புரிந்து கொண்டதால், 1947இல் இந்தியப் பிரிவினை ஏற்பட்டது. 1960களில் அதேபோன்ற ஒரு சிக்கல் பாகிஸ்தானுக்கும் ஏற்பட்டது. பாகிஸ்தான் தன் தேசியத் திற்கான அடிப்படை இஸ்லாமிய நாகரிகம் என்று நினைத்தது. ஆனால் மேற்கு பாகிஸ்தான், கிழக்கு பாகிஸ்தர்ன் – ஆகிய இரு பகுதிகளிலும் மதம் ஒன்றாக இருந்தாலும் மிகப்பெரிய கலாச்சார வேறுபாடுகள் இருந்தன. கிழக்கு பாகிஸ்தானியர்களுக்குத் தாங்கள் வங்காளிகள் என்ற உணர்வு அதிகமாக இருந்தது. அரசியல் அதிகாரம் மேற்கு பாகிஸ்தானில் இருந்த அரசியல்வாதிகளிடமும், இராணுவ தளபதிகளிடமும் இருந்தது. அவர்கள் கிழக்கு பாகிஸ்தானியர்களின் உணர்வுகளை மதிக்கவில்லை. இதனால் கிழக்கில் இருந்தவர்கள் மனம் வெதும்பினர். தாங்கள் வேறு ஒரு வகையில் காலனி ஆதிக்கத்தில் இருந்துவருவது போன்று கிழக்கு பாகிஸ்தானிய மக்கள் கருதினார்கள். கிழக்கு பாகிஸ்தானியர்கள் இந்துசமயக் கலாச்சாரத்தின் பிடியில் இருந்துவருவதாக மேற்கு பாகிஸ்தானிய இராணுவ ஆட்சியாளர்கள் வெளிப்படையாகப் பேசிவந்தார்கள். கிழக்கு வங்காளிகளின் கோரிக்கைகள் சூடு பிடிக்க ஆரம்பித்தவுடன் அவர்கள் மீது அடக்குமுறைகள் கட்ட விழ்த்து விடப்பட்டன. கிழக்கு பாகிஸ்தானியர்களின் போக்குக்கு, அங்கு தொடர்ந்து வாழ்ந்துவரும் இந்து சமயத்தைச் சேர்ந்த வங்காள மக்களே காரணம் என்று மேற்கு பாகிஸ்தானிய இராணுவ ஆட்சியாளர்கள் முடிவு செய்தனர். அரசாங்கத்தால் தூண்டிவிடப்பட்ட கலகங்கள் கிழக்கு பாகிஸ்தானில் அடிக்கடி ஏற்பட்டன. அக்கலகங்கள் சிறுபான்மை இந்துக்களுக்கு எதிராக இருந்தன. அரசாங்கத்தால் தூண்டிவிடப்பட்ட, சிறுபான்மை யினருக்கு எதிரான கலகங்கள் 1960களின் மையப்பகுதியில் தொடர்ந்து நடந்துவந்தன. இதற்கிடையில் சுயாட்சிக்கு ஆதரவான போராட்டங்களும் கிழக்கு பாகிஸ்தானில் நடந்து வந்தன.

தொடர் நிகழ்வுகளுக்கான ஓர் ஆரம்பத்தை இயற்கை மறுபடியும் ஏற்படுத்திக் கொடுத்தது. நவம்பர் 1970இல் போலா என்றழைக்கப்பட்ட ஒரு மிக பயங்கரமான புயல் கிழக்கு பாகிஸ்தானைத் தாக்கியது. அதில் 3,00,000த்திலிருந்து 5,00,000

மக்கள் உயிரிழந்தனர். அதுவரை ஏற்பட்ட இயற்கைப் பேரிடர்களில் அப்புயல் மிகவும் மோசமானது. தேவையான நிவாரணப் பணிகளை கிழக்குப்பாகிஸ்தானை ஆண்டுவந்த இராணுவ அரசாங்கம் மேற்கொள்ளவில்லை. இதனால் மக்கள் கொதிப்படைந்தனர். கடைசியில், டிசம்பர் மாத இறுதியில் (1970) பொதுத்தேர்தல் நடத்துவது என்று இராணுவ அரசாங்கம் முடிவெடுத்து தேர்தல்களும் நடந்து முடிந்தன. வங்காள தேசத்தில் நம்பிக்கையுள்ள "அவாமி லீக்" என்ற கட்சி கிழக்கு பாகிஸ்தானில் அமோக வெற்றி பெற்றது. 169 இடங்களில் 167 இடங்களை அக்கட்சி கைப்பற்றியது. மேற்கு பாகிஸ்தானைவிட, கிழக்கு பாகிஸ்தானில்தான் மக்கள் அதிகம். (எனவே தொகுதிகளும் அதிகம்). பாகிஸ்தான் முழுவதையும் வங்காளிகள் ஆட்சி செய்யவேண்டிய ஒரு சூழ்நிலை உருவாகியது. இது பாகிஸ்தானின் இராணுவ ஆட்சியாளர்களுக்குப் பிடிக்க வில்லை. குறிப்பாக மேற்கு பாகிஸ்தானின் பெரும்பான்மைக் கட்சித் தலைவர் சுல்ஃபிக்கர் அலி பூட்டோவுக்கு வங்காளிகளை அதிகாரத்தில் அமர்த்த அடியோடு பிடிக்கவில்லை. தேர்தல்கள் இரத்து செய்யப்பட்டன. கிழக்கு பாகிஸ்தானில் புரட்சி வெடித்தது.

இராணுவ ஆட்சியாளர் யாஹ்யா கான் மேற்கிலிருந்து கிழக்கு பாகிஸ்தானுக்கு, புரட்சியை அடக்க துருப்புகளை அனுப்பி வைத்தார். அதன் விளைவாக சிறுபான்மை இந்துக்கள், அறிஞர்கள் உட்பட முப்பது லட்சம் மக்கள் கொன்று குவிக்கப்பட்டனர். டாக்கா பல்கலைக்கழகத்தின் மாணவர்கள் தங்கும் இடத்தைக் குறிவைத்து இராணுவம் தாக்குதல் நடத்தியது. ஜகன்நாத் அரங்கம் என்ற இடத்தில் மட்டும் 700 மாணவர்கள் கொல்லப்பட்டனர். புகழ்பெற்ற பல இந்து மற்றும் மொகலாயப் பேராசிரியர்கள் இராணுவத்தினரால் கொல்லப்பட்டார்கள். கிராமப்புறங்களில் பல்லாயிரக்கணக்கான பெண்கள் திட்டமிட்டுக் கறிபழிக்கப் பட்டார்கள். 1971ஆம் ஆண்டு செப்டம்பர் மாத வாக்கில் பல்லாயிரக் கணக்கான அகதிகள் இந்தியாவுக்குள் வந்து குவிந்தனர். மேற்கு பாகிஸ்தான் நடத்தியது மிகப்பெரிய மனித இனப் படுகொலையாக இருந்தாலும், வரலாறும், உலகமும் அதை சரியாக நினைவில் வைத்துக் கொள்ளவில்லை. ஆகஸ்ட் 1971இல் 'டைம்' பத்திரிகையில் அமெரிக்க அதிகாரி ஒருவர் கிழக்கு வங்க இனப் படுகொலை குறித்து இவ்வாறு கருத்து தெரிவித்திருந்தார். "இது நம்புதற்கரிய, திட்டமிட்டு செய்யப்பட்ட ஓர் இனப்படுகொலை; நாஜிக்கள் போலந்தில் நிகழ்த்திய இனப்படுகொலைக்கு அடுத்ததாக இதை நாம் வகுத்துக்கொள்ளலாம்."[16]

அகதிகள் தங்கள் குழந்தைகளுடன், இருந்த பொருட்களை எடுத்துக்கொண்டு இந்தியாவில் வந்து குவிந்தவண்ணம் இருந்ததையும் டைம் பத்திரிகை சுட்டிக்காட்டியது.

> "அவர்கள் மௌனமாக இருக்கிறார்கள். குழந்தைகள் அவ்வப்போது, அழும் குரலைத் தவிர வேறு எதையும் கேட்க முடியவில்லை. ஆனால் நடந்த கதையை அவர்களின் முகங்கள் நமக்குச் சொல்கின்றன. பலர் நோயாளிகள். மேல் முழுக்கப் புண்கள் காணப்படுகின்றன. பலர் காலரா நோயால் பாதிக்கப்பட்டுள்ளனர். அவர்கள் இறந்தால், அவர்களது உடல்களை அடக்கம் செய்வதற்குக் கூட யாரும் இல்லை. தங்களால் முடிந்தால் இந்துக்கள் இறந்தவர்களின் வாய்களில் நெருப்புத் துண்டுகளை வைத்து தகனம் செய்வதுபோன்ற ஒரு பாவனையைச் செய்கிறார்கள். இறந்தோர்களின் உடல்களை நாய்களும் கழுகுகளும், காக்கைகளும் உண்கின்றன. அழிய பிணங்களின் ஊடே நடந்து செல்லும்போது அகதிகள் தங்கள் நாசிகளை துணிகளால் மூடிக் கொள்கிறார்கள்."

நடந்த கொடுமைகளைப் பார்த்து சர்வதேச சமுதாயம் காட்டிய அக்கறை வெட்கப்படும்படியாக இருந்தது. பாகிஸ்தான் அரசுக்கு ஆதரவாகக் கடிதம் ஒன்றை அனுப்பினார் சீனப் பிரதமர் சூ–என்–லாய். 'இந்திய ஆதிக்க சக்தியினர் பாகிஸ்தான் மீது ஆக்கிரமித்தால்' இராணுவ உதவி செய்வதற்கும் சீனா தயாராக இருப்பதாக கடிதத்தில் குறிப்பிட்டிருந்தார் சூ–என்–லாய். இதற்குள் உண்மையில் என்ன நடந்தது, என்ன நடந்து கொண்டிருந்தது என்பதை மேற்கத்திய நாடுகள் உணர்ந்துகொண்டன. டாக்காவில் செயல்பட்டு வந்த அமெரிக்க தூதரகத்தின் உயர் அதிகாரி "ஆர்ச்சர் பிளட்" என்பவர் "அமெரிக்க அரசாங்கம், இனக்கொலையில் ஈடுபட்டு வரும் பாகிஸ்தான் இராணுவ ஆட்சிக்கு ஆதரவளிப்பதை உடனடியாக நிறுத்திக்கொள்ள வேண்டும்" என்று தன் மேலதிகாரிகளுக்கு அவசரத்தந்தி அனுப்பினார்.[7] அதற்கு மாறாக அமெரிக்க அதிபர் நிக்ஸன், கிழக்கு பாகிஸ்தான் விவகாரத்தில் தலையிடாமல் இருக்குமாறு இந்தியப் பிரதமர் இந்திராகாந்தி அவர்களை எச்சரித்தார். அமெரிக்க கப்பற்படையின் ஏழாவது பிரிவை தான் அனுப்பப்போவதாக அச்சுறுத்தினார் அதிபர் நிக்ஸன்.

அதிர்ஷ்டவசமாக திருமதி. இந்திரா காந்தி தன் நிலையிலிருந்து சற்றும் பின்வாங்கவில்லை. முழுஅளவிலான ஒரு போருக்கும்

தயாராக இருந்தார். பிரதமர் இந்திரா காந்தி. சீன–அமெரிக்க ஆதரவு தனக்கிருக்கும் தைரியத்தில் 1971ஆம் ஆண்டு டிசம்பர் 3ஆம் நாள் இந்தியா மீது தானாகவே வான்வழித் தாக்குதல்களைத் தொடங்கியது பாகிஸ்தான். அடுத்த நாள் காலை "ஸ்டேட்ஸ்மன்" பத்திரிகை 'இது ஒரு போர்தான்' என்று ஒரு தலையங்கம் எழுதியது. பாகிஸ்தானின் வான்வழித்தாக்குதல்களுக்கு இந்தியா கொடுத்த பதிலடி உடனடியாகவும், கூர்மையாகவும் இருந்தது. கிழக்கு பாகிஸ்தான் மக்களின் அமோக ஆதரவுடனும், 'முக்தி பாஹினி'– என்ற கிழக்கு வங்காளப் புரட்சிப்படையினரின் ஒத்துழைப்புடனும் இந்திய இராணுவம் கிழக்குப் பாகிஸ்தானில் மிக நன்றாக ஊடுருவிவிட்டது. அப்போது குளிர்காலம். பனிபடர்ந்த இமயமலை சீனர்களை வரவிடாமல் தடுத்தது. வியட்நாம் போரில் பல தோல்விகளை சந்தித்த அமெரிக்க அதிபர் நிக்ஸன், அச்சுறுத்த லோடு நிறுத்திக்கொண்டார். டிசம்பர் 16ஆம் நாளன்று டாக்காவில் சரணாகதிப் பத்திரத்தில் கையொப்பமிட்டனர் பாகிஸ்தான் இராணுவத்தினர். வங்கதேசம் ('பங்களாதேஷ்') உருவாகிவிட்டது. ஆனால் நடைபெற்ற இனப்படுகொலையை சர்வதேச சமூதாயம் மறந்துவிட்டது. இனப்படுகொலைக்காக எந்த பாகிஸ்தான் அதிகாரியும் தண்டிக்கப்படவில்லை.

1975இல் 'சிக்கிம்' என்ற இந்தியப் பாதுகாப்பிற்குட்பட்ட பகுதி, இந்தியக் குடியரசின் ஒரு மாநிலமாக சேர்த்துக் கொள்ளப்பட்டது. 'சிக்கிம்' பகுதியை சோக்யால் என்பவர் ஆண்டுவந்தார். 'பூட்டியர்' இனத்தைச் சேர்ந்த அவர் சிக்கிமிலிருந்த பெரும்பான்மை நேப்பாலி மக்களால் வெறுக்கப்பட்டார். இதனால் அடிக்கடி மோதல்கள் ஏற்பட்டன. தேர்தல்களுக்கான கோரிக்கை வலுவடைந்தது. 'சிக்கிம், திபெத்தின் ஒரு பகுதி' – என்று கூறிக்கொண்டு சீனர்கள் உள்ளே நுழைந்துவிடுவார்களோ என்ற அச்சம் இந்தியாவுக்கு உருவானது. கடைசியில் தேர்தல்கள் நடைபெற்றபோது சிக்கிம் தேசிய காங்கிரஸ் கட்சி, ஒரு தொகுதியைத் தவிர மற்ற அனைத்து தொகுதிகளையும் கைப்பற்றியது. சோக்யால் பதவி விலகும்படி வற்புறுத்தப்பட்டார். ஏப்ரல் 1975இல் மக்கள் மத்தியில் வாக்கெடுப்பு நடத்தப்பட்டது. பெரும்பான்மையான மக்கள் 'சிக்கிம்' – இந்தியாவுடன் இணைய வேண்டுமென்று வாக்களித்தனர். அதிகாரம் கைமாறிய சமயத்தில் இந்திய அரசால் சிக்கிம் – மாநிலத்திற்கு அனுப்பி வைக்கப்பட்ட அதிகாரிகளில் என் தந்தையும் ஒருவர். கன்ஜன்ஜங்கா என்ற பனிபடர்ந்த சிகரத்தின் அழகிய தோற்றம் என் மனக்கண் முன் இன்றும் நிற்கிறது. நாம் இன்று பெற்றுள்ள இந்திய எல்லை என்பது பிரிட்டிஷ்காரர்கள்

நம் நாட்டை விட்டுச் சென்ற முப்பது ஆண்டுகளுக்குப்பின் ஏற்பட்ட எல்லை. இந்த எல்லை இன்றும் உறுதிப்படுத்தப்பட வில்லை. சீனாவுடனும், பாகிஸ்தானுடனும் இன்றும் கூட இந்தியாவுக்கு எல்லைத் தகராறுகள் இருந்து வருகின்றன. ஒவ்வொரு நாட்டின் எல்லைக்குள்ளும் அடைப் பட்டுள்ள சிறுசிறு பிரதேசங்கள் குறித்து இந்தியாவுக்கும், வங்கதேசத்திற்கும் இடையில்கூட கருத்துவேறுபாடுகள் நிலவு வருகின்றன.

நவீனமயமாக்குதல் என்ற பெயரில் உள்ள மனிதப் பண்பற்ற நிலை:

"இந்தியா தன் கிராமங்களில் வாழ்கிறது" என்று மகாத்மா காந்தி குறிப்பிட்டுள்ளதாகக் கூறுவார்கள். இது மக்கள்தொகை பற்றிய ஒரு கணிப்பல்ல; இந்தியாவின் ஆன்மா பற்றிய கருத்து. இந்தியா என்றும் மாறாத, நிலைத்திருக்கும், கிராமியப் பொருளாதாரம் சார்ந்த ஒரு நாடு என்பது எல்லோர் மனதிலும் ஆழமாகப் புதைந்துள்ள ஒரு கருத்து. இருப்பினும் பல்லாயிரம் ஆண்டுகளில், நாகரிகத்தின் தொடர்ச்சிக்காக இந்தியநாடு நகரமயமாக்கல் போன்ற பிரமிக்கத்தக்க மாற்றங்களை ஏற்றுக்கொண்டுள்ளது. இப்போதுள்ள அடையாளங்களைப் பார்க்கும் போது, இன்னும் ஒரு தலைமுறைக்குள் நகரமயமாதல் என்பது மிகவிரைவாக ஏற்பட்டு பெரும்பான்மை மக்கள் நகரங்களில் வாழும் ஒரு சூழல் ஏற்பட்டுவிடும். இந்த நகரமயமாதல், ஒரு கட்டத்தில் நாட்டின் பொருளாதார சமூக, பௌதீகக் கட்டமைப்பையே மாற்றிவிடும். இது போன்ற ஒரு கட்டத்தை அல்லது மாற்றத்தை இந்திய நாகரிகம் முன்பே சந்தித்துள்ளது.

1950ஆம் ஆண்டில் இந்தியா ஒரு குடியரசாக மாறியபோது, நாட்டின் நகர்ப்புற மக்கள் தொகை 17%ஆக இருந்தது. இதே காலத்தில் சீனாவின் நகர்ப்புற மக்கள் தொகை 12% தான். சீன மக்கள் அதிகமாக கிராமங்களிலேயே வசித்துவந்தனர். 1950களில் கொல்கொத்தா நகரின் மக்கள்தொகை 26 லட்சம்; மும்பையில் 15 லட்சம், சென்னையில் 8 லட்சம், டில்லியில் 7 லட்சம். சீனாவின் ஷாங்காய் நகரிலும், பீக்கிங் (பீஜிங்) நகரிலும் முறையே 38 லட்சம் மக்களும் 16 லட்சம் மக்களும் வாழ்ந்து வந்தனர். போரினால் சேதமடைந்திருந்தாலும், ஆசியாவின் மிகப்பெரிய நகரமான டோக்கியோவில் 63 லட்சம் மக்கள் வசித்து வந்தனர். மிகச் சிறிய நகரமாக இருந்த சிங்கப்பூரில் பத்து லட்சத்திற்கும் குறைவான மக்களே வசித்து வந்தனர். அதில் பலர் கிராமப்புறங்களைச் சேர்ந்தவர்கள்.

இந்தியா சுதந்திரம் பெற்ற, இருபது ஆண்டுகள் வரை நாட்டின் மிக முக்கியமான நகரமாக கல்கத்தா–தான் (கொல்கொத்தா) இருந்து வந்தது. அரசியல் தலைநகர் டில்லிக்கு முன்பே மாற்றப் பட்டுவிட்டாலும் கல்கத்தாவே இந்தியாவின் முக்கிய தொழில் வாணிப, கலாச்சார மையமாக இருந்துவந்தது. மிகப்பெரிய இந்திய மற்றும் வெளிநாட்டு வணிக நிறுவனங்களின் தலைமையகங்கள் கல்கத்தாவில்தான் இருந்துவந்தன. வங்காளத்தின் ஒருபகுதி கிழக்கு பாகிஸ்தானுக்குச் சென்றுவிட்டாலும், பிரிட்டிஷ் காலத்தைச் சேர்ந்த பல தொழிற்சாலைகள், பொதுத்துறை நிறுவனங்கள் போன்றவை கல்கத்தாவில்தான் இருந்தன. சித்தரஞ்சன் இரயில் இஞ்சின் தயாரிப்புத் தொழிற்சாலை கல்கத்தாவில் இருந்த ஒரு பொதுத்துறை நிறுவனம். ஆசியாவின் மிக இனிமையான இரவு வாழ்க்கை கல்கத்தாவின் பூங்கா வீதியில்தான் இருந்தது. நகரத்தின் முக்கிய மனமகிழ்மன்றங்கள் அங்குதான் இருந்தன. பணக்காரர்களும், பலதுறைகளில் புகழ்பெற்றவர்களும் அங்கு வந்து சென்றனர்.

துரதிஷ்டவசமாக அந்தநிலை கடைசிவரை நிலைக்கவில்லை. கம்யூனிஸ்ட் கட்சியின் வளர்ச்சி, தொழிற்சங்கங்கள் போராட்ட குணம் போன்றவை 1960களின் பிற்பகுதியில் தொழில் முனை வோர்களின் ஆர்வத்தை வெகுவாகக் குறைத்துவிட்டன. எழுபது களிலும், எண்பதுகளிலும் ‘முதலாளிகள்’, ‘அமெரிக்க ஏகாதிபத்தியம்’, ‘மத்திய அரசு’ போன்றவர்களுக்கு எதிரான போராட்டங்கள் தொடர்ந்து நடைபெற்றன. கணிப்பொறிகளின் பயன்பாட்டிற்கு எதிராகக்கூட போராட்டங்கள் நடைபெற்றன. எனவே தொழில் நிறுவனங்கள் ஒவ்வொன்றாக கல்கத்தாவை, விட்டு வெளியேறி விட்டன. அவற்றோடு கலைக்கும், கலாச்சாரத்திற்கும் கிடைத்து வந்த ஆதரவும் மறைந்துவிட்டது. கல்கத்தாவின் அரசியல்நிலை கல்வி நிறுவனங்களையும் பாழாக்கிவிட்டது. 1980களில் மேற்படிப் பிற்காகவும், வேலைகளுக்காகவும் கல்கத்தாவைவிட்டு வெளியே சென்றவர்களில் நானும் ஒருவன். மும்பய் இந்தியாவின் வாணிபத் தலைநகராக மாறியது. இழந்துவிட்ட தன் இடத்தைப் பிடிப்பதற்கு கல்கத்தா முயற்சிக்கவேயில்லை.

1950களில் டில்லி ஒட்டுவேலைகள் செய்யப்பட்ட ஒரு நகரமாக, ஆறாம் நூற்றாண்டில் இபன்பதூதா கண்ட டில்லியைப் போன்றே இருந்தது என்று கூறலாம். ஷாஜஹானாபாத் உள்ளிட்ட பழைய டில்லி, அரசு ஊழியர்கள் குடியிருப்பு போன்றவற்றுடன், தேசிய அரசாங்கம் மேலாதிக்கம் செலுத்திய லூட்டியன் டில்லி (புது டில்லி) போன்றவற்றின் கலவையாக டில்லி நகரம் இருந்தது. நாம் முன்பே கூறியது போல் பல அகதிகள் குடியிருப்புப் பகுதிகளும்

இருந்தன.[19] மத்திய அரசால் திட்டமிடப்பட்ட சோஷலிச பொருளாதாரத்தை செயல்படுத்த அரசு ஊழியர்களும், பொதுத் துறை நிறுவன ஊழியர்களும் அதிக எண்ணிக்கையில் தேவைப் பட்டனர். அவர்களின் வருகை புதிய குடியிருப்புகளுக்கான தேவைகளை அதிகரித்தது. பொதுப்பணித்துறை அதிக அளவில் குடியிருப்புக் கட்டடங்களைக் கட்டியது. பாப்பா நகர், காகாநகர், சத்யா மார்க், மேத்தி பாக் போன்ற புதிய குடியிருப்புப்பகுதிகள் ஏற்பட்டன. எழுபதுகளில், டில்லிக்கு தென் மேற்கே இராமகிருஷ்ண புரம் என்ற ஒரு நகரியம் உருவாக்கப்பட்டது.

அரசாங்கக் கட்டடங்கள் தர அளவுக் கட்டுப்பாட்டின் அடிப்படையில் உருவாக்கப்பட்டன. AB, C-1, C-2, D-1, D-2 என்று அக்கட்டடங்கள் வகைப்படுத்தப்பட்டன. ஓர் அரசு ஊழியர், தன் பணியில் பெறும் உயர்வுக்கு ஏற்ப அவருக்குக் கொடுக்கப்படும் குடியிருப்பிலும் ஒரு படிநிலை வளர்ச்சியைக் காணலாம். இது போன்ற ஒரு படிநிலையை இராணுவம், பொதுத்துறை நிறுவனங்கள், பல்கலைக்கழகப் பேராசிரியர்களின் குடியிருப்புகள், பொதுத்துறை நிறுவனங்கள், தனியார் துறை நிறுவனங்கள் – ஆகிய அனைத்திலும் காணலாம். இதேபோன்றதோர் அமைப்பு முறை மாநிலத் தலை நகர்களிலும் தொழில் நகரங்களிலும் உருவாக்கப்பட்டது.

ஓர் அரசு ஊழியரின் மகன் என்பதால் நானும் என் இளமைப் பருவத்தில், மேலே குறிப்பிடப்பட்டுள்ள பல படிநிலைகளில் இருந்திருக்கிறேன். அரசுக் குடியிருப்புகளில் நல்லவை தீயவை – ஆகிய இரண்டையும் நாம் சந்திக்க வேண்டிவரும். குடியிருப்புகளின் வடிவமைப்பு, பராமரிப்பு போன்றவை குறையுள்ளவையாக இருக்கும். சுவர்களில் பூசியிருக்கும் சுண்ணாம்பு படல் படலாகப் பெயர்ந்து விழும். பருவநிலைக்கு ஏற்ப கதவுகள் விரிவடையும் அல்லது சுருங்கும். கதவுகளை மூடவும் திறக்கவும் ஒருவர் பல்வேறு தனித்திறமைகளைக் காட்டவேண்டியிருக்கும். அதே சமயத்தில் முதுநிலை அதிகாரிகளுக்கு ஒதுக்கப்பட்ட வீடுகள் விஸ்தாரமாகவும், நகரின் மையப்பகுதியில் பூங்காக்கள், கடைவீதி போன்ற இடங்களுக்கு அருகிலும் இருந்தன. இப்படிநிலை வளர்ச்சியில் போற்றத்தக்க ஓர் அம்சம் என்னவென்றால் ஒவ்வொரு வரும் ஒரே சீராக அப்படிநிலையில் உயர்வடைவார்கள். ஒரே குழுவினருடன் நாம் சேர்ந்து வாழ வேண்டிவரும். வீடுகள் இருக்கும் இடம் வேண்டுமானால் சில வருடங்களுக்கொரு முறை மாறலாம்.

எண்பதுகளின் இறுதியில் இப்படிநிலை அமைப்பு முறையில் வளர்ந்து வந்த குழந்தைகள், தங்களின் தோற்றம் வம்சாவளி

போன்றவற்றிற்கு முக்கியத்துவம் கொடுக்காமல் தங்களுக்குள் திருமணம் செய்துகொண்டார்கள். அதற்கு முன்பு நடுத்தர வர்க்கத்தைச் சேர்ந்தவர்கள் தமிழ் நடுத்தரவர்க்கம், வங்காள நடுத்தர வர்க்கம், பஞ்சாபி நடுத்தர வர்க்கம் என்று பிரிந்து பிரிந்து வாழ்ந்துவந்தனர். அவர்களை பெருமைக்கு இந்தியர்கள் அல்ல என்று நான் கூறமாட்டேன். ஏனெனில் அவர்கள்தான் சுதந்திர போராட்டத்தின்போது முன்னணியில் நின்றவர்கள். எனினும் அவர்களது வேர்கள் தங்களின் தாய் மண்ணில் ஊன்றியிருந்தன. வெவ்வேறு மாநிலங்களைச் சேர்ந்தோரின் குழந்தைகள் கலப்பு மணம் செய்துகொண்டதால் மேலே சொல்லப்பட்ட நிலையில் மாற்றங்கள் ஏற்பட்டன. மக்கள் பரந்துபட்ட இந்தியாவுக்குச் சொந்தமானவர்களாக மாறினார்கள். அவர்களின் மனப்போக்கு இந்தியா முழுமையையும் உள்ளடக்கியதாக இருந்தது. குடியிருப்பில் இருந்த பொதுத்தன்மை, அதிக அழுத்தத்திற்குட்பட்ட கல்வி யமைப்பு, போலிவுட் திரைப்படங்கள், கிரிக்கெட் போன்றவை இளைய தலைமுறையினரின் வாழ்க்கையில் மாற்றங்களை ஏற்படுத்தின. இவர்களைப் பற்றி நாம் பின்னால் பார்ப்போம்.

சமதர்வாதிகளுக்கும், பொதுவுடைமை எதிர்பாளர்களுக்கு மிடையே ஓர் ஒற்றுமை இருக்கிறது. இருவரும் வலிமைமிக்க சிமென்ட் கான்க்ரீட் கட்டடங்களை மிகவும் விரும்புகின்றனர். இதைப் புரிந்துகொள்ள இயலவில்லை. கட்டட வடிவமைப்பாளர்கள் கான்க்ரீட் கொண்டு பலவிதமான கட்டடங்களை வடிவமைத்துக் கட்டுகிறார்கள். அவை அசிங்கமாகவும், பராமரிப்பதற்குக் கடினமாகவும் உள்ளன. தாஜ்மஹால், பாலிதானா சமணக் கோயில்கள் போன்ற அற்புதமான கலையம்சம் நிறைந்த கட்டடங்கள் கொண்ட இந்திய நாட்டில் உலகிலேயே மிகவும் அசிங்கமான கான்க்ரீட் கட்டடங்கள் கட்டப்படுகின்றன. ஒவ்வொரு பெரிய நகரத்திலும் அவற்றை நாம் காண்கிறோம். டில்லியில் உள்ள நேரு பிளேஸ், மாநிலப் பேருந்து நிலையம், மும்பையில் இருக்கும் இந்தியன் எக்ஸ்பிரஸ் கட்டடம், சண்டிகர் நகரில் இருக்கும் ஹரியானா மாநிலத் தலைமைச் செயலகம் போன்றவற்றை நாம் எடுத்துக் காட்டுகளாகக் கூறலாம்.

சமதர்மவாதிகளுக்கும், பொதுவுடைமை எதிர்ப்பாளர்களுக்கு மிடையே வேறு ஓர் ஒற்றுமையும் இருக்கிறது. இருவரும் நகரங்களின் மீது மிகப்பெரிய நகர் அமைப்புத்திட்டங்களைத் திணிக்கிறார்கள். 1950இல் பிரதமர் நேரு அவர்கள் பொதுவுடைமை எதிர்ப்பாளரான லீ கார்பூசியார் என்பவரிடம் புது சண்டிகர் நகரை நிர்மாணிக்கும் பணியை ஒப்படைத்தார். சப்த சிந்து பகுதியின் மையத்தில்தான்

சண்டிகர் அமைந்துள்ளது; சரஸ்வதி–காகர் நதிக்கு வெகு அருகாமையில் தான் அந்த நகர் அமைக்கப்பட்டுள்ளது. ஆனால் புதிதாக அமைக்கப்பட விருக்கும் சண்டிகர் நகரம் 'இந்தியாவின் புராதன நாகரிகம்' என்ற தளையிலிருந்து முற்றிலும் விலகியதாக இருக்கவேண்டும் என்று நேரு அவர்கள் கார்பூசியரிடம் கூறிவிட்டார். ஏராளமான நிலப்பரப்புகளும், பணமும் புதிய நகரை நிர்மாணிக்கக் கொடுக்கப்பட்டன. அந்தத் தருவாயில், முன்பே உள்ள நகரங்களின் மீதும் பெரு நகர வடிவமைப்புத் திட்டங்கள் திணிக்கப்பட்டன. அதுபோன்ற திட்டத்தின் அடிப்படையில்தான் டில்லி 1962இல் பல பிரிவுகளால் பிரிக்கப்பட்டது. அசைவற்ற வடிவமைப்புத்திட்டம் என்பது பொதுவுடைமைத் தத்துவத்தின் அடிப்படையில் ஒரு நாட்டின் பொருளாதாரத்தை பயன்படுத்து வதற்குச் சமம். நகரங்கள், பொருளாதாரங்கள் ஆகிய இரண்டுமே அங்கத் தன்மையுடைய, மிகவும் வேகமாகப் பரிணமிக்கும் சூழ்நிலை அமைப்புகள். 'மகலோநோபிஸ்' பொருளாதார முன்மாதிரித் திட்டம் மத்திய திட்டமிடுதலில் பயன்படுத்தப்பட்டதால் இந்தியப் பொருளாதாரமே சீர்குலைந்தது. (அத்திட்டம் நவீன மார்க்கிச சித்தாந்தத்தை அடிப்படையாகக் கொண்டது). அதேபோல் லீ கார்பூசியரின் நகர் அமைப்பு சித்தாந்தம், கட்டடங்கள் மனித வாழ்க்கைக்கான இயந்திரங்கள் என்று கருதியது.

இந்த இயந்திரமயமான உலகக்கருத்து, டில்லி பெருநகர வளர்ச்சித்திட்டம் 1962இல் எதிரொலிக்கிறது. "விரும்பத்தகாத நில உபயோகக் கலப்பு நகரின் ஒவ்வொரு இடத்திலும் காணப்படுகிறது" என்று கூறுகிறது அந்த திட்ட அறிக்கை. உரிமங்கள் வழங்கி பொருளாதாரத்தை கட்டுப்படுத்தும் உரிமை அரசுக்கு இருப்பது போல் மக்கள் எங்கே வாழவேண்டும், எங்கே பணிபுரியவேண்டும் என்று சொல்லும் உரிமையும் அரசுக்கு உண்டு. அத்தகையதோர் அணுகுமுறை ஓர் உயிரோட்டமுள்ள சூழ்அமைப்பை உருவாக்க முடியாது என்பதுதான் திட்டத்தில் உள்ள சிக்கல். துர்காப்பூர் போன்ற புதிய தொழில் நகரங்கள் முன்னேறவில்லை; இன்றுள்ள வெற்றிகரமான நகரங்கள் பிரிட்டிஷ் சகாப்தத்தில் தங்கள் வேர்களைப் பதித்தவை. மிக அதிக பொருட்செலவில் உருவாக்கப் பட்ட, பெருநகர வளர்ச்சித் திட்டத்தின் வளர்ப்புப் பிள்ளையான சண்டிகர் கூட, அரை நூற்றாண்டுக்குப் பிறகும் கலாச்சாரப் பெருமைகளைப் பெற்றிருக்கவில்லை. அந்நகரின் தூய்மைக்குக் காரணம் ஏழைகளுக்காக அங்கு எந்த இடமும் ஒதுக்கப்படாத தேயாகும். அது ஒரு வளமற்ற அதேசமயம் அதிக உதவித் தொகைகளைப் பெற்றுவரும், மக்களின் வரிப்பணத்தை ஏப்பம்

விட்டுவரும் அதிகாரவர்க்கத்தினர் வாழும்நகரம். தொழில் முனைவோர்களையோ அல்லது வரிப்பணத்தை உருவாக்கும் வேலைகளையோ கொண்ட நகரமாக சண்டிகர் விளங்கவில்லை. இவ்வளவுக்கும் அது இரு வளமிக்க மாநிலங்களின் தலைநகர். அந்த நகருக்கு ஏதாவது ஆற்றல் கிடைக்கிறது என்றால், அந்த ஆற்றல் புறநகர்ப்பகுதியான மொஹாலியிருந்து கிடைக்கிறது; கார்பூசியர் உருவாக்கிய சண்டிகரிலிருந்து அல்ல. சண்டிகர் இந்தியாவின் எதிர்காலத்திற்கு ஓர் அடையாளமாக இருக்க வேண்டுமென்று பிரதமர் நேரு விரும்பினார். மாறாக, இருபத்தியொன்றாம் நூற்றாண்டு இந்தியாவின் முகமாக இருப்பது, குழப்பம் மிக்க, திட்டமிடப்படாத, கோபத்தைக் கிளறும், அதேசமயத்தில் துடிப்பு மிக்கதாக விளங்கும் குர்கான்.

கட்டுப்பாடுகளற்ற நகரம்

குர்கான் டில்லிக்குத் தெற்கேயுள்ளது. புராணங்களின் கூற்றுப்படி அது துரோணாச்சாரியருக்குரிய நகரம். துரோணாச்சாரியார்தான் பாண்டவர்களுக்கும், கௌரவர்களுக்கும் வித்தைகளைக் கற்றுத்தந்தவர். ‘குர்கான்’ என்ற சொல்லுக்கு ‘ஆசிரியரின் ஊர்’ என்பதுதான் பொருள். டில்லிக்கு அருகில் இருந்தாலும் குர்கான் ஒரு பெரிய ஊராக அப்போது இருக்க வில்லை. 1881ஆம் ஆண்டில் குர்கானில் மொத்த மக்கட்தொகை 3990 மட்டுமே. அதேசமயத்தில் அருகில் இருக்கும் ரிவாரி, ஃபரூக்நகர் போன்ற இடங்கள் குர்கானை விடப் பெரிய ஊர்களாக இருந்தன. 1883–84 ஆம் ஆண்டிற்கான அரசிதழ் அறிவிப்பின்படி, பிரிட்டிஷ்காரர்கள் குர்கானை ஒரு மாவட்டத் தலைநகராகப் பயன்படுத்தியுள்ளனர். அங்கு ஒரு சிறிய கடைவீதியும், பொது அலுவலகங்களும், ‘ஜக்கோம்புரா’ என்று பெயரிடப்பட்ட ஐரோப்பியர்களுக்கான குடியிருப்புப்பகுதியும் இருந்தன. ‘ஜக்கோம்புரா’ என்ற பெயர் அன்றைய துணை ஆணையர் அவர்களின் நினைவாக சூட்டப்பட்டது.[20] மெஹ்ரௌலி வழியாக குர்கான் டில்லியுடன் ஒரு பழைய சாலையின் மூலம் இணைக்கப்பட்டிருந்தது. இன்று அந்த சாலைதான் மிகவும் முக்கியமான எம்.ஜி.–சாலை. பழைய குர்கானின் புறஅமைப்பைப் பற்றி தெரிந்து கொள்ள வேண்டுமென்றால் மஹாவீர் சௌக் என்ற இடத்திற்குச் செல்லவேண்டும். இது பழைய குர்கானின் சந்தைப் பகுதி. கூர்ந்து கவனித்தால் ஒரு பழைய சத்திரத்தின் சில பகுதிகளை நம்மால் காணமுடியும். டில்லிக்குச் சென்ற அல்லது டில்லியிலிருந்து வந்த வணிகர்கள் கூட்டம் தங்கிச் செல்ல அந்த சத்திரம் பயன்படுத்தப்பட்டிருக்கவேண்டும்.

இந்தியா சுதந்திரம் பெற்று சில பத்தாண்டுகள் சென்ற பின்பும் குர்கான் ஒரு சிறிய ஊராக, ஒரு கிராமப்புற மாவட்டமாகத்தான் இருந்து வந்தது. முன்னாள் பிரதமர் இந்திரா காந்தியின் மகன் சஞ்சய் காந்தி கார் தயாரிப்பு நிறுவனம் ஒன்றைத் தொடங்க குர்கானில் *1970*களின் ஆரம்பத்தில் ஒரு மிகப்பெரிய மனையை வாங்கினார். அதுதான் குர்கானில் ஏற்பட்ட முதல் பெரிய மாற்றம். சஞ்சய் காந்தியின் முயற்சி ஆரம்பத்தில் பெரிய வெற்றி யடைந்ததாகக் கூறமுடியாது. இன்றைக்கு மாருதி–சுஸூக்கி கார் தயாரிப்பு நிறுவனம் அந்த இடத்தில்தான் செயல்பட்டு வருகிறது. எண்பதுகளின் தொடக்கத்தில் வீட்டுமனை விற்பனையாளர்கள் பெரிய அளவில் தொழில் செய்ய ஆரம்பித்தார்கள். குறிப்பாக DLF நிறுவனம் டில்லி எல்லைப்பகுதியில் ஏராளமான விளை நிலங்களை வாங்கியது. டில்லியில் பணியாற்றி ஓய்வு பெறும் அரசு ஊழியர்களுக்கு குறைந்த செலவில் வீடுகள் கட்டிக்கொடுக்கத் திட்டமிட்டுதான் குர்கானில் நிலம் வாங்கப்பட்டது. *1983*இல் மாருதி கார் தொழிற்சாலை உற்பத்தியைத் தொடங்கியது. அப்போது கூட குர்கான் இந்த அளவுக்கு வளர்ச்சியடையும் என்று யாரும் எதிர்பார்க்கவில்லை.

இந்தியா *1991*இல் பொருளாதாரத்தில் ‘தாராளமயமாக்கல்’ என்ற கொள்கையை அறிமுகப்படுத்தியதும் மிகப்பெரிய மாற்றங்கள் ஏற்படத் தொடங்கின. தகவல் தொடர்பு தொழில்நுட்பத்தில் ஏற்பட்ட புரட்சி மேற்கண்ட மாற்றங்களுக்குத் துணை புரிந்தது. உலகமயமாக்கல் என்ற கொள்கை ஏற்றுக்கொள்ளப்பட்டவுடன் பல பன்னாட்டு நிறுவனங்கள் இங்கு வந்து தொழில்களைத் தொடங்க ஆரம்பித்தன. அவர்கள் நாட்டுப் பணிகளை இங்கு உள்ளவர்களிடம் கொடுத்து செய்யச் சொல்லும் முறை அதிகமாக வளர்ந்தது. அதற்கு டில்லி ஏற்ற இடமாக இருந்தது. ஏனெனில் டில்லியில் படித்த இளைஞர்கள் வேலை செய்வதற்குத் தயாராக இருந்தார்கள்; அதுமட்டுமின்றி டில்லி சர்வதேச விமான நிலையம் சர்வதேசப் போக்குவரத்திற்கு மிகவும் உதவியாக இருந்தது. ஆனால் நகர் அமைப்புத் திட்டத்தில் இருந்த கெடுபிடிகளால் வீட்டு மனைகளை கண்ட இடங்களில் உருவாக்க முடியவில்லை. வியர்வை சிந்தாமல் உழைக்கும் பணியாளர்கள் கொண்ட தொழிற்கூடங்களை டில்லியின் பழைய திட்ட அமைப்பாளர்கள் நினைத்துப் பார்க்க வில்லை. டில்லியில் இடம் கிடைக்காததால் வெளிநாட்டு நிறுவனங் களுக்காக நம்நாட்டில் பணிபுரியும் தொழிற்கூடங்கள் குர்கான் நோக்கிச் சென்றன. தங்களுக்குத் தேவையான கட்டடங்களை அவர்கள் அங்கே கட்டிக்கொண்டார்கள்.

இதனால் இளம் பணியாளர்கள் குர்கான் நோக்கிச் செல்ல ஆரம்பித்தார்கள். குர்கான் அவர்களை ஈர்த்தது. அரசு அதிகாரிகளின் மகன்கள்/மகள்கள், பொதுத்துறை நிறுவன ஊழியர்களின் வழித்தோன்றல்கள், இராணுவ அதிகாரிகள், பள்ளி ஆசிரியர்கள் போன்றோர் குர்கானைத் தங்கள் வாழ்விடமாகத் தேர்ந்தெடுத் தார்கள். தாராளமயப் பொருளாதாரக் கொள்கையால் பயன் பெற்றவார்களில் பெரும்பாலானோர் குர்கானுக்குச் சென்றார்கள். இளைஞர்களின் வருகையால் தூண்டப்பட்டு பெரிய வணிக நிறுவனங்களும், உணவு விடுதிகளும் குர்கானில் ஆரம்பிக்கப் பட்டன. புதிய தலைமுறையினர் கலப்புமணம் செய்துகொண்டு தனியாகக் குடும்பம் நடத்தத் தொடங்கினார்கள். தனித்தனி வீடுகள் என்ற முறை மாறி அடுக்குமாடிக் குடியிருப்புகள் கட்டப் பட்டன. பன்னாட்டு நிறுவனங்களில் பணியாற்றுவோரின் தேவைகளைப் பூர்த்திசெய்யும் வகையில் அடுக்குமாடிக் குடியிருப்பு வீடுகள் அமைந்தன. பள்ளிகளும், வேறுபல கல்வி நிறுவனங்களும் எண்ணிக்கையில் அதிகரித்தன. எம்.ஜி. சாலையில் மெட்ரோ இருப்புப்பாதைக்குக் கீழே, பிரிஸ்ட்டல் ஹோட்டலுக்கு எதிரே ஒரு மைல்கல் நடப்பட்டுள்ளது. குர்கான் அடைந்துள்ள அபரிமிதமான வளர்ச்சிக்கு அந்த மைல்கல்லே சாட்சி. அந்த மைல்கல் இருக்கு மிடம் குர்கான் நகரத்தின் மிக சுறுசுறுப்பான ஓர் இடம். ஆனால் மைல்கல் "குர்கான் இங்கிருந்து 6 கி.மீ" என்று குறிப்பிடுகிறது!

குர்கான் திட்டமிட்டு நிர்மாணிக்கப்பட்ட ஒரு நகரமல்ல. நகர் அமைப்பு வரைபடம் ஒன்று பெயருக்கு இருந்துவருகிறது. நகரை நிர்மாணிப்பதில் எந்த விதிமுறையும் சரிவரப் பின்பற்றப்பட வில்லை. சில இடங்கள் விதிமுறைகளுக்கு ஏற்பவும், வேறு சில இடங்கள் விதிமுறைக்கு அப்பாற்பட்டும் இருந்துவருகின்றன. எங்கும் சுரண்டல்காரார்களின் வாடை வீசுவதை உணரமுடிகிறது. ஆனால் 1990வரை தூங்கிக் கொண்டிருந்த குர்கான் இன்று பல மின்னும் அடுக்குமாடி அலுவலகங்களும், மெட்ரோ தொடர்வண்டி நிலையங்களும், ஆடம்பரத் தங்கும் விடுதிகளும் கொண்ட ஒரு சுறுசுறுப்பான நகரம். சுகாதாரப் பிரச்சனைகளும், நெரிசல் நிறைந்த சாலைகளும், மின்தடைகளும், பழிபாவத்திற்கு அஞ்சாத வீட்டுமனை முகவர்களின் அட்டகாசங்களும் குர்கானில் இல்லை யென்று சொல்லிவிட முடியாது. அவை இருக்கத்தான் செய்கின்றன. அவைகளில் எனக்கு தனிப்பட்ட அனுபவம் உண்டு. கொஞ்சம் சிந்தித்திருந்தால் குர்கானை இன்னும் சிறப்பான நகரமாக உருவாக்கி யிருக்கலாம். இருந்தாலும் குர்கானின் நிரம்பிவழியும் ஆற்றலை நாம் ஒப்புக்கொண்டுதான் ஆகவேண்டும். தனியார் துறையின்

சுறுசுறுப்பும், சுரண்டல்காரர்களின் அட்டகாசங்களும், எல்லா வற்றையும் சமாளிக்க அரசாங்கம் படும் இன்னல்களும் சேர்ந்த ஒரு நகரம்தான் குர்கான்.

நகர எல்லைக்கு அப்பால்

இந்தியாவின் உட்பகுதிகளில் நிறைய பயணங்கள் மேற்கொண்ட நான் ஓர் உண்மையை நன்றாகப் புரிந்துகொண்டேன். அதாவது விவசாயிகளின் குழந்தைகள், விவசாயத்தில் தங்கள் பெற்றோர்களைப் போன்று ஈடுபட விரும்பவில்லை. நாடு முழுவதும் நிலைமை இப்படித்தான் உள்ளது. சமூக ஆர்வலர் திபங்க்கர் குப்தா இந்த உண்மையை நன்றாகப் படம்பிடித்துக் காட்டியுள்ளார்.[22] இந்த மாற்றத்திற்குப் பல காரணங்கள் உள்ளன. கல்வியறிவும், தொலைக்காட்சியும் மக்களின் மனப்போக்கையும், விருப்பங்களையும் மாற்றியமைத்துவிட்டன. ஆனால் என்னுடைய கணிப்பில் மாற்றத் திற்கான காரணம் பொருளாதார சிக்கல்களே. நாட்டின் மொத்த பொருள் உற்பத்தியில் விவசாயத்தின் பங்கு தற்போது 13% மட்டுமே. கிராமப்புற மக்களுக்கு பணம் எங்கே அதிகமாக உள்ளது என்பது நன்றாகத் தெரிகிறது.

புலம்பெயர்ந்து வரும் கிராமத்துத் தொழிலாளர்கள், முதலாளிகளின் இரக்கமற்ற சுரண்டலுக்கு பயந்தே தங்கள் இடங்களை விட்டுவிட்டு நகரங்களுக்கு வருகிறார்கள் என்று நகரவாசிகள் நினைக்கிறார்கள். இந்த எண்ணத்திற்குக் காரணம் ஒரு பழைய இந்தி திரைப்படம். ஆனால் இது தவறான ஓர் எண்ணம். உண்மை என்னவென்றால், சொத்துரிமை பற்றி தெளிவாக எதுவும் தெரியவில்லை; சட்டம் குழப்புவதாக உள்ளது; நிலங்கள் அரசாங்கத்தால் கையகப்படுத்தப்பட்டு வருகின்றன. சிறு நில உடைமைகளும், பல தீமையான சொத்துரிமை சட்டங்களும் சேர்ந்து நீண்டகால அடிப்படையில் நிலத்தில் முதலீடு செய்வதை தடுக்கின்றன. இதனால் இந்திய விவசாயம் திறமையற்றதாகவும், இலாபமற்றதாகவும் உள்ளது. எனவே விவசாயிகளின் குழந்தைகள் பரம்பரைத் தொழிலைவிட்டுவிட்டு வெளியே வர விரும்புகிறார்கள். நாம் யார் அவர்களைத் தடுப்பதற்கு? இந்திய கிராமங்களுக்குத் தேவை மறுசீரமைப்பு; உதவித்தொகைகள் அல்ல.

அதேசமயத்தில் நகர்ப்புற இந்தியா புலம்பெயர்ந்து வரு வோர்களை சமாளிக்க தன்னை தயார்படுத்திக் கொள்ளவேண்டும். பெரிய நகரங்கள் இன்னும் பெரிதாக வளரும்; சிறு நகரங்கள் பெரிய நகரங்களாக மாறும்; புதுப்புது நகரங்கள் உருவாகும்.

வளர்ச்சியடைந்த நாடுகள் தங்களது பரிணாம வளர்ச்சியில் என்னென்ன மாற்றங்களை சந்தித்தனவோ, அதே மாற்றங்களைத் தான் இந்தியா இன்று சந்தித்து வருகிறது. பிழைப்புக்காக விவசாயம் செய்துகொண்டிருப்போரை வேறு நடவடிக்கைகள் மேற்கொள்ளு மாறு செய்வதில்தான் வளர்ச்சி என்பது இருக்கிறது. நகரமய மாக்கல் என்பது, வளர்ச்சியின் வெளிப்பாடுதான். எடுத்துக் காட்டாக இங்கிலாந்தில் 1800இல் 20%ஆக இருந்த நகரமயமாதல், 1890இல் 62% ஆக உயர்ந்தது.[23] சீனாவில் 1950இல் 12% ஆக இருந்த நகரமயமாதல் 2012இல் 50%ஆக மாறியது. என்னுடைய கணிப்பில், இன்னும் முப்பது ஆண்டுகளில் இந்திய நகரங்கள் 300லிருந்து 350 மில்லியன் மக்களை ஏற்றுக்கொள்ள வேண்டிவரும். இருபத்தி ஒன்றாம் நூற்றாண்டில் மக்களின் புலப்பெயர்வுதான் ஒரு மிகப் பெரிய நிகழ்வாக இருக்கும்.

குர்கான் போன்ற நகரங்களின் அபரிமிதமான வளர்ச்சி இந்தியாவில் வளர்ந்துவரும் பொருளாதாரம் போதிய வேலை வாய்ப்புகளை ஏற்படுத்தித் தரும் என்பதையே காட்டுகிறது. புலம் பெயர்ந்துவரும் பல்லாயிரக்கணக்கான மக்களுக்கு வேலை வாய்ப்புகள், குடியிருப்பு மற்றும் இதர வசதிகளை ஏற்படுத்தித் தருவதுதான் உண்மையில் மிக சிக்கலான ஒரு விஷயம்; அதுமட்டு மல்லாது சமூகத்தில் பல்வேறுபட்ட மக்களிடையே ஒரு சமூக ஒத்திசைவையும் நாம் ஏற்படுத்த வேண்டும். ஆயிரக்கணக்கான மக்களை, அவர்களது திறமைகளுக்கேற்ப, நகரச் சூழலில் பொருத்தமான இடங்களில் அமர்த்துவதென்பது ஒரு மாபெரும் பணி. கடந்த இருபது ஆண்டுகளில் இதுபோன்ற சிக்கல்களை சமாளிக்க சீனா மிகக் கடுமையான விதிமுறைகளை மக்கள் மீது திணித்தது. மற்றநாடுகளில் அந்தவேலையை சேரிகள் செய்தன. சீனாவில்கூட மக்களின் புலப்பெயர்வின் காரணமாக, நகரங்களுக் குள்ளேயே கிராமப்பகுதிகள் தோன்றியுள்ளன.

இந்திய சேரிகளில் உள்ள வாழ்க்கைச் சூழலைத் தாங்கிக் கொள்ள முடியாமல் பல மக்கள் திணறுகிறார்கள். இதை ஒரு குடியிருப்புச் சிக்கல் என்ற கோணத்தில் பலர் பார்க்கிறார்கள். சென்ற பத்து அல்லது இருபது ஆண்டுகளில் சேரிகளை ஒழித்து விட்டு, சேரிகளில் வாழ்ந்த மக்களுக்குப் புதிய குடியிருப்புகளைக் கட்டிக்கொடுக்கும் பணிகள் நடைபெற்றுள்ளன. அக்குடியிருப்புகள் பெரும்பாலும் நகரைவிட்டு சற்று வெளியிலேயே அமைத்துத் தரப்பட்டன. ஆனால் அந்த முயற்சிகள் தோல்வியடைந்துவிட்டன. பெரும்பாலான சேரிவாசிகள் தங்களுக்குத் தரப்பட்ட புதிய

வீடுகளை விற்றுவிட்டு அல்லது வாடகைக்குக் கொடுத்துவிட்டு மறுபடியும் சேரிகளுக்கே வந்துவிட்டனர். குடிசைமாற்று வாரியங்கள் சேரிவாழ் மக்களின் சங்கடங்களை, மாறுதல் இல்லாத சங்கடங்களாகவே பார்க்கின்றன. ஆனால் சேரிகள் பரிணாம வளர்ச்சியடைந்து வரும் சூழ்நிலை அமைப்புகள், முறைசாரா வேலை வாய்ப்புகள் சேரிகளுக்குள்ளேயே இருக்கின்றன. சேரிகளுக்கு வெளியேயுள்ள வேலைவாய்ப்புகள் தொடர்பான செய்திகள் மக்களுக்குக் கிடைக்கின்றன; அதுமட்டுமின்றி சேரிவாழ் மக்களின் சமூக வலைப்பின்னல், அவர்களின் பாதுகாப்பு போன்றவற்றையும் நாம் கணக்கில் எடுத்துக்கொள்ள வேண்டும். நகரமயமாக்கல் என்ற நிகழ்வில் சேரிகள் பாதை அமைத்துக் கொடுப்பவைகளாக இருக்கின்றன. கிராமப்புறங்களிலிருந்து வேலைதேடி வரும் ஏழை மக்களுக்குப் புகலிடமாக இருந்து வரும் சேரிகள், அம்மக்களை நகர வாழ்க்கைக்குப் பழக்கப்படுத்துகின்றன. நகரப் பொருளா தாரத்திற்குத் தேவைப்படும் உழைப்பாளி மக்களை, ஓட்டுநர்களை, தொழிற்சாலைப் பணியாளர்களை சேரிகள்தான் கொடுக்கின்றன. துடிப்புள்ள ஒரு நகரத்திற்கு இந்தப் பாட்டாளி வர்க்கத்தினர் மிகவும் அவசியமானவர்கள். ஹரப்ப நாகரிகத்தைச் சேர்ந்த தோலவிரா, மொகலாயர்களின் டில்லி, காலனி ஆதிக்க பம்பாய் போன்ற இடங்களில் கூட சேரிகள் இருந்துவந்ததை நாம் முன்பே பார்த்திருக்கிறோம்.

சேரிகள், ஏதோ இந்தியாவில் மட்டும் இருக்கும் வாழ்விடங்கள் என்று நாம் நினைத்துவிடக் கூடாது. பத்தொன்பதாம் நூற்றாண்டிலும், இருபதாம் நூற்றாண்டிலும் நியூயார்க், லண்டன் போன்ற பெருநகரங்களில்கூட சேரிகள் இருந்துள்ளன. சேரிகளையும், நகரச் சிதைவுகளையும் நாம் வேறுபடுத்திப் பார்க்கவேண்டும். ஓர் ஊர் நலிவடைந்துவிடுவதையும், அந்த ஊரை விட்டுவிட்டு மக்கள் வேறு இடங்களுக்குச் சென்றுவிடுவதையும் நாம் நகரச்சிதைவு என்று கூறுகிறோம். டெட்ராய்ட், நியூஜெர்சி, வடக்கு இங்கிலாந்து போன்றவை சிதைவடைந்த நகரங்களுக்கு எடுத்துக்காட்டுகள். மாறாக, ஜெப் பிரக்மன் என்பவர் கூறுவதுபோல் இந்திய சேரிகள், உயிர்த் துடிப்புள்ளவைகளாக, ஆற்றல் மிக்கவைகளாக இருக்கின்றன.[24] அவை ஒற்றுமை நிறைந்ததாகவும், பாதுகாப்பானவையாகவும் இருக்கின்றன. ஒரு இந்திய சேரிக்குள், இரவு நேரத்தில்கூட நாம் ஓரிடத்திலிருந்து மற்றொரு இடத்திற்கு பாதுகாப்பாகச் சென்றுவர இயலும்; நமக்கு எந்தத் தீங்கும் ஏற்பட்டுவிடாது. இதற்குக் காரணம் சேரிவாழ் மக்களிடையே காணப்படும் ஓர் இணைப்பு. அந்த மக்கள் தங்கள் வாழ்க்கையை ஒரு மந்தமான வாழ்க்கையாக நினைக்க

வில்லை; தங்களுக்கு ஒன்றும் கிடைக்காமல் போய்விட்டதே என்று அவர்கள் ஏங்கவில்லை. மாறாக சேரிவாழ்க்கை என்பது நவீன, நகரப் பொருளாதார நடவடிக்கைகளுக்கான ஓர் அடித்தளம் என்று மக்கள் நினைக்கிறார்கள். சேரி வாழ்க்கை ஒரு கடினமான வாழ்க்கையாக இருக்கலாம். ஆனால் சேரிவாழ் மக்களை கடின உழைப்பாளிகளாகவும், தொழில் முனைவோர்களாகவும், சட்டத்திற்கு உட்பட்டு நடப்பவர்களாகவும் வைத்திருக்கத் தேவையான சமூகப் பொருளாதார நடவடிக்கைகள் சேரிகளுக்குள் காணப் படுகின்றன. சேரிகளை நான் உயர்வாகப் பேசுவதாகவும், சேரிவாழ் மக்களுக்கு எந்த உதவிகளும் தேவையில்லை என்று சொல்வ தாகவும் யாரும் தவறாகக் கருதக்கூடாது. அந்த நகர்வாழ் ஏழை மக்களுக்கு நாம் சுகாதார வசதிகள், மருத்துவ வசதிகள், கல்வி வசதி, போன்றவற்றை ஏற்படுத்திக் கொடுக்க வேண்டும். 'Slumdog Millionaire' என்ற திரைப்படத்தில் காட்டப்படுவதுபோல் உண்மையான சேரிகள் அவ்வளவு மோசமாக இல்லை.

நகர்ப்புற கிராமங்கள், சேரிகள் மற்றும் புதிய நடுத்தர வர்க்கம்:

நகரங்களின் விரிவாக்கம் என்பது பொதுவாக, அவற்றைச் சுற்றியுள்ள கிராமங்களை உடன் இணைத்துக்கொள்வதன் மூலம்தான் ஏற்படுகிறது. சில விரிவாக்கங்களில் சுற்று கிராமங்கள் முற்றிலும் மறைந்துவிடுகின்றன. இருப்பினும் பெரும்பாலான இடங்களில் சுற்றியிருந்த பழைய கிராமங்கள், நகரங்களுடன் இணைக்கப்பட்ட பிறகும், தங்களின் கிராமியத்தன்மையை தக்க வைத்துக் கொள்கின்றன. சுற்றிலுமிருந்த விளைநிலங்கள் அலுவலகங் களாகவும், சாலைகளாகவும் வீடுகளாகவும், கடைகளாகவும் மாற்றப் பட்டுவிட்ட பிறகும் தங்களது கிராமியத் தோற்றத்தை வெளிக் காட்டிக்கொண்டிருக்கும் சில பகுதிகள் இந்தியா முழுவதும் சிதறிக் கிடக்கும் பல நகரங்களில் தென்படுகின்றன.

ஒருவிதத்தில் பார்க்கும்போது இது இந்திய நாகரிகத்திற்கு ஏற்பவே உள்ளது. பழமை புதுமையுடன் சேர்ந்து வாழ அனுமதிக்கப் படுகிறது. நவீன கட்டடங்களுக்கிடையே மறைந்திருந்துகொண்டு முற்கால கிராமங்கள், தாங்களும் உடன் இருப்பதை பல விதங்களில் வெளிக்காட்டுகின்றன. சாலைகளில் சுற்றித்திரியும் கால்நடைகள், முறை சாராத் தொழிலாளர்களின் வீடுகள், குளியலறை ஓடுகள், மின்சாதனப்பொருட்கள், போன்றவற்றை விற்குமிடங்கள் என்று பழைய கிராமங்களின் அடையாளச் சின்னங்கள், நம் கண்களுக்குப் புலப்படுகின்றன. பல கிராமங்கள் புதிதாக நகரங்களுடன் இணைத்துக் கொள்ளப்பட்டவை; வேறுசில கிராமங்கள் பல தலைமுறைகளாக

நகரங்களுடன் இணைந்தே இருந்து வந்துள்ளன. மும்பையில் உள்ள பழைய கிராமப் பகுதிகளான பந்ரா, வாக்கேஷ்வர் போன்றவை சுறுசுறுப்பாக இயங்கி வரும் பெரு நகரத்தின் உள்ளே காணப்படும் எச்சப் பகுதிகள்.

இப்புத்தகத்தில் டில்லியைச் சுற்றியுள்ள நகர்ப்புற கிராமங்களைப் பற்றி மட்டுமே நான் விவரிக்கப்போகிறேன். இந்த நகர்ப்புற கிராமங்கள் ஒரு சுழல் மாற்றத்திற்கு உட்பட்டவை என்பது என் ஆய்வின் மூலம் தெரியவருகிறது. முதல் கட்டத்தில் விவசாயிகள் தங்கள் விளைநிலங்களை அரசிடமோ அல்லது தனியாரிடமோ விற்றுவிட்டுத் தங்கள் குடியிருப்புகளில் தொடர்ந்து வசித்து வருகிறார்கள். இக்குடியிருப்புகள் ‘லால் டோரா’ என்று அழைக்கப் படுகின்றன. நகராட்சிகளின் கட்டுமான விதிமுறைகளிலிருந்து இவைகளுக்கு விதிவிலக்கு அளிக்கப்படுகிறது. புதிதாக நகரத்திற்கு வரும் தொழிலாளர்கள், ஒப்பந்தக்காரர்கள், கட்டுமானப் பொருட்களை விற்பவர்கள் போன்றோருக்கு குடியிருப்பு வசதிகள் நகரத்தில் போதுமான அளவு இல்லை என்பதை, விளைநிலங்களை முன்பு விற்ற விவசாயிகள் தெரிந்துகொள்கிறார்கள். எனவே நிலம் விற்று வந்த பணத்தை முதலீடாகப் பயன்படுத்தி, லால் டோரா பகுதியில் நகராட்சி விதிகளை பின்பற்றத் தேவையில்லை என்ற விதிவிலக்கையும் பயன்படுத்தி, தங்களுக்கு சொந்தமான இடத்தில் தாறுமாறாகக் கட்டடங்களைக் கட்டுகிறார்கள். அக்கட்டடங்கள் கட்டுமானப் பணியாளர்களுக்கும், பொருட்களை விற்பனை செய்வோருக்கும் வாடகைக் குடியிருப்புகளாகிவிடுகின்றன. இந்த முறையில் கிராமம் ஒரு சேரியாகிவிடுகிறது; முன்பிருந்த கிராம வாசிகள் சேரி முதலாளிகளாகிவிடுகின்றனர்.

சில ஆண்டுகள் சென்றபின் ஒரு குறிப்பிட்ட இடத்தில் கட்டுமானப்பணிகள் முடிவடைந்துவிடும். அப்பணிகள் வேறு இடங்களுக்கு மாறிவிடும். கட்டுமானத் தொழிலாளர்கள் அப்புது இடங்களுக்குச் செல்வார்கள். காவல்காரர்கள், வீட்டுவேலைகள் செய்யும் பெண்கள், ஊர்தி ஓட்டுனர்கள் போன்றோர் புதிதாகக் கட்டப்பட்ட இடங்களுக்குப் புலம் பெயர்ந்து செல்வார்கள். கட்டு மானப் பொருட்களை முன்பு விற்றுவந்த கடைகள், அலைபேசிகள் விற்கும் கடைகளாக மாறிவிடும். மோட்டார்பாக உதிரிபாகங்கள் விற்பனை செய்யும் கடைகளும், உணவுப்பொருட்களை விற்பனை செய்யும் கடைகளும் கூட அந்த இடங்களுக்கு வந்துவிடும். பொதுக் கழிப்பிடங்கள் போன்ற வசதிகள் அங்கு செய்து தரப்படும். புலம் பெயர்ந்து வந்தவர்கள் நிரந்தரமான வேலைகளில் அமர்ந்து விட்டதும், தாங்கள் வாழும் இடங்களுக்குத் தங்கள் குடும்பத்

தினரை அழைத்து வருவார்கள். பின் ஆங்கில வழிப் பள்ளிகள் ஆரம்பிக்கப்படும்! சமுதாயத்தில் உயர்நிலையை அடைவதற்கு, ஏழைமக்கள் ஆங்கில மொழியை ஒரு கருவியாகப் பயன் படுத்துகிறார்கள். இதனை நான் என் அனுபவத்தில் கண்டுள்ளேன். குர்கானில் 2009–10 சர்காவில் 'நாதுபூர்' என்றொரு கிராமம் உள்ளது. இது நாம் மேலே கூறிய இரண்டாவது நிலை வளர்ச்சியால் உருவானது.

பத்து அல்லது பதினைந்து ஆண்டுகள் சென்றபின், நகரங் களோடு இணைந்துவிட்ட கிராமங்கள் மூன்றாவது மாற்றத்தை அடைகின்றன. இதற்குள் சுற்றுப்பட்ட இடங்களில் மக்கள் ஸ்திரமாகக் குடியமர்ந்துவிடுவார்கள். விளைநிலங்கள் முன்பு அங்கு இருந்தது பழைய கதையாக, மலரும் நினைவாக மாறிவிடும். இந்த சமயத்தில் மாணவர்கள், விற்பனையாளர்கள், வணிகர்கள் போன்றோர் அக்கிராமங்களுக்கு வேறு இடங்களிலிருந்து வந்து தங்குவார்கள். அதில் சிலர் புலம்பெயர்ந்து வந்தவர்களின் குழந்தை களாகவும், நன்கு படித்தவர்களாகவும் இருப்பார்கள். அவர்கள் சமூகத்தில் ஒரு புதிய வகுப்பினர்களாக இருப்பார்கள். பழைய கிராமவாசிகள் தொடர்ந்து மனைகளின் சொந்தக்காரர்களாக இருப்பார்கள். அதிகமான வாடகை வசூலித்துக் கொண்டு ஒரு முன்னேறிய பகுதியின் மையத்தில் வாழ்ந்து கொண்டிருப்பார்கள். அவர்களுக்கு அரசியல் செல்வாக்கும் வந்து விடும். அதைப் பயன் படுத்தி அடிப்படை சுகாதார வசதி, வடிகால் வசதி போன்றவற்றை ஏற்படுத்துவார்கள். கடைகள் தங்கள் தரத்தை உயர்த்திக்கொள்ளும். உணவுப் பொருட்களை விற்று வந்தவர்கள் அதே இடங்களில் விலை குறைவான உணவு விடுதிகளைத் தொடங்குவார்கள். நிச்சயமாக அதுபோன்ற இடங்களில் ஓர் "அகர்வால்" இனிப்புப் பொருட் களுக்கான கடை வந்துவிடும்.

நாம் முன்பு குறிப்பிட்ட, நகரத்தோடு இணைந்துவிட்ட பழைய கிராமங்களில் மூன்றாவது நிலை மாற்றம் ஒன்று ஏற்படும். அந்த சமயத்தில்தான் அவ்விடங்களுக்கு உயர்குடி மக்கள் வந்து குடி யேறுவார்கள். இந்த மாற்றம் பலவழிகளில் நடைபெறும். 1990களின் ஆரம்பத்திலிருந்து ஹவுஸ்காஸ் கிராமம் நவீன ஆடைகள், நகைகள் விற்பனைசெய்யும் கடைகளின் பண்ணையாக இருந்து வருகிறது. கலைப்பொருள் விற்பனை நிலையங்கள், நவீன உணவு விடுதிகள் போன்றவைகளும் ஹவுஸ்காஸ்–ல் இருக்கின்றன. சர்வதேச விமானநிலையம் இருந்துவரும் இடத்திற்கருகில் மகிபால்பூர் என்றொரு பகுதி உள்ளது. கடந்த பத்தாண்டுகளில் வாடகை குறைவான தங்கும் விடுதிகள் ஏராளமாக இங்கு

வந்துவிட்டன. விமான நிலையத்திலிருந்து காரில் செல்லும்போது ஹாங்காங் நகரின் 'வானச்சாய்' – வீதி நமக்கு நினைவூட்டப் படுகிறது. 'ஷாஹ்பூர் ஜத்' என்ற இடம் பல சிறு அலுவலகங் களையும் தையற்கலைஞர்கள் நிரம்பிய இடமாகவும் மாறியுள்ளது. பல இடங்களில் பழைய கிராமவாசிகள் தங்கள் மனைகளை நல்ல விலைக்கு விற்றுவிட்டார்கள். நில உரிமையாளர்கள் மாறி விட்டார்கள். இதுபோன்ற இடங்களில் வாகனங்களை நிறுத்து வதற்கு வசதிகள் இல்லை.

குளறுபடிகள் கொண்ட இடப்பெயர்வுகள், சமூக அந்தஸ்தில் ஓர் உயர்வு, நகரங்களின் பரிணாமம் போன்றவைகளோடு நவீன இந்தியா வளர்ந்துகொண்டிருக்கிறது. இந்த இந்தியாவில் புலம் பெயர்ந்து வந்தவர்களின் குழந்தைகளான நடுத்தர வர்க்கத்தினர் மேலோங்கியிருப்பார்கள். இந்தியாவின் பழைய நடுத்தரவர்க்கம் பிரிட்டிஷ் சகாப்தத்தையும், சமதர்ம சகாப்தத்தையும் சேர்ந்தது. ஆனால் அந்த நடுத்தரவர்க்கம், தற்போது சிறு நகரங்களிலிருந்து வந்த, சேரிகளிலிருந்து முன்னேறிய நடுத்தரவர்க்கத்தால் மாற்றப் பட்டு வருகிறது. முன்பு இருந்தவர்களைக் காட்டிலும் இந்தப் புதிய நடுத்தரவர்க்கத்தைச் சேர்ந்தவர்களுக்குக் கொஞ்சம் ஆங்கிலம் பேசத் தெரியும். இவர்களது பெற்றோர்கள் முதல் தலைமுறையைச் சேர்ந்த, எழுதப்படிக்கத் தெரிந்தவர்கள். ஆனால் தாத்தா – பாட்டிகள் எழுதப்படிக்கத்தெரியாத விவசாயிகள். இந்தப் புதிய நடுத்தரவர்க்க இளைஞர்கள் கால்சென்ட்டர்களில் பணிபுரி வோராகவும், மிகப்பெரிய வணிக நிறுவனங்களில் விற்பனை உதவியாளர்களாகவும் பணிபுரிகின்றனர். விளையாட்டு வீரர் களிடையேகூட இந்த சமூக மாற்றத்தை நம்மால் பார்க்க முடிகிறது. இதுபோன்றதோர் சமூக இடப்பெயர்வை இந்தியா இதற்குமுன் சந்தித்ததில்லை.

மேலே குறிப்பிடப்பட்டுள்ள இந்த புதிய நடுத்தரவர்க்கம் சமூக ஏணிப்படிகளில் மேலேறும்போது, அதன் விருப்பங்களும், மனப் போக்குகளும் நாட்டின் முக்கிய மைய நீரோட்டத்தில் தாக்குதலை ஏற்படுத்தும். அந்தத் தாக்கத்தை தற்பொழுதே கூட போலிவுட் இசையிலும், தொலைக்காட்சி செய்திகளிலும் நம்மால் காண முடிகிறது. மிகப்பிரபலமான போலிவுட் பாடல் 'முன்னி பத்னாம் ஹுயி' கிராமப்புற சங்கீதம் மைய நீரோட்டத்தில் கலந்துவிட்டதற்கு ஒரு நல்ல எடுத்துக்காட்டு. பழைய நடுத்தர வர்க்கத்தின் போலிப்ப கட்டுகள் எப்படி வேண்டுமானாலும் இருந்துவிட்டுப் போகட்டும்; இப்போது காணும் மாற்றம் நல்லதுதான்.

சஞ்சீவ் சன்யால்

இருபத்தியோராம் நூற்றாண்டில் ஓர் இந்தியனாக இருப்பதும், வெளிநாடுகளில் சிதறிப் பரவுவதும்.

நாம் சென்ற அத்தியாயத்தில் பார்த்தது போன்று இந்தியர்கள் பயணம் செய்யத் தொடங்கி, வெளிநாடுகளுக்குப் புலம்பெயர்ந்து சென்றார்கள். இந்த நிகழ்வு காலனி ஆதிக்க ஆட்சிக்காலத்தில் ஏற்பட்டது. அப்படி வெளிநாடுகளுக்குச் சென்றவர்களின் நற்பேறு, பிரிட்டிஷ் ஆட்சி முடிவுக்கு வந்தவுடன் மாறியது. சிங்கப்பூர், மொரிஷியஸ் போன்ற இடங்களுக்குச் சென்ற இந்தியர்கள் தங்களை நன்றாக நிலைநிறுத்திக் கொண்டார்கள். ஆனால் பல இடங்களில் அவர்கள் அடக்குமுறைகளுக்கு ஆளானார்கள். 1962ஆம் ஆண்டில் பர்மாவில் இருந்த இந்தியர்களை வெளியேற்றி அவர்களுடைய சொத்துகளையும் பறிமுதல் செய்தார் சர்வாதிகாரி நீவின். 1972இல் இடி அமீனின் ஆட்சிக்காலத்தில், இதே போன்றதோர் அவல நிலை உகாண்டாவில் வாழ்ந்து வந்த குஜராத்திகளுக்கு ஏற்பட்டது. சில குழுவினர் இந்தியாவுக்குத் திரும்பி வந்தனர். வேறு சில குழுவினர் வேறு நாடுகளுக்குச் சென்றார்கள். உகாண்டாவில் வாழ்ந்துவந்த குஜராத்திகளில் பலர் அதிக எண்ணிக்கையில் இங்கிலாந்துக்குச் சென்று அந்த நாட்டில் வெற்றிகரமான வணிகர்களாக மாறிவிட்டனர்.

இந்தியா சுதந்திரம் அடைந்தபிறகு இந்தியாவிலிருந்து வெளிநாடுகளுக்கு இடம்பெயர்ந்து செல்வது சற்று மாறிவிட்டது. 50களிலும், 60களிலும் பஞ்சாபிகள், தொழிற்சாலைப் பணி யாளர்களாக இங்கிலாந்துக்குச் சென்றார்கள். ஆங்கிலோ-இந்திய சமூகத்தினர் ஆஸ்திரேலியாவுக்கும், கனடாவுக்கும் புலம்பெயர்ந்து சென்றனர். கேரள மாநிலத்திலிருந்துதான் மிக அதிகமான மக்கள் வெளிநாட்டிற்குச் சென்றார்கள். இதை நாம் ஐந்தாவது அத்தியா யத்தில் பார்த்தோம். அப்படிச் சென்ற பணியாளர்கள் அரேபியர்களின் வழித்தோன்றல்கள். அரேபியர்கள் வரலாற்றின் மையகாலத்தில் வாணிபத்தின் பொருட்டு இந்தியாவுக்கு வந்து கேரளத்தில் தங்கினர். அவர்களின் வழித்தோன்றல்கள்தான் திரும்பவும் இந்தியா விலிருந்து அதிக எண்ணிக்கையில் அரபு நாடுகளுக்குச் சென்றனர். 1990களில் துபாய் போன்ற இடங்களில் இந்திய சமூகத்தினர் மிக அதிகமாக வாழ்ந்து வந்தனர்.

இந்தியாவிலிருந்து வெளிநாடுகளுக்குப் புலம் பெயர்ந்து சென்றவர்கள் பெரும்பாலும் உழைக்கும் வர்க்கத்தினரும் வணிகர்களும் தான். அறுபதுகளின் பின்பகுதியிலிருந்து ஒரு புதுவிதமான புலப் பெயர்வு ஏற்படத் தொடங்கியது. இந்திய நடுத்தர வர்க்கத்தைச்

சேர்ந்தவர்கள் மேற்படிப்பிற்காகவும், நிர்வாகப் பணிகளுக்காகவும் வெளிநாடுகளுக்குச் செல்லத் தொடங்கினார். இதற்கிடையில் இந்திய சமதர்மப் பொருளாதார முன்மாதிரியில் குழப்பங்கள் ஏற்பட்டன. இந்தியா சுதந்திரம் பெற்ற சமயத்தில் இருந்துவந்த நம்பிக்கை குறையத் தொடங்கியது. சிறு துளிகள் ஒன்றுசேர்ந்து 1980களில் பெருவெள்ளமாக மாறிவிட்டது. நடுத்தர வகுப்பைச் சேர்ந்த அனேக இந்திய மாணவர்கள் SAT, GMAT போன்ற தேர்வுகளை எழுதி, வெளிநாட்டுப் பல்கலைக்கழகங்களில் சேர்வதற்கு விண்ணப்பிக்கத் தொடங்கினர். அமெரிக்காதான் மிக அதிக எண்ணிக்கையில் இந்திய மாணவர்களை ஏற்றுக்கொண்டது. சில மாணவர்கள் இங்கிலாந்து கனடா போன்ற நாடுகளுக்கும் சென்றார்கள். 1990களின் கடைசியில் உயர் பணியாளர்கள் என்ற ஒரு பிரிவினர் உருவாக ஆரம்பித்தார்கள். திறம் படைத்த இந்த உயர்பணியாளர்கள் உலகம் முழுவதும் ஏற்றுக்கொள்ளப் பட்டார்கள். உலகின் மிக முக்கியமான நகரங்களான சிங்கப்பூர், லண்டன், நியூயார்க், துபாய் போன்ற இடங்களில் இந்திய உயர்பணியாளர்கள் மிக அதிகமாகப் பணியாற்ற ஆரம்பித்தார்கள். மருத்துவம், சட்டம், நிதி, தகவல் தொழில்நுட்பம் போன்ற பல துறைகளில் இந்திய உயர்பணியாளர்கள் பணியாற்றினார்கள். (தற்போதும் பணியாற்றி வருகிறார்கள்).

ஆண்டுகள் நகர நகர உயர்பணிகளில் ஈடுபட்டுள்ள குழுவினர்களுக்கிடையே கலப்பு ஏற்பட்டு அவர்கள் ஒருவருடன் ஒருவர் இணைந்தனர். இருபத்தியொன்றாம் நூற்றாண்டின் தொடக்கத்திலும் இது தொடர்ந்தது. இதில் நம் ஆர்வத்தைத் தூண்டும் செய்தி என்னவென்றால், பல தலைமுறைகளாக இந்த உயர்பணியாளர்கள் இந்தியத் துணைக்கண்டத்திலிருந்து பிரிந்து வெளியே வாழ்ந்து வந்தாலும் அவர்களின் 'இந்தியத்தன்மை' மாறாமல் இன்றும் இருந்து வருகிறது. 2010ஆம் ஆண்டு மே மாதம், டார்–இ–சலாமிலிருந்து ஸான்ஸிபார் செல்லும் படகுப் பயணத்தின் போது நான் இரு ஸ்வீடன் நாட்டுப் பிரஜைகளை சந்தித்தேன். அந்த இருவரின் மூதாதையர்கள் குஜராத்தி முஸ்லிம்கள். ஸான்ஸி பாரில் அந்த இருவரின் மூதாதையர்களும் வாழ்ந்து வந்தார்கள். அவர்கள் 19ஆம் நூற்றாண்டின் இறுதியிலேயே அங்கு வந்து விட்டார்கள். 1960களின் மையப்பகுதியில் ஏற்பட்ட இனக் கலவரத்தின்போது அவர்கள் அங்கிருந்து வெளியேற்றப்பட்டார்கள். ஸ்வீடன் நாட்டுப் பிரஜைகள் இருவரும் தங்கள் வேர்களைத் தேடி ஸான்ஸிபார் சென்றுகொண்டிருந்தனர். பயணத்தின்போது அந்த இருவரும் 'கட்ச்சி' மொழியில் பேசிக்கொண்டனர். நான்

ஓர் இந்தியன் என்பதை கண்டுபிடித்த அந்த இருவரும், தங்களிடமிருந்த குஜராத்தி உணவு வகைகளை எனக்குக் கொடுத்து உபசரித்தனர். அவர்கள் இந்தியாவுக்கு வந்ததில்லை. இருப்பினும் தாங்கள் 'இந்தியர்கள்' என்ற உணர்வு அவர்களிடம் மிகவும் அதிகமாகக் காணப்பட்டது. இந்தியாவின் தற்காலப் பொருளாதார வளர்ச்சி குறித்து அவர்கள் மிகவும் பெருமைப்பட்டார்கள். தங்கள் தாய்நாட்டிற்கு வரவேண்டுமென்று திட்டம் வைத்திருந்தனர்.

இதிலிருந்து என்மனதில் அடிப்படையான ஒரு கேள்வி எழுகிறது. இருபத்தியோராம் நூற்றாண்டில் இந்தியர்களாக இருப்பதில் என்ன பொருள் இருக்கிறது? இதுதான் அந்தக் கேள்வி. இருபத்தைந்து முதல் முப்பது மில்லியன் இந்தியர்கள் உலகின் பல்வேறு இடங்களில் வாழ்ந்து வருகிறார்கள். தங்கள் கடும் உழைப் பினாலும், கல்வியினாலும், முதலீடுகளினாலும் அந்த இந்திய சமூகத்தினர் வாணிபம், அரசியல், இலக்கியம் போன்ற பல துறைகளில் வெற்றியாளர்களாக இருந்து வருகிறார்கள். தாங்கள் பெற்ற வெற்றியின் காரணமாக தங்கள் அடையாளத்தின்மீது அவர்களுக்கு ஒரு நம்பிக்கை ஏற்பட்டுள்ளது. உலகமயமாக்கல் என்ற கொள்கையாலும் தொழில்நுட்ப வளர்ச்சியாலும், புலம் பெயர்ந்து சென்ற அந்த இந்திய சமூகத்தினர் இந்தியாவுடன் தனிப்பட்ட முறையிலும், கலாச்சார ரீதியாகவும் தொடர்பு வைத்துள்ளார்கள். ஒரு தலைமுறைக்கு முன்பு இது சாத்தியமே யில்லை. வசதியுள்ளவர்களாக இருப்பதாலும், தகவல் தொடர்பு வசதிகள் உள்ளதாலும் தங்களுடைய உணர்வுகளை, தங்கள் இந்திய சகோதரர்களுடன் போலிவுட் மூலமும், கிரிக்கெட் மூலமும் வெளிப் படுத்துகிறார்கள்.

வெளிநாடு வாழ் இந்தியர்கள் நம்முடன் வைத்திருக்கும் தொடர்பு ஒருவழித் தொடர்பல்ல. இந்தியர்கள், இந்திய வம்சா வளியினரின் சாதனைகள் குறித்து மிகவும் பெருமைப்படுகிறார்கள். அமெரிக்க மாநிலம் ஒன்றில் இந்திய வம்சாவளியைச் சேர்ந்த ஒருவர் ஆளுநராக இருக்கிறார். அதேபோல் வெளிநாடுவாழ் இந்தியர் ஒருவர் நோபல் பரிசு பெறுகிறார். மற்றொரு இந்திய வம்சா வளியினர் பன்னாட்டு நிறுவனம் ஒன்றின் தலைமைப் பொறுப்பில் இருக்கிறார். இதுபோன்ற செய்திகளைக் கேள்விப்பட்டு இந்தியாவில் உள்ள இந்தியர்கள் மட்டற்ற மகிழ்ச்சியில் திளைக்கிறார்கள். இந்த செய்திகள் இந்திய பத்திரிகைகளில் தலைப்புச் செய்திகளாக வெளியிடப்படுகின்றன. இங்குவாழும் இந்தியர்களும், வெளி நாட்டில் வாழும் இந்தியர்களும் தங்கள் அடையாளங்களை பரஸ்பரம் பரிமாறிக்கொள்கிறார்கள். இது இந்தியர்களுக்கு மட்டும்

உரிய பண்பல்ல. சீனர்களிடத்திலும், யூதர்களிடத்திலும் இதே போன்ற உணர்வுகளைக் காணலாம். இந்தியாவின் நாகரிக தேசியத்தில், இந்தியக் குடிமக்களாக இல்லாத இந்தியத் துணைக் கண்டத்தில் வாழ்ந்துவராத இந்தியர்களும் அடங்குவர். தற்போது இந்தியக் குடியரசு நடைமுறை உண்மைகளை உணர்ந்து பல விதமான குடியுரிமைகளை ஏற்படுத்தியுள்ளது. வெளிநாடு வாழ் இந்தியர்கள் இந்திய வம்சாவளியினர் போன்ற பிரிவுகள் இப்போது அரசால் உருவாக்கப்பட்டுள்ளன. உலகவாழ் இந்தியன் 'Global Indian' என்பவனின் பயணம் அப்படித்தான் இருக்கும். சிந்து சமவெளியின் 'லோத்தல்' நகரிலிருந்து லண்டன், நியுயார்க் மற்றும் சிங்கப்பூர் வரை இந்தியப் பயணம் தொடர்கிறது.

கோன்ட்வானாவிலிருந்து குர்கான்வரை

கோன்ட்வானாவிலிருந்து குர்கான் வரை நாம் மேற்கொண்ட பயணம் மிக நீண்ட பயணம். இப்புத்தகத்தில் நான் வாசகர் களுக்குப் பல திருகல்களையும் திருப்பங்களையும் தந்துள்ளேன். திடீரென்று ஒரு மாற்றத்தையும், ஆச்சரியப்படத்தக்க தொடர்ச்சி களையும் இங்கு காணலாம். நீண்ட வரலாற்றின் கைவினைப் பொருட்கள் இரு குவியல்களாக எதிரெதிரே கொட்டிவைக்கப் பட்டுள்ளன. புத்தம் புதிய நகரமான குர்கான், பூமியின் மிகப் பழமையான ஆரவல்லி மலைத் தொடருக்கு அருகாமையில் உருவாகிக் கொண்டிருக்கிறது. குர்கானின் ஓர் அடுக்குமாடி அலுவலகக் கட்டடத்தின் உச்சியில் நின்று பார்த்தால் துருக்கிய அடிமை வம்சத்தின் தளபதி கட்டிய குதுப்மினார் நம் கண்களுக்குத் தெரிகிறது. அந்த வரலாற்று மையகால கோபுரத்திற்கு அடியில் இருந்து கொண்டு, உலக இந்தியர்கள் மெஹ்ரௌலியின் நட்சத்திர உணவு விடுதிகளில் தாய் மற்றும் இத்தாலிய உணவுகளை ருசித்துக் கொண்டிருக்கிறார்கள். மெஹ்ரௌலி உணவுகளை ருசித்துக் கொண்டிருக்கிறார்கள். மெஹ்ரௌலி என்ற ஒரு நகர்ப்புற கிராமம் இப்போதுதான் வளர்ச்சியடைந்து கொண்டிருக்கிறது. உயரத்தில் அமைந்த பாதைகளில் மெட்ரோ தொடர்வண்டிகள் ஓடிக் கொண்டிருக்கின்றன.

அதேபோல் ஜுனகர் கல்வெட்டிலிருந்து தெற்கே சிறிது தூரம் பயணித்தால் ஆசிய சிங்கங்களைப் பார்க்கலாம். 2010ஆம் ஆண்டில் செய்யப்பட்ட ஒரு சுற்றாய்வு "கிர்" காட்டில் 411 சிங்கங்கள் இருப்பதாகக் கூறுகிறது. உண்மையில் கிர் காட்டுப்பகுதி இப்போதுள்ள சிங்கங்களுக்குப் போதுமானதாக இல்லை. எனவே அவை காட்டைவிட்டு நாட்டுப்புறங்களிலும் சில சமயம் திரிந்து

கொண்டிருக்கின்றன. 'கொடினார்' கடற்கரையில் கூட சிலர் சிங்கங்களைப் பார்த்திருக்கிறார்கள். இந்தக் கடற்கரையை சிறிது தாண்டிச் சென்றால் 'டையூ' தீவை அடைந்துவிடலாம். டையூ தீவு நானூறு ஆண்டுகாலம் போர்ச்சுகீசியர்களின் வலுவான பிடியில் இருந்து வந்தது. ஒரு சமயத்தில் போர்ச்சுகீசியர்கள் ஜுனகர் நவாபுக்கு ஆப்பிரிக்க அடிமைகளை பரிசாக அளித்தார்கள். அவர்களின் வழித்தோன்றல்கள் இன்றும் கிர் தேசியப் பூங்காவுக்கு வெளியே வாழ்ந்துவருகிறார்கள். எனவே நாட்டின் பாரம்பரியக் கலவையில் ஆப்பிரிக்க –இந்தியர்களும் கலந்துள்ளார்கள்! "சசான் கிர்" பகுதியில் வாழ்ந்துவரும் 'சிடி' இனத்தவர் முஸ்லிம்கள். ஆனால் அவர்கள் பழைய ஆப்ரிக்கப் பழக்கங்களையும், சங்கீதத்தையும், நடனங்களையும் இன்னும் கடைபிடித்து வருகிறார்கள்.

கடந்த கடைசி நூறு ஆண்டுகள் இந்தியப் புலிகளுக்கு ஒரு சோதனைக் காலம். வனப்பகுதிகளில் 1706 புலிகளே எஞ்சி இருப்ப தாகக் கணக்கிடப்பட்டுள்ளது. 1990இல் புலிகளின் எண்ணிக்கை 3600ஆக இருந்தது. திருட்டுத்தனமாக வேட்டையாடப்படுவதே புலிகளின் எண்ணிக்கை குறைவுக்குக் காரணமாக இருந்தாலும் வேறு சில முக்கிய காரணங்களும் இருக்கின்றன. புலிகளின் வாழ் விடங்கள் சட்டத்திற்குப் புறம்பாக ஆக்கிரமிக்கப்பட்டுள்ளன. தண்ணீர் தேங்கி நிற்பதும், சுரங்கங்கள் தோண்டப்படுவதும் புலிகளின் வாழ்விடங்களைப் பாதிக்கின்றன. சிங்கங்களும், புலிகளும் மக்களின் மனத்திரையிலிருந்து இன்னும் நீங்கவேயில்லை. ஒவ்வொரு ஆண்டும் துர்காதேவி தன் சிம்மவாகனத்தில் அமர்ந்து, பறைகள் முழங்க, தீமையை எதிர்த்துப் போர்புரியக் கிளம்புகிறாள். சிங்கப்பூரில் மெர்லியன் என்ற ஒரு விலங்கை (பொம்மையை) சுற்றுலாப் பயணிகள் புகைப்படம் எடுத்தவண்ணம் இருக்கின்றனர். மெர்லியன் என்பது சிங்கமும் கடற்கன்னியும் சேர்ந்த ஓர் உருவம். அது புராணகாலத்தில் வாழ்ந்து வந்ததாகக் கருதப்படுகிறது. இந்திய வணிகர்கள் ஒரு கலாச்சார சின்னமாக இந்த உருவத்தை சிங்கப் பூருக்குக் கொண்டு சென்றுள்ளனர். பழங்கால கலாச்சார மரபுகள், தற்காலத்தில் வாழும் மக்களுக்கு சில முக்கியமான உட்பொருள்களை புரிய வைக்கின்றன. 2009ஆம் ஆண்டு இலங்கை இராணுவம் சிங்கக் கொடியேந்தி அணுவகுத்துச் சென்று பிரிவினை வாதிகளான விடுதலைப் புலிகளை அடியோடு ஒழித்தது.

நான் இந்தப் புத்தகத்தை எழுதிக் கொண்டிருந்தபோது இந்திய அரசாங்கம் ஒரு திட்டம் வகுத்தது. அதன்படி ஆப்பிரிக்க சிறுத்தைகள் இந்தியாவுக்குள் அறிமுகப்படுத்தப்படவுள்ளன. இந்திய சிறுத்தைகளும், ஆப்பிரிக்க சிறுத்தைகளும் ஒரே சிற்றினத்தைச்

சேர்ந்தவையா என்ற விவாதம் காரசாரமாக நடைபெற்று வருகிறது. அதேபோல் சுரங்கங்கள் தோண்டுவது குறித்தும் விவாதங்கள் நடைபெறுகின்றன. ஆரம்பகாலத்தில் கோன்ட்வானாவில் இருந்த காடுகள் இன்று ஜார்கன்ட் மாநிலத்தில் நிலக்கரி படிவுகளாக இருக்கின்றன. இந்தியப் பொருளாதார வளர்ச்சி எரிபொருளை சார்ந்துள்ளது. அந்த எரிபொருளான நிலக்கரி ஜார்கன்ட் மாநிலத்தின் அழகிய மலைகளுக்கு அடியில் உள்ளது. சமூகத்தையும், சுற்றுச் சூழலையும் பாதிக்காத வண்ணம் இந்த நிலக்கரி வெட்டியெடுக்கப் பட வேண்டுமென்பதே என்னுடைய வாதம். இயற்கை ஆதாரங்கள் புதுப்பிக்க முடியாதவை. அவைகளைப் பயன்படுத்திக்கொள்ள நமக்கு சரியான காரணங்கள் இருக்கவேண்டும். இல்லையென்றால் அந்த ஆதாரங்களை நமது எதிர்கால சந்ததிகளுக்காக விட்டு வைப்பதே நல்லது.

நகரமயமாதல், பருவநிலை மாறுபாடு, உலகமயமாதல் போன்றவை நிகழ்ந்துகொண்டிருக்கும் ஒரு காலத்தில் நாம் வாழ்ந்து கொண்டிருக்கிறோம். இதுபோன்ற மாற்றங்களை இந்தியா தன் கடந்தகாலத்தில் சந்தித்துள்ளது. ஆனால் கடந்தகால நிகழ்வு களிலிருந்து நாம் பாடம் கற்றுக்கொள்ளவில்லை என்பது வருந்தத் தக்கது. காசியில் கங்கை நதிக்கு மாலை நேர 'ஆரத்தி' எடுத்துக் கொண்டிருக்கும் சமயத்தில் நான் மேற்சொன்ன கருத்தை எழுதுகிறேன். பூசாரிகள் கங்கையின் மேன்மையை எடுத்துக்கூறி, கங்கா மாதாவின் அருளாசியை வேண்டுகிறார்கள். ஆனால் மக்களின் உதாசீனத்தாலும், பொறியாளர்களின் அலட்சியப் போக்காலும் கங்கை நதி தினம் தினம் செத்துக்கொண்டிருக்கிறது. இதேபோன்றுதான் வறண்டுகொண்டிருந்த சரஸ்வதியை ஹரப்பர்கள் மந்திரங்கள் ஓதி ஜபித்தார்கள். நம்பிக்கையிழந்த அவர்கள் இந்திரனை நோக்கி, அணைகளையெல்லாம் உடைத்தெறிந்து சரஸ்வதி நதியை, மீண்டும் ஓடச்செய்யுமாறு வேண்டினார்கள்.

இந்தியர்களுக்குத் தங்கள் நாகரிகம் பற்றிய உள்ளுணர்வு இன்னும் மறையாமல் இருக்கிறது. அதிசயிக்கத்தக்க விதத்தில் அந்த உள்ளுணர்வு அவர்களது மனநிலை மீது ஆதிக்கம் செலுத்துகிறது. இருண்ட தங்கள் கடந்தகாலத்தை நினைத்துப் பார்ப்பவர்களிட மிருந்து நாம் பலவற்றைத் தெளிவாக உணர்ந்துகொள்ளலாம். நியூயார்க் நகரமக்கள் செப்டம்பர் 11ஆம் நாளன்று தங்கள் நகரத்தின்மீது நடத்தப்பட்ட கொடூரமான தாக்குதல்களை நினைத்துப் பார்க்கிறார்கள். அன்று பிரார்த்தனை நடத்தப்படுகிறது; தலைவர்கள் உரையாற்றுகிறார்கள். மாறாக மும்பையில் நடப்பதை ஒப்பிட்டுப் பாருங்கள். 2008 நவம்பர் 26ஆம் நாள், மும்பய் நகர்மீது தீவிர

வாதிகளின் தாக்குதல் நடந்தது. அது நடைபெற்று நான்கு ஆண்டுகள் சென்றபின், நினைவு தினத்தன்று 200 இளம்பெண்களும், ஆண்களும், திடீரென்று சத்திரபதி சிவாஜி முனையத்தில் தோன்றினார்கள். அது ஒரு சுறுசுறுப்பான தொடர்வண்டி நிலையம். பம்பாய் தாக்குதலின்போது அதுவும் பாதிக்கப்பட்ட இடங்களில் ஒன்று. அந்த இளைஞர் கூட்டம் 'ரேங்தி பசந்தி' என்ற ஒரு போலிவுட் பாடலைப் பாடி நடனமாடியது. பாடல் முடிந்ததும் கூட்டத்தினர் கலைந்து சென்றுவிட்டார்கள். வேறு ஒரு நாடாக இருந்தால், அந்த இளைஞர்களின் செயல் ஒரு புனிதமற்ற செயலாகக் கருதப் பட்டிருக்கும். இந்தியாவில் அச்செயல் சரி என்று ஏற்றுக்கொள்ளப் பட்டது. அந்த நிகழ்ச்சி முழுவதும் படமெடுக்கப்பட்டு இணைய தளத்தில் வெளியிடப்பட்டது. அதற்கு நல்ல வரவேற்பு. ஆனால் ஒரு பயங்கரமான நிகழ்வை இந்தியர்கள் நடனமாடுவதன் மூலம் ஏன் நினைவு கூறுகிறார்கள்?

அந்த முரண்பாட்டிற்குக் காரணம் இதுதான். இந்தியர்கள் வரலாற்றை அரசியல் கண்கொண்டு பார்க்கவில்லை. நாகரிகமான முறையில் வரலாற்றை அணுகுகிறார்கள். செப்டம்பர் 11ஆம் நாளை நினைவுகூறும்போது அமெரிக்கர்கள் எதிர்த்து நிற்கும் ஆற்றலை வெளிப்படுத்துகிறார்கள். நவம்பர் 26ஆம் நாள் தாக்குதலை நினைவு கூறும்போது இந்தியர்கள் தங்கள் நாகரிகத்தின் வெற்றியைக் கொண்டாடுகிறார்கள்.

காலப்பெருவெளியில் ஒவ்வொரு தலைமுறையும் முக்கியத்துவ மற்ற ஒரு கூறு என்பதை இந்தியாவின் பூகோள அமைப்பும், இந்திய நாகரிகமும் நமக்கு நினைவுபடுத்துகின்றன. இந்தியாவை ஆண்ட மாமன்னர்களும், தத்துவஞானிகளும்

இதனை நன்குணர்ந்திருந்தார்கள். எனவே அவர்கள் தங்கள் கதைகளையும், சிந்தனைகளையும் – பாடல்களிலும், நாடோடிக் கதைகளிலும், இதிகாசங்களிலும், கல்வெட்டுகளிலும் பதிவு செய்தார்கள். அந்தப் பதிவுகள் கூட கண்டிப்பான உண்மைகளாக இருக்க வேண்டிய அவசியமில்லை. ஆனால் அவை இந்திய நாகரிகத்தின் சாரமாக இருக்கின்றன. மொரிஷியஸ் நாட்டிற்குச் சென்று அங்கு குடியேறிய இந்தியர்கள் கங்கை நதி பற்றிய தங்கள் நினைவை அங்குள்ள ஓர் ஏரிக்கு மாற்றியிக்கிறார்கள். அந்த ஏரிக்கு 'கங்கா தலோ' என்று பெயர். அந்த ஏரியின் நீர் மொரிஷியஸ்–வாழ் இந்திய வம்சாவளி மக்களால் புனித தீர்த்தமாகக் கருதப்படுகிறது. அதேபோல் நீண்டகாலத்திற்கு முன்பு இந்தியர்களின் மூதாதையர்கள் சரஸ்வதி நதி பற்றிய தங்கள் நினைவுகளை கங்கை நதிக்கு

மாற்றினார்கள். பூகோளம் அல்லது புவியியல் என்பது ஒரு நாட்டின் நில அமைப்பைப் பற்றியது மட்டுமல்ல. என்ன பொருளை நாம் உணர்த்த நினைக்கிறோமோ அதையும் உள்ளடக்கியதுதான் புவியியல். இதுபோன்றுதான் கண்ணுக்குத் தெரியாமல், அலகாபாத்தில் இன்றும் சரஸ்வதி நதி ஓடிக்கொண்டிருக்கிறது.

குறிப்புகள்:

1. Freedom at Midnight, Dominique Lapierre and Larry Collins. Vikas Publishing House (2010 Edu)
2. 'India after Gandhi', Ramachandra Guha, Picador India 2007.
3. 'India after Gandhi', Ramachandra Guha, Picador India 2007.
4. 'The Happy War', Time Magazine, 27 sep 1948.
5. Freedom at Midnight, Dominique Lapierre and Larry Collins. Vikas Publishing House (2010 Edu).
6. The World Economy: A Millennial Perspective, Angus, Maddison. OECD 2001.
7. உண்மையான மாற்றத்திற்கு ஆகஸ்ட் 1963வரை காத்திருக்க வேண்டியிருந்தது.
8. 'India: End of an Image', Time Magazine 29 Dec 1961.
9. திரிஸ்தாவோ டீ பிரகன்ஸா குன்ஹா அவர்களின் பூர்வீக வீடு சந்தூர் என்ற இடத்தில் உள்ளது. அவசியம் நாம் அங்கு சென்று பார்க்க வேண்டும். அந்த வீடு நன்கு பராமரிக்கப்பட்டுள்ள ஓர் அழகிய மாளிகை. போர்ச்சுகீசிய சகாப்தத்திற்குரிய புத்தகங்கள், கலைப்பொருட்கள், மேஜை நாற்காலிகள் போன்றவை அந்த மாளிகையில் உள்ளன.
10. முதலில் 'NEFT' வடகிழக்கு எல்லைப்பகுதி (North East Frontier Tracts) என்று அழைக்கப்பட்டது. பின் அப்பகுதி NEFA (North east Frontier Agency) அதாவது வடகிழக்கு எல்லை முகமை எனப்பட்டது. இப்போது அதுதான் 'அருணாச்சலப் பிரதேசம்' என்ற மாநிலம்.
11. 'India-China Border: Learning from History' Mohan Guruswamy, Economic and Political Weekly, 27 sep 2003.
12. 'India after Gandhi,' Ramachandra Guha, Picador India, 2007.
13. 'India after Gandhi,' Ramachandra Guha, Picador India, 2007.
14. 'Sidney Wignall', Obituary, The Economist, 5 May 2012.
15. Encyclopedia of North East India. Vol II, H.M. Barch. Mittal Publications, 2001.
16. 'Pakistan', The Ravagivig of Golden Bengal', Time Magazine, 2 Aug 1971.

17. டாக்கா அமெரிக்கத் தூதரகம் – தந்தி – 6 ஏப்ரல் 1971. அந்தத் தந்தியில் 21 அமெரிக்க அலுவலர்கள் கையொப்பமிட்டனர். அவர்கள் அனைவரும் டாக்காவில் இருந்தவர்கள். பாகிஸ்தான் அரசின் மனிதாபிமானமற்ற செயல்களை ஆதரிக்க வேண்டாமென்று அவர்கள் அமெரிக்க அரசைக் கேட்டுக்கொண்டனர்.

18. Lands and Peoples, Vol. IV, Grolier Society, 1956. The Estimate for Delhi may not fully reflect the entire refugee population.

19. ஒரு நகரியத்தையோ அல்லது குடியிருப்பையோ 'காலனி' என்று அழைப்பது வினோதமாக உள்ளது. காலனி ஆதிக்கத்திலிருந்து சமீபத்தில் விடுதலை அடைந்த நாட்டில் ஓரிடத்தைக் 'காலனி' என்று பெயர்சூட்டி அழைப்பது மிகவும் வினோதமானது. அனேக காரணங்கள் சொல்லப்பட்டாலும் எனக்கு அவ்வாறு பெயர் சூட்டுவதில் மனநிறைவு இல்லை.

20. Gazeteer of the Gurgaon District 1881-84, Sang-e-meel publications, Lahore (Reprinted 2000)

21. 'Business Standard' சஞ்சிகையில் இந்த விஷயங்கள் குறித்து நான் மிகவும் விரிவாக எழுதியுள்ளேன். 2009 முதல் 2011 வரை அக்கட்டுரைகள் வெளிவந்தன. Re-imagining Urban India, Sanjeev Sanyal, in India 2010, BS Books 2010.

22. The caged Phoenix, Dipankar Gupta. Penguin, 2009.

23. The world Economy: A millennial Perspective, Angus Maddison. OECD, 2001.

24. Welcome to the Urban Revolution, Jeb Brugmann. 2009.